വാക്ക്
ദൃശ്യം
രാഷ്ട്രീയം

INSIGHT PUBLICA®

INSIGHT PUBLICA®
Nadakkavu, Kozhikode, Kerala
Tel:0495–4020666
www.insightpublica.com
e-mail: insightpublica@gmail.com
Vakku Drishyam Rashtreeyam
(Malayalam Study)
Dr. S. Gopu
First Edition: August 2021
Second Edition: March 2023

ISBN 978-93-5517-355-3
Published by Insight Publica
Printed by Insightinpublica Printers & Publishers Pvt. Ltd.
₹ 420

വാക്ക്
ദൃശ്യം
രാഷ്ട്രീയം

ഡോ. എസ്. ഗോപു

INSIGHT PUBLICA ®

എം. ആർ. സുകുമാരപിള്ളയുടെയും എസ്. ഉമയമ്മയുടെയും മകനായി 1980ൽ ജനനം. മലപ്പുറം ജില്ലയിലെ ചെമ്പ്രശ്ശേരി സ്വദേശി. കാലിക്കറ്റ് സർവകലാശാലയിൽ നിന്ന് ഒന്നാം റാങ്കോടെ മലയാളത്തിൽ ബിരുദാനന്തര ബിരുദം. 'രാഷ്ട്രീയപ്രമേയങ്ങൾ മലയാളസാഹിത്യത്തിലും സിനിമയിലും' എന്ന വിഷയത്തിൽ നടത്തിയ പഠനത്തിന് കേരള സർവകലാശാലയിൽ നിന്ന് ഗവേഷണബിരുദം. ബുഷ് വെടിയേറ്റ മരിക്കുമ്പോൾ(കവിതാ സമാഹാരം), കാഴ്ചയുടെ പ്രതിമുഖങ്ങൾ (ചലച്ചിത്രപഠനം-എഡി: ഡോ. എസ്. സഞ്ജയ്യ്ക്കൊപ്പം) എന്നീ പുസ്തകങ്ങൾ പ്രസിദ്ധീകരിച്ചു. ജേഷ്ഠൻ സുമോദിനൊപ്പം 'അവൻ' എന്ന ചിത്രത്തിന്റെ തിരക്കഥയും കേരളത്തിലെ ആദ്യ സ്കൂൾ സിനിമയായ 'ല.സാ.ഗു'വിന്റെ രചനയും സംവിധാനവും നിർവഹിച്ചു. 'റൂം നമ്പർ മൂന്ന്' എന്ന ഹ്രസ്വചിത്രത്തിന്റെ തിരക്കഥയിലൂടെ 2007ലെ ജീവൻ ടി.വി - അറ്റ്ലസ് പുരസ്കാരം നേടി. നിലമ്പൂർ ഗവ.കോളേജിൽ മലയാള വിഭാഗം അദ്ധ്യാപകൻ.

ഭാര്യ: അഞ്ജു, മക്കൾ: ഹൃദയ് കൃഷ്ണ, നയൻ കൃഷ്ണ.

വിലാസം: 'സമന്വയ', ചെമ്പ്രശ്ശേരി (തപാൽ),
പാണ്ടിക്കാട് (വഴി), മലപ്പുറം - 676521

ഫോൺ: 9745 868 276, 8138 968 276

e-mail: gopuanjana@gmail.com

ഡോ. എസ്. ഗോപു

സമർപ്പണം

ബിനുവിന്...

സിനിമയെ തന്റെ ജീവിതത്തെക്കാളേറെ ഇഷ്ടപ്പെട്ട ബിനു സ്വപ്നങ്ങളൊരുപാട് ബാക്കിവെച്ചാണ് കടന്നു പോയത്. 2003ൽ പി.എച്ച്.ഡിക്ക് ചേരുന്നതിന് മുന്നോടിയായ ഡോക്ടറൽ വൈവയിൽ പങ്കെടുക്കാൻ കേരള സർവകലാശാലയുടെ കാര്യവട്ടം ക്യാംപസിലെ മലയാളവിഭാഗത്തിന്റെ വരാന്തയിൽ സുഹൃത്ത് സ്റ്റാലിനൊപ്പം നിൽക്കുമ്പോഴാണ് ബിനുവിനെ പരിചയപ്പെടുന്നത്. കവടിയാർ രാമചന്ദ്രൻ സാറിന്റെ മാർഗനിർദ്ദേശത്തിൽ 'ഇടശ്ശേരിയുടെ കാവ്യഭാഷ'യെക്കുറിച്ച് പാർട്ട് ടൈം ആയി ഗവേഷണം നടത്താൻ എത്തിയതായിരുന്ന ലൈബ്രേറിയനായ ബിനു. എന്റെയും സ്റ്റാലിന്റെയും

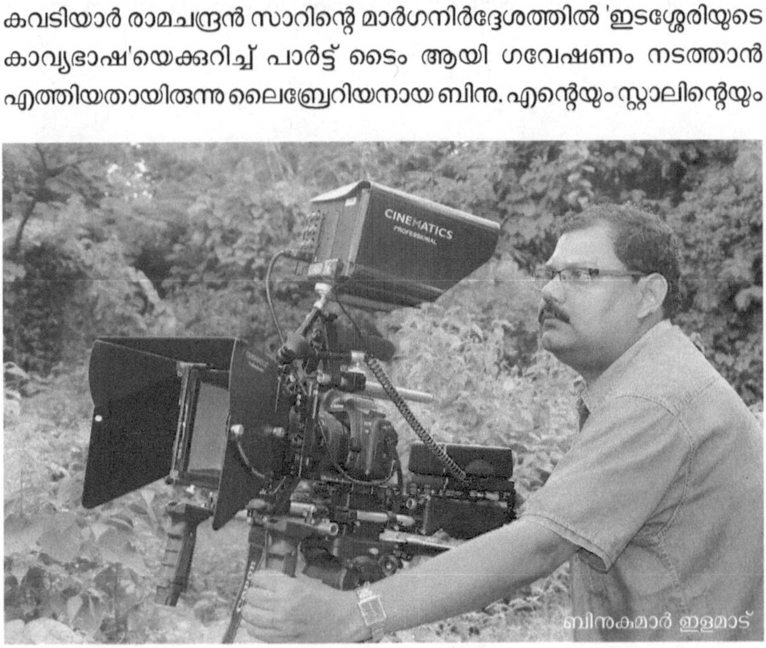

ബിനുകുമാർ ഇളമാട്

ഗവേഷണം സിനിമയിലാണ് എന്നറിഞ്ഞപ്പോൾ ബിനു ഏറെ സംസാരിച്ചു. പാളയത്തെ കേരള യൂണിവേഴ്സിറ്റി ലൈബ്രറിയായിരുന്നു ഞങ്ങളുടെയും ബിനുവിന്റെയും റിസർച്ച് സെന്റർ. അവിടുത്തെ കൂടിക്കാഴ്ച കളിലൂടെ ആ സൗഹൃദം വളർന്നു. ഞങ്ങളുടെ രസങ്ങളിലെല്ലാം ബിനുവും പങ്കാളിയായി. വാചകം, പാചകം, സിനിമകാഴ്ച, യാത്രകൾ, പഠനം... അക്കാലത്ത് ബിനു വല്ലാത്തൊരു ധൈര്യവും പ്രതീക്ഷയുമായിരുന്നു.

കൊല്ലത്തെ ഇളമാട് എന്ന കുഗ്രാമത്തിൽ എം.എ മലയാളം പ്രൈവറ്റായി പഠിക്കുന്ന കാലത്ത് എം.ടിക്ക് ചെറുകഥ അയച്ചുകൊടുത്ത് മറുപടി വാങ്ങിയ പയ്യൻ, തൊണ്ണൂറുകളിൽ 'മാക്ട' സംസ്ഥാന തലത്തിൽ ആദ്യമായി നടത്തിയ സംവിധാന ശില്പശാലയിലേക്ക് തിരഞ്ഞെടുക്കപ്പെട്ട സിനിമാക്കമ്പക്കാരായ മുപ്പത്തിരണ്ട് ചെറുപ്പക്കാരിൽ ഒരാൾ, സൂര്യദാസ് എന്ന തൂലികാ നാമത്തിൽ 'സിനിമാ മംഗള'ത്തിൽ മുടങ്ങാതെ അഞ്ചുവർഷം 'കാഴ്ചവട്ടം' എന്ന വിമർശനാത്മക ചലച്ചിത്രപംക്തി കൈകാര്യം ചെയ്ത ഫിലിം ജേർണലിസ്റ്റ്, പല തലത്തിൽ അംഗീകാരം നേടിയ പത്തോളം ഹ്രസ്വചിത്രങ്ങളുടെ സംവിധായകൻ, ബർഗ്മാനെയും ഗൊദാർദിനെയും ഏറെ ഇഷ്ടപ്പെട്ട് ലോകസിനിമയുടെ ദാർശനിക വഴികളിലൂടെ പുറപ്പെട്ടുപോയ ചലച്ചിത്രാസ്വാദകൻ; ഗവേഷകൻ...

ബിനുവിനെ (ബിനുകുമാർ ഇളമാട്) ഓർക്കാതെ പൂർണ്ണമാകില്ല ഈ പുസ്തകം.

സമഗ്രാനുഭവം നൽകുന്ന സൂക്ഷ്മപഠനം

ഡോ. ജോർജ് ഓണക്കൂർ

സാഹിത്യം ഭാവനാത്മകവും ശാസ്ത്രം സത്യനിഷ്ഠവുമെന്ന തത്വം എന്നേ മനസ്സിൽ സ്ഥിരപ്രതിഷ്ഠ നേടിയതാണ്. വ്യതിചലനങ്ങളില്ലാതെ വായനയും പഠനവും ആ ചിന്താപഥം അവലംബിച്ചു പോന്നു. എന്നാൽ ജീവപ്രകൃതിയുടെ സ്വത്വം സത്യവും സൗന്ദര്യവുമാണെന്ന പുതിയ വെളിപാടുകളിൽ വൈരുദ്ധ്യാത്മകമായ ദ്വന്ദ്വഭാവം ക്രമേണ അപ്രത്യക്ഷമാവുകയും ഈ സർഗമണ്ഡലങ്ങൾ കൂടുതൽ സംയോജിതവും സുതാര്യവുമായിത്തീരുകയും ചെയ്തു. വാക്കുകളുടെ കലയായ സാഹിത്യവും ദൃശ്യാവിഷ്കാരമായ സിനിമയും സംവേദനത്തിന്റെ പുതിയ അർഥതലങ്ങൾ തേടാൻ ഇടയായത് ഈ നവസമീപനം നിമിത്തമാണ്. സാഹിത്യഗവേഷണ പഠനങ്ങളിൽ ചലച്ചിത്രമെന്ന സാങ്കേതിക കലാരൂപവും സുപ്രധാനമായ ഇടം കണ്ടെത്തിയിരിക്കുന്നു. ജീവിതപുരോഗതിയുടെ അന്വേഷണപഥങ്ങളും ആവിഷ്കാര വൈവിധ്യങ്ങളും അതിർത്തിരേഖകൾ വെടിഞ്ഞ് പരസ്പരാനുരാഗത്തിൽ പൂരകമായി ഭവിക്കുകയാണ്.

സാഹിത്യവും സിനിമയും ചേർത്തുനിർത്തി വിശകലനം ചെയ്യുന്നതിന് വിവിധ പഠന വഴികൾ അവലംബിക്കാം. പ്രമേയപരമായ അന്വേഷണം അവയിൽ ഏറെ പ്രധാനമാണ്. ആധുനിക ജീവിത മണ്ഡലമാകെ ചൂഴ്ന്നു നിൽക്കുന്ന രാഷ്ട്രീയാഭിമുഖ്യം അതിശ്രദ്ധേയം. ചിലപ്പോഴൊക്കെ അനഭിമതമായി അനുഭവപ്പെട്ടുമെങ്കിലും മനുഷ്യവ്യാപാരങ്ങളിലാകെയും രാഷ്ട്രീയം അധീശത്വം പുലർത്തുകയാണ്.

രാഷ്ട്രീയത്തിന്റെ മുഖമുദ്ര അധികാരമായിത്തീരുകയാൽ ജീവിതത്തിന്റെ സമഗ്രതലങ്ങളെയും അത് കീഴടക്കുന്നു; എല്ലാം രാഷ്ട്രീയമയമാക്കുന്നു.

സാഹിത്യത്തിലും സിനിമയിലും സ്വീകൃതമാകുന്ന പ്രമേയങ്ങളിൽ രാഷ്ട്രീയം കടന്നുകയറുക സ്വാഭാവികം. രാഷ്ട്രീയം ഇതിവൃത്തമാവുകയും കഥാപാത്രസൃഷ്ടിയിലും ആഖ്യാനശൈലിയിലും രാഷ്ട്രീയ കാഴ്ചപ്പാടുകൾ സ്വാധീനം ചെലുത്തുകയും ചെയ്യുന്ന കാലത്ത് വിശകലനാത്മക പഠനത്തിന് സാധ്യതയേറുന്നു. ഈ പശ്ചാത്തലത്തിലാണ് ഡോ.എസ്. ഗോപുവിന്റെ ഗവേഷണപഠനം പ്രസക്തമാകുന്നത്. സാഹിത്യത്തിലും സിനിമയിലും ഒരുപോലെ സജീവ താല്പര്യം പുലർത്തുന്ന പ്രതിഭാശാലിയാണ് ഗോപു. 'രാഷ്ട്രീയ പ്രമേയങ്ങൾ മലയാള സാഹിത്യത്തിലും സിനിമയിലും' എന്ന വിഷയത്തിൽ വിശകലനാത്മക പഠനത്തിനൊരുങ്ങിയ ഗോപുവിന് മാർഗ്ഗനിർദ്ദേശം നൽകുമ്പോൾ സവിശേഷമായ ഒരന്വേഷണ വഴിയിലൂടെ സഞ്ചരിക്കാൻ കഴിഞ്ഞു എന്ന അഭിമാനം മനസ്സുനിറയെ.

സാമാന്യേന ലഘുവും ഋജുവുമായ പഠനമാർഗമാണ് ഇക്കാലത്ത് ഗവേഷകവിദ്യാർത്ഥികൾക്ക് ആകർഷകമായി ഭവിക്കാറുള്ളത്. വിപുലമായ പൂർവപഠനങ്ങൾ സമാഹരിക്കാനും വിലയിരുത്താനും അധികമാരും ബദ്ധപ്പെടാറില്ല. സൂക്ഷ്മപഠനവും ഉൾക്കാഴ്ചയും വഴി തനതുനിഗമനങ്ങളിൽ എത്തിച്ചേരാൻ പ്രാപ്തരാവുന്നവർ വിരളം. ഗോപു ഇക്കാര്യത്തിൽ പ്രശംസനീയമായ സമീപനം പുലർത്തിയിട്ടുണ്ട്. ഗോപുവിന്റെ ഗവേഷണപ്രബന്ധം സാഹിത്യ ഗവേഷണരംഗത്ത് ലഭിച്ച മികച്ച സംഭാവനയായി അടയാളപ്പെടുത്തുന്നു;അതിന് ഗ്രന്ഥരൂപം കൈവരുന്നതിൽ ആഹ്ളാദിക്കുന്നു.

രണ്ടുഭാഗങ്ങളായി സംവിധാനം ചെയ്തിരിക്കുന്ന പ്രബന്ധത്തിന്റെ പ്രഥമഭാഗം സാമാന്യമായ വിശകലനമാണ്. രാഷ്ട്രീയ പ്രമേയങ്ങൾ എങ്ങനെ ആവിഷ്കൃതമാകുന്നു എന്ന് ചർച്ചചെയ്യപ്പെടുന്നു. 1928 മുതൽ 1969 വരെയും 1970 മുതൽ 1999 വരെയും രണ്ടു ഘട്ടങ്ങളായി തിരിച്ചാണ് മലയാള നോവലും സിനിമയും പരിശോധനാ വിഷയമാക്കുന്നത്. സവിശേഷവിശകലനം എന്ന ദ്വിതീയഭാഗത്ത് വ്യക്തമായ ഉദാഹരണങ്ങളിലൂടെ സൂക്ഷ്മനിരീക്ഷണം നിർവഹിക്കുന്നു. പഠനങ്ങളും നിഗമനങ്ങളും ക്രോഡീകരിക്കുന്നതാണ് ഉപസംഹാരം.

സിനിമയാക്കപ്പെട്ട രാഷ്ട്രീയനോവലുകളുടെയും അവയുടെ ദൃശ്യാവിഷ്കാരങ്ങളുടെയും പഠനമല്ല ലക്ഷ്യമാക്കുന്നതെന്ന് ആമുഖത്തിൽത്തന്നെ വിശദീകരിക്കുന്നുണ്ട്. രാഷ്ട്രീയം എന്ന പ്രമേയ ഘടകത്തിന് വാക്കിലും ദൃശ്യത്തിലും സംഭവിക്കുന്ന ക്രമാനുഗതമായ വികാസപരിണാമം സമാന്തരമായി വിലയിരുത്തപ്പെടുകയാണ്. എന്തുകൊണ്ട് രണ്ടു മാധ്യമങ്ങളിലെ രാഷ്ട്രീയാവിഷ്കാരങ്ങൾ ഒരു ഗവേഷണപഠനത്തിൽ

തുല്യപ്രാധാന്യത്തോടെ സമാന്തരമായി വിശകലനം ചെയ്യുന്നു എന്ന് സന്ദേഹിക്കാം. അവയോരോന്നും പരസ്പരബന്ധമില്ലാതെ നിൽക്കുന്ന ഒറ്റപ്പെട്ട ഭൂഖണ്ഡങ്ങളല്ല എന്ന കണ്ടെത്തലാണ് പഠനമേഖലയിൽ സംഭവിക്കുന്നത്. തുടക്കത്തിൽ സൂചിപ്പിച്ചതുപോലെ മനുഷ്യജീവിതത്തിന്റെ സർഗാവിഷ്കാരം എന്ന നിലയിൽ രണ്ടും ഒരുപോലെ പ്രധാനവും പരസ്പരപൂരകമായിരിക്കുന്നു. നോവലിലും സിനിമയിലും ചർച്ചചെയ്യപ്പെടുന്ന രാഷ്ട്രീയ പ്രമേയങ്ങളെ അപഗ്രഥന വിധേയമാക്കി കാലത്തിന്റെ സ്പന്ദനങ്ങൾ അടയാളപ്പെടുത്തുകയും ആവിഷ്കാരം എങ്ങനെ പരിണാമ വിധേയമാകുന്നുവെന്ന് വെളിപ്പെടുത്തുകയും ചെയ്തിരിക്കുകയാണ് പ്രബന്ധത്തിൽ. നൂതനവും മൗലികവുമാണ് ഈ കാഴ്ചപ്പാട്.

ജീവിതത്തിന്റെ സർവമേഖലകളിലും പുലർന്നിരുന്ന രാഷ്ട്രീയാധീശത്വം ഉദാരവൽക്കരണത്തിന്റെയും ആഗോളീകരണത്തിന്റെയും ആധുനിക കാലപരിണാമത്തിൽ എങ്ങനെ രൂപാന്തരപ്പെടുന്നു എന്ന അന്വേഷണം പ്രത്യേകം ശ്രദ്ധേയമായിരിക്കുന്നു. വ്യക്തിയുടെയും രാഷ്ട്രത്തിന്റെയും അധികാരം പരിമിതമായിക്കൊണ്ടിരിക്കുകയാണ്. വികസനത്തിന്റെ മേൽവിലാസത്തിൽ വന്നെത്തുന്ന സാമ്പത്തിക സഹായങ്ങൾ വികസ്വര രാഷ്ട്രങ്ങളെ ആഗോള മൂലധനശക്തികളുടെ നിയന്ത്രണത്തിലാക്കുന്നു. രാഷ്ട്രങ്ങളുടെ പരമാധികാരവും വ്യക്തികളുടെ സ്വാതന്ത്ര്യവാഞ്ഛയും നവകൊളോണിയൽ തന്ത്രങ്ങളാൽ നിയന്ത്രിക്കപ്പെടുന്നു. ഇത്തരമൊരു പരീക്ഷണഘട്ടത്തിൽ കലയ്ക്കും സാഹിത്യത്തിനും പുതിയ രാഷ്ട്രീയദൗത്യങ്ങൾ ഏറ്റെടുക്കേണ്ടി വരുന്നു എന്ന് ഈ ഗവേഷണപഠനം സമർത്ഥിക്കുന്നുണ്ട്.

ആധുനിക ജീവിതത്തിന്റെ സമസ്തമേഖലകളിലും വ്യാപിക്കുന്ന രാഷ്ട്രീയാധികാരത്തിന്റെ പിടിമുറുക്കത്തിൽ നിന്ന് വ്യക്തിയെ വിമോചിപ്പിക്കാനും സ്വാതന്ത്ര്യത്തിന്റെ ശക്തി സൗന്ദര്യങ്ങൾ അനുഭവപ്പെടുത്താനും സാധ്യമാകുന്നത് കലയ്ക്കും സാഹിത്യത്തിനും മാത്രമാണ്. ഈ സർഗമണ്ഡലത്തിലേക്ക് രാഷ്ട്രീയം കടന്നെത്തുന്നത് പ്രത്യേകമായി രൂപപ്പെടുത്തുന്ന പ്രമേയങ്ങളിലൂടെയാണ്. പ്രതിലോമകരമായ രാഷ്ട്രീയ വിനിമയത്തെ പ്രതിരോധിച്ച് മൂല്യസംസ്കൃതി സംരക്ഷിക്കേണ്ടത് എങ്ങനെയെന്ന് ഗോപുവിന്റെ ഗവേഷണപഠനത്തിൽ സൂക്ഷ്മമായി പരിശോധിക്കുന്നുണ്ട്. കലയും സാഹിത്യവും കാലാതീതമായി നിലനിൽക്കേണ്ടതാണ്. അവയുടെ ദിശാബോധം നഷ്ടപ്പെട്ടാൽ മനുഷ്യസംസ്കാരത്തിന്റെ സ്വതന്ത്രവും പുരോഗമനാത്മകവുമായ വികാസം തടയപ്പെടും. ഈ അപകട സന്ധിയെക്കുറിച്ചുള്ള ശക്തമായ മുന്നറിയിപ്പ് പഠനത്തിന്റെ മുഖ്യ സത്താവിശേഷമാണ്. സുഗമവും സുതാര്യവുമായ ഭാഷാശിൽപം എന്ന നിലയിലും മികച്ചതാണ് ഗോപുവിന്റെ പ്രബന്ധം. ആനുകാലിക പ്രാധാന്യമുള്ള വിഷയം കൈകാര്യം ചെയ്യുമ്പോൾ

സ്വകാര്യമായ ചില പക്ഷപാതിത്വങ്ങൾ കടന്നു വരാൻ ഇടയുണ്ട്. അത്തരം പ്രേരണകളെ ഗ്രന്ഥകാരൻ സമർത്ഥമായി അതിജീവിക്കുന്നു എന്നത് സന്തോഷകരം.

രാഷ്ട്രീയത്തിൽ വ്യക്തിയെക്കാൾ പ്രധാനമാകുന്നത് സമഷ്ടിയാണ്. കലയും സാഹിത്യവുമാകട്ടെ ഏറെയും വ്യക്ത്യധിഷ്ഠിതവുമാണ്. മലയാള നോവലിലെയും സിനിമയിലെയും രാഷ്ട്രീയാവിഷ്കാരങ്ങൾ നൽകുന്ന അനുഭവത്തെയും ബോധ്യങ്ങളെയും വിലയിരുത്തുന്ന പഠനം അവയുടെ സാധ്യതകളും പരിമിതികളും ചർച്ച ചെയ്യുന്നു. രാഷ്ട്രീയത്തിന്റെ ഉൽപ്പന്നമായ അധികാരം ജനജീവിതത്തിൽ അനുഭവപ്പെടുത്തുന്ന സംഘർഷം കലയും സാഹിത്യവും എങ്ങനെ ഉൾക്കൊള്ളുന്നുവെന്നും സൗന്ദര്യാത്മകമായി ആവിഷ്കരിക്കുന്നുവെന്നുമുള്ള ചർച്ച നൂതനമായ തത്വാവബോധങ്ങൾ സൃഷ്ടിക്കുന്നുണ്ട്. ഭരണകൂട താത്പര്യങ്ങളുടെ പ്രചാരണായുധങ്ങളായി കലയും സാഹിത്യവും അധഃപതിക്കുന്നതിന്റെ അപകടസാധ്യതയെക്കുറിച്ചുള്ള മുന്നറിയിപ്പുകൾ സൂക്ഷ്മവും സത്യസന്ധവുമാണ്. കലാസൃഷ്ടിയും രാഷ്ട്രീയകാലവും തമ്മിലുള്ള പാരസ്പര്യം, കാലാനുസരണമായി പ്രമേയപരിചരണത്തിൽ സംഭവിക്കുന്ന പരിണിതികൾ, കലാഖ്യാനത്തിൽ വന്നുചേരുന്ന മാറ്റങ്ങൾ രാഷ്ട്രീയാവിഷ്കാരത്തിൽ ചെലുത്തുന്ന സ്വാധീനം, കലാവിഷ്കാരവും രാഷ്ട്രീയപ്രമേയങ്ങളും തമ്മിലുള്ള പാരസ്പര്യത്തിന്റെ ശക്തി ദൗർബല്യങ്ങൾ, ആഖ്യാനത്തിന്റെ രാഷ്ട്രീയതലം എന്നിവയൊക്കെ മുൻവിധികളില്ലാതെ അന്വേഷണ വിധേയമാക്കുകയും സമഗ്രമായി ആവിഷ്കരിക്കുകയും ചെയ്യുന്നു. രണ്ട് മാധ്യമങ്ങളെ, ഒരു പ്രമേയഘടകത്തെ മുൻനിറുത്തി സമാന്തരമായി വിശകലനം ചെയ്ത് മൗലികമായ കാഴ്ചപ്പാടുകൾ അവതരിപ്പിക്കുന്ന പൂർവമാതൃകയില്ലാത്ത പഠനരീതി ഗോപുവിന്റെ ഗവേഷണത്തെ മൗലികവും ഹൃദയംഗമവുമായ ഉദ്യമമാക്കുന്നു.

ഗോപുവിന്റെ ഗവേഷണപഠന യാത്രക്കൊപ്പം സഞ്ചരിക്കാനും, യഥാസമയം ഈ യുവഗവേഷകൻ ലക്ഷ്യം നേടുന്നതു കണ്ട് അഭിമാനിക്കാനും അവസരമുണ്ടായി. നോവൽ- സിനിമ മേഖലകളിൽ ചില ഇടപെടലുകൾ നടത്താൻ സാധ്യമായ ഒരാൾ എന്ന നിലയ്ക്ക് ഗോപുവിന്റെ പഠനം ഈ സമാന്തരപഥങ്ങളിൽ എങ്ങനെ പ്രകാശം പരത്തുന്നുവെന്ന് സത്യസന്ധമായി സാക്ഷ്യപ്പെടുത്താനാവുന്നു.

സമഗ്രാനുഭവം നൽകുന്ന ഈ സൂക്ഷ്മപഠനം ഗവേഷണരംഗത്തിന്റെ ഭാവി കൂടുതൽ വികസിതവും ശോഭായമാനവുമാക്കും എന്നതിൽ സന്ദേഹമില്ല.

ഉള്ളടക്കം

ആമുഖം

മനുഷ്യന്റെ രാഷ്ട്രീയ ജീവിതവും സാംസ്കാരിക ബോധ്യങ്ങളും പരസ്പര പൂരകമായാണ് വർത്തിക്കുന്നത്. മാനവരാശിയുടെ ചരിത്രത്തെ നിർണ്ണയിക്കുന്ന വിധത്തിൽ ഇവ തമ്മിൽ ഇടപെടുകയും ജീവിതസങ്കല്പങ്ങളെ മാറ്റിപ്പണിയുകയും ചെയ്യുന്നു. സംസ്കാരത്തിന്റെ നിർമ്മിതികളെന്ന നിലയിൽ കലയും സാഹിത്യവും രാഷ്ട്രീയ ജീവിതത്തിൽ ഇടപെടുന്നുണ്ട്. രാഷ്ട്രീയം അവയുടെ പ്രമേയതലത്തിൽ സന്നിവേശിക്കുകയും ചെയ്യുന്നു. ഇത്തരമൊരു ചിന്താപരിസരം കലയിലെയും സാഹിത്യത്തിലെയും രാഷ്ട്രീയാവിഷ്കാരങ്ങളുടെ പഠനത്തെ പ്രസക്തമാക്കുന്നു. കേരളത്തിലെ കലാസാഹിത്യരംഗങ്ങളിലെ ശ്രദ്ധേയരൂപങ്ങളെന്ന നിലയിൽ മലയാള സിനിമയിലെയും നോവലിലെയും രാഷ്ട്രീയാവിഷ്കാരങ്ങളുടെ വിശകലനമാണ് ഈ ഗ്രന്ഥം നിർവ്വഹിക്കുന്നത്.

'രാഷ്ട്രീയ പ്രമേയങ്ങൾ മലയാള സാഹിത്യത്തിലും സിനിമയിലും - ഒരു വിശകലനാത്മക പഠനം' എന്ന വിഷയത്തിൽ കേരള സർവ്വകലാശാലയിൽ 2008ൽ സമർപ്പിച്ച ഗവേഷണപ്രബന്ധത്തിന്റെ പുസ്തകരൂപമാണ് 'വാക്ക് ദൃശ്യം രാഷ്ട്രീയം'. സിനിമയാക്കപ്പെട്ട നോവലുകളുടെയും അവയുടെ ചലച്ചിത്രരൂപങ്ങളുടെയും പഠനമല്ല ഇത്. മറിച്ച് 'രാഷ്ട്രീയം' എന്ന പ്രമേയഘടകത്തിന് സിനിമയും നോവലും നൽകിയ പരിചരണത്തെയും ആവിഷ്കാരത്തെയും അതിന്റെ ക്രമികമായ വികാസപരിണാമങ്ങളെയും സമാന്തരമായി വിലയിരുത്തുന്നു. സമാനവും വിരുദ്ധവും സമാന്തരവുമായ മുഖങ്ങൾ കണ്ടെത്തുന്നു.

രണ്ടു മാധ്യമങ്ങളിലെ രാഷ്ട്രീയാവിഷ്കാരങ്ങളെ ഒരു ഗവേഷണ പഠനത്തിന് വിഷയമാക്കുന്നതിന്റെ യുക്തി എടുത്തു പറയേണ്ടത് ആവശ്യമാണെന്ന് തോന്നുന്നു. കലയുടെയും സാഹിത്യത്തിന്റെയും വ്യത്യസ്തരൂപങ്ങളെല്ലാം തന്നെ മനുഷ്യസർഗാത്മതകതയുടെ വെളിപ്പെടലുകളാണ്. ഇവയോരോന്നും പരസ്പരബന്ധമില്ലാത്ത ഒറ്റപ്പെട്ട ഭൂഖണ്ഡങ്ങളല്ല. ആഖ്യാനതലത്തിൽ ഓരോന്നിനും വ്യതിരിക്ത സ്വത്വം നിലനിൽക്കുന്നുണ്ട്. പ്രമേയതലത്തിലേക്കെത്തുമ്പോൾ വ്യതിരിക്തതയുടെ അതിർത്തിരേഖകൾ നേർത്തില്ലാതാകുന്നു. മനുഷ്യജീവിതത്തിന്റെ ആവിഷ്കാര വൈവിധ്യങ്ങൾ എന്ന നിലയിൽ ഒന്നായിത്തീരുകയും പലതായി നിലനിൽക്കുകയും ചെയ്യുന്നു. കലയുടെയും സാഹിത്യത്തിന്റെയും വിഭിന്ന രൂപങ്ങൾ ജീവിതത്തിൽ ഇടപെടുന്നതുപോലെ, മാറുന്ന രാഷ്ട്രീയകാലവും മൂല്യസങ്കല്പങ്ങളും അവയുടെ പ്രമേയ/ആഖ്യാന ധാരണകളിലും പരിണാമങ്ങൾ വരുത്തുന്നുണ്ട്. സമീപന വ്യതിയാനങ്ങൾ എല്ലാ മാധ്യമങ്ങളിലും ഒരേകാലത്ത് ഉണ്ടായിക്കൊള്ളണം എന്നില്ല. എന്നാൽ ഒരു മാധ്യമത്തിനും ഇതിൽ നിന്ന് ഒഴിഞ്ഞു നിൽക്കുക സാധ്യവുമല്ല. അതിനാൽ പ്രമേയതലത്തിൽ മാത്രമല്ല ആഖ്യാനസമീപനങ്ങളിലും വ്യത്യസ്ത മാധ്യമങ്ങൾക്ക് സമാനതകൾ കണ്ടെത്താനാവും. ഇതോടൊപ്പം സ്വത്വപരമായ വ്യതിരിക്തതകൾ നിലനിൽക്കുന്നുമുണ്ട്. അതുകൊണ്ടുതന്നെ ഒരു പ്രമേയഘടകത്തിന്റെ ആവിഷ്കാരം വ്യത്യസ്ത മാധ്യമങ്ങളിൽ ഒരേകാലത്ത് എങ്ങനെയൊക്കെ നിലകൊള്ളുന്നു എന്നന്വേഷിക്കുന്നത് കൗതുകകരമാണ്. മാധ്യമങ്ങളുടെ ശക്തിദൗർബല്യങ്ങളെയും അവയ്ക്ക് രാഷ്ട്രീയ കാലവുമായുള്ള പാരസ്പര്യത്തെയും അടയാളപ്പെടുത്താൻ ഇത് സഹായകമാകും. മലയാളിയുടെ സാംസ്കാരിക ജീവിതത്തിൽ ശക്തമായ സ്വാധീനമുള്ള മാധ്യമങ്ങൾ എന്ന നിലയിലാണ് നോവലിനെയും സിനിമയെയും വിശകലന വിധേയമാക്കുന്നത്. ഇരുപതാംനൂറ്റാണ്ടിലെ പ്രവണതകളാണ് ചർച്ച ചെയ്യുന്നത്.

മലയാള നോവലിലെയും സിനിമയിലെയും രാഷ്ട്രീയാവിഷ്കാരങ്ങളെ ചേർത്തു നിർത്തി വിശകലനം ചെയ്യാനുള്ള ശ്രമം മുമ്പുണ്ടായിട്ടില്ല. സിനിമയിലും നോവലിലും പ്രമേയ/ആഖ്യാന തലങ്ങളിലുണ്ടായ പരിണാമങ്ങളുടെയും നമ്മുടെ രാഷ്ട്രീയകാലത്തിനു സംഭവിച്ച വ്യതിയാനങ്ങളുടെയും പശ്ചാത്തലത്തിൽ ഇരുപതാംനൂറ്റാണ്ടിലെ രാഷ്ട്രീയനോവലിനെയും സിനിമയെയും ഈ ഗ്രന്ഥം വിശകലനാത്മകമായി വിലയിരുത്തുന്നു. ഇതുവഴി മലയാളത്തിലെ രാഷ്ട്രീയ നോവലിന്റെയും സിനിമയുടെയും സമഗ്രപഠനം സാധ്യമാകുന്നു. വികാസ പരിണാമങ്ങളുടെ

വിവിധ ദശകങ്ങളിലായി അവ പുലർത്തുന്ന സമാനതയും വൈരുദ്ധ്യവും സമാന്തര സ്വഭാവവും വെളിപ്പെടുന്നു.

ഭാഗം ഒന്ന് സാമാന്യ വിശകലനമാണ്. ഇതിലെ ഒന്നാം അധ്യായം ജനത, വ്യവസ്ഥ, രാഷ്ട്രീയാധികാരം, പ്രതിരോധം, പ്രത്യയശാസ്ത്രം, വിമോചനം തുടങ്ങിയ ഘടകങ്ങളെ മുൻനിർത്തി 'രാഷ്ട്രീയം' എന്ന സംജ്ഞയുടെ ആശയ/പ്രയോഗതലങ്ങളെ വിശദമാക്കുന്നു. രാഷ്ട്രീയത്തിന് കലയും സാഹിത്യവുമായുള്ള ബന്ധം ചർച്ച ചെയ്യുന്നു. മലയാള നോവലിലെയും സിനിമയിലെയും രാഷ്ട്രീയാവിഷ്കാരങ്ങളുടെ പഠനത്തിൽ പരിഗണിക്കാനുദ്ദേശിക്കുന്ന ഘടകങ്ങൾ വ്യക്തമാക്കുന്നു.

രണ്ടാം അധ്യായത്തിൽ 1928 മുതൽ 1969 വരെയുള്ള കാലത്തെ രാഷ്ട്രീയ നോവലിന്റെയും സിനിമയുടെയും വികാസപരിണാമങ്ങൾ രാഷ്ട്രീയകാലത്തെയും മാധ്യമസങ്കല്പത്തിൽ വന്ന വ്യതിയാനങ്ങളെയും മുൻനിർത്തി വിശകലനം ചെയ്യുന്നു. രാഷ്ട്രീയാവിഷ്കാരത്തിന് മാധ്യമസങ്കല്പങ്ങളുമായും രാഷ്ട്രീയകാലവുമായുള്ള പാരസ്പര്യം നിർണ്ണയിക്കുന്നു. ഈ കാലയളവിൽ രാഷ്ട്രീയനോവലും സിനിമയും പുലർത്തുന്ന വിരുദ്ധഗതിയെ അടയാളപ്പെടുത്തുന്നു.

മൂന്നാം അധ്യായത്തിൽ 1970 മുതൽ 1999 വരെയുള്ള രാഷ്ട്രീയനോവലുകളെയും സിനിമകളെയും സമഗ്രമായി വിലയിരുത്തുന്നു. മാധ്യമത്തിന്റെ പ്രമേയ/ആഖ്യാന തലങ്ങളിൽ വന്ന പരിണാമങ്ങളുമായി ചേർത്തുവെച്ച് രാഷ്ട്രീയാഖ്യാനങ്ങളുടെ വികാസഗതിയെ വിലയിരുത്തുന്നു; പാരസ്പര്യം കണ്ടെത്തുന്നു. രാഷ്ട്രീയകാലവുമായുള്ള ബന്ധം നിർണ്ണയിക്കുന്നു. ഈ കാലയളവിലെ രാഷ്ട്രീയ സിനിമയിലെയും നോവലിലെയും സമാനവും വിരുദ്ധവും സമാന്തരവുമായ പ്രവണതകളെ കണ്ടെത്തുന്നു.

രണ്ടും മൂന്നും അധ്യായങ്ങളിൽ നോവലിനെ അപേക്ഷിച്ച് സിനിമയുടെ പൊതുസ്വഭാവത്തെയും രാഷ്ട്രീയസിനിമകളുടെ പ്രമേയ/ആഖ്യാന തലങ്ങളെയും അല്പംകൂടി വിശദമായി പ്രതിപാദിക്കുന്നുണ്ട്. ഇതു ബോധപൂർവ്വമാണ്. കാരണം, സിനിമയുടെ കാഴ്ചയ്ക്കും പഠനത്തിനും ഇന്നത്തേതുപോലെയുള്ള സാഹചര്യങ്ങളൊന്നുമില്ലാത്ത 2003നും 2008നും ഇടയിലാണ് ഗവേഷണപഠനം നിർവ്വഹിച്ചത്. ഒരു കാലഘട്ടത്തിന്റെ സിനിമ ആ കാലത്ത് അതു കാണാൻ ഭാഗ്യം ലഭിച്ചവരുടെ 'കാഴ്ചയിൽ' മാത്രം നിലനില്ക്കുന്ന അവസ്ഥയ്ക്ക് മാറ്റം വന്നു തുടങ്ങുന്നതേയുണ്ടായിരുന്നുള്ളൂ. എങ്കിലും ഈ ഗവേഷണപഠനത്തിൽ പരാമർശിക്കുന്ന രാഷ്ട്രീയ സിനിമകളിൽ നല്ലൊരു പങ്കും ഒരുതവണയെങ്കിലും കാണാൻ സാധിച്ചിട്ടുണ്ട്. അതിനു സാധിക്കാത്ത സിനിമകളുടെ പ്രമേയ/ആഖ്യാന

തലങ്ങളെ ചോദിച്ചും വായിച്ചും മനസ്സിലാക്കുകയാണ് ചെയ്തത്. അതു കൊണ്ടുതന്നെ ലഭ്യമായ വിവരങ്ങൾ പൂർണ്ണമായും രേഖപ്പെടുത്തണ മെന്ന് തോന്നി. ഓരോ ധാരയിലേയും പ്രധാന രാഷ്ട്രീയസിനിമകളുടെ പ്രമേയ/ആഖ്യാന/രാഷ്ട്രീയ തലങ്ങളെ ബൃഹത്തായി വിശദീകരിക്കുന്ന തിന്റെ സാഹചര്യം ഇതാണ്.

ഭാഗം രണ്ട് സവിശേഷ വിശകലനമാണ്. രാഷ്ട്രീയാവിഷ്കാര ങ്ങളുടെ പ്രമേയപരിചരണം/ആഖ്യാനം എന്നിവയ്ക്ക് മാധ്യമത്തിന്റെ പൊതുസ്വഭാവമായുള്ള ബന്ധം, കാലിക രാഷ്ട്രീയവുമായുള്ള പാരസ്പര്യം, രാഷ്ട്രീയലക്ഷ്യം തുടങ്ങിയവയുടെ അടിസ്ഥാനത്തിൽ മലയാളത്തിലെ രാഷ്ട്രീയനോവലുകളെയും സിനിമകളെയും സാമാന്യമായി വിലയിരു ത്തിയതിൽ നിന്ന് രാഷ്ട്രീയ പ്രമേയത്തിന്റെ ആവിഷ്കാരത്തിൽ ഈ മാധ്യമങ്ങൾ സമാനമായും വിരുദ്ധമായും സമാന്തരമായും നിലകൊ ള്ളുന്നതായി മനസ്സിലാക്കാം. ഇത് സൂക്ഷ്മമായി സാക്ഷ്യപ്പെടുത്തു ന്നതിന് മൂന്നുതരം 'നോവൽ - സിനിമ' ജോഡികളെ ഈ ഭാഗത്ത് വിശകലന വിധേയമാക്കുന്നു. 1928 മുതൽ 1969 വരെയുള്ള കാലത്ത് പ്രമേയപരിചരണത്തിലും ആഖ്യാന സമീപനത്തിലും മാധ്യമത്തിന്റെ പൊതുസ്വഭാവവുമായുള്ള പാരസ്പര്യത്തിലും രാഷ്ട്രീയലക്ഷ്യങ്ങളിലും രാഷ്ട്രീയനോവലും സിനിമയും എതിർദിശയിലായിരുന്നു എന്ന് സാക്ഷ്യ പ്പെടുത്തുന്ന വിരുദ്ധജോഡിയാണ് 'തലയോട്ടം' 'പുന്നപ്രവയലാറും'. കലാസിനിമയുടെ ഭാഗമായ രാഷ്ട്രീയസിനിമകളും ആധുനികതയുടെ രണ്ടാമത്തെ അടരിലെ രാഷ്ട്രീയനോവലുകളും ദർശനത്തിലും പ്രമേയ/ ആഖ്യാന സമീപനങ്ങളിലും ഒരേ പാതയിലൂടെ ഒരേദിശയിൽ സഞ്ച രിക്കുന്നുണ്ട്. ഇതിന്റെ നേർക്കാഴ്ചയായ സമാനജോഡിയാണ് 'മരുഭൂ മികൾ ഉണ്ടാകുന്നതും' 'അമ്മ അറിയാനും'. നർമ്മത്തിന്റെ വ്യതിരിക്തത പ്രയോഗങ്ങളിലൂടെ രാഷ്ട്രീയ ആക്ഷേപം സാധ്യമാക്കുന്ന നോവലുകളും സിനിമകളും സമാനതകൾക്കും വൈരുദ്ധ്യങ്ങൾക്കുമപ്പുറം തനതായ സ്വത്വം നിലനിർത്തി സമാന്തരമായി നിലകൊള്ളുന്നതു കാണാം. ഇതു വെളിപ്പെടുത്തുന്ന സമാന്തരജോഡിയാണ് 'അധികാര'വും 'പഞ്ചവടി പ്പാല'വും. പ്രമേയപരിചരണം, ആഖ്യാനതലം എന്നീ രണ്ടു ഘടകങ്ങളെ യും ഇവയ്ക്ക് മാധ്യമത്തിന്റെ പൊതുസ്വഭാവവുമായുള്ള പാരസ്പര്യത്തെയും ആസ്പദമാക്കിയാണ് ഓരോ ജോഡിയെയും വിലയിരുത്തുന്നത്. രാഷ്ട്രീ യകാലത്തോടുള്ള പ്രതികരണവും പരിഗണിക്കുന്നു. ഒന്നാം ഭാഗത്ത് സാമാന്യ വിശകലനത്തിലൂടെ എത്തിച്ചേർന്ന നിഗമനങ്ങൾക്ക് ജോഡികളുടെ പഠനം സാധൂകരണം നൽകുന്നു.

രണ്ട് വ്യത്യസ്ത മാധ്യമങ്ങളെ ഒരു പ്രമേയഘടകത്തെ ആസ്പദമാക്കി ചേർത്തു നിർത്തുന്ന പഠനം ഏറെ വെല്ലുവിളി നിറഞ്ഞതാണ്. മാധ്യമങ്ങളെ തികച്ചും സ്വതന്ത്രമായി പരിഗണിക്കുകയും സമാന്തരമായി വിലയിരുത്തുകയും ചെയ്യുമ്പോൾ സങ്കീർണ്ണത ഏറുന്നു. നോവലിലെ വാക്കുകളാൽ നിർമ്മിക്കപ്പെടുന്ന 'ഭാഷ'യ്ക്കും സിനിമയിലെ 'ദൃശ്യഭാഷ'യ്ക്കും സാധ്യതകളും പരിമിതികളുമുണ്ട്. ഈ സാധ്യതകൾക്കും പരിമിതികൾക്കുമുപരിയായി അവ പുലർത്തുന്ന സൗന്ദര്യസങ്കല്പങ്ങൾക്കും രാഷ്ട്രീയ ബോധ്യങ്ങൾക്കുമാണ് ഈ പഠനം പ്രധാന പരിഗണന നൽകുന്നത്. പ്രമേയ പരിചരണം, ആഖ്യാനതലം എന്നിവയുടെ സവിശേഷതകളാണ് ആവിഷ്കാരങ്ങളുടെ രാഷ്ട്രീയ ബോധ്യത്തെയും സൗന്ദര്യതലത്തെയും രൂപപ്പെടുത്തുന്നത്. അതുകൊണ്ടുതന്നെ പ്രമേയപരിചരണത്തിലെയും ആഖ്യാനതലത്തിലെയും വ്യത്യസ്ത പ്രവണതകളെ മുൻനിർത്തിയാണ് രണ്ടു മാധ്യമങ്ങളിലെയും രാഷ്ട്രീയാവിഷ്കാരങ്ങളെ വിശകലന വിധേയമാക്കുന്നത്. രാഷ്ട്രീയകാലത്തെ പശ്ചാത്തലമാക്കി ഇത്തരമൊരു പഠനം നടത്തുക വഴി മാധ്യമങ്ങളുടെ പ്രമേയ/ആഖ്യാന തലങ്ങളിലെ അടിസ്ഥാനധാരണകളുടെ പരസ്പരബന്ധവും അതിന് രാഷ്ട്രീയ പ്രമേയവുമായുള്ള പാരസ്പര്യവും വെളിപ്പെടുന്നു. സമാനവും വിരുദ്ധവും സമാന്തരവുമായ ഘടകങ്ങളെ പരിഗണിക്കുകവഴി സിനിമയിലെയും നോവലിലെയും രാഷ്ട്രീയാവിഷ്കാരങ്ങളുടെ ശക്തിദൗർബല്യങ്ങൾ കൂടുതൽ വ്യക്തമാക്കാനാവുന്നു.

എന്റെ ഗവേഷണ കാലം ഒരുപാടു പേരോട് കടപ്പെട്ടിരിക്കുന്നു. പഠനത്തിന് മാർഗനിർദ്ദേശം നൽകിയത് ഈ പുസ്തകത്തിന് അവതാരിക എഴുതിയ ഡോ.ജോർജ് ഓണക്കൂറാണ്. ഓണക്കൂർ സാറിന്റെ വിലപ്പെട്ട നിർദ്ദേശങ്ങളും സ്നേഹപൂർണ്ണമായ നിർബന്ധങ്ങളും പഠനത്തിന്റെ ഗതിയിൽ നിർണ്ണായക സ്വാധീനം ചെലുത്തിയിട്ടുണ്ട്.

പ്രിയസുഹൃത്തും ഗവേഷണത്തിൽ എന്റെ സഹപാഠിയുമായ സ്റ്റാലിൻദാസ്, സിനിമാസംബന്ധിയായ പ്രായോഗിക പ്രവർത്തനങ്ങളിലും സ്വപ്നങ്ങളിലും പങ്കാളിയായി നിൽക്കുന്ന ജേഷ്വൻ സുമോദ്, അകാലത്തിൽ വിടപറഞ്ഞ ജ്യേഷ്ഠതുല്യനായ സുഹൃത്ത് ബിനുകുമാർ ഇളമാട്, പ്രിയസ്നേഹിതൻ വിശ്വംഭരൻ എന്നിവരുമായുള്ള ചർച്ചകൾ പ്രബന്ധത്തിലെ വിശകലനങ്ങൾക്ക് ഏറെ സഹായകമായിട്ടുണ്ട്.

അക്കാദമികമായ അന്വേഷണങ്ങൾക്ക് എന്നും പ്രചോദനമേകിയ അമ്മാവൻ ബി. ആനന്ദക്കുട്ടനോടും, പഠനകാലത്തുടനീളം പ്രേരണയും നിർദ്ദേശങ്ങളും നൽകിയ ഡൊമനിക് ജെ. കാട്ടൂർ, സിനിമകളുടെ

സി.ഡി എത്തിച്ചുതന്ന അജയകുമാർ എന്നീ സുഹൃത്തുക്കളോടുമുള്ള കടപ്പാട് എടുത്തു പറയേണ്ടതാണ്. ഗവേഷണത്തിനായി മലപ്പുറത്തു നിന്നും തിരുവനന്തപുരത്തെത്തിയ എന്റെ നാലുവർഷത്തെ നഗരജീവിതത്തിന് സ്നേഹത്തിന്റെയും സൗഹൃദത്തിന്റെയും നിറം നൽകിയ ഷാജിയേട്ടൻ, കാദർ മാഷ്, സജീഷേട്ടൻ, അനീഷേട്ടൻ, സംഗീത സംവിധായകൻ അനിൽ ഗോപാലൻ, ഷണ്മുഖേട്ടൻ, ജോഷി മാഷ്, സതീശൻ, സന്തോഷ് രാജശേഖരൻ, സംവിധായൻ വി. അഖിനേഷ്, അൻവർ, ജോസ്കുമാർ, ജോസ് ജോൺ എന്നിവരും, മലപ്പുറത്തെ പ്രിയസുഹൃത്തുക്കൾ കുഞ്ഞിമുഹമ്മദ് പുത്തലത്ത്, രാകേഷ്, രമേശേട്ടൻ, മുഹമ്മദാലി, ഷാഫി തുടങ്ങിയവരും പലവിധത്തിൽ എന്റെ പഠനത്തെ സഹായിച്ചിട്ടുണ്ട്. അപ്രതീക്ഷിതമായി വേർപിരിഞ്ഞ കവിസുഹൃത്ത് ആർ. മനോജ്, വിനോദ് വി. ആനന്ദ് എന്നിവരെയും ഓർക്കുന്നു.

നേരിൽ കാണുമ്പോഴും വിളിക്കുമ്പോഴുമൊക്കെ ഗവേഷണത്തിന്റെ പുരോഗതിയന്വേഷിക്കുകയും പ്രചോദനമേകുകയും ചെയ്ത എൽ. തോമസ്കുട്ടി മാഷ്, നിസടീച്ചർ, ദേവദാസ് മാഷ്, അലിയാർ സാർ, ഗീതടീച്ചർ, രമടീച്ചർ, അയ്യപ്പൻ മാഷ്, അസീസ് മാഷ് എന്നീ ഗുരുനാഥന്മാരോടും വിജീഷ് ഗോപിനാഥ്, എൻ.പി. സജീഷ്, ഐ. സമീൽ, സുനിൽ വി.വി., രേഖാചന്ദ്ര എന്നീ പത്രപ്രവർത്തക സുഹൃത്തുക്കളോടും അജിത്കുമാർ സാറിനോടും ഛായാഗ്രാഹകൻ സാബു ജയിംസിനോടും എനിക്ക് നന്ദിയുണ്ട്. ഞങ്ങളുടെ ഹ്രസ്വചിത്ര സംരംഭങ്ങൾക്ക് പിന്തുണ നൽകുകയും നല്ല സിനിമകൾ കാണാൻ അവസരമൊരുക്കുകയും ചെയ്ത ഫിൽക്ക, ചലച്ചിത്ര എന്നീ ഫിലിം സൊസൈറ്റി പ്രസ്ഥാനങ്ങളോടും ഫിൽക്കയുടെ സെക്രട്ടറി ഡോ. എം.പി.കെ. നായർ, പ്രസിഡന്റ് പി.കെ. നായർ എന്നിവരോടും ഞാൻ നന്ദിയുള്ളവനാണ്.

ഗവേഷണത്തിന് സാമ്പത്തിക സഹായം നൽകിയ കേരള യൂണിവേഴ്സിറ്റി, യൂണിവേഴ്സിറ്റി ഗ്രാന്റ് കമ്മീഷൻ, ഗവേഷണത്തിനു വേണ്ട സൗകര്യങ്ങൾ ഒരുക്കിത്തന്ന കേരള യൂണിവേഴ്സിറ്റി ലൈബ്രറി, പുസ്തകങ്ങൾ ലഭ്യമാക്കിയ തിരുവനന്തപുരം സ്റ്റേറ്റ് പബ്ലിക് ലൈബ്രറി, ബ്രിട്ടീഷ് ലൈബ്രറി, കാലിക്കറ്റ് യൂണിവേഴ്സിറ്റി ലൈബ്രറി, തൃശ്ശൂർ സാഹിത്യ അക്കാദമി ലൈബ്രറി എന്നീ സ്ഥാപനങ്ങളോടും കേരള യൂണിവേഴ്സിറ്റി ലൈബ്രറിയുടെ ലൈബ്രേറിയൻ ഉഷാ മാഡം, റിസർച്ച് സെക്ഷനിലെ പ്രേംകുമാർ സാർ, കേരള സ്റ്റഡീസിലെ ഷീന മാഡം, ജയശ്രീ മാഡം, ലൈബ്രറിയിലെ മറ്റ് ജീവനക്കാർ, ഗവേഷണ പ്രബന്ധം ഡി.ടി.പി ചെയ്തുതന്ന ആനന്ദ്.ബി (കോർപ്പസ്, ബേക്കറി ജംഗ്ഷൻ) എന്നിവരോടുമുള്ള നന്ദി ഇവിടെ രേഖപ്പെടുത്തുന്നു. 2009ൽ

ആണ് ഗവേഷണ ബിരുദം ലഭിച്ചത്. പ്രബന്ധത്തിനും പുസ്തകത്തിനു മിടയിൽ ഒരു വ്യാഴവട്ടത്തിന്റെ കാലദൂരമുണ്ടായതിന്റെ കാരണങ്ങൾ പലതാണ്; ജ്ഞേയവും അജ്ഞേയവുമായവ. ഇപ്പോൾ 'ഇൻസൈറ്റ് പബ്ലിക്ക'യിലൂടെ പുസ്തകരൂപം യാഥാർത്ഥ്യമാകുന്നു; ഇൻസൈറ്റ് പബ്ലിക്കയ്ക്ക് നന്ദി.

എന്റെ പഠനത്തെ എന്നും കൗതുകത്തോടെയും ആഹ്ലാദത്തോടെയും നോക്കിക്കാണുന്ന അച്ഛനും അമ്മമാർക്കും (അമ്മയുടെ അമ്മ, അമ്മ), സർവ്വോപരി ദൈവത്തിനും നന്ദി.

വാക്കിനെയും ദൃശ്യത്തെയും സ്നേഹിക്കുന്നവർക്ക്, ആരാധിക്കുന്നവർക്ക് അറിവിന്റെയും അനുഭവത്തിന്റെയും ഒരു തരി വെളിച്ചമാകാൻ ഈ പഠനത്തിനു കഴിയുമെന്ന വിശ്വാസത്തോടെ

ഡോ. എസ്. ഗോപു

ഭാഗം - ഒന്ന്
സാമാന്യ വിശകലനം

അധ്യായം ഒന്ന്

രാഷ്ട്രീയപ്രമേയവും ആവിഷ്കാരവും

ജനതയുടെ സാമൂഹികവും സാംസ്കാരികവും രാഷ്ട്രീയവുമായ ജീവിതത്തിന്റെ ഉപോൽപ്പനങ്ങളായ കലയും സാഹിത്യവും എക്കാലവും പ്രമേയമായി സ്വീകരിച്ചത് മനുഷ്യ ജീവിതത്തെയാണ്. ജീവിതത്തിന്റെ സമസ്തമുഖങ്ങളും കലയ്ക്കും സാഹിത്യത്തിനും പ്രമേയ മായിത്തീർന്നിട്ടുണ്ട്. ജനതയുടെ രാഷ്ട്രീയ ജീവിതം രൂപമെടുക്കുന്നത് സാമൂഹിക-സാംസ്കാരികാവസ്ഥകളുടെ സാകല്യത്തിൽ നിന്നാണ്. അതുകൊണ്ടുതന്നെ മനുഷ്യജീവിതത്തിന്റെ രാഷ്ട്രീയതലം കലയുടെയും സാഹിത്യത്തിന്റെയും പ്രധാന പ്രമേയമായിത്തീർന്നു. രാഷ്ട്രീയപ്രമേ യങ്ങൾ സാഹിത്യത്തിനും കലയ്ക്കും നൂതന രൂപഭാവങ്ങൾ നൽകി. കലയുടെയും സാഹിത്യത്തിന്റെയും പ്രമേയതലത്തിലെ രാഷ്ട്രീയബോധ്യ വും അതിന്റെ ആഖ്യാന വൈചിത്ര്യങ്ങളും കലയും സാഹിത്യവും രൂപപ്പെ ടുത്തുന്ന രാഷ്ട്രീയവും വിശദമായ പഠനത്തിന് വിധേയമാക്കേണ്ടതാണ്. സിനിമയെയും നോവലിനെയും ആസ്പദമാക്കിയുള്ള ഇത്തരമൊരു പഠനത്തിന് മുന്നോടിയായി 'രാഷ്ട്രീയം' എന്ന പദം വിനിമയം ചെയ്യുന്ന ആശയ/പ്രയോഗ പരിസരം വ്യക്തമാക്കേണ്ടിയിരിക്കുന്നു.

രാഷ്ട്രീയം എന്ന സംജ്ഞയുടെ ആശയ/പ്രയോഗതലങ്ങൾ പ്രധാന മായും രണ്ടു ഘടകങ്ങൾ ഉൾക്കൊള്ളുന്നു.

1.ഭരണകൂട പ്രവർത്തനം

2.ജനപക്ഷ പ്രതിപ്രവർത്തനം

ഭരണകൂട പ്രവർത്തനം അധികാരവുമായി ബന്ധപ്പെട്ട് നിൽക്കു ന്നു. അധികാരവർഗം, ഭരണകൂട സ്ഥാപനങ്ങൾ, അധികാരസ്ഥാനം തുടങ്ങിയ ഘടകങ്ങൾ പ്രതിനിധാനം ചെയ്യുന്ന ആശയങ്ങളും അവയുടെ പ്രയോഗവും ഇതിൽ ഉൾപ്പെടുന്നു. അധികാര കേന്ദ്രങ്ങളുടെ ആശയ/ പ്രയോഗതലങ്ങളിൽ ഇടപെടുകയും അവയെ ചോദ്യം ചെയ്യുകയും തിരുത്തുകയും ചെയ്യുന്ന പ്രക്രിയയാണ് ജനപക്ഷ പ്രതിപ്രവർത്തനം.

ഭരണകൂട പ്രവർത്തനം അധികാരവുമായി ബന്ധപ്പെട്ട് രൂപ മെടുക്കുമ്പോൾ പ്രതിപ്രവർത്തനം ജനപക്ഷത്തെ പ്രതിനിധാനം ചെയ്യുന്നു. ഏകാധിപത്യ വ്യവസ്ഥയിലായാലും ജനാധിപത്യ വ്യവ സ്ഥയിലായാലും ഭരണകൂടവും ഭരണീയരും വ്യതിരിക്ത തലങ്ങളിൽ നിലകൊള്ളുന്നു. ഏകാധിപത്യം പ്രതിപ്രവർത്തനത്തിനുള്ള സ്വാതന്ത്ര്യം നിഷേധിക്കുമ്പോൾ ജനാധിപത്യം ആരോഗ്യകരമായ പ്രതിപ്രവർത്ത നത്തിന് എല്ലാവിധ സ്വാതന്ത്ര്യവും നൽകുന്നു. ഏതു വ്യവസ്ഥയിലെയും ഭരണകൂട പ്രവർത്തനം ചില പൊതുസ്വഭാവങ്ങളോടുകൂടിയതാണ്. അവയോട് കലഹിക്കാതെ ഒരു ജനതയ്ക്കും മുന്നോട്ട് പോകാനാവില്ല. അതുകൊണ്ടുതന്നെ സ്വാതന്ത്ര്യം നിഷേധിക്കുമ്പോഴും നൽകുമ്പോഴും പ്രതിപ്രവർത്തനം സാധ്യമാകുന്നുണ്ട്.

രാഷ്ട്രീയത്തിന്റെ ഈ രണ്ടു വശങ്ങളും വ്യവസ്ഥിതിയുടെ രൂപീകര ണത്തെയും പരിവർത്തനത്തെയും സ്വാധീനിക്കുന്നു. രാഷ്ട്രീയാധികാരം അതിനെ നിലനിർത്തുന്ന വ്യവസ്ഥയെ സംരക്ഷിക്കുമ്പോൾ ജനപക്ഷ രാഷ്ട്രീയം വ്യവസ്ഥയോട് കലഹിക്കുകയും സമരം പ്രഖ്യാപിക്കുകയും ചെയ്യുന്നു. ഈ സംഘർഷമാണ് രാഷ്ട്രീയത്തെ രൂപപ്പെടുത്തുന്നത്. ഈ സംഘർഷത്തിലെ പക്ഷം ചേരലിൽ നിന്നാണ് പ്രത്യയശാസ്ത്രങ്ങൾ പിറ വിയെടുക്കുന്നത്. ഫലത്തിൽ രാഷ്ട്രീയം എന്ന സംജ്ഞ ഇതിനെയെല്ലാം ഉൾക്കൊള്ളുന്നുണ്ട്.

ഏതു കലാസൃഷ്ടിക്കും സാഹിത്യസൃഷ്ടിക്കും അതിന്റേതായ രാഷ്ട്രീയമുണ്ടെന്ന് പറയാം. മലയാളനോവലിനെയും സിനിമയെയും മുൻനിർത്തുന്ന ഈ ഗവേഷണ പ്രബന്ധം അത്തരത്തിൽ സ്ഥൂലമായ അന്വേഷത്തിനല്ല ശ്രമിക്കുന്നത്. ജനത, വ്യവസ്ഥ, സ്ഥാപനം, രാഷ്ട്രീ യാധികാരം, പ്രതിരോധം, മോചനം, സ്വാതന്ത്ര്യം, പ്രത്യയശാസ്ത്രം തുടങ്ങി വ്യക്തമായ രാഷ്ട്രീയഘടകങ്ങളെ മുൻനിർത്തുന്ന ആവിഷ്കാ രങ്ങളാണ് വിശകലനത്തിനു വിധേയമാക്കുന്നത്. അതിനാൽ ഈ

ഘടകങ്ങളുടെ ആശയ/പ്രയോഗതലങ്ങളെ വിശദമാക്കിക്കൊണ്ട് രാഷ്ട്രീയം എന്ന സംജ്ഞയുടെ വ്യാപ്തി നിജപ്പെടുത്താൻ ഉദ്ദേശിക്കുന്നു. പ്രമേയതലത്തിലെ രാഷ്ട്രീയാംശത്തെ കൃത്യമായി നിർവചിക്കാൻ ഇതുവഴി സാധിക്കും.

രാഷ്ട്രീയാധികാരവും ജനതയും

രാഷ്ട്രീയാധികാരവും ജനതയും തമ്മിലുള്ള പാരസ്പര്യവും തന്നിമിത്തമുണ്ടാകുന്ന സാമൂഹിക-രാഷ്ട്രീയചലനങ്ങളും വ്യത്യസ്ത ഭരണ വ്യവസ്ഥകളിൽ ഇവക്കുള്ള പൊതുസ്വഭാവവും രാഷ്ട്രീയത്തിന്റെ ആശയ/പ്രയോഗ മുഖങ്ങളുടെ ചർച്ചയിൽ സുപ്രധാനമാണ്. ഇതര മാനുഷിക പ്രക്രിയകളിൽനിന്ന് രാഷ്ട്രീയത്തെ വേറിട്ടു നിർത്തുന്നത് അധികാരം ആണ്. 'അധികാരത്തിന്റെ പരുവപ്പെടുത്തലിനെയും (shaping) പങ്കുവെക്കലിനെയും (sharing) കുറിച്ചുള്ള പഠനമാണ് രാഷ്ട്രീയം.'[1] ഏകാധിപത്യത്തിന് വിപരീതമായി അധികാരത്തിന്റെ വിതരണമാണ് ജനാധിപത്യം അവകാശപ്പെടുന്നത്. ജനങ്ങളാൽ തിരഞ്ഞെടുക്കപ്പെടുന്ന കേന്ദ്രീയാധികാര തലങ്ങൾ നിലനിൽക്കുമ്പോൾത്തന്നെ ജനങ്ങളുടെ പരമാധികാരം ആശയതലത്തിൽ അതിനൊക്കെ മുകളിൽ പ്രതിഷ്ഠിക്കപ്പെട്ടിരിക്കുന്നു. എന്നാൽ പ്രയോഗതലത്തിൽ ഈ പരമാധികാരം പലപ്പോഴും വെല്ലുവിളി നേരിടുന്നു. ജനാധിപത്യ പ്രക്രിയയിലെ സുപ്രധാന ഘടകമായ തിരഞ്ഞെടുപ്പ് ജനങ്ങളുടെ പരമാധികാരത്തെ ഉയർത്തിപ്പിടിക്കുന്നുണ്ട്. എന്നാൽ രണ്ട് തിരഞ്ഞെടുപ്പുകൾക്കിടയിലുള്ള ഭരണകാലം ഈ പരമാധികാരത്തെ ദുർബലപ്പെടുത്തുന്നു. അല്പം വിമർശനാത്മകമായി ജനാധിപത്യത്തെ സമീപിക്കുന്നവർക്ക് ഈ വസ്തുത കാണാതിരിക്കാനാവില്ല.

തിരഞ്ഞെടുക്കപ്പെടുന്ന ഗവൺമെന്റിന്റെ ലക്ഷ്യം ജനതയുടെ നന്മയും പുരോഗതിയുമായിരിക്കണം എന്ന് ജനാധിപത്യം വ്യവസ്ഥ ചെയ്യുന്നു. എന്നാൽ തങ്ങൾ രൂപപ്പെടുത്തിയ രാഷ്ട്രീയാധികാരത്തിന്റെ പ്രയോഗം പലപ്പോഴും ജനതയെ തൃപ്തരാക്കാറില്ലെന്നു മാത്രമല്ല, ആശങ്കാകുലരാക്കുകയും ചെയ്യുന്നു. ആശയതലത്തിൽ നിന്ന് പ്രയോഗതലത്തിലെത്തുമ്പോഴുള്ള ഈ വൈരുദ്ധ്യം കമ്മ്യൂണിസ്റ്റ്-സോഷ്യലിസ്റ്റ് ഭരണവ്യവസ്ഥയിലും കാണാം. എല്ലാവരും സമാന അധികാരാവകാശങ്ങൾ ഉള്ളവരാകുമ്പോഴും സമാനതയുടെ വിതരണം സാധ്യമാക്കുന്ന കേന്ദ്രം അടിസ്ഥാന തലത്തിൽ നിന്ന് വേറിട്ട് നിൽക്കുന്നു.

അത്യധികം സങ്കീർണ്ണമാണ് ഭരണകൂടത്തിന്റെ പ്രവർത്തനരീതി. അനേകം അധികാര സ്ഥാപനങ്ങളുടെ സാകല്യത്തിൽ നിന്നാണ്

ഭരണകൂടം രൂപപ്പെടുന്നത്. ഈ സ്ഥാപനങ്ങളിലൂടെയാണ് ഭരണകൂടം ഭരണീയരുടെ മേൽ അധികാരം പ്രയോഗിക്കുന്നത്. നീതിന്യായ, ഭരണനിർവ്വഹണ, സൈനിക, സ്ഥാപനങ്ങളെല്ലാം ചേർന്ന ഭരണകൂട സംവിധാനത്തെ 'വില്യം കോൺബ്ലും' ഒരു രേഖാ ചിത്രത്തിലൂടെ അവതരിപ്പിക്കുന്നുണ്ട്."[22]

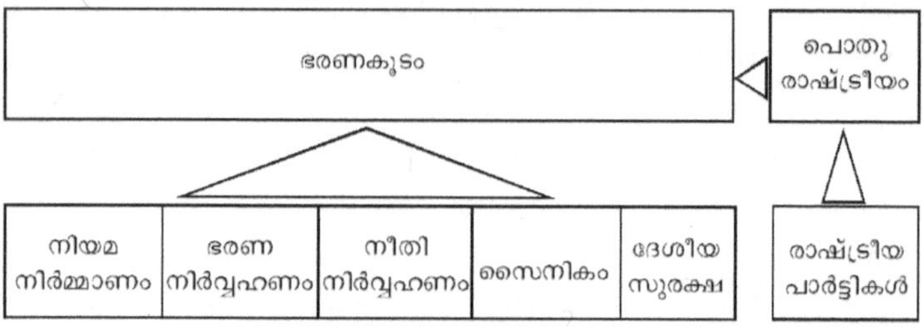

(Sociology in a changing world - 1988)

രാഷ്ട്രീയാധികാര കേന്ദ്രത്തെ കൂടാതെ ഒരു ജനസമൂഹത്തിനും നിലനിൽക്കാനാവില്ല. അക്രമം അഥവാ ബലപ്രയോഗം ഏതു രാഷ്ട്രീയ ഭരണക്രമത്തെയും നിലനിർത്തുന്ന അടിസ്ഥാനഘടകമാണ്. ഭരണകൂടം ശരിയും ന്യായാധിഷ്ഠിതവുമാണ് എന്ന് ജനത വിശ്വസിക്കുമ്പോഴും ബലപ്രയോഗം ഉണ്ടായേക്കും എന്ന ഭീഷണിയിലാണ് രാഷ്ട്രീയാധികാരം നിലനിന്നു പോരുന്നത്. സാമൂഹിക നീതി ഉറപ്പാക്കാനും നിയമവാഴ്ച നടപ്പാക്കാനും ഇത് ആവശ്യമാണ്. മോഷ്ടിച്ചവനെ തടവിലിടാനോ കൊലപാതകിയെ തൂക്കിലേറ്റാനോ ഒരു വ്യക്തിക്ക് അവകാശമില്ല. എന്നാൽ ഭരണകൂടത്തിന് അതിനുള്ള അധികാരമുണ്ട്. 'യഥാർത്ഥത്തിൽ സമൂഹത്തിന് നഷ്ടപ്പെട്ട സ്വാതന്ത്ര്യം സ്ഥാപനങ്ങളിൽ കേന്ദ്രീകരിക്കുന്ന അധികാരമായി മാറുകയാണ്. ഇങ്ങനെ അധികാരം നിക്ഷിപ്തമായിട്ടുള്ള സ്ഥാപനങ്ങളുടെ ഏകീകൃത രൂപമത്രെ ആധുനിക ഭരണകൂടം. ഈ സ്ഥാപനങ്ങളിൽ ജനങ്ങൾക്കുള്ള വിശ്വാസമാണ് ഇവയെ നിലനിർത്തുന്നത്.'[23]

'ഹിംസയുടെ (violence) കേന്ദ്രീകൃതവും (concentrated) സംഘടിതവും (organized) ആയ രൂപമായാണ് ഗാന്ധിജി രാഷ്ട്രീയാധികാര കേന്ദ്രത്തെ കാണുന്നത്.'[24] ജനതയുടെ മേൽ ഭരണകൂടത്തിനുള്ള ഭൗതികവും സാമൂഹികവും സാമ്പത്തികവുമായ അധീശത്വത്തെയാണ് 'ഹിംസ' എന്നതുകൊണ്ട് ഗാന്ധിജി അർത്ഥമാക്കുന്നത്. ഈ അധീശത്വത്തിന് പരിധികളില്ല. എന്നാൽ ജനത ഈ അധീശത്വത്തെ

പൂർണ്ണമായും അംഗീകരിക്കാറുമില്ല. അതുകൊണ്ടുതന്നെ ഭരണവ്യവസ്ഥ ഏതായാലും ജനം (people) അതിലിടപെടാൻ ആഗ്രഹിക്കുന്നു. രാഷ്ട്രീയാധികാര കേന്ദ്രം (state) ഈ ഇടപെടലിനോട് വേണ്ടത്ര ആഭിമുഖ്യം കാണിക്കുന്നുമില്ല. ചരിത്രത്തെ രൂപപ്പെടുത്തുന്നതും വർത്തമാനത്തെ അടയാളപ്പെടുത്തുന്നതും ഈ സംഘർഷമാണ്.

ഒരു ജനത വ്യതിരിക്തരായ വ്യക്തികളാലും അവരുൾപ്പെടുന്ന സ്ഥാപനങ്ങളാലും പ്രതിനിധാനം ചെയ്യപ്പെടുന്നു. കുടുംബം, പ്രാദേശിക സമൂഹം, മതം, ജാതി, തൊഴിൽ സമൂഹം, പ്രത്യയശാസ്ത്ര കൂട്ടായ്മകൾ തുടങ്ങിയ സമൂഹസ്ഥാപനങ്ങൾ വ്യത്യസ്ത സ്വഭാവങ്ങളോട് കൂടിയതാണ്. വലുതോ ചെറുതോ ആയ ഈ സ്ഥാപനങ്ങളിൽ ഏതിലെങ്കിലുമൊക്കെ അംഗമാണ് വ്യക്തി. ഒറ്റപ്പെട്ട് നിൽക്കുക എന്നത് അയാളെ സംബന്ധിച്ച് അപ്രായോഗികമാണ്. അതുകൊണ്ടുതന്നെ വ്യത്യസ്ത സ്ഥാപനങ്ങളുടെ മൂല്യങ്ങൾ അയാൾ ഉൾക്കൊള്ളുന്നു. 'Taking people as they are (റൂസ്സോ) എന്ന പഴയസങ്കല്പത്തിന് ഇന്ന് പ്രസക്തിയില്ല. കാരണം വ്യത്യസ്ത സ്ഥാപനമൂല്യങ്ങൾ ഉൾക്കൊള്ളുന്ന മറ്റൊരു സ്ഥാപനമായി ഓരോ വ്യക്തിയും പരിവർത്തിക്കപ്പെട്ടിരിക്കുന്നു. മൂല്യങ്ങളുടെ വൈയക്തികമായ പിൻതുടർച്ചയിൽ നിന്ന് അവയുടെ സ്ഥാപനവത്ക്കരണത്തിലേക്കുള്ള മാറ്റത്തിന്റെ ഭാഗമാണിത്.'[5]

ജനതയുടെ ആവശ്യങ്ങളെ (needs) മനസ്സിലാക്കുക എന്നതാണ് ഒരു ഭരണകൂടം നേരിടുന്ന പ്രധാന വെല്ലുവിളി. 'ജനങ്ങൾക്ക് ഗുണകരമായ വിധത്തിൽ പൊതുപ്രവർത്തനങ്ങളും പൊതുസമ്പത്തും എപ്പോൾ/എങ്ങനെ സംവിധാനം ചെയ്യാം എന്ന കാര്യത്തിൽ നയരൂപവത്കരണം നടത്തുന്ന സ്ഥാപനമാണ് സർക്കാർ.'[6] എപ്പോൾ, എങ്ങനെ എന്നീ ചോദ്യങ്ങളുടെ ഉത്തരവും അതിന്റെ സംവിധാനരീതികളും ജനത സാകൂതം നിരീക്ഷിക്കുന്നു. ആവശ്യങ്ങളുടെ നിർണ്ണയവും സംവിധാനക്രമവും അത്രമേൽ പ്രധാനമാണ്. ആവശ്യങ്ങൾ രൂപപ്പെടുന്നത് വ്യക്തിയുമായും സ്ഥാപനങ്ങളുമായും ബന്ധപ്പെട്ടാണ്. വ്യക്തിയുടെ ആവശ്യങ്ങൾ പല സ്ഥാപനങ്ങളുമായി ബന്ധപ്പെട്ട് കിടക്കുന്നു. സ്ഥാപനങ്ങളുടെ ആവശ്യങ്ങൾ വ്യതിരിക്ത സ്ഥാപനമൂല്യങ്ങളുടെ സംഘാതമായ വ്യക്തികളുടെ കൂട്ടായ്മയിൽനിന്ന് രൂപപ്പെടുന്നു. ഈ സങ്കീർണ്ണത നിലനിൽക്കുമ്പോൾത്തന്നെ സമൂഹ സ്ഥാപനങ്ങൾ പലതും സ്ഥാപനവത്കരിക്കപ്പെട്ട അധികാര കേന്ദ്രവുമായി പ്രത്യക്ഷമായോ പരോക്ഷമായോ ബന്ധം പുലർത്തുന്നു. രാഷ്ട്രീയാധികാരവുമായി യാതൊരു ബന്ധവുമില്ലാത്ത സ്ഥാപനങ്ങളും ഉണ്ട്. ഇതൊക്കെത്തന്നെ അവകാശാധികാരങ്ങളുടെ ശരിയായ വിതരണത്തെ അസാധ്യമാക്കുന്നു.

ഈ അവസ്ഥ അസംതൃപ്തരുടെ ഭൂരിപക്ഷത്തെ/ന്യൂനപക്ഷത്തെ സൃഷ്ടിക്കുന്നു. അസംതൃപ്തി അധികാര കേന്ദ്രങ്ങൾക്കെതിരായ സമരമായി രൂപാന്തരപ്പെടുന്നു. സമൂഹത്തിലെ വിവിധസ്ഥാപനങ്ങൾ ഈ സമരങ്ങൾക്ക് നേതൃത്വം നൽകുന്നു. ഇത്തരം പ്രതിരോധ സമരങ്ങൾ ഭരണകൂടത്തെ അട്ടിമറിച്ചേക്കാം, ഭരണകൂടത്താൽ അടിച്ചമർത്തപ്പെട്ടേക്കാം, ഭരണകൂട നയങ്ങളുടെ തിരുത്തലിന് നിദാനമായി എന്ന സംതൃപ്തിയോടെ പിൻവലിക്കപ്പെട്ടേക്കാം; ഫലമെന്തുമാകട്ടെ, ജനതയുടെ പ്രതിരോധത്തിന്റെ ഭാഗമെന്ന നിലയിൽ അവ പ്രസക്തമാവുന്നു. സമരത്തിൽ ഭാഗഭാക്കാകുന്നത് ജനതയുടെ ഭൂരിപക്ഷമോ ന്യൂനപക്ഷമോ ആകട്ടെ, അടിസ്ഥാന/മധ്യ/ഉപരിവർഗങ്ങളിൽ ആരുമാകട്ടെ, ആവശ്യങ്ങളുടെ ശരി തെറ്റുകൾ എന്തുമാകട്ടെ, അത് രാഷ്ട്രീയാധികാരത്തെ വെല്ലുവിളിക്കാനോ, അട്ടിമറിക്കാനോ തിരുത്താനോ ശ്രമിക്കുന്നു എന്നത് വസ്തുതയാണ്.

ആഗോളവത്കരണത്തിന്റെയും ഉദാരവത്കരണത്തിന്റെയും ആധുനിക സാഹചര്യങ്ങളിൽ ലോകത്താകമാനം തന്നെ രാഷ്ട്രത്തിന്റെ പരമാധികാരം എന്ന സങ്കല്പത്തിന് ഇളക്കം തട്ടിക്കഴിഞ്ഞു. വ്യക്തിയുടെ അധികാരം മാത്രമല്ല രാഷ്ട്രത്തിന്റെ അധികാരവും പരിമിതികളെ നേരിടുന്നുണ്ട്. 'രാഷ്ട്രത്തിന്റെ പരമാധികാരത്തെ ആഭ്യന്തരമായ കലാപത്തെക്കുറിച്ചുള്ള ഭയവും ബാഹ്യമായ യുദ്ധഭീതിയും ചേർന്ന് പരിമിതപ്പെടുത്തുന്നു'[7] എന്ന് റസ്സൽ പറഞ്ഞിട്ടുണ്ട്. ആധുനിക പരിസരങ്ങളിൽ ഈ നിയന്ത്രണത്തിന് മറ്റനേകം രൂപഭാവങ്ങൾ ഉണ്ട്.

മുതലാളിത്ത ശാക്തിക ചേരികളുടെ സാമ്പത്തിക സഹായവും സാംസ്കാരിക ഇടപെടലും മൂന്നാം ലോകരാഷ്ട്രങ്ങളുടെ പരമാധികാരത്തിന് വെല്ലുവിളികൾ സൃഷ്ടിക്കുന്നു. വികസനത്തിന്റെ പേരിലെത്തുന്ന സാമ്പത്തിക സഹായങ്ങളിലൂടെയും കരാർ ലംഘനത്തിന്റെ പേരിലെത്തുന്ന ഉപരോധങ്ങളിലൂടെയും ഭരണകൂടങ്ങളെ നിയന്ത്രിക്കാൻ ആഗോള മൂലധനശക്തികൾക്ക് കഴിയുന്നു. ഇന്ത്യയുൾപ്പടെയുള്ള മൂന്നാം ലോക രാജ്യങ്ങളുടെ ഭരണകൂടങ്ങൾ ഇത്തരം നിയന്ത്രണങ്ങൾക്ക് വിധേയമായാണ് ഇന്ന് പ്രവർത്തിക്കുന്നത്. ഉദാഹരണത്തിന് എ.ഡി. ബി. വായ്പ സ്വീകരിക്കുന്ന ഏതു രാഷ്ട്രത്തിന്റെയും ഭരണസംവിധാനത്തെ നിബന്ധനകൾ വഴി നിയന്ത്രിക്കാൻ എ.ഡി.ബിയ്ക്ക് കഴിയും. ഇത്തരം സാമ്പത്തിക ഏജൻസികളാവട്ടെ മുതലാളിത്ത അധികാര കേന്ദ്രങ്ങളുടെ നിയന്ത്രണത്തിലുമാണ്.

ഇത്തരത്തിൽ ഒരു ജനതയുടെ രാഷ്ട്രീയാധികാരകേന്ദ്രത്തെ നിയന്ത്രണ വിധേയമാക്കുന്ന നവീന കൊളോണിയൽ തന്ത്രം സമഗ്രമായിത്തന്നെ ഇന്ന് പരീക്ഷിക്കപ്പെടുന്നു. ഭരണകൂടം ദുർബലമാകുന്നിടത്ത് ജനത ചൂഷണം ചെയ്യപ്പെടുന്നു. ഈ യാഥാർത്ഥ്യം തിരിച്ചറിഞ്ഞുകൊണ്ടുള്ള ബദൽ നീക്കങ്ങൾ ഇന്ന് ശക്തമാണ്. സാമ്പത്തികമായ കടന്നുകയറ്റങ്ങളിലൂടെ നമ്മുടെ രാഷ്ട്രീയാധികാരത്തെ ദുർബലപ്പെടുത്തുന്ന നവീന മുതലാളിത്ത സൂത്രങ്ങൾക്കെതിരെ സ്വാശ്രയ ബോധമാർജ്ജിച്ച ജനതയുടെ ചെറുത്തുനില്പ്പ് അനിവാര്യമായ കാലഘട്ടമാണിത്. അതുകൊണ്ടുതന്നെ കലയ്ക്കും സാഹിത്യത്തിനും ഇത്തരമൊരു രാഷ്ട്രീയ ദൗത്യം കൂടി നിർവഹിക്കാനുണ്ട്.

സാഹിത്യത്തിലെയും കലയിലെയും രാഷ്ട്രീയാവിഷ്കാരങ്ങളെ വിശകലനം ചെയ്യുമ്പോൾ രാഷ്ട്രീയാധികാരവും ജനതയും തമ്മിലുള്ള പാരാസ്പര്യത്തെയും തത്ഫലമായ പ്രതിരോധത്തെയും അനന്തര ചലനങ്ങളെയും രാഷ്ട്രീയത്തിന്റെ അടിസ്ഥാനമായി കാണേണ്ടതുണ്ട്. കാരണം ഒരു ജനതയുടെ രാഷ്ട്രീയത്തെ നിർണ്ണയിക്കുകയും നിർവചിക്കുകയും ചെയ്യുന്നത് ഇത്തരം വസ്തുതകളാണ്.

വ്യവസ്ഥാപരിണാമത്തിന്റെ രാഷ്ട്രീയം

വ്യവസ്ഥയുടെ സ്ഥാപനവും പരിണാമവും രാഷ്ട്രീയത്തിന്റെ ചരിത്രപരവും വർത്തമാനപരവുമായ അന്വേഷണങ്ങളിൽ പ്രധാനപ്പെട്ടതാണ്. വ്യവസ്ഥ അധികാരത്തെ രൂപപ്പെടുത്തുന്നു. അധികാരം വ്യവസ്ഥയെ സംരക്ഷിക്കുന്നു. നിരവധി സമൂഹസ്ഥാപനങ്ങളുടെ സാകല്യമാണ് ഒരു വ്യവസ്ഥ. ഈ സ്ഥാപനങ്ങളുടെ സമർത്ഥമായ ഉപയോഗത്തിലൂടെയാണ് രാഷ്ട്രീയാധികാരം വ്യവസ്ഥയെ നിയന്ത്രിക്കുകയും നിലനിർത്തുകയും ചെയ്യുന്നത്.

അടിച്ചമർത്തൽ/പൊതുസമ്മതി ഇവ രണ്ടും രാഷ്ട്രീയാധികാരത്തിന്റെ പ്രവർത്തന മാർഗങ്ങളാണ്. ഭരണവർഗം ഭരണീയർക്കുമേൽ നേടുന്ന ധിഷണാപരമായ മേൽക്കൈയാണ് പൊതുസമ്മതിയുടെ അടിസ്ഥാനം. സമൂഹ സ്ഥാപനങ്ങളിലൂടെയാണ് പൊതുസമ്മതിയുടെ രൂപീകരണം സാധ്യമാകുന്നത്. പ്രച്ഛന്നമായ രീതിയിൽ അധികാരം സ്ഥാപനങ്ങളിലൂടെ പ്രവർത്തിക്കുകയും അധികാരത്തിന്റെ പാഠങ്ങൾ ഉൽപ്പാദിപ്പിച്ചു കൊണ്ടിരിക്കുകയും ചെയ്യുന്നു. നേരിട്ട് ജനതയ്ക്കുമേൽ അധികാരം അടിച്ചേൽപ്പിക്കുകയല്ല, നിലവിലുള്ള വ്യവസ്ഥാപിത ക്രമത്തിനനുകൂലമായി പൊതുസമ്മതിയെ നിർമ്മിച്ചെടുക്കുകയാണ്

ഭരണവർഗം ചെയ്യുന്നത്. മതം, പാഠശാല, തൊഴിൽ സംഘടനകൾ തുടങ്ങിയവയുടെ സമർത്ഥമായ ഉപയോഗത്തിലൂടെയാണ് ഇത് സാധ്യമാകുന്നത്. 'ഭരണകൂടത്തിന്റെ നിയന്ത്രോപാധികൾ പൊതുസമ്മതിക്ക് വഴങ്ങാത്തവരുടെ മേൽ പ്രത്യക്ഷമായോ പരോക്ഷമായോ അച്ചടക്കം നടപ്പാക്കും. ഈ നിയന്ത്രോപാധികൾ സമൂഹത്തിനു മുഴുവൻ വേണ്ടിയുള്ളതാണ്. ഉത്തരവുകൾ നിരാകരിക്കപ്പെടുന്ന പ്രതിസന്ധികൾ മുന്നിൽ കണ്ടുകൊണ്ടാണ് ഇവ സംവിധാനം ചെയ്യപ്പെട്ടിരിക്കുന്നത്.'[8]

'വ്യാഖ്യാനങ്ങൾക്കു വഴങ്ങാത്ത സങ്കീർണ പ്രതിഭാസമാണ് ആധുനിക ഭരണകൂടം'[9] കുടുംബം, മതം, ജാതി, വിദ്യാലയം, തൊഴിലാളി സംഘടനകൾ, രാഷ്ട്രീയപാർട്ടികൾ തുടങ്ങിയ സമൂഹസ്ഥാപനങ്ങളിലൂടെയെല്ലാം അത് സമൂഹത്തിൽ സ്വാധീനമുറപ്പിക്കുന്നു. അധികാര പ്രയോഗത്തിനു കീഴിലുള്ള ജനത പൊതുനന്മയുടെ പേരിൽ അധികാരത്തെ നിഷ്കളങ്കമായി സ്വീകരിക്കുന്നു. അധികാര താത്പര്യങ്ങൾ പൊതുസമ്മതിയിലൂടെ നടപ്പിലാക്കപ്പെടുന്നു. പൊതുസമ്മതി സാധ്യമല്ലാത്തിടത്ത് ബലപ്രയോഗം രംഗപ്രവേശം ചെയ്യുന്നു. ഇതാണ് അധികാര പ്രയോഗത്തിന്റെ ലളിതസൂത്രം.

ജനതയുടെ വിശ്വാസമാണ് അധികാരത്തെയും വ്യവസ്ഥയെയും നിലനിർത്തുന്നത്. വിശ്വാസം നഷ്ടപ്പെട്ട വ്യവസ്ഥ ജനങ്ങളാൽ ചോദ്യം ചെയ്യപ്പെടുന്നു. വ്യവസ്ഥയുടെ ശാശ്വത പരിണാമം സംഭവിക്കുന്നത് ജനതയുടെ ഇടപെടലിലൂടെയാണ്. ഭരണകൂടത്തിനെതിരെ ജനത തീർക്കുന്ന പ്രതിരോധത്തിൽനിന്ന് വ്യത്യസ്തമാണ് വ്യവസ്ഥയുടെ പരിണാമത്തിന് നിദാനമായി ജനത നടത്തുന്ന കലാപം. ഭരണകൂടത്തിനെതിരായ ജന മുന്നേറ്റങ്ങൾ വ്യവസ്ഥയെ നിലനിർത്തിക്കൊണ്ടുതന്നെ അധികാര കേന്ദ്രത്തെ തിരുത്താനോ മാറ്റിപ്പണിയാനോ ശ്രമിക്കുന്നു. വ്യവസ്ഥക്കെതിരായ കലാപമാകട്ടെ രാഷ്ട്രീയവും സാമൂഹികവും സാംസ്കാരികവുമായി നിലനിൽക്കുന്ന സകല മൂല്യങ്ങളെയും ഉടച്ചുവാർക്കുന്നു. കൊളോണിയൽ അധിനിവേശത്തിനെതിരായ കലാപമായിരുന്നു അമേരിക്കൻ/ഇന്ത്യൻ സ്വാതന്ത്ര്യസമരങ്ങൾ. ദുഷിച്ച സ്വേച്ഛാധിപത്യത്തിനെതിരായ മുന്നേറ്റമായിരുന്നു ഫ്രഞ്ച്/ചൈനീസ്/റഷ്യൻ വിപ്ലവങ്ങൾ. ഫ്യൂഡലിസത്തിനും ജാതിവ്യവസ്ഥക്കും എതിരായ കലഹമായിരുന്നു കേരളീയ നവോത്ഥാന പ്രവർത്തനങ്ങൾ.

ഏതു വ്യവസ്ഥയും രാഷ്ട്രീയവും സാമൂഹികവും സാംസ്കാരികവുമായ ചില മൂല്യങ്ങളുടെ സംഘാതമായിരിക്കും. വ്യവസ്ഥയുടെ പരിണാമത്തിൽ ഈ മൂല്യങ്ങൾ പാടേ മാറ്റപ്പെടുന്നു. നവീന മൂല്യസംഘാതങ്ങൾ

പുതിയൊരു വ്യവസ്ഥ രൂപപ്പെടുത്തുന്നു. ചുരുക്കത്തിൽ വ്യവസ്ഥയുടെ രൂപീകരണം, പരിണാമത്തിന് നിദാനമായ സാഹചര്യം, പരിണാമം, പുത്തൻ വ്യവസ്ഥയുടെ സ്ഥാപനം, അതിന്റെ പരിണാമം എന്നിങ്ങനെ വ്യവസ്ഥാപരിണാമത്തിന്റെ ചരിത്രമാണ് ഒരു ജനതയുടെ രാഷ്ട്രീയചരിത്രം എന്ന് പറയാം. നിലവിലുള്ള വ്യവസ്ഥയും ജനതയും തമ്മിലുള്ള പാരസ്പര്യം രാഷ്ട്രീയവർത്തമാനത്തെ രൂപപ്പെടുത്തുന്നു എന്നതും വസ്തുതയാണ്.

നിലനിൽക്കുന്ന വ്യവസ്ഥയുടെ പരിണാമം അത് നിലനിർത്തിപ്പോരുന്ന സ്ഥാപനങ്ങൾക്കുള്ളിൽ നിന്നാരംഭിക്കുന്നു. വ്യത്യസ്ത സമൂഹസ്ഥാപനങ്ങൾ നിയതമായ ചില വ്യവസ്ഥകൾ മുന്നോട്ട് വയ്ക്കുന്നുണ്ട്. സ്ഥാപനാംഗമായ വ്യക്തി അത് പാലിക്കാൻ ബാധ്യസ്ഥനാണ്. സ്ഥാപനത്തിന്റെ അധികാരകേന്ദ്രം വ്യക്തിയെ നിയന്ത്രിക്കുന്നത് ഇത്തരം നിയമാവലികളിലൂടെയാണ്. ഇവയാകട്ടെ സ്ഥാപനത്തിന്റെ രാഷ്ട്രീയവുമായി ബന്ധപ്പെട്ട് രൂപപ്പെടുന്നു. സമൂഹത്തിലെ അധികാരകേന്ദ്രങ്ങളുമായി ബന്ധപ്പെട്ട് നിൽക്കുന്ന സ്ഥാപനങ്ങളുടെ വ്യവസ്ഥകൾ സമൂഹത്തിന്റെ നിയമാവലികളോട് കണ്ണിചേർക്കപ്പെടുകയും ചെയ്യും. ഇപ്രകാരമുള്ള ഇഴചേർക്കലുകൾ വ്യവസ്ഥയുടെ രാഷ്ട്രീയത്തെ രൂപപ്പെടുത്തുന്നതിൽ നിർണ്ണായകമാണ്. ഫ്യൂഡൽ വ്യവസ്ഥയിൽ ബ്രാഹ്മണ്യത്തിനു ലഭിച്ച അധീശത്വം ഇത്തരത്തിലുള്ളതാണ്. വേദപഠനം, സസ്യഭോജനം, അയിത്തം, സംബന്ധം, ഘോഷം, മറക്കുട, വിധവാവിവാഹ നിരോധനം തുടങ്ങിയവ ബ്രാഹ്മണ്യം എന്ന സ്ഥാപനം അനുശാസിക്കുന്ന മര്യാദകളാണ്. മര്യാദകളുടെ ലംഘനം വ്യക്തിയും സ്ഥാപനവും തമ്മിലുള്ള കലഹത്തിന് കാരണമാകുന്നു. ഈ കലഹം സ്ഥാപനത്തെ പരിഷ്കരിക്കുക എന്ന ലക്ഷ്യത്തോടെയുള്ളതാണ്. വ്യക്തിയുടെ രാഷ്ട്രീയം രൂപപ്പെടുത്തുന്ന ഇത്തരം പരിഷ്കരണ ശ്രമങ്ങൾ സ്ഥാപനത്തെ മാത്രമല്ല അതിനെ രൂപപ്പെടുത്തിയ വ്യവസ്ഥയെത്തന്നെ മാറ്റത്തിന് വിധേയമാക്കുന്നു. പത്തൊൻപതാം നൂറ്റാണ്ടിന്റെ ഉത്തരാർദ്ധത്തിലും ഇരുപതാം നൂറ്റാണ്ടിന്റെ പൂർവ്വാർദ്ധത്തിലുമായി കേരളത്തിലെ മതം/ജാതി/തൊഴിൽ തുടങ്ങിയ സ്ഥാപനങ്ങളിൽ ഉയർന്നുവന്ന പുത്തൻ ചിന്താധാരകൾ ഫ്യൂഡൽ/ജാതിവ്യവസ്ഥകളുടെ തകർച്ചയ്ക്കു നിദാനമായി എന്നോർക്കുക.

പരിഷ്കരണവാദികൾ ഉയർത്തിയ മൂല്യങ്ങൾ ഉൾക്കൊണ്ട് പരിവർത്തന വിധേയമാകുന്ന സ്ഥാപനം പുതിയ ഭാവത്തോടെ മാറിയ വ്യവസ്ഥയിൽ തുടരുന്നു. നവീന വ്യവസ്ഥയുടെ അധികാര തലങ്ങളോട് നൂതന രീതികളിലൂടെ ബന്ധം പുലർത്തുന്നു. ഈ ബന്ധത്തിന്റെ

ദൃഢതയനുസരിച്ച് സ്ഥാപനങ്ങളുടെ പ്രാമാണ്യം മാറിമറിയുന്നു. ഫ്യൂഡൽ കാലഘട്ടത്തിൽ അടിമയും കുടിയാനുമായി പ്രാന്തവത്ക്കരിക്കപ്പെട്ടിരുന്ന തൊഴിൽ സമൂഹങ്ങളിൽ നിന്ന് വ്യത്യസ്തരാണ് നവോത്ഥാനാനന്തര കാലഘട്ടത്തിലെ സംഘടിത തൊഴിൽ സമൂഹം. ട്രേഡ് യൂണിയനുകൾ അധികാര കേന്ദ്രങ്ങളുമായി നേരിട്ട് ബന്ധം പുലർത്തുന്നു. മതം/ജാതി എന്നീ സ്ഥാപനങ്ങൾക്കുപരിയായി തൊഴിൽ സമൂഹം എന്ന സ്ഥാപനം പ്രാമാണ്യം നേടുന്നു. മതവും ജാതിയും നൂതന രൂപഭാവങ്ങളിൽ സമൂഹത്തിലിടപെടുകയും ചെയ്യുന്നു.

വ്യക്തിയുടെ രാഷ്ട്രീയം, സ്ഥാപനത്തിന്റെ രാഷ്ട്രീയം, വ്യവസ്ഥയുടെ രാഷ്ട്രീയം ഇവയുടെ പാരസ്പര്യത്തിൽ നിന്നുണ്ടാകുന്ന പരിവർത്തനത്തിന്റെ രാഷ്ട്രീയം ഇതെല്ലാം തന്നെ രാഷ്ട്രീയത്തിന്റെ നിർവചന പരിധിയിൽ വരുന്നു എന്ന തിരിച്ചറിവോടെ വേണം കലയിലെയും സാഹിത്യത്തിലെയും രാഷ്ട്രീയാവിഷ്കാരങ്ങളെ സമീപിക്കാൻ.

പ്രത്യയശാസ്ത്ര കൂട്ടായ്മകളും അരാഷ്ട്രീയവാദവും

സമൂഹത്തിന്റെ അടിസ്ഥാന ഏകകം വ്യക്തിയാണ്. ഒരു ജനതയുടെ ഭൗതികവും ആത്മീയവുമായ പൊതുസ്വഭാവങ്ങളെ അയാൾ ഉൾവഹിക്കുന്നു. എല്ലാ ജൈവിക ചോദനകളോടും കൂടിയ ഒരു മനുഷ്യജീവി അയാൾ ജീവിക്കുന്ന രാഷ്ട്രീയ-സാമൂഹിക-സാംസ്കാരിക പരിതോവസ്ഥകളുടെ അംശങ്ങളെ സ്വാംശീകരിച്ച് മാനസികമായി വികസിക്കുമ്പോഴാണ് വ്യക്തി രൂപമെടുക്കുന്നത്. സമൂഹം ചിട്ടപ്പെടുത്തിയ മനുഷ്യജീവിയാണ് വ്യക്തി എന്നു പറയാം. ഒരേസമയം സ്വതന്ത്രനും അസ്വതന്ത്രനുമായി ജീവിക്കേണ്ടിവരുന്നതിന്റെ സംഘർഷവും അതിനോടുള്ള അവന്റെ/അവളുടെ പ്രതികരണവുമാണ് വ്യക്തിയുടെ രാഷ്ട്രീയത്തെ രൂപപ്പെടുത്തുന്നത്. ജനതയുടെ സാമൂഹികവും സാംസ്കാരികവും രാഷ്ട്രീയവുമായ വശങ്ങളോട് എല്ലാ വ്യക്തികളും ഒരേപോലെയല്ല പ്രതികരിക്കുക. അധീശവർഗ പ്രത്യയശാസ്ത്രത്തോടുള്ള സമീപനവും വ്യക്തിയുടെ രാഷ്ട്രീയത്തെ രൂപപ്പെടുത്തുന്ന സുപ്രധാന ഘടകമാണ്. 'അധീശവർഗ പ്രത്യയശാസ്ത്രം നമ്മുടെ ജീവിതത്തെ നേരിട്ട് സ്വാധീനിക്കുന്ന ഭൗതികശക്തിയാണെന്നും അടിസ്ഥാന വർഗത്തിന്റെ കഷ്ടപ്പാടും അധീശവർഗത്തിന്റെ ചൂഷണവും ചോദ്യം ചെയ്യാതെ സ്വീകരിക്കുന്ന വ്യക്തികളെ സൃഷ്ടിക്കുകയാണ് അതിന്റെ ലക്ഷ്യമെന്നും അൽത്തൂസർ നിരീക്ഷിക്കുന്നുണ്ട്. 'കർത്തൃത്വ രൂപീകരണം' എന്ന് അൽത്തൂസർ സൂചിപ്പിക്കുന്നത് ഈ പ്രക്രിയയെയാണ്. കർത്താവ് (subject) എന്ന പദം സാമൂഹിക ബന്ധങ്ങൾക്കുള്ളിലെ വ്യക്തിയുടെ സ്ഥാനത്തെ

അടയാളപ്പെടുത്താനാണ് അൽത്തൂസർ ഉപയോഗിക്കുന്നത്. നല്ലത്/ചീത്ത എന്നീ കർത്തൃത്വ ദ്വന്ദ്വങ്ങൾ അധീശ പ്രത്യയശാസ്ത്രം സൃഷ്ടിക്കുന്നുണ്ട്. ഇവ അധീശവർഗ സങ്കല്പങ്ങൾക്കനുസരിച്ച് നിർമ്മിക്കപ്പെട്ടവയാണ്. ഇതിലൊന്നിന്റെ ഭാഗമാക്കുക വഴി വ്യക്തിയെ നിയന്ത്രണത്തിലാക്കുക എന്നതാണ് അധീശ പ്രത്യയശാസ്ത്ര തന്ത്രം. സാമൂഹിക ബന്ധം പുലർത്തുന്ന വ്യക്തി നല്ലതും ചീത്തയുമായ നിരവധി കർത്തൃത്വങ്ങൾ സ്വീകരിക്കാൻ പ്രേരിപ്പിക്കപ്പെടുന്നു. സ്കൂൾ, കുടുംബം, മാധ്യമങ്ങൾ തുടങ്ങി നിരവധി കർത്തൃത്വ രൂപീകരണശാലകളിലൂടെയാണ് ഇത് സാധ്യമാകുന്നത്.'[10]

കർത്താക്കളാകാൻ കൂട്ടാക്കാത്ത വ്യക്തികളാണ് അധീശവർഗപ്രത്യയശാസ്ത്രത്തെ ചോദ്യം ചെയ്യുകയും പരാജയപ്പെടുത്തുകയും ചെയ്യുന്നത്. ഭരണകൂടത്തിന്റെ വഴികളിലൂടെയല്ല, തങ്ങളുടേതായ പ്രത്യയശാസ്ത്രത്തിന്റെ ഇടങ്ങളിലൂടെയാണ് അവരുടെ യാത്ര. കർത്താക്കളാകുന്നവരും അതിന് കൂട്ടാക്കാത്തവരും പ്രത്യയശാസ്ത്രപരമായി വിഭിന്നതലങ്ങളെ സൃഷ്ടിക്കുന്നു.

അതിനാൽ, ചിലർ വ്യവസ്ഥയോട് പൊരുത്തപ്പെടുമ്പോൾ മറ്റ് ചിലർ വ്യവസ്ഥയെ ചോദ്യം ചെയ്യാനും തിരുത്താനും മുതിരുന്നു. മനുഷ്യനെക്കുറിച്ചും ലോകത്തെക്കുറിച്ചും ജീവിതത്തെക്കുറിച്ചും രാഷ്ട്രത്തെക്കുറിച്ചുമുള്ള കാഴ്ചപ്പാടിലും വ്യക്തികൾ വ്യത്യസ്തരായിരിക്കും. ആശയപരമായി സമാനത പുലർത്തുന്ന വ്യക്തികളുടെ കൂട്ടായ്മകളെയാണ് സംഘടനകൾ എന്ന് നാം വ്യവഹരിക്കുന്നത്. വ്യക്തമായ പ്രത്യയശാസ്ത്രബോധ്യമാണ് ഇത്തരം കൂട്ടായ്മകളുടെ അടിസ്ഥാനം. സമൂഹം, സംസ്കാരം, സാമൂഹികഘടന, സാമൂഹിക ബന്ധങ്ങൾ, രാഷ്ട്രം, ഭരണവ്യവസ്ഥ, മനുഷ്യപുരോഗതി തുടങ്ങിയവയെക്കുറിച്ചുള്ള വ്യത്യസ്ത വീക്ഷണങ്ങളിൽ നിന്നാണ് വിഭിന്ന പ്രത്യയശാസ്ത്ര കൂട്ടായ്മകൾ പിറവിയെടുക്കുന്നത്. ഭരണവ്യവസ്ഥ രൂപപ്പെടുത്തുന്നതിൽ, ജനതയും ഭരണകൂടവും തമ്മിലുള്ള ബന്ധം നിർണ്ണയിക്കുന്നതിൽ, സാമൂഹിക വ്യവസ്ഥയുടെ രൂപീകരണത്തിൽ, അതിന്റെ പരിണാമത്തിൽ എല്ലാം തന്നെ പ്രത്യയശാസ്ത്ര കൂട്ടായ്മകൾ ഉയർത്തുന്ന രാഷ്ട്രീയ നിലപാടുകൾക്ക് നിർണ്ണായക പങ്കുണ്ട്. അധികാരവുമായുള്ള പ്രത്യയശാസ്ത്രങ്ങളുടെ 'സന്ധിയും സമരവും' ശ്രദ്ധേയമാകുന്നത് ഈ അർത്ഥത്തിലാണ്. പ്രത്യയശാസ്ത്ര പ്രയോഗങ്ങളുടെ ഇടർച്ച, വഴിപിരിയൽ, കൂടിച്ചേരൽ, കാലാനുസൃത വ്യതിയാനം, പ്രയോക്താക്കളുടെ വൈയക്തിക അപചയം തുടങ്ങിയവയൊക്കെ രാഷ്ട്രീയമായി ഏറെ പ്രസക്തമാണ്.

അരാഷ്ട്രീയവാദികൾ പ്രത്യയശാസ്ത്രങ്ങളുടെ മരണം പ്രവചിക്കുന്ന നൂറ്റാണ്ടാണിത്. ആധുനിക ലോകത്തിന്റെ പുതിയ പ്രത്യയശാസ്ത്രമാണ് 'അരാഷ്ട്രീയവാദം' എന്നു പറയേണ്ടിവരുന്നു. പ്രത്യയശാസ്ത്രങ്ങളിൽ മനുഷ്യൻ പ്രതീക്ഷ വെക്കേണ്ടതില്ലെന്ന് അരാഷ്ട്രീയവാദികൾ പ്രചരിപ്പിക്കുന്നു. പ്രത്യയശാസ്ത്രങ്ങളുടെ പ്രയോഗ പരിമിതിയും പ്രയോക്താക്കളുടെ മൂല്യത്തകർച്ചയും പെരുപ്പിച്ചു കാണിച്ചുകൊണ്ട് ആ പശ്ചാത്തലത്തിലാണ് അരാഷ്ട്രീയ വീക്ഷണം അവതരിപ്പിക്കപ്പെടുന്നത്. അരാഷ്ട്രീയ നിലപാടുകളുടെ പ്രസരണം സാധ്യമാക്കുന്ന ആധുനിക ലോകപരിസരത്തിനു പിന്നിലെ രാഷ്ട്രീയം തിരിച്ചറിയപ്പെടേണ്ടതാണ്.

സാമ്രാജ്യത്വ താത്പര്യങ്ങൾ ഇന്ത്യയുൾപ്പടെയുള്ള മൂന്നാം ലോക രാജ്യങ്ങളെ കോളനിവത്കരിക്കുന്നതിന് പുതിയ രീതികളും തന്ത്രങ്ങളും മെനയുന്നു. നവീന മുതലാളിത്തത്തിന്റെ പുത്തൻ അധിനിവേശത്തിന് രാഷ്ട്രീയവും സാമൂഹികവും സാംസ്കാരികവുമായ മുഖങ്ങൾ ഉണ്ട്. നമ്മുടെ പാരമ്പര്യ മൂല്യങ്ങളെ പിന്തള്ളി തങ്ങളുടെ മൂല്യബോധത്തെ ഉദാത്തമായി പ്രതിഷ്ഠിക്കാനാണ് അവർ ശ്രമം നടത്തുന്നത്. സാമ്പത്തികമായി കടപ്പെട്ടുപോകുന്ന മൂന്നാം ലോക ഭരണകൂടങ്ങൾ സാമ്രാജത്വ ശക്തികളുടെ നിയന്ത്രണങ്ങളിലേക്ക് വഴുതിപ്പോകുന്നു എന്നതും യാഥാർത്ഥ്യമാണ്. 'കോളനിവത്കരിക്കപ്പെട്ടിരുന്ന ഭൂതകാലത്തിന്റെ ഗാഢസ്പർശത്തിൽ നിന്ന് വർത്തമാനത്തെ മോചിപ്പിക്കുന്നതിനുള്ള ശ്രമങ്ങളും അതിന്റെ എതിർ ദിശയിലുള്ള ഭരണകൂട നീക്കങ്ങളും എല്ലാം മൂന്നാം ലോകരാജ്യങ്ങളുടെയും പൊതുഭാഗധേയമാണ്.'[11] പ്രതിഷേധങ്ങളും വിമോചനപ്പോരാട്ടങ്ങളും അടിച്ചമർത്തപ്പെടേണ്ടത് പുത്തൻ കൊളോണിയൽ താത്പര്യക്കാരുടെ ആവശ്യമാണ്. ചെറുത്തു നിൽപ്പുകളുടെ തുടക്കം പ്രത്യയശാസ്ത്രപരമായ അടിത്തറയിൽ നിന്നാണ്. പ്രത്യയശാസ്ത്രരഹിതമായ കാലം ചെറുത്തുനിൽപ്പുകളെ അസാധ്യമാക്കുമെന്നത് വസ്തുതയാണ്. പ്രതിരോധങ്ങളെ ഇല്ലാതാക്കുക എന്ന ലക്ഷ്യത്തോടെയാണ് നവീന മുതലാളിത്ത-സാമ്രാജ്യത്വ ശക്തികളുടെ ചെലവിൽ അരാഷ്ട്രീയവാദം പ്രചരിപ്പിക്കപ്പെടുന്നത്.

ഇതിൽ നിന്നും തികച്ചും വ്യത്യസ്തമായ രാഷ്ട്രീയ മുന്നേറ്റമാണ് ന്യൂനപക്ഷങ്ങൾ, ആദിവാസികൾ, ദളിതർ, സ്ത്രീകൾ തുടങ്ങിയ പാർശ്വവത്ക്കരിക്കപ്പെട്ട ജനവിഭാഗങ്ങൾക്കിടയിൽ രൂപപ്പെട്ടുവരുന്ന ശാക്തീകരണ ശ്രമങ്ങൾ. നിലവിലുള്ള പ്രത്യയശാസ്ത്ര കൂട്ടായ്മകൾക്കു പിന്നിൽ അണിചേരാതെ സ്വതന്ത്രമായ പോരാട്ടത്തിന്റെ രാഷ്ട്രീയ ഇടം സൃഷ്ടിക്കാനാണ് ഇക്കൂട്ടർ ശ്രമിക്കുന്നത്. പ്രത്യയശാസ്ത്ര നിരാസത്തിന്റെയോ അരാഷ്ട്രീയവാദത്തിന്റെയോ വക്താക്കളാകാതെത്തന്നെ

തങ്ങളുടെ സ്വത്വത്തെ മുൻനിർത്തി പുതിയ പ്രത്യയശാസ്ത്ര ബോധ്യങ്ങൾ രൂപപ്പെടുത്തുകയാണ് ഇക്കൂട്ടർ. ന്യൂനപക്ഷ സ്വത്വം/ആദിവാസി സ്വത്വം/ദളിത് സ്വത്വം/സ്ത്രീസ്വത്വം എന്നിവയെക്കുറിച്ചുള്ള ചർച്ചകൾ രാഷ്ട്രീയമായി പുതിയ മാനം കൈവരിച്ചിരിക്കുന്നു. മുഖ്യധാരാ രാഷ്ട്രീയ ത്തിന് സമാന്തരമായി നടക്കുന്ന ഈ രാഷ്ട്രീയ മുന്നേറ്റത്തിന് ആധുനിക രാഷ്ട്രീയ പരിസരത്തിൽ ഏറെ പ്രസക്തിയുണ്ട്.

ചുരുക്കത്തിൽ, രാഷ്ട്രീയാധികാരം, ജനത ഇവയുടെ പാരസ്പര്യത്തിൽ നിന്നുടലെടുക്കുന്ന സംഘർഷം, ജനകീയ പ്രതിരോധം, വ്യക്തിയും സ്ഥാപനവും തമ്മിലുള്ള ബന്ധം, വ്യവസ്ഥയുടെ രൂപീകരണം, അതിന്റെ പരിണാമം, പ്രത്യയശാസ്ത്രങ്ങൾ വഹിക്കുന്ന പങ്ക്, അരാഷ്ട്രീയദർശനം ഇതെല്ലാം ഉള്ളടങ്ങുന്നതാണ് മനുഷ്യ ജീവിതത്തിന്റെ രാഷ്ട്രീയ തലം. ഇത്തരം രാഷ്ട്രീയഘടകങ്ങൾ ഉൾക്കൊള്ളുന്ന പ്രമേയതലം സ്വീകരി ക്കുക വഴി കലയും സാഹിത്യവും സ്വയം രാഷ്ട്രീയവത്ക്കരിക്കുകയും രാഷ്ട്രീയത്തെ സൗന്ദര്യവത്ക്കരിക്കുകയും ചെയ്യുന്നു.

രാഷ്ട്രീയം : കലയിലും സാഹിത്യത്തിലും

സാഹിത്യകാരന്റെ/കലാകാരന്റെ സാമൂഹികമായ ഇടപെടലിന്റെ ഭാഗമായിട്ടാണ് സാഹിത്യത്തിന്റെയും കലയുടെയും പ്രമേയതലത്തിൽ രാഷ്ട്രീയത്തിന്റെ ഇഴകൾ സന്നിവേശിക്കുന്നത്. സാമൂഹികജീവിയായ അയാൾ/അവൾ ജീവിതത്തിന്റെ സാമൂഹികവും സാംസ്കാരികവുമായ മൂല്യങ്ങളെയെന്നതുപോലെ രാഷ്ട്രീയ മൂല്യങ്ങളെയും സ്വാശീകരിക്കു ന്നുണ്ട്. താൻ ജീവിക്കുന്ന സാമൂഹിക- രാഷ്ട്രീയ പരിതോവസ്ഥയോട് അയാൾ/അവൾ തന്റെ സൃഷ്ടികളിലൂടെ പ്രതികരിക്കുന്നു. നിഷ്ക്രിയ മായ പ്രതിഫലിപ്പിക്കലല്ല, സക്രിയമായ ഇടപെടലാണ് സാഹിത്യവും കലയും സാധ്യമാക്കേണ്ടത്. ഈ ഇടപെടലിന്റെ രാഷ്ട്രീയം നിർണ്ണയി ക്കുന്നത് പ്രധാനമായും എഴുത്തുകാരന്റെ/കലാകാരന്റെ രാഷട്രീയ ദർശ നമാണ്. ഇതിനനുസാരമായി പുരോഗമനപരമോ പ്രതിലോമകരമോ ആയ സൃഷ്ടികൾ രൂപമെടുക്കുന്നു.

പുരോഗമനപരമായ രാഷ്ട്രീയ ഇടപെടലാണ് കലയുടെയും സാഹിത്യത്തിന്റെയും വിവിധ രൂപങ്ങളുടെ ധർമ്മം. രാഷ്ട്രീയാധികാ രത്തോടും അതിനെ രൂപപ്പെടുത്തുന്ന വ്യവസ്ഥയോടും ജനതയുടെ പക്ഷത്തുനിന്ന് സമരം പ്രഖ്യാപിക്കുന്ന എഴുത്തുകാരനും കലാകാരനും മാത്രമേ പുരോഗമനപരമായ ഇടപെടൽ സാധ്യമാവുകയുള്ളൂ. ഇത്തരം ഇടപെടലിന് ധൈര്യം കാണിച്ചവരാണ് രാഷ്ട്രീയത്തെ കലയുടെയും സാഹിത്യത്തിന്റെയും കേന്ദ്രപ്രമേയമായി സ്വീകരിച്ചത്. മനുഷ്യന്റെ

സാമൂഹിക-സാംസ്കാരിക ജീവിതത്തെക്കുറിച്ചും പുരോഗതിയെക്കുറിച്ചുമുള്ള വീക്ഷണമാണ് എഴുത്തുകാരന്റെയും കലാകാരന്റെയും പ്രത്യയശാസ്ത്രത്തെ രൂപപ്പെടുത്തുന്നത്. ഈ പ്രത്യയശാസ്ത്ര അടിത്തറയിൽ നിന്നുകൊണ്ട് അയാൾ തന്റെ സൃഷ്ടികളുടെ രാഷ്ട്രീയ വീക്ഷണം രൂപപ്പെടുത്തുന്നു.

'അധികാര സ്വരൂപമായ ഭരണകൂടത്തിന്റെ പ്രമുഖവ്യാപാരങ്ങളിൽ ഒന്ന് ഉത്പാദനോപാധികളുടെയും ഉത്പാദന ബന്ധങ്ങളുടെയും പുനരുത്പാദനം സാധ്യമാക്കുന്ന സാഹചര്യം സൃഷ്ടിക്കുകയാണ്. പോലീസ്, പട്ടാളം, കാരഗൃഹം എന്നീ സ്ഥാപനങ്ങൾ ഉൾക്കൊള്ളുന്ന മർദ്ദനോപകരണങ്ങളും, മതം, പാഠശാല, കുടുംബം, തൊഴിലാളി സംഘടന, സാംസ്കാരിക പ്രസ്ഥാനം എന്നീ സ്ഥാപനങ്ങൾ ഉൾക്കൊള്ളുന്ന പ്രത്യയശാസ്ത്ര ഉപകരണങ്ങളും ഉപയോഗിച്ചുകൊണ്ട് ഭരണകൂടം ഈ കൃത്യം നിർവഹിക്കുന്നു.[12] ഭരണകൂടത്തിന്റെ പ്രത്യയശാസ്ത്ര ഉപകരണം എന്ന നിലയിൽ കലയും സാഹിത്യവും അധീശവർഗ പ്രത്യയശാസ്ത്രത്തോട് വിധേയത്വം പുലർത്തണമെന്ന് ഭരണകൂടം ആഗ്രഹിക്കുന്നു. നിലനിൽക്കുന്ന വ്യവസ്ഥ അതേപടി തുടരേണ്ടത് രാഷ്ട്രീയാധികാരത്തിന്റെ ആവശ്യമാണ്. അതിനുതകുന്ന മൂല്യങ്ങളുടെ പ്രചാരം സാധ്യമാക്കുന്ന ഉപാധിയായി കലയും സാഹിത്യവും നിലകൊള്ളണമെന്നത് ഏതു ഭരണകൂടത്തിന്റെയും താത്പര്യമാണ്.

എഴുത്തുകാരനും കലാകാരനും നേരിടുന്ന പ്രധാന വെല്ലുവിളി ഭരണകൂട പ്രലോഭനങ്ങളെ അതിജീവിക്കുക എന്നതാണ്. പുരോഗമന കാഴ്ചപ്പാടുള്ള സാഹിത്യകാരനും കലാകാരനും ഭരണകൂട താത്പര്യങ്ങളെ വിമർശിക്കുകയും ജനതയുടെ പ്രതിരോധത്തിനൊപ്പം നിൽക്കുകയും ചെയ്യുന്നു. വ്യവസ്ഥയുടെ വിമർശനവും വ്യക്തിയും ജനതയും അനുഭവിക്കുന്ന സംഘർഷവും സൃഷ്ടികളുടെ ഉള്ളടക്കമായി രൂപാന്തരപ്പെടുന്നു. അങ്ങനെ സാഹിത്യ/കലാ വ്യാപാരങ്ങൾ ജനപക്ഷ പ്രതിപ്രവർത്തനത്തിന്റെ ഭാഗമാവുകയും സർഗാത്മക ആഖ്യാനത്തിന്റെ രൂപഭാവങ്ങളിലേക്ക് രാഷ്ട്രീയം ഇഴചേർക്കപ്പെടുകയും ചെയ്യുന്നു.

പ്രതിലോമകരമായ സാമൂഹിക ഇടപെടലിന്റെ ഭാഗമായും കലയുടെയും സാഹിത്യത്തിന്റെയും പ്രമേയതലത്തിലേക്ക് രാഷ്ട്രീയം കടന്നുവരാറുണ്ട്. ഭരണകൂട താത്പര്യങ്ങളുടെ പ്രചാരവേലയായി കലാസാഹിത്യപ്രവർത്തനം മാറുമ്പോഴും കാലഹരണപ്പെട്ട മൂല്യങ്ങളുടെ പുനരുത്ഥാനം ലക്ഷ്യം വെക്കുമ്പോഴും സാഹിത്യവും കലയും പ്രതിലോമകരമായ രാഷ്ട്രീയമാണ് വിനിമയം ചെയ്യുന്നത്. ഇത്തരം സൃഷ്ടികൾ ജനതയുടെ യഥാർത്ഥ പ്രശ്നങ്ങളിൽ നിന്ന് മാറി നിൽക്കുന്നവയാണ്.

അവ കലാവ്യാപാരത്തിനും സമൂഹത്തിനും ഗുണകരമാവില്ല. എന്നു മാത്രമല്ല, കാലത്തെ അതിജീവിക്കുകയുമില്ല.

രൂഢിയായിത്തീർന്ന മൂല്യങ്ങളെ തുടച്ചുനീക്കി നവോത്ഥാന മൂല്യങ്ങളുടെ പ്രസരണവും സ്ഥാപനവും സാധ്യമാക്കുന്ന വ്യവസ്ഥാപരിണാമ പ്രക്രിയ കലയുടെയും സാഹിത്യത്തിന്റെയും രാഷ്ട്രീയ ഉള്ളടക്കങ്ങളിൽ പ്രധാനമാണ്. വ്യവസ്ഥയുടെ പരിണാമത്തിൽ കലയും സാഹിത്യവും നിർണ്ണായക പങ്കുവഹിക്കുന്നുണ്ട്. നവോത്ഥാനമൂല്യങ്ങളുടെ പതാക വാഹകരമായി മാറുന്നത് കലയും സാഹിത്യവുമാണ് എന്ന് ചരിത്രം സാക്ഷ്യപ്പെടുത്തുന്നു. വ്യവസ്ഥാപരിണാമത്തിന് നിദാനമായ നവീന മൂല്യസംഘാതങ്ങൾ കലാ/സാഹിത്യാവിഷ്കാരങ്ങളിലേക്കും അഭിരുചികളിലേക്കും കടന്നുവരുന്നു. അതുവരെയുള്ള ധാരണകൾ പലതും പുനസംഘടിപ്പിക്കപ്പെടുന്നു. പുത്തൻ അഭിരുചികളെ സ്വാംശീകരിക്കുന്ന കലയിലും സാഹിത്യത്തിലും ആഖ്യാനപരവും ഭാവപരവുമായ പരിവർത്തനം സംഭവിക്കുന്നു. എഴുത്തുകാരനും കലാകാരനും മുൻകാല വഴക്കങ്ങൾ ലംഘിക്കേണ്ടിവരുന്നു. ഇത്തരത്തിൽ രാഷ്ട്രീയപ്രമേയങ്ങൾ കലയുടെയും സാഹിത്യത്തിന്റെയും ഭാവത്തെയും ആഖ്യാനരീതികളെയും നവീകരിക്കുന്നു എന്നതും ശ്രദ്ധേയമാണ്. പുതിയ ഭാവം ഉൾക്കൊള്ളാൻ പുതിയ രൂപം ആവശ്യമായി വരുന്നു. കലയിലും സാഹിത്യത്തിലും കാലാനുസൃതമായി ഉണ്ടായിട്ടുള്ള ഭാവപരവും ആഖ്യാനപരവുമായ വ്യതിയാനങ്ങളെ ഇപ്രകാരം നോക്കിക്കാണേണ്ടതുണ്ട്.

രാഷ്ട്രീയം പ്രമേയമാകുന്ന കലാ/സാഹിത്യാവിഷ്കാരങ്ങളുടെ സൗന്ദര്യതലം വ്യാപകമായ ചർച്ചക്ക് വിധേയമായിട്ടുണ്ട്. കലാപരമായ സൗന്ദര്യത്തിനാണോ പ്രമേയത്തിനാണോ പ്രാധാന്യം നൽകേണ്ടത് എന്നതിനെപ്പറ്റി രണ്ടു പക്ഷം തന്നെയുണ്ട്. കേരളത്തിലെ പുരോഗമന സാഹിത്യ പ്രസ്ഥാനത്തിന്റെ പിളർപ്പിന് നിദാനമായത് ഇക്കാര്യത്തിലുള്ള അഭിപ്രായ വ്യത്യാസമാണ്. രാഷ്ട്രീയം പ്രമേയമായ ആവിഷ്കാരങ്ങളുടെ പഠനത്തിൽ ആഖ്യാനതലം വിശദമായ അന്വേഷണങ്ങൾക്ക് വിധേയമാകേണ്ടതുണ്ട്. കലാ/സാഹിത്യ സൃഷ്ടികളെ സംബന്ധിച്ച് ഭാവതലം പോലെതന്നെ പ്രധാനമാണ് രൂപതലവും. രൂപഭാവങ്ങളുടെ സൗന്ദര്യാത്മക സമന്വയമാണ് കലാവ്യാപാരത്തിൽ സാധ്യമാകേണ്ടത്. രാഷ്ട്രീയം പ്രമേയമായ കലാ-സാഹിത്യാവിഷ്കാരങ്ങളിൽ ഇത് എത്രത്തോളം സാധ്യമായിട്ടുണ്ടെന്ന് പരിശോധിക്കേണ്ടതുണ്ട്. ഇത്തരം ഒരന്വേഷണം ഭാവാവിഷ്കാരത്തിൽ രൂപവും രൂപനിർണ്ണയത്തിൽ ഭാവവും എത്രത്തോളം നിർണ്ണായകമാണെന്നതിനെ സംബന്ധിച്ച അറിവുകൾ നൽകും.

രാഷ്ട്രീയം പ്രമേയമായ കലാ/സാഹിത്യ സൃഷ്ടികളെ മുൻനിർത്തി താഴെ പറയുന്ന കാര്യങ്ങൾ വസ്തുനിഷ്ഠമായ വിശകലനത്തിന് വിധേയമാക്കേണ്ടതുണ്ട്.

എ. കലാ/സാഹിത്യ സൃഷ്ടികളിലെ രാഷ്ട്രീയപരിസരവും രാഷ്ട്രീയകാലവുമായി അതിനുള്ള പാരസ്പര്യവും.

ബി. കാലാനുസൃതമായി പ്രമേയപരിചരണത്തിൽ വന്ന മാറ്റം.

സി. ആഖ്യാനതന്ത്രങ്ങളിൽ വന്ന മാറ്റം രാഷ്ട്രീയപ്രമേയങ്ങളുടെ ആവിഷ്കാരത്തിൽ ചെലുത്തിയ സ്വാധീനം.

ഡി. ആഖ്യാനതലവും രാഷ്ട്രീയപ്രമേയവും തമ്മിലുള്ള പാരസ്പര്യം

ഇ. രാഷ്ട്രീയാവിഷ്കാരത്തെ സ്വാധീനിക്കുന്ന ഘടകങ്ങൾ.

എഫ്. ആഖ്യാനത്തിന്റെ രാഷ്ട്രീയം.

മലയാളനോവലിനെയും സിനിമയെയും മുൻനിർത്തി ഇത്തരമൊരു അന്വേഷണം നടത്താനാണ് ഈ പഠനത്തിൽ ഉദ്ദേശിക്കുന്നത്. ഏറ്റവും ജനപ്രിയമായ സാഹിത്യരൂപമാണ് നോവൽ. സിനിമയാകട്ടെ ആധുനിക കാലഘട്ടത്തിലെ ഏറ്റവും ജനകീയമായ കലാമാധ്യമവും. ജനപ്രിയതയുടെ കാര്യത്തിൽ നോവലിനും ചലച്ചിത്രത്തിനുമുള്ള സമാനത പഠനത്തിന് നവീനമായ സാധ്യതകൾ നൽകും.

വാക്കിന്റെ വിന്യാസങ്ങളിലൂടെ രൂപമെടുക്കുന്ന ഭാഷയുടെ സാധ്യതകളാണ് നോവലിന്റെ ആഖ്യാനത്തെ നിർണ്ണയിക്കുന്നത്. ചലച്ചിത്രാഖ്യാനത്തിന്റെ അടിസ്ഥാനം ദൃശ്യങ്ങളാണ്. ആഖ്യാനപരമായ ഈ വ്യത്യാസം നിലനിൽക്കുമ്പോഴും ആവിഷ്കാരത്തിന്റെ സാധ്യതകളിൽ നോവലും സിനിമയും ചില സമാനതകൾ പുലർത്തുന്നുണ്ട്. ആഖ്യാനത്തിന്റെ സ്ഥലപരവും കാലപരവുമായ അംശങ്ങളിൽ ഈ രണ്ടു മാധ്യമങ്ങൾക്കുമുള്ള സാധ്യതകൾ അപാരമാണ്. അനുഭവതലം സൃഷ്ടിക്കുന്നതിനും പാത്രസൃഷ്ടിയിലും ഏതു തലത്തിലുമുള്ള പരിണാമത്തിന്റെ ആവിഷ്കാരത്തിലും മറ്റ് കലാ/സാഹിത്യരൂപങ്ങൾക്ക് അന്യമായ സാധ്യതകൾ നോവലിനും സിനിമക്കും സ്വന്തമാണ്. സാഹിത്യത്തിനും സിനിമക്കും വ്യത്യസ്ത മാധ്യമങ്ങൾ എന്ന നിലയിലുള്ള വ്യതിരിക്തതകൾ നോവലിനെയും സിനിമയെയും അടിസ്ഥാനപരമായി വേർതിരിച്ചു നിർത്തുന്നുമുണ്ട്. രാഷ്ട്രീയപ്രമേയത്തിന്റെ ആവിഷ്കാരത്തിന് ഏറെ സ്വീകരിക്കപ്പെട്ട മാധ്യമങ്ങൾ എന്ന നിലയിലും നോവലിനെയും സിനിമയെയും മുൻനിർത്തിയുള്ള പഠനം സാധൂകരിക്കപ്പെടുന്നു.

രാഷ്ട്രീയാവിഷ്കാരം : മലയാളനോവലിലും സിനിമയിലും

രാഷ്ട്രീയം പ്രമേയമായി പല കാലഘട്ടങ്ങളിൽ പുറത്തിറങ്ങിയ മലയാളനോവലുകളും സിനിമകളും ആഖ്യാനപരമായും ഭാവപരമായും വ്യതിരിക്ത സ്വഭാവം പുലർത്തുന്നവയാണ്. 1887 മുതൽ ഇന്നുവരെയുള്ള നോവലിലും 1928 മുതൽ ഇന്നുവരെയുള്ള സിനിമയിലും ആഖ്യാന/ഭാവ തലങ്ങളിലുണ്ടായിട്ടുള്ള വ്യതിയാനങ്ങളാണ് ഇതിനു കാരണം.

സോഷ്യൽ റിയലിസത്തിന്റെ കടന്നുവരവോടെയാണ് രാഷ്ട്രീയം മലയാളനോവലിൽ ശക്തമായ ആവിഷ്കാരം നേടുന്നത്. ഇന്ദുലേഖക്കും സി.വിയുടെ ചരിത്രനോവലുകൾക്കും നാരായണകുരുക്കളുടെ നോവലുകൾക്കും രാഷ്ട്രീയമായ മാനങ്ങൾ ഉണ്ടെങ്കിലും തീക്ഷ്ണമായ രാഷ്ട്രീയാവിഷ്കാരങ്ങൾ മലയാളനോവലിൽ സജീവമാകുന്നത് തകഴി, ദേവ്, ചെറുകാട് തുടങ്ങിയവരുടെ കൃതികളിലൂടെയാണ്. പിന്നീട് കാൽപ്പനികാവിഷ്കാരങ്ങൾ, ആധുനികതയുടെ വികാസപരിണാമങ്ങൾ തുടങ്ങി വ്യത്യസ്ത സമീപനങ്ങളിലൂടെ മലയാളനോവൽ കടന്നുപോയി. ഈ കാലഘട്ടത്തിലൊക്കെ ഉണ്ടായ രാഷ്ട്രീയനോവലുകളുടെ ആഖ്യാനതലം വ്യത്യസ്ത രൂപത്തോടുകൂടിയതാണ്. സമീപനങ്ങളിലെ വ്യതിയാനം രാഷ്ട്രീയനോവലുകളുടെ പ്രമേയപരിചരണത്തെയും ആഖ്യാനതലത്തെയും വ്യത്യസ്തമാക്കി.

കുടുംബത്തിന്റെ അകത്തളങ്ങളിലും പുരാണേതിഹാസങ്ങളുടെ മായാപ്രപഞ്ചത്തിലും തങ്ങിനിന്ന മലയാളസിനിമയുടെ കണ്ണ് സാമൂഹിക-രാഷ്ട്രീയ ജീവിതത്തിന്റെ വിശാലതയിലേക്ക് തുറക്കുന്നത് രാഷ്ട്രീയസിനിമകളുടെ കടന്നുവരവോടെയാണ്. 1951ൽ പുറത്തിറങ്ങിയ 'നവലോക'മാണ് (സംവി: വി. കൃഷ്ണൻ) മലയാളത്തിലെ ആദ്യ രാഷ്ട്രീയസിനിമ. പൊൻകുന്നം വർക്കിയാണ് ഈ ചിത്രത്തിന് തിരക്കഥയും സംഭാഷണവും രചിച്ചത്. നിയോറിയലിസ്റ്റിക് സിനിമ, നവസിനിമ, മദ്ധ്യവർത്തിസിനിമ, കലാമേന്മയുള്ള കച്ചവടസിനിമ, തനി കച്ചവടസിനിമ തുടങ്ങിയ പലതരം മാധ്യമ സമീപനങ്ങൾ മലയാളസിനിമയിലുണ്ടായി. ഈ ധാരകളുടെയെല്ലാം ഭാഗമായി രാഷ്ട്രീയസിനിമകളും ഉണ്ടായിട്ടുണ്ട്. ശബ്ദം, വെളിച്ചം, ഛായാഗ്രഹണം, എഡിറ്റിങ്ങ്, സംഗീതം, എഫക്റ്റ്സ്, ശബ്ദലേഖനം, തുടങ്ങി സിനിമയുടെ സമസ്ത സാങ്കേതിക മേഖലകളിലും വൻ മാറ്റങ്ങൾ ഉണ്ടായി. സാങ്കേതിക വിദ്യയിലെ വിപ്ലവകരമായ പരിണാമങ്ങളും മാധ്യമത്തോടുള്ള പുത്തൻ സമീപനരീതികളും അതതു കാലത്തുണ്ടായ രാഷ്ട്രീയസിനിമകളുടെ ആഖ്യാനത്തെ

വ്യതിരിക്തമാക്കി. വ്യത്യസ്ത സമീപനങ്ങളുടെ ഭാഗമായി രാഷ്ട്രീയം പലതരത്തിൽ സിനിമയിൽ ഉപയോഗിക്കപ്പെട്ടു.

നോവലിൽനിന്ന് വ്യത്യസ്തമായി സിനിമ വൻ മുതൽമുടക്കുള്ള വ്യവസായം കൂടിയാണ്. വിപണിക്കുവേണ്ടി നിർമ്മിക്കപ്പെടുന്ന ഉത്പന്നം എന്ന നിലയിൽ കച്ചവട താത്പര്യങ്ങൾ സിനിമയെ സ്വാധീനിക്കുക സ്വാഭാവികമാണ്. ജനപ്രിയതയാണ് സിനിമാ വിപണിയുടെ അടിസ്ഥാനം. അതിനാൽ എല്ലാക്കാലത്തും 'ജനപ്രിയത' പ്രമേയപരിചരണത്തെയും ആഖ്യാനത്തെയും സ്വാധീനിച്ചിട്ടുണ്ട്. രാഷ്ട്രീയത്തെയും സിനിമ ജനപ്രിയമായി പാകപ്പെടുത്തിയിട്ടുണ്ട്. അത്തരം സിനിമകളുടെ സ്വീകാര്യതയും പഠനവിഷയമാക്കേണ്ടതാണ്.

എഴുത്തുകാരന്റെ/ചലച്ചിത്രകാരന്റെ രാഷ്ട്രീയദർശനം രാഷ്ട്രീയനോവലുകളും സിനിമകളും വിനിമയം ചെയ്യുന്ന രാഷ്ട്രീയത്തെ നിർണ്ണയിക്കുന്നുണ്ട്. അധികാരം, വ്യവസ്ഥ, ജനത, സ്ഥാപനം, പ്രത്യയശാസ്ത്രം, ജനപ്രിയത തുടങ്ങിയവയുമായും ബന്ധപ്പെട്ടു കിടക്കുന്നതാണ് ആഖ്യാനത്തിന്റെ രാഷ്ട്രീയം. മലയാളത്തിലെ രാഷ്ട്രീയനോവലുകളും സിനിമകളും കാലാകാലങ്ങളിൽ പ്രസരിപ്പിച്ച രാഷ്ട്രീയ നിലപാടുകളും അതിനെ നിർണ്ണയിച്ച ഘടകങ്ങളും ജനസ്വാധീനതയും പഠിക്കപ്പെടേണ്ടതുതന്നെയാണ്.

നമ്മുടെ സമൂഹത്തിലെ രാഷ്ട്രീയചലനങ്ങളെ നോവലും സിനിമയും പ്രമേയപരമായി സ്വാംശീകരിച്ചത് എങ്ങനെ? അതിനെ സ്വാധീനിച്ച ഘടകങ്ങൾ എന്തൊക്കെ? രാഷ്ട്രീയം പ്രമേയമായ നോവലും സിനിമയും കേരളീയ സമൂഹത്തിൽ ചെലുത്തിയ സ്വാധീനം എന്ത്? മലയാള നോവലിന്റെയും സിനിമയുടെയും ആഖ്യാന/ഭാവതലങ്ങളിൽ രാഷ്ട്രീയപ്രമേയങ്ങൾ വരുത്തിയ പരിണാമം ഏതു വിധത്തിലുള്ളതാണ്? നോവലിന്റെയും സിനിമയുടെയും ആഖ്യാനതലത്തിലുണ്ടായ നൂതന പരീക്ഷണങ്ങൾ രാഷ്ട്രീയാവിഷ്കാരങ്ങളെ മാറ്റിപ്പണിതതെങ്ങനെ? ഇത്തരം കാര്യങ്ങളെ വിശകലനാത്മകമായി പഠിക്കുന്നു.

മലയാളത്തിൽ സിനിമ പിറവിയെടുത്ത 1928 മുതൽ 1999 വരെയുള്ള കാലത്തുണ്ടായ രാഷ്ട്രീയനോവലുകളും സിനിമകളുമാണ് വിശകലനത്തിനു വിധേയമാകുന്നത്. ഇരുപതാം നൂറ്റാണ്ടിന്റെ ഭൂരിഭാഗം വരുന്ന ഈ രാഷ്ട്രീയകാലത്തെ 1928 മുതൽ 1969 വരെ, 1970 മുതൽ 1999 വരെ എന്നിങ്ങനെ രണ്ടായി വിഭജിച്ചുകൊണ്ടാണ് പഠനം നടത്തുന്നത്. ജനതയുടെ ജീവിതാവബോധത്തിൽ വന്നമാറ്റവും രാഷ്ട്രീയരംഗത്തെ

വ്യതിയാനങ്ങളും നോവലിലും സിനിമയിലുമുണ്ടായ മാധ്യമപരമായ പരിണാമങ്ങളുമാണ് കാലവിഭജനത്തിന് അടിസ്ഥാനം.

ഈ രണ്ടു ഘട്ടങ്ങളിലെയും രാഷ്ട്രീയനോവലുകളെയും സിനിമകളെയും പൊതുവായ വിശകലനത്തിന് വിധേയമാക്കുന്നു. രാഷ്ട്രീയകാലത്തിന്റെ പശ്ചാത്തലത്തിലാണ് രണ്ടു മാധ്യമങ്ങളിലെയും രാഷ്ട്രീയാവിഷ്കാരങ്ങളെ ചേർത്തു നിർത്തുന്നത്. മാധ്യമപരമായ പൊതുസ്വഭാവങ്ങളിൽ രാഷ്ട്രീയാവിഷ്കാരങ്ങൾക്കുള്ള സ്വാധീനതയും പൊതുസ്വഭാവങ്ങളോട് രാഷ്ട്രീയാവഷ്കാരങ്ങൾ പുലർത്തുന്ന പൊരുത്തവും ഇടർച്ചയും പരിശോധിക്കുന്നു. രാഷ്ട്രീയാഖ്യാനങ്ങളിലെ സവിശേഷഘടകങ്ങൾ കണ്ടെടുക്കുന്നു. രാഷ്ട്രീയം എന്ന പ്രമേയഘടകത്തിന്റെ ആവിഷ്കാരം ജനതയെ ഏറ്റവുമധികം സ്വാധീനിച്ച മാധ്യമങ്ങളിലൂടെ നിർവഹിക്കപ്പെടുന്നതെങ്ങനെ എന്നാണ് ഇവിടെ അന്വേഷിക്കുന്നത്. നോവലിനെയും സിനിമയെയും മാധ്യമം എന്ന നിലയിൽ തികച്ചും സ്വതന്ത്രമായി പരിഗണിച്ചുകൊണ്ടുതന്നെ രാഷ്ട്രീയാഖ്യാനങ്ങളുടെ സമാനതകളും വൈരുദ്ധ്യങ്ങളും സമാന്തരവഴികളും കണ്ടെത്തുന്നു. ഈ നിഗമനങ്ങളെ സമർത്ഥിക്കുന്നതിനുതകുന്ന സമാന/വിരുദ്ധ/സമാന്തര ജോഡികളെ പ്രത്യേകപഠനത്തിന് വിധേയമാക്കുന്നു. ഒരു പ്രമേയഘടകത്തെ മുൻനിർത്തി രണ്ടു മാധ്യമങ്ങളെ സമാന്തരമായി വിശകലനം ചെയ്യുന്ന സവിശേഷ പഠനരീതിയാണ് ഈ ഗവേഷണപ്രബന്ധം മുന്നോട്ടുവയ്ക്കുന്നത്.

കുറിപ്പുകൾ

1. 'Politics is the study of shaping and sharing of power' - Laswell and Kaplan - Power and Society: A frame work for political inquiry, Yale Press, 1950, P. XIV.
2. രേഖാചിത്രം, William Conbloom, Sociology in a changing world, CUP, Cambridge, 1988.
3. ഇവാൻ ഇല്ലിച്ച് - സാമൂഹികശാസ്ത്രദർശനം, ഡോ. കെ.വി. ദിലീപ് കുമാർ, കേരള ഭാഷാ ഇൻസ്റ്റിറ്റ്യൂട്ട്, തിരുവനന്തപുരം, 2000, പു. 77.
4. 'The state represents violence in the concentrated and organized form' - Gandhiji - Political philosophy East and West - Edited by Krishna Roy, Javapur University in collaboration with Allied Publishers Limited - New Delhi, 2003, P. 58.
5. Robert. E. Goodin - A companion to contemporary political philosophy - Edited by Robert E. Goodin and Philip Pettit, Blackwell Publishers, USA, 2000 (Chaper 6, The contribution of political science), p. 157,158.

6. Karl. W. Dentsh - Politics and Government : How people decide their fate, Houghton Miffin Company, Boston, Second Edition, 1974, p. 8.
7 .Bertand Russel - Selected papers of Bertand Russel, Modern Library New York, 1955, p. 101.
8. ഗ്രാംഷി - സാമൂഹികശാസ്ത്രദർശനം, ഡോ. കെ.വി. ദിലീപ് കുമാർ, കേരള ഭാഷാ ഇൻസ്റ്റിറ്റ്യൂട്ട്, 2000, തിരുവനന്തപുരം, പു. 80.
9. Christopher Pearson, The modern state, Blackwell Publishers, USA, 1996, p. 22.
10. സംഗ്രഹം - സാമൂഹികശാസ്ത്രദർശനം, ഡോ. കെ.വി. ദിലീപ്കുമാർ, കേരള ഭാഷാ ഇൻസ്റ്റിറ്റ്യൂട്ട്, തിരുവനന്തപുരം, 2000, പു. 81,82.
11. വി.കെ. ജോസഫ് - സിനിമയും പ്രത്യയശാസ്ത്രവും, സാംസ്കാരിക പ്രസിദ്ധീകരണ വകുപ്പ്, കേരള സർക്കാർ, 1997, പു. 22.
12. മിഷേൽ ഫൂക്കോ - സിനിമയുടെ രാഷ്ട്രീയം, രവീന്ദ്രൻ, ബോധി ഫിലിം ലൈബ്രറി, കോഴിക്കോട്, 1990, പു. 32.

അധ്യായം രണ്ട്

രാഷ്ട്രീയപ്രമേയങ്ങൾ മലയാളനോവലിലും സിനിമയിലും 1928 മുതൽ 1969 വരെ

മലയാളനോവലിലെയും സിനിമയിലെയും രാഷ്ട്രീയാഖ്യാനങ്ങളുടെ പൊതുവായ അവലോകനമാണ് രണ്ട്, മൂന്ന് അദ്ധ്യായങ്ങളിൽ നിർവഹിക്കുന്നത്. നമ്മുടെ രാഷ്ട്രീയകാലത്തിന്റെ പശ്ചാത്തലത്തിൽ നോവലിനെയും സിനിമയെയും സമാന്തരമായി നിർത്തിക്കൊണ്ടാണ് രാഷ്ട്രീയാഖ്യാനങ്ങളെ വിലയിരുത്തുന്നത്. മലയാളസിനിമയുടെ പിറവി 1928-ൽ ആണ്. അതിനാൽ 1928 ന് ശേഷമുള്ള നോവലുകളെയാണ് ഈ പഠനത്തിൽ ഉൾപ്പെടുത്തിയിട്ടുള്ളത്. 1928 മുതൽ 1969 വരെയുള്ള നാലു ദശകങ്ങളാണ് രണ്ടാമദ്ധ്യായത്തിൽ വിശകലന വിധേയമാകുന്നത്. ഈ കാലഘട്ടത്തിലെ സിനിമകളുടെയും നോവലുകളുടെയും പ്രമേയ/ആഖ്യാനതലങ്ങളുടെ പൊതുസ്വഭാവം, വേറിട്ട സമീപനങ്ങൾ, പരിണാമം, ഇതിന്റെ യൊക്കെ പശ്ചാത്തലത്തിൽ ഈ കാലത്തുണ്ടായ രാഷ്ട്രീയനോവലുകളെയും സിനിമകളെയും വിലയിരുത്തുന്നു. അവയുടെ പ്രമേയ/ ആഖ്യാനതലങ്ങളുടെ 'പക്ഷവും' ചരിത്രപരമായ സ്ഥാനവും കണ്ടെത്തുന്നു.

മലയാളസിനിമയുടെ പിറവിക്കുശേഷമുള്ള നാല് ദശകങ്ങൾ കേരളത്തിന്റെ സാമൂഹിക/സാംസ്കാരിക/രാഷ്ട്രീയചരിത്രത്തിലും

നിർണ്ണായകമാണ്. കേരളീയ സമൂഹത്തിന്റെ പിൽക്കാല ഗതിയെത്ത ന്നെ നിർണ്ണയിച്ച രാഷ്ട്രീയകാലഘട്ടത്തെയും ഇക്കാലത്ത് മലയാളത്തി ലുണ്ടായ രാഷ്ട്രീയനോവലുകളിലെയും സിനിമകളിലെയും രാഷ്ട്രീയാന്ത രീക്ഷത്തെയും താരതമ്യത്തിന് വിധേയമാക്കുന്നു. പാരസ്പര്യത്തിന്റെ തലങ്ങൾ കണ്ടെത്തുന്നു.

രാഷ്ട്രീയകാലം

ഈ നാലു പതിറ്റാണ്ടുകൾ കേരളത്തിന്റെ ഭാവിയെ രൂപപ്പെടുത്തിയ നിരവധി സാമൂഹിക ചലനങ്ങൾക്ക് സാക്ഷ്യം വഹിച്ചു. കൊളോണിയൽ ഭരണത്തിനെതിരായ സമരം ശക്തിപ്രാപിച്ചു. ഒക്ടോബർ വിപ്ലവ ത്തിന്റെ വിജയത്തോടെ ലോകത്താകമാനം പ്രചാരം നേടിയ മാർ ക്സിസ്റ്റ്-കമ്മ്യൂണിസ്റ്റ് ആശയസംഹിതകൾ ജനതയെ സ്വാധീനിച്ചു. ഇംഗ്ലീഷ് വിദ്യാഭ്യാസവും അച്ചടി മാധ്യമങ്ങളുടെ പ്രചാരവും നൂതനമായ രാഷ്ട്രീയദർശനങ്ങളെയും സാഹിത്യ സമീപനങ്ങളെയും ശാസ്ത്രീയജ്ഞാ നത്തെയും പരിചയപ്പെടുത്തി. ദേശീയസ്വാതന്ത്ര്യത്തെക്കുറിച്ചും മാനവ മോചനത്തെക്കുറിച്ചുമുണ്ടായ നവബോധം കൊളോണിയൽ അധിനി വേശത്തിനെതിരായ സമരത്തിനും ഫ്യൂഡൽവ്യവസ്ഥക്കെതിരായ പ്രക്ഷോഭത്തിനും ശക്തി പകർന്നു. ദായക്രമങ്ങളും ഭൂവുടമാസമ്പ്ര ദായങ്ങളും വെല്ലുവിളി നേരിട്ടു. മാറ്റത്തിനായുള്ള ജനതയുടെ കുതിപ്പ് കാലഘട്ടത്തെ പ്രക്ഷുബ്ധമാക്കി. ജാതിവ്യവസ്ഥയ്ക്കും ജന്മിസമ്പ്രദായ ത്തിനും എതിരായ കലാപങ്ങൾ; അതിന്റെ വിജയം, സ്വാതന്ത്ര്യസ മരത്തിന്റെ രൂക്ഷസ്ഥിതി, ഇന്ത്യയുടെ സ്വാതന്ത്ര്യലബ്ധി, കമ്മ്യൂണിസ്റ്റ് പാർട്ടിയുടെ രൂപീകരണം, കമ്മ്യൂണിസ്റ്റ് പാർട്ടിയുടെ അധികാര ലബ്ധി, ഭൂപരിഷ്കരണ/വിദ്യാഭ്യാസ ബില്ലുകൾ, വിമോചനസമരം തുടങ്ങി നിരവധി സംഭവഗതികളിലൂടെ ഇരുപതാംനൂറ്റാണ്ടിന്റെ ആദ്യപകുതി കടന്നുപോയി. വിമോചന സമരത്തിനുശേഷം കേരളരാഷ്ട്രീയം കലങ്ങി മറിഞ്ഞു. രാഷ്ട്രീയരംഗത്ത് ദൂരവ്യാപകമായ ഫലങ്ങൾക്ക് നിദാനമായ നിരവധി ചലനങ്ങൾക്ക് അറുപതുകൾ സാക്ഷ്യം വഹിച്ചു. അടവുനയ ങ്ങളും അവസരവാദപരമായ മുന്നണി സംവിധാനങ്ങളും പിളർപ്പുകളും രാഷ്ട്രീയരംഗത്തെ പിടിച്ചുലച്ചു. ജാതീയമായ അടിയൊഴുക്കുകൾ കേര ളരാഷ്ട്രീയത്തെയാകെ ബാധിച്ചു. കേരള നിയമസഭയിലേക്കുള്ള രണ്ടാം പൊതു തിരഞ്ഞെടുപ്പിനെ തുടർന്ന് പട്ടം താണുപിള്ളയുടെ നേതൃത്വ ത്തിൽ പി.എസ്.പി-കോൺഗ്രസ് മന്ത്രിസഭ അധികാരത്തിൽ വന്നു. പട്ടവും കോൺഗ്രസ് നേതാക്കളും തമ്മിലുള്ള അഭിപ്രായ വ്യത്യാസം രൂക്ഷമായതിനെത്തുടർന്ന് 1962 സെപ്റ്റംബറിൽ പട്ടത്തെ പഞ്ചാബ്

ഗവർണ്ണറാക്കുകയും ആർ.ശങ്കർ മുഖ്യമന്ത്രിയാവുകയും ചെയ്തു. 1964-ൽ ആഭ്യന്തരമന്ത്രിയായിരുന്ന പി.ടി. ചാക്കോയ്ക്ക് എതിരെ ഉയർന്ന ആരോപണങ്ങളെ തുടർന്ന് അദ്ദേഹം രാജിവെച്ചു. അവിഭക്ത ഇന്ത്യൻ നാഷണൽ കോൺഗ്രസിലെ അന്ത:ച്ഛിദ്രവും വ്യക്തിസ്പർദയും ജാതിമത മാത്സര്യവുമെല്ലാം പരമകാഷ്ഠയിലെത്തി. 1964 ഒക്ടോബർ 9 ന് ഇന്ത്യൻ നാഷണൽ കോൺഗ്രസിന്റെ കേരളഘടകം പിളർന്ന് 'കേരള കോൺഗ്രസ്' രൂപം കൊണ്ടു. മധ്യതിരുവിതാംകൂറിലെ സിറിയൻ/ കാത്തലിക്/നായർ സമുദായങ്ങളുടെ പിന്തുണ കേരള കോൺ ഗ്രസിനുണ്ടായിരുന്നു. ഈ പിളർപ്പിനെത്തുടർന്ന് ശങ്കർ മന്ത്രിസഭ നിലംപൊത്തി.

1964-ൽത്തന്നെയാണ് അഖിലേന്ത്യാടിസ്ഥാനത്തിൽ കമ്മ്യൂണി പാർട്ടി ഓഫ് ഇന്ത്യ പിളർന്ന് സി.പി.ഐ(എം) രൂപീകൃതമാവുന്നത്. 1962-ൽ ചൈന നടത്തിയ ഇന്ത്യാ ആക്രമണവും ലോക കമ്മ്യൂണിസ്റ്റ് പ്രസ്ഥാനത്തിലെ പിളർപ്പുമാണ് ഇന്ത്യൻ കമ്മ്യൂണിസ്റ്റ് പാർട്ടിയിലെ റഷ്യൻ അനുകൂല വലതുപക്ഷവും ചൈന അനുകൂല ഇടതുപക്ഷവുമായു ള്ള ഭിന്നിപ്പിന് ആക്കം കൂട്ടിയത്. സോവിയറ്റ് യൂണിയനോട് ആഭിമുഖ്യം പ്രകടിപ്പിക്കുന്ന ഔദ്യോഗിക വിഭാഗത്തിന് പാർട്ടിയിൽ ഭൂരിപക്ഷം ഉണ്ടായിരുന്നു. ചൈനീസ് നിലപാടിനോട് ആഭിമുഖ്യം പുലർത്തിയിരു ന്നവരാണ് 1964-ൽ സി.പി.ഐ(എം) രൂപീകരിച്ചത്. സി.പി.ഐ-യിലെ പിളർപ്പ് കേരളത്തിലെ പാർട്ടിയെയും ബാധിച്ചു. ദേശീയ സമിതിയിൽ നിന്ന് ഇറങ്ങിപ്പോന്ന 32 പേരിൽ 6 പേർ കേരളത്തിൽ നിന്നുള്ളവരാ യിരുന്നു. നേതാക്കളിൽ ഭൂരിപക്ഷവും ഔദ്യോഗിക പക്ഷത്തോടൊപ്പം നിന്നപ്പോൾ പ്രവർത്തകരിൽ ഭൂരിഭാഗവും സി.പി.ഐ(എം) നൊപ്പം നിന്നു. രണ്ട് കമ്മ്യൂണിസ്റ്റ് പാർട്ടികളും ബലാബലം പരീക്ഷിച്ച 1965-ലെ ഇടക്കാല തിരഞ്ഞെടുപ്പിൽ സി.പി.ഐ(എം) ഏറ്റവും വലിയ ഒറ്റക്കക്ഷിയായി. സി.പി.ഐ യ്ക്ക് കനത്ത തിരിച്ചടി നേരിട്ടു. ആർക്കും ഭൂരിപക്ഷം ലഭിക്കാത്തതിനെത്തുടർന്ന് നിയമസഭ പിരിച്ചുവിട്ട് രാഷ്ട്ര പതി ഭരണം ഏർപ്പെടുത്തേണ്ടിവന്നു. 1967-ലെ പൊതു തിരഞ്ഞെടുപ്പിൽ കോൺഗ്രസിനെ തോൽപ്പിച്ച് സി.പി.ഐ(എം) ന്റെ നേതൃത്വത്തിൽ രൂപീകൃതമായ സപ്തകക്ഷി മുന്നണി അധികാരത്തിലെത്തി. ഇ.എം. എസ് നമ്പൂതിരിപ്പാടായിരുന്നു മുഖ്യമന്ത്രി. വിമോചന സമരകാലത്ത് ഇ.എം.എസ് മന്ത്രിസഭയെ താഴെയിറക്കാൻ അക്ഷീണം പരിശ്രമിച്ചവർ 1967-ൽ ഇ.എം.എസിനെ വീണ്ടും അധികാരത്തിലെത്തിക്കുന്നതിൽ നിർണ്ണായക പങ്കുവഹിച്ചു എന്നത് കേരള രാഷ്ട്രീയത്തിലെ ശ്രദ്ധേയ മായ വൈരുദ്ധ്യമാണ്. സപ്തകക്ഷി മുന്നണിയിലെ പടലപ്പിണക്കങ്ങൾ

ഇ.എം.എസിന്റെ രാജിയിൽ കലാശിക്കുകയും സി. അച്ചുതമേനോൻ മുഖ്യമന്ത്രിയാവുകയും ചെയ്തു. നാടകീയമായ നിരവധി സംഭവ വികാസങ്ങൾ ഇക്കാലത്തിനിടയിലുണ്ടായി.

അറുപതുകളുടെ അവസാനത്തിലാണ് സി.പി.ഐ(എം) ൽ നിന്നും വേറിട്ട്, സായുധവിപ്ലവത്തിൽ മാത്രം വിശ്വസിക്കുന്ന തീവ്രവാദി ഗ്രൂപ്പ് ഉടലെടുക്കുന്നത്. ഇവർ സി.പി.ഐ(എം.എൽ) എന്ന് അറിയപ്പെട്ടു. നക്സലേറ്റുകൾ നടത്തിയ സായുധ കലാപങ്ങളുടെ തുടക്കം അറുപതുകളുടെ അവസാനത്തിലായിരുന്നു. 1968-ൽ പുൽപ്പള്ളിയിൽ നടന്ന നക്സൽ ആക്രമണം, കുറ്റ്യാടി പോലീസ് സ്റ്റേഷൻ ആക്രമണം തുടങ്ങിയവ ഇതിൽ ചിലതായിരുന്നു. കുന്നിക്കൽ നാരായണൻ, ഫിലിപ്പ് എം. പ്രസാദ്, മന്ദാകിനി, അജിത, വർഗീസ്, കെ.പി.നാരായണൻ തുടങ്ങിയവർ നക്സൽ പ്രവർത്തനങ്ങൾക്ക് നേതൃത്വം നൽകി. ഇവരിൽ പലരും 1968-ൽത്തന്നെ അറസ്റ്റിലാവുകയും ചെയ്തു.

അമരാവതിയിലെയും കൊട്ടിയൂരിലെയും കുടിയൊഴിപ്പിക്കൽ പ്രശ്നങ്ങൾ, ഈ രണ്ടു പ്രശ്നങ്ങളിലും എ.കെ.ജി നടത്തിയ ഇടപെടലുകൾ, 1967-ൽ കേരളത്തിനാവശ്യമായ അരി ലഭിക്കുന്നതിനുവേണ്ടി കേരള സർക്കാർ നയിച്ച കേന്ദ്രവിരുദ്ധസമരം ഇതെല്ലാം തന്നെ അറുപതുകളുടെ രാഷ്ട്രീയചരിത്രത്തിൽ ഏറെ പ്രാധാന്യമർഹിക്കുന്നു.

മാധ്യമത്തിന്റെ പൊതുസ്വഭാവം

1928 മുതൽ 1969 വരെയുള്ള കാലത്തെ മലയാളസിനിമയുടെയും നോവലിന്റെയും പൊതുസ്വഭാവം പരിശോധിക്കുന്നതുവഴി ഈ മാധ്യമങ്ങളുടെ ചരിത്രത്തിൽ ഇക്കാലത്തുണ്ടായ രാഷ്ട്രീയാവിഷ്കാരങ്ങളുടെ പ്രസക്തി എന്ത്, പ്രമേയ/ആഖ്യാനതലങ്ങളിൽ അവയുടെ നില ഏതു വിധത്തിലാണ്, തുടങ്ങിയ വസ്തുതകൾ വ്യക്തമാവും.

1928-നും 1949-നും ഇടയിൽ അഞ്ചു ചിത്രങ്ങൾ മാത്രമാണ് മലയാളത്തിൽ നിർമ്മിക്കപ്പെട്ടത്. അമ്പതുകളിലും അറുപതുകളിലുമായാണ് മലയാളസിനിമാ വിപണി സജീവമാകുന്നത്. മലയാളത്തിലുണ്ടായ ആദ്യ ചലച്ചിത്രം 1928 ൽ പുറത്തിറങ്ങിയ 'വിഗതകുമാരൻ' ആണ്. ഇതൊരു നിശബ്ദ ചിത്രമായിരുന്നു. 'വിഗതകുമാര'ന്റെ തിരക്കഥയും ഛായാഗ്രഹണവും നിർമ്മാണവും സംവിധാനവും നിർവഹിച്ചത് ജെ.സി.ഡാനിയൽ ആണ്. 1928 നവംബർ 07-ന് തിരുവനന്തപുരത്തെ ക്യാപിറ്റോൾ തീയറ്ററിൽ ഈ ചിത്രം പ്രദർശനമാരംഭിച്ചു. ഇതിനുശേഷം നാലു പതിറ്റാണ്ടിനിടയിൽ മുന്നൂറിനുമേൽ സിനിമകൾ

മലയാളത്തിന്റേതായി നിർമ്മിക്കപ്പെട്ടു. 1932-ൽ രാജരാജേശ്വരി ഫിലിംസിനുവേണ്ടി ആർ. സുന്ദർ നിർമ്മിച്ച് വി.വി. റാവു സംവിധാനം ചെയ്ത 'മാർത്താണ്ഡവർമ്മ'യാണ് 'വിഗതകുമാര'നുശേഷം പുറത്തിറങ്ങിയ മലയാള ചലച്ചിത്രം. സി.വി.രാമൻപിള്ളയുടെ 'മാർത്താണ്ഡവർമ്മ' എന്ന നോവലിന്റെ ചലച്ചിത്രാവിഷ്കാരമായിരുന്നു ഈ നിശ്ശബ്ദ ചിത്രം.1938 ഡിസംബറിലാണ് മലയാളത്തിലെ ആദ്യ ശബ്ദചിത്രമായ 'ബാലൻ' റിലീസാകുന്നത്. സേലം മോഡേൺ തീയറ്റേഴ്സിനുവേണ്ടി ടി.ആർ സുന്ദരം നിർമ്മിച്ച് മുതുകുളം രാഘവൻ പിള്ള തിരക്കഥയെഴുതി എം.എസ്. നൊട്ടാണി സംവിധാനം ചെയ്ത ബാലൻ പ്രമേയപരമായി അന്നത്തെ തമിഴ്-ഹിന്ദി ചിത്രങ്ങളോടാണ് ആധർമണ്യംപുലർത്തിയത്. ഹിന്ദി-തമിഴ് ചിത്രങ്ങളിൽ ഏറെ ആവർത്തിക്കപ്പെട്ട 'രണ്ടാനമ്മയുടെ ക്രൂരത' എന്ന പ്രമേയത്തിന്റെ അതിഭാവുകത്വം നിറഞ്ഞ ആവിഷ്കാരമായിരുന്നു 'ബാലൻ'. എം.എസ്. നൊട്ടാണിയുടെ സംവിധാനത്തിൽ 1940-ൽ പുറത്തിറങ്ങിയ 'ജ്ഞാനാംബിക'യും കൈകാര്യം ചെയ്തത് ഇതേ പ്രമേയം തന്നെയായിരുന്നു. 1941-ൽ റിലീസ് ചെയ്ത 'പ്രഹ്ളാദ' (സംവിധാനം: കെ. സുബ്രഹ്മണ്യം) മലയാളത്തിലെ ആദ്യ പുരാണ ചിത്രമാണ്. പിന്നീടുള്ള ആറുവർഷം മലയാളത്തിൽ സിനിമകളൊന്നും നിർമ്മിക്കപ്പെട്ടിട്ടില്ല. 1948-ൽ സ്വാതന്ത്ര്യാനന്തര മലയാളസിനിമയിലെ ആദ്യചിത്രമായി പുറത്തുവന്ന 'നിർമല' (സിവിധാനം പി.വി.കൃഷ്ണയ്യർ) ദരിദ്രയായ യുവതിയും (നിർമ്മല) പോലീസുകാരനായ യുവാവും (രഘു) തമ്മിലുള്ള പ്രേമബന്ധത്തിന്റെ കഥ പറയുന്നു. തമിഴ്-ഹിന്ദി ചിത്രങ്ങളുടെ അന്നത്തെ ഫോർമുലയിലാണ് 'നിർമ്മല'യും രൂപം കൊണ്ടത്. പ്രേമം, പ്രതിബന്ധങ്ങൾ, തെറ്റിദ്ധാരണ, വേർപിരിയൽ, ഒന്നുചേരൽ ഈ ക്രമത്തിൽ വികസിക്കുന്ന പ്രമേയതലമാണ് 'നിർമ്മല'യുടേത്.

'ഉദയാ'യുടെ ആദ്യ ചിത്രമായ 'വെള്ളിനക്ഷത്രം' (സംവിധാനം: Felix J.H.Bays) ആണ് 1949 ലെ ഏക മലയാളചിത്രം. 'നിർമ്മല'യിൽ നിന്ന് ഏറെയൊന്നും വ്യത്യസ്തമല്ലാത്ത പ്രേമകഥയാണ് വെള്ളിനക്ഷത്രത്തിന്റെയും പ്രമേയം. പ്രേമം, ചതി, വേർപാട്, പുന:സമാഗമം ഇതിലപ്പുറമൊന്നും 'വെള്ളി നക്ഷത്ര'ത്തിനും പറയാനുണ്ടായിരുന്നില്ല. 'രണ്ടാനമ്മയുടെ ക്രൂരത' എന്ന ഘടകവും പ്രമേയതലത്തിൽ ഇഴ ചേർത്തിരിക്കുന്നു.

മുൻവർഷങ്ങളിൽ നിന്ന് വ്യത്യസ്തമായി 1950 കളിൽ മലയാളസിനിമാവിപണി സജീവമായി. ശരാശരി അഞ്ചിലേറെ ചിത്രങ്ങൾ ഓരോ വർഷവും പുറത്തിറങ്ങി. സിനിമയുടെ പ്രമേയ/ആഖ്യാനതലങ്ങൾ 'വിപണി'ക്ക് അനുസൃതമായി പരുവപ്പെടുത്തുന്നതിന്റെ തുടക്കം

അമ്പതുകളിലെ മലയാളസിനിമയിൽ വ്യക്തമായി കാണാം. അമ്പതുകളുടെ അവസാനത്തോടെ വിപണി ശക്തമാവുകയും 'ജനപ്രിയഘടകങ്ങൾ' സിനിമയുടെ രൂപഭാവങ്ങളെ നിർണ്ണയിച്ചു തുടങ്ങുകയും ചെയ്തു. വിനോദോപാധി എന്നതിനപ്പുറം സിനിമയെ ഗൗരവമായി കാണാൻ ചലച്ചിത്ര പ്രവർത്തകർ തയ്യാറായില്ല. 'രാവുനീളെ നിറയുന്ന കലാപരിപാടികൾക്കായി ഉത്സവപ്പറമ്പിലെത്തുന്ന സാധാരണക്കാരനായിരുന്നു സിനിമാപ്രവർകരുടെ മാതൃകാ പ്രേക്ഷകൻ. ഈ പ്രേക്ഷകന്റെ അഭിലാഷങ്ങളെ തൃപ്തിപ്പെടുത്താനാണ് അവർ യത്നിച്ചത്. ഉത്സവപ്പറമ്പിൽ നിന്നു ലഭിക്കുന്ന മാനസികോല്ലാസം പ്രേക്ഷകനിൽ പകരാനായി ഉത്സവപ്പറമ്പിലെ കലാരൂപങ്ങളെ ദത്തെടുക്കുകയാണ് അവർ ചെയ്തത്. അങ്ങനെ ഒരു സിനിമയുടെ ഗാത്രത്തിൽ നൃത്തമുണ്ടായി, നാടകമുണ്ടായി, ഗാനമേളയുണ്ടായി'[1] സിനിമയുടെ ദൃശ്യതലം നിരവധി കലാരൂപങ്ങളുടെ 'സങ്കരം' എന്ന നിലയിൽ ഒതുങ്ങിനിന്നു. കഥാഗതി ഏകതാനമായി തുടർന്നു. ചിത്രീകരണം സ്റ്റുഡിയോ ഫ്ളോറിൽ നിന്നു പുറത്തേക്ക് വന്നില്ല. ക്യാമറയുടെ സാധ്യതകളെ ഉപയോഗപ്പെടുത്താനായില്ല. മൂവിക്യാമറയിലേക്ക് പകർത്തപ്പെട്ട നാടകം പോലെയായിരുന്നു അന്നത്തെ സിനിമ. ചലച്ചിത്രം എന്ന മാധ്യമത്തിന്റെ ദൃശ്യസാധ്യതകൾ, ദൃശ്യഭാഷയിലൂടെയുള്ള സംവേദനം ഇതൊന്നും അക്കാലത്തെ ചലച്ചിത്രകാരന്റെ ചിന്താപരിസരത്തെ അലോസരപ്പെടുത്തിയിരുന്നില്ല.

ജനപ്രിയഘടകങ്ങളുടെ ചേരുംപടി ചേർക്കലിലൂടെയാണ് പ്രമേയതലം രൂപപ്പെട്ടത്.

എ. പ്രേമം/വിരഹം/പുനഃസമാഗമം

ബി. ധനികനും ദരിദ്രയും തമ്മിലോ മറിച്ചോ ഉള്ള പ്രേമം

സി. നായകന്റെയോ നായികയുടേയോ ത്യാഗം

ഡി. ദാരിദ്ര്യം

ഇ. നന്മയുടെ വിജയം

ഇത്തരം പ്രമേയങ്ങളെ ചുറ്റിപ്പറ്റി രൂപംകൊടുത്തതും അതിഭാവുകത്വം നിറഞ്ഞതുമായ ജീവിതമുഹൂർത്തങ്ങൾ, നെടുങ്കൻ ഡയലോഗുകൾ, അതിവൈകാരികമായി പുരോഗമിക്കുന്ന കഥാഗതി, ശുഭകരമായ അവസാനം ഇങ്ങനെയൊരു പ്രമേയ ശരീരമായിരുന്നു അമ്പതുകളിലെ മലയാളസിനിമയുടെ മുഖമുദ്ര. ഏറെക്കാലം നമ്മുടെ സിനിമയെ സ്വാധീനിച്ച ഇത്തരം പ്രവണതകൾക്ക് തുടക്കം കുറിച്ചത് 'ജീവിതനൗക'യ്ക്ക്

(1951) കൈവന്ന വൻ സാമ്പത്തിക വിജയമാണ്. തിരുവനന്തപുരത്ത് ഈ ചിത്രം തുടർച്ചയായി 284 ദിവസം പ്രദർശിപ്പിച്ചു. സോമന്റെയും ലക്ഷ്മിയുടെയും ജാനുവിന്റെയും ജീവിതകഥ തുടർന്നങ്ങോട്ട് മലയാളസിനിമയ്ക്ക് മാതൃകയായി നിന്നു. 'ജീവിതനൗക'യ്ക്ക് മുമ്പ് 1950ൽ പുറത്തിറങ്ങിയ 'സ്ത്രീ' പ്രമേയപരമായി തികഞ്ഞ വ്യതിരിക്തത പുലർത്തിയിരുന്നു. പാരമ്പര്യം എന്നത് മായ്ച്ചുകളയാനാവാത്ത സത്യമാണോ എന്ന് പരീക്ഷിക്കാനായി സ്വന്തം ജീവിതംതന്നെ ഹോമിക്കുന്ന എഴുത്തുകാരനായ രാജന്റെ കഥ ഏറെ കോളിളക്കം സൃഷ്ടിച്ചു. എന്നാൽ 'സ്ത്രീ'യുടെ പ്രമേയപരമായ മാറിനടപ്പ് തുടരാൻ മലയാളസിനിമയ്ക്കായില്ല. 'ജീവിതനൗക'യ്ക്ക് പിന്നാലെ 'മലയാള ചലച്ചിത്രനൗക' ഏറെക്കാലം തുഴഞ്ഞുനീങ്ങി.

മലയാളസിനിമാ വിപണി കൂടുതൽ കരുത്താർജ്ജിച്ച അറുപതുകളിൽ വ്യവസായതാല്പര്യങ്ങൾക്ക് അനുഗുണമായി സിനിമയുടെ പ്രമേയ/ ആഖ്യാനതലങ്ങളെ അണിയിച്ചൊരുക്കുന്ന പ്രവണത കൂടുതൽ ശക്തമായി. നിർമ്മാതാക്കളായിരുന്നു അറുപതുകളിലെ മലയാളസിനിമയുടെ കേന്ദ്രം. ഇവരിൽ പലരും സംവിധായകരും കൂടിയായിരുന്നു. എക്സൽ പ്രൊഡക്ഷൻസ് (കുഞ്ചാക്കോ),നീലാപ്രൊഡക്ഷൻസ്(പി. സുബ്രഹ്മണ്യം),ചന്ദ്രതാരാ പ്രൊഡക്ഷൻസ് (ടി.കെ.പരീക്കുട്ടി), ഗണേശ് പിക്ചേഴ്സ് (കെ.പി. കൊട്ടാരക്കര), അസോസിയേറ്റഡ് പിക്ചേഴ്സ്, ജയാപിക്ചേഴ്സ്, തിരുമേനി പിക്ചേഴ്സ് തുടങ്ങിയ നിർമ്മാണ/ വിതരണ കമ്പനികളുടെ സമ്പൂർണ്ണാധിപത്യം അറുപതുകളിൽ കാണാം. ഉദയ, മെറിലാന്റ് തുടങ്ങിയ സ്റ്റുഡിയോകൾ പ്രമുഖ ചിത്രീകരണ കേന്ദ്രങ്ങൾ ആയിരുന്നു. നിർമ്മാതാക്കൾ 'കഥാവിഭാഗ'ങ്ങൾക്ക് രൂപം കൊടുത്തു. ഉദയായ്ക്കും മെറിലാന്റിനും ഇത്തരം കഥാവിഭാഗങ്ങൾ ഉണ്ടായിരുന്നു. ഈ കഥാവിഭാഗങ്ങൾ വിപണിയുടെ സാധ്യതകൾക്കനുസൃതമായി പ്രമേയങ്ങൾ മെനഞ്ഞിരുന്നു/കണ്ടെത്തിയിരുന്നു.

പുരാണങ്ങൾ, വടക്കൻ ഇതിഹാസങ്ങൾ, സാഹിത്യകൃതികൾ എന്നിവയൊക്കെ വിപണിക്കനുസൃതമായി ചലച്ചിത്രാവിഷ്കാരം നേടി. സംവിധായകന്റെ കലയാണ് സിനിമയെങ്കിലും അറുപതുകളിലെ മലയാളസിനിമ ഏറിയപക്ഷവും നിർമ്മാതാവിന്റെ കൗശലങ്ങൾക്കൊപ്പമാണ് സഞ്ചരിച്ചത്. വ്യവസായം എന്ന നിലയിൽ ഏറെ വളർന്ന മലയാളസിനിമയ്ക്ക് കലാരൂപം എന്ന നിലയിൽ ഏറെയൊന്നും അവകാശപ്പെടാനില്ലാത്ത കാലഘട്ടമാണ് അറുപതുകൾ.

പ്രമേയത്തിലെ വൈവിധ്യമാണ് അറുപതുകളിലെ മലയാളസിനിമയുടെ പ്രധാന സവിശേഷത. പുരാണവും (സീത, ഭക്തകുചേല,

കൃഷ്ണകുചേല, ശബരിമല ശ്രീ അയ്യപ്പൻ, ശ്രീരാമപട്ടാഭിഷേകം, ശ്രീ ഗുരുവായൂരപ്പൻ, സത്യഭാമ, ശീലാവതി, ചിലമ്പൊലി, കൊട്ടുങ്ങല്ലൂരമ്മ, കുമാരസംഭവം, ശകുന്തള, സ്നാപകയോഹന്നാൻ, ജ്ഞാനസുന്ദരി) വടക്കൻ ഇതിഹാസങ്ങളും (ഉണ്ണിയാർച്ച, പാലാട്ടുകോമൻ,തച്ചോളി ഒതേനൻ) ആക്ഷനും സസ്പെൻസിനും പ്രാധാന്യം നൽകുന്ന കുറ്റാന്വേഷണ സാഹസിക കഥകളും (കോട്ടയം കൊലക്കേസ്, മൈനത്തരുവി കൊലക്കേസ്, മാടത്തരുവി, കൊച്ചിൻ എക്സ്പ്രസ്സ്, കണ്ണൂർ ഡീലക്സ്, കായംകുളം കൊച്ചുണ്ണി, കടമറ്റത്ത്കത്തനാർ, ആര്യങ്കാവ്, കൊള്ളസംഘം, ചെകുത്താന്റെ കോട്ട, കടലമ്മ) വനകഥകളും (കാട്ടുമല്ലിക, കാട്ടുമൈന, കള്ളിപ്പെണ്ണ്) ഹൊററും (ഭാർഗവീനിലയം, കറുത്ത രാത്രികൾ, കാട്ടുതുളസി, കല്യാണ രാത്രിയിൽ) മുഴുനീള കോമഡിയും (വിരുതൻ ശങ്കു, ആറ്റം ബോംബ്) മലയാളസിനിമയുടെ പ്രമേയ ശരീരത്തിന്റെ ഭാഗമായി. സിനിമ സാധാരണക്കാരന്റെ വിനോദോപാധി എന്ന നിലയിൽ ഏറെ സ്വീകാര്യമായി ത്തീർന്നു. അവനെ രസിപ്പിക്കാൻ വൈവിധ്യമാർന്ന വഴികൾ അന്വേഷിച്ചതിന്റെ ആത്യന്തിക ഫലമായിരുന്നു പ്രമേയപരമായി കൈവന്ന വൈവിധ്യം. ഭാവനയിൽ മാത്രം കാണാനാവുന്ന ദേവലോകങ്ങളും പാടിക്കേട്ടുമാത്രം അറിഞ്ഞിട്ടുള്ള അങ്കവീര്യവും അഭ്യാസച്ചുവടുകളും കൺമുന്നിലെ ചതുരവെളിച്ചത്തിൽ നിറഞ്ഞപ്പോൾ പ്രേക്ഷക ഭൂരിപക്ഷം ആവേശത്തിലാറാടി. രാത്രിയുടെ അന്ത്യയാമത്തിൽ പ്രത്യക്ഷപ്പെടുന്ന യക്ഷികളുടെ വശ്യതയും ഭീകരതയും സാഹസികതയുടെ സംത്രാസവും വനഭൂമികയുടെ ചാരുതകളും അവന് കാഴ്ചയുടെ ഉത്സവം സമ്മാനിച്ചു.

ഇതിനെല്ലാം ഒപ്പംതന്നെ അമ്പതുകളുടെ തുടർച്ചയെന്നോണം കുടുംബ/പ്രണയ കഥകളുടെ ആവർത്തനവും നിലനിന്നു (സ്ത്രീഹൃദയം, ഭാര്യ, ഭർത്താവ്, സുശീല, അന്ന, തറവാട്ടമ്മ, കുട്ടിക്കുപ്പായം, ഉദ്യോഗസ്ഥ, നദി, തുലാഭാരം, കുടുംബം, അധ്യാപിക, ഇണപ്രാവുകൾ etc). ഭാര്യ/ഭർത്താവ്, കാമുകി/കാമുകൻ, സഹോദരൻ/സഹോദരി, അമ്മ/അച്ഛൻ തുടങ്ങിയ ദ്വന്ദ്വങ്ങളിലൂടെ വികസിക്കുന്ന ഇത്തരം ചിത്രങ്ങൾ നന്മയുടെ വിജയം, ബന്ധങ്ങളുടെ പവിത്രത, ആദർശശുദ്ധി, വിധിയുടെ അപ്രമാദിത്വം, ജീവിതത്തിന്റെ യാദൃച്ഛികത, ത്യാഗത്തിന്റെ മഹത്വം തുടങ്ങിയ പ്രമേയങ്ങളെ ആവർത്തിച്ച് ആവിഷ്കരിച്ചു. പ്രണയം-ദാമ്പത്യം- കുടുംബം-സൗഹൃദം തുടങ്ങിയ സുരക്ഷിതമായ ഇടങ്ങളിൽ നിന്നുകൊണ്ട് ഇവയധികവും സാമ്പത്തികവിജയം നേടി.

സാഹിത്യകൃതികളുടെ വ്യാപകമായ തോതിലുള്ള ചലച്ചിത്രാവിഷ്കാരത്തിനും അറുപതുകൾ സാക്ഷിയായി. പാറപ്പുറത്തിന്റെ

'നിണമണിഞ്ഞ കാല്പാടുകൾ', 'അന്വേഷിച്ചു കണ്ടെത്തിയില്ല', 'ആദ്യ കിരണങ്ങൾ', എസ്.കെ. പൊറ്റക്കാടിന്റെ 'മൂടുപടം', കേശവദേവിന്റെ 'ഓടയിൽനിന്ന്', 'റൗഡി' തകഴിയുടെ 'ചെമ്മീൻ', ചന്തുമേനോന്റെ 'ഇന്ദുലേഖ', ബഷീറിന്റെ 'ബാല്യകാലസഖി', എം.ടി.വാസുദേവൻ നായരുടെ 'അസുരവിത്ത്', കാരാട്ട് അച്ചുതമേനോന്റെ 'വിരുതൻ ശങ്കു', കെ. സുരേന്ദ്രന്റെ 'കാട്ടുകുരങ്ങ്', ജി.വിവേകാനന്ദന്റെ 'കള്ളി ച്ചെല്ലമ്മ', മുട്ടത്തുവർക്കിയുടെ 'ഇണപ്രാവുകൾ' തുടങ്ങിയ വിഖ്യാത നോവലുകൾ അതേ പേരിൽത്തന്നെ ചലച്ചിത്രമാക്കപ്പെട്ടു. ആശാന്റെ 'കരുണ', ചങ്ങമ്പുഴയുടെ 'രമണൻ' എന്നീ കാവ്യങ്ങൾക്കും ചലച്ചിത്ര രൂപം കൈവന്നു. തോപ്പിൽ ഭാസിയുടെ 'മുടിയനായ പുത്രൻ', 'പുതിയ ആകാശം പുതിയ ഭൂമി', 'മൂലധനം', 'അശ്വമേധം' എന്നീ നാടകങ്ങളും ടി.എൻ.ഗോപിനാഥൻ നായരുടെ 'പരീക്ഷ' എന്ന നാടകവും ചലച്ചി ത്രാവിഷ്കാരം നേടി. ബഷീറിന്റെ 'നീലവെളിച്ചം,' എന്ന കഥ 'ഭാർഗവീ നിലയം' എന്ന പേരിൽ ചലച്ചിത്രമാക്കപ്പെട്ടു. എം.ടി.യുടെ 'ഇരുട്ടിന്റെ ആത്മാവ്', 'നഗരമേ നന്ദി' തുടങ്ങിയ ചെറുകഥകളും വെള്ളിത്തിരയി ലേക്ക് പകർന്നാടി.

സാഹിത്യകൃതികളെ ഉപജീവിച്ചുണ്ടായ സിനിമകൾ അറുപതുക ളിലെ ഇതര സിനിമകളിൽ നിന്ന് പ്രമേയപരമായി വേറിട്ടുനിന്നു. ഇതിന് നിദാനമായത് സാഹിത്യം കൈകാര്യം ചെയ്ത പ്രമേയങ്ങളുടെ കരുത്തും സൗന്ദര്യവുമായിരുന്നു. പക്ഷെ സാഹിത്യകൃതികളിലെ സവി ശേഷതകളെ അതേ അളവിൽ പിൻപറ്റാൻ ചലച്ചിത്രങ്ങൾക്കായില്ല. ഈ സിനിമകളധികവും കേവലമായ പകർപ്പുകൾ മാത്രമായിരുന്നു. കൃതികളുടെ പ്രശസ്തിയെ മുതലെടുക്കുക എന്ന ലക്ഷ്യമായിരുന്നു അധിക പങ്ക് ചിത്രങ്ങൾക്കുമുണ്ടായിരുന്നത്. സാഹിത്യത്തിൽ നിന്ന് കഥയെ മാത്രം സ്വീകരിച്ച ഇത്തരം സിനിമകൾക്ക് കൃതികളുടെ ആത്മാവ് കണ്ടെത്താനായില്ല. വിപണിക്കനുസൃതമായി അണിയിച്ചൊരുക്കാനു ള്ള ശ്രമങ്ങളും 'സത്ത'യെ ആവിഷ്കരിക്കുന്നതിന് വിഘാതമായി നിന്നു. അറുപതുകളിലും സജീവമായി നിന്നിരുന്ന കുടുംബ/പ്രണയ സിനിമകളുടെ മൂശയിലേക്കാണ് സാഹിത്യകൃതികളധികവും ചേർത്തു വെക്കപ്പെട്ടത്. അതിനാലാണ് ഇവയിൽ ഏറിയ പങ്കിനും സാഹിത്യ കൃതികളുടെ അത്ര സ്വീകാര്യത നേടാനാവാതെ പോയത്.

'ചെമ്മീൻ', 'ഭാർഗവീനിലയം', 'ഇരുട്ടിന്റെ ആത്മാവ്' എന്നീ ചിത്ര ങ്ങൾ ഇക്കൂട്ടത്തിൽ വേറിട്ട് നിൽക്കുന്നു. ഇവ ചലച്ചിത്രം എന്ന നിലയിൽ കുറച്ചുകൂടി മെച്ചപ്പെട്ടവയായിരുന്നു. അന്നത്തെ ചലച്ചിത്ര വിപണി തുടർന്നുവന്ന ദുഷിച്ച പ്രവണതകളെ ചെറുക്കാൻ ഈ ചലച്ചിത്രങ്ങളുടെ

സ്രഷ്ടാക്കൾ ശ്രമിച്ചതിന്റെ ഫലമായി കൈവന്നതാണ് ഈ മികവ്. ദൃശ്യരൂപം എന്ന നിലയിൽ ചലച്ചിത്രത്തെ കാണാനും മേദസ്സുകളെ ഒഴിവാക്കാനുമുള്ള ശ്രമം ഈ ചിത്രങ്ങളിൽ കാണാം. എന്നാൽ ഇവ ജനപ്രിയസ്വഭാവം കൈവിടുന്നുമില്ല. ദൃശ്യങ്ങളെ അർത്ഥവത്തായി ഉപയോഗിക്കുന്ന ചലച്ചിത്രബോധമുള്ള സമീപനത്തിന്റെ 'മിന്നലാട്ടങ്ങൾ' ഇവയിൽ പലയിടത്തും കാണാം. ഈ സിനിമകളെ വേറിട്ട ചലച്ചിത്രാനുഭവങ്ങളായി കാലം അടയാളപ്പെടുത്തിയതിനും കാരണം മറ്റൊന്നല്ല. ഇവ സാമ്പത്തികമായി വിജയം നേടി എന്നതും ശ്രദ്ധേയമാണ്.

കാലഘട്ടത്തിന്റെ തീക്ഷ്ണസ്പന്ദനങ്ങൾ ഇക്കാലത്തെ സിനിമയിൽ പ്രമേയപരമായ പരിണാമങ്ങളൊന്നും സൃഷ്ടിച്ചില്ല എന്നു കാണാം. മലയാളസിനിമകളുടെ പ്രമേയതലം അവ നിർമ്മിക്കപ്പെട്ട രാഷ്ട്രീയകാലഘട്ടത്തോട് മുഖംതിരിച്ചുനിന്നു. ഈ നാലു ദശകങ്ങളിലായി പുറത്തിറങ്ങിയ സിനിമകളുടെ പൊതു സ്വഭാവം ഇത് സാക്ഷ്യപ്പെടുത്തുന്നു. ഈ ദശകങ്ങളിലെ സിനിമയ്ക്ക് സാമൂഹിക ബന്ധം ഇല്ലായിരുന്നു എന്നു പറയാനാവില്ല. എന്നാൽ വർത്തമാന സമൂഹത്തിന്റെ കലുഷിത സ്ഥിതിയെ അടയാളപ്പെടുത്താൻ അവയ്ക്കു കഴിഞ്ഞില്ല. പുരാണ/വന/സാഹസിക കഥകൾക്ക് പ്രത്യേകിച്ച് സാമൂഹിക പ്രസക്തി യൊന്നുമില്ല. മറ്റു ചിത്രങ്ങളിലാവട്ടെ കഥാപരിസരം ഏതാനും കുടുംബങ്ങളിൽ ഒതുങ്ങിനിന്നു. ഉപരി/മധ്യവർഗ ശ്രേണികളിൽ ഉൾപ്പെടുന്നവരായിരുന്നു കഥാപാത്രങ്ങളിൽ ഭൂരിഭാഗവും കഥ 'കഥ'യായി അവതരിപ്പിക്കപ്പെട്ടു. കഥ നിലകൊള്ളുന്ന സമൂഹം ചിത്രത്തിലേക്ക് കടന്നു വന്നില്ല. അത്തരമൊരു രാഷ്ട്രീയബോധം ചലച്ചിത്രകാരന്മാർ പ്രദർശിപ്പിച്ചില്ല. തങ്ങളുടെ കഥയെയും കഥാപാത്രങ്ങളെയും വിപണിക്കനുസൃതമായി അണിയിച്ചൊരുക്കിയ അവർ സമകാലികമായ രാഷ്ട്രീയചലനങ്ങളെ അവഗണിച്ചു.

മലയാളസിനിമയുടെ പിറവിക്കുശേഷമുള്ള നോവലിന്റെ പൊതുസ്വഭാവം മറ്റൊരു വിധത്തിലാണ് വികസിക്കുന്നത്. 1928 മുതൽ നാൽപ്പതുകളുടെ പകുതിവരെയുള്ള കാലത്തെ മലയാളനോവൽ സമൂഹത്തോട് കാലികമായ ബന്ധം പുലർത്തുന്നില്ല. ഇന്ദുലേഖയിൽ ആരംഭിച്ച സാമൂഹിക നോവൽ രചനയുടെയും സി.വി. രാമൻ പിള്ളയുടെ നോവലുകളിലൂടെ വികസിച്ച ചരിത്രനോവൽ പാരമ്പര്യത്തിന്റെയും തുടർച്ചയായി പരിഗണിക്കാവുന്ന കൃതികളാണ് ഇക്കാലത്തെ നോവൽ രംഗത്തുണ്ടായത്. സർദാർ കെ.എം. പണിക്കരുടെ 'പുണർകോട്ടു സ്വരൂപം' (1928), 'ധൂമകേതുവിന്റെ ഉദയം' (1928),'പറങ്കിപ്പടയാളി'(1932),

‘കേരളസിംഹം’(1941), ‘ദൊരശ്ശിണി’(1930) ടി.എൻ. രാമൻ നമ്പീശന്റെ ‘കേരളേശ്വരൻ’ (1929), കല്പന കൃഷ്ണമേനോന്റെ ‘ചേരമാൻ പെരുമാൾ’ (1939) തുടങ്ങിയവ ഇതിൽ ചിലതാണ്. ഇന്ദുലേഖയ്ക്കോ സി.വി. യുടെ ചരിത്രനോവലുകൾക്കോ കെ.നാരായണ കുരുക്കളുടെ രാഷ്ട്രീയ നോവലുകൾക്കോ ഉള്ള സ്ഥാനം ഇവയ്ക്ക് നോവൽ ചരിത്രത്തിലില്ല. ‘ഇന്ദുലേഖ’യുടെ സാമുദായിക ബോധ്യമോ ചരിത്രത്തിന്റെ സുന്ദരാഖ്യാനത്തിലൂടെ സി.വി. ഉയർത്തിപ്പിടിക്കുന്ന ദർശനമോ നാരായണ കുരുക്കളുടെ നോവലുകളുടെ കാലിക രാഷ്ട്രീയ ദൗത്യമോ ഈ നോവലുകളെ തൊട്ടുതീണ്ടിയിട്ടുപോലുമില്ല. ജീവിതത്തിൽ നിന്നും സമൂഹത്തിൽ നിന്നും ഏറെ അകലെയായിരുന്നു ഇക്കാലത്തെ നോവൽ. മുത്തിരങ്ങോട്ട് ഭവത്രാതൻ നമ്പൂതിരിപ്പാടിന്റെ ‘അപ്ഫന്റെ മകൾ’ ഇതിൽനിന്നും വേറിട്ടു നിൽക്കുന്നു. 1932ൽ പുറത്തിറങ്ങിയ ഈ നോവൽ നമ്പൂതിരി സമുദായത്തിലെ അനാചാരങ്ങൾക്കെതിരെയും സ്ത്രീകളനുഭവിക്കുന്ന സഹനങ്ങൾക്കെതിരെയും പ്രതിഷേധത്തിന്റെ സ്വരമുയർത്തി.

നാല്പതുകളുടെ പകുതിയോടെ മലയാളത്തിൽ നോവൽ രാഷ്ട്രീയ പ്രയോഗമായി മാറി. പത്തൊൻപതാം നൂറ്റാണ്ടിന്റെ മധ്യത്തോടെ യൂറോപ്പിൽ ഉടലെടുത്ത് വികാസം പ്രാപിച്ച റിയലിസത്തിന്റെ ചുവടു പിടിച്ചുള്ള പ്രമേയ/ആഖ്യാന സമീപനങ്ങളാണ് ഇത്തരമൊരു പരിണാമത്തിലേക്ക് നയിച്ചത്. വ്യവസായ യുഗത്തിന്റെ പിറവിയും ശാസ്ത്രത്തിന്റെ വികാസവുമാണ് യാഥാതഥ രചനാരീതിയുടെ പശ്ചാത്തലം ‘തൊഴിലാളി, മുതലാളി, രണ്ടിലും പെടാത്ത മധ്യവർഗക്കാർ എന്നിങ്ങനെ സമൂഹം വിഭജിക്കപ്പെട്ടു. ഇവരിൽ തൊഴിലാളികളും മധ്യവർഗ്ഗക്കാരുമടങ്ങുന്ന ഭൂരിപക്ഷത്തിനുവേണ്ടി രചിക്കപ്പെട്ട സാഹിത്യമാണ് റിയലിസ്റ്റിക്ക് ആവിഷ്കാര പദ്ധതിയെ രൂപപ്പെടുത്തിയത്’[12] മുതലാളിത്ത യുഗത്തിന്റെ സാഹിത്യരൂപമായ നോവലുമായി ബന്ധപ്പെട്ടാണ് റിയലിസ്റ്റിക് രചനാരീതി വികാസം പ്രാപിച്ചത്.

ഇരുപതാം നൂറ്റാണ്ടിന്റെ പൂർവ്വാർദ്ധത്തിൽ കേരളത്തിലുണ്ടായ സാമൂഹിക-രാഷ്ട്രീയ പരിണാമങ്ങളുടെ ഭാഗമെന്ന നിലയിലാണ് മലയാളനോവലിലെ യഥാതഥ പ്രവണതകളെ വിലയിരുത്തേണ്ടത്. ‘ഓരോ ജനതയുടെയും ജീവിതത്തിൽ അതാതുകാലങ്ങളിൽ ഉരുത്തിരിയുന്ന രാഷ്ട്രീയവും ദാർശനികവും സാമൂഹികവുമായ വിപ്ലവങ്ങൾ സമുദായത്തിന്റെയും വ്യക്തിയുടെയും ജീവിതത്തിൽ പല പ്രത്യാഘാതങ്ങളും ഉളവാക്കും. ശാശ്വതികമായ മാനസിക പ്രശ്നങ്ങളുണ്ട്; മൂല്യസങ്കല്പങ്ങളുണ്ട്; ആചാരവഴക്കങ്ങളുണ്ട്. അങ്ങനെ പഴകിയ ചാലിൽക്കൂടി നീങ്ങുന്ന ജീവിതത്തിലേക്കാണ് പരിവർത്തനത്തിന്റെ

അപ്രതിരോധ്യമായ പ്രവാഹം കടന്നുവരുന്നത്. വ്യക്തിയുടെയും സമുദായത്തിന്റെയും രാഷ്ട്രീയത്തിന്റെയും ജീവിതത്തിൽ പ്രത്യക്ഷമാകുന്ന നൂതന ചലനങ്ങളെല്ലാം സാഹിത്യത്തിലും പ്രതിഫലിക്കുക സ്വാഭാവികമാണ്.'[3]

മലയാളസാഹിത്യത്തിന്റെ ഭാവരൂപങ്ങൾ മാറിമറയുന്നതിൽ നിർണ്ണായകമായത് സാമൂഹിക-സാംസ്കാരിക-രാഷ്ട്രീയ മുന്നേറ്റത്തിന്റെ ശബ്ദവും വെളിച്ചവുമാണ്. ഫ്യൂഡലിസത്തിന്റെ തകർച്ചയും മുതലാളിത്തത്തിന്റെ ഉദയവും ലോകസാഹിത്യത്തിൽ സൃഷ്ടിച്ച നൂതനപ്രവണതകൾ ഇരുപതാം നൂറ്റാണ്ടിന്റെ പൂർവ്വാർദ്ധത്തിന്റെ മധ്യത്തോടെ മലയാളസാഹിത്യത്തിലേക്ക് കടന്നുവരുന്നു. സാമൂഹിക-രാഷ്ട്രീയ പരിതോവസ്ഥകൾ അതിന് പ്രേരകമായി. റിയലിസവും അതിന്റെ ഉപപ്രസ്ഥാനമെന്ന് കരുതാവുന്ന സോഷ്യൽ റിയലിസവുമാണ് നമ്മുടെ സാഹിത്യത്തെ നിർണ്ണായകമായി സ്വാധീനിച്ചത്. ചെറുകഥയിലൂടെയാണ് യഥാതഥാവിഷ്കാരം മലയാള ഗദ്യസാഹിത്യത്തിന്റെ ഭാഗമാവുന്നത്. തകഴി രചിച്ച് 1930-ൽ 'സർവ്വീസ്' പത്രത്തിൽ പ്രസിദ്ധം ചെയ്ത 'സാധുക്കൾ' എന്ന കഥയോടെ മലയാള ചെറുകഥയിൽ റിയലിസ്റ്റിക് ആവിഷ്കാരങ്ങൾക്ക് തുടക്കമായി. തുടർന്ന് മുപ്പതുകളിൽ ശക്തമായ ചെറുകഥകളെഴുതിയ പലരും നാല്പതുകളോടെ നോവൽ രചനയിലേക്ക് കടന്നു. അതോടെ റിയലിസത്തിന്റെ ആവിഷ്കാര പദ്ധതി മലയാള നോവലിലേക്ക് സന്നിവേശിച്ചു.

റിയലിസത്തിന്റെ ആവിഷ്കാര സമീപനവും സോഷ്യൽ റിയലിസത്തിന്റെ രാഷ്ട്രീയദർശനവും ചേർന്ന് മലയാളനോവലിനെ കേവലമായ സാഹിത്യ വ്യാപാരത്തിനുപരിയായ രാഷ്ട്രീയ പ്രയോഗമാക്കിത്തീർത്തു. നോവലിന്റെ സമസ്തഘടകങ്ങളും പുനഃസംവിധാനത്തിനു വിധേയമായി. സമൂഹത്തോടും ജീവിതത്തോടും മനുഷ്യനോടുമുള്ള പാരസ്പര്യം പുതിയ മാനങ്ങളിലേക്കുയർന്നു. 1928 മുതൽ 1969 വരെയുള്ള കാലഘട്ടത്തിൽ മലയാളനോവൽ സാഹിത്യത്തിലെ നിർണ്ണായകധാര സോദ്ദേശ്യതയിലധിഷ്ഠിതമായ യഥാതഥാവിഷ്കാരങ്ങളാണ്. കാല്പനികമായ ആവിഷ്കാരങ്ങളും ആധുനികതയുടെ തുടക്കവും അറുപതുകളോടെ സംഭവിക്കുന്നുണ്ട്.

ഉയർന്ന സാമൂഹിക/രാഷ്ട്രീയബോധം പുലർത്തുന്ന നോവലുകളാണ് നാല്പതുകളിലും അമ്പതുകളിലും നോവൽ സാഹിത്യത്തിന്റെ മുഖമുദ്രയായി നിലകൊണ്ടത്. തകഴി, കേശവദേവ്, ചെറുകാട്, ബഷീർ, എസ്.കെ.പൊറ്റക്കാട്, എൻ.പി.മുഹമ്മദ്, ഉറൂബ് തുടങ്ങിയവരുടെ

നോവലുകൾ യഥാതഥ നോവൽ പ്രസ്ഥാനത്തിന് കരുത്തും സൗന്ദര്യവും പകർന്നു. ബഷീറിന്റെ 'ബാല്യകാലസഖി' (1944), 'ന്റുപ്പപ്പാക്കൊരാനണ്ടാർന്ന്' (1951), 'പ്രേമലേഖനം' (1943) തുടങ്ങിയവയും ഉറൂബിന്റെ ഉമ്മാച്ചുവും (1954), തകഴിയുടെ ചെമ്മീനുമൊക്കെ (1956) യഥാതഥ പ്രസ്ഥാനത്തിന്റെ ഭാഗമായി നിൽക്കുമ്പോൾ തന്നെ നോവലിന് വ്യതിരിക്തമായ മാനങ്ങൾ നൽകി. എങ്കിലും തീവ്രമായ രാഷ്ട്രീയ പക്ഷമുള്ള നോവലുകളാണ് ഈ കാലഘട്ടത്തിന്റെ അടയാളങ്ങളായി നിലകൊള്ളുന്നത്. തകഴിയുടെ 'തോട്ടിയുടെ മകൻ' (1947), 'തലയോട്' (1948), 'രണ്ടിടങ്ങഴി' (1949) കേശവദേവിന്റെ 'ഭ്രാന്താലയം' (1949) 'ഉലക്ക' (1951), ചെറുകാടിന്റെ 'മണ്ണിന്റെ മാറിൽ' (1954), 'ശനിദശ' (1959) തുടങ്ങിയവ നാല്പതുകളിലും അമ്പതുകളിലുമായി രചിക്കപ്പെട്ട ശ്രദ്ധേയമായ രാഷ്ട്രീയനോവലുകളാണ്. പ്രമേയം, നായകസങ്കല്പം, ആവിഷ്കാരപദ്ധതി ഇതെല്ലാം ഉടച്ചുവാർത്ത് രൂപം നൽകിയ പുത്തൻ നോവൽ സങ്കല്പം എഴുത്തിന്റെ രാഷ്ട്രീയ പ്രയോഗത്തിന്റെ ഭാഗമായിരുന്നു. രാഷ്ട്രീയനോവലുകളാണ് ഈ രണ്ടു ദശകങ്ങളിലെ നോവൽ രചനയുടെ പൊതു സ്വഭാവത്തെ അടയാളപ്പെടുത്തുന്നത്. സിനിമയിലാകട്ടെ ഈ കാലത്തെ രാഷ്ട്രീയസിനിമകൾ പ്രമേയപരമായും ആഖ്യാനപരമായും പൊതുസ്വഭാവത്തോട് ഇണങ്ങി നിൽക്കുന്നവയായിരുന്നു. നിലനിൽക്കുന്ന മാധ്യമസ്വഭാവത്തിലിടപെട്ടുകൊണ്ട് പ്രമേയ/ആഖ്യാനതലങ്ങളിൽ മാധ്യമത്തെ നിർണ്ണായകമായി സ്വാധീനിക്കാനും പൊതുസ്വഭാവത്തെ നിർണ്ണയിക്കാനും രാഷ്ട്രീയം പ്രമേയമായ സിനിമകൾക്ക് കഴിഞ്ഞില്ല. എന്നാൽ രാഷ്ട്രീയനോവൽ മലയാളനോവലിന്റെ ഭാവരൂപങ്ങളെ മാറ്റിമറിക്കുകയും നോവൽ ചരിത്രത്തെ വഴിതിരിച്ചു വിടുകയും ചെയ്തു.

അറുപതുകളോടെ കാൽപ്പനികമായ ആവിഷ്കാരങ്ങൾ മലയാളനോവലിന്റെ പൊതുസ്വഭാവത്തെ അടയാളപ്പെടുത്താനാവുംവിധം ശക്തിയാർജ്ജിക്കുന്നുണ്ട്. എം.ടി. വാസുദേവൻ നായർ, പാറപ്പുറം, വിലാസിനി, കെ.സുരേന്ദ്രൻ, മലയാറ്റൂർ രാമകൃഷ്ണൻ, കോവിലൻ തുടങ്ങിയവരുടെ നോവലുകളാണ് ഇതിന് നിദാനമായത്. വ്യക്തിയുടെ മാനസിക തലങ്ങളാണ് ഇക്കാലത്തെ നോവലിന്റെ കേന്ദ്രം. സമൂഹമല്ല, സമൂഹം വ്യക്തിയുടെ മാനസികഘടനയിൽ സൃഷ്ടിക്കുന്ന ആഘാതങ്ങളായിരുന്നു പ്രധാന വിഷയം. അന്തർമുഖനായ വ്യക്തി നായകസ്ഥാനത്തേക്ക് കടന്നുവന്നു. അവന്റെ ലോകം മോഹഭംഗങ്ങളുടേതായിരുന്നു. പ്രത്യാശകളെല്ലാം അസ്തമിക്കുന്നതു കണ്ട അറുപതുകളിലെ രാഷ്ട്രീയ സാഹചര്യത്തിന്റെ സൃഷ്ടിയായിരുന്നു അയാൾ. സമൂഹത്തിൽ നിന്ന് മൂല്യങ്ങളെല്ലാം അകന്നുപോയിരിക്കുന്നു. പ്രത്യയശാസ്ത്രങ്ങളിൽ പ്രതീക്ഷ

വെക്കാനാവുന്നില്ല. നേതൃത്വം വന്ധ്യമായിരിക്കുന്നു. മോഹഭംഗങ്ങളുടെ തുരുത്തിൽ തീർത്തും ഒറ്റപ്പെട്ടതായി അയാൾ തിരിച്ചറിഞ്ഞു. ഇതോടെ എഴുത്തുകാരൻ തന്നിലേക്കുതന്നെ ഉൾവലിഞ്ഞു. തന്റെ ബോധമണ്ഡലത്തിന്റെ അതിരുകളിൽ അയാൾ വിഷാദത്തിന്റെ തടവ് അനുഭവിച്ചു. 'നവീനമായ ഈ അവബോധത്തിന്റെ മുഖ്യഹേതു എഴുത്തുകാരൻ വളർത്തിയെടുത്ത അന്തർമുഖത (Introversion) ആണ്. ഇതിന്റെ ആന്തരിക പ്രഭാവസ്ഥാനം കാല്പനികതയാവുന്നു. മനുഷ്യൻ തന്നെപ്പറ്റി ബോധവാനാകുമ്പോഴാണ് കാല്പനികതയെ സമാശ്ലേഷിക്കുന്നത്. സമൂഹത്തിന് അവനെ അത്രകണ്ട് ആവശ്യമില്ല; അവന് സമൂഹത്തെയും രണ്ടും തമ്മിലൊരു വിടവു വന്നുചേർന്നിരിക്കുന്നു. അതിനാൽ വ്യക്തി തന്നിലേക്ക് തിരിയുന്നു. തന്റെ സ്വപ്നങ്ങളിലേക്കും ആശകളിലേക്കും മോഹങ്ങളിലേക്കും വേദനകളിലേക്കും ആശാഭംഗങ്ങളിലേക്കും അവൻ ഉൾവലിയുന്നു. തന്നിലേക്കു ശ്രദ്ധയർപ്പിച്ച് തനിക്ക് നഷ്ടപ്പെട്ട സ്വർഗത്തെക്കുറിച്ച് ചിന്തിക്കുമ്പോൾ മനസ്സിൽ വേദനയുടെ നീർച്ചാലുകൾ അണപൊട്ടിയൊഴുകുന്നു.'[4]

എം.ടി. വാസുദേവൻ നായരുടെ 'അസുരവിത്ത്' (1962), 'കാലം' (1969), പാറപ്പുറത്തിന്റെ 'പണിതീരാത്ത വീട്'(1964), 'അരനാഴികനേരം' (1967), കോവിലന്റെ 'താഴ്വരകൾ' (1969), 'ഏഴാമേടങ്ങൾ' (1965), നന്തനാരുടെ 'ആത്മാവിന്റെ നോവുകൾ' (1963), വിലാസിനിയുടെ 'നിറമുള്ള നിഴലുകൾ' (1965) 'ഇണങ്ങാത്ത കണ്ണികൾ' (1968), 'ഊഞ്ഞാൽ' (1969), കെ. സുരേന്ദ്രന്റെ 'കാട്ടുകുരങ്ങ്' (1961), 'മായ' (1962) മലയാറ്റൂരിന്റെ 'വേരുകൾ' (1966) തുടങ്ങിയ നോവലുകളിലൊക്കെ കാൽപ്പനിക വിഷാദത്തിന്റെ ധാരകൾ ഏറിയും കുറഞ്ഞും കാണാം. എം.ടി. വാസുദേവൻ നായരുടെ കൃതികളിലാണ് വിഷാദാത്മകത അതിന്റെ പൂർണ്ണരൂപം നേടുന്നത്. ഭാവവ്യതിയാനം രൂപത്തെയും സ്വാധീനിച്ചു. വ്യക്തിയും അയാളുടെ മാനസികഭാവങ്ങളും ആഖ്യാനത്തിന്റെ കേന്ദ്രത്തിലേക്ക് വന്നപ്പോൾ വിവരണാത്മകമായ ശൈലി ഭാവത്തെ ചോർത്തിക്കളയുമെന്നതിനാൽ സൂക്ഷ്മവും അനുഭവിപ്പിക്കുന്നതുമായ നൂതന ആവിഷ്കാരശൈലി നോവലിന് കൈവന്നു.

അറുപതുകളുടെ അവസാനത്തോടെ വ്യക്തിയുടെ സമൂഹനിരാസത്തിനും അന്തർമുഖമായ മാനസിക ഘടനയ്ക്കും തീവ്രമായ അവസ്ഥാന്തരങ്ങൾ വരുന്നതുകാണാം. കാക്കനാടന്റെ 'വസൂരി' (1968), 'ഉഷ്ണമേഖല' (1969), എം. മുകുന്ദന്റെ 'ഡൽഹി' (1969), ഒ.വി.വിജയന്റെ 'ഖസാക്കിന്റെ ഇതിഹാസം' (1969) തുടങ്ങിയ നോവലുകൾ ഈ വ്യതിയാനത്തിന്റെ അടയാളങ്ങളാണ്. മൂല്യനിരാസം, വിശ്വാസരാഹിത്യം, ശൂന്യതാബോധം,

അസ്തിത്വ ദുഃഖം, മൃത്യുബോധം തുടങ്ങിയ വ്യത്യസ്ത ദർശനങ്ങളുടെ വിക്ഷേപത്തിലൂടെ പ്രമേയ/ആഖ്യാനതലങ്ങളെ തകിടം മറിക്കുന്ന ആധുനിക സമീപനത്തിന്റെ തുടക്കം അറുപതുകളുടെ നോവൽ ചരിത്രത്തിലെ ശ്രദ്ധേയമായ വ്യതിയാനമാണ്.

ഈ നവീന ധാരകൾക്കൊപ്പവും യഥാതഥ സമീപനം പിൻപറ്റുന്ന നോവലുകൾ അറുപതുകളുടെ നോവൽ ബോധത്തിൽ നിർണ്ണായക സ്ഥാനം നേടിയിട്ടുണ്ട്. 'വ്യക്തിയുടെ മാനസികതലം തേടുന്ന നോവലിസ്റ്റുകളുടെ കാലത്തും നവോത്ഥാന സാഹിത്യകാരന്മാർ സാമൂഹിക ജീവിതാന്തരീക്ഷത്തിന്റെ വെയിലേറ്റ് തളർന്നു; തണലുകൾ തിരഞ്ഞു. ആധുനികതയുടെ ഘട്ടത്തിലും അവർ പഴയ താളത്തിൽ സ്വന്തം പാതകൾ ചവിട്ടി' [5] തകഴിയുടെ 'അനുഭവങ്ങൾ പാളിച്ചകൾ' (1967) 'ഏണിപ്പടികൾ' (1964), കേശവദേവിന്റെ 'കണ്ണാടി' (1961), 'അയൽക്കാർ' (1963), 'അധികാരം' (1968), ചെറുകാടിന്റെ 'മുത്തശ്ശി' (1964), 'പ്രമാണി' (1962), തുടങ്ങിയ നോവലുകൾ ഇത് സാക്ഷ്യപ്പെടുത്തുന്നു.

അറുപതുകളിലെ നോവലിന്റെ പൊതുസ്വഭാവത്തിന് രണ്ട് ധാരയുണ്ട്. സമൂഹത്തെ കേന്ദ്രമാക്കുന്ന യഥാതഥധാര, വ്യക്തിയെ കേന്ദ്രമാക്കുന്നതും ആധുനികതയിലേക്കടുക്കുന്നതുമായ കാല്പ്പനികധാര ഇതിൽ ആദ്യത്തെ വിഭാഗത്തിൽപ്പെടുന്ന നോവലുകളിൽ ഭൂരിഭാഗവും രാഷ്ട്രീയമായി ഏറെ പ്രസക്തമാണ്. ഇതിവൃത്തരൂപണത്തിലോ, പ്രമേയപശ്ചാത്തലത്തിലോ, നായകസങ്കല്പത്തിലോ, ആവിഷ്കാരപദ്ധതിയിലോ രാഷ്ട്രീയസ്വഭാവം പുലർത്തുന്നവയാണ് ഈ നോവലുകൾ. എന്നാൽ അറുപതുകളിലെ രണ്ടാമത്തെ ധാരയിൽ രാഷ്ട്രീയനോവലുകളൊന്നുംതന്നെ ഉണ്ടായില്ല. വ്യവസ്ഥ, ജനത, അധികാരം, പ്രതിരോധം തുടങ്ങിയവയോടുള്ള നിലപാടുകളിൽ നിന്നുടലെടുക്കുന്ന പ്രത്യയശാസ്ത്ര വിവക്ഷകളാണ് 1928 മുതൽ 1969 വരെയുള്ള കാലത്തുണ്ടായ ശക്തിമത്തായ രാഷ്ട്രീയനോവലുകളുടെ രചനയെ നിർണ്ണയിച്ചത്. സമൂഹത്തോട് മുഖം തിരിച്ച് സ്വന്തം ബോധതലങ്ങളിലേക്ക് ഒളിച്ചോടിയവർക്ക് ഇത്തരമൊരു പ്രതിപ്രവർത്തനം സാധ്യമായില്ല.

1928 മുതൽ 1969 വരെയുള്ള നോവൽ സാഹിത്യത്തിന്റെ പൊതുസ്വഭാവത്തെ നിർണ്ണയിക്കുന്നതിൽ രാഷ്ട്രീയനോവലുകൾക്ക് നിർണ്ണായക പങ്കാളിത്തമുണ്ടെന്ന് കാണാം. എന്നാൽ ഈ കാലഘട്ടത്തിലെ മലയാളസിനിമയുടെ പൊതുസ്വഭാവത്തെ നിർണ്ണയിക്കാൻ രാഷ്ട്രീയ സിനിമകൾക്ക് കഴിഞ്ഞിട്ടില്ല. പ്രക്ഷുബ്ധമായ രാഷ്ട്രീയകാലഘട്ടത്തിൽ കാലിക പ്രസക്തമായ ഇടപെടലുകളൊന്നും ഈ ദശകങ്ങളിലെ

മലയാളസിനിമ നടത്തിയിട്ടില്ല. ഈ കാലഘട്ടത്തിലെ രാഷ്ട്രീയനോവലുകളെയും രാഷ്ട്രീയസിനിമകളെയും വിശകലനം ചെയ്ത് രാഷ്ട്രീയാവിഷ്കാരങ്ങളുടെ സവിശേഷതകൾ നിർണ്ണയിക്കുമ്പോൾ അവയിലെ രാഷ്ട്രീയ പശ്ചാത്തലം, മാധ്യമത്തിന്റെ പ്രമേയ/ആഖ്യാനതലങ്ങളുടെ പൊതുസ്വഭാവവുമായി രാഷ്ട്രീയാവിഷ്കാരങ്ങൾക്കുള്ള പാരസ്പര്യം, പ്രമേയപരിചരണം, ആഖ്യാനരീതി, രാഷ്ട്രീയാഖ്യാനങ്ങളുടെ രാഷ്ട്രീയം തുടങ്ങിയവയ്ക്ക് പ്രത്യേകമായ ഊന്നൽ നൽകേണ്ടതുണ്ട്.

രാഷ്ട്രീയനോവലുകൾ

യഥാതഥ പ്രസ്ഥാനത്തിന്റെ ഭാഗമായി പരിഗണിക്കാവുന്ന നോവലുകളിൽ, തകഴി ശിവശങ്കരപ്പിള്ളയുടെ 'തോട്ടിയുടെ മകൻ' (1947), 'തലയോട്'*1 (1948), 'രണ്ടിടങ്ങഴി' (1949), ഏണിപ്പടികൾ (1964), 'അനുഭവങ്ങൾ പാളിച്ചകൾ' (1967), കേശവദേവിന്റെ 'ഉലക്ക' (1951), 'കണ്ണാടി' (1961), 'ഭ്രാന്താലയം' (1949), 'അയൽക്കാർ' (1963), 'അധികാരം' (1968), ചെറുകാടിന്റെ 'മണ്ണിന്റെ മാറിൽ' (1954), 'മുത്തശ്ശി'(1959/1964), 'പ്രമാണി' (1962), 'നാഗവള്ളി', ആർ.എസ് കുറുപ്പിന്റെ 'തോട്ടി' (1947), തിക്കോടിയന്റെ 'അശ്വഹൃദയം' (1969), ജോസഫ് മുണ്ടശ്ശേരിയുടെ 'കൊന്തയിൽനിന്ന് കുരിശിലേക്ക്' (1963), ഉറൂബിന്റെ 'സുന്ദരികളും സുന്ദരന്മാരും'(1959) തുടങ്ങിയ നോവലുകൾ ഇതിവൃത്ത രൂപണത്തിലോ ആവിഷ്കാര പദ്ധതിയിലോ രാഷ്ട്രീയസ്വഭാവം പുലർത്തുന്നവയാണ്. പ്രമേയം, നായകൻ, ആവിഷ്കാരം ഈ മൂന്ന ഘടകങ്ങളുടെ 'രൂപണ'ത്തിലെ വ്യതിയാനമാണ് മലയാളനോവൽ സാഹിത്യത്തെ കാലികവും രാഷ്ട്രീയ സ്വഭാവമുള്ളതുമാക്കിത്തീർത്തത്.

യഥാതഥമായ ആവിഷ്കാരം സമൂഹത്തിന്റെ പ്രാന്തങ്ങളിലെ ജീവിതത്തെക്കൂടി സാഹിത്യത്തിന്റെ കേന്ദ്രത്തിലേക്ക് കൂട്ടിക്കൊണ്ടുവന്നു. ജീവിതദൈന്യവും ജീർണ്ണിച്ച വ്യവസ്ഥയും മുഖത്തോടുമുഖം നിന്നു. മോചനത്തിന്റെ സ്വപ്നം അക്ഷരങ്ങളിൽ തിളങ്ങി. വർഗമുന്നേറ്റത്തിന്റെ ഇരമ്പം വാക്കുകളായി പരിണമിച്ചു. 1934-ൽ സോവിയറ്റ് സാഹിത്യകാരന്മാരുടെ സംഘടന സോഷ്യൽ റിയലിസത്തിനു നൽകിയ നിർവചനപ്രകാരം 'വാസ്തവികവും ചരിത്രപരമായി മൂർത്തവുമായ യാഥാർത്ഥ്യത്തെ അതിന്റെ വിപ്ലവോന്മുഖമായ വളർച്ചയോടുകൂടി ചിത്രീകരിക്കാൻ സോഷ്യലിസ്റ്റ് റിയലിസം കലാകാരന്മാരോടാവശ്യപ്പെടുന്നു. കലാപരമായ ചിത്രീകരണത്തിലെ വാസ്തവികതയും ചരിത്രപരമായ മൂർത്തതയും തൊഴിലാളിവർഗത്തെ സോഷ്യലിസം അഭ്യസിപ്പിക്കുക,

*1 ഭാഗം രണ്ടിൽ അധ്യായം 1 കാണുക

അവരിൽ ആശയപരിവർത്തനം വരുത്തുക എന്നീ കർത്തവ്യങ്ങളുമായി ബന്ധപ്പെടുത്തുകയും വേണം."[6] വാസ്തവികവും ചരിത്രപരമായി മൂർത്തവുമായ യാഥാർത്ഥ്യം അടിസ്ഥാനവർഗത്തിന്റെ ജീവിത ദുരന്തമാണ് എന്ന തിരിച്ചറിവിൽ നിന്നാണ് ഈ കാലഘട്ടത്തിലെ രാഷ്ട്രീയനോവലുകളുടെ 'പ്രമേയതലം' രൂപപ്പെട്ടത്. പ്രമേയ ശരീരത്തിൽ നാലു പ്രധാന ഘടകങ്ങൾ കാണാം.

1. അധ:സ്ഥിതനായ നായകൻ
2. അടിസ്ഥാനവർഗ ജീവിതം
3. ജീർണ്ണിച്ച വ്യവസ്ഥ
4. വിപ്ലവ സ്വപ്നം

നായകനിൽ നിന്ന് വികസിക്കുന്ന ഈ പ്രമേയഘടനയ്ക്ക് ഇങ്ങനെയൊരു രേഖാരൂപം നൽകാം.

മാറ്റത്തിനു വിധേയമാകേണ്ട വ്യവസ്ഥയും അത് നിർണ്ണയിക്കുന്ന ജീവിതവും ആവിഷ്കരണത്തെ യഥാതഥമാക്കുന്നു. കേന്ദ്രസ്ഥാനത്തു നിൽക്കുന്ന നായകനും പ്രമേയ ശരീരത്തെയാകെ ചൂഴ്ന്നു നിൽക്കുന്ന വിപ്ലവ സ്വപ്നവും നോവലിന് പുരോഗമന രാഷ്ട്രീയദർശനം നൽകുന്നു.

വ്യവസ്ഥയെയും മനുഷ്യനെയും മുൻനിർത്തിയുള്ള സാമൂഹിക വിമർശനമായിരുന്നു സോദ്ദേശ്യ രാഷ്ട്രീയനോവലുകളുടെ കാതൽ. തോട്ടിയെയും തെണ്ടിയെയും കുടിയാനെയുമൊക്കെ സൃഷ്ടിക്കുകയും നിലനിർത്തുകയും ചെയ്യുന്ന വ്യവസ്ഥയുടെ കാപട്യം തുറന്നു കാണിക്കുന്ന പ്രമേയങ്ങൾ സമൂഹത്തിലുണ്ടാവേണ്ട അനിവാര്യമായ പരിണാമത്തെ അടയാളപ്പെടുത്തി. ഇരുപതാംനൂറ്റാണ്ടിന്റെ ആദ്യ ആറുദശകങ്ങളിലെ സാമൂഹിക-രാഷ്ട്രീയ ചലനങ്ങൾ പ്രമേയരൂപണത്തിന് ചാലകശക്തിയായി നിലകൊണ്ടു. പ്രധാനപ്പെട്ട സോദ്ദേശ്യ രാഷ്ട്രീയനോവലുകളുടെ പ്രമേയസവിശേഷതകളിലൂടെ കടന്നുപോകുമ്പോൾ സോദ്ദേശ്യ സമീപനം എപ്രകാരമാണ് മലയാളനോവലിന്റെ പ്രമേയശരീരത്തെ രാഷ്ട്രീയവത്കരിച്ചത് എന്നു മനസ്സിലാക്കാനാവും. തകഴി, കേശവദേവ്, ചെറുകാട് എന്നിവരുടെ നോവലുകളാണ് ഈ ഗണത്തിൽ എടുത്തു പറയേണ്ടത്.

തകഴിയുടെ 'തോട്ടിയുടെ മകനാ'ണ് സോദ്ദേശ്യ പ്രവണതകൾ വ്യക്തമായി പ്രകടിപ്പിക്കുന്ന ആദ്യ മലയാള രാഷ്ട്രീയനോവൽ. ഇശക്കുമുത്തുവിൽ തുടങ്ങി ചുടലമുത്തുവിലൂടെ മോഹനനിലെത്തുന്ന പരമ്പരയിൽ രാഷ്ട്രീയ വിശ്വാസപരിണാമത്തിന്റെ അടരുകളുണ്ട്. പാട്ടയും മമ്മട്ടിയും മകനെ ഏല്പിച്ച് മരിക്കണമെന്ന് ആഗ്രഹിക്കുന്ന ഇശക്കുമുത്തു വ്യവസ്ഥയുടെ വിധേയനും ഇരയുമാണ്. തന്റെ വർഗത്തിനുമേൽ ഫണം വിടർത്തി നിൽക്കുന്ന കരാളമായ സാമൂഹികാവസ്ഥയെ തിരിച്ചറിയാൻ അയാൾക്കാവുന്നില്ല. പട്ടിണി കിടന്ന് തൊണ്ടപൊട്ടി മരിക്കാനാണ് അയാളുടെ വിധി. അപ്പന്റെ ശവം പട്ടികൾ കടിച്ചുകീറുന്നതു കണ്ട ചുടലമുത്തു വ്യവസ്ഥയോട് സന്ധിചെയ്തുകൊണ്ടുതന്നെ വർഗപരമായ തുടർച്ചയിൽ നിന്ന് മാറി നടക്കാൻ ആഗ്രഹിക്കുന്നു. സംഘടിതമായ വർഗബോധത്തിന്റെ പിൻബലത്തോടെ വ്യവസ്ഥയെ പൊളിച്ചെഴുതാനുള്ള ത്വര അയാളിൽ ഉടലെടുക്കുന്നുണ്ടെങ്കിലും സ്വാർത്ഥമായ താൽപര്യങ്ങൾക്കുവേണ്ടി അയാൾ വർഗത്തെ ഒറ്റുകൊടുക്കുന്നു. മേലാളന്മാരുമായുള്ള സന്ധിയിലൂടെ താനും വഞ്ചിക്കപ്പെടുകയാണെന്ന് അയാൾ തിരിച്ചറിയുന്നില്ല. നിലനിൽക്കുന്ന വ്യവസ്ഥയുടെ നിയമക്രമങ്ങളെ ചുടലമുത്തു അംഗീകരിക്കുന്നില്ല. മകന് മോഹനൻ എന്ന് പേരിടുന്നതിലൂടെ, അവൻ തോട്ടിയായിത്തീരരുത് എന്നാഗ്രഹിക്കുന്നതിലൂടെ, നിയതമായ

വ്യവസ്ഥാപിതത്വത്തെ, യാഥാസ്ഥിതിക പ്രമാണങ്ങളെ അയാൾ വെല്ലു വിളിക്കുന്നുണ്ട്. എന്നാൽ സംഘടിത വർഗബോധത്തെ വഞ്ചിച്ചുകൊണ്ട് വർഗപരമായി ഉയരാമെന്ന് ധരിക്കുന്ന ചുടലമുത്തുവും വ്യവസ്ഥയുടെ ഇരയായിത്തീരുന്നു. തോട്ടിയുടെ പേരില്ലാതെ, തോട്ടിയെന്നാൽ എന്തെന്നറിയാതെ വളർന്ന ചുടലമുത്തുവിന്റെ മകൻ മോഹനനും തോട്ടിയായിത്തീരുന്നു. മോഹനൻ ഇശക്കുമുത്തുവിൽ നിന്നും ചുടലമുത്തുവിൽ നിന്നും വ്യത്യസ്തനാവുന്നത് സംഘടിതമായ വർഗമുന്നേറ്റത്തിന്റെ ഭാഗം എന്ന നിലയിലാണ്. 'ഒറ്റ ശബ്ദത്തിൽ സംസാരിക്കാൻ പഠിച്ച' തോട്ടികളുടെ പ്രതിനിധിയാണ് അയാൾ. തോട്ടിയല്ലാതാവുക എന്ന പരിമിതമായ താത്പര്യത്തിനപ്പുറം തോട്ടിയെ നികൃഷ്ടജീവിയായി പരിഗണിക്കുന്ന/നിലനിർത്തുന്ന അധികാരസ്ഥലികളെ മാറ്റിമറിക്കുക, വ്യവസ്ഥയെ പൊളിച്ചെഴുതുക തുടങ്ങിയ വിശാല ലക്ഷ്യങ്ങളാണ് മോഹനനെയും കൂട്ടരെയും നയിക്കുന്നത്. 'ആകാശത്തോളമുയരുന്ന അഗ്നിജ്വാലയും രുധിരക്കളവുമാണ് അവർ സ്വപ്നം കാണുന്നത്'.

അധഃസ്ഥിതനായ മനുഷ്യനും അവനുൾപ്പെടുന്ന നിസ്വവർഗവും വ്യവസ്ഥയും തമ്മിലുള്ള പാരസ്പര്യത്തിന്റെ ഭിന്നതലങ്ങളാണ് 'തോട്ടിയുടെ മകനെ' ശക്തിയുള്ള രാഷ്ട്രീയനോവലാക്കുന്നത്. വ്യവസ്ഥ, വർഗം, പാരസ്പര്യം, വിശ്വാസങ്ങളുടെ രാഷ്ട്രീയധാര, അതിന്റെ പരിണാമം ഇതെല്ലാം ചേർന്ന് അതുവരെ കാണാത്ത രാഷ്ട്രീയനിറവും പ്രത്യയശാസ്ത്രഭാവവും മലയാളനോവലിനു നൽകി.

കുട്ടനാടൻ കർഷകത്തൊഴിലാളികൾക്കിടയിൽ ഉരുവംകൊണ്ട വർഗസമരത്തിന്റെ കഥയാണ് 'രണ്ടിടങ്ങഴി'. തെളിമയാർന്ന പ്രണയത്തിന്റെ നീരൊഴുക്കുകൊണ്ട് സൗന്ദര്യമേറി നിൽക്കുന്ന പ്രമേയവിതാനമാണ് ഈ രാഷ്ട്രീയനോവലിനെ വ്യതിരിക്തമാക്കുന്നത്. അവകാശങ്ങൾ നിഷേധിക്കപ്പെട്ട്, പാടങ്ങളിൽ അടിമകളെപ്പോലെ പണിയെടുത്തിരുന്ന പുലയനും പറയനും വർഗപരമായി സംഘടിക്കുകയും അവകാശങ്ങൾക്കുവേണ്ടി ശബ്ദമുയർത്തുകയും ചെയ്യുന്നു. കോരനിൽ ഉണർന്നു വികസിച്ചു പടരുന്ന വർഗബോധം ചൂഷകരെ നിലയ്ക്കുനിർത്താനാവുംവിധത്തിൽ കരുത്താർജ്ജിക്കുന്നു. ഈ വർഗസമരകഥയുടെ പശ്ചാത്തലത്തിൽ കുട്ടനാട്ടിലെ പുലയന്റെയും പറയന്റെയും ജീവിത ദൈന്യം നിറഞ്ഞുനിൽക്കുന്നു. നരകതുല്യമായ ജീവിതസാഹചര്യങ്ങൾക്കിടയിലും അവർ പിന്തുടരുന്ന ആചാരവഴക്കങ്ങൾ അവർ നിലനിർത്തുന്ന നേരിന്റെയും നെറിയുടെയും വിശ്വാസസംഹിതകൾ ഇതെല്ലാം ഇഴചേരുന്നു. കോരനെ കേന്ദ്രമാക്കുന്ന രാഷ്ട്രീയതലം ഈ സാമുദായിക ഭൂമികയിലാണ് വിന്യസിച്ചിരിക്കുന്നത്. അടിസ്ഥാന

വർഗത്തിന്റെ ജീവിതദൈന്യം, വർഗബോധത്തിന്റെ സ്ഫുരണങ്ങളാൽ ഉറവെടുക്കുന്ന വർഗസമരം, അതിന്റെ വിജയം ഇതെല്ലാം ചേർന്ന് 'രണ്ടിടങ്ങഴി'യുടെ പ്രമേയതലത്തിന് കൃത്യതയാർന്ന രാഷ്ട്രീയ പക്ഷം നൽകുന്നു.

കേശവദേവിന്റെ 'കണ്ണാടി'യും വർഗസമരത്തിന്റെ കഥയാണ്. കയർ ഫാക്ടറികളിലെ കടുത്ത ചൂഷണത്തിനെതിരെ പോരാടുന്ന തൊഴിലാളികൾ നേരിടുന്ന കൊടിയ പീഡനങ്ങൾ നോവലിൽ ഉടനീളമുണ്ട്. അന്തോണിയും റോക്കിയും വേലായുധനും ജോസഫും പത്മനാഭനുമൊക്കെ മുതലാളിമാരുടെ പ്രതികാര നടപടികൾക്കിടയിലും പ്രത്യാശ കൈവിടാതെ പൊരുതുന്നു. ബുദ്ധി കൊണ്ടും ശക്തി കൊണ്ടും അവർക്കൊപ്പം നിൽക്കുന്ന നിസ്വാർത്ഥ നേതൃരൂപമാണ് 'കാറ്റ്'. അവകാശങ്ങൾക്കുവേണ്ടി തൊഴിലാളികളെ സംഘടിപ്പിക്കാൻ ആത്മാർപ്പണം ചെയ്ത നിരവധി കമ്മ്യൂണിസ്റ്റ് നേതാക്കളുടെ പ്രതിരൂപമാണ് അയാൾ. മുതലാളിത്തത്തിന്റെ ക്രൗര്യം, തൊഴിലാളികളുടെ ഇച്ഛാശക്തി, ത്യാഗസമ്പന്നമായ നേതൃത്വം ഇതെല്ലാം 'കണ്ണാടി'യുടെ പ്രമേയത്തിന് രാഷ്ട്രീയദാർഢ്യം നൽകുന്നു.

'ഉലക്ക'യിൽ കൊച്ചയ്യപ്പന്റെ തല തകർന്നൊഴുകിയ ചോരയുടെ കറപുരണ്ട ഉലക്ക പ്രമേയഗതിയിലുടനീളം സവിശേഷ സാന്നിദ്ധ്യമായി നിലകൊള്ളുന്നു. തന്റെ അധ്വാനത്തിന്റെ ഫലം ചൂഷണം ചെയ്യാനെത്തിയ ജന്മിത്വ ഹുങ്കിനെതിരെ ധീരമായി ചെറുത്തുനിന്നപ്പോഴാണ് കൊച്ചയ്യപ്പൻ രക്തസാക്ഷിയായത്. പ്രതികാരത്തിന്റെ അഗ്നി കെടാതെ സൂക്ഷിക്കാൻ ഉണ്ണൂലി ആ ഉലക്ക താൻ കിടക്കുന്ന കട്ടിലിനു മുകളിൽ കെട്ടിത്തൂക്കി. കുട്ടിക്കാലം മുതൽ അതേ ഉലക്ക തൊട്ട് നിറുകിലും കണ്ണിലും വച്ച് ശീലിച്ചവനാണ് കുട്ടൻ. പ്രതികാരം ചെയ്യാനുള്ള ത്വര അവനിൽ കത്തിനിന്നു. ഉലക്കയുടെ സാന്നിദ്ധ്യം അതിനെ ആയിരം മടങ്ങായി ജ്വലിപ്പിച്ചു. പുന്നപ്രവയലാറിനെ അനുസ്മരിപ്പിക്കുന്ന സമരഭൂമിയിൽ കുട്ടൻ രക്തസാക്ഷിയാകുമ്പോൾ അറ്റത്ത് കഠാര കെട്ടിയ ഉലക്ക അവന് കൂട്ടുണ്ടായിരുന്നു. ആ സമര ഭൂമിയിലെത്തുന്ന ഉണ്ണൂലി ചോരപുരണ്ട ഉലക്ക കൊച്ചുമകൻ ഗോപാലനെ ഏല്പിച്ചുകൊണ്ട് പറയുന്നത് 'മോന് ഒരു മോനുണ്ടാകണം, ഈ ഉലക്ക അവനു കൊടുക്കണം' എന്നാണ്. അധസ്ഥിതന്റെ ചോരക്കറ പുരണ്ട ജന്മിത്വത്തിന്റെ മുഖം, അടിസ്ഥാനവർഗം തലമുറകളിലൂടെ പകർന്നുവന്ന സമരാഗ്നി, രക്തസാക്ഷിത്വത്തിന്റെ തുടർച്ചകൾ ഇതെല്ലാം ചേർന്ന് 'ഉലക്ക'ക്ക് വേറിട്ട രാഷ്ട്രീയ ഭൂമിക നൽകുന്നു.

അധ്വാനിക്കുന്നവന്റെ വിയർപ്പ് വീണ് നൂറുമേനി വിളയുന്ന മണ്ണിൽ അവനുള്ള അവകാശം ആവർത്തിച്ചുറപ്പിക്കുന്ന നോവലാണ് 'മണ്ണിന്റെ മാറിൽ' മണ്ണിനോട് ഹൃദയബന്ധമുള്ള അടിയാളന്റെ സ്നേഹവും വിശ്വാസവും പ്രയത്നവും അവൻ അനുഭവിക്കേണ്ടി വരുന്ന അവഗണനയും മൂന്നു തലമുറകളുടെ ത്യാഗപൂർണ്ണമായ ജീവിതത്തിലൂടെ ആവിഷ്കരിക്കുന്നു. കെണ്ടേരനിൽ നിന്ന് കൊച്ചുകൊണ്ടേരനിലെത്തുന്ന തലമുറകളിലൂടെ തുടരുന്നത് മനുഷ്യന്റെ ചോരവീണ് കുതിർന്ന മണ്ണിന്റെ ചരിത്രമാണ്; മണ്ണിന്റെ ഹൃദയമറിഞ്ഞ മനുഷ്യന്റെ സമരമുഖങ്ങളാണ്. 'കരിമ്പനക്കൽകാരും അത്തിക്കോട്ടു നിലവും തമ്മിലുള്ള ബന്ധത്തിൽ ഒരു മാറ്റം വരുന്നുണ്ട്. കൊണ്ടേരനും കൊണ്ടയും അവരുടെ മക്കൾ ചാമിയും അയ്യപ്പനുമൊക്കെ അത്തിക്കോടിനോടുള്ള സ്നേഹം നിമിത്തം - അതുവിടാനുള്ള മടി നിമിത്തം - ജന്മിക്കു കീഴ്വഴങ്ങുകയാണ് ചെയ്യുന്നതെങ്കിൽ അടുത്ത തലമുറക്കാരനായ കൊച്ചുകൊണ്ടേരനാകുമ്പോഴേക്കും ജന്മിയോടെതിർക്കുകയെന്ന നിലവരുന്നു. ഈ എതിർപ്പുതന്നെ ആദ്യം വ്യക്തിയായ കുടിയാൻ വ്യക്തിയായ ജന്മിയെ എതിർക്കുകയെന്ന രൂപത്തിൽ തുടങ്ങി അവസാനം കൃഷിക്കാരുടെ സംഘടിത സമരമെന്ന രൂപത്തിലേക്കുയർന്നു വരുന്നു.'[7] എ കൃഷിക്കാർ സംഘടിതശക്തിയാർജ്ജിച്ച് അവകാശങ്ങൾ നേടിയെടുക്കേണ്ടതിന്റെ ആവശ്യകതയെ ഓർമ്മിപ്പിക്കുന്ന നോവൽ സാമൂഹിക യാഥാർത്ഥ്യങ്ങളെ മുൻനിർത്തി വ്യക്തമായ രാഷ്ട്രീയസ്വരമുയർത്തുന്നു.

ആവിഷ്കരണത്തിലും നായകസങ്കല്പത്തിലും തീവ്രമായ രാഷ്ട്രീയ സ്വഭാവം ഇല്ലാത്തതും പ്രമേയപശ്ചാത്തലത്തിൽ സാമൂഹിക വികാസപരിണാമത്തിന്റെ വ്യക്തമായ അടയാളങ്ങൾ ഉള്ളതുമായ നോവലുകളും യഥാതഥ രചനയുടെ ഭാഗമായി ഈ കാലഘട്ടത്തിലുണ്ടായി. കേശവദേവിന്റെ 'ഭ്രാന്താലയം', 'അയൽക്കാർ', തകഴിയുടെ 'ഏണിപ്പടികൾ', ഉറൂബിന്റെ 'സുന്ദരികളും സുന്ദരന്മാരും', ജോസഫ് മുണ്ടശ്ശേരിയുടെ 'കൊന്തയിൽ നിന്നു കുരിശ്ശിലേക്ക്,' തുടങ്ങിയവ ഈ ഗണത്തിൽപ്പെടുന്നു. ഇവയുടെ പ്രമേയതലത്തിന് രാഷ്ട്രീയ സ്വഭാവം നൽകുന്നത് പ്രമേയഗതിയുടെ വികാസത്തിന് സമാന്തരമായി നിലകൊള്ളുന്ന രാഷ്ട്രീയ-സാമൂഹിക പരിസരമാണ്. കാലഘട്ടത്തിന്റെ സ്പന്ദനങ്ങളെ/പരിണാമത്തെ യഥാതഥമായി പകർത്തുന്ന ഇവയ്ക്ക് ശക്തമായ രാഷ്ട്രീയ പശ്ചാത്തലം ഉണ്ട്.

രണ്ടാം ലോകമഹായുദ്ധം കൊടുമ്പിരികൊണ്ടിരിക്കുന്നു, സ്വാതന്ത്ര്യലബ്ധിയോടടുത്ത ഇന്ത്യയിൽ വർഗീയ അസ്വാസ്ഥ്യങ്ങൾ തലപൊക്കുന്നു. ഈ രാഷ്ട്രീയകാലാവസ്ഥയിലൂടെയാണ് 'ഭ്രാന്താലയ'ത്തിന്റെ

പ്രമേയം വികസിക്കുന്നത്. പ്രമേയപശ്ചാത്തലം കേരളത്തിലെ കുടുംബ സാഹചര്യങ്ങളിൽ നിന്ന് ഉത്തരേന്ത്യയിലെ കലാപഭൂമിയിലേക്ക് സംക്രമിക്കുന്നു. മതേതരത്വത്തെ ദർശനമായി ഉയർത്തിക്കാണിക്കുന്ന നോവൽ കാലികമായ ഇന്ത്യൻ സാഹചര്യങ്ങളോടുള്ള ശക്തമായ പ്രതികരണം നിർവഹിക്കുന്നു. കഥയിലെ അസ്വാഭാവികമായ പരിണാമങ്ങളും (പാത്തുമ്മയും തത്തയും അബ്ദുവിനും ജമീലയ്ക്കുമൊപ്പം നാടുവിടുന്നത്/ഉത്തരേന്ത്യയിലെവിടെയോവച്ച് അവർ റഹീമിനെ കണ്ടുമുട്ടുന്നത്) പ്രതീകാത്മകമായ ദൃശ്യരൂപങ്ങളും (മകൻ നഷ്ടപ്പെട്ട ഭ്രാന്തി/തേജോമയനായ പുരുഷരൂപം) രാഷ്ട്രീയാദർശത്തിന്റെ ആവിഷ്കാരത്തിനുള്ള ഉപാധികളാണ്. പാത്തുമ്മ, തത്ത, ജമീല, അബ്ദു, റഹീം തുടങ്ങി നിരവധി കഥാപാത്രങ്ങൾക്കും അവരുമായി ബന്ധപ്പെട്ട സംഭവ പരമ്പരകൾക്കുമുപരിയായി അവയ്ക്ക് പിന്നിൽ നാം കാണുന്ന സാമൂഹിക-രാഷ്ട്രീയ പരിണാമങ്ങളുടെ ഭൂമികയാണ് നോവലിന്റെ പ്രമേയതലത്തിന് രാഷ്ട്രീയനിറം ചാർത്തുന്നത്.

സ്വാതന്ത്ര്യലബ്ധിക്കു മുമ്പുള്ള അഞ്ചു ദശകങ്ങൾക്കിടയിൽ (1900-1947) കേരളീയ സമൂഹത്തിലെ വ്യത്യസ്ത ജനവിഭാഗങ്ങൾക്കിടയിലുണ്ടായ സാമൂഹിക-രാഷ്ട്രീയചലനങ്ങളാണ് 1963-ൽ പുറത്തിറങ്ങിയ 'അയൽക്കാർ' എന്ന നോവലിന്റെ പശ്ചാത്തലം. മുഖവുരയിൽ ദേവ് എഴുതുന്നു 'കേരളത്തിലെ സാമൂഹ്യ പരിവർത്തനങ്ങളുടെ ചരിത്രത്തിൽ ശ്രദ്ധേയമായ മൂന്നു സംഗതികളുണ്ട്. ഫ്യൂഡലിസത്തിന്റെ നേരിയ ഛായയുള്ള മരുമക്കത്തായ സമ്പ്രദായത്തിന്റെ തകർച്ച, ജാതീയമായ അവശതകൾ അനുഭവിച്ചുകൊണ്ടിരുന്ന ഈഴവ സമുദായത്തിന്റെ വിജയകരമായ സ്വാതന്ത്ര്യസമരം, ക്രിസ്ത്യൻ സമുദായത്തിന്റെ സാമ്പത്തികവും വിദ്യാഭ്യാസപരവുമായ ഉയർച്ച. ഈ മൂന്നു പരിവർത്തനങ്ങളും മൂന്ന് കുടുംബങ്ങളിൽ പ്രതിഫലിപ്പിക്കുന്നതാണ് 'അയൽക്കാർ'.'7ബി പത്മനാഭപിള്ളയെ കേന്ദ്രീകരിച്ച് നായർസമുദായവും മംഗലശ്ശേരി തറവാട്ടിലെ ആശ്രിതനായ കുഞ്ഞന്റെ കുടുംബത്തിലൂടെ ഈഴവസമുദായവും കുഞ്ഞിവറീതിന്റെ കുടുംബത്തിലൂടെ ക്രിസ്തീയസമുദായവും പ്രതിനിധാനം ചെയ്യപ്പെടുന്നു. പ്രണയവും പ്രതികാരവും പ്രവാസവും പലതരം ബന്ധങ്ങളും ഇഴചേരുന്ന പ്രമേയധാരയുടെ പാർശ്വഭാഗത്തുനിന്ന് കഴിഞ്ഞുപോയ അര നൂറ്റാണ്ടിന്റെ ചരിത്രം വായിച്ചെടുക്കാനാവുന്നു.

1964-ൽ പ്രസിദ്ധീകൃതമായ 'ഏണിപ്പടികൾ' 1920 നും 1947നും ഇടയിലുള്ള കാലത്ത് തിരുവിതാംകൂറിലെ സാമൂഹിക-രാഷ്ട്രീയരംഗത്തുണ്ടായ സംഭവഗതികളെയാണ് പശ്ചാത്തലത്തിൽ നിർത്തുന്നത്. 'കേശവപിള്ളയുടെ ഉയർച്ചയുടെ ഓരോ ഘട്ടവും തിരുവിതാംകൂറിന്റെ രാഷ്ട്രീയ

പരിണാമത്തിലെ ഓരോ ദശയാണ്.'[8] ഉത്തരവാദ ഭരണപ്രക്ഷോഭം, അടിച്ചമർത്തൽ നടപടികൾ, ജനകീയ മന്ത്രിസഭയുടെ രൂപീകരണം, സി.പി. രാമസ്വാമി അയ്യരുടെ മൂക്കു ഛേദിക്കുന്നത് തുടങ്ങിയ ചരിത്ര വസ്തുതകളൊക്കെ നോവലിന്റെ പ്രമേയഗതിയിൽ കണ്ടെത്താനാവും.

1959-ൽ പുറത്തിറങ്ങിയ 'സുന്ദരികളും സുന്ദരന്മാരും' മലബാർ കലാപം മുതലിങ്ങോട്ടുള്ള മൂന്ന് ദശകങ്ങളിലെ കേരളത്തിന്റെ സാമൂഹിക-രാഷ്ട്രീയ പരിണാമങ്ങളെ വ്യത്യസ്ത പ്ലോട്ടുകളിലൂടെ സമർത്ഥമായി സൂചിപ്പിക്കുന്നു. 'മാപ്പിള ലഹള, തുടർന്നുണ്ടായ മതവിരോധങ്ങളും മതപരിവർത്തനങ്ങളും, ജന്മിത്തത്തിൽനിന്ന് മുതലാളിത്തത്തിലേക്കുള്ള പകർച്ച, ദേശീയ സ്വാതന്ത്ര്യ പ്രസ്ഥാനങ്ങൾ, ട്രേഡ് യൂണിയന്റെ വളർച്ച, കേരളീയ ജനതയുടെ വികാസം, കലാരംഗത്തെ നൂതന ചലനങ്ങൾ എന്നിവയ്ക്കു പുറമേ വ്യക്തിത്വത്തിന്റെ പരിണാമങ്ങൾ, മനുഷ്യാത്മാവിന്റെ ചലനങ്ങൾ, അസ്തിത്വത്തിന്റെ വേദനകൾ തുടങ്ങിയവയും സുന്ദരികളും സുന്ദരന്മാരും ആവിഷ്കരിക്കുന്നു.' [9] കലാപരമായി മികച്ചു നിൽക്കുന്ന നോവലിൽ വൈയക്തികവും മാനസികവുമായ വികാസപരിണാമങ്ങൾ സവിശേഷമായൊരു രാഷ്ട്രീയകാലത്തിനു സമാന്തരമായി സംഭവിക്കുന്നു.

ചുരുക്കത്തിൽ, ഇരുപതാം നൂറ്റാണ്ടിന്റെ ആദ്യപകുതിയിലെ സാമൂഹിക- രാഷ്ട്രീയചലനങ്ങളുടെ രൂപരേഖ ഈ നോവലുകളുടെ പ്രമേയ പരിസരങ്ങളിൽ നിന്ന് നിർമ്മിച്ചെടുക്കാനാവും.

സോദ്ദേശ്യ സമീപനം മലയാളനോവലിന്റെ പ്രമേയതലത്തിൽ സന്നിവേശിപ്പിച്ച രാഷ്ട്രീയഘടകങ്ങളുടെ രൂപഭാവങ്ങളെ താഴെ പറയും വിധം ക്രമപ്പെടുത്താം.

1. യാഥാസ്ഥിതിക വ്യവസ്ഥയുടെ തൽസ്ഥിതി
2. വർഗബോധത്തിലേക്കുള്ള വികാസം
3. ജനതയുടെ പ്രതിരോധം
4. സാമൂഹിക/രാഷ്ട്രീയ മുന്നേറ്റവും പരിണാമവും

മാറ്റത്തിനായുള്ള ജനതയുടെ കുതിപ്പിന് ശക്തി പകരാൻ എഴുത്തുകാർ നടത്തിയ ശ്രമത്തിന്റെ ഭാഗമായാണ് പുരോഗമന രാഷ്ട്രീയദർശനങ്ങൾ പ്രമേയതലത്തിലേക്ക് കടന്നുവന്നത്. കാലികാവസ്ഥയുടെ സൃഷ്ടിയായിരുന്നു സോദ്ദേശ്യ രാഷ്ട്രീയനോവലുകൾ. അതുകൊണ്ടുതന്നെ അവ കാലത്തെ കഥയിലൂടെ സാക്ഷ്യപ്പെടുത്തി.

നായകസങ്കല്പത്തിൽ വന്ന വ്യതിയാനമാണ് പ്രമേയത്തിന്റെയും ആവിഷ്കാരത്തിന്റെയും രാഷ്ട്രീയ സ്വഭാവത്തെ നിർണ്ണയിച്ചത്. തോട്ടിയും കുടിയാനുമൊക്കെ നായകനായപ്പോൾ അഭിജാതമായ നായകസങ്കല്പങ്ങൾ തകർന്നു. 'അസമത്വത്തിനെതിരെ ഉണരുന്ന വർഗ പ്രാതിനിധ്യമാർന്ന വിപ്ലവ നായകസങ്കല്പമാണ് ഈ കാലഘട്ടത്തിലെ സാഹിത്യത്തിൽ പ്രകടമാവുന്നത്.'[10] ഈ വിപ്ലവകാരിയായ നായകൻ മോഹനനായാലും കോരനായാലും കൊച്ചു കൊണ്ടേരനായാലും കാറ്റായാലും അയാൾക്ക് പൊതുവായ രൂപമാതൃകയുണ്ട്. ആ മാതൃകയുടെ ഈഷൽ ഭേദങ്ങൾ മാത്രമാണ് അവരെ വ്യത്യസ്തരാക്കുന്നത്. മറ്റെല്ലാ തലത്തിലും അവർ ഒരു സമാനരൂപത്തിന്റെ (type) വ്യത്യസ്ത സാന്നിദ്ധ്യങ്ങൾ മാത്രമാണ്. ടൈപ്പും റിയലിസ്റ്റിക് സാഹിത്യവും തമ്മിലുള്ള ബന്ധത്തെക്കുറിച്ച് പ്രശസ്ത മാർക്സിയൻ നിരൂപകനായ ജോർജി ലൂക്കാക്സ് വിവരിക്കുന്നത് ഇപ്രകാരമാണ് 'റിയലിസ്റ്റിക് സാഹിത്യത്തിന്റെ മാനദണ്ഡം ടൈപ്പിനെ ചിത്രീകരിച്ചിട്ടുണ്ടോ എന്നതാണ്. സമുദായത്തിന്റെ ഒന്നാകെയുള്ള സ്വഭാവവും വ്യക്തിയുടെ സവിശേഷ സ്വഭാവവും-പാത്രത്തിലും സാഹചര്യത്തിലും- അവിഭാജ്യമായ ഏകത്വമാക്കി ഉദ്ഗ്രഥിച്ചു കാണിക്കുക തന്നെയാണ് ടൈപ്പിനെ ചിത്രീകരിക്കൽ. സമുദായത്തിലൊരാളുടെ ശരാശരി വ്യക്തിസ്വഭാവമോ കേവല വ്യക്തിസ്വഭാവമോ ചിത്രീകരിച്ചാൽ ടൈപ്പാവുകയില്ല. അതിൽ വ്യക്തിപരവും സാമുദായികവുമായ എല്ലാ നിർണ്ണായക ഘടകങ്ങളും അന്തർഭവിച്ചിരിക്കണം.'[11] വ്യക്തിസ്വഭാവത്തിന്റെയും സമുദായ സ്വഭാവത്തിന്റെയും ഉദ്ഗ്രഥനത്തിലൂടെയാണ് വിപ്ലവകാരികളായ നായകന്മാർ ഉരുവം കൊണ്ടത്.

വ്യവസ്ഥയോട് കലഹിക്കുന്ന നായകന്റെ ബൗദ്ധികഘടന എഴുത്തുകാരന്റേതു തന്നെയാണ്. അയാൾ തോട്ടിയോ കുടിയാനോ തൊഴിലാളിയോ ആയിരിക്കുമ്പോഴും സ്വാതന്ത്ര്യത്തിന്റെയും ആത്മാഭിമാനത്തിന്റെയും വർഗബോധത്തിന്റെയും കരുത്തുൾക്കൊണ്ട ചിന്താപഥമാണ് അയാളുടേത്. അതിന് ക്രമികമായ വികാസപരിണാമങ്ങളുണ്ട്. വൈകാരികതലമാകട്ടെ അധികമൊന്നും വെളിപ്പെടുന്നുമില്ല. വൈകാരികമായ സ്തോഭക്ഷോഭങ്ങൾക്കുപോലും പ്രത്യയശാസ്ത്രപരമായ തലമുണ്ട്. 'തോട്ടിയുടെ മകനി'ൽ പുത്രന് മോഹനൻ എന്ന പേരിട്ടതിന്റെ പേരിൽ അനുഭവിക്കേണ്ടിവന്ന പരിഹാസങ്ങളെത്തുടർന്ന് ചുടലമുത്തുവിൽ ഉണ്ടാകുന്ന വിക്ഷോഭങ്ങൾ ഇത്തരത്തിലുള്ളതാണ്. 'ആ വീട്ടിൽ നിന്നും ഇറങ്ങിയപ്പോൾ ചുടലമുത്തുവിന്റെ ഉൾക്കളത്തിൽ തീക്ഷ്ണമായ പ്രവർത്തനങ്ങൾ നടന്നുകൊണ്ടിരുന്നു. അവന്റെ കുഞ്ഞിനെ

ഒരു മനുഷ്യക്കുഞ്ഞായി അംഗീകരിക്കുകയില്ലേ? അവന് ഇഷ്ടമുള്ള പേരിട്ടുകൂടേ? മറ്റാരും അവനെ സ്നേഹിക്കണ്ട. അവനുതന്നെയും അതിനെ സ്നേഹിക്കാൻ അവകാശമില്ലേ?... തോട്ടിയുടെ മകന് ഓരോമനപ്പേർ ഉണ്ടായിക്കൂടേ? പല്ലുകടിച്ചുകൊണ്ട് ചുടലമുത്തു ഒന്നമറി. വീണ്ടും അവൻ തീർച്ചപ്പെടുത്തുകയാണ് അവന്റെ മകന്റെ പേർ മോഹനനെന്നാണ്. അവന്റെ ഓമനപ്പേർ ബേബി എന്നും തോട്ടിയുടെ മകന് ഒരോമനപ്പേരുണ്ടെന്ന് ഏവരെയും അറിയിക്കണം.' [12]

'രണ്ടിടങ്ങഴി'യിൽ പുഷ്പവേലിൽ ഔസേപ്പിന്റെ വീട്ടിൽ വെച്ച് വേലക്കാരുടെ കണക്കു തീർക്കുന്ന സാഹചര്യത്തിൽ കള്ളക്കണക്കു പറയുന്ന തമ്പുരാന്റെ നേരെ കോരനിലെ രോഷം ജ്വലിച്ചുയരുന്നത് നോക്കു. 'ഓരോ നിമിഷവും പുതിയ വികാരങ്ങൾ, ആവേശങ്ങൾ, കോരന്റെ ആത്മാവിനെ ഉലച്ചുകൊണ്ടിരുന്നു. അവന് അന്നോളം അനുഭവപ്പെട്ടിട്ടില്ലാത്ത വികാരങ്ങൾ! ഇത്തരം സന്ദർഭങ്ങൾ ഉണ്ട്, പണ്ടുണ്ടായിട്ടുണ്ട്. പക്ഷെ, അന്നൊന്നും ഈ വിധം വികാരങ്ങൾ ഇളകിയിട്ടില്ല... എന്തിന് ഈ തമ്പുരാൻ എന്നു പറയുന്നവനെ വിശ്വസിക്കണം?... അവൻ ഈ നെല്ലും പണവും കൂട്ടി സംഭരിച്ചിട്ട് എന്തു ചെയ്യാൻ പോണു? ഈ നെല്ലുണ്ടാക്കിയതിന് അയാൾക്ക് എന്തു പാടുവന്നു? അന്നാദ്യമായി അവന് തോന്നി, അവന്റെ പ്രതിഫലം മുഴുവൻ ആ കുനിഞ്ഞിരുന്നു കണക്കുകൂട്ടുന്ന പിശാച് അപഹരിച്ചെന്ന്! അവന്റെ ജീവരക്തം ഊറ്റിയൂറ്റി കുടിക്കുന്നു... അവനും കഴിയണം. അവനും അവകാശമുണ്ട്. അവൻ വേല ചെയ്യുന്നുണ്ട്... ആ നെല്ലും പണവും അവന്റെ കൂടിയാണ്... ആരുടെയും സൗജന്യം വേണ്ട... കോരൻ പല്ലുകടിച്ചമർത്തി... ഉച്ചത്തിൽ നിലവിളിച്ചാലെന്തെന്ന് കോരന് തോന്നി. നല്ല നാല്യ വർത്തമാനം പറഞ്ഞുവെച്ചാലെന്ത്? ആ നെല്ല് അവന്റെ കൂടിയാണെന്ന്! അവന്റെ അവകാശം അനുവദിച്ചില്ലെങ്കിൽ അത് പിടിച്ചുപറ്റുമെന്ന്! ആ പരമ കള്ളന്റെ കഴുത്തു പിടിച്ചു ഞെരിച്ചുതിരിച്ച്- അല്ലെങ്കിൽ ഒരു കറ്റച്ചൂട്ടിൽ ആ വൻമാളിക- കോരനും ശ്വാസം മുട്ടുന്നതുപോലെ തോന്നി.'[13]

ഇത്തരം സന്ദർഭങ്ങളിലൊക്കെ നായകനിൽ എഴുത്തുകാരൻ സന്നിവേശിക്കുന്നു. ഈ ആവേശിക്കലിൽ നിന്നുല്പന്നമാകുന്ന രാഷ്ട്രീയ വിവക്ഷകളാലാണ് നായകനെ വിപ്ലവകാരിയായി നാം തിരിച്ചറിയുന്നത്. സൗന്ദര്യപരമായി, കഥാപാത്രം എന്ന നിലയിൽ അപൂർണ്ണമായ നായകരൂപം ആശയ/വർഗ പ്രതിനിധാനം എന്ന നിലയിൽ പൂർണ്ണമാവുന്നു.

ആവിഷ്കാരത്തിലെ രാഷ്ട്രീയ സ്വഭാവം പ്രധാനമായും മൂന്നു തലത്തിലാണ് പ്രകടമാവുന്നത്.

1. വിവരണം

2. ബിംബങ്ങൾ/പ്രതീകങ്ങൾ

3. സംഭാഷണം

സോദ്ദേശ്യ നോവലുകളിൽ പ്രഥമ പുരുഷനിലുള്ള ആഖ്യാനം രചയിതാവിന്റെ 'രാഷ്ട്രീയ ഇടപെടലിന്' ഏറെ ഇടം നൽകുന്ന വിധത്തിലാണ് ക്രമപ്പെട്ടുത്തി യിരിക്കുന്നത്. മനുഷ്യാവസ്ഥയും വൈയക്തിക രൂപവും പ്രകൃതിയും മാനസികാവസ്ഥയുമൊക്കെ യഥാതഥമായ വിവരണങ്ങളിലൂടെയാണ് പ്രകടമാവുന്നത്. നോവലിന്റെ രാഷ്ട്രീയദർശനത്തെ പരുവപ്പെട്ടുത്തുന്നത് ഈ വിവരണങ്ങളുടെ ശക്തിയും സൗന്ദര്യവുമാണ്. 'തോട്ടിയുടെ മകനി'ൽ തകഴി എഴുതുന്നു, 'അവന്റെ അച്ഛന്റെ മൂക്കിനു ചുറ്റുമുള്ള മാംസപേശികൾ നാസാരന്ധ്രത്തെ അടക്കുവാനെന്നപോലെ വലിഞ്ഞിരുന്നു. മേൽച്ചുണ്ടും ആ ശ്രമത്തിൽ മുകളിലേക്ക് മലർന്നിരുന്നു. അതെങ്ങനെ സംഭവിച്ചു. ഒരു പക്ഷെ, ആദ്യമായി മമ്മട്ടിയും പാട്ടയുമെടുത്ത് കക്കൂസിൽ കയറിയപ്പോൾ അങ്ങനെ വലിഞ്ഞതാവാം. അദ്ദേഹത്തിന്റെ അപ്പൻ തോട്ടി അല്ലായിരുന്നിരിക്കാം. ഒരു തലമുറ തോട്ടിയെക്കൂടി സൃഷ്ടിച്ചു. ഇനി തന്റെ മുഖവും താനറിയാതെ വക്രിച്ചേക്കാം.'[14] തോട്ടിയുടെ രൂപപരമായ അടയാളങ്ങളുടെ തുടർച്ചയെ സൂചിപ്പിക്കുന്ന ഈ വിവരണം അസ്വാഭാവികമായ ചില ന്യായീകരണങ്ങളിലൂടെ വ്യംഗ്യമായ രാഷ്ട്രീയ പ്രസ്താവമായി പരിണമിക്കുന്നു.

'കണ്ണാടി'യിൽ ദേവ് എഴുതുന്നു. 'മർദ്ദനത്തിനും ചൂഷണത്തിനും വിധേയരായി അടിമത്തത്തിൽ ആണ്ടുകിടന്ന ഒരു ജനവിഭാഗം ഉണരുകയാണ്, ഉയരുകയാണ്. അടിമത്തത്തിന്റെ ശൃംഖല വലിച്ചു പൊട്ടിക്കുമ്പോൾ കൈയിനും കാലിനും മുറിവ് പറ്റിയെന്ന് വരാം. ആ മുറിവുകൾ അനിവാര്യങ്ങളാണ്. ചിന്തയ്ക്കും വീണ്ടുവിചാരത്തിനും സമയമില്ല. ഉണർച്ചയ്ക്കും ഉയർച്ചക്കും പ്രതിബന്ധമായ തിനെയെല്ലാം തട്ടിത്തകർത്തുകൊണ്ടുള്ള ഒരു കുതിച്ചു കേറ്റമാണത്.'[15] ജീവിതത്തോടും കാലത്തോടും ചേർന്നു നിൽക്കുന്ന എഴുത്തുകാരന്റെ ആവേശം മുറ്റിയ പ്രതികരണമാണിത്.

'രണ്ടിടങ്ങഴി'യിൽ വിളവെട്ടുപ്പിനെ കുറിച്ചുള്ള വിവരണം ഇങ്ങനെയാണ്. 'കണ്ണെത്താത്ത ദൂരത്തോളം വ്യാപിച്ചു കിടക്കുന്ന പാടങ്ങളിലെ കതിരുകൾ ഓരോന്നും അരിവാളിന്റെ വായ്ത്തലകൊണ്ട് മുറിച്ചെടുത്ത്

കറ്റകളായി കെട്ടണം. എല്ലാം മനുഷ്യന്റെ കൈകൾ വേണം ചെയ്യുവാൻ. ആ കറ്റക്കെട്ടുകൾ മനുഷ്യൻ തലയിൽ താങ്ങി കളത്തിൽ കൊണ്ടു പോകണം. കളങ്ങളിൽ മലപോലെ കൂട്ടിയിട്ടിരിക്കുന്ന കോടി, കോടി പറകൾ കണക്കിനുള്ള നെല്ല് മുഴുവൻ മനുഷ്യന്റെ ചവിട്ടടികൾ ചവിട്ടി ഉതിർക്കേണ്ടതാണ്. മനുഷ്യസ്പർശമേൽക്കാത്ത ഒരു നെന്മണി അതിലില്ല.'[16] ഇവിടെ ആവർത്തിച്ചുവരുന്ന 'മനുഷ്യൻ' എന്ന പ്രയോഗം അധ:സ്ഥിതനും അധ്വാനിക്കുന്നവനുമായ മനുഷ്യന്റെ പ്രസക്തിയെ ഓർമ്മിപ്പിക്കുന്നു; ഉറപ്പിക്കുന്നു. അവനെ മാനിക്കാത്ത വ്യവസ്ഥയുടെ മുന്നിലേക്കാണ് തുടർച്ചയായ 'മനുഷ്യപ്രയോഗം' എയ്തുവിടുന്നത്.

ഇത്തരം വിവരണങ്ങളുടെ സമൃദ്ധി സോദ്ദേശ്യ നോവലുകളിൽ ഉടനീളമുണ്ട്. ആവിഷ്കാരഗതിയോട് ചേർന്നു നിൽക്കുമ്പോഴും ഇടഞ്ഞു നിൽക്കുമ്പോഴും ഈ വിവരണങ്ങൾ സവിശേഷമായ പ്രയോഗങ്ങളിലൂടെ വ്യക്തി, വ്യവസ്ഥ, പ്രകൃതി, സാമൂഹികചലനങ്ങൾ തുടങ്ങിയവയെ രാഷ്ട്രീയമായി അടയാളപ്പെടുത്തുന്നു. അതിലൂടെ എഴുത്തുകാരന്റെ രാഷ്ട്രീയപക്ഷത്തെ പ്രഖ്യാപിക്കുന്നു.

രാഷ്ട്രീയമാനമുള്ള ഈ ആഖ്യാന വ്യതിയാനമാണ് മലയാളനോവലിന്റെ രൂപത്തെ സമൂലമായി പരിവർത്തിപ്പിച്ചത്. സാമൂഹിക/ ചരിത്ര നോവലുകളിൽ നിന്നു വിഭിന്നമായ ഈ ആവിഷ്കാര പാത കാലികമായ രാഷ്ട്രീയ-സാമൂഹിക സാഹചര്യങ്ങളുടെ സൃഷ്ടിയായിരുന്നു; സാഹിത്യവും സമൂഹവും തമ്മിലുള്ള പുരോഗമനപരമായ പ്രതിപ്രവർത്തനത്തിന്റെ ഭാഗമായിരുന്നു. പ്രഥമ പുരുഷനിലുള്ള ആഖ്യാനത്തിലെ എഴുത്തുകാരന്റെ സാന്നിദ്ധ്യത്തിൽ പുതുമയൊന്നുമില്ല. എന്നാൽ ഉള്ളടക്കത്തെ നിർണ്ണായകമായൊരു സാമൂഹികാവസ്ഥയിൽ പ്രതിഷ്ഠിച്ചശേഷം വിവരണങ്ങളെയും പ്രതീകങ്ങളെയും ബിംബങ്ങളെയും സംഭാഷണങ്ങളെയും രാഷ്ട്രീയമായി ഉപയോഗിച്ചുകൊണ്ട് ആഖ്യാനത്തെ രാഷ്ട്രീയവത്കരിച്ചത് സോദ്ദേശ്യരാഷ്ട്രീയനോവലുകളാണ്. കെ. നാരായണ കുരുക്കളുടെ നോവലുകളിലും 'ഇന്ദുലേഖ'യിലെ പതിനെട്ടാം അധ്യായത്തിലുമൊക്കെ ഇത്തരമൊരു സമീപനത്തിന്റെ തുടക്കം കാണാം. എന്നാൽ അവയ്ക്കൊന്നും അവകാശപ്പെടാനാവാത്തവിധം മലയാളനോവലിന് സുശക്തമായ രാഷ്ട്രീയ രചനയുടെ ആഖ്യാന മാതൃക നൽകിയത് സോദ്ദേശ്യ നോവൽ രചയിതാക്കളാണ്. അതോടൊപ്പം തന്നെ ഈ നോവലുകൾ മലയാളനോവൽ സാഹിത്യത്തെ നൂതനമായ രൂപഭാവ തലങ്ങളിലേക്ക് പരിവർത്തിപ്പിക്കുകയും ചെയ്തു.

ബിംബങ്ങളുടെയും പ്രതീകങ്ങളുടെയും രാഷ്ട്രീയ പ്രയോഗം ആഖ്യാന ഗതിയിലെ നിർണ്ണായക ഘടകമാണ്. അഭിജാതമായ സങ്കല്പങ്ങളെ പാടേ നിരാകരിക്കുന്ന വിധത്തിലാണ് ബിംബങ്ങളുടെ ഉപയോഗം. 'തോട്ടിയുടെ മകനിൽ' 'അന്നു കൊണ്ടുവന്ന മലം ഒരു പാത്തിയിൽ കിടന്നു ചന്ദ്രികവീണു തിളങ്ങുന്നത് ചുടല കണ്ടു."[17] എന്നെഴുതുമ്പോൾ തകർന്നടിയുന്നത് വരേണ്യമായ വ്യവസ്ഥിതി ശ്രേഷ്ഠമെന്നു വാഴ്ത്തുന്ന ബിംബകല്പനയുടെ അടിസ്ഥാന പ്രമാണങ്ങളാണ്. ചന്ദ്രികയുടെ വെൺമയിൽ പ്രകാശമാനമാവുന്നത് ആമ്പൽപ്പൊയ്കയോ വെൺ കൽത്തളങ്ങളോ അല്ല. പാത്തിയിൽ വീണുകിടക്കുന്ന 'മലം' ആണ്. ചന്ദ്രികാചർച്ചിതമായ ആമ്പൽപ്പൊയ്കയുടെ വെൺകൽപ്പടവിൽ നായികയെ കാത്തിരിക്കുന്ന നായകന്റെ സ്ഥാനത്ത്, മരണവേദന കൊണ്ട് തൊണ്ടപൊട്ടി നിലവിളിക്കുന്ന അപ്പന് കഞ്ഞിവെള്ളവുമായി, നിലാവു വീണു തിളങ്ങുന്ന മലമൊഴുകുന്ന പാത്തികൾ താണ്ടി, നെറ്റ്സാ യിൽ ഡിപ്പോയുടെ മതിലുചാടി ഓടുന്ന ചുടലമുത്തുവിനെ നാം കാണുന്നു.

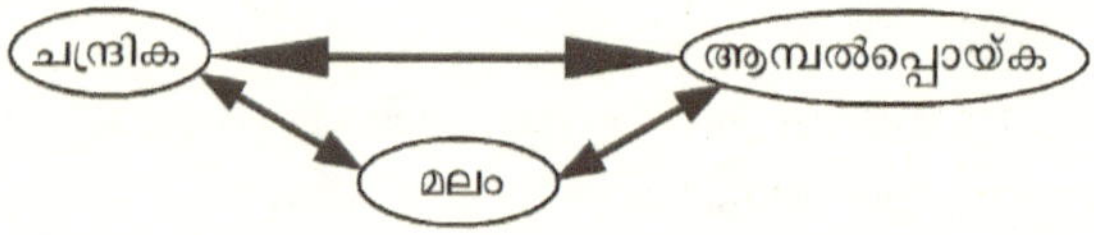

ബിംബങ്ങളുടെ ഈ തകിടം മറിച്ചിൽ എഴുത്തിന്റെ രാഷ്ട്രീയ പ്രയോ ഗത്തിന്റെ ഭാഗമാണ്. പ്രമേയതലത്തിൽ മാത്രമല്ല ആഖ്യാനത്തിന്റെ സമസ്തഘടകങ്ങളിലും ഈ കാലഘട്ടത്തിലെ നോവൽ രാഷ്ട്രീയനിറ മാർന്നു നിൽക്കുന്നു. 'തോട്ടിയുടെ മകനിൽ' ചുടലമുത്തുവും വള്ളിയും തമ്മിലുള്ള പ്രണയരംഗം വിഭാവനം ചെയ്തിരിക്കുന്നത് ഇങ്ങനെയാണ് 'ചുടല അവളെ ഒരു കൈകൊണ്ട് സ്വവക്ഷസ്സോടു ചേർത്തുപിടിച്ചു. മറ്റേ കൈകൊണ്ട് അവളുടെ മുഖം പിടിച്ചുയർത്തി. അവൾ ആഗ്രഹിച്ച തുപോലെ ചുംബിച്ചു. ആ വളപ്പിൽ വളരുന്ന പാഴ്ച്ചെടികൾ തലയാട്ടി. പാത്തികളിൽ ചിക്കിച്ചികഞ്ഞുകൊണ്ടിരിക്കുന്ന കാക്കകൾ ആ പ്രണയരംഗത്തെക്കുറിച്ചെന്നപോലെ എന്തോ പരസ്പരം ശബ്ദിച്ചു."[18] ഇവിടെ പ്രണയത്തിന്റെ പശ്ചാത്തലം നെറ്റ്സായിൽ ഡിപ്പോയാണ്. ഇടം (space) കശുമാവിൻ ചോടാണ്. സമയം(time) നട്ടുച്ചയാണ്. പാഴ്ച്ചെടികളും മലം കൊത്തിച്ചിനക്കുന്ന കാക്കകളുമാണ് സാക്ഷികൾ. പ്രണയവുമായി ബന്ധപ്പെട്ട കാൽപ്പനികമായ സ്ഥലകാലങ്ങളെ യും സാന്നിധ്യങ്ങളെയും ഒന്നടങ്കം ഇല്ലായ്മ ചെയ്തുകൊണ്ട്, ജീവിത യാഥാർത്ഥ്യത്തിന്റെ സ്പർശവും ഗന്ധവുമുള്ള നൂതനമായ സ്ഥല/സമയ രാശിയെയും സാന്നിധ്യങ്ങളെയും സൃഷ്ടിച്ചെടുത്തിരിക്കുന്നു.

'കണ്ണാടി'യിൽ അന്തോണിയും റോക്കിയും ജയിലിൽ ക്രൂരമർദ്ദനത്തിനിരയാകുന്ന പാതിരാത്രിയിൽ വർക്കിയുടെ വീട്ടിലെ അവസ്ഥ ആവിഷ്കരിക്കുന്നിടത്തെ ഒരു പ്രയോഗം ഇങ്ങനെയാണ്. 'എണ്ണ തീർന്ന് അണയാറായ മണ്ണെണ്ണ വിളക്ക് പ്രേതത്തെപ്പോലെ ചിരിച്ചു കൊണ്ടിരുന്നു.'[19] മറ്റൊരിടത്ത് സമാനമായൊരു സാഹചര്യത്തിൽ ദേവ് എഴുതുന്നു. 'തൊണ്ടയിൽ തടഞ്ഞിരുന്ന തീക്കനൽ നുണഞ്ഞിറക്കിക്കൊണ്ട് അവർ ആകാശത്തേക്ക് നോക്കി.'[20] ഫാക്ടറി തൊഴിലാളികളുടെ ഇടയിൽ രൂപം കൊള്ളുന്ന അമർഷത്തെ സൂചിപ്പിക്കുമ്പോൾ 'ഫാക്ടറികളിൽ, തറികളുടെ ഇടയിലും കയറുകെട്ടുകളുടെ ഇടയിലും അസ്വസ്ഥത അമർന്നു മുഴങ്ങി'[21] എന്നെഴുതുന്നു. മണ്ണെണ്ണവിളക്കും നുണഞ്ഞിറങ്ങേണ്ട തീക്കനലും തറികളുടെ മുഴക്കവും ജീവിതാവസ്ഥകളുടെയും മാനസിക ഭാവങ്ങളുടെയും നേർപ്രതീകങ്ങളായി കടന്നുവരുന്നു. പ്രാന്തവത്ക്കരിക്കപ്പെട്ട ജീവിതത്തിന്റെ അടയാളങ്ങൾ പ്രതീകങ്ങളാകുന്നു.

കേശവദേവിന്റെ 'ഉലക്ക'യിൽ അധഃസ്ഥിതനനുഭവിക്കേണ്ടിവന്ന പീഡനപർവ്വത്തെയും അടങ്ങാത്ത പ്രതികാരവാഞ്ഛയെയും ചോരയിറ്റുന്ന പ്രതീക്ഷകളുടെ നുറുങ്ങുകളെയും 'ഉലക്ക' യെന്ന സാധാരണമായ പ്രതീകത്തിൽ അസാധാരണമാം വിധം സന്നിവേശിപ്പിച്ചിരിക്കുന്നു. കൊച്ചയ്യപ്പനിൽനിന്ന് കുട്ടനിലൂടെ ഗോപാലനിലെത്തുന്ന തലമുറകളുടെ നൈരന്തര്യത്തിൽ, കൊച്ചയ്യപ്പന്റെ തല തകർന്നൊഴുകിയ ചോരയുടെ കറപുരണ്ട ഉലക്ക/ഉണ്ണൂലിയുടെ സ്ഥൈര്യത്തിന്റെ കേന്ദ്രമായ ഉലക്ക/ കുട്ടന്റെയും ഗോപാലന്റെയും ആവേശത്തെ ത്വരിപ്പിക്കുന്ന ഉലക്ക നിർണ്ണായകമായ രാഷ്ട്രീയ പ്രതീകമായി നിലകൊള്ളുന്നു. തന്റെ പ്രതികാരത്തിന് ശബ്ദവും രൂപവും കൈവരുന്നെന്ന തിരിച്ചറിവിൽ ഉണ്ണൂലി ആവേശത്തോടെ പറയുന്ന 'നേരാണുമോനെ... നേരാണ്... ആ ഉലക്കയെല്ലാം കൂടി തിരിച്ചങ്ങോട്ടു ചെല്ലണം.' [22] ഉണ്ണൂലിയുടെ കഥ ശ്രദ്ധാപൂർവ്വം കേട്ടിരുന്ന കൃഷ്ണൻ പറയുന്ന 'എല്ലാവരുടെ മനസ്സിലും ഉണ്ട്, ഇത്തരം ഉലക്ക.' [23] അതേ ഉലക്കയുടെ അറ്റത്ത് കഠാരയും കെട്ടിയാണ് കുട്ടൻ വെടിയുണ്ടകളെ നേരിടാനായി കുതിക്കുന്നത്.

'കണ്ണാടി'യിലെ 'കാറ്റും' സവിശേഷമായൊരു പ്രതീക കല്പനയാണ്. തൊഴിലാളികളിൽ വർഗബോധമുണർത്താൻ അഹോരാത്രം ഓടിനടക്കുന്ന ആ ചടച്ച മനുഷ്യനെ അവർ 'കാറ്റെ'ന്ന് വിളിച്ചു. നായകസ്ഥാനത്ത് അയാൾ നിലകൊള്ളുമ്പോഴും അയാളെ സംബന്ധിക്കുന്ന വൈയക്തികളായ വിശദാംശങ്ങൾ നോവലിലില്ല. 'കാറ്റിനെപ്പോലെ അയാൾ പതുങ്ങിപ്പതുങ്ങി വഴിയിലൂടെ നടക്കുന്നതു കാണാം; തൊഴിലാളികളുടെ വീടുകളിൽ ചെന്നു കേറുന്നതു കാണാം; ചായക്കടകളിലും മുറുക്കാൻ

കടകളിലും തങ്ങിത്തങ്ങി നിൽക്കുന്നതു കാണാം."[24] ഇങ്ങനെ പോകുന്നു അയാളെ സംബന്ധിക്കുന്ന വിവരണങ്ങൾ. തൊഴിലാളികളെ വർഗ ബോധമുള്ളവരാക്കാനും സമരമുന്നണിയിലേക്ക് നയിക്കാനും ആത്മാർ പ്പണം ചെയ്ത നിരവധി കമ്മ്യൂണിസ്റ്റ് നേതാക്കളുടെ പ്രതീകമാണ് 'കാറ്റ്'. അതുകൊണ്ടുതന്നെ ഒരു വ്യക്തിയുടെ അടയാളങ്ങളിലേക്കും പശ്ചാ ത്തലത്തിലേക്കും പരിമിതപ്പെടുത്താതെ സർവ്വവ്യാപിയായ കാറ്റായി അയാളെ രൂപണം ചെയ്തിരിക്കുന്നു. ഇച്ഛാശക്തിയും ആത്മാർപ്പണവും ഇടകലർന്ന രാഷ്ട്രീയ നേതൃത്വത്തിന്റെ പ്രതീകാത്മക രൂപണമാണ് 'കണ്ണാടി'യെ ശക്തിയും സൗന്ദര്യവുമുള്ള രാഷ്ട്രീയനോവലാക്കുന്നത്.

സംഭാഷണങ്ങളുടെ രാഷ്ട്രീയമായ ക്രമപ്പെടുത്തലിനും/സോദ്ദേശ്യ മായ ആലങ്കാരികതയ്ക്കും ഈ കാലഘട്ടത്തിലെ രാഷ്ട്രീയനോവലുകളുടെ ആഖ്യാനഘടനയിൽ നിർണ്ണായക സ്ഥാനമുണ്ട്.

> തോട്ടിയുടെ മകനിൽ ചുടലമുത്തുവും ഗർഭിണിയായ വള്ളിയും തമ്മിലുള്ള സംഭാഷണം: [25]
>
> ചുടലമുത്തു: 'നിന്റെ വയറ്റിക്കെടക്കുന്നത് ആരാന്നാ നീ വിചാരിച്ചെ?'
>
> വള്ളി: 'ആരാ? തോട്ടീടെ മോൻ!'

വള്ളിയുടെ ഉത്തരം ചുടലമുത്തുവിനെ നടുക്കിക്കളഞ്ഞു. തന്റെ മകനൊരു തോട്ടിയാകരുതെന്ന് ആത്മാർത്ഥമായി ആഗ്രഹിക്കുന്ന ചുടലമുത്തുവിന് നിഷേധിക്കാനാവാത്ത/മറികടക്കാനാവാത്ത യാഥാർ ത്ഥ്യമാണത്. തോട്ടിയെ സൃഷ്ടിക്കുന്ന വ്യവസ്ഥിതിയുടെ അധികാര സ്ഥലികൾ രൂപംകൊടുത്ത രാഷ്ട്രീയ സിദ്ധാന്തമാണത് - 'തോട്ടിയുടെ മകൻ മറ്റൊരു തോട്ടി' - ഈ വ്യവസ്ഥാപിതത്വത്തെ മറികടക്കാനുള്ള ശ്രമത്തിൽ ചുടലമുത്തു ദയനീയമായി പരാജയപ്പെടുന്നു. ഇതിനോട് ചേർത്തുവയ്ക്കാവുന്ന വിധത്തിൽ ചുടലമുത്തുവും വള്ളിയും തമ്മിൽ നടക്കു ന്ന മറ്റൊരു സംഭാഷണം: [26].

> ചുടലമുത്തു: 'ഞാനെപ്പോഴും ഓർക്കാറൊ ള്ളതിതാ അവനെന്നായാലും അവൻ തോട്ടീട മോനാണെന്നറിയും. അവനെ വിടെച്ചെന്നാലും തോട്ടീടെ മോനാ. അതുരണ്ടും കൊഴപ്പമാ.'

വള്ളി: ഞാനും ഓർക്കാറുണ്ട്. അവൻ തോട്ടീടെ മോനല്ലാന്ന് ഭാവിച്ച നടന്നാലും വിശേഷമുണ്ടോ? ഓന്നോർത്തു നോക്കിയെ അവനെ വിട്ടന്നാ ഒരു പെണ്ണിനെ കിട്ടുന്നേ? ഒരു തോട്ടീടെ മോളെ അല്ലാതെ കിട്ടുമോ?

ചുടലമുത്തു: അതെ, അതും ശരിയാ, എന്നാലും ഞാനവനെ തോട്ടീടെ മോനായിട്ടു വളർത്തില്ല. അവൻ തോട്ടീടെ മോനായാലും അവന്റെ മോൻ തോട്ടീടെ മോനാകാൻ പാടില്ല.

വള്ളി: ആ കുഞ്ഞു തോട്ടീടെ മോന്റെ മോനാകും.

ഇശക്കുമുത്തു--> ചുടലമുത്തു--->മോഹനൻ---> പൂർണ്ണമാകാത്ത ഈ പരമ്പരയിൽ ഒരാൾ തോട്ടിയാണെങ്കിലും/ അല്ലെങ്കിലും അയാളുടെ മകൻ തോട്ടിയുടെ മകനോ തോട്ടിയുടെ മകന്റെ മകനോ ആണ്. തോട്ടിയെ എക്കാലത്തും തോട്ടിയായി നിലനിർത്തുന്ന വ്യവസ്ഥയുടെ രാഷ്ട്രീയത്തെ സരളമായി അടയാളപ്പെടുത്തുന്ന സംഭാഷണ ഭാഗങ്ങളാണിവ. ഇതിൽ രണ്ടിലും ചുടലമുത്തുവിന്റെ പ്രതീക്ഷകൾക്കുമേൽ അശനിപാതംപോലെ പതിക്കുന്ന വള്ളിയുടെ വാക്കുകൾ എഴുത്തുകാരൻ ബോധപൂർവ്വം സൃഷ്ടിക്കുന്ന രാഷ്ട്രീയമായ ക്രമപ്പെടുത്തലിന്റെ ഭാഗംതന്നെയാണ്. നോവലിന്റെ രാഷ്ട്രീയത്തെത്തന്നെ പൂർണ്ണമായി ഉൾക്കൊള്ളുന്ന ഇത്തരം സംഭാഷണങ്ങൾ രാഷ്ട്രീയമായി ഏറെ പ്രസക്തവുമാണ്.

സോദ്ദേശ്യ രാഷ്ട്രീയനോവലുകളിലെ സംഭാഷണങ്ങളിൽ ചിലയിടത്തു കാണുന്ന ആലങ്കാരികത രാഷ്ട്രീയാഖ്യാനത്തെ സൗന്ദര്യവൽക്കരിക്കുന്നു. അതോടൊപ്പംതന്നെ സരളമായ രീതിയിൽ അനുവാചകനിലേക്ക് കൃതിയുടെ രാഷ്ട്രീയലക്ഷ്യത്തെ സംക്രമിപ്പിക്കുകയും ചെയ്യുന്നു. ഈ നോവലുകളിലെ സംഭാഷണങ്ങൾ വ്യവഹാരഭാഷയുടെ സ്വാഭാവികതയും ലയവും കൊണ്ട് മനോഹരമാണ്. സങ്കേതബദ്ധമായ ആലങ്കാരികത അതിലില്ല. എന്നാൽ ചകിരിയും വടവും തീയും തറിയുമൊക്കെ സങ്കേതങ്ങളായി വരുന്ന സവിശേഷ ചമത്കാരം സംഭാഷണങ്ങളിലുണ്ട്.

കണ്ണാടിയിൽ തൊഴിലാളികൾ സംഘടിക്കേണ്ടതിന്റെ ആവശ്യകതയെക്കുറിച്ച്

> അന്തോണി പറയുന്നു: 'ചകിരി കാറ്റത്തു പറക്കും വടം പറക്കുകേല'[27]

ഇവിടെ 'ചകിരി' അസംഘടിതരായ തൊഴിലാളികളെയും 'വടം' സംഘടിത തൊഴിലാളിവർഗത്തെയും പ്രതിനിധാനം ചെയ്യുന്നു. സംഘടിക്കേണ്ടതിന്റെ പ്രസക്തിയെ ഇതിലും ലളിതമായി കയർഫാക്ടറിയിലെ തൊഴിലാളികളെ ബോധ്യപ്പെടുത്തുന്നതെങ്ങനെ?

> മുതലാളിമാരെ കായികമായി നേരിടുന്നതിനെ എതിർക്കുന്ന അന്തോണിയോട് അനുജൻ റോക്കി:[28] 'പത്തി വിടർത്തി കൊത്താൻ വരണ പാമ്പിനൊരു മുത്തം കൊടുക്കാനാണ് അച്ചായൻ പറയണത്.'

കരാളമായ മുതലാളിത്ത ചൂഷണത്തിനെതിരെ സഹനസമരങ്ങൾ തീർത്തും അപ്രായോഗികമാണെന്ന രാഷ്ട്രീയദർശനത്തിന്റെ സത്ത റോക്കിയുടെ സ്വാഭാവിക പ്രതികരണത്തിലുണ്ട്.

സംഭാഷണങ്ങളെ ചിലയിടത്ത് വാദങ്ങളുടെയും പ്രസംഗങ്ങളുടെയും രൂപത്തിൽ ക്രമപ്പെടുത്തിയിരിക്കുന്നത് കാണാം. ശക്തിമത്തായ രാഷ്ട്രീയ പ്രസ്താവങ്ങളാണ് ഇത്തരം സംഭാഷണ ശകലങ്ങൾ.

കണ്ണാടിയിൽ തൊഴിലാളി സംഘത്തിന്റെ ആഫീസിൽ നടക്കുന്ന ചർച്ചയ്ക്കിടെ 'കാറ്റ്' പറയുന്നു[29]

> 'തൊഴിലാളികൾ ഒന്നിക്കും, ഒന്നിച്ചു മൂളും, ലോകം വിറകൊള്ളും, ലോകത്തിന്റെ അധിപന്മാർ തൊഴിലാളികളാവും. ഒരു രാജ്യത്ത് തൊഴിലാളികൾ ഒന്നിച്ചു; അവർ ഒന്നിച്ചു മൂളി. അവിടത്തെ മുതലാളികളും ഭരണാധികാരികളും വിറച്ച് വിറച്ച് വീണു തകർന്നു.'

ചുരുക്കത്തിൽ, രാഷ്ട്രീയ സ്വഭാവത്തോടുകൂടിയ യഥാതഥ വിവരണങ്ങൾ, രാഷ്ട്രീയ മാനമുള്ള ബിംബങ്ങൾ/പ്രതീകങ്ങൾ, രാഷ്ട്രീയമായ ക്രമപ്പെടുത്ത ലോടുകൂടിയ സംഭാഷണങ്ങൾ, അവയിൽ പ്രത്യക്ഷപ്പെടുന്ന സോദ്ദേശ്യ ആലങ്കാരികത ഇതെല്ലാം ചേർന്ന് ആവിഷ്കാരത്തിന് രാഷ്ട്രീയരൂപം നൽകി.

ഇങ്ങനെ നോവലിന്റെ പ്രമേയ/ആഖ്യാനതലങ്ങളിലെ വ്യത്യസ്ത ഘടകങ്ങളെയും നായകസങ്കല്പത്തെയും രാഷ്ട്രീയമായി

ഉപയോഗിക്കുകയാണ് യഥാതഥ സാഹിത്യകാരന്മാർ ചെയ്തത്. അതുവഴി നോവലിന്റെ ഭാവവും രൂപവും പരിവർത്തനത്തിനു വിധേയമായി. കാലികമായ രാഷ്ട്രീയാവസ്ഥയിൽ നിർണ്ണായകമായ ഇടപെടലുകൾ നടത്താൻ ഈ നോവലുകൾക്ക് സാധിച്ചു. കാലഘട്ടത്തിന്റെ സൃഷ്ടി എന്ന നിലയിലും സാഹിത്യത്തിന്റെ രാഷ്ട്രീയ പ്രയോഗം എന്ന നിലയിലും സോദ്ദേശ്യ രാഷ്ട്രീയനോവലുകൾ നോവൽ ചരിത്രത്തിലെ ഈ ദശകങ്ങളുടെ പൊതുസ്വഭാവമായി നിലകൊണ്ടു. അഥവാ, അതുവരെ നോവലിനെക്കുറിച്ചുണ്ടായിരുന്ന പൊതുബോധത്തിൽ പരിണാമം സൃഷ്ടിക്കുകയും നൂതനമായ പൊതുസ്വഭാവത്തെ രൂപപ്പെടുത്തുകയും ചെയ്തു.

വർഗപരമായ വീക്ഷണത്തിലൂടെ വ്യവസ്ഥയെയും അധികാരത്തെയും ജനതയെയും നിർവചിക്കുന്ന പൊതുസ്വഭാവത്തിൽ നിന്ന് പല വിധത്തിലും മാറിനിൽക്കുന്ന മൂന്ന് രാഷ്ട്രീയനോവലുകൾ ഈ ദശകങ്ങളിലുണ്ടായി. കെ.സുരേന്ദ്രന്റെ 'ജ്വാല', (1964) എൻ.പി. മുഹമ്മദിന്റെ 'ഹിരണ്യകശിപു' (1967) വി.കെ.എൻ ന്റെ 'ആരോഹണം' (1969) എന്നിവ. ഈ നോവലുകൾ ഇക്കാലത്തെ മലയാളനോവലിന്റെ പൊതുസ്വഭാവത്തെ നിർണ്ണയിക്കുന്ന രണ്ടു ധാരകളുടെയും ഭാഗമായല്ല നിലകൊള്ളുന്നത്.

'ഏണിപ്പടികൾ' പോലെ തിരുവിതാംകൂറിന്റെ രാഷ്ട്രീയചരിത്രത്തിലെ സുപ്രധാന കാലയളവാണ് 'ജ്വാല'യുടെയും പശ്ചാത്തലം. ദിവാൻ ഭരണത്തിന്റെ നീചതയ്ക്കും ക്രൗര്യത്തിനുമെതിരെ പ്രതിഷേധത്തിന്റെ ജ്വാലയായി മാറുന്ന പത്രാധിപർ കരുണാകരൻ നായരാണ് നോവലിലെ നായകൻ. യഥാതഥ രാഷ്ട്രീയ രചനകളുമായും വ്യക്തിയുടെ മാനസിക തലങ്ങളിലൂടെ കടന്നുപോകുന്ന കാൽപ്പനിക ആവിഷ്കാരങ്ങളുമായും 'ജ്വാല' തുല്യമായ അകലം പാലിക്കുന്നു. 'ജ്വാല'യെ ഒറ്റതിരിച്ചു നിർത്തുന്നതും ഈ സവിശേഷതയാണ്. രാജാക്കന്മാരും പാർശ്വവർത്തികളും അടങ്ങുന്ന അധികാര വ്യവസ്ഥയുടെ സങ്കീർണ്ണത ധീരനായ വ്യക്തിയുടെ സ്ഥൈര്യത്തിലൂടെ ചോദ്യം ചെയ്യപ്പെടുന്നു. അധികാരത്തിന്റെ ആധിപത്യത്തെ ചോദ്യം ചെയ്ത കരുണാകരൻ നായർക്ക് കുടുംബവും പ്രണയവും സൗഹൃദവുമൊക്കെ നഷ്ടമാകുന്നുണ്ട്. ഓരോ ഘട്ടത്തിലും അയാൾ അനുഭവിക്കുന്ന മാനസിക സംഘർഷത്തിന്റെ കടുംനിറത്തിലുള്ള ആവിഷ്കാരം വ്യക്തി കേന്ദ്രീകൃതമായ ആഖ്യാനത്തോട് നോവലിനെ അടുപ്പിക്കുന്നു. കഴിഞ്ഞ കാലചരിത്രത്തെ നഗ്നമാക്കുന്ന വിമർശനത്തിന്റെ കരുത്തും കരുണാകരൻ നായരുടെ പോരാട്ടവീര്യവും നോവലിനെ യഥാതഥമാക്കുന്നു.

1964-ൽ പുറത്തിറങ്ങിയ 'ജ്വാല' കാലികമായ രാഷ്ട്രീയാവസ്ഥയുടെ സൃഷ്ടിയല്ല. കഴിഞ്ഞ കാലരാഷ്ട്രീയചരിത്രത്തെ മുൻനിർത്തി, വ്യവസ്ഥയ്ക്ക് നേരെ ചോദ്യമുന്നയിക്കുന്ന വ്യക്തിയുടെ പ്രസക്തിയെ ഓർമ്മിപ്പിക്കുന്നു എന്നതാണ് 'ജ്വാല'യുടെ കാലിക രാഷ്ട്രീയ പ്രാധാന്യം. 1928 മുതൽ 1969 വരെയുള്ള കാലഘട്ടത്തിലെ മലയാളനോവലിന്റെ പൊതുസ്വഭാവത്തിലെ കരുത്തുറ്റ രണ്ടു ധാരകളുടെയും ദർശനപരവും ആഖ്യാനപരവുമായ സ്വാധീനം 'ജ്വാല'യിൽ കാണാം.

1967-ൽ പുറത്തിറങ്ങിയ 'ഹിരണ്യകശിപു' സാർവകാലിക പ്രസക്തിയുള്ള രാഷ്ട്രീയനോവലാണ്; കാലിക സാഹചര്യങ്ങളുടെ സൃഷ്ടിയുമാണ്. സ്വതന്ത്ര ജനാധിപത്യ റിപ്പബ്ലിക്കിനെക്കുറിച്ചുള്ള മോഹനപ്രതീക്ഷകൾ പകൽ കിനാവുകൾ മാത്രമായിരുന്നെന്ന തിരിച്ചറിവാണ് അറുപതുകളിലെ ഇന്ത്യൻ മനസ്സിനെ ഞെട്ടിച്ചത്. വിമോചനസമരത്തിനു ശേഷമുള്ള കേരള രാഷ്ട്രീയപരിസരവും ഒട്ടും ആശാസ്യമായിരുന്നില്ല. അറുപതുകളിൽ നിന്നുകൊണ്ട് കരുത്തുറ്റ ഫാന്റസിയിലൂടെ രണ്ടായിരത്തിനപ്പുറമുള്ള കേരള രാഷ്ട്രീയസാഹചര്യങ്ങളെ പ്രവചനാത്മകമായി ആവിഷ്കരിക്കുന്ന നോവൽ വർത്തമാന രാഷ്ട്രീയകാലാവസ്ഥയോടുള്ള വിപ്രതിപത്തിയും ശക്തമായ വിമർശനവും അനുഭവപ്പെടുത്തുന്നു. ജനാധിപത്യത്തിന്റെ ജീർണ്ണതയുടെ വിടവുകളിലൂടെ സ്വേച്ഛാധിപത്യം കടന്നുവരുന്നതെങ്ങനെയെന്ന് വ്യക്തമായി അടയാളപ്പെടുത്തുന്നു. അധികാരത്തിന്റെ ഏതുതരം പ്രയോഗത്തിലും അന്തർലീനമായിരിക്കുന്ന ഏകാധിപത്യപ്രവണതകളെയും അതിന്റെ ക്രമികമായ വികാസത്തെയും ഉചിതമായ പൗരാണിക പ്രതിനിധാന ത്തിലൂടെ വരച്ചിടുന്നു. ഹിരണ്യകശിപു, ദേവേന്ദ്രൻ, നാരദമുനി, ശുക്രാചാര്യർ, പ്രഹ്ലാദൻ തുടങ്ങിയ കഥാപാത്രങ്ങളെ എൻ.പി. മുഹമ്മദ് 'ഹിരണ്യകശിപു'വിൽ സാർവജനീനമായ പ്രതീകങ്ങളാക്കി അവതരിപ്പിച്ചിരിക്കുകയാണ്. ഇവരൊക്കെ അവരുടെ സവിശേഷ സന്ദർഭങ്ങൾക്ക് പുറത്ത് അധികാരത്തിന്റെ കാലാതിവർത്തിയായ ഭാവങ്ങളെ പ്രതിനിധീകരിക്കുകയാണിവിടെ. ഓരോ കഥയും കഥാപാത്രങ്ങളും നിരന്തരമായി ആവർത്തിക്കപ്പെടുന്നുവെന്നാണ് ചരിത്രം തരുന്ന പാഠം. ആവർത്തനത്തിൽ അവ കാർട്ടൂണുകളായി മാറുന്നില്ല എന്നതാണ് ചരിത്രത്തിന്റെ ദുരന്തം ഓരോ കഥാപാത്രത്തിന്റെയും സ്ഥാപിക്കാനും തകർക്കാനുമുള്ള കഴിവ് പതിൻമടങ്ങ് വർദ്ധിച്ചുകൊണ്ടിരിക്കുകയാണെന്ന് 'ഹിരണ്യകശിപു' വെളിപ്പെടുത്തുന്നു.' [30]

ജനാധിപത്യത്തിന്റെ പേരിൽ അരങ്ങുവാഴുന്ന കാലികമായ അസംബന്ധ ങ്ങൾ എത്രമാത്രം അപകടകരമായ ഭാവിയിലേക്കാണ്

രാഷ്ട്രത്തെ നയിക്കുക എന്നു തിരിച്ചറിഞ്ഞ ക്രാന്തദർശിയായ എഴുത്തുകാരന്റെ സക്രിയമായ ഇടപെടലാണ് 'ഹിരണ്യകശിപു'വിന്റെ പ്രമേയതലത്തേയും പരിചരണത്തിലെ ആക്ഷേപ സ്വഭാവത്തെയും നിർണ്ണയിച്ചത്. വിസ്മയിപ്പിക്കുന്ന പ്രവചനാത്മകതയാണ് 'ഹിരണ്യകശിപു'വിന്റെ ദർശനാപരമായ സൗന്ദര്യം. നോവലിലെ ആശങ്കകൾ അസ്ഥാനത്തല്ലെന്നതിന്റെ ഒന്നാന്തരം നിദർശനമായിരുന്നു 1975-ലെ 'അടിയന്തരാവസ്ഥ'. ജനസംഖ്യ നിയന്ത്രിക്കാൻ അടിയന്തരാവസ്ഥയിൽ കൈക്കൊണ്ട നടപടികളും പ്രൊഫസർ ജയന്റെ 'ജനഗുണഗണം' പാർട്ടി അധികാരത്തിലെത്തിയശേഷം ആരംഭിക്കുന്ന 'കുടുംബ സുഖ' കോർപ്പറേഷന്റെ പ്രവർത്തനങ്ങളും തമ്മിൽ അതിശയകരമായ സാമ്യം ഉണ്ട്. ജയന്റെ ഫാസിസ്റ്റ് നടപടികളെ ചെറുക്കാൻ കോൺഗ്രസും കമ്യൂണിസ്റ്റ് പാർട്ടിയും ഒന്നിക്കുന്നതായി ഹിരണ്യകശിപുവിൽ കാണാം. കമ്മ്യൂണിസ്റ്റ് പാർട്ടികളിൽ ഒരു വിഭാഗവും (CPI) കോൺഗ്രസും ചേർന്ന് അധികാരം പങ്കിടുന്നതിന് എഴുപതുകളിലെ കേരളം സാക്ഷിയായി. നോവലിലെ കാലം 2001 മുതൽ 2008 വരെയാണ്. ഇന്ന് 'ഹിരണ്യകശിപു' വീണ്ടും വായിക്കുമ്പോൾ വർഗീയ ഫാസിസത്തെ ചെറുക്കാനായി കേന്ദ്രത്തിൽ ഇടതുപക്ഷം കോൺഗ്രസിനു പിന്തുണ നൽകിയത് നാം കണ്ടു. ജാതിയും മതവും എങ്ങനെ നമ്മുടെ രാഷ്ട്രീയത്തിൽ നിർണ്ണായക ശക്തിയാവാൻ പോകുന്നു എന്നും നോവൽ കാണിച്ചു തരുന്നുണ്ട്. അറുപതുകളിലെ കേരളീയ സാഹചര്യം നോവലിസ്റ്റിന് നൽകിയ ആശങ്ക ഇന്ന് കൂടുതൽ ഭയാനകമായി തുടരുന്നു എന്നതാണ് യാഥാർത്ഥ്യം.

അധികാരപ്രയോഗത്തിന്റെ മോഹനരൂപങ്ങളിലൊന്നായ ജനാധിപത്യവും കരാളരൂപമായ സ്വേച്ഛാധിപത്യവും ചരിത്രത്തിന്റെ നിർവചിക്കാനാകാത്ത സ്ഥലകാലങ്ങളിൽ വച്ച് വിചിത്രമായ രീതിയിൽ ആവർത്തിക്കപ്പെടുന്നുണ്ട്/കൂടിക്കലരുന്നുണ്ട്. ഒന്നു മറ്റൊന്നിന് വഴിയൊരുക്കുന്നുവെന്ന വൈരുദ്ധ്യവും സംഭവിക്കുന്നുണ്ട്. ഇത്തരം യാദൃച്ഛികതകളെയും നൈരന്തര്യത്തെയും 'ഹിരണ്യകശിപു' ഫാന്റസിയുടെയും ആക്ഷേപഹാസ്യത്തിന്റെയും രൂപഭാവങ്ങൾ കൊണ്ട് സരളമായി വരച്ചിടുന്നു.

യഥാതഥവും വിവരണാത്മകവുമായ സോദ്ദേശ്യ ആഖ്യാനരീതിയാണ് 'ഹിരണ്യകശിപു' പിൻതുടരുന്നത്. ഫാന്റസിയുടെയും ആക്ഷേപഹാസ്യത്തിന്റെയും ഘടകങ്ങൾ ആഖ്യാനത്തിന് വ്യതിരിക്തത നൽകുന്നുമുണ്ട്. എന്നാൽ ചരിത്രത്തിന്റെ ഏതെങ്കിലും ഘട്ടവിഭജനങ്ങളിലൊതുക്കി നിർത്താനാവാത്ത രാഷ്ട്രീയദർശനം ഹിരണ്യകശിപുവിനെ യഥാതഥ

രാഷ്ട്രീയ ആവിഷ്കാരങ്ങളിൽ നിന്ന് മാറ്റി നിർത്തുകയും ചെയ്യുന്നു.

1969-ൽ പുറത്തിറങ്ങിയ 'ആരോഹണം' വി.കെ.എൻ ന്റെ തനതായ രചനാശൈലിയുടെ നിദർശനമാണ്. യഥാതഥ/കാൽപ്പനിക ധാരകളുടെ ഭാഗമായി ആരോഹണത്തെ പരിഗണിക്കാനാവാത്ത തിനു കാരണവും ഈ ശൈലീവിശേഷം തന്നെയാണ്. പയ്യനാണ് 'ആരോഹണ'ത്തിലെയും നായകൻ. കേരളമല്ല, ഡൽഹിയും രാഷ്ട്രീയ പരിസരവുമാണ് നോവലിന്റെ പശ്ചാത്തലം. ഒരു പാർലമെന്റംഗത്തി ന്റെ കുശിനിക്കാരനും എ.ഡി.സി.യുമായി ദൽഹിയിലെത്തിച്ചേരുന്ന പയ്യൻ ദൽഹി രാഷ്ട്രീയത്തിലെ കരുത്തിലൊരാളാവുന്നതുമായി ബന്ധപ്പെട്ട സംഭവഗതികളിലൂടെയാണ് നോവൽ വികസിക്കുന്നത്. ചെറ്റക്കുടിൽ സമുദ്ധാരണ പ്രവർത്തനങ്ങളുമായി നടക്കുന്ന അനസൂ യയെയും സുനന്ദയെയും പയ്യൻ പരിചയപ്പെടുന്നു. ഈ സൊസൈറ്റി ലേഡിമാരുടെ ഭർത്താക്കന്മാർ പയ്യന്റെ ശുപാർശയിൽ ഉയർന്ന പദവി കളിലെത്തുന്നു. ക്രമേണ ശക്തനാവുന്ന പയ്യൻ ഒരു പത്രസ്ഥാപനം തുടങ്ങുന്നു. അഹിംസാ പാർട്ടിയുടെ പ്രസിഡന്റാണ് അതിനുവേണ്ട ഒത്താശകളെല്ലാം ചെയ്തത്. ക്രമേണ ആഭ്യന്തര മന്ത്രി ആരെന്ന് തീരുമാ നിക്കാൻ പോലും കഴിയുന്ന വിധത്തിൽ പയ്യൻ ദൽഹി രാഷ്ട്രീയത്തിലെ ഉരുക്കു മനുഷ്യനാവുന്നു.

പയ്യന്റെ 'ആരോഹണ'ത്തിലെ ഓരോ പടവും/ചുവടും ആക്ഷേപഹാ സ്യ ത്തിന്റെ ക്ഷുരമ്പുകൾ കൊണ്ടാണ് വി.കെ.എൻ. ഒരുക്കിയിരിക്കുന്നത്. അധികാര ത്തിന്റെ അപ്പക്കഷ്ണം നുണയാൻ ഏതു ഹീനമായ മാർഗ്ഗവും പ്രയോഗിക്കുന്ന കാലിക രാഷ്ട്രീയ നേതൃത്വത്തെ മുറിവേൽപ്പിക്കുകയാണ് വി.കെ.എൻ.ന്റെ ലക്ഷ്യം. കുതന്ത്രങ്ങളുടെയും കുപ്രചാരണങ്ങളുടെയും ഉപജാപങ്ങളുടെയും നീണ്ട ശ്രേണി തന്നെയുണ്ട് 'ആരോഹണ'ത്തിൽ. ആദർശശുദ്ധിയില്ലാത്ത രാഷ്ട്രീയക്കാർ, ധർമ്മബോധമില്ലാത്ത പത്ര പ്രവർത്തകർ, നീതിബോധമില്ലാത്ത ഉദ്യോഗസ്ഥർ, കപടനാട്യക്കാ രായ സാമൂഹിക പ്രവർത്തകർ എന്നിങ്ങനെ സമൂഹത്തിലെ വ്യത്യസ്ത തുറകളുടെ ജീർണ്ണമുഖം വെളിപ്പെടുത്തുന്നതിലൂടെ നോവൽ കാലികമായ രാഷ്ട്രീയവിമർശനം സാധ്യമാക്കുന്നു.

ഈ മൂന്നു നോവലുകളിൽ 1928 മുതൽ 1969 വരെയുള്ള നോവൽ സാഹിത്യത്തിന്റെ പൊതുസ്വഭാവത്തോട് ഏറ്റവും അടുത്തു നിൽക്കു ന്നത് 'ജ്വാല'യാണ്. 'ഹിരണ്യകശിപു'വും ആരോഹണവും ദർശന/ ആഖ്യാനതലങ്ങളിൽ തികച്ചും സ്വതന്ത്രമായ വ്യക്തിത്വം നിലനിർത്തുന്നു ണ്ട്. ഇവയുടെ ആക്ഷേപ സ്വഭാവവും നർമ്മപ്രധാനമായ സമീപനവും

രാഷ്ട്രീയദർശനത്തിലെ വൈപുല്യവുമാണ് ഈ സ്വതന്ത്രനിലയ്ക്ക് നിദാനം.

ഈ ദശകങ്ങളിലെ രാഷ്ട്രീയനോവലിന്റെ പൊതുവായ സവിശേഷതകളെ ഇങ്ങനെ നിർണ്ണയിക്കാം.

1. രാഷ്ട്രീയാവിഷ്കാരങ്ങൾ അധികവും ഉണ്ടായത് യഥാതഥ ധാരയിലാണ്.

2. അവ മലയാളനോവലിന്റെ പൊതുസ്വഭാവത്തെ നിർണ്ണിയിക്കാനാവും വിധം ശക്തമായിരുന്നു.

3. രാഷ്ട്രീയകാലത്തോട് ക്രിയാത്മകമായി പ്രതികരിച്ചു.

4. മാധ്യമത്തിന്റെ സമസ്ത ഘടകങ്ങളെയും പുനർനിർവചിച്ചു.

5. പൊതുസ്വഭാവത്തിന്റെ രണ്ട് ധാരയിൽ നിന്നും മാറിനിൽക്കുന്ന ശക്തമായ രാഷ്ട്രീയാഖ്യാനങ്ങൾ ഉണ്ടായി.

6. കാൽപ്പനികധാരയിൽ രാഷ്ട്രീയാവിഷ്കാരങ്ങളൊന്നും ഉണ്ടായില്ല.

രാഷ്ട്രീയസിനിമകൾ

ഈ കാലയളവിൽ ജനപ്രിയതയുടെ താളലയങ്ങൾക്കൊപ്പം സഞ്ചരിച്ച മലയാളസിനിമ രാഷ്ട്രീയത്തെ പ്രമേയതലത്തിൽ സ്വാംശീകരിച്ചതെങ്ങനെയെന്നതും ആഖ്യാനം ചെയ്തതെങ്ങനെയെന്നുള്ളതും സമാനമായ മാനദണ്ഡമുപയോഗിച്ചുതന്നെ പരിശോധിക്കുന്നു.

രാഷ്ട്രീയസിനിമകൾ എന്നു വിളിക്കാവുന്ന ഏഴ് ചിത്രങ്ങൾ മാത്രമാണ് ഈ കാലത്തിനിടയിൽ പ്രദർശനത്തിനെത്തിയത്. 'നവലോകം' (1951), 'അവർ ഉണരുന്നു'(1956), 'രണ്ടിടങ്ങഴി' (1958), 'കാല്പാടുകൾ' (1962) 'സ്ഥാനാർത്ഥി സാറാമ്മ' (1966) 'പുന്നപ്രവയലാർ'*[2] (1967) 'മൂലധനം' (1969) എന്നിവ.

1928 മുതൽ 1950 വരെയുള്ള കാലത്ത് രാഷ്ട്രീയസിനിമകളൊന്നും തന്നെ ഉണ്ടായില്ല. 1951-ൽ പുറത്തിറങ്ങിയ 'നവലോകം' ആണ് മലയാളത്തിലെ ആദ്യ രാഷ്ട്രീയസിനിമ. കമ്മ്യൂണിസ്റ്റ് ആശയങ്ങളുടെ സ്വാധീനം 'നവലോക'ത്തിൽ പ്രകടമാണ്. എന്നാൽ ചെങ്കൊടിയോ അരിവാളോ വെള്ളിത്തിരയിൽ പ്രത്യക്ഷപ്പെടുന്നുമില്ല. ജന്മിത്തത്തിനെതിരെ ചൂഷിത

---

* 2 ഭാഗം രണ്ടിൽ അധ്യായം 1 കാണുക

ജനവിഭാഗം ബോധവാന്മാരാകുകയും സംഘടിക്കുകയും ചെയ്യുന്നതിന്റെ ദൃശ്യങ്ങൾ 'നവലോക'ത്തിലുണ്ട്. 'ചിത്രത്തിന്റെ നിർവഹണ ദശയിൽ കമ്മ്യൂണിസത്തേക്കാളേറെ ഗാന്ധിസമാണ് മുൻതൂക്കം നേടുന്നത്.'[31] കമ്മ്യൂണിസ്റ്റ് ചിന്താഗതികൾ കേരളത്തിൽ വേരുറയ്ക്കുന്ന കാലഘട്ടത്തിൽത്തന്നെ കമ്മ്യൂണിസത്തിനെതിരായ ധാര ഇവിടെ സജീവമായിരുന്നു. ഇത്തരക്കാരെക്കൂടി തൃപ്തിപ്പെടുത്താനാവാം സിനിമയുടെ അവസാനഭാഗം ഗാന്ധിസത്തിന് പ്രാധാന്യം നൽകുന്ന വിധമാക്കിത്തീർത്തത്.

ജന്മിയായ യുവാവാണോ, ഗോപിയെന്ന വർഗബോധമുള്ള തൊഴിലാളിയാണോ സിനിമയിലെ നായകൻ എന്ന ചോദ്യത്തിന് ഉത്തരം പറയുക പ്രയാസമാണ്. ഗോപി ജന്മക്കെതിരായി തൊഴിലാളികളെ സംഘടിപ്പിക്കുന്നു. ജന്മിക്ക് ഗോപിയോട് കടുത്ത വിദ്വേഷമുണ്ട്. ഗോപി ദേവകിയെന്ന തൊഴിലാളി യുവതിയെ പ്രണയിക്കുന്നുമുണ്ട്. ജന്മിക്ക് അവളിൽ കടുത്ത അഭിനിവേശം ജനിക്കുന്നു. പ്രണയം അഭിനയിച്ച് ദേവകിയെ വലയിൽ വീഴ്ത്തുന്ന അയാൾ അവളെ വഞ്ചിച്ച് നാട്ടിലേക്ക് തിരിച്ചുപോവുകയും സ്വജാതിയിൽ നിന്ന് ഒരുവളെ വിവാഹം കഴിക്കുകയും ചെയ്യുന്നു. കാമുകനെ കാണാൻ മാളികയിലെത്തുന്ന ദേവകിയെ അയാൾ പടിക്കെട്ടിൽ നിന്ന് തള്ളി താഴെയിടുന്നു. ഗുരുതരമായി പരിക്കേറ്റ അവളെ ആശുപത്രിയിലേക്ക് കൊണ്ടുപോകുന്നു. അക്രമിയെ അറസ്റ്റു ചെയ്യാൻ പോലീസ് എത്തുന്നു. ഗോപിയുടെ നേതൃത്വത്തിൽ ജന്മിയുടെ ക്രൂരതകൾക്കെതിരെ സംഘടിച്ച തൊഴിലാളികളുടെ ജാഥയും ഈ സമയം തന്നെ മാളികയുടെ മുന്നിലെത്തുന്നു. പെട്ടെന്ന് അവിടെ പാഞ്ഞെത്തുന്ന ദേവകി ജന്മിക്ക് മാപ്പു നൽകുന്നു. അയാൾക്ക് മാനസാന്തരം സംഭവിക്കുന്നു. അങ്ങനെ ജന്മി തൊഴിലാളികളോടൊത്തു ചേരുകയും 'നവലോക'ത്തെ സ്വാഗതം ചെയ്ത് പാടുകയും ചെയ്യുന്നു.

കഥാകാരൻ എന്ന നിലയിൽ പൊൻകുന്നം വർക്കി പുലർത്തിപ്പോന്ന കടുത്ത കമ്മ്യൂണിസ്റ്റ് ചിന്താഗതി 'നവലോക'ത്തിന്റെ തിരക്കഥയിൽ കാണാനാവില്ല. എന്നു മാത്രമല്ല, കമ്മ്യൂണിസ്റ്റ് പ്രസ്ഥാനത്തെ സംബന്ധിക്കുന്ന പ്രത്യക്ഷ സൂചനകൾ സിനിമയിലില്ല എന്നുതന്നെ പറയാം. വ്യവസ്ഥിതിയുടെ തകർച്ച 'നവലോക'ത്തിൽ ആവിഷ്കരിയ്ക്കപ്പെടുന്നില്ല. ജന്മി നവലോകത്തിൽ വില്ലനല്ല. മാനസാന്തരം സംഭവിക്കുന്ന അയാൾ നായകനായി ഉയർത്തപ്പെടുന്നു എന്നു പറഞ്ഞാലും തെറ്റില്ല. ദേവകി അയാൾക്ക് നിരുപാധികം മാപ്പ് നൽകുന്നുണ്ട്. ഈ മാപ്പ് ചെയ്ത തെറ്റിന്റെ ശിക്ഷയിൽ നിന്ന് അയാളെ രക്ഷിക്കുന്നു. തൊഴിലാളികളോട്

ചേർന്ന് നിന്ന് നവലോകത്തെ സ്വാഗതം ചെയ്ത് പാടുമ്പോൾ അയാൾ കുറ്റവിമുക്തനാക്കപ്പെടുന്നു. തൊഴിലാളികൾക്ക് സ്വീകാര്യനാവുന്നു.

ഗാന്ധിസത്തിന്റെ ശക്തമായ സ്വാധീനം സിനിമയുടെ അവസാന ഭാഗത്ത് പ്രകടമാണ്. അക്രമം പരിഹാരമല്ലെന്ന തിരിച്ചറിവ്, തെറ്റിന് മാപ്പ് നൽകൽ, മാനസാന്തരം ഇതൊക്കെത്തന്നെ അഹിംസയിലധിഷ്ഠിതമായ ഗാന്ധിയൻ ദർശനത്തെ പ്രതിഫലിപ്പിക്കുന്നു. ഗോപി എന്ന വർഗ്ഗബോധമുള്ള തൊഴിലാളി യുവാവിലൂടെ ആവിഷ്ക്കരിക്കപ്പെട്ട വിപ്ലവാഭിമുഖ്യത്തിന് സംഭവിച്ച ഈ രൂപപരിണാമത്തിൽ നിർണ്ണായകഘടകമായത് 'വിപണി' തന്നെയാവാം. കമ്മ്യൂണിസത്തോടുള്ള കടുത്ത ചായ്‌വ് ചിത്രത്തിന്റെ സാമ്പത്തിക വിജയത്തെ ദോഷകരമായി ബാധിക്കുമെന്ന് നിർമ്മാതാക്കൾ ഭയന്നിരിക്കാൻ ഇടയുണ്ട്.

'നവലോക'ത്തിലെ കഥാപാത്രങ്ങൾ ചൂഷിതർ/ചൂഷകർ എന്നീ വിരുദ്ധ ശ്രേണികളിൽ ഉൾപ്പെട്ടവരാണ്. ചൂഷിതർ വർഗ്ഗബോധം നേടുന്നുണ്ട്. ചൂഷകർക്കെതിരെ സംഘടിക്കുന്നുണ്ട്. ഒരർത്ഥത്തിൽ വിജയം നേടുന്നുമുണ്ട്. ഇത്തരമൊരു കഥാപരിസരം മലയാളസിനിമയ്ക്ക് അന്നുവരെ അന്യമായിരുന്നു. കുടുംബകഥകളുടെ ചട്ടക്കൂട്ടിൽ ഒതുങ്ങിക്കഴിഞ്ഞിരുന്ന മലയാളസിനിമ ആദ്യമായി 'രാഷ്ട്രീയ മുഖം' നേടുന്നത് നവലോകത്തിലാണ്. അതുകൊണ്ടുതന്നെ മലയാളത്തിലെ ആദ്യ 'രാഷ്ട്രീയചിത്രം' നവലോകം ആണ് എന്ന് നിസ്സംശയം പറയാം.

'നവലോക'ത്തിനു ശേഷം മലയാളസിനിമയ്ക്ക് രാഷ്ട്രീയനിറം കൈവരുന്നത് 1956-ൽ പുറത്തിറങ്ങിയ 'അവർ ഉണരുന്നു' എന്ന ചിത്രത്തിലൂടെയാണ്. പ്രസന്ന പിക്ചേഴ്സിനു വേണ്ടി ജി.ഗോവിന്ദപ്പിള്ള നിർമ്മിച്ച് എൻ.ശങ്കരൻ നായർ സംവിധാനം ചെയ്ത ഈ ചിത്രത്തിന് കഥ തയ്യാറാക്കിയത് മുതുകുളം രാഘവൻ പിള്ളയും സംഭാഷണം രചിച്ചത് കെ.പി. കൊട്ടാരക്കരയുമാണ്.

കമലമ്മയുടെ മക്കളായ മാധവനും ലീലയും കടപ്പുറത്തുണ്ടായ പകർച്ച വ്യാധിയെ തുടർന്ന് വേർപിരിയുന്നു. ലീലയെ സ്ഥലത്തെ പ്രമുഖ ജന്മിയായ തമ്പി എടുത്തു വളർത്തുന്നു. തമ്പിയുടെ മകനായ രവിയും കൃഷിക്കാരനായ കുഞ്ചുപിള്ളയുടെ മകൻ ഭാസിയും സഹപാഠികൾ ആയിരുന്നു. വിദ്യാഭ്യാസാനന്തരം രവി മുതലാളിയായി. ഭാസി അച്ഛനെപ്പോലെ കൃഷിക്കാരനായി. സ്ത്രീലമ്പടനായ രവിക്ക് ലീലയോട് കടുത്ത അഭിനിവേശമായിരുന്നു. ലീലയാകട്ടെ ഭാസിയെ പ്രേമിച്ചിരുന്നു. ഇതറിഞ്ഞ രവി ഭാസിയെ തന്റെ വീട്ടിൽ വരുന്നതിൽ നിന്ന് വിലക്കി. ലീലയുടെ സഹോദരൻ മാധവൻ രവിയുടെ ഫാക്ടറിയിൽ

തൊഴിലാളിയായി വരുന്നു. രവി മാനഭംഗം ചെയ്യാൻ ശ്രമിച്ച ജാനകി എന്ന തൊഴിലാളി യുവതിയെ മാധവൻ രക്ഷിക്കുന്നു. മുതലാളിയായ രവിയുടെ കൊള്ളരുതായ്മകൾക്കും ചൂഷണത്തിനും മർദ്ദനങ്ങൾക്കുമെതിരെ അയാൾ തൊഴിലാളികളെ അണിനിരത്തുന്നു. കർഷകത്തൊഴിലാളികളോടുള്ള അക്രമങ്ങൾക്കെതിരായി തമ്പിക്കെതിരെ സംഘടിക്കാൻ മാധവൻ ഭാസിയോടും കുട്ടരോടും ആവശ്യപ്പെടുന്നു. പക്ഷേ കുഞ്ചുപ്പിള്ളയുടെ എതിർപ്പുകൾമൂലം ഭാസി അതിന് മുതിരുന്നില്ല. ഇതിനിടയിൽ തമ്പിയുമായി പിണങ്ങേണ്ടിവന്ന കുഞ്ചുപ്പിള്ള വധിക്കപ്പെടുന്നു. ഈ സംഭവം ഭാസിയിൽ വീര്യമുണർത്തുന്നു. ഭാസി തമ്പിക്കെതിരായി കർഷകത്തൊഴിലാളികളെ സംഘടിപ്പിക്കുന്നു. മാധവൻ ഭാസിയുടെ സഹായത്തിനെത്തുന്നു. മാധവന്റെയും ഭാസിയുടെയും നേതൃത്വത്തിൽ ഫാക്ടറിത്തൊഴിലാളികളും കർഷകത്തൊഴിലാളികളും തോളോടുതോൾ ചേർന്ന് അക്രമത്തിനും അനീതിക്കുമെതിരെ പൊരുതുന്നു. പോരാട്ടത്തിനിടയിൽ മാധവന് വെടിയേൽക്കുന്നു. ലീല തന്റെ സഹോദരിയാണെന്ന് മരണത്തോടടുത്ത നിമിഷങ്ങളിൽ മാധവൻ തിരിച്ചറിയുന്നു. ലീലയെ ഭാസിയുടെ കരങ്ങളിലേൽപ്പിച്ച് മാധവൻ മരിക്കുന്നു. കുഞ്ചുപ്പിള്ളയെ വധിച്ച കുറ്റത്തിന് രവിമുതലാളിയും അനുചരരും നിയമത്തിന്റെ വലയിലാവുന്നു. ഇതാണ് 'അവർ ഉണരുന്നു' വിന്റെ കഥാസാരം.

ഈ ചിത്രത്തിലും കഥാപാത്രങ്ങൾ രണ്ടു പക്ഷങ്ങളായി വേർപിരിയുന്നുണ്ട്. ഒരുവശത്ത് ചൂഷകരായ തമ്പിയും രവിയും അനുചരരും. മറുവശത്ത് ചൂഷിതരായ മാധവനും ഭാസിയും ലീലയും ജാനകിയും മറ്റ് തൊഴിലാളികളും. ജന്മിത്തത്തിന്റെ ക്രൗര്യവും അടിസ്ഥാനവർഗ്ഗത്തിന്റെ ദൈന്യവും പ്രമേയതലത്തിലുണ്ട്. വർഗ്ഗബോധം നേടിയ തൊഴിലാളികളുടെ ഉണർവ്വിലും അവരുടെ മുന്നേറ്റത്തിന്റെ വിജയത്തിലുമാണ് സിനിമ അവസാനിക്കുന്നത്. ഈ മുന്നേറ്റത്തിനിടയിൽ മാധവൻ രക്തസാക്ഷിയാവുന്നുണ്ട്. ഇത്തരമൊരു രക്തസാക്ഷിത്വം മലയാളസിനിമയിൽ അതിനുമുമ്പ് ആവിഷ്കരിക്കപ്പെട്ടിട്ടില്ല.

'നവലോക'ത്തിലേതുപോലെ ജന്മിക്ക് മാപ്പു നൽകാൻ 'അവർ ഉണരുന്നു'വിലെ തൊഴിലാളികൾ തയ്യാറല്ല. ജന്മി ചെയ്ത തെറ്റുകൾക്കുള്ള ശിക്ഷ അവർ നടപ്പാക്കുന്നുമില്ല. കുറ്റം ചെയ്തവരെ നിയമത്തിന് കൈമാറി തൊഴിലാളികൾ വിജയം വരിക്കുന്നു. സംഘടിച്ചു നേടിയ വിജയം അവർക്ക് പുത്തൻ ഉണർവ്വു നൽകുന്നു. കമ്മ്യൂണിസ്റ്റ് ദർശനങ്ങളുടെ സ്വാധീനമാണ് 'അവർ ഉണരുന്നു'വിന്റെ പ്രമേയതലത്തെ രൂപപ്പെടുത്തിയതെന്ന് തീർച്ച. എന്നാൽ 'നവലോക'ത്തിലേതു

പോലെതന്നെ പ്രത്യക്ഷമായ കമ്മ്യൂണിസ്റ്റ് ചിഹ്നങ്ങൾ ഒന്നുംതന്നെ ഈ ചിത്രത്തിലും കാണാനാവില്ല.

കമ്മ്യൂണിസ്റ്റ് പ്രസ്ഥാനം കേരളത്തിൽ ആവേശം വിതച്ച കാലഘട്ടത്തിലൊന്നും തന്നെ അതിന്റെ അനുരണനങ്ങൾ മലയാളസിനിമയിൽ പ്രതിഫലിച്ചില്ല. കമ്മ്യൂണിസം കേരളത്തിൽ സൃഷ്ടിച്ച സാമൂഹ്യ-രാഷ്ട്രീയ ചലനങ്ങളെ സാഹിത്യം അടയാളപ്പെടുത്തി വർഷങ്ങൾക്കു ശേഷമാണ് സിനിമയിൽ ഇത്തരം ചലനങ്ങൾ ഉണ്ടാകുന്നത്. എന്നിട്ടും രാഷ്ട്രീയ ചായ്‌വ് കൃത്യമായി പ്രകടമാക്കാൻ നമ്മുടെ സിനിമാ പ്രവർത്തകർ തയ്യാറായില്ല എന്നാണ് 'നവലോക'വും 'അവർ ഉണരുന്നു'വും വ്യക്തമാക്കുന്നത്. 1957ലാണ് കേരളത്തിൽ കമ്മ്യൂണിസ്റ്റ് മന്ത്രിസഭ അധികാരത്തിൽ വരുന്നത്. ഇതിന് തൊട്ട് മുമ്പുള്ള വർഷം പുറത്തിറങ്ങിയിട്ടും ആശയപരമായ അനുഭാവം പ്രദർശിപ്പിച്ചിട്ടും 'കമ്മ്യൂണിസ്റ്റ് പാർട്ടി സിന്ദാബാദ്' എന്നോ 'വിപ്ലവം ജയിക്കട്ടെ' എന്നോ ഉറക്കെ പറയാൻ 'അവർ ഉണരുന്നു'വിന്റെ സ്രഷ്ടാക്കൾക്കായില്ല. കമ്മ്യൂണിസ്റ്റ് പ്രസ്ഥാനത്തോടുള്ള അനുഭാവം പ്രതീകാത്മകമായി സൂചിപ്പിക്കാൻ പോലും 'നവലോക'ത്തിന്റെയും 'അവർ ഉണരുന്നു'വിന്റെയും സ്രഷ്ടാക്കൾ ശ്രമിക്കുന്നില്ല. പോരാട്ടങ്ങളുടെ ചരിത്രവും വർത്തമാനവും തൊട്ടടുത്തുണ്ടായിട്ടും ആ വീര്യം അതേ അളവിൽ ഉൾക്കൊള്ളാൻ 'അവർ ഉണരുന്നു'വിന് സാധിച്ചിട്ടില്ല. എങ്കിലും മലയാളസിനിമയുടെ രാഷ്ട്രീയ മുഖവും രാഷ്ട്രീയ സ്വരവും കൂടുതൽ വ്യക്തമാവുന്നത് 'അവർ ഉണരുന്നു'വിലാണ്.

ഏതെങ്കിലും രാഷ്ട്രീയ പ്രസ്ഥാനത്തോട് പ്രത്യക്ഷമായ ചായ്‌വ് പ്രകടിപ്പിക്കുന്ന ആദ്യ മലയാളസിനിമ 'രണ്ടിടങ്ങഴി' ആണ്. തകഴിയുടെ പ്രഖ്യാതമായ നോവലിന് ചലച്ചിത്രാവിഷ്കാരം ഉണ്ടാകുന്നത് 1958-ൽ ആണ്. 24-8-1958 ന് റിലീസ് ചെയ്ത 'രണ്ടിടങ്ങഴി'ക്ക് തിരക്കഥയും സംഭാഷണവും രചിച്ചത് തകഴി ശിവശങ്കരപ്പിള്ള തന്നെയായിരുന്നു. നീലാ പ്രൊഡക്ഷൻസിന്റെ ബാനറിൽ പി. സുബ്രഹ്മണ്യം നിർമ്മിച്ച ചിത്രം അദ്ദേഹം തന്നെ സംവിധാനം ചെയ്തു.

'രണ്ടിടങ്ങഴി' എന്ന നോവൽ പുറത്തുവരുന്നത് 1949-ൽ ആണ്. ഒമ്പത് വർഷങ്ങൾക്കു ശേഷമാണ് അതിന് ചലച്ചിത്രരൂപം കൈവരുന്നത്. 1949 ലെയും 1958ലെയും രാഷ്ട്രീയകാലാവസ്ഥകൾക്കു തമ്മിൽ വലിയ അന്തരം ഉണ്ട്. കമ്മ്യൂണിസ്റ്റ് പാർട്ടിയുടെ നേതൃത്വത്തിൽ കർഷക/തൊഴിലാളി പ്രസ്ഥാനങ്ങൾ സമരത്തിന്റെ തീച്ചൂളയിൽ നിൽക്കുന്ന 40 കളുടെ അവസാനത്തിൽ പുറത്തുവന്ന നോവൽ അത് രചിക്കപ്പെട്ട രാഷ്ട്രീയകാലഘട്ടത്തിന്റെ സൃഷ്ടിയായിരുന്നു. അടിസ്ഥാന

വർഗ്ഗം നേരിടുന്ന പീഡനങ്ങളെ അടയാളപ്പെടുത്തുന്ന നോവൽ അവർ വർഗ്ഗബോധം ആർജ്ജിച്ച് സംഘടിക്കുന്നതും വിജയം നേടുന്നതും കാണിച്ചുതരുന്നു. സാമൂഹ്യ ചലനങ്ങളെ തിരിച്ചറിഞ്ഞ്, ആ ചലനങ്ങൾക്ക് ആക്കം നൽകാൻ ഒരെഴുത്തുകാരൻ നടത്തിയ ഇടപെടലിന്റെ ഭാഗമായി വേണം നോവലിനെ വിലയിരുത്താൻ.

സിനിമ റിലീസ് ചെയ്ത 1958-ലെ രാഷ്ട്രീയസാഹചര്യം ഇതിൽനിന്ന് തികച്ചും വ്യത്യസ്തമാണ്. 1957-ൽ കമ്മ്യൂണിസ്റ്റുകാർ അധികാരത്തിലെത്തി. ഇ.എം.എസ് മന്ത്രിസഭ അധികാരമേറ്റ് ഒരു വർഷത്തിന് ശേഷമാണ് 'രണ്ടിടങ്ങഴി' റിലീസാവുന്നത്. വിമോചന സമരത്തിന്റെ കാർമേഘങ്ങൾ ഉരുണ്ടുകൂടി നിൽക്കുന്ന രഷ്ട്രീയ സാഹചര്യം കൂടിയായിരുന്നു അത്. കഴിഞ്ഞുപോയ രാഷ്ട്രീയചലനങ്ങളുടെ ഓർമ്മപ്പെടുത്തലായിരുന്നു 'രണ്ടിടങ്ങഴി' എന്ന സിനിമ. മറ്റൊരു തരത്തിൽ പറഞ്ഞാൽ അനതിവിദൂരമല്ലാത്ത ചരിത്രത്തിന്റെ ആവിഷ്കാരമായിരുന്നു.

രണ്ടിടങ്ങഴിയിലെ പ്രമേയതലത്തിന് മൂന്ന് അടരുകൾ ഉണ്ട്.

എ. കുട്ടനാട്ടിലെ പറയരുടെയും പുലയരുടെയും ജീവിതാവിഷ്കാരം

ബി. ചിരുതയെ കേന്ദ്രമാക്കുന്ന പ്രണയാവിഷ്കാരം

സി. കോരനെ കേന്ദ്രമാക്കുന്ന രാഷ്ട്രീയാവിഷ്കാരം

ഇതിൽ ഓരോന്നിനും നോവലും സിനിമയും നൽകിയിരിക്കുന്ന പ്രാധാന്യ ത്തിന്റെ തോത് പരിശോധിക്കപ്പെടേണ്ടതാണ്. നോവലിന്റെയും സിനിമയുടെയും പരിഗണനകളിലെ വ്യതിരിക്തത പെട്ടെന്നുതന്നെ വേർതിരിച്ചറിയാം. കോരനെ കേന്ദ്രമാക്കുന്ന രാഷ്ട്രീയ തലത്തിനാണ് നോവലിൽ പ്രാമുഖ്യം ലഭിക്കുന്നത്. അതിനോടൊപ്പം തന്നെ പ്രാധാന്യം പറയരുടെയും പുലയരുടെയും ജീവിതാവിഷ്ക്കാരത്തിനുമുണ്ട്. പ്രണയതലം അതിനുശേഷമേ വരുന്നുള്ളൂ. പറയരുടെയും പുലയരുടെയും ജീവിതാവിഷ്കാരത്തിനും അവർ സംഘടിക്കുന്നതിനെ അടയാളപ്പെടുത്തുന്ന രാഷ്ട്രീയാവിഷ്കാരത്തിനും കൈവന്ന പ്രാധാന്യം എഴുത്തുകാരന്റെ രാഷ്ട്രീയദർശനവുമായി ബന്ധപ്പെട്ടതാണ്. അധഃസ്ഥിതനെയും അവന്റെ ജീവിതത്തെയും നോവലിന്റെ കേന്ദ്രത്തിൽ പ്രതിഷ്ഠിക്കുക എന്നത് എഴുത്തുകാരന്റെ ലക്ഷ്യമായിരുന്നു. സംഘടിതബോധം ആർജ്ജിച്ച അവശജനവിഭാഗ ങ്ങളുടെ മുന്നേറ്റങ്ങൾ ആ കാലഘട്ടത്തിന്റെ രാഷ്ട്രീയ യാഥാർത്ഥ്യ മായിരുന്നു. സാമൂഹിക പ്രതിബദ്ധതയുള്ള എഴുത്തുകാരൻ എന്ന നിലയിൽ യാഥാർത്ഥ്യത്തെ ആവിഷ്ക്കരിക്കാനും സമൂഹത്തിൽ സക്രിയമായി ഇടപെടാനും നടത്തിയ ധീരശ്രമമായിരുന്നു 'രണ്ടിടങ്ങഴി' എന്ന നോവൽ. അത് ആ കാലഘട്ടത്തിന്റെ ആവശ്യമായിരുന്നു.

അതിനാൽത്തന്നെ ജീവിതിത്തിനും രാഷ്ട്രീയത്തിനും ശേഷം മാത്രമേ 'പ്രണയം' നോവലിൽ പ്രാധാന്യം നേടുന്നുള്ളൂ.

'രണ്ടിടങ്ങഴി' എന്ന സിനിമയുടെ സ്ഥിതി ഇതല്ല. സിനിമയിൽ പ്രണയാവിഷ്കാരത്തിന് മേൽക്കൈ ലഭിക്കുന്നത് കാണാം. കോരൻ, ചിരുത, ചാത്തൻ എന്നീ കഥാപാത്രങ്ങളിലൂടെ വികസിക്കുന്ന പ്രണയത്തിന്റെ വ്യതിരിക്ത തലങ്ങൾ ഏറെ വൈകാരികമായിത്തന്നെ സിനിമയിൽ ആവിഷ്കരിച്ചിരിക്കുന്നു. സാമൂഹികവും രാഷ്ട്രീയവുമായ തലം സിനിമയിൽ പ്രസക്തമല്ല എന്നിതിന് അർത്ഥമില്ല. നോവലിൽ രാഷ്ട്രീയ-സാമൂഹിക ഘടകങ്ങൾക്കിടയിലൂടെ നേർത്തൊഴുകുന്ന പ്രണയധാരക്ക് സിനിമയിലെത്തുമ്പോൾ വിപുലമായ ഇടം ലഭിക്കുന്നു.

എഴുതപ്പെട്ട രാഷ്ട്രീയകാലഘട്ടവും അതിന്റെ രാഷ്ട്രീയ ലക്ഷ്യവും ചേർന്ന് 'രണ്ടിടങ്ങഴി' എന്ന നോവലിൽ ശക്തവും വ്യത്യസ്തവുമായ പ്രണയതലത്തെ ദുർബലപ്പെടുത്തി. എന്നാൽ സിനിമ രൂപമെടുക്കുമ്പോൾ ഇത്തരമൊരു രാഷ്ട്രീയസാഹചര്യം നിലവിലില്ല. വർത്തമാനകാല സമൂഹത്തിൽ ഇടപെടാനുള്ള ഒരുപാധിയായിരുന്നില്ല 'രണ്ടിടങ്ങഴി' എന്ന സിനിമ. ചരിത്രമായിത്തീർന്ന ഒരു നോവലിന് ചലച്ചിത്രാവിഷ്കാരം നൽകാനുള്ള ശ്രമമായിരുന്നു. ഇത്തരമൊരു സാഹചര്യത്തിൽ, നിലവിലുണ്ടായിരുന്ന സിനിമാവിപണിയിലെ പരികല്പനകൾ ചലച്ചിത്രകാരനെ സ്വാധീനിച്ചു എന്നുവേണം കരുതാൻ. 'പ്രണയം' ഇടവേളകളില്ലാതെ ആവർത്തിക്കപ്പെട്ട ആ ചലച്ചിത്ര കാലഘട്ടത്തിൽ 'രണ്ടിടങ്ങഴി'യിലെ പ്രണയതലം സിനിമയിൽ മേൽക്കൈ നേടിയത് സ്വാഭാവികം. സൂക്ഷ്മമായ പരിശോധനയിൽ നോവലുമായി താരതമ്യപ്പെടുത്തുമ്പോൾ പ്രണയതലം പ്രാമുഖ്യം നേടുന്നുണ്ടെങ്കിലും 'രണ്ടിടങ്ങഴി' ആത്യന്തികമായി ഒരു രാഷ്ട്രീയചിത്രം തന്നെയാണ്. പ്രണയാംശമല്ല രാഷ്ട്രീയാംശമാണ് 'രണ്ടിടങ്ങഴി' എന്ന ചലച്ചിത്രത്തെ വേറിട്ട രീതിയിൽ അടയാളപ്പെടുത്തുന്നത്. 'നവലോക'ത്തിൽ നിന്നും 'അവർ ഉണരുന്നു'വിൽ നിന്നും വ്യത്യസ്തമായി 'രണ്ടിടങ്ങഴി' ജീവിത യാഥാർത്ഥ്യങ്ങളെ കൂടുതൽ യഥാതഥമായി ആവിഷ്ക്കരിക്കുന്നുണ്ട്. ഒരു രാഷ്ട്രീയചിന്താപദ്ധതിയെ പ്രത്യക്ഷമായി പിൻതുണയ്ക്കുന്നുണ്ട്. അതുവഴി ചലച്ചിത്ര കാരന്റെ രാഷ്ട്രീയത്തെ അർത്ഥശങ്കക്കിടയില്ലാത്തവിധം പ്രഖ്യാപിക്കുന്നുണ്ട്. ഇതൊക്കെയാണെങ്കിലും അമ്പതുകളിലെ ചലച്ചിത്ര വിപണിയിൽ നില നിന്ന വിപണന സംബന്ധമായ പ്രവണതകൾ 'രണ്ടിടങ്ങഴി' എന്ന സിനിമയുടെ പ്രമേയപരമായ ക്രമപ്പെടുത്തലിലും ആഖ്യാനത്തിലും നിർണ്ണായക സ്വാധീനം ചെലുത്തിയിട്ടുണ്ട്. നോവലിന്റെ ചലച്ചിത്രാവിഷ്കാരം എന്ന നിലയിൽ സ്വയമേവ

സിദ്ധമാകുന്ന രാഷ്ട്രീയദർശനത്തിനപ്പുറത്തേക്ക് സിനിമയുടെ രാഷ്ട്രീയ തലം വളരാതിരുന്നത് അതുകൊണ്ടാണ്.

1962ൽ പുറത്തിറങ്ങിയ 'കാല്പ്പാടുകളു'ടെ പ്രമേയം നവോത്ഥാന കാല രാഷ്ട്രീയ പശ്ചാത്തലത്തിലാണ് പടുത്തുയർത്തപ്പെട്ടിരിക്കുന്നത്. ജാതി ഭീകരതയ്ക്കെതിരെയും ഹിന്ദു സമൂഹത്തിൽ നിലനിന്ന മറ്റ് അനാചാരങ്ങൾക്കെതിരെയും ശ്രീനാരായണഗുരു, വി.ടി. ഭട്ടതിരിപ്പാട്, എം.ആർ.ബി, മന്നത്ത് പത്മനാഭൻ, അയ്യങ്കാളി, സഹോദരൻ അയ്യപ്പൻ തുടങ്ങിയ നിരവധി ധിഷണശാലികളുടെ നേതൃത്വത്തിൽ എസ്.എൻ.ഡി.പി, എൻ.എസ്.എസ്, യോഗക്ഷേമസഭ, സാധുജനപരിപാലനസംഘം മുതലായ സാമുദായിക സംഘടനകൾ ശക്തമായ പ്രവർത്തനം നടത്തുന്ന ഇരുപതാം നൂറ്റാണ്ടിന്റെ ആദ്യദശകങ്ങളാണ് കാല്പ്പാടുകളുടെ രാഷ്ട്രീയ പരിസരം.

അയ്യാരുമക്കോത ഒരു പാവപ്പെട്ട കുടിയാനാണ്. കുഞ്ഞൻ, ചേന്ദൻ, കുട്ടൻ, പാറു എന്നിവർ അയാളുടെ മക്കളാണ്. പയ്യനായ കുട്ടൻ ഒരുദിവസം സ്ഥലത്തെ പ്രധാന ധനാഢ്യനും മക്കോതയുടെ ജന്മിയുമായ ഇരവി നമ്പൂതിരിയെ അറിയാതെ തൊട്ടുപോയി. ക്ഷുഭിതനായ നമ്പൂതിരി കുട്ടനെ ക്രൂരമായി മർദ്ദിച്ചു. അത് നിസ്സാഹായരായി നോക്കി നിൽക്കാനേ മക്കോതയ്ക്കും മകൾ പാറുവിനും കഴിഞ്ഞുള്ളൂ. എന്നാൽ ഇല്ലത്തെ പുരോഗമനാശയക്കാരനായ ഉണ്ണിനമ്പൂതിരി ഓടിയെത്തി കുട്ടനെ വാരിയെടുത്ത് ആശ്വസിപ്പിച്ചു. തുടർന്നങ്ങോട്ട് ഉണ്ണിനമ്പൂതിരിയാണ് സിനിമയുടെ കേന്ദ്രം. അയാൾ അധഃകൃതയായ പാറുവിനെ പ്രേമിക്കുന്നു. ഇതിനിടെ ശ്രീനാരായണ ഗുരുദേവൻ നവോത്ഥാനാശയങ്ങളുടെ പ്രചാരകനായി അന്നാട്ടിലെത്തി. മിശ്രവിവാഹങ്ങളും മിശ്രഭോജനങ്ങളും നടന്നുതുടങ്ങി. കുമാരനാശാനും ഗുരുവിനോടൊപ്പമുണ്ട്. ഇവരിരുവരുമായി നിരന്തരം സമ്പർക്കം പുലർത്തുന്ന ഉണ്ണിനമ്പൂതിരി പുരോഗമന പ്രവർത്തനങ്ങളിൽ വ്യാപൃതനാവുന്നു. അവർണ്ണരുമായുള്ള സഹവാസവും ഈഴവപ്പെണ്ണുമായുള്ള രാഗവേഴ്ചയും ഇരവിനമ്പൂതിരി അറിയുന്നതോടെ ഉണ്ണിനമ്പൂതിരി ഇല്ലത്തുനിന്നും പുറത്താക്കപ്പെടുന്നു. ഇരവിനമ്പൂതിരിയുടെ കാര്യസ്ഥന്മാർ മക്കോതയെ മർദ്ദിച്ച് അവശനിലയിലാക്കുന്നു. ജനം ശബ്ദമുയർത്തുന്നു. സംഘട്ടനത്തിന്റെ വക്കിൽവച്ച് ശ്രീനാരായണ ഗുരു എത്തി ഒത്തുതീർപ്പുണ്ടാക്കുന്നു. ഉണ്ണിനമ്പൂതിരി പാറുവിനെ വിവാഹം കഴിക്കുന്നതോടെ കഥ മംഗളമായി അവസാനിക്കുന്നു.

നവോത്ഥാനാശയങ്ങൾ സിനിമയിലുടനീളം പ്രസരിക്കുന്നുണ്ട്. ശ്രീനാരായണഗുരുവും കുമാരനാശാനും സിനിമയിലെ

കഥാപാത്രങ്ങളുമാണ്. നിസ്സഹായനായ അയ്യാരുമക്കോതയും ജന്മിയായ ഇരവിനമ്പൂതിരിയും പുരോഗമനാശയക്കാരനായ ഉണ്ണി നമ്പൂതിരിയും ഗുരുദേവനും ആശാനും ഒക്കെച്ചേർന്ന് ആ കാലഘട്ടത്തെ വ്യക്തമായി അടയാളപ്പെടുത്തുന്നു. ചരിത്രമായിത്തീർന്ന നവോത്ഥാന കാല രാഷ്ട്രീയത്തെ ഒരു പ്രണയകഥയുമായി ബന്ധപ്പെടുത്തി പുനരാവിഷ്കരിക്കാനുള്ള ശ്രമമായിരുന്നു കാല്പ്പാടുകൾ എന്ന ചലച്ചിത്രം. പോയകാലം അവശേഷിപ്പിച്ച മായാത്ത കാല്പ്പാടുകളിലൂടെ ഒരു മടങ്ങിപ്പോക്ക്.

ചരിത്രത്തിന്റെ ഭാഗമായി മാറിയ ഒരു കാലഘട്ടത്തിന്റെ പുനരവതരണം ഏതു കലാരൂപത്തെ സംബന്ധിച്ചും പ്രസക്തമാണ്. ഗുരുദേവൻ സമാധിയായി (1928) മുപ്പത്തിനാലു വർഷങ്ങൾക്കു ശേഷം അദ്ദേഹത്തെ കഥാപാത്രമാക്കി ഒരു ചലച്ചിത്രം പുറത്തിറങ്ങി എന്നത് ശ്രദ്ധേയവുമാണ്. കേവലമായ ചരിത്രപുനരാഖ്യാനത്തിനപ്പുറം ഇത്തരം കലാരൂപങ്ങൾ നിർവഹിക്കുന്ന രാഷ്ട്രീയ ദൗത്യമെന്ത് എന്നതും അന്വേഷിക്കേണ്ടതുണ്ട്. കാലികമായ രാഷ്ട്രീയ ലക്ഷ്യത്തോടുകൂടി ചരിത്രം പുനരാഖ്യാനം ചെയ്യപ്പെടുമ്പോഴാണ് അതിന് പ്രസക്തിയേറുന്നത്. അല്ലാത്ത പക്ഷം അത് നിർജ്ജീവമായ പുനരാവിഷ്കാരം മാത്രമായിത്തീരുന്നു. ചരിത്രത്തെ ഓർമ്മപ്പെടുത്തുന്നതിലൂടെ വർത്തമാനത്തിലിടപെടാൻ 'കാൽപ്പാടുകൾ'ക്ക് കഴിയുന്നില്ല. അത്തരമൊരു രാഷ്ട്രീയ ലക്ഷ്യം ഈ ചിത്രം നിറവേറ്റുന്നുമില്ല.

1969-ലാണ് 'മൂലധനം' റിലീസാവുന്നത്. തോപ്പിൽ ഭാസിയുടെ ഇതേ പേരിലുള്ള നാടകമാണ് സിനിമയ്ക്ക് ആധാരം. നാടകം പ്രസിദ്ധീകരിക്കുന്നത് 1953-ൽ ആണ്. 1949-1951 ആണ് നാടകത്തിലെ രാഷ്ട്രീയകാലഘട്ടം എന്ന് ഭാസി സമർപ്പണത്തിൽ സൂചിപ്പിച്ചിട്ടുണ്ട്. (നാലാം പ്രതിയിൽ പേജ് i) രചയിതാവിന്റെ കുറിപ്പിൽ ഭാസി എഴുതുന്നു 'കേരളത്തിന്റെ രാഷ്ട്രീയചരിത്രത്തിലെ കഴിഞ്ഞ ഒരു ദശാബ്ദത്തിന്റെ വേദനയുടെ കഥയാണിത്.' [32] ഇരുപതിലേറെ വർഷങ്ങൾക്കു ശേഷം ഈ വേദനയുടെ കഥ ചലച്ചിത്രമാക്കുമ്പോഴും അതിന് കാലികമായ പ്രസക്തിയുണ്ട്. വർത്തമാനത്തിലേക്കും നീളുന്ന കൂർത്ത മുനകളുള്ള ചരിത്രത്തിന്റെ വേദനിപ്പിക്കുന്ന ഓർമ്മപ്പെടുത്തലാണ് 'മൂലധനം' എന്ന നാടകവും സിനിമയും. 'പുന്നപ്രവയലാറി'ൽ നിന്നും 'കാല്പ്പാടുകളി'ൽ നിന്നും 'മൂലധനം' വേറിട്ടു നിൽക്കുന്നത് ഈ അർത്ഥത്തിലാണ്. എന്തുകൊണ്ട് 'മൂലധനം' എന്നു പേരിട്ടു എന്ന ചോദ്യത്തിന് ഉത്തരമായി ഭാസി പറയുന്നു. 'നമ്മുടെ ഭരണക്രമത്തിൽ എണ്ണപ്പെട്ട ഒരു മാറ്റം വന്നുവെന്ന് ആരും സമ്മതിക്കും. ആ മാറ്റത്തിന് വിലതീരാത്ത ഒരു മുതൽ മുടക്കുണ്ട്.

ഭരിക്കുന്നവരും വിമർശിക്കുന്നവരും ഒരുപോലെ ഓർത്തിരിക്കേണ്ടത്.'[33] ചരിത്രത്തിന്റെ ഈ മുതൽ മുടക്കിന് ഏതു വർത്തമാനത്തിലും പ്രസക്തിയുണ്ട് എന്ന് ഭാസി കരുതിയിരുന്നു.

നാല്പതുകളുടെ അവസാനമാണ് ചിത്രത്തിലെ രാഷ്ട്രീയപരിസരം. അധികാരശക്തിക്കെതിരെ ജനപക്ഷത്തുനിന്ന് സമരം ചെയ്ത രവി എന്ന വിപ്ലവകാരിക്ക് ഗത്യന്തരമില്ലാതെ ഒളിവിൽ പോകേണ്ടിവരുന്നു. ഇതിനെത്തുടർന്ന് അയാളുടെ കുടുംബം അനുഭവിക്കുന്ന യാതനകളാണ് 'മൂലധന'ത്തിന്റെ പ്രമേയം. അയാളുടെ ഭാര്യ ശാരദയെ പോലീസ് അറസ്റ്റു ചെയ്യുന്നു. കുട്ടികൾ തെരുവിൽ അലയുന്നു. ശാരദയ്ക്ക് രവിയുടെ സുഹൃത്തായ മധുവിന് മുമ്പിൽ സ്വശരീരം അടിയറ വെക്കേണ്ടി വരുന്നു. എല്ലാവിധ ദുരന്തങ്ങൾക്കുമൊപ്പം കടുത്ത ദാരിദ്ര്യവും അവരെ വേട്ടയാടുന്നു. ഇങ്ങനെ രവിയുടെ കുടുംബം യാതനകളുടെ വിഷമ വൃത്തത്തിൽ അകപ്പെട്ടുന്നു. ഇതൊരു സംഭവകഥയാണ് എന്ന് ഭാസിതന്നെ രേഖപ്പെടുത്തിയിട്ടുണ്ട്. സമാനമായ അനുഭവം നേരിട്ട ചേലക്കോട്ടേത്തു കുഞ്ഞുരാമൻ എന്ന അപ്രശസ്തനായ വിപ്ലവകാരിയുടെ സന്നിപാതജ്വരം പിടിപെട്ട് മരിച്ചുപോയ മകൾക്കാണ് ഭാസി നാടകം സമർപ്പിക്കുന്നത്. വ്യവസ്ഥയുടെ പരിണാമത്തിൽ നിർണ്ണായക പങ്കുവഹിച്ച വ്യക്തികളും അവരുടെ കുടുംബവും അനുഭവിച്ച സഹനങ്ങളെ നമ്മുടെ സ്മരണയിലേക്ക് പുനരാനയിക്കുന്നുണ്ട്. 'മൂലധനം' എന്ന ചലച്ചിത്രം. ഒരു രാഷ്ട്രീയ കാലഘട്ടത്തിന്റെ കേവലമായ ഓർമ്മപ്പെടുത്തലിനപ്പുറം കാലികമായ രാഷ്ട്രീയമാനമുള്ള ചിത്രമായി 'മൂലധന'ത്തെ പരിഗണിക്കേണ്ടിവരുന്നത് ഇതുകൊണ്ടാണ്.

വിപണിയുടെ താത്പര്യങ്ങൾ 'മൂലധന'ത്തിലെ പ്രമേയഗതിയുടെ വികാസത്തിലും കാര്യമായ സ്വാധീനം ചെലുത്തിയിട്ടുണ്ട്. ഒരു ജനപ്രിയ കുടുംബകഥയുടെ വികാസരീതിയാണ് 'മൂലധനം' എന്ന സിനിമയും പിൻതുടരുന്നത്. ദാരിദ്ര്യം, പ്രണയം, വിരഹം തുടങ്ങിയ ഘടകങ്ങളുടെ ആവിഷ്ക്കാരത്തിലെ അതിഭാവുകത്വവും അതിവൈകാരികതയും വൻതാരനിരയുടെ സാന്നിധ്യവും പി.ഭാസ്കരൻ എഴുതി ദേവരാജൻ സംഗീതം നൽകിയ ഗാനങ്ങളും 'മൂലധന'ത്തെ ഒന്നാന്തരമൊരു കച്ചവടസിനിമയാക്കി പരിവർത്തിപ്പിക്കുന്നു. ഈ വിപണനതന്ത്രങ്ങൾക്കിടയിലും 'മൂലധന'ത്തിന് രാഷ്ട്രീയദർശനം കൈമോശം വരുന്നില്ല. അത് പ്രമേയത്തിന്റെ ശക്തിയാലാണ്; ആവിഷ്കാരത്തിന്റെ മഹത്വത്താലല്ല.

അറുപതുകളിലെ രാഷ്ട്രീയസിനിമകളിൽ വേറിട്ടു നിൽക്കുന്ന ഒന്നാണ് 1966-ൽ പുറത്തിറങ്ങിയ 'സ്ഥാനാർത്ഥി സാറാമ്മ'. കാലികമായ രാഷ്ട്രീയ സംഭവ വികാസങ്ങളുടെ നേരിട്ടുള്ള സൂചനകൾ ഇല്ലെങ്കിലും

അറുപതുകളുടെ മധ്യത്തിൽ കേരളത്തിലുണ്ടായ രാഷ്ട്രീയ പരിണാമങ്ങൾ 'സ്ഥാനാർത്ഥി സാറാമ്മ'യിലെ ആക്ഷേപഹാസ്യ സമീപനത്തിന് പ്രേരകമായി എന്ന് കരുതുന്നതിൽ തെറ്റില്ല. മലയാളത്തിലെ ആദ്യ ആക്ഷേപഹാസ്യ രാഷ്ട്രീയസിനിമ 'സ്ഥാനാർത്ഥി സാറാമ്മ'യാണ്. ജനാധിപത്യത്തിന്റെ ജീർണ്ണതകളെയാണ് 'സ്ഥാനാർത്ഥി സാറാമ്മ' ഉന്നം വെയ്ക്കുന്നത്. ജനാധിപത്യം എന്ന മോഹന സങ്കല്പത്തിനുനേരെ പണവും മതവും ജാതിയും ഉയർത്തുന്ന വെല്ലുവിളികൾ ഈ ചിത്രത്തിലെ നർമ്മരസപ്രധാനമായ സംഭവഗതികളിലൂടെ അനാവൃതമാകുന്നു. ഒരു പഞ്ചായത്തു തിരഞ്ഞെടുപ്പുമായി ബന്ധപ്പെട്ടാണ് 'സ്ഥാനാർത്ഥി സാറാമ്മ'യുടെ പ്രമേയം വികസിക്കുന്നത്. ജനാധിപത്യത്തിനു സംഭവിക്കുന്ന സകല ജീർണ്ണതകളുടെയും പ്രതിനിധാനമാണ് തോന്നിയാടൻ എന്ന കഥാപാത്രത്തിലൂടെ സാധ്യമാവുന്നത്. തോന്നിയാടനായിരുന്നു ഇക്കാലമത്രയും പഞ്ചായത്തിന്റെ പ്രസിഡന്റ്. അധികാരം സ്വാർത്ഥ താത്പര്യ സംരക്ഷണത്തിനുപയോഗിച്ചുവന്ന തോന്നിയാടൻ ജനങ്ങൾക്ക് അനഭിമതനായി മാറിത്തുടങ്ങിയിരുന്നു. ഈ സാഹചര്യത്തിൽ ഇത്തവണത്തെ തിരഞ്ഞെടുപ്പിൽ മത്സരിക്കേണ്ടതില്ല എന്ന് തോന്നിയാടൻ തീരുമാനിക്കുന്നു. ഗോപാലപിള്ളസാറും കൂട്ടരും പൊതുസമ്മതനായ ജോണിക്കുഞ്ഞിനെ ഏഴാം വാർഡിലെ സ്ഥാനാർത്ഥിയായി നിശ്ചയിക്കുന്നു. മത്സരിക്കുന്നില്ലെങ്കിലും എല്ലാ വാർഡുകളിലും സ്വന്തം സ്ഥാനാർത്ഥികളെ നിർത്തി വിജയിപ്പിച്ച് ഭരണയന്ത്രം തന്റെ നിയന്ത്രണത്തിലാക്കാൻ തോന്നിയാടൻ ശ്രമിക്കുന്നു. ജോണിക്കുട്ടിയുടെ പ്രേമഭാജനമായ സാറാമ്മയെ ഏഴാം വാർഡിലെ സ്ഥാനാർത്ഥിയാക്കാനുള്ള അയാളുടെ തന്ത്രങ്ങൾ വിജയം കണ്ടു. പിന്നീടങ്ങോട്ട് തിരഞ്ഞെടുപ്പിന്റെ ലഹരിയാണ്.

ജനാധിപത്യത്തിന്റെ അടിസ്ഥാന തത്വങ്ങളെ ഗളഹസ്തം ചെയ്യുന്ന പ്രവർത്തനങ്ങളാണ് പ്രചാരണ രംഗത്ത് അരങ്ങേറുന്നത്. കള്ള പ്രചാരണങ്ങൾ, കാലുവാരലുകൾ, അപവാദശരങ്ങൾ, പണവും മദ്യവും കൊടുത്ത് വോട്ടർമാരെ വശത്താക്കാനുള്ള പരിശ്രമങ്ങൾ, എന്നുവേണ്ട എല്ലാംകൊണ്ടും രാഷ്ട്രീയാന്തരീക്ഷം മലീനമാകുന്നു. തിരഞ്ഞെടുപ്പ് പ്രചരണത്തിന്റെ ആവിഷ്കാരമാണ് 'സ്ഥാനാർത്ഥി സാറാമ്മ'യെ ആക്ഷേപഹാസ്യ രാഷ്ട്രീയചിത്രമാക്കി മാറ്റുന്നത്. ഇരുപക്ഷത്തിനും വേണ്ടി കാശുവാങ്ങി പ്രചാരണം നടത്തുന്ന ഒരു കഥാപാത്രമുണ്ട് 'സ്ഥാനാർത്ഥി സാറാമ്മ'യിൽ (അടൂർ ഭാസി ഈ കഥാപാത്രത്തിന് മികവാർന്ന ശരീരഭാഷ നൽകുകയും ചെയ്തിട്ടുണ്ട്.) തിരഞ്ഞെടുപ്പുരംഗത്തെ വാഗ്ദാനങ്ങളുടെ പൊള്ളത്തരവും ആത്മാർത്ഥതയില്ലായ്മയും

അവസരവാദവും കാപട്യങ്ങളും ഈ കഥാപാത്രത്തിലൂടെ വെളിപ്പെടു ന്നു. 'കുരുവപ്പെട്ടി നമ്മുടെ പെട്ടി...' എന്നു തുടങ്ങുന്ന ഗാനം ആധുനിക രാഷ്ട്രീയസാഹചര്യത്തിലേക്കും ചേർത്തുനിർത്താവുന്ന ആശയങ്ങളെ ഉൾവഹിക്കുന്നുണ്ട്. തിരഞ്ഞെടുപ്പിന്റെ ഫലവും ശ്രദ്ധേയമാണ്. നന്മയുടെ പ്രതിരൂപമായ ജോണിക്കുട്ടി പരാജയപ്പെടുന്നു. സാറാമ്മയുടെ വിജയം തോന്നിയാടന്റെ കുത്സിത തന്ത്രങ്ങളുടെ വിജയമായിരുന്നു. മതവും പണവും പ്രതാപവുമെല്ലാം ആയുധമാക്കി അയാൾ നേടിയ വിജയം ജനാധിപത്യത്തിന്റെ വിശ്വാസ്യതയെത്തന്നെ പ്രതിക്കൂട്ടിൽ നിർത്തുന്നു ണ്ട്. തിരഞ്ഞെടുപ്പിൽ ജോണിക്കുഞ്ഞും സാറാമ്മയും വെറും കരുക്കൾ മാത്രമായിരുന്നു. അവർക്ക് പിന്നിലുള്ളവർ തമ്മിലായിരുന്നു മത്സരം. ഈ അണിയറക്കളികളിലാണ് ജനാധിപത്യത്തിന്റെ ആത്മാവ് കുഴിച്ചു മൂടപ്പെടുന്നത് എന്ന സന്ദേശവും 'സ്ഥാനാർത്ഥി സാറാമ്മ'യിലൂടെ വിനിമയം ചെയ്യപ്പെടുന്നുണ്ട്. തിരഞ്ഞെടുപ്പ് ഫലത്തിന് ശേഷമുള്ള കഥാഭാഗം രാഷ്ട്രീയമായി പ്രസക്തമല്ല. അന്നത്തെ ഒരു സാധാരണ പ്രണയസിനിമയുടെ ആർക്കും പ്രതീക്ഷിക്കാവുന്ന അവസാനം മാത്ര മാണത്.

വിമോചനസമരാനന്തരമുള്ള കേരള രാഷ്ട്രീയത്തിൽ മതത്തിന്റെയും ജാതിയുടെയും അടിയൊഴുക്കുകൾ ശക്തമായിരുന്നു. രാഷ്ട്രീയരംഗത്തെ ത്തന്നെ ഇളക്കി മറിച്ച പിളർപ്പുകൾക്കും മലക്കം മറിച്ചിലുകൾക്കും ആക്ഷേപ യുദ്ധങ്ങൾക്കും അറുപതുകൾ സാക്ഷ്യം വഹിച്ചു. ഇത്തരം പ്രവണതകൾ 'സ്ഥാനാർത്ഥി സാറാമ്മ'യുടെ രാഷ്ട്രീയതലത്തെ രൂപ പ്പെടുത്തിയ ചലച്ചിത്രകാരനെ പരോക്ഷമായി സ്വാധീനിച്ചിരിക്കാൻ ഇടയുണ്ട്. വർത്തമാനകാലരാഷ്ട്രീയത്തോടുള്ള വ്യംഗ്യമായ പ്രതിക രണമായി 'സ്ഥാനാർത്ഥി സാറാമ്മ'യെ വായിച്ചെടുക്കാവുന്നതാണ്. കാലികമായ രാഷ്ട്രീയ സ്ഥിതഗതികളിൽ നിന്നാണ് ഈ ചിത്രത്തിന്റെ പ്രമേയതലം ഊർജ്ജം നേടിയത് എന്നു പറയാം. അറുപതുകളിലെ ഇതര രാഷ്ട്രീയസിനിമകളിൽ നിന്നും 'സ്ഥാനാർത്ഥി സാറാമ്മ'യ്ക്കുള്ള വ്യതിരിക്തത പ്രധാനമായും രണ്ടു കാര്യങ്ങളിലാണ്.

I കാലികമായ രാഷ്ട്രീയ പശ്ചാത്തലം

II വ്യംഗ്യപ്രധാനവും ആക്ഷേപഹാസ്യ രീതിയിലുള്ളതുമായ രാഷ്ട്രീ യാവിഷ്കാരം

പ്രമേയപരിചരണത്തിൽ സ്ഥാനാർത്ഥി സാറാമ്മ വാണിജ്യ താല്പര്യ ങ്ങളെ പൂർണ്ണമായും സംരക്ഷിക്കുന്നുണ്ട്. 'സ്ഥാനാർത്ഥി സാറാമ്മ'യിലെ രാഷ്ട്രീയം പ്രണയത്തിനു വഴി മാറുന്നത് കഥാഗതിയിൽ നാം കാണുന്നു.

തിരഞ്ഞെടുപ്പിനു ശേഷമുള്ള കഥാഭാഗം ഒരു സാധാരണ പ്രണയകഥയുടെ അവസാനം മാത്രമായി മാറുന്നു. തോന്നിയാടൻ കൊല്ലപ്പെട്ടതുമായി ബന്ധപ്പെട്ട് ജോണിക്കുഞ്ഞ് അറസ്റ്റിലാവുന്നു. മത്തായിയുടെ ഏറ്റുപറച്ചിലിലൂടെ കാര്യങ്ങൾ വ്യക്തമാവുന്നു. സാറാമ്മയും ജോണിക്കുഞ്ഞും ഒന്നുചേരുന്നു. ഇതെല്ലാംതന്നെ അതിനുമുമ്പ് ഒരുപാടുതവണ വിപണി പരീക്ഷിച്ച പ്രണയകഥകളുടെ ചട്ടക്കൂടിനുള്ളിൽത്തന്നെയാണ് നിൽക്കുന്നത്. ജോണിക്കുഞ്ഞും സാറാമ്മയും തമ്മിലുള്ള പ്രണയത്തിനിടയിലെ സന്നിദ്ധഘട്ടം മാത്രമാണ് സിനിമയിലെ രാഷ്ട്രീയകാലം. തിരഞ്ഞെടുപ്പിന് ശേഷമുള്ള സംഭവവികാസങ്ങൾക്ക് തരിമ്പുപോലും രാഷ്ട്രീയ പ്രസക്തിയില്ലാതെ പോയതും അതുകൊണ്ടാണ്. പ്രണയത്തിനിടയിലെ സങ്കീർണ്ണവും പ്രശ്നഭരിതവുമായ ഘട്ടമാണ് തിരഞ്ഞെടുപ്പിന്റെ കാലം. കഥാഗതിയിലെ ഈ നിർണ്ണായക ഘട്ടത്തിന്റെ ആവിഷ്കാരത്തിനു തിരഞ്ഞെടുത്ത ആക്ഷേപഹാസ്യരീതിയാണ് 'സ്ഥാനാർത്ഥി സാറാമ്മ'യെ ഇന്നും രാഷ്ട്രീയചിത്രമായി നിലനിർത്തുന്നത്. ഈ ആക്ഷേപഹാസ്യ സമീപനത്തിലാണ് 'സ്ഥാനാർത്ഥി സാറാമ്മ'യുടെ രാഷ്ട്രീയം. അത് ഒരു പരിധിവരെ അരാഷ്ട്രീയവുമാണ്.

പ്രമേയപരമായി ഈ രാഷ്ട്രീയസിനിമകൾ 1928 മുതൽ 1969 വരെയുള്ള കാലത്തെ ഇതര സിനിമകളിൽ നിന്ന് അൽപ്പം വ്യത്യസ്തമായ പാത സ്വീകരിക്കുന്നുണ്ട്. രാഷ്ട്രീയ ചലച്ചിത്രങ്ങൾ എന്ന നിലയിൽ കൈവന്ന ഈ വ്യതിയാനം എടുത്തു പറയാവുന്ന തരത്തിലേക്ക് പരിണമിക്കാതിരുന്നതിനുള്ള കാരണം പ്രമേയപരിചരണത്തിലെ പാളിച്ചകളാണ്. പരിചരണത്തിൽ ഈ കാലത്തെ മലയാളസിനിമയുടെ പൊതുസ്വഭാവത്തെ നിർണ്ണയിച്ച കച്ചവടസിനിമയുടെ രീതികളെ ഇവ കൈവിട്ടില്ല. ആഖ്യാനപരമായ നൂതനകളും ഇവയ്ക്ക് അവകാശപ്പെടാനാവില്ല. ചലച്ചിത്രം എന്ന മാധ്യമത്തിന്റെ ദൃശ്യസാധ്യതകൾ പ്രയോജനപ്പെടുത്തുന്നതിൽ ഈ ചിത്രങ്ങൾ ഒരുപോലെ പരാജയപ്പെട്ടു. അന്നത്തെ മലയാളസിനിമ പിന്തുടർന്നുവന്ന സംഭാഷണപ്രധാനവും നാടകത്തോടടുത്തു നിൽക്കുന്നതുമായ ആഖ്യാനരീതയാണ് ഈ ചിത്രങ്ങളിലും പ്രകടമാവുന്നത്. ആശയം സംഭാഷണങ്ങളിലൂടെ 'പറഞ്ഞുഫലിപ്പിക്കുകയോ' ഗാനങ്ങളിലൂടെ 'പാടിത്തീർക്കുകയോ' ചെയ്തിരുന്നു. ആശയത്തെ പ്രതിനിധാനം ചെയ്യുന്ന ദൃശ്യം അന്നത്തെ സിനിമയ്ക്ക് അന്യമായിരുന്നു. ക്യാമറയുടെ വ്യതിരിക്തമായ ആംഗിളുകൾ, ചലനങ്ങൾ, വെളിച്ചത്തിന്റെ വിന്യാസവൈവിധ്യങ്ങൾ, ശബ്ദത്തിന്റെ മിതമായ ഉപയോഗം, സംഭാഷണങ്ങളുടെയും സംഗീതത്തിന്റെയും ഉചിതമായ പ്രയോഗം, ഇതിന്റെയെല്ലാം സാകല്യത്തിലൂടെ കൈവരുന്ന

ദൃശ്യത്തിന്റെ ശക്തി സൗന്ദര്യങ്ങൾ, അർത്ഥതലങ്ങൾ ഇതൊന്നും തന്നെ ഈ കാലഘട്ടത്തിലെ മലയാള ചലച്ചിത്രകാരന്റെ ഭാവനാപരിസരങ്ങളെ സജീവമാക്കിയിരുന്നില്ല.

ഫ്രെയിമുകളുടെ 'ഭംഗി'യിൽ ചലച്ചിത്രകാരന്മാർ ഏറെ ശ്രദ്ധിച്ചിരുന്നു എന്ന് കാണാം. ഉപരിപ്ലവമായ കാഴ്ചയുടെ തലത്തിൽ മാത്രം നിൽക്കുന്നതാണ് ഈ ഭംഗി. പ്രമുഖ സ്റ്റുഡിയോകളിലെ വ്യത്യസ്തവും മനോഹരവുമായ സെറ്റുകൾ മലയാളസിനിമയ്ക്ക് ചന്തമേകി. വാതിൽപ്പുറ ചിത്രീകരണം അപൂർവ്വമായിരുന്നു. 1961-ൽ ആദ്യത്തെ കളർ ചിത്രമായ 'കണ്ടംബെച്ചകോട്ട്' പുറത്തിറങ്ങിയെങ്കിലും ഭൂരിഭാഗവും 'ബ്ലാക്ക് ആന്റ് വൈറ്റ്' ചിത്രങ്ങൾ ആയിരുന്നു. സിനിമയെ ഗൗരവമായി കാണുന്ന പ്രേക്ഷകരുടെ എണ്ണം തീരെ കുറവായിരുന്ന അക്കാലത്ത് 'വെള്ളിത്തിര' കണ്ടു മതിവരാത്ത വിസ്മയങ്ങളുടെ പ്രപഞ്ചമായി പ്രേക്ഷക മനസ്സിൽ നിലകൊണ്ടു. ദേവലോകവും അങ്കത്തട്ടും കളരിയും വനചാരുതകളും കൂറ്റൻ ബംഗ്ലാവുകളുടെ മോഹിപ്പിക്കുന്ന അകത്തളങ്ങളും ഗാനരംഗത്തിന് മിഴിവേകുന്ന സുന്ദരപ്രകൃതിയും സാധാരണ പ്രേക്ഷകനെ ഏറെ ആകർഷിച്ചിരുന്നു. സിനിമ 'കാണാൻ' വരുന്നവർക്ക് 'കാണാനുള്ള വക' ഒരുക്കിക്കൊടുക്കുക ചലച്ചിത്രകാരന്റെ ബാധ്യതയായിരുന്നു.

'ഇരുട്ടിന്റെ ആത്മാവി'ലും 'ഭാർഗവീനിലയ'ത്തിലും 'ചെമ്മീനി'ലും പ്രമേയത്തിന്റെ അർത്ഥതലവുമായും അനുഭവതലവുമായും ബന്ധപ്പെട്ട് രൂപമെടുത്ത കാമ്പുള്ള ദൃശ്യങ്ങൾ ചെറിയ തോതിലെങ്കിലും കാണാം. ഇത്തരം അപൂർവ്വമായ ശ്രമങ്ങളെ മാറ്റിനിർത്തിയാൽ ഈ ദശകങ്ങളിലെ മലയാളസിനിമയുടെ ദൃശ്യതലം ഉപരിപ്ലവമായ കാഴ്ചകളുടേതായിരുന്നു. 'ചലച്ചിത്രത്തിൽ ഷോട്ടുകൾ രൂപപ്പെടുത്തേണ്ടതെങ്ങനെ എന്നതിനെപ്പറ്റി യാതൊരു കാഴ്ചപ്പാടും അന്നോളമുള്ള മലയാള സംവിധായകർക്ക് ഇല്ലായിരുന്നു... സംഭാഷണങ്ങളില്ലാത്ത കഥാസന്ദർഭങ്ങൾ ഉണ്ടായിരുന്നില്ല. സംഭാഷണമുരുവിടാനായി സ്റ്റേജിലെന്നതുപോലെ നിരന്നു നിൽക്കുകയാണ് കഥാപാത്രങ്ങൾ. അവരുടെ കാലടി തൊട്ട് ശിരസ്സുവരെ ഫ്രെയിമിൽ വരത്തക്കവിധം ഒരു മീഡിയം ഷോട്ടിൽ പകർത്തിയെടുക്കുകയാണ് ക്യാമറ. ഈ നീണ്ട ഷോട്ട് ഇടയ്ക്കിടെ ചില ക്ലോസപ്പുകളാൽ മുറിക്കപ്പെടുന്നു. ഇടമുറിയാത്ത സംഭാഷണം. നിശബ്ദതയ്ക്ക് നിമിഷനേരം പോലും വിട്ടുകൊടുക്കാത്ത അമിതമായ പശ്ചാത്തല സംഗീതം. നല്ലതെന്നും ഭേദപ്പെട്ടതെന്നുമൊക്കെ വിശേഷിക്കപ്പെട്ട ഒറ്റച്ചിത്രം പോലും ഈ ദൗർബല്യങ്ങളിൽ നിന്ന് മുക്തമല്ല.' [34]

രാഷ്ട്രീയപ്രമേയത്തെ വിപണി രൂപപ്പെടുത്തിയ ആഖ്യാന സമ്പ്രദായങ്ങളിലൂടെ ആവിഷ്കരിക്കാനാണ് രാഷ്ട്രീയ ചലച്ചിത്രങ്ങളുടെ

സ്രഷ്ടാക്കൾ താത്പര്യം കാണിച്ചത്. കഥ പറച്ചിലിന്റെ ഘടന ഏകതാനമായി തുടർന്നു. ദൃശ്യഭാഷയിലും പ്രമേയഗതിയുടെ വികാസത്തിലും വേറിട്ട നടപ്പിനുള്ള സ്ഥൈര്യം രാഷ്ട്രീയസിനിമകളിൽ കാണാനാവില്ല. ജനപ്രിയമായ ആവിഷ്കാര ഘടനയിലേക്ക് രാഷ്ട്രീയപ്രമേയങ്ങൾ ചേർത്തുവെക്കപ്പെടുകയാണുണ്ടായത്. വ്യതിരിക്തമായ കഥാഗതിയും ദൃശ്യതലവും ആവശ്യമാണെന്ന തോന്നൽ രാഷ്ട്രീയസിനിമയുടെ സ്രഷ്ടാക്കൾക്കുണ്ടായില്ല. പരിചരണത്തിലും ആഖ്യാനത്തിലും രാഷ്ട്രീയ സിനിമകൾ കച്ചവടസിനിമ രൂപപ്പെടുത്തിയ പൊതുബോധ്യങ്ങളോട് കലഹിക്കുന്നില്ല. മാധ്യമത്തെ മാറ്റിപ്പണിയുന്നില്ല.

1928 മുതൽ 1969 വരെയുള്ള കാലത്ത് 'നവലോക'ത്തിൽ നിന്ന് 'മൂലധന'ത്തിൽ എത്തുന്ന മലയാള രാഷ്ട്രീയസിനിമയുടെ പൊതുവായ സ്വഭാവ വിശേഷങ്ങൾ ഇങ്ങനെ സംഗ്രഹിക്കാം.

1. രാഷ്ട്രീയമായ ഘടകങ്ങൾ പ്രമേയതലത്തിന് പുതുമ നൽകുന്നുണ്ടെങ്കിലും അന്നത്തെ മലയാളസിനിമയുടെ പരിചരണപരമായ പൊതുസ്വഭാവത്തോട് അവ സന്ധി ചെയ്യുന്നു.
2. ആഖ്യാനതലം പൂർണ്ണമായും പൊതുസ്വഭാവത്തിന് കീഴ്പ്പെട്ടു നിന്നു.
3. ഈ ദശകങ്ങളിലെ രഷ്ട്രീയ സാഹചര്യത്തെയും സംഭവഗതികളെയും ഉപയോഗപ്പെടുത്തുന്നുണ്ടെങ്കിലും രാഷ്ട്രീയനോവലുകളെപ്പോലെ ജനതയെ സ്വാധീനിക്കാൻ ഇവയ്ക്കായില്ല.
4. ഗൗരവതരമായ ചലച്ചിത്രസമീപനം വികസിച്ചിട്ടില്ലാത്ത ഈ കാലയളവിൽ വിപണന ചേരുവകളിലൊന്നുമാത്രമായാണ് 'രാഷ്ട്രീയം' പരിഗണിക്കപ്പെട്ടത്.

മാധ്യമത്തിന്റെ പൊതുസ്വഭാവത്തെ നിർണ്ണയിക്കുകയും മാധ്യമ സങ്കല്പങ്ങളെ പൊളിച്ചെഴുതുകയും സമൂഹത്തിലിടപെടുകയും ചെയ്ത രാഷ്ട്രീയനോവലുകൾക്ക് നേർ വിപരീത ദിശയിലാണ് സമാനമായ കാലയളവിലെ രാഷ്ട്രീയസിനിമകളുടെ നില.

കുറിപ്പുകൾ

1. വിജയകൃഷ്ണൻ - മലയാളസിനിമയുടെ കഥ - മാതൃഭൂമി ബുക്സ്, കോഴിക്കോട്, 2004, പുറം. 58, 59
2. എം.അച്യുതൻ - പാശ്ചാത്യ സാഹിത്യ ദർശനം - എസ്.പി.സി.എസ്, കോട്ടയം, 1983, ഫെബ്രുവരി, പു. 357, 358
3. എം.അച്യുതൻ - ചെറുകഥ ഇന്നലെ, ഇന്ന് - എസ്.പി.സി.എസ്, കോട്ടയം, 1994, പു. 125

4. കെ.എം. തരകൻ - മലയാളനോവൽ സാഹിത്യ ചരിത്രം, കേരള സാഹിത്യ അക്കാദമി, തൃശ്ശൂർ, 1990, പു. 169, 170.
5. ജോർജ്ജ് ഓണക്കൂർ - നായകസങ്കല്പം മലയാളനോവലിൽ- പ്രഭാത് ബുക്ക് ഹൗസ്, തിരുവനന്തപുരം, 1986, പു. 101.
6. പാശ്ചാത്യ സാഹിത്യദർശനം, പു. 367
7 എ.ഇ.എം.എസ്. നമ്പൂതിരിപ്പാട്, മുഖവുര - മണ്ണിന്റെ മാറിൽ, കറന്റ് ബുക്സ്, തൃശ്ശൂർ, 1970, പു. vi, vii.
7ബി. അയൽക്കാർ - മുഖവുരയിൽ, കേശവദേവ്, എസ്.പി.സി.എസ്., കോട്ടയം, 1968, പു. 5, 6
8. കെ.എം. തരകൻ - മലയാളനോവൽ സാഹിത്യ ചരിത്രം, പു. 96.
9. കെ.എം. തരകൻ - മലയാളനോവൽ സാഹിത്യ ചരിത്രം, പു. 124.
10. ജോർജ്ജ് ഓണക്കൂർ - നായകസങ്കല്പം മലയാളനോവലിൽ, പു. 146.
11. ജോർജ്ജി ലൂക്കാക്സ് - (studies in European Realism) പാശ്ചാത്യ സാഹിത്യ ദർശനം - എം. അച്യുതൻ, പു. 359
12. തോട്ടിയുടെ മകൻ, ഡി.ഡി.ബുക്സ്, കോട്ടയം, 2007 ഫെബ്രുവരി, പു. 83
13. രണ്ടിടങ്ങഴി, ഡി.ഡി.ബുക്സ്, കോട്ടയം, 2007 ജനുവരി, പു. 67
14. തോട്ടിയുടെ മകൻ, പു. 17
15. കണ്ണാടി, ഡി.സി.ബുക്സ്, കോട്ടയം, 2004, പു. 107
16. രണ്ടിടങ്ങഴി, പു. 61, 62
17. തോട്ടിയുടെ മകൻ, പു. 13
18. തോട്ടിയുടെ മകൻ, പു. 39
19. കണ്ണാടി, പു. 67.
20. കണ്ണാടി, പു. 100
21. കണ്ണാടി, പു. 101
22. ഉലക്ക (കേശവദേവിന്റെ രണ്ടു നോവലുകൾ) - പൂർണ്ണ പബ്ലിക്കേഷൻസ്, കോഴിക്കോട്, 2005, പു. 27
23. ഉലക്ക (കേശവദേവിന്റെ രണ്ടു നോവലുകൾ), പു. 27
24. കണ്ണാടി, പു. 71,72
25. തോട്ടിയുടെ മകൻ, പു. 78.
26. തോട്ടിയുടെ മകൻ, പു. 94
27. കണ്ണാടി, പു. 44
28. കണ്ണാടി, പു. 119
29. കണ്ണാടി, പു. 81.
30. ഷാജഹാൻ മാടമ്പാട്ട് - ഹിരണ്യകശിപു മുതൽ ഇന്ദിരാ ഗാന്ധിവരെ (പഠനം) - ഹിരണ്യകശിപു, ഡി.സി.ബുക്സ്, Special Edition,2004 ഒക്ടോബർ, പു. 10
31. വിജയകൃഷ്ണൻ- മലയാളസിനിമയുടെ കഥ, പുറം. 53.
32. മൂലധനം (രചയിതാവിന്റെ കുറിപ്പ്) - നാലാംപ്രതി, പ്രഭാത് ബുക്ക് ഹൗസ്, തിരുവനന്തപുരം, 1977 ജൂൺ,പുറം. i.
33. മൂലധനം (രചയിതാവിന്റെ കുറിപ്പ്), പു. i.
34. വിജയകൃഷ്ണൻ, മലയാളസിനിമയുടെ കഥ, പു. 127, 128,

അധ്യായം മൂന്ന്

രാഷ്ട്രീയപ്രമേയങ്ങൾ മലയാളനോവലിലും സിനിമയിലും: 1970 മുതൽ 1999 വരെ

1970 മുതൽ 1999 വരെയുള്ള മൂന്നു ദശകങ്ങളിലെ രാഷ്ട്രീയ നോവലുകളും സിനിമകളുമാണ് ഈ അധ്യായത്തിൽ വിശകലനത്തിന് വിധേയമാകുന്നത്. സിനിമയുടെയും നോവലിന്റെയും മാധ്യമപരമായ ധാരണകളിൽ നിർണ്ണായക വ്യതിയാനമുണ്ടായ കാല ഘട്ടമാണിത്. പ്രമേയ/ആഖ്യാന സമീപനങ്ങളിൽ സാരമായ മാറ്റങ്ങൾ വന്നു. വ്യത്യസ്ത ധാരകൾ ഉറവെടുത്തു.

നമ്മുടെ നാടിന്റെ സാമൂഹിക-സാമ്പത്തിക-സാംസ്കാരിക-രാഷ്ട്രീയ സാഹചര്യങ്ങളിലും ദ്രുതഗതിയിലുള്ള പരിണാമങ്ങൾ ഈ ദശകങ്ങളി ലുണ്ടായി. ജനതയുടെ ജീവിതാവബോധത്തിൽ ഗണ്യമായ മാറ്റംവന്നു. ചടുലമായ വ്യതിയാനങ്ങൾ രാഷ്ട്രീയം ഉൾപ്പെടെ ജീവിതത്തിന്റെ സമസ്ത മേഖലകളെയും സ്വാധീനിച്ചു. 1928 മുതൽ 1969 വരെയുള്ള കാലത്തു നിന്ന് തികച്ചും വ്യതിരിക്തമായ പാതയിലൂടെ നാടും നോവലും സിനിമയും കടന്നുപോയി. ഈ ദശകങ്ങളെ വേർതിരിച്ച് പഠിക്കുന്നതിന്റെ യുക്തി ഇതാണ്.

രാഷ്ട്രീയകാലം

എഴുപതുകളിലെ രാഷ്ട്രീയസാഹചര്യം തീക്ഷ്ണവും കലുഷിതവുമായിരുന്നു (പേജ്. 117, 118 ൽ എഴുപതുകളിലെ ദേശീയ രാഷ്ട്രീയസാഹചര്യത്തെക്കുറിച്ച് വിശദമായി പ്രതിപാദിക്കുന്നുണ്ട്). എഴുപതുകളുടെ ആദ്യത്തിൽ നക്സലേറ്റ് കലാപം പടർന്നു പിടിച്ചു. ഭൂമവുടമകൾ കൊല ചെയ്യപ്പെട്ടു. 'ഉന്മൂലന സിദ്ധാന്തം' വ്യാപകമായ ചർച്ചകൾക്ക് വഴിവെച്ചു. 1972-ൽ പ്രതിപക്ഷ നേതൃത്വത്തിൽ 'മിച്ചഭൂമിസമരം' ആരംഭിച്ചു. കേരളത്തിന്റെ പല ഭാഗങ്ങളിലായി മിച്ചഭൂമി പിടിച്ചെടുക്കാൻ തുടങ്ങി. എ.കെ.ജി.യുടെ നേതൃത്വത്തിൽ നടന്ന മുടവൻ മുഗൾ സമരത്തോടെ മിച്ചഭൂമി സമരം കേരളമാകെ വ്യാപിച്ചു. അടിയന്തരാവസ്ഥ പ്രഖ്യാപിക്കപ്പെട്ടതോടെ തികച്ചും വ്യതിരിക്തമായ രാഷ്ട്രീയസാഹചര്യം ഉടലെടുത്തു. നക്സലേറ്റുകൾ വ്യാപകമായി വേട്ടയാടപ്പെട്ടു. പ്രതിപക്ഷ നേതാക്കളിൽ പലരും ജയിലിലായി. കിരാതമായ പോലീസ് വാഴ്ച അരങ്ങേറി. അടിയന്തരാവസ്ഥ പിൻവലിക്കപ്പെട്ടശേഷം നടന്ന തിരഞ്ഞെടുപ്പിൽ ഇന്ത്യയാകെ കോൺഗ്രസ് തകർന്നടിഞ്ഞപ്പോഴും കേരളത്തിൽ കോൺഗ്രസ് മുന്നണി അധികാരം നിലനിർത്തി. കെ. കരുണാകരൻ മുഖ്യമന്ത്രിയായി. രാജൻ കേസുമായി ബന്ധപ്പെട്ട സംഭവഗതികൾ കരുണാകരന്റെ രാജിയിൽ കലാശിച്ചു. കേരള കോൺഗ്രസ് വീണ്ടും പിളർന്നു. വിരുദ്ധ ചേരിയിൽ നിന്നിരുന്ന കമ്മ്യൂണിസ്റ്റ് പാർട്ടികൾ എഴുപതുകളുടെ അവസാനത്തോടെ ഒരു ചേരിയിലേക്ക് നീങ്ങി.

എൺപതുകളിലെ കേരള രാഷ്ട്രീയം കച്ചവടസിനിമയുടെ രൂപഭാവങ്ങളണിഞ്ഞു നിന്നു. ഇടത്/വലത് മുന്നണി സംവിധാനങ്ങൾ ഇന്നു കാണുന്ന രൂപം നേടുന്നത് എൺപതുകളിലാണ്. നിയമസഭയ്ക്കകത്തും പുറത്തും നടന്ന കൂറുമാറ്റങ്ങളും കുതികാൽവെട്ടലുകളും നയവിരുദ്ധമായ രാഷ്ട്രീയ അടവുകളും തിരഞ്ഞെടുപ്പിലെ ജാതി/മത രാഷ്ട്രീയവും അഴിമതിയും സ്വജന പക്ഷപാതവും എല്ലാം ചേർന്ന് രാഷ്ട്രീയ വർത്തമാനത്തെ ഒരു ജനപ്രിയ ഫോർമുല ചിത്രത്തിന് സമാനമാക്കി മാറ്റി. രാഷ്ട്രീയക്കാരുടെ അനുഗ്രഹത്തോടെ മാഫിയകൾ തഴച്ചു വളരുന്നത് കേരള ജനത ആശങ്കയോടെ നോക്കിക്കണ്ടു. കൊള്ളപ്പലിശക്കാർ, കള്ളപ്പണക്കാർ, വനം കയ്യേറ്റക്കാർ തുടങ്ങിയവർ രാഷ്ട്രീയരംഗത്ത് ചെലുത്തുന്ന സ്വാധീനം ഏറിവന്നു. ഇതുമായൊക്കെ ബന്ധപ്പെട്ട് ഉയർന്നുവന്ന വിവാദങ്ങൾ സമൂഹത്തിൽ അലോസരങ്ങൾ സൃഷ്ടിച്ചു.

ഇരുപതാം നൂറ്റാണ്ടിന്റെ പൊതുവായ ജീവിതാവസ്ഥയിലും സാമൂഹിക സാമ്പത്തികാവസ്ഥയിലും സാരമായ വ്യതിയാനങ്ങൾ

സംഭവിച്ച ദശകമാണ് തൊണ്ണൂറുകൾ. പുത്തൻ സാമ്പത്തിക നയം ജീവിതസങ്കല്പങ്ങളെ പാടേ മാറ്റി മറിച്ചു. ആഗോളവത്കരണ, ഉദാര വത്കരണ നയസമീപനങ്ങൾ ഉപരി/മധ്യവർഗ ജീവിതത്തെയാണ് ഏറെ സ്വാധീനിച്ചത്. വിപണന/ഉപഭോഗ സംസ്കാരത്തിന്റെ ശാക്തീ കരണം സംഭവിച്ചതും ഇക്കാലത്താണ്. സ്വകാര്യവത്കണം പൊതുമേ ഖലയെ ദുർബലമാക്കിത്തുടങ്ങി. കമ്പോളം അഭിരുചികളെ ശക്തമായി സ്വാധീനിച്ചു. ഇന്ത്യയിലും കേരളത്തിലും ജാതി/മത ധ്രുവീകരണം കൂടുതൽ ശക്തമായി. ഇന്ത്യൻ മതേതര മനസ്സിനെ മുറിവേല്പിച്ചുകൊണ്ട് 1992 ഡിസംബർ-6ന് ബാബ്റി മസ്ജിദ് തകർക്കപ്പെട്ടു. ഹൈന്ദവത യുടെ സംഘടിതരൂപവും രാഷ്ട്രീയ പ്രയോഗവും കൂടുതൽ കരുത്താർജ്ജി ച്ചതിന്റെ അനന്തര ഫലമായിരുന്നു ബാബ്റി മസ്ജിദിന്റെ തകർച്ച. ദേശീയ തലത്തിൽ കോൺഗ്രസിന്റെ പതനം സംഭവിച്ചു. ബി.ജെ. പി. അധികാരത്തിലെത്തി. ഭൂരിപക്ഷ വർഗീയതയെ ചെറുക്കാനെന്ന നാട്യത്തോടെ ന്യൂനപക്ഷ വർഗീയത ശക്തി പ്രാപിച്ചു. വിദേശ സഹാ യത്തോടെ നടന്ന ദേശീയ വിരുദ്ധ പ്രവർത്തനങ്ങൾ അസ്വസ്ഥതകൾ സൃഷ്ടിച്ചു. ദേശീയ തലത്തിൽ ഹൈന്ദവതയുടെ ശാക്തീകരണത്തിനുള്ള ആഹ്വാനം വാസ്തവത്തിൽ സവർണ്ണ ഹൈന്ദവതയെയാണ് ഉയർ ത്തിപ്പിടിച്ചത്. അരയനും പുലയനും പറയനും ആശാരിയും കൊല്ലനും തട്ടാനും ചെറുമനും ഹിന്ദുവായിരിക്കെത്തന്നെ സവർണ്ണബിംബങ്ങളെ സമൂഹത്തിന്റെ ഉച്ചിയിൽ അവരോധിക്കാനുള്ള ശ്രമങ്ങൾ നിശബ്ദ മായി തുടർന്നു. കാവുകളുടെ ക്ഷേത്രവത്കരണം, അവർണ്ണരുടെ ആചാരങ്ങളിലെ ബ്രാഹ്മണ സാന്നിധ്യം, യാഗങ്ങളുടെ തിരിച്ചുവരവ് തുടങ്ങി നിരവധി ഉദാഹരണങ്ങൾ പറയാനാവും. വസ്ത്രധാരണത്തെയും ആഘോഷങ്ങ ളെയും വരെ സ്വാധീനിക്കത്തക്ക രീതിയിൽ ഫ്യൂഡൽ പാരമ്പര്യത്തിന്റെ ഭാഗമായ സവർണ്ണ ഹൈന്ദവതയുടെ പുനരുത്ഥാന ശ്രമങ്ങൾ ശക്തിപ്പെട്ടു.

കേരളത്തിൽ ന്യൂനപക്ഷ/ഭൂരിപക്ഷ വർഗീയ താല്പര്യങ്ങൾക്ക് വലി യതോതിൽ ഇടം നേടാനായില്ല. എങ്കിലും തീരദേശ മേഖലയിൽ പല തരത്തിലുള്ള സംഘർഷങ്ങളും തൊണ്ണൂറുകളിൽ ഉണ്ടായി. ജാതീയമായ ധ്രുവീകരണത്തിനാണ് തൊണ്ണൂറുകളിലെ കേരളത്തിൽ സാരമായ ഇടം ലഭിച്ചത്. നവോത്ഥാന കാലത്തുണ്ടായ സാമുദായിക പ്രസ്ഥാനങ്ങൾ 'മനുഷ്യന്റെ' മോചനമാണ് ലക്ഷ്യം വെച്ചത്. കേവലമായ ജാതിചിന്ത അവയെ സ്പർശിച്ചിരുന്നില്ല. ഈ സാമുദായിക സംഘടനകൾ പലതും 'മനുഷ്യൻ' എന്ന വിശാലതത്വത്തിൽ നിന്ന് 'ജാതി' എന്ന സങ്കുചി തതത്വത്തിലേക്ക് കൂടുതലായി ചുരുങ്ങുകയും സംഘടിതമായി ശക്തി

വർദ്ധിപ്പിക്കുകയും ചെയ്തു. രാഷ്ട്രീയ പാർട്ടികൾ ജാതി സംഘടനകളെ വോട്ടു ബാങ്കുകളായി കാണുകയും പ്രീണിപ്പിക്കുകയും ചെയ്തതോടെ ജാതിരാഷ്ട്രീയം ഭരണമാറ്റത്തെ വരെ നിർണ്ണയിക്കുന്ന രീതിയിലേക്ക് വളർന്നു. കണ്ണൂർ ജില്ലയിലുണ്ടായ രാഷ്ട്രീയ സംഘർഷങ്ങളും കൊലപാതകങ്ങളും കേരള മനസാക്ഷിയെ നടുക്കി. കോൺഗ്രസിലെ ഗ്രൂപ്പിസവും ചാരവൃത്തിക്കേസും ഭരണമാറ്റവും കാലിക രാഷ്ട്രീയാവസ്ഥയെ ശബ്ദായ മാനമാക്കി.

മാധ്യമത്തിന്റെ പൊതുസ്വഭാവം

സാഹിത്യരൂപങ്ങൾക്കും കലാരൂപങ്ങൾക്കുമെല്ലാം ചരിത്രപരമായ തുടർച്ചയുണ്ട്. ആ നൈരന്തര്യത്തോട് ഇടഞ്ഞോ ഇണങ്ങിയോ നിൽക്കുമ്പോഴും ഓരോ സൃഷ്ടിയും കലാ/സാഹിത്യ ചരിത്രത്തിന്റെ ഭാഗം തന്നെയാണ്. രാഷ്ട്രീയാവിഷ്കാരങ്ങളെ വിശകലനം ചെയ്യുമ്പോൾ രാഷ്ട്രീയകാലവുമായുള്ള പാരസ്പര്യത്തിന്റെ അത്രതന്നെ പ്രസക്തി മാധ്യമ ചരിത്രവുമായി അവയ്ക്കുള്ള ബന്ധത്തിനുമുണ്ട്.

കലാരൂപം എന്ന നിലയിൽ നിർണ്ണായകമായ വ്യതിയാനങ്ങൾ എഴുപതുകളിലെ മലയാളസിനിമയിലുണ്ടായി. പ്രമേയപരവും ആഖ്യാനപരവുമായ ധാരണകൾ തിരുത്തിയെഴുതപ്പെട്ടു. വിപണി രൂപപ്പെടുത്തിയ ജനപ്രിയ ഫോർമുലകളിൽ നിന്ന് കുതറി മാറാൻ ശ്രമിച്ച ഒരുകൂട്ടം ചലച്ചിത്ര പ്രവർത്തകരുടെ സാധനയുടെ ഫലമായി കൈവന്ന ഈ വ്യതിയാനം മലയാളസിനിമയെ രണ്ട് കൈവഴികളായി പിരിച്ചു. ജനപ്രിയതയുടെ സമവാക്യങ്ങൾ പിൻപറ്റുന്ന സിനിമകൾ ഒരുവശത്ത് തുടരുമ്പോൾത്തന്നെ വിട്ടുവീഴ്ചകൾക്ക് തയ്യാറാവാത്ത, കലാമൂല്യത്തിന് പ്രഥമ പരിഗണന നൽകുന്ന ചലച്ചിത്രങ്ങൾ നിർമ്മിക്കപ്പെട്ടു.

ഈ വഴിത്തിരിവിന് മുന്നോടിയായത് 1970-ൽ പുറത്തിറങ്ങിയ 'ഓളവും തീരവും' എന്ന ചിത്രമാണ്. പി.എൻ. മേനോൻ സംവിധാനം ചെയ്ത ഈ ചിത്രം ചലച്ചിത്രം എന്ന മാധ്യമത്തിന്റെ ദൃശ്യസാധ്യതകളെ പ്രേക്ഷകന് വെളിപ്പെടുത്തി ക്കൊടുത്തു. 'സ്വയംവരത്തിൽ ആരോപിക്കപ്പെടുന്ന കാമ്യാംശങ്ങളിൽ പലതും അതിനും മുന്നേ 'ഓളവും തീരവും' എന്ന ചിത്രത്തിൽ മുഖം കാട്ടിയിരുന്നു... ചലച്ചിത്ര സ്വഭാവം പുലർത്തുന്ന രീതിയിൽ ഷോട്ടുകൾ കമ്പോസ് ചെയ്യപ്പെട്ടിരുന്നു എന്നതാണ് ഓളവും തീരവുമിന്റെ ഒന്നാമത്തെ പ്രത്യേകത. പശ്ചാത്തലസംഗീതം നിയന്ത്രിക്കപ്പെട്ടിരുന്നു. ചലച്ചിത്രഭാഷക്കനുയോജ്യമായ ഒരു കൊച്ചു കഥ ഉചിതമായ ഭാവവികാസം പ്രാപിച്ചതായിരുന്നു ഓളവും തീരവും."[1]

'ഓളവും തീരവു'മിന്റെ പ്രമേയതലം അന്നത്തെ ജനപ്രിയ സിനിമകളുടെ പ്രണയകഥാരൂപങ്ങളിൽ നിന്ന് ഏറെയൊന്നും വ്യത്യസ്തമായിരുന്നില്ല. ആഖ്യാനതലത്തിലെ പരിണാമങ്ങളാലാണ് 'ഓളവും തീരവും' മലയാളസിനിമയിലെ നാഴികക്കല്ലാവുന്നത്. ദൃശ്യത്തിനെ ചലച്ചിത്രത്തിന്റെ അടിസ്ഥാനമായി കാണുന്ന, ദൃശ്യങ്ങളിലൂന്നി സംവേദനം സാധ്യമാക്കാൻ ശ്രമിക്കുന്ന 'ഓളവും തീരവും' എഴുപതുകളിലെ നവസിനിമയുടെ മുന്നോടിയായി വിലയിരുത്തപ്പെടുന്നത് ദൃശ്യഭാഷയെ മുൻനിർത്തിയാണ്. 'കുട്ട്യേത്തി', 'മാപ്പുസാക്ഷി', 'പണിമുടക്ക്' എന്നീ ചിത്രങ്ങളിലൂടെ മേനോൻ ചലച്ചിത്രസമീപനത്തിലെ വ്യത്യസ്ത തുടർന്നെങ്കിലും പിന്നീട് അദ്ദേഹം ജനപ്രിയ സിനിമയുടെ താളലയങ്ങളിലേക്ക് മടങ്ങുന്നത് കാണാം.

'ഓളവും തീരവു'മിൽ ആരംഭിച്ച ഈ നൂതനത്വം പൂർണ്ണശോഭമാകുന്നത് ഒരു കൂട്ടം സംവിധായകരുടെ വൈവിധ്യമാർന്ന ചിത്രങ്ങളിലൂടെയാണ്. അടൂർ ഗോപാലകൃഷ്ണൻ, അരവിന്ദൻ, എം.ടി.വാസുദേവൻ നായർ, പവിത്രൻ, പി.എ.ബക്കർ, ജോൺ എബ്രഹാം, കെ.പി.കുമാരൻ, ഭരതൻ, പത്മരാജൻ, കെ.ആർ. മോഹൻ, കെ.ജി.ജോർജ്ജ്, രവീന്ദ്രൻ തുടങ്ങിയ സംവിധായരെല്ലാം തന്നെ എഴുപതുകളിലെ നവസിനിമാ പ്രസ്ഥാനത്തിന് കരുത്തേകി. വിഭിന്നമായ പ്രമേയങ്ങൾ വ്യതിരിക്തമായ ആഖ്യാനരീതികളിൽ ആവിഷ്കരിക്കപ്പെട്ടു. പ്രമേയതലവും ആഖ്യാനതലവും നവീകരിക്കപ്പെട്ടു. 'മാധ്യമം' എന്ന നിലയിൽ മലയാളസിനിമ ഏറെ മുന്നോട്ടുപോയി.

അടൂർ ഗോപാലകൃഷ്ണൻ സംവിധാനം ചെയ്ത് 1972-ൽ പുറത്തിറങ്ങിയ 'സ്വയംവരം' അന്നുവരെ മലയാളസിനിമക്ക് അന്യമായിരുന്ന പ്രമേയപരിചരണവും ആഖ്യാനരീതിയും കൊണ്ട് പ്രേക്ഷകനെ വിസ്മയിപ്പിച്ചു. അന്നുവരെ പുലർത്തിപ്പോന്ന മുഖ്യധാരാ സിനിമാ സങ്കല്പങ്ങൾക്ക് ഉൾക്കൊള്ളാനാവാത്തത്ര ഉയരത്തിലായിരുന്നു 'സ്വയംവര'ത്തിന്റെ കലാമൂല്യം. പ്രമേയം മാത്രമെടുത്താൽ 'സ്വയംവര'ത്തിന് കാര്യമായ പുതുമയൊന്നും ഇല്ലായിരുന്നു. പ്രണയ സാക്ഷാത്ക്കാരത്തിനായി നാടും വീടും ഉപേക്ഷിച്ച് ഇറങ്ങിപ്പുറപ്പെട്ട കമിതാക്കൾ, അവരെ ജീവിതത്തിലുടനീളം പിൻതുടരുന്ന ദുരിതങ്ങൾ; ഇതൊന്നും മുഖ്യധാരാ സിനിമയ്ക്ക് അപരിചിതമായ പ്രമേയമായിരുന്നില്ല. എന്നാൽ ഈ പ്രമേയത്തിന് അടൂർ ഗോപാലകൃഷ്ണൻ നൽകിയ ദൃശ്യഭാഷയാണ് 'സ്വയംവര'ത്തിന് നവീനമായ ചലച്ചിത്ര ഭാവുകത്വം പ്രദാനം ചെയ്തത്. ദൃശ്യങ്ങളുടെ അർത്ഥവത്തായ രൂപണം, അവയുടെ ഉചിതമായ സംയോജനം, സംഭാഷണങ്ങളിലെ മിതത്വം, പശ്ചാത്തല സംഗീത പ്രയോഗത്തിലെ ഔചിത്യം,

പശ്ചാത്തല ശബ്ദലേഖനത്തിന് നൽകിയ പ്രാധാന്യം ഇതൊക്കെ ചേർന്ന് സ്വയംവരത്തെ വ്യത്യസ്തമായ ദൃശ്യാനുഭവമാക്കി മാറ്റി. കലാപരമായി പ്രസക്തിയുള്ള സിനിമയുടെ വിട്ടുവീഴ്ചയില്ലാത്ത രൂപമായിരുന്നു 'സ്വയംവരം'. അതുകൊണ്ടുതന്നെ 'സ്വയംവരം' അന്നത്തെ പ്രേക്ഷകനെ അക്ഷരാർത്ഥത്തിൽ ഞെട്ടിച്ചുകളഞ്ഞു. 'മലയാളസിനിമാസ്വാദകനെ ഞെട്ടിക്കാൻ പോന്ന ഘടകം സ്വയംവരത്തിന്റെ മന്ദതാളമായിരുന്നു. അത്രയ്ക്ക് ദൈർഘ്യമുള്ള ഷോട്ടുകളുമായി അതിന് മുൻപ് പരിചയപ്പെടാൻ അവന് അവസരം സിദ്ധിച്ചിരുന്നില്ല. മന്ദതാളവും പശ്ചാത്തല സംഗീതത്തിന്റെ അഭാവവും ഒത്തുചേർന്നപ്പോൾ 'ഇതാണോ സിനിമ' എന്ന് അത്ഭുതം കൂറിയ പ്രേക്ഷകരും അക്കാലത്തുണ്ടായിരുന്നു.' [2]

ഫിലിം ഇൻസ്റ്റിറ്റ്യൂട്ട്, ഫിലിം ആർക്കൈവ്സ്, ഫിലിം ഫിനാൻസ് കോർപ്പറേഷൻ എന്നിവയുടെ സ്ഥാപനം ഇന്ത്യൻ സിനിമയ്ക്ക് പുതിയൊരു മുഖം നൽകുന്നതിൽ നിർണ്ണായക പങ്ക് വഹിച്ചു. ഉദാത്തമായ ചലച്ചിത്രങ്ങൾ കാണാനും പഠിക്കാനും പ്രയോഗിക്കാനുമുള്ള അവസരമാണ് ഈ സ്ഥാപനങ്ങൾ പുതിയ തലമുറക്കു മുന്നിൽ തുറന്നിട്ടത്. മലയാളസിനിമയിൽ എഴുപതുകളിൽ രംഗപ്രവേശം ചെയ്ത സംവിധായകരിൽ നല്ലൊരുപങ്കും ഫിലിം ഇൻസ്റ്റിറ്റ്യൂട്ടിൽ പഠനം പൂർത്തിയാക്കിയവരായിരുന്നു. ചലച്ചിത്രത്തെക്കുറിച്ച് നവീനബോധം ഉൾക്കൊണ്ട തലമുറക്ക് പ്രചോദനമായി മാറാൻ 'സ്വയംവര'ത്തിന് കഴിഞ്ഞു. 'സ്വയംവരം' ചലച്ചിത്ര നിർമ്മിതിയെയും ആസ്വാദനത്തെയും സംബന്ധിക്കുന്ന ഗൗരവ പൂർണ്ണമായ ചർച്ചകൾക്ക് നാന്ദി കുറിച്ചു. ചിത്രലേഖ പോലെയുള്ള ഫിലിം സൊസൈറ്റികളുടെ പ്രവർത്തനം ആസ്വാദകബോധത്തെ മാറ്റിപ്പണിയുന്നതിൽ നിർണ്ണായക പങ്കു വഹിച്ചു. സിനിമയെ ഗൗരവമായി സമീപിക്കുകയും പഠിക്കുകയും ചെയ്യുന്ന ആസ്വാദകവൃന്ദം രൂപംകൊണ്ടു.

എം.ടി. വാസുദേവൻ നായരുടെ 'നിർമ്മാല്യം' (1973), അരവിന്ദന്റെ 'ഉത്തരായനം' (1975) 'കാഞ്ചന സീത' (1977), 'തമ്പ്' (1978), 'കുമ്മാട്ടി', 'എസ്തപ്പാൻ'(1979), കെ.പി.കുമാരന്റെ 'അതിഥി' (1974), അടൂരിന്റെ തന്നെ 'കൊടിയേറ്റം' (1977), പി.എ.ബക്കറിന്റെ 'കബനീനദി ചുവന്നപ്പോൾ' (1976) 'മണിമുഴക്കം' (1976), 'ചുവന്ന വിത്തുകൾ'(1977) 'സംഘഗാനം' (1979) 'മണ്ണിന്റെ മാറിൽ' (1979), പവിത്രന്റെ 'യാരോ ഒരാൾ' (1978), കെ.ജി. ജോർജ്ജിന്റെ 'സ്വപ്നാടനം' (1975), ജോൺ എബ്രഹാമിന്റെ 'വിദ്യാർത്ഥികളെ ഇതിലെ ഇതിലെ'(1972), രവീന്ദ്രന്റെ 'ഇനിയും മരിച്ചിട്ടില്ലാത്ത നമ്മൾ' (1977), പത്മരാജന്റെ 'പെരുവഴിയമ്പലം'(1979), ഭരതന്റെ 'പ്രയാണം'(1975) രാജീവ് നാഥിന്റെ 'തണൽ'

(1978), ജി.എസ് പണിക്കരുടെ 'ഏകാകിനി' (1978), കെ.ആർ. മോഹനന്റെ 'അശ്വത്ഥാമാവ്' (1978) എന്നിങ്ങനെ മലയാളസിനിമയുടെ പ്രമേയ/ആഖ്യാനതലങ്ങൾക്ക് നൂതനത്വം പ്രദാനം ചെയ്ത നിരവധി ചിത്രങ്ങൾ എഴുപതുകളിലെ പുതിയ സിനിമാന്തരീക്ഷത്തിന്റെ സൃഷ്ടിയായി രൂപംകൊണ്ടു.

അമ്പതുകളിലെയും അറുപതുകളിലെയും ജനപ്രിയ സിനിമ യഥാതഥവും കാല്പനികവുമായാണ് ജീവിതത്തെ അടയാളപ്പെടുത്തിയത്. എഴുപതുകളിലെ നവസിനിമാക്കാർ യഥാതഥമായ ജീവിതത്തിന്റെ ദാർശനികമായ ആവിഷ്കാരത്തിനാണ് ശ്രമിച്ചത്. ജീവിതവും സമൂഹവും രാഷ്ട്രീയവും വ്യക്തിയും മനസ്സും ജീവിതാവസ്ഥകളും മാനസികാവസ്ഥകളും ധിഷണാപരമായ സംവാദങ്ങൾ അവശേഷിപ്പിക്കുംവിധം ചലച്ചിത്രവത്ക്കരിക്കപ്പെട്ടു. യാഥാർത്ഥ്യത്തെയും ഫാന്റസിയെയും ഇഴചേർത്തുകൊണ്ട് ഭ്രമാത്മകതയുടെ സൗന്ദര്യതലങ്ങൾ സൃഷ്ടിക്കുന്ന ആവിഷ്കാരരീതിയും എഴുപതുകളിലെ നവസിനിമയുടെ സവിശേഷതയാണ്. പുരാണവും ചരിത്രവും പാരമ്പര്യവും വർത്തമാനവും വിശ്വാസപ്രമാണങ്ങളുമൊക്കെ ചലച്ചിത്രത്തിലൂടെ ചർച്ച ചെയ്യപ്പെട്ടു. ചലച്ചിത്രം ഗൗരവമായ ചർച്ചകൾക്കുള്ള മാധ്യമമായി രൂപാന്തരപ്പെട്ടു. കലുഷിതമായ സമൂഹം, വ്യക്തിയും സമൂഹവും തമ്മിലുള്ള പാരസ്പര്യം വ്യക്തിയിൽ സൃഷ്ടിക്കുന്ന ദാർശനികവ്യഥ, ആശ്രയരഹിതമായ അലച്ചിൽ, വിശ്വാസങ്ങളിലെ പൊരുത്തക്കേടുകൾ, ഭ്രമാത്മകമായ മനസ്സിന്റെ സഞ്ചാരങ്ങൾ, പുരാണ/ചരിത്രാംശങ്ങളുടെ പുനർവായനകൾ, സങ്കീർണ്ണ യാഥാർത്ഥ്യങ്ങളെയും കാല്പനിക വിഭ്രമങ്ങളെയും പ്രതിനിധീകരിക്കുന്ന സ്വപ്നാടനങ്ങൾ എന്നിങ്ങനെ ദാർശനികതയുടെ മുഖമുള്ള പ്രമേയങ്ങളാൽ മലയാളസിനിമ ആധുനീകരിക്കപ്പെട്ടു. അറുപതുകളിൽ മലയാളസാഹിത്യത്തിലേക്ക് കടന്നുവന്ന 'ആധുനികത'യുടെ അടയാളങ്ങൾ എഴുപതുകളിലെ നവസിനിമയുടെ പ്രമേയതലത്തിൽ കാണാം.

അമ്പതുകളിലെയും അറുപതുകളിലെയും ആഖ്യാനപരമായ ഏകതാനതയിൽ നിന്ന് വ്യതിരിക്തമായി ആഖ്യാന വൈചിത്ര്യത്തിനാണ് എഴുപതുകൾ സാക്ഷ്യം വഹിച്ചത്. അന്നുവരെ മലയാളസിനിമയ്ക്ക് അന്യമായിരുന്ന മന്ദതാളവും ദൈർഘ്യമേറിയ ഷോട്ടുകളും അർത്ഥവത്തായ ക്യാമറാ ചലനങ്ങളും ആശയം പ്രസരിപ്പിക്കുന്ന പ്രതീകാത്മക ദൃശ്യങ്ങളും സൂക്ഷ്മമായ വായന ആവശ്യപ്പെടുന്ന ചിത്രസംയോജനവും ധ്വനിപ്രധാനമായ സംഭാഷണങ്ങളും ശബ്ദ/നിശബ്ദാവസ്ഥകളുടെ വൈവിധ്യമാർന്ന പ്രയോഗവും ആഖ്യാനത്തിലെ നൈരന്തര്യമില്ലായ്മയും

വെളിച്ചത്തിന്റെ നൂതന വിന്യാസക്രമങ്ങളും യുക്തിരാഹിത്യവും എല്ലാം ചേർന്ന് നവീനമായൊരു ദൃശ്യതലത്തിന് രൂപം നൽകി.

എഴുപതുകളിലെ നവസിനിമകൾ ദൃശ്യപരമായ സംവേദനം സാധ്യമാക്കുക വഴി ചലച്ചിത്രത്തെ അനുഭവമാക്കി മാറ്റി. മന്ദവും ചടുലവുമായ ജീവിതത്തിന്റെ സങ്കീർണ്ണതകളും ഭ്രമകല്പനകളും ദാർശനികമായ അനുഭവമായി മാറി. നവസിനിമ പ്രേക്ഷകന്റെ മനസ്സിൽ അവശേഷിപ്പിച്ചത് കഥയെയല്ല; ദർശനത്തെയാണ്. ദൃശ്യങ്ങൾ മനം മയക്കുന്നവയായിരുന്നില്ല. തീക്ഷ്ണാനുഭവങ്ങളെ പ്രദാനം ചെയ്യുന്നവയും ബൗദ്ധിക സംവാദത്തിലേക്ക് നയിക്കുന്നവയുമായിരുന്നു.

കൂടുതൽ കരുത്താർജ്ജിച്ച കച്ചവടസിനിമാരംഗത്തിന് സമാന്തരമായി നിലകൊണ്ട ഈ പുത്തൻ ചലച്ചിത്രസമീപനത്തെ ഭൂരിപക്ഷം പ്രേക്ഷകരും സ്വീകരിക്കാൻ തയ്യാറായില്ല. വിപണിയുടെ ഒരുക്കുശീലുകൾക്കനുസൃതമായി രൂപമെടുക്കുന്ന സിനിമകൾ മാത്രം കണ്ടു ശീലിച്ച പ്രേക്ഷകന്റെ സിനിമാവ ബോധത്തിൽ പെട്ടെന്നു മാറ്റം ഉണ്ടാക്കുക അത്ര എളുപ്പമായിരുന്നില്ല. എല്ലാവർക്കും ഒരേപോലെ മനസ്സിലാക്കാവുന്ന, കരയാനും ആർത്തു ചിരിക്കാനും ആടാനും പാടാനും കൈയടിച്ചാർക്കാനും വകനൽകുന്ന വിനോദോപാധിയായി സിനിമയെ കണ്ട സാമാന്യപ്രേക്ഷകൻ എഴുപതുകളിലുയർന്നുവന്ന പുത്തൻ ചലച്ചിത്ര ഭാവുകത്വത്തിൽ നിന്ന് സ്വയം ബഹിഷ്കൃതനായി. വൻ ബാനറുകളുടെ പിൻബലമില്ലാതെ, ആട്ടവും പാട്ടുമില്ലാതെ, രസിപ്പിക്കുന്ന കഥയില്ലാതെ, ത്രസിപ്പിക്കുന്ന സംഗീതമില്ലാതെ കൺമുന്നിലെത്തിയ സിനിമകളെ തങ്ങളുടേതല്ലാത്ത എന്തോ ഒന്നായി അവർ മാറ്റി നിർത്തി. അപകർഷത നിറഞ്ഞ ബഹുമാനത്തോടെ മാറി നിന്നു. പുച്ഛത്തോടെയും പരിഹാസത്തോടെയും അവഗണിച്ചു.

കച്ചവടസിനിമാരംഗമാകട്ടെ എഴുപതുകളിൽ കൂടുതൽ സജീവമായി. 680 ലധികം ചിത്രങ്ങൾ ഈ ദശകത്തിൽ പുറത്തുവന്നു. അറുപതുകളിലിറങ്ങിയ സിനിമകളുടെ എണ്ണത്തിന്റെ മൂന്നിരട്ടിയിലേറെ വരും ഇത്. അറുപതുകളിൽ ജനപ്രിയ സിനിമാരംഗത്ത് സജീവമായി നിന്ന മിക്ക സംവിധായകരും എഴുപതുകളിലും സജീവമായിത്തന്നെ രംഗത്തുണ്ടായിരുന്നു. കെ.എസ്. സേതുമാധവൻ, പി.സുബ്രഹ്മണ്യം, എം. കുഞ്ചാക്കോ, പി.ഭാസ്കരൻ, എ.വിൻസന്റ്, എം. കൃഷ്ണൻ നായർ, എൻ. ശങ്കരൻ നായർ തുടങ്ങിയവർ എഴുപതുകളുടെ പകുതിവരെ രംഗത്തു തുടരുമ്പോൾ അറുപതുകളുടെ പകുതിയിൽ രംഗത്തുവന്ന എ.ബി.രാജും ശശികുമാറും എഴുപതുകളിലെ കച്ചവടസിനിമയിലുടനീളം സജീവ സാന്നിധ്യമായി

നിലകൊള്ളുന്നു. എഴുപതുകളിൽ രംഗപ്രവേശം ചെയ്ത ക്രോസ്ബെൽറ്റ് മണി, ഹരിഹരൻ, ഐ.വി.ശശി, പി.ജി. വിശ്വംഭരൻ, ശ്രീകുമാരൻ തമ്പി, പി. ചന്ദ്രകുമാർ തുടങ്ങിയവർ ഈ ദശകത്തിലെ സിനിമാവിപണിയുടെ ശ്രദ്ധാകേന്ദ്രങ്ങളായിരുന്നു. ഭക്തിരസപ്രധാനമായ പുരാണങ്ങളും വടക്കൻ ഇതിഹാസങ്ങളും കണ്ണീരിൽ കുതിർന്ന പ്രേമകഥകളും പകയും പ്രതികാരവും നിറഞ്ഞ ത്രസിപ്പിക്കുന്ന ആക്ഷൻ പ്രമേയങ്ങളും പാട്ടിന്റെയും ആട്ടത്തിന്റെയും സംഘട്ടനത്തിന്റെയും സസ്പെൻസിന്റെയും അകമ്പടിയോടെ ആവർത്തിക്കപ്പെട്ടു. ഒരു സംവിധായകന്റേതായി ഒറ്റ വർഷത്തിൽത്തന്നെ മൂന്നും നാലും ചിത്രങ്ങൾ പുറത്തുവന്നു. ഒരേതരം ചേരുവകകൾ തിരിച്ചും മറിച്ചും പ്രയോഗിക്കുന്ന തികച്ചും യാന്ത്രികമായ ഉത്പാദനം എന്ന നിലയിലേക്ക് ജനകീയ സിനിമകൾ തരംതാണു. സാമ്പത്തിക വിജയത്തിനപ്പുറം ഒന്നും അവയ്ക്ക് അവകാശപ്പെടാനുണ്ടായിരുന്നില്ല. കലാപരതയുടെ സാന്നിധ്യം പോലുമില്ലാത്ത തരത്തിൽ ജനപ്രിയ സിനിമകൾ അധഃപതിക്കുന്ന കാഴ്ച എഴുപതുകളിൽ കാണാം.

ഒരു വശത്ത് സിനിമ ഗൗരവമായ കലാപ്രവർത്തനമായി മാറുകയും ജനപ്രിയമല്ലാതാവുകയും ചെയ്തു. മറുവശത്ത് ജനപ്രിയ സിനിമ കലാപരതയിൽ നിന്ന് അകന്നുനിന്നു. ഈ സാഹചര്യത്തിൽ നിന്നാണ് 'മധ്യവർത്തിസിനിമ' എന്ന പുത്തൻ സമീപനരീതിയുടെ പിറവി. ഗൗരവപൂർണ്ണമായി സിനിമയെ സമീപിച്ചവരിൽ ചിലർ ജനപ്രിയ സിനിമയുടെ പല അംശങ്ങളെയും പ്രമേയ/ആഖ്യാനതലങ്ങളിൽ ഉൾക്കൊണ്ടുകൊണ്ട് കലാമൂല്യമുള്ള സിനിമയെ സാമാന്യ പ്രേക്ഷകനിൽ എത്തിക്കാൻ ശ്രമിച്ചു. എഴുപതുകളുടെ പകുതിക്കുശേഷം ആരംഭിച്ച ഈ പ്രവണത എൺപതുകളിൽ ശക്തമാവുന്നത് കാണാം. ഭരതൻ സംവിധാനം ചെയ്ത 'രതിനിർവ്വേദം'(1976), 'തകര'(1979), 'ആരവം' (1978), 'ഗുരുവായൂർ കേശവൻ' (1977), കെ.ജി. ജോർജ്ജിന്റെ 'രാപ്പാടികളുടെ ഗാഥ' (1978) 'ഇനി അവൾ ഉറങ്ങട്ടെ' (1978) 'ഉൾക്കടൽ' (1979), മോഹനന്റെ 'രണ്ട് പെൺകുട്ടികൾ' (1978), 'വാടകവീട്' (1979), എം.ടി വാസുദേവൻ നായരുടെ 'ബന്ധനം' (1978) തുടങ്ങിയ സിനിമകളിലൂടെയാണ് എഴുപതുകളുടെ രണ്ടാം പകുതിയിൽ മധ്യവർത്തി സമീപനം വെളിപ്പെടുന്നത്. പിൽക്കാലത്ത് മധ്യവർത്തിസിനിമാക്കാരിൽ പ്രധാനിയായി മാറിയ പത്മരാജൻ തിരക്കഥകളിലൂടെയാണ് എഴുപതുകളിൽ ഇത്തരമൊരു സിനിമാ സമീപനത്തിന്റെ ഭാഗമാവുന്നത്. 'രതിനിർവ്വേദം', 'തകര', 'രാപ്പാടികളുടെ ഗാഥ' തുടങ്ങിയ ചിത്രങ്ങളുടെ തിരക്കഥകൾ അദ്ദേഹത്തിന്റേതായിരുന്നു.

പ്രമേയപരിചരണ/ആഖ്യാനതലങ്ങളിൽ മധ്യവർത്തിസിനിമ സ്വീകരിച്ച സമീപനരീതിയാണ് അവയെ ഒരേസമയം ഗൗരവപൂർണ്ണവും ജനപ്രിയവുമായി നിലനിർത്തുന്നത്. ജനപ്രിയസിനിമ അന്നോളം വളരെ ഉപരിപ്ലവമായി മാത്രം കൈകാര്യം ചെയ്തുവന്ന പ്രണയം, ലൈംഗികത, വയലൻസ്, പക, പ്രതികാരം, സംഘർഷം തുടങ്ങിയ ഘടകങ്ങളെ ഗൗരവം കൈവിടാതെ കലാപരമായി അതരിപ്പിക്കാൻ ഇക്കൂട്ടർക്ക് കഴിഞ്ഞു. മന്ദതാളത്തെ ഉപേക്ഷിച്ച് ചടുലമായ രീതിയിൽ ആഖ്യാനം നിർവ്വഹിച്ചു. ദൃശ്യപരമായ അനുഭവമായി സിനിമയെ നിലനിർത്തിയപ്പോൾത്തന്നെ അർത്ഥവത്തും ലളിതവും മനോഹരവുമായ ദൃശ്യങ്ങളിലൂടെ പ്രേക്ഷകനെ വശീകരിക്കാൻ അവർക്ക് സാധിച്ചു. പാട്ടുകളും പശ്ചാത്തലസംഗീതവും പ്രമേയത്തിനനുഗുണമായും കലാത്മകമായും ഉപയോഗിച്ചു. വിപണി രൂപപ്പെടുത്തിയ ചട്ടക്കൂടിടനകത്ത് നിൽക്കുന്ന കാഴ്ചകൾ മാത്രം കണ്ട് കൈയടിച്ചാർത്തിരുന്ന സാമാന്യ പ്രേക്ഷകനെ തന്ത്രപൂർവ്വം തങ്ങളിലേക്കടുപ്പിക്കാൻ മധ്യവർത്തിസിനിമാക്കാർക്ക് കഴിഞ്ഞു. താരസാന്നിധ്യവും ഇതിനായി പ്രയോജനപ്പെടുത്തി. ജനപ്രിയതയുടെ തൊങ്ങലുകൾ കണ്ട് തീയേറ്ററിലെത്തിയ സാധാരണ പ്രേക്ഷകന് അന്നുവരെ അറിഞ്ഞതിൽ നിന്ന് തികച്ചും വ്യത്യസ്തമായ സിനിമാനുഭവം സാധ്യമായി. ജനപ്രിയ സിനിമകൾ സൃഷ്ടിച്ച അന്ധമായ സങ്കല്പങ്ങളിൽ നിന്നും കലാമൂല്യമുള്ള സിനിമകളെ സംബന്ധിക്കുന്ന തെറ്റിദ്ധാരണകളിൽ നിന്നും സാമാന്യ പ്രേക്ഷകനെ മുക്തനാക്കാൻ മധ്യവർത്തി സമീപനം സഹായകമായി. സിനിമയെ സംബന്ധിക്കുന്ന സൗന്ദര്യശാസ്ത്രപരമായ അംശങ്ങൾ സാമാന്യ പ്രേക്ഷകനി ലെത്തിക്കുന്നതിൽ മധ്യവർത്തിസിനിമ വഹിച്ച പങ്ക് വളരെ വലുതാണ്.

എഴുപതുകളുടെ അവസാനത്തിൽ കച്ചവടസിനിമാക്കാരിൽ ചിലരുടെ സമീപനത്തിലും ചില വ്യതിയാനങ്ങൾ വരുന്നതായി കാണാം. കലാമൂല്യമില്ലാത്തവയെന്ന് പഴികേട്ടിരുന്ന ജനപ്രിയ സിനിമകളെടുത്തിരുന്നവർ കലാപരമായി മെച്ചപ്പെട്ടതും ജനപ്രിയവുമായ ചിത്രങ്ങളെടുക്കാൻ തുടങ്ങിയതോടെയാണ് ഈ മാറ്റം ഉണ്ടാവുന്നത്. എം.ടി. യുടെ തിരക്കഥയിൽ ഹരിഹരൻ സംവിധാനം ചെയ്ത 'ഇടവഴിയിലെ പൂച്ച മിണ്ടാപ്പൂച്ച' (1979), പത്മരാജന്റെ തിരക്കഥയിൽ ഐ.വി. ശശി അണിയിച്ചൊരുക്കിയ 'ഇതാ ഇവിടെ വരെ' (1977), ശശിയുടെ തന്നെ 'അവളുടെ രാവുകൾ' (1978), ബാലചന്ദ്രമേനോന്റെ ആദ്യചിത്രമായ 'ഉത്രാടരാത്രി' (1978), 'രാധ എന്ന പെൺകുട്ടി' (1979) തുടങ്ങിയ ചിത്രങ്ങളിൽ ഈ പ്രവണതയുടെ തുടക്കം കാണാം. ഹരിഹരനും,ഐ.

വി.ശശിയും അതിനുമുമ്പ് സംവിധാനം ചെയ്ത ചിത്രങ്ങളുമായി താരതമ്യപ്പെടുത്തിയാൽ ഈ മാറ്റം മനസ്സിലാകും. കച്ചവടസിനിമാക്കാർ വിപണനതന്ത്രങ്ങൾക്കു പുറമേ ചലച്ചിത്രത്തിന്റെ വ്യാകരണത്തിലും പ്രമേയപരിചരണത്തിലും ശ്രദ്ധിക്കാൻ തുടങ്ങി എന്നതാണ് ഈ മാറ്റത്തിനു നിദാനമായത്. എൺപതുകളിൽ ഈ പ്രവണതയുടെ ശക്തമായ തുടർച്ച കാണാം.

മലയാളസിനിമയുടെ ഇന്നുവരെയുള്ള ചരിത്രത്തിൽ ഏറ്റവും കൂടുതൽ ചിത്രങ്ങൾ പുറത്തിറങ്ങിയ ദശകമാണ് എൺപതുകൾ. ആയിരത്തോളം ചിത്രങ്ങൾ ഈ കാലഘട്ടത്തിൽ നിർമ്മിക്കപ്പെട്ടു. ഓരോ വർഷവും നൂറിനടുത്തോ നൂറിലേറെയോ ചിത്രങ്ങൾ പ്രേക്ഷകർക്കു മുന്നിലെത്തി. കച്ചവടസിനിമ ഗുണപരവും പ്രതിലോമകരവുമായ വഴികളിലൂടെ ഒരുപോലെ സഞ്ചരിച്ചു. മധ്യവർത്തിസിനിമ കൂടുതൽ കരുത്താർജ്ജിച്ചു. എഴുപതുകളിൽ ഉടലെടുക്കുകയും ശക്തി പ്രാപിക്കുകയും ചെയ്ത കലാസിനിമ ദർശനപരമായും കലാപരമായും ക്ഷീണാവസ്ഥയിലായി. സാങ്കേതികമായി ഏറെ മുന്നോട്ടു പോകാൻ മലയാളസിനിമയ്ക്കു സാധിച്ചു. കളറിലേക്ക് പൂർണ്ണമായി മാറിയെന്നു മാത്രമല്ല 70 എം.എം. (പടയോട്ടം), ത്രീഡി (മൈഡിയർ കുട്ടിച്ചാത്തൻ) സിനിമാസ്കോപ്പ് (തച്ചോളി അമ്പു) ചിത്രങ്ങൾ മലയാളത്തിലുണ്ടായി.

മലയാളസിനിമ അന്നുവരെ സ്വാംശീകരിച്ച സമീപനരീതികളെല്ലാം എൺപതുകളിൽ പ്രത്യക്ഷപ്പെടുന്നുണ്ട്. കച്ചവടസിനിമയിൽ എഴുപതുകളുടെ അവസാനത്തിൽ ഉടലെടുത്ത ഗുണപരമായ പ്രവണതകൾക്ക് ദിശാബോധം ലഭിക്കുന്നത് എൺപതുകളിലാണ്. നവസിനിമ പ്രമേയപരിചരണത്തിലും സൗന്ദര്യാത്മകതയിലും പുലർത്തിയ വ്യതിയാനങ്ങൾ മുഖ്യധാരാ സിനിമയിലും നിർണ്ണായകമായ സ്വാധീനം ചെലുത്തി. 'ആർട്ട് സിനിമ, നവസിനിമ, സമാന്തരസിനിമ എന്നെല്ലാം വിശേഷിപ്പിക്കപ്പെട്ട ചലച്ചിത്രധാര കൊണ്ടുവന്ന മാധ്യമപ്രയോഗത്തെ സംബന്ധിച്ച പുതിയ അവബോധത്തെ, അതിനോട് യുദ്ധം പ്രഖ്യാപിക്കുന്ന വ്യവസ്ഥാപിതസിനിമതന്നെ ക്രമേണ സ്വാംശീകരിച്ച് സ്വന്തമാക്കുകയും ചെയ്തു. ഇതര ഭാഷാചിത്രങ്ങൾക്കില്ലാത്ത ഒരു ദർശനക്ഷമത മലയാളത്തിലെ മുഖ്യധാരാസിനിമക്ക് കൈവന്നതും അങ്ങനെയാണ്.'[3] കഴിഞ്ഞ ദശകങ്ങളിൽ ഉണ്ടായ ജനപ്രിയസിനിമകളിൽ നിന്ന് തികച്ചും വ്യതിരിക്തമായ സിനിമകൾ എൺപതുകളിലെ സിനിമാ വിപണിയിൽ ഉണ്ടായി. എൺപതുകളുടെ പകുതിക്ക് ശേഷം ഈ മാറ്റം കൂടുതൽ വ്യക്തമായി കാണാം.

ഐ.വി.ശശി, ജോഷി, ഹരിഹരൻ, സത്യൻ അന്തിക്കാട്, പ്രിയദർശൻ, ബാലചന്ദ്രമേനോൻ, സിബി മലയിൽ, കമൽ, ഫാസിൽ തുടങ്ങിയ സംവിധായകരാണ് കച്ചവടസിനിമയെ പ്രമേയപരവും ആഖ്യാനപരവുമായ വ്യതിയാനങ്ങളിലേക്ക് നയിച്ചത്. ഐ.വി.ശശിയും ജോഷിയും എൺപതുകളിലുടനീളം രംഗത്തുണ്ടായിരുന്നു. നൂറോളം സിനിമകൾ ഈ ദശകത്തിൽ ഇവരിരുവരുടേതു മാത്രമായി പുറത്തിറങ്ങി. ഇതിൽ ഭൂരിഭാഗം ചിത്രങ്ങളും കാര്യമായ വ്യത്യസ്തത അവകാശപ്പെടാനാവാത്തവയാണ്. എന്നാൽ 'തൃഷ്ണ', 'ഈനാട്', 'ഇണ', 'ആൾക്കൂട്ടത്തിൽ തനിയെ', 'കാണാമറയത്ത്', 'അനുബന്ധം', 'രംഗം', 'ആവനാഴി', 'വാർത്ത', 'അടിമകൾ ഉടമകൾ', 'ആയിരത്തിത്തൊള്ളായിരത്തി ഇരുപത്തിയൊന്ന്', 'മൃഗയ' തുടങ്ങിയ 'ഐ.വി.ശശി ചിത്ര'ങ്ങളും, 'സന്ദർഭം', 'മുഹൂർത്തം 11.30', 'നിറക്കൂട്ട്', 'ജനുവരി ഒരു ഓർമ്മ', 'ന്യൂഡൽഹി', 'ദിനരാത്രങ്ങൾ,' 'നാടുവാഴികൾ', 'നായർസാബ്', 'മഹായാനം' തുടങ്ങിയ 'ജോഷി ചിത്ര'ങ്ങളും നമ്മുടെ കച്ചവടസിനിമയ്ക്ക് പുതിയ ഭാവുകത്വം പ്രദാനം ചെയ്തു. മനുഷ്യബന്ധങ്ങളുടെ വൈവിധ്യത്തെയും വൈപുല്യത്തെയും ആവിഷ്ക്കരിച്ചപ്പോഴാണ് ശശിയുടെ ചിത്രങ്ങൾക്ക് കൂടുതൽ മിഴിവ് കൈവന്നത്. എം.ടി.യുടെ തിരക്കഥകൾ അദ്ദേഹം സമർത്ഥമായി ദൃശ്യവത്ക്കരിക്കുകയും ചെയ്തു. രാഷ്ട്രീയവും സസ്പെൻസുമൊക്കെ ഇടകലരുന്ന ആക്ഷൻ ചിത്രങ്ങൾക്ക് പുതിയ ഭാവവും രൂപവും നൽകാൻ ജോഷിക്കും ശശിക്കും സാധിച്ചു. കാമ്പുള്ള പ്രമേയവും കരുത്തുറ്റ കഥാപാത്രങ്ങളും മനസ്സിൽ പതിയുന്ന സന്ദർഭങ്ങളും സംഭാഷണങ്ങളും ആഖ്യാനത്തിലെ ചടുലതയും മലയാളസിനിമാവിപണിക്ക് പുതിയ മുഖം നൽകി.

സത്യൻ അന്തിക്കാടിന്റെയും പ്രിയദർശന്റെയും ബാലചന്ദ്രമേനോന്റെയും സിനിമകൾ നർമ്മത്തിന്റെ നവീനമായ ആവിഷ്ക്കാരത്തിന് നാന്ദി കുറിച്ചു. ഹാസ്യത്തിന് പ്രത്യേകമായി രംഗങ്ങൾ പടച്ചുവെയ്ക്കുന്ന രീതിയായിരുന്നു എൺപതുകൾ വരെയുള്ള മലയാളസിനിമയിൽ ഉണ്ടായിരുന്നത്. എന്നാൽ ഇവരുടെ സിനിമകളിൽ നർമ്മം ചിത്രത്തിന്റെ അന്തർധാരയായി. പ്രമേയഗതിയുടെ വികാസത്തെയും ആഖ്യാനരീതിയെയും സ്വാധീനിക്കുന്ന നിർണ്ണായക ഘടകമായി മാറി. 'അപ്പുണ്ണി', 'ടി. പി. ബാലഗോപാലൻ എം.എ', 'ഗാന്ധിനഗർ സെക്കന്റ് സ്ട്രീറ്റ്', 'സന്മനസ്സുള്ളവർക്ക് സമാധാനം,' 'ശ്രീധരന്റെ ഒന്നാം തിരുമുറിവ്', 'നാടോടിക്കാറ്റ്', 'കുടുംബപുരാണം', 'പൊൻമുട്ടയിടുന്ന താറാവ്', 'വരവേല്പ്', 'മഴവിൽക്കാവടി' തുടങ്ങിയ 'സത്യൻ അന്തിക്കാട് ചിത്ര'ങ്ങൾ വിപണിയോടൊപ്പം നിന്നുകൊണ്ട് നർമ്മത്തെ കലാപരമായി കൈകാര്യം

ചെയ്യുന്നതിൽ വിജയം നേടി. ശ്രീനിവാസന്റെ തിരക്കഥകൾ ഈ ശ്രമത്തിന് കരുത്ത് പകർന്നു. നിഷ്കളങ്കരും സാധാരണക്കാരുമായ മനുഷ്യരും അവരുടെ ചെറിയ ലോകത്തെ നൊമ്പരങ്ങളും പ്രണയവും അസൂയയും രാഷ്ട്രീയവുമൊക്കെ ഇടകലരുന്ന ചൈതന്യമുള്ള ജീവിത മുഹൂർത്തങ്ങളും ഗ്രാമീണതയുടെ വശ്യമായ ചാരുതയോടൊപ്പം നർമ്മരസ പ്രധാനമായി ആവിഷ്ക്കരിക്കപ്പെട്ടു. നമുക്കു ചുറ്റുമുള്ള ലോകം എല്ലാവിധ ലാളിത്യത്തോടുംകൂടി ചലച്ചിത്രത്തിലേക്ക് സന്നിവേശിച്ചപ്പോൾ സിനിമയ്ക്ക് നൂതനമായ ഭാവുകത്വം കൈവന്നു. 'ഇവരുടെ സിനിമയിലെ ഹാസ്യങ്ങൾക്ക് സ്വാഭാവികമായ പരിണാമവും യുക്തിയുമുണ്ടായിരുന്നു. മോഹൻലാലിനെപ്പോലുള്ള നായകനടന്മാർ പോലും ഹാസ്യത്തിന്റെ സാധ്യതകളുള്ള വേഷങ്ങൾ ചെയ്തപ്പോൾ നായകന്റെ കണിശ മാതൃകകൾക്ക് മാറ്റം വന്നു. സ്വയം അപഹസിക്കപ്പെടുമ്പോൾ പോലും ജനം എല്ലാം മറന്ന് ഇവർക്കൊപ്പം ചിരിച്ച് മറിഞ്ഞു.'[4] ദർശനത്തിൽ സത്യൻ അന്തിക്കാടിന്റെ ചിത്രങ്ങളോട് ചേർത്തുവെക്കാനാവില്ലെങ്കിലും കഥാപാത്രഘടനയിലും ഹാസ്യത്തിന്റെ രൂപണത്തിലും പ്രിയദർശന്റെ ചിത്രങ്ങൾ അവയോടടുത്ത് നിൽക്കുന്നു. 'താളവട്ടം', 'മുകുന്ദേട്ടാ സുമിത്ര വിളിക്കുന്നു', 'വെള്ളാനകളുടെ നാട്, 'ചിത്രം', 'വന്ദനം' തുടങ്ങിയ ചിത്രങ്ങളിൽ ഹാസ്യത്തിന് ശക്തവും കെട്ടുറപ്പുള്ളതുമായ ആവിഷ്ക്കാരം നൽകിയിരിക്കുന്നത് കാണാം. 'ചെപ്പ്', 'ആര്യൻ' തുടങ്ങിയ ചിത്രങ്ങളിലൂടെ വ്യത്യസ്തമായ രീതികളും തനിക്ക് വഴങ്ങുമെന്ന് പ്രിയൻ തെളിയിച്ചു. ജീവിതത്തിന്റെ ലളിതമായ ആവിഷ്കാരമാണ് ബാലചന്ദ്രമേനോന്റെ സിനിമകളുടെയും സൗന്ദര്യത്തിന് നിദാനമായത്. ബന്ധങ്ങളുടെ വൈചിത്ര്യവും മനുഷ്യനിലെ സഹജമായ നന്മതിന്മകളും പ്രണയകൗതുകങ്ങളും ഗൃഹാതുരതയും നർമ്മത്തിന്റെ അകമ്പടിയോടെ ദൃശ്യരൂപം നേടി. 'മണിയൻപിള്ള അഥവാ മണിയൻ പിള്ള', 'കാര്യം നിസ്സാരം', 'ഏപ്രിൽ-18', 'പ്രശ്നം ഗുരുതരം', 'ആരാന്റെ മുല്ല കൊച്ചുമുല്ല', 'എന്റെ അമ്മു നിങ്ങളുടെ തുളസി അവരുടെ ചക്കി', 'വിവാഹിതരേ ഇതിലേ ഇതിലേ', 'അച്ചുവേട്ടന്റെ വീട്', 'കണ്ടതും കേട്ടതും' തുടങ്ങിയ ചിത്രങ്ങൾ ശ്രദ്ധേയങ്ങളാണ്. എൺപതുകളുടെ ആദ്യപകുതിയേക്കാൾ രണ്ടാം പകുതിയിലാണ് ഇവരുടെയെല്ലാം ശ്രദ്ധേയമായ ചിത്രങ്ങളധികവും രൂപമെടുക്കുന്നത്. കച്ചവടസിനിമയിലുണ്ടായ ഗുണപരമായ മാറ്റം പൂർണ്ണശോഭമാകുന്നത് ഈ ഘട്ടത്തിലാണ്.

ഫാസിൽ, കമൽ, സിബി മലയിൽ എന്നിവരുടെ ചിത്രങ്ങളും ഇത്തരമൊരു പരിണാമഗതിയിൽ നിർണ്ണായകസ്വാധീനം ചെലുത്തിയിട്ടുണ്ട്. ഫാസിലിന്റെ 'മഞ്ഞിൽവിരിഞ്ഞ പൂക്കൾ', 'നോക്കെത്താദൂരത്ത്

കണ്ണുംനട്ട്', 'എന്നെന്നും കണ്ണേട്ടന്റെ', 'മണിവത്തൂരിലെ ആയിരം ശിവ രാത്രികൾ'', സിബി മലയിലിന്റെ 'മുദ്ര', 'കിരീടം', 'ദശരഥം', കമലിന്റെ 'ഉണ്ണികളെ ഒരു കഥപറയാം', 'കാക്കോത്തിക്കാവിലെ അപ്പൂപ്പൻ താടികൾ', 'പെരുവണ്ണാപുരത്തെ വിശേഷങ്ങൾ', 'പ്രാദേശിക വാർത്തകൾ' എന്നീ ചിത്രങ്ങൾ കച്ചവടസിനിമയുടെ മാറിയ മുഖച്ഛായയെ അടയാളപ്പെടുത്തുന്നവയാണ്.

ജനങ്ങൾക്ക് ഇഷ്ടമാണെന്ന പേരിൽ തരംതാണ രീതിയിൽ കൈകാര്യം ചെയ്യപ്പെട്ട ഘടകങ്ങളെ നിലവാരമുള്ള രീതിയിൽ ഉപയോഗിച്ചു എന്നതാണ് ഈ ചലച്ചിത്രകാരന്മാർ വരുത്തിയ വ്യതിയാനം. ഹാസ്യത്തിന്റെയും പ്രണയത്തിന്റെയും ബന്ധവൈവിധ്യങ്ങളുടെയും ആവിഷ്കാരത്തിലാണ് ഇത് ഏറ്റവും പ്രകടമായത്. ഇതുവഴി പ്രേക്ഷകന് കൈവന്ന നവ്യാനുഭവതലങ്ങൾ ഇത്തരം സമീപനത്തെ കൂടുതൽ സ്വീകാര്യമാക്കി. ജനപ്രിയസിനിമയുടെയുള്ളിൽ നിന്നുകൊണ്ട്, വിപണിയുടെ താത്പര്യങ്ങൾ സംരക്ഷിച്ചുകൊണ്ട് പുതിയ സമവാക്യങ്ങൾ രൂപപ്പെടുത്തുകയാണ് ഇവർ ചെയ്തത്. ഇതിനപ്പുറത്തേക്ക് വ്യത്യസ്തമായി/ഗുണപരമായി വളരാനും ജനപ്രിയതയുടെ പുതിയ മാനങ്ങൾ കണ്ടെത്താനും നമ്മുടെ ചലച്ചിത്ര വിപണിക്ക് ഇന്നും കഴിഞ്ഞിട്ടില്ല.

എൺപതുകളിലെ കച്ചവടസിനിമയുടെ മറ്റൊരു വശത്ത് ചലച്ചിത്രത്തെ വില്പനച്ചരക്ക് മാത്രമായി കാണുന്ന സമീപനത്തിന്റെ ശക്തമായ തുടർച്ച കാണാം. ശശികുമാർ, പി.ചന്ദ്രകുമാർ, പി.ജി. വിശ്വംഭരൻ, ജേസി, ക്രോസ് ബെൽറ്റ് മണി, ശ്രീകുമാരൻ തമ്പി തുടങ്ങിയവരുടെ ചിത്രങ്ങളിൽ ഭൂരിപക്ഷവും ഈ ഗണത്തിൽപ്പെടുന്നവയാണ്. ഒറ്റപ്പെട്ട ചിലതിനെ മാറ്റിനിർത്തിയാൽ കലാപരതയുടെ സ്പർശം പോലുമില്ലാത്തവയാണ് ഇവരുടെ ചിത്രങ്ങളിലധികവും. അന്തസാര ശൂന്യമായ പ്രമേയങ്ങളുടെ വൈവിധ്യരഹിതമായ ആവർത്തനങ്ങളായിരുന്നു അവ. ഇതിൽത്തന്നെ ഒരുപങ്കിൽ കുടുംബബന്ധങ്ങളുടെയും പ്രണയത്തിന്റെയും പുതുമയില്ലാത്ത ആഖ്യാനങ്ങൾ നിർബാധം തുടർന്നു. മറ്റൊരു പങ്കിൽ കാബറയും ബലാൽസംഗവും ലൈംഗികാഭാസങ്ങളും അകമ്പടി സേവിക്കുന്ന പ്രതികാര കഥകൾ നിറഞ്ഞു.

എഴുപതുകളുടെ അവസാനത്തോടെ ഉടലെടുത്ത മധ്യവർത്തി സിനിമയുടെ ശക്തമായ സാന്നിധ്യം എൺപതുകളിൽ ഉടനീളം കാണാം. ഭരതൻ, പത്മരാജൻ, കെ.ജി.ജോർജ്ജ് എന്നിവരുടെ ചിത്രങ്ങളാണ് ഈ സമീപന രീതിയെ ലബ്ധപ്രതിഷ്ഠമാക്കിയത്. ഭരതന്റെ 'ലോറി', 'ചാമരം', 'ഓർമ്മയ്ക്കായി', 'ഇത്തിരിപ്പൂവേ ചുവന്ന പൂവേ', 'ഒരു

മിന്നാമിനുങ്ങിന്റെ നുറുങ്ങുവെട്ടം', 'വൈശാലി', പത്മരാജന്റെ 'കള്ളൻ പവിത്രൻ', 'ഒരിടത്തൊരു ഫയൽവാൻ', 'നവംബറിന്റെ നഷ്ടം', 'തിങ്കളാഴ്ച നല്ല ദിവസം', 'ദേശാടനക്കിളി കരയാറില്ല', 'കരിയില ക്കാറ്റുപോലെ', 'അരപ്പട്ട കെട്ടിയ ഗ്രാമത്തിൽ', 'തൂവാനത്തുമ്പികൾ', 'മൂന്നാം പക്കം', കെ.ജി. ജോർജ്ജിന്റെ 'മേള', 'കോലങ്ങൾ', 'യവനിക', 'ലേഖയുടെ മരണം ഒരു ഫ്ളാഷ് ബാക്ക്', 'ആദാമിന്റെ വാരിയെല്ല്', 'പഞ്ചവടിപ്പാലം' തുടങ്ങിയ ചിത്രങ്ങൾ ഈ സമീപനരീതിയെ സ്വീകാര്യ മാക്കുന്നതിൽ നിർണ്ണായകമായി. എൺപതുകളുടെ പകുതിയോടെ മുഖ്യധാരാ സിനിമയിൽ നിന്ന് മധ്യവർത്തി സമീപനത്തിലേക്ക് ചുവടു മാറിയ ഹരിഹരന്റെ 'പഞ്ചാഗ്നി', 'നഖക്ഷതങ്ങൾ', 'അമൃതംഗമയ', 'ആരണ്യകം', 'ഒരു വടക്കൻ വീരഗാഥ'' തുടങ്ങിയ ചിത്രങ്ങളും, ലെനിൻ രാജേന്ദ്രന്റെ 'വേനൽ', 'ചില്ല്', 'മീനമാസത്തിലെ സൂര്യൻ', 'പുരാവൃത്തം', 'സ്വാതി തിരുനാൾ', മോഹന്റെ 'ശാലിനി എന്റെ കൂട്ടുകാരി', 'വിടപറയുംമുമ്പേ'', 'ഇളക്കങ്ങൾ', 'ഇടവേള', 'ആലോലം', 'രചന', സിബി മലയിലിന്റെ 'തനിയാവർത്തനം', ആർ.സുകുമാരന്റെ 'പാദമുദ്ര', രഘുനാഥ് പലേരിയുടെ 'ഒന്നുമുതൽ പൂജ്യംവരെ', ശ്രീനിവാസന്റെ 'വടക്കുനോക്കിയന്ത്രം' തുടങ്ങിയ ചിത്രങ്ങളും മധ്യവർത്തിസിനിമയെ ഗൗരവ പൂർണ്ണവും കരുത്തുറ്റതും സൗന്ദര്യാത്മകവുമായ ചലച്ചിത്രസമീ പനമാക്കി നിലനിർത്തുന്നതിൽ പ്രധാന പങ്കുവഹിച്ചു.

തങ്ങളുടെ സിനിമകളെ ജനപ്രിയമായി നിലനിർത്തുമ്പോഴും ഗൗരവമായ കലാപ്രവർത്തനത്തിനുള്ള മാധ്യമമാണ് ചലച്ചിത്രം എന്ന തിരിച്ചറിവും തികഞ്ഞ മാധ്യമ ബോധവും ഈ ചലച്ചിത്രകാരന്മാർക്കു ണ്ടായിരുന്നു. പ്രമേയ സ്വീകരണത്തിലും പരിചരണത്തിലും ദൃശ്യതല ത്തിലും ഈ ബോധം പ്രസരിച്ചിരുന്നു. ജനപ്രിയമായ ഘടകങ്ങളെ സാർത്ഥകമായ വിനിമയത്തിലേക്ക് നയിക്കുകയാണ് ഇവർ ചെയ്തത്. എൺപതുകളിലെ മലയാളസിനിമയുടെ കരുത്തും സൗന്ദര്യവും പ്രധാ നമായും ദർശിക്കാനാവുന്നത് മധ്യവർത്തിസിനിമകളിലാണ്.

കലാസിനിമ ദർശന/സൗന്ദര്യപരമായ കടുംപിടിത്തങ്ങളിൽ കുരുങ്ങി ഏകതാനവും വൈവിധ്യരഹിതമാവുന്ന കാഴ്ചയാണ് എൺപ തുകളിൽ കാണാനാവുന്നത്. കലാസിനിമയുടെ പേരിലുണ്ടായ ചിത്രങ്ങളിലധികവും ദർശനപരവും ആഖ്യാനപരവുമായ വൈവിധ്യം അവകാശപ്പെടാനാവാത്തവയായിരുന്നു എഴുപതുകളിൽ മലയാളസി നിമയ്ക്ക് പുതിയ മുഖം നല്കിയ സമീപനരീതി നിയതമായ ചട്ടക്കൂടുകൾക്ക് പുറത്തേക്ക് കടക്കാൻ വിസമ്മതിച്ചതിനാൽ പലപ്പോഴും ശുഷ്കമായ ചലച്ചിത്ര രൂപങ്ങൾക്ക് നിമിത്തമായി. എഴുപതുകളിലെ നവസിനിമാ

സമ്പ്രദായങ്ങളുടെ പകർത്തിയെഴുത്തുകളായിരുന്നു ഇവയിൽ നല്ലൊരു പങ്കും. കലാസിനിമ ചലച്ചിത്രത്തെക്കുറിച്ച് പുലർത്തിയ നവീനബോധം ഉൾക്കൊണ്ട് കച്ചവടസിനിമ ഗുണപരമായ മാറ്റങ്ങൾക്ക് വിധേയമായപ്പോഴും മധ്യവർത്തിസിനിമ രൂപമെടുക്കുകയും ശക്തി പ്രാപിക്കുകയും ചെയ്തപ്പോഴും സമാന്തരസിനിമ മാറ്റമില്ലാതെ തുടർന്നു. ക്ലാസിക് കലാരൂപങ്ങൾക്ക് സംഭവിക്കുന്ന വ്യവസ്ഥാപിതത്വം പോലെയൊന്ന് കലാസിനിമകളെ ബാധിച്ചു. ദർശനത്തിന്റെ ആവിഷ്കാരത്തെയും മാധ്യമപരമായ സൗന്ദര്യബോധത്തെയും സംബന്ധിച്ച് എഴുപതുകളിൽ പുലർത്തിപ്പോന്ന സങ്കല്പങ്ങളെ അതിലംഘിക്കാൻ പലരും വിമുഖത കാണിച്ചു. ദാർശനികമായ കനം വരുത്തുന്നതിലുള്ള അമിതമായ ശ്രദ്ധ, ദൃശ്യരൂപണത്തിലെ ദുരൂഹത, ആഖ്യാനഘടനയിലെ അനാവശ്യ സങ്കീർണ്ണത ഇതെല്ലാം കൊണ്ടു വിരസമായിത്തീർന്നു പല പ്രഖ്യാത ചലച്ചിത്രകാരന്മാരുടെയും സിനിമകൾ. കലാസിനിമയുടെ പിൽക്കാല വഴികളിലും ഈ പ്രവണത കാണാം. കാലത്തിനനുസരിച്ച് പുതിയ ഭാവവും രൂപവും ഇടവും കണ്ടെത്താൻ നമ്മുടെ കലാസിനിമാ പ്രസ്ഥാനത്തിന് സാധിച്ചില്ല. മലയാളത്തിൽ സമാന്തര ചലച്ചിത്രധാരയ്ക്ക് ശക്തിക്ഷയം സംഭവിച്ചതിന് പ്രധാന കാരണവും ഇതാണ്.

കലാസിനിമ എന്ന സങ്കല്പനത്തെ ശരിയായ ദിശയിൽ മുന്നോട്ടു നയിക്കാൻ പ്രാപ്തിയുള്ള ചിത്രങ്ങളും ഈ കാലഘട്ടത്തിലുണ്ടായി. അടൂർ ഗോപാലകൃഷ്ണന്റെ 'എലിപ്പത്തായം', 'മുഖാമുഖം', അരവിന്ദന്റെ 'പോക്കുവെയിൽ', 'ഒരിടത്ത്', 'ചിദംബരം', ജോൺ എബ്രഹാമിന്റെ 'ചെറിയാച്ചന്റെ ക്രൂരകൃത്യങ്ങൾ', 'അമ്മ അറിയാൻ', കെ.പി. കുമാരന്റെ 'രുഗ്മിണി', രവീന്ദ്രന്റെ 'ഒരേതൂവൽ പക്ഷികൾ', ശിവന്റെ 'യാഗം', പവിത്രന്റെ 'ഉത്തരം', ഷാജി എൻ. കരുണിന്റെ 'പിറവി', രവി ആലുംമൂടിന്റെ 'ശേഷക്രിയ', പി.ശ്രീകുമാറിന്റെ 'അസ്ഥികൾ പൂക്കുന്നു' തുടങ്ങിയ ചിത്രങ്ങൾ എൺപതുകളിലെ കലാസിനിമയെക്കുറിച്ച് സൂചിപ്പിച്ച വിമർശനങ്ങളിൽ നിന്ന് പൂർണ്ണമായും മുക്തമാവുന്നില്ലെങ്കിലും വ്യതിരിക്തമായ ചലച്ചിത്രശ്രമങ്ങൾ എന്ന നിലയിൽ ശ്രദ്ധേയങ്ങളാണ്. ഇവയിലധികവും രാഷ്ട്രീയചിത്രങ്ങളാണ്. രാഷ്ട്രീയം കൈകാര്യം ചെയ്യാൻ ശ്രമിച്ച അധിക സന്ദർഭങ്ങളിലും കലാസിനിമ കരുത്തുറ്റ കലാ പ്രവർത്തനമായി പരിണമിക്കുന്നത് എൺപതുകളിൽ കാണാം.

എൺപതുകളെ അപേക്ഷിച്ച് ഓരോ വർഷവും പുറത്തിറങ്ങുന്ന ചിത്രങ്ങളുടെ എണ്ണം കുറഞ്ഞെങ്കിലും തൊണ്ണൂറുകളിലും സിനിമാ വിപണി കരുത്ത് നിലനിർത്തുന്നു. എൺപതുകളുടെ അവസാനം വരെ തുടർന്നുവന്ന പ്രവണതകളുടെ തുടർച്ചയും ഇടകലരലുമൊക്കെ

തൊണ്ണൂറുകളിൽ കാണാം. എൺപതുകളിൽ കച്ചവടസിനിമയിലുണ്ടായ ഗുണപരമായ മാറ്റത്തിന്റെ ഒരു ധാര മധ്യവർത്തിസിനിമയോടുള്ള അടുപ്പം കുറച്ചുകൊണ്ടുവരികയും കലാപരമായി സമ്പന്നമാവുകയും ചെയ്തു. തൊണ്ണൂറുകളിലെ മധ്യവർത്തിസിനിമ പലപ്പോഴും നിലപാടുകളിൽ അയവു വരുത്തുകയും വിപണിയോട് കൂടുതൽ സമരസപ്പെടുകയും ചെയ്തു. മധ്യവർത്തിസിനിമ, കലാമേന്മയുള്ള കച്ചവടസിനിമ എന്നിവ അതിർവരമ്പുകൾ നിർണ്ണയിക്കാനാവാത്തവിധം ഇടകലരുന്നതാണ് തൊണ്ണൂറുകളിലെ പ്രധാന പ്രവണത. ഇത് കച്ചവടസിനിമയ്ക്ക് കലാപരമായ ഗുണം നൽകിയപ്പോൾ മധ്യവർത്തി സമീപനത്തിന്റെ സാധ്യതകളെയും വളർച്ചയെയും ദുർബലപ്പെടുത്തി. തനി കച്ചവടലാക്കോടെ ഇറങ്ങിയ സിനിമകൾ പോലും ലൈംഗികതയെയും വയലൻസിനെയും ആഘോഷിക്കുന്ന എൺപതുകളിലെ സമീപനത്തിൽ നിന്ന് വിട്ടുനിന്നു.

തൊണ്ണൂറുകളിൽ ആക്ഷൻ ചിത്രങ്ങളുടെയും കോമഡി ചിത്രങ്ങളുടെയും പ്രമേയ/ആഖ്യാനരീതികളിൽ സാരമായ വ്യതിയാനങ്ങൾ വരുന്നുണ്ട്. ആക്ഷൻ ചിത്രങ്ങൾ ആഖ്യാനത്തിൽ കൂടുതൽ ചടുലമായി. ഷോട്ട് കോമ്പോസിഷനിലും പ്രമേയഗതിയുടെ വികാസത്തിലുമൊക്കെ ഈ ചടുലത കാണാം. പ്രമേയപരമായി അവ കൂടുതൽ പൊളിറ്റിക്കൽ (Political) ആവുകയും ചെയ്തു. മുഴുനീള കോമഡി ചിത്രങ്ങൾക്ക് തൊണ്ണൂറുകളിൽ വലിയ പ്രേക്ഷക പിൻതുണ ലഭിക്കുന്നുണ്ട്. സത്യൻ അന്തിക്കാട്, പ്രിയദർശൻ, ബാലചന്ദ്രമേനോൻ തുടങ്ങിയവരിലൂടെ എൺപതുകളിൽ വികാസം പ്രാപിച്ച നർമ്മപ്രധാനമായ ആഖ്യാന ശൈലി തൊണ്ണൂറുകളിൽ വ്യാപകമായ ഇടം നേടുന്നുണ്ട്. സിദ്ധിഖ് -ലാൽമാരുടെ ചിത്രങ്ങൾ സിറ്റുവേഷൻ കോമഡിയുടെ മികച്ച ആവിഷ്കാരങ്ങൾ രൂപപ്പെടുത്തി. നർമ്മം വിപണിയിലെ വിജയസാധ്യതകളെ നിർണ്ണയിക്കുന്ന സുപ്രധാന ഘടകമായി മാറി. ദുർബലമായ ആവിഷ്കാരങ്ങളും ഇക്കൂട്ടത്തിൽ ധാരാളമായിരുന്നു.

സിനിമയുടെ സാങ്കേതിക രംഗങ്ങളിലുണ്ടായ വളർച്ചയെ തൊണ്ണൂറുകളിലെ ജനപ്രിയസിനിമ വ്യാപകമായി ഉപയോഗപ്പെടുത്തുന്നുണ്ട്. ഛായാഗ്രഹണം, ചിത്രസംയോജനം, ശബ്ദമിശ്രണം, ശബ്ദലേഖനം തുടങ്ങിയവയിലൊക്കെ ഈ മാറ്റം പ്രകടമാണ്. കാമ്പുള്ള പ്രമേയങ്ങളും കരുത്തുറ്റ ആഖ്യാനരീതികളും തൊണ്ണൂറുകളിലെ കച്ചവടസിനിമ സ്വായത്തമാക്കി. നിലവാരമുള്ള കുടുംബകഥകളും (തലയിണമന്ത്രം, മുഖമുദ്ര, പപ്പയുടെ സ്വന്തം അപ്പൂസ്, പൊന്നാരത്തോട്ടത്തെ രാജാവ്, കുടുംബസമേതം, ആകാശദൂത്, വാത്സല്യം, ചെങ്കോൽ, ഗമനം, കാരുണ്യം, വാസന്തിയും ലക്ഷ്മിയും പിന്നെ ഞാനും) പ്രണയകഥകളും

(പാവം പാവം രാജകുമാരൻ, ചമ്പക്കുളം തച്ചൻ, ഗസൽ, മഴയെത്തും മുമ്പേ, അഴകിയ രാവണൻ, സല്ലാപം, ഈ പുഴയും കടന്ന്) ആക്ഷൻ ചിത്രങ്ങളും (ധനം, അഭിമന്യു, കൗരവർ, ആധാരം, തലസ്ഥാനം, ഏകലവ്യൻ, കമ്മീഷണർ, അദ്വൈതം, പിൻഗാമി, സ്ഫടികം, ദി കിംഗ്, ലേലം, ആറാം തമ്പുരാൻ, പത്രം) കോമഡി ചിത്രങ്ങളും (ഇൻ ഹരിഹർ നഗർ, കിലുക്കം, യോദ്ധ, വിയറ്റ്നാം കോളനി, അയലത്തെ അദ്ദേഹം, മിഥുനം, കാബൂളിവാല, തേന്മാവിൻ കൊമ്പത്ത്, മിന്നാരം, മാന്നാർ മത്തായി സ്പീക്കിംഗ്, ഹിറ്റ്ലർ, സമ്മർ ഇൻ ബത്‌ലഹേം, പഞ്ചാബി ഹൗസ്, സൂപ്പർമാൻ, അയാൾ കഥയെഴുതുകയാണ്, ഫ്രണ്ട്സ്) തൊണ്ണൂറുകളിൽ ഉണ്ടായി. വേറിട്ട പ്രമേയങ്ങൾ കൈകാര്യം ചെയ്യാനും വിപണി തയ്യാറായി (എന്റെ സൂര്യപുത്രിക്ക്, സൂര്യമാനസം, സമൂഹം, നാരായം, മണിച്ചിത്രത്താഴ്, മായാമയൂരം). കോമഡിയും ആക്ഷനും പ്രണയവുമൊക്കെ ഇടകലർന്ന മിശ്രരൂപങ്ങളായിരിക്കുമ്പോഴും ഏതെങ്കിലും ഒരു ഘടകത്തിന് പരിചരണത്തിൽ പ്രാധാന്യം ഏറിനിന്നു. അതിന്റെ അടിസ്ഥാനത്തിലാണ് ഈ ചിത്രങ്ങളെ തരംതിരിച്ചത്.

എൺപതുകളെ അപേക്ഷിച്ച് കലാസിനിമയിൽ കൂടുതൽ മികച്ച ആവിഷ്കാരങ്ങൾ ഉണ്ടായി. അതുവരെ തുടർന്നു വന്നതിൽ നിന്നു വ്യത്യസ്തമായ സമീപനം പല സിനിമകളിലും കാണാൻ സാധിച്ചു. 'മതിലുകൾ', 'വാസ്തുഹാര', 'പെരുന്തച്ചൻ', 'കടവ്', 'വിധേയൻ', 'പൊന്തൻമാട', 'സ്വം', 'ഓർമ്മകൾ ഉണ്ടായിരിക്കണം', 'കഥാപുരുഷൻ', 'ഭൂതക്കണ്ണാടി', 'ഗർഷോം', 'വാനപ്രസ്ഥം', 'അഗ്നിസാക്ഷി', 'ജലമർമ്മരം' തുടങ്ങിയ ചിത്രങ്ങൾ സമാന്തരസിനിമയെ ഏകമുഖമായ ആഖ്യാന/ദർശന സമ്പ്രദായങ്ങളിൽ നിന്നു വഴിമാറ്റി നടത്തി.

'ഇന്നലെ', 'മുഖം', 'താഴ്വാരം', 'ഭരതം', 'സദയം', 'ദൈവത്തിന്റെ വികൃതികൾ', 'പാഥേയം', 'വെങ്കലം', 'അമരം', 'ചകോരം', 'സുകൃതം', 'ദേശാടനം', 'കളിയാട്ടം', 'കുലം', 'എന്ന് സ്വന്തം ജാനകിക്കുട്ടി', 'സർഗ്ഗം', 'അഹം', 'രാജശില്പി', 'പരിണയം', 'സോപാനം', 'പൈതൃകം', 'ഗുരു', 'ചിന്താവിഷ്ടയായ ശ്യാമള', 'ചമയം', 'കമലദളം' തുടങ്ങിയ സിനിമകൾ മധ്യവർത്തി സമീപനത്തിന്റെ കരുത്തും സൗന്ദര്യവും നിലനിർത്തി. അതോടൊപ്പം തന്നെ വിപണന സാധ്യതകളോട് കൂടുതലായി അടുക്കുന്ന രീതിയും ഇവയിൽ ഏറിയ പങ്കിലും കാണാം.

ഈ ദശകങ്ങളിൽ സിനിമ ശക്തമായ കലാപ്രസ്ഥാനമായി വികാസം നേടുന്നുണ്ട്. 1928 മുതൽ 1969 വരെയുള്ള സിനിമകളെപ്പോലെ ഏകതാനമായ സ്വഭാവവിശേഷമല്ല ഈ കാലഘട്ടത്തിലെ സിനിമക്കുള്ളത്. ആഖ്യാന/പ്രമേയ തലങ്ങളെ സംബന്ധിക്കുന്ന

വ്യതിരിക്ത സമീപനങ്ങൾ രൂപംകൊണ്ടു. സിനിമ നിരന്തരം മാറ്റങ്ങൾക്കു വിധേയമായി. സാങ്കേതിക വിദ്യയിലും വ്യാപകമായ പരിണാമങ്ങൾ വന്നു. ജനതയുടെ മേൽ ഏറ്റവുമധികം സ്വാധീനമുള്ള മാധ്യമം എന്ന നിലയിൽ വളർന്ന സിനിമ സമൂഹത്തോട് പലതരത്തിൽ പ്രതികരിച്ചു. ഇതിന്റെയൊക്കെ ഭാഗമായാണ് വ്യത്യസ്ത സ്വഭാവമുള്ള രാഷ്ട്രീയ സിനിമകൾ ഉണ്ടായത്.

ഈ കാലയളവിലെ മലയാളനോവലിന്റെ പൊതുസ്വഭാവവും ഏകതാനമല്ല. ആധുനികം, കാൽപ്പനികം, സോദ്ദേശ്യം,സാമൂഹികം എന്നൊക്കെ വ്യവച്ഛേദിക്കാവുന്ന വ്യത്യസ്ത സമീപനങ്ങൾ നോവലിന്റെ വികാസഗതിയെ നിർണ്ണയിച്ചു. എങ്കിലും 1970 മുതൽ 1999 വരെയുള്ള കാലഘട്ടത്തിലെ നോവലിന്റെ പൊതുസ്വഭാവത്തെക്കുറിച്ചുള്ള പൊതുധാരണകളെ രൂപപ്പെടുത്തിയത് ആധുനികതയും അതിന്റെ വികാസവുമാണ്. മലയാളനോവലിന്റെ പ്രമേയ/ ആഖ്യാനതലങ്ങളെ അത്രമേൽ മാറ്റിപ്പണിയാനും അനുവാചകബോധത്തെ നവീകരിക്കാനും ആധുനികനോവലിസ്റ്റുകൾക്ക് സാധിച്ചു.

അറുപതുകളിൽ ആരംഭിച്ച കാൽപ്പനിക വിഷാദത്തിന്റെ ധാര ഈ ദശകത്തിന്റെ അവസാനത്തോടെ തീക്ഷ്ണമായ സാമൂഹിക നിരാസത്തിലേക്ക് വഴിമാറുന്നുണ്ട്. രണ്ടാം ലോകമഹായുദ്ധത്തിനുശേഷം പാശ്ചാത്യലോകത്ത് ഉടലെടുത്ത ദർശനങ്ങൾ നമ്മുടെ ആധുനികനോവലിസ്റ്റുകളെ സ്വാധീനിച്ചു. യുദ്ധാനന്തര പാശ്ചാത്യലോകം അരാജകമായ സാമൂഹികാവസ്ഥയിലൂടെയാണ് കടന്നുപോയത്. മനുഷ്യജീവിതത്തിന്റെ അർത്ഥവും പ്രസക്തിയും ചോദ്യം ചെയ്യപ്പെട്ടു. മൂല്യങ്ങളിലുള്ള വിശ്വാസം തകർന്നു. ഭാവിയെക്കുറിച്ചുള്ള മോഹന പ്രതീക്ഷകൾക്ക് നേരിട്ട തിരിച്ചടി സൃഷ്ടിച്ച ആഘാതം എഴുത്തുകാരന്റെ സർഗതലത്തിൽ വ്യതിരിക്തമായ അടയാളങ്ങൾ സൃഷ്ടിച്ചു. എഴുത്ത് ജീവിതാവിഷ്കാരം എന്നതിലുപരിയായി ദർശനത്തിന്റെ ആവിഷ്കാരമായി മാറി. 'ജീവിതത്തെ നേരിട്ട് അനുഭവിച്ച് ആവിഷ്കരിക്കുന്നതിന് ദർശനം അത്യാവശ്യമാണെന്നുവന്നു. സാഹിത്യം സ്വതന്ത്രമായ ജീവിതവ്യാഖ്യാനം മാത്രമല്ല ജീവിതദർശനം കൂടിയാണെന്ന ചിന്താഗതി വളർന്നു. പുതിയ സാഹിത്യകാരൻ ജീവിതത്തെ പകർത്തുന്നതുകൊണ്ടുമാത്രം സംതൃപ്തനല്ല. അയാൾക്ക് സ്വന്തമായ ദൈവശാസ്ത്രവും മുക്തിശാസ്ത്രവും സത്താശാസ്ത്രവുമുണ്ട്.' [5]

നിരാസമായിരുന്നു ആധുനികതയുടെ പ്രത്യയശാസ്ത്രം. പാരമ്പര്യത്തെ, ദൈവത്തെ, നിലവിലുള്ള നന്മ/തിന്മ സങ്കല്പങ്ങളെ, സൗന്ദര്യബോധത്തെ, വ്യക്തിയുടെ സ്വത്വബോധത്തെ എന്നിങ്ങനെ നിരാസത്തിന്റെ

വിശാലമായ ഭൂമികയിൽ നിന്നുകൊണ്ട് അയാൾ തന്റേതായ അന്വേഷണങ്ങൾ നടത്തി. ജീവിതത്തിന്റെ/മനുഷ്യന്റെ അസ്തിത്വം തേടിയുള്ള യാത്രകളിലൂടെ അയാൾ എത്തിച്ചേർന്നത് നവീനമായ ലക്ഷ്യങ്ങളിലല്ല. ലക്ഷ്യങ്ങൾ അസാധ്യമാണെന്ന തിരിച്ചറിവിലാണ്.

മനുഷ്യജീവിതം ശൂന്യമാണ്, നിരർത്ഥകമാണ്, ജീവിതത്തിന്റെ ആത്യന്തിക സത്യം മരണമാണ്, ഇത്തരമൊരു ജീവിതവീക്ഷണമാണ് അസ്തിത്വവാദത്തിന്റെ അടിത്തറയായി നിന്നത്. സമൂഹത്തിൽ നിന്നും ജീവിതത്തിൽനിന്നും സ്വയം ബഹിഷ്കൃതനായി മാറിയ എഴുത്തുകാരൻ അന്യതാബോധത്തിൽ അഭിരമിച്ചു. തന്റേതായ ദർശനങ്ങൾക്കുപരിയായി ഒന്നിനെയും അയാൾ വിശ്വാസത്തിലെടുത്തില്ല. 'നമ്മുടെ കാലഘട്ടം നോക്കിനിൽക്കെത്തന്നെ യാഥാർത്ഥ്യത്തെക്കുറിച്ചുള്ള ധാരണകൾ തകിടം മറിഞ്ഞു കഴിഞ്ഞിരുന്നു. യാഥാർത്ഥ്യം ഘടകങ്ങളായി വേർപിരിഞ്ഞു. ഭൗതികയാഥാർത്ഥ്യം മാത്രമല്ല മാനസിക യാഥാർത്ഥ്യവും അതിവാസ്തവികതയും അതീന്ദ്രിയബോധവും യാഥാർത്ഥ്യത്തിന്റെ ഘടകങ്ങളായി പരിഗണിക്കപ്പെട്ടു... ഇങ്ങനെ യാഥാർത്ഥ്യം തന്നെ ഘടകങ്ങളായി വേർതിരിയുകയും യാഥാർത്ഥ്യത്തെക്കുറിച്ചുള്ള ധാരണകളുടെ അർത്ഥം മറിയുകയും ചെയ്തപ്പോൾ സ്വന്തം ദർശനമൊഴികെ മറ്റെല്ലാ കാര്യങ്ങളുടെയും അസ്തിത്വത്തെ സംശയത്തോടെ എഴുത്തുകാരൻ നോക്കാൻ തുടങ്ങി. അംഗീകരിക്കപ്പെട്ടതും സ്വാഭാവികമെന്ന് വിധിക്കപ്പെട്ടതുമായ എല്ലാ യാഥാർത്ഥ്യങ്ങളെയും മാറ്റിനിർത്തുമ്പോൾ അവശേഷിക്കുന്നത് ഞാനും എന്റെ ദർശനവും മാത്രമാണ്.' [6]

ജീവിതയാഥാർത്ഥ്യങ്ങളിലല്ല ദർശനത്തിന്റെ പ്രഹേളികകളിലാണ് അയാൾ തന്റെ എഴുത്തിനെ ഉറപ്പിച്ചു നിർത്തിയത്. കഥയും കഥാപാത്രങ്ങളുമൊക്കെ ദർശനത്തിന്റെ വിക്ഷേപത്തിനുള്ള ഉപാധിയായി പരിണമിച്ചു. പ്രത്യാശിക്കാനൊന്നുമില്ലാത്ത യുദ്ധാനന്തര പാശ്ചാത്യ സാമൂഹികാവസ്ഥയിൽ ശൂന്യതാബോധം, മൃത്യുബോധം, മൂല്യനിരാസം, വിശ്വാസരാഹിത്യം, പാരമ്പര്യനിഷേധം, അന്യതാബോധം, അസ്തിത്വദുഃഖം ഇതെല്ലാം തന്നെ എഴുത്തുകാരന്റെ ദർശനം എന്ന നിലയിൽ അവതീർണ്ണമായി. എഴുത്ത് ദർശനത്തിന്റെ സാക്ഷ്യമായി മാറി.

ഭാവപരമായ പരിണാമം രൂപത്തെയും മാറ്റിമറിച്ചു. നിലനിൽക്കുന്ന യാഥാർത്ഥ്യങ്ങളെ വെല്ലുവിളിക്കുന്ന ദർശനങ്ങളുടെ ആവിഷ്ക്കാരത്തിന് നൂതനമായ രൂപം അനിവാര്യമായി വന്നു. എഴുത്തിന്റെ നവീനമായ സൗന്ദര്യസങ്കല്പങ്ങളും ഭാഷയുടെ നൂതനമായ പ്രയോഗരീതികളും

ഉരുവംകൊണ്ടു. പ്രമേയഘടനയിലും പരിചരണത്തിലും ആഖ്യാനതന്ത്ര ങ്ങളിലും സാരമായ വ്യതിയാനങ്ങൾ വന്നു. 'യാഥാർത്ഥ്യത്തെക്കുറിച്ചുള്ള ധാരണകളുടെ അടിത്തറ കലുങ്ങിയപ്പോൾ ഇതിവൃത്ത സങ്കല്പത്തിന്റെ യും കഥാപാത്ര സങ്കല്പത്തിന്റെയും അർത്ഥം മറിഞ്ഞു. സുഘടിതമായ ഇതിവൃത്തം ഇല്ലാതെയായി. അമ്പരപ്പിക്കുകയോ കുഴപ്പിക്കുകയോ, വിഷമിപ്പിക്കുകയോ ചെയ്യുംവിധം കാര്യങ്ങൾ സംഭവിക്കുകയാണ്. നോവലിസ്റ്റ് കഥ പറയുന്നില്ല എന്നാൽ പറയുക മാത്രം ചെയ്യുന്നു.'[7] ഭാഷയെ സംബന്ധിക്കുന്ന യാഥാസ്ഥിതിക സങ്കല്പങ്ങൾ തകർന്നു. വൈരുദ്ധ്യങ്ങളുടെ സമന്വയം ഭാഷയിൽ സംഭവിച്ചു. വികാരങ്ങളുടെ മുദ്രിതമായ അടയാളവാക്യങ്ങൾക്കപ്പുറത്തേക്ക് ഭാഷ ആഴവും പരപ്പും നേടി. ഭാവവും ഭാഷാപ്രയോഗവും തമ്മിലുള്ള പരമ്പരാഗത ബന്ധം വിച്ഛേദിക്കപ്പെട്ടു.

പാശ്ചാത്യലോകത്തുണ്ടായ ജീവിതദർശനങ്ങളും അവ എഴുത്തി ന്റെ ഭാവ/രൂപങ്ങളിൽ വരുത്തിയ പരിണാമങ്ങളും അറുപതുകളുടെ പകുതിക്കുശേഷം ഉടലെടുത്ത സവിശേഷമായ രാഷ്ട്രീയസാഹചര്യങ്ങ ളാൽ നമ്മുടെ സാഹിത്യകാരന്മാരെയും സ്വാധീനിച്ചു. അറുപതുകളുടെ പകുതിയോടെ ഇന്ത്യയുടെ സാമ്പത്തികരംഗം രൂക്ഷമായ പ്രതിസ ന്ധിയെ നേരിട്ടു. ഉത്പ്പാദനരംഗത്ത് മാന്ദ്യം സംഭവിച്ചു. ജനസംഖ്യ ക്രമാതീതമായി കുതിച്ചുയർന്നു, തൊഴിലില്ലായ്മ വർദ്ധിച്ചു. ഭക്ഷ്യപരമായ അപര്യാപ്തത പട്ടിണിയിലേക്കും കൊടിയ ദാരിദ്ര്യത്തിലേക്കും നയിച്ചു. എഴുപതുകളിൽസാമൂഹിക/സാമ്പത്തിക പ്രശ്നങ്ങൾ കൂടുതൽ രൂക്ഷമായി. രാഷ്ട്രീയ നേതൃത്വത്തിന് പരിഹാരം നിർദ്ദേശിക്കാനായി ല്ല. ഭരണകൂടം നോക്കുകുത്തിയായി. അഴിമതിയും സ്വജനപക്ഷപാതവും തഴച്ചുവളർന്നു. എല്ലാ പാർട്ടികളും പിളർന്നു. സമരങ്ങൾ സാർവ്വത്രികവും സാധാരണവുമായി. നക്സലേറ്റ് ആക്രമണങ്ങൾ വ്യാപകമായി. സ്വ തന്ത്ര ഭാരതത്തെക്കുറിച്ചുള്ള മോഹന സങ്കല്പങ്ങൾ വ്യർത്ഥമാണെന്ന തോന്നലുളവായി. നാഗരികതയുടെ വികാസം ഗ്രാമീണ സംസ്കാര ത്തെ ദോഷകരമായി ബാധിച്ചു. മൂല്യസങ്കല്പങ്ങളിൽ വ്യതിയാനങ്ങൾ വന്നു. യുദ്ധാനന്തര പാശ്ചാത്യലോകത്തിന് സമാനമല്ലെങ്കിലും സാമൂഹിക/ജീവിത അവബോധങ്ങളിൽ വന്ന വ്യതിയാനം, സാമൂഹി കമായ പ്രതിസന്ധി, സാംസ്കാരിക പരിണാമം ഇതൊക്കെ നമ്മുടെ എഴുത്തുകാരെ ആധുനിക ദർശനങ്ങൾ സ്വാംശീകരിക്കാൻ പ്രേരിപ്പിച്ചു. അതുകൊണ്ടുതന്നെ 'ആധുനികത' കേവലമായ ഇറക്കുമതിയായിരു ന്നില്ല. നവീനമായ ദർശനങ്ങളെ നമ്മുടെ മണ്ണിൽ ഉറപ്പിച്ചുനിർത്താൻ ആധുനിക എഴുത്തുകാർക്ക് സാധിച്ചിട്ടുണ്ട്.

മലയാളത്തിൽ അറുപതുകളിൽ പുറത്തിറങ്ങിയ എം.ടി.യുടെ നോവലുകളിൽ ആധുനികതയുടെ അടയാളങ്ങൾ സൗമ്യമായ ഭാവത്തിൽ ചിതറിക്കിടപ്പുണ്ട്. അന്തർമുഖത, നൈരാശ്യം, അപരിമേയമായ നിസ്സംഗത, വിഷാദം, വിശദീകരിക്കാനാവാത്ത ശൂന്യതാബോധം ഇതൊക്കെ 'എം.ടി. കൃതികളുടെ' ഭാവതലത്തിലുണ്ട്. വ്യക്തിയുടെ മനസ്സിനെ കേന്ദ്രമാക്കുന്ന ഇതര ആവിഷ്കാരങ്ങളിലും വരാനിരിക്കുന്ന വേനലിന്റെ വെയിൽക്കീറുകൾ വീണു കിടപ്പുണ്ടായിരുന്നു.

അറുപതുകളുടെ അവസാനത്തിൽ പുറത്തുവന്ന കാക്കനാടന്റെ ഉഷ്ണമേഖല, വസൂരി, എം. മുകുന്ദന്റെ 'ദൽഹി', ഓ.വി. വിജയന്റെ 'ഖസാക്കിന്റെ ഇതിഹാസം' തുടങ്ങിയ നോവലുകൾ ആധുനികതയുടെ വ്യത്യസ്തമായ ദർശന/ആഖ്യാന സമീപനങ്ങളെ വ്യക്തമായി അടയാളപ്പെടുത്തി. എഴുപതുകളിലും എൺപതുകളിലുമായി ഈ പ്രവണതകളുടെ ശക്തമായ തുടർച്ച മലയാളനോവൽ ബോധത്തെ തകിടം മറിച്ചു.

ആധുനികതയുടെ വികാസക്രമം ഏകതാനമല്ല. അറുപതുകളുടെ അവസാനത്തിലും എഴുപതുകളുടെ തുടക്കത്തിലും കാണുന്ന തീക്ഷ്ണമായ ആധുനിക സമീപനം ദർശനപരമായ വിക്ഷേപങ്ങൾക്കും നിസ്സംഗതയാർന്ന നിരാസത്തിനും ഉപരിയായ സവിശേഷ രചനാമാതൃകകളിലേക്കും അതിരുകളില്ലാത്ത ആഖ്യാനസ്വാതന്ത്ര്യത്തിലേക്കും വ്യതിരിക്തമായ പരീക്ഷണങ്ങളിലേക്കും ദർശനാപരമായി പരിണമിക്കുന്നതു കാണാം. ഇത് മലയാളനോവലിന്റെ പൊതുസ്വഭാവത്തെ ശകലീകൃതമാക്കി. അതുവരെയുണ്ടായിരുന്ന ജീവിതധാരണകളെയും പ്രമേയസങ്കല്പങ്ങളെയും ആഖ്യാന/പരിചരണങ്ങളെയും തകർത്തെറിഞ്ഞ ആധുനികത നമ്മുടെ നോവലിനെ ഏതൊക്കെ രൂപങ്ങളിലേക്ക് പരിവർത്തിപ്പിച്ചപ്പോഴും അസ്തിത്വപ്രശ്നവും നിഷേധവും നിരാസവുമൊക്കെ അന്തർധാരയായി വർത്തിക്കുന്നുണ്ട്. അതുകൊണ്ടാണ് ആധുനികത ഉയർത്തിയ ദർശനപരിസരത്തെ ഈ കാലയളവിന്റെ മുഖമുദ്രമായി നാം തിരിച്ചറിയുന്നത്. എന്നാൽ ആധുനികതയുടെ വികാസഗതിയിലെ വ്യത്യസ്ത അടരുകൾ പൊതുബോധത്തിനപ്പുറം പുലർത്തുന്ന വ്യതിരിക്തത കൂടി പരിഗണിച്ചുകൊണ്ട് ഈ കാലയളവിലെ രാഷ്ട്രീയാവിഷ്കാരങ്ങളെ വിലയിരുത്താനാണ് ഈ പ്രബന്ധത്തിൽ ഉദ്ദേശിക്കുന്നത്. അതിനാൽ ആധുനികസമീപനത്തിന്റെ വ്യത്യസ്ത അടരുകളെ ഇനി സൂചിപ്പിക്കുന്നു.

കാക്കനാടന്റെ 'ഉഷ്ണമേഖല', 'വസൂരി', 'അജ്ഞതയുടെ താഴ്‌വര', ആനന്ദിന്റെ 'ആൾക്കൂട്ടം', എം. മുകുന്ദന്റെ 'ആവിലായിലെ സൂര്യോദയം', 'ദൽഹി', 'ഹരിദ്വാറിൽ മണികൾ മുഴങ്ങുമ്പോൾ', 'ഈ

ലോകം അതിലൊരു മനുഷ്യൻ', 'മയ്യഴിപ്പുഴയുടെ തീരങ്ങളിൽ', ഓ.വി. വിജയന്റെ 'ഖസാക്കിന്റെ ഇതിഹാസം', പുനത്തിൽ കുഞ്ഞബ്ദുള്ളയുടെ 'അലിഗഡിലെ തടവുകാരൻ', മാടമ്പ് കുഞ്ഞിക്കുട്ടന്റെ 'അശ്വത്ഥാമാവ്' തുടങ്ങിയ നോവലുകൾ തീക്ഷ്ണമായ ആധുനികതയെ പ്രതിനിധാനം ചെയ്യുന്നു. പൊള്ളിക്കുന്ന നിരാസമാണ് ഈ നോവലുകൾ നൽകുന്ന അനുഭവം. അസ്തിത്വദുഃഖം പേറുന്ന നായകന്റെ ആശ്രയരഹിതമായ അലച്ചിൽ, മൃത്യുബോധം, പാപബോധം, ഞെട്ടിക്കുന്ന നിസ്സംഗത ഇതെല്ലാം അതിതീക്ഷ്ണമായ രൂപഭാവങ്ങളിൽ ഈ നോവലുകൾ ആവിഷ്കരിക്കുന്നു. 'ഉഷ്ണമേഖല'യിലെ ശിവൻ, 'അജ്ഞതയുടെ താഴ്വരയിലെ' മനു, 'ദൽഹി'യിലെ അരവിന്ദൻ, 'ഹരിദ്വാറിൽ മണികൾ മുഴങ്ങുമ്പോൾ'ലെ രമേശൻ, 'ഈ ലോകം അതിലൊരു മനുഷ്യനിലെ' അപ്പു, 'ആവിലായിലെ സൂര്യോദയ'ത്തിലെ പ്രഭാകരൻ, 'മയ്യഴിപ്പുഴയുടെ തീരങ്ങളിലെ' ദാസൻ, 'ഖസാക്കിന്റെ ഇതിഹാസ'ത്തിലെ രവി, 'അശ്വത്ഥാമാവി'ലെ കുഞ്ചുണ്ണി, 'അലിഗഡിലെ തടവുകാരനി'ലെ ബഷീർ, ഈ നായകന്മാരെല്ലാം അവ്യാഖ്യേയമായ ദുഃഖവും പേറി അലയുന്നവരാണ്. അവർ ആഗ്രഹിക്കുന്ന ലോകമല്ല അവർക്കു ചുറ്റുമുള്ളത്. പ്രത്യാശയുടെ നുറുങ്ങുകളെല്ലാം അസ്തമിച്ചു കഴിഞ്ഞു. ജീവിതത്തിൽ ഇരുട്ട് പടർന്നു പിടിക്കുന്നു. ആശ്രയമൊന്നുമില്ല. ദൈവത്തിലോ പ്രത്യശാസ്ത്രങ്ങളിലോ പ്രതീക്ഷ വയ്ക്കാനാവുന്നില്ല. മൂല്യങ്ങളും വിശ്വാസങ്ങളുമെല്ലാം തകർന്നു വീണു. സാമൂഹികമായ യാഥാർത്ഥ്യങ്ങളെയെല്ലാം നിഷേധിക്കുന്ന അവർ തന്റെ ജീവിതത്തിന്റെ ലക്ഷ്യമെന്തെന്നറിയാതെ അലഞ്ഞു നടക്കുന്നു. മുഖമില്ലാതെ അലറുന്ന ആൾക്കൂട്ടത്തിന്റെ പ്രചണ്ഡതയിൽ സ്വയം നഷ്ടപ്പെടുന്നു; അന്യനാവുന്നു.

പാപബോധത്താൽ നിരന്തരം വേട്ടയാടപ്പെടുന്ന ഇവർ മരണമെന്ന അലംഘനീയമായ യാഥാർത്ഥ്യത്തെ സ്നേഹിക്കുന്നു. പാപബോധത്തിന് വ്യതിരിക്ത രൂപങ്ങളുണ്ട്. 'ഖസാക്കിലെ' രവിയെ വേട്ടയാടുന്നത് അരുതാത്തവർ തമ്മിലുള്ള ലൈംഗികബന്ധത്തിൽ നിന്നുടലെടുക്കുന്ന പാപബോധമാണ് (ചിറ്റമ്മയുമായുള്ള ലൈംഗികവേഴ്ച) 'ആവിലായിലെ സൂര്യോദയത്തിലെ' പ്രഭാകരന്റേത് വ്യഭിചാരത്തിൽ നിന്നുല്പന്നമാകുന്ന പാപബോധമാണ്. അതിന് തലമുറകളുടെ നൈരന്തര്യമുണ്ട്. ആത്യന്തികമായി അകാരണമായ പാപബോധമാണ് ഇവരെയൊക്കെ നയിക്കുന്നത്. ജീവിച്ചിരിക്കുക എന്നത് വലിയ പാപമായി ഇവർ കാണുന്നു. ജീവിതത്തെ ദുരന്തത്തിന്റെ തുടർച്ച എന്ന നിലയിൽ സ്വയം ഏറ്റുവാങ്ങുന്നു. രക്ഷപ്പെടാനാവാത്ത പാപങ്ങളുടെ മഹാദുർഗ്ഗമാണ് ഇവർക്ക് ജീവിതം. 'ആവിലായിലെ സൂര്യോദയ'ത്തിലെ പ്രഭാകരൻ

പറയുന്ന 'പാപികളുടെ കാലമാണിത്. എങ്ങും പാപമാണിന്ന്. തിന്നുന്ന ചോറിൽ പാപമുണ്ട്. നടക്കുമ്പോൾ പാപം കാലിൽ തടയുന്നു. പാപത്തിന്റെ നദികളാണ് ഭൂമിക്കു മുകളിൽ ഒഴുകുന്നത്. പാപത്തിന്റെ സമുദ്രങ്ങളാണ് തിര തല്ലുന്നത്. പാപമാണ് കാലവർഷമായി ഭൂമിക്കു മുകളിൽ വന്നു പതിക്കുന്നത്.'[8] 'ജീവിച്ചിരിക്കുക എന്ന പാപമാണ് നാം ചെയ്യുന്നത്' എന്ന് 'ഹരിദ്വാറിൽ മണികൾ മുഴങ്ങുമ്പോളി'ൽ രമേശനും പറയുന്നുണ്ട്. ജീവിതത്തിനു നേരെ ഇവർ പുലർത്തുന്ന ഉദാസീനത പാപ/ദുരന്ത ബോധ്യങ്ങളുടെ അനിവാര്യതയാണ്. ലക്ഷ്യമില്ലാത്ത അലച്ചിലിന് ഇവർ സ്വയം കണ്ടെത്തുന്ന ലക്ഷ്യം മരണമാണ്. ജീവിതത്തെക്കാൾ വലിയ സത്യമായി ഇവർ മരണത്തെ തിരിച്ചറിയുന്നു. മൃത്യുവിനോടുള്ള ആസക്തി ഈ നോവലുകളിലെ നായകന്മാരുടെ ബോധതലത്തിലുണ്ട്.

അസ്തിത്വദർശനവും അരാജകമായ ജീവിതബോധ്യങ്ങളും അന്യവത്കരണവും അപമാനവീകരണവുമെല്ലാം ചേർന്ന് രൂപപ്പെടുത്തിയ അനുഭവങ്ങളുടെ ഏകതാനതയിൽ നിന്നുള്ള വ്യതിയാനമാണ് ആധുനികതയുടെ രണ്ടാമത്തെ അടരിന്റെ സവിശേഷത. സമൂഹം, വ്യക്തി, സംസ്കാരം, ചരിത്രം, വർത്തമാനം, രാഷ്ട്രം, അധികാരം തുടങ്ങിയവയെക്കുറിച്ചെല്ലാം ആധുനികമായ ബോധ്യങ്ങൾ/ദർശനങ്ങൾ ഉൽപ്പാദിപ്പിക്കുന്ന നോവലുകളാണ് ഈ ഗണത്തിൽ ഉൾപ്പെടുന്നത്. ആനന്ദിന്റെ 'അഭയാർത്ഥികൾ', 'ഗോവർദ്ധന്റെ യാത്രകൾ', 'ഉത്തരായനം', 'മരുഭൂമികൾ ഉണ്ടാകുന്നത്', 'മരണ സർട്ടിഫിക്കറ്റ്', 'വ്യാസനും വിഘ്നേശ്വരനും', സേതുവിന്റെ 'പാണ്ഡവപുരം', കാക്കനാടന്റെ 'ഒറോത', എം.മുകുന്ദന്റെ 'രാവും പകലും', പുനത്തിൽ കുഞ്ഞബ്ദുള്ളയുടെ 'സ്മാരകശിലകൾ', 'കന്യാവനങ്ങൾ', 'മരുന്ന്', സി.വി. ബാലകൃഷ്ണന്റെ 'ആയുസ്സിന്റെ പുസ്തകം', ഒ.വി.വിജയന്റെ 'ഗുരുസാഗരം', 'ധർമ്മപുരാണം', 'മധുരം ഗായതി', 'പ്രവാചകന്റെ വഴി', 'തലമുറകൾ', സി.ആർ. പരമേശ്വരന്റെ 'പ്രകൃതിനിയമം', എം. സുകുമാരന്റെ 'ശേഷക്രിയ', 'പിതൃതർപ്പണം', 'ജനിതകം' തുടങ്ങിയ നോവലുകൾ ഈ അടരിന്റെ സവിശേഷതകളെ പല രൂപഭാവങ്ങളിൽ വെളിപ്പെടുത്തുന്നു.

ആധുനിക ഭരണകൂടത്തിന്റെ അധികാരശൃംഖലകൾ ജനതയെ അടിപ്പെടുത്തുന്നതിന്റെ ദർശനസാക്ഷ്യമാണ് 'മരുഭൂമികൾ ഉണ്ടാകുന്നത്'. 'മരണ സർട്ടിഫിക്കറ്റി'ൽ ലക്ഷ്യമില്ലാത്ത അന്വേഷണത്തിന്റെ തുടർച്ചയുണ്ട്. എന്നാൽ ഭ്രമാത്മകതയുടെ സ്വപ്നസന്നിഭമായ അന്തരീക്ഷം 'മരണസർട്ടിഫിക്കറ്റി'നെ തീക്ഷ്ണമായ ആധുനിക ആവിഷ്ക്കാരങ്ങളിൽ നിന്നു മാറ്റിനിർത്തുന്നു. ഭാരതീയ ചരിത്രത്തെയും സംസ്കാരത്തെയും

സവിശേഷമായി അടയാളപ്പെടുത്തുന്ന 'അഭയാർത്ഥികൾ' 'ഹരിദാസിന്റെയും മേബലിന്റെയും മഹേശ്വറിന്റെയും മാത്രം കഥയല്ല. ഗംഗാതടത്തിൽ വളർന്ന ഭാരതീയ സംസ്കാരത്തിന്റെ ഉദയവികാസ ങ്ങളുടെയും പതനാഭ്യുതയങ്ങളുടെയും കഥയാണ്. ഇത് മാപ്പിന്റെയും മറവിയുടെയും അനന്തമായ അനുഗാഥയാണ്."[9] അഭയാർത്ഥികൾ വൈകാരികതയെ തമസ്കരിക്കുകയും ധിഷണയെ മുന്നിൽ നിർത്തുകയും ചെയ്യുന്നു. വ്യക്തിയിൽ നിന്ന് ചരിത്രത്തിന്റെയും സംസ്കാരത്തിന്റെയും പ്രയാണങ്ങളിലേക്ക് വികസിക്കുന്ന ആധുനികതയുടെ ദർശനപരിസരത്തെയാണ് ഗൗതമന്റെ ചിന്താപഥങ്ങളിലൂടെ അഭയാർത്ഥികൾ അടയാളപ്പെടുത്തുന്നത്. ഇതിന്റെ തുടർച്ചയായി കാണാവുന്ന നോവലാണ് 'ഗോവർദ്ധന്റെ യാത്രകൾ'. ഭാരതേന്ദു ഹരിശ്ചന്ദ്രയുടെ പ്രഹസനത്തിൽ നിന്ന് ഇറങ്ങി നടന്ന ഗോവർദ്ധൻ ചരിത്രത്തിന്റെയും സംസ്കാരത്തിന്റെയും വ്യതിരിക്തമായ സ്ഥല/സമയ രാശികളിലൂടെ സഞ്ചരിക്കുന്നു. പാരമ്പര്യം, ചരിത്രം, സംസ്കാരം ഇവയെക്കുറിച്ചുള്ള വീക്ഷണത്തിൽ വിഭിന്നമായ കോണുകൾ രൂപപ്പെടുത്തുന്ന വിധത്തിലാണ് ഗോവർദ്ധന്റെ യാത്ര. കേവലമായ അസ്തിത്വാന്വേഷണത്തെക്കാൾ വികസ്വരമായ ദർശനത്തിന്റെ അനുഭവം ഗോവർദ്ധന്റെ അനന്തമായ യാത്രയിൽ നിന്ന് അനുവാചകന് ലഭിക്കുന്നു.

ചാവുകരയും ഇരുൾ മലയും കാലമൂപ്പനും അനന്തനുമൊക്കെ ചേർന്നൊരുക്കുന്ന അതീന്ദ്രിയമായ പശ്ചാത്തലത്തിൽ അക്രമപ്രത്യയശാസ്ത്രത്തിന്റെ നിരർത്ഥകതയുടെ പാഠങ്ങൾ സൃഷ്ടിക്കുന്ന പ്രതീകാത്മക നോവലാണ് 'രാവും പകലും'. ദർശനപരമായും ആഖ്യാനപരമായും മുകുന്ദന്റെ മുൻകാല നോവലുകളിൽ നിന്ന് വ്യത്യസ്തമായ സ്വതന്ത്രനിലയുണ്ട് ഈ കൃതിക്ക്. പുനത്തിൽ കുഞ്ഞബ്ദുള്ളയുടെ 'സ്മാരകശിലകൾ' മുസ്ലീം ജനസമുദായത്തിനിടയിലെ പുരാണ/ഐതിഹ്യ/പാരമ്പര്യങ്ങളെ സമർത്ഥമായി ഉപയോഗിക്കുകയും വർത്തമാനത്തോട് ചേർത്തുവെക്കുകയും ചെയ്യുന്നു. പാരമ്പര്യത്തെയും വർത്തമാനത്തെയും കൂട്ടിയിണക്കുന്നതിനോടൊപ്പം നർമ്മത്തിന്റെ ദാർശനികമായ രൂപകല്പനയും 'സ്മാരകശില'കൾക്ക് സാധ്യമായിരിക്കുന്നു. മരണത്തെ മുൻനിർത്തി മനുഷ്യപ്രയത്നത്തിന്റെയും പ്രതീക്ഷകളുടെയും നിരർത്ഥകതയെ വെളിപ്പെടുത്തുന്ന നോവലാണ് പുനത്തിലിന്റെ 'മരുന്ന്'. മരുന്നിന്റെ ദർശനം മൃത്യബോധമല്ല. 'ഗവേഷണം നടത്താം, പഠിക്കാം, ചികിത്സിക്കാം, പക്ഷെ മരുന്നിനോ ഡോക്ടർക്കോ ആത്യന്തികമായി യാതൊന്നും നേടാനാവില്ല. മനുഷ്യർ മരിക്കുന്നു, മരിച്ചുകൊണ്ടേയിരിക്കും. തന്മൂലം ജീവിതവും പരിശ്രമവുമെല്ലാം വ്യർത്ഥമായിത്തീരുന്നു. മരണമെന്ന

സത്യവും മൃത്യുബോധമെന്ന അവബോധവും രണ്ടും രണ്ടാണ്. മരുന്ന് നേരിടുന്നത് മരണമെന്ന സത്യത്തെയാണ്. അല്ലാതെ മൃത്യുബോധമുള വാക്കുന്ന വിഹ്വലതയെയല്ല.'[10]

'ഖസാക്കി'ൽ നിന്ന് 'ധർമ്മപുരാണ'ത്തിലും 'ഗുരുസാഗര'ത്തിലു മെത്തുമ്പോൾ വിജയന്റെ ദർശനത്തിന് സാരമായ പരിണാമങ്ങൾ വരുന്നത് കാണാം. ചരിത്രത്തിന്റെ ദശാസന്ധികളിൽ ആവർ ത്തിക്കുന്ന അധികാരത്തിന്റെ അസംബന്ധപ്രയോഗത്തെ നഗ്നമായ ഭാഷയിൽ വിമർശിക്കുന്ന 'ധർമ്മപുരാണം' സിദ്ധാർത്ഥനിലൂടെ ആത്മീയാദർശത്തിലേക്കും നീങ്ങുന്നുണ്ട്. 'ധർമ്മപുരാണ' ത്തിൽ നിന്ന് 'ഗുരുസാഗര'ത്തിലെത്തുമ്പോൾ 'ഗുരുദർശനം' പ്രതിസന്ധികൾക്ക് പരി ഹാരമായി പരിണമിക്കുന്നു. നിർമ്മലാനന്ദ ഗുരുവിൽനിന്ന് ശാന്തിയുടെ രഹസ്യമറിയുന്ന കുഞ്ഞുണ്ണി അനവദ്യമായ ശാന്തി നേടുന്നു. ധർമ്മപു രിയിൽ സമരങ്ങളുടെയും യുദ്ധങ്ങളുടെയും പൊരുൾ തേടി അലയുന്ന സിദ്ധാർത്ഥന്റെ അന്വേഷണം ചെന്നെത്തുന്നത് മൊച്ചക്കുരങ്ങനി ലാണ്. കുഞ്ഞുണ്ണിയാകട്ടെ ഉപമന്യുവിൽ ചില ജീവിതസമസ്യകളുടെ ഉത്തരം കണ്ടെത്തുന്നു. ശാന്തി അനുഭവിക്കുന്നു. ഈ ദർശന വ്യതിയാനം ഓ.വി.വിജയൻ എന്ന എഴുത്തുകാരന്റെ വൈയക്തിക ദർശനത്തിന്റെ പരിണാമം മാത്രമല്ല ആധുനികത തുറന്നിട്ട വഴികളുടെ വിശാലത യിലൂടെ കടന്നു പോകുന്ന എഴുത്തുകാരൻ എഴുത്തിൽ നേടുന്ന സ്വാ തന്ത്ര്യത്തിന്റെ പ്രയോഗസാക്ഷ്യം കൂടിയാണ്. ധർമ്മപുരാണത്തിന്റെ രാഷ്ട്രീയവും ഭാഷയും എഴുത്തിന്റെ സ്വാതന്ത്ര്യ പ്രഖ്യാപനമല്ലാതെ മറ്റെന്താണ്?

കേവല സാമൂഹിക യാഥാർത്ഥ്യവുമായി ബന്ധപ്പെടുത്താനാവാത്ത വിധം സങ്കീർണ്ണമായ സംഭവഗതികൾ കൊണ്ടുനിറഞ്ഞ നോവലാണ് 'പാണ്ഡവപുരം', 'ദേവി' അന്യാദൃശ്യമായ മാനസികഘടനയുള്ള കഥാപാത്രമാണ് 'ജാരനെ കാത്തിരിക്കുന്ന ദേവി ആദിമ ലൈംഗിക സ്വാതന്ത്ര്യത്തിൽ നിന്ന് ഏകഭർത്തൃവ്രതത്തിലേക്കുള്ള വരവിനെതിരെ സ്ത്രീചേതന പ്രകടിപ്പിക്കുന്ന നിർബോധപൂർവ്വമായ (non concious) പ്രതിഷേധ സ്വപ്നത്തിന്റെ പ്രതീകമാണ്. ഭൂതകാലത്തിലെ സ്ത്രീസത്ത യിലേക്കുള്ള ഇന്നത്തെ സ്ത്രീയുടെ അഭിലാഷക്കുതിപ്പാണ് ദേവിയുടെ ഭ്രമകല്പനകൾ.'[11] അവൾ സ്വയം സൃഷ്ടിക്കുന്ന കഥകളിൽ അഭിരമിക്കുന്നു. മരീചികപോലെ സ്വപ്നയാഥാർത്ഥ്യങ്ങൾ ഇടകലരുന്നു. സാംസ്കാരി കവും നരവംശശാസ്ത്രപരവുമായ നിരവധി വിവക്ഷകളെ ഈ നോവൽ ഉൽപ്പാദിപ്പിക്കുന്നു.

സമത്വസുന്ദരലോകം സ്വപ്നംകണ്ട വിപ്ലവകാരിയുടെ ഭഗ്നബോധ ത്തിന്റെ വിഷാദ ദർശനമാണ് സി.ആർ. പരമേശ്വരന്റെ 'പ്രകൃതിനി യമം'. ഏതുവ്യവസ്ഥിതിയെയാണോ തകർക്കാനിറങ്ങിയത്, അത് അതേപടി നിലനിൽക്കുന്നു. സമത്വത്തിന്റെ വസന്തകാലം എത്രയോ ദൂരത്താണ്. ഏത് പുതിയ സമൂഹവും ദുഷിച്ച് ജീർണിച്ച് നശിക്കുന്നു. പ്രകൃതിനിമയം ഇതാണെങ്കിൽ വിപ്ലവങ്ങളുടെ പ്രസക്തി എന്താണ്? രക്തസാക്ഷിത്വത്തിന്റെ അർത്ഥം എന്താണ്? ഇത്തരം ചിന്തകൾ അസ്വസ്ഥനാക്കുന്ന നായകനാണ് 'പ്രകൃതിനിയമ'ത്തിലേത്. ഭൂതവും വർത്തമാനവും അയാളെ ഒരുപോലെ മുറിവേൽപ്പിക്കുന്നു. എം. സുകു മാരന്റെ 'പിതൃതർപ്പണ'ത്തിലും സമാനമായ വിഷാദ ദർശനം നിഴൽ പ്പരത്തുന്നുണ്ട്. 'ശേഷക്രിയ' കമ്മ്യൂണിസ്റ്റ് പ്രസ്ഥാനത്തിനു വന്നുചേർന്ന മൂല്യച്യുതികളെ ദർശനപരമായി നേരിടുന്നു; വിമർശിക്കുന്നു.

മലയാളനോവൽ ബോധത്തെ വിഭിന്നമായ ദർശന സമസ്യകളിലൂ ടെയും ആഖ്യാന വൈചിത്ര്യങ്ങളിലൂടെയും നയിക്കാൻ ആധുനികതയുടെ ഈ അടരിന് സാധിച്ചു. നവീനമായ ആഖ്യാനഘടന, സവിശേഷമായ പരിചരണം, ഭാഷയുടെ പല മാനങ്ങളിലുമുള്ള ഉപയോഗം, ചരിത്ര/ സംസ്കാരങ്ങളുടെ പുനർവായന തുടങ്ങിയവിലൂടെ ഈ നോവലുകൾ ദർശനാനുഭവത്തെ വ്യതിരിക്തമാക്കി.

ആധുനികത രൂപപ്പെടുത്തിയ നോവൽ ബോധ്യത്തെ ഉൾക്കൊണ്ടു കൊണ്ട് തനതായ ശൈലി കണ്ടെത്തിയ എഴുത്തുകാരാണ് വി.കെ. എൻ ഉം മേതിൽ രാധാകൃഷ്ണനും. ഒന്നാമത്തെയും രണ്ടാമത്തെയും അടരിന്റെ പൊതുസ്വഭാവങ്ങളിൽ പലതിനെയും സ്വാംശീകരിക്കുമ്പോഴും ഇവരുടെ കൃതികൾ തനതായ വ്യക്തിത്വം നിലനിർത്തുന്നു. അതിനാൽ ആധുനികത സൃഷ്ടിച്ച വിസ്തൃതമായ നോവൽ ബോധത്തിൽ നിന്നുരുവം കൊണ്ട സവിശേഷ ആഖ്യാനങ്ങളായിട്ടാണ് ഈ കൃതികളെ പരിഗണി ക്കുന്നത്. വി.കെ.എൻ ന്റെ 'ആരോഹണം', 'സിൻഡിക്കേറ്റ്', 'ജനറൽ ചാത്തൻസ്', 'അധികാരം', 'പിതാമഹൻ', 'കാവി', മേതിൽ രാധാകൃ ഷ്ണന്റെ 'സൂര്യവംശം', 'ചുവന്ന വിദൂഷകന്റെ അഞ്ചാം പത്തി', ഹിറ്റ്ച്ച് ഹോക്കിന്റെ 'ഇടപെടൽ, 'ലൈംഗികതയെക്കുറിച്ചൊരു ഉപന്യാസം' തുടങ്ങിയ നോവലുകൾ ഭാഷയുടെ വ്യതിരിക്തമായ പ്രയോഗത്തിന്റെ യും ആഖ്യാനത്തിലെ സ്വതന്ത്രനിലയുടെയും അടയാളങ്ങളാണ്.

പുതിയ കാലത്ത് എഴുത്തുകാരൻ അഭിമുഖീകരിക്കുന്ന പ്രതിസ ന്ധികൾ തീർത്തും വ്യത്യസ്തമാണ്. അഗോളീകരണത്തിന്റെ അതി പ്രസരത്തിൽ നവ കൊളോണിയൽ അധിനിവേശത്തിന് സാക്ഷ്യം

വഹിക്കുകയാണ് മൂന്നാംലോക രാഷ്ട്രങ്ങൾ. മുതലാളിത്തം രൂപപ്പെടുത്തിയ ഉപഭോഗസംസ്കാരത്തിന്റെ മായികത നമ്മുടെ സമൂഹത്തെ ച്ചൂഴ്ന്ന നിൽക്കുന്നു. സംസ്കാരത്തിന്റെ ബഹുസ്വരത വെല്ലുവിളി നേരിടുന്നു. പ്രത്യയശാസ്ത്രങ്ങൾ മൂലധനത്തോട് സന്ധിചെയ്തുകൊണ്ട് സ്ഥാപനവത്കരണത്തിന് വിധേയമാകുന്നു. മുതലാളിത്തം ബദലുകളെ അസാധ്യമാക്കുംവിധം പിടിമുറുക്കുന്നു. ഭൂസമരങ്ങളും ജലസമരങ്ങളും വ്യാപകമാവുന്നു. ഭരണകൂടങ്ങൾ സാമ്രാജ്യത്വത്തിന്റെ കീഴാളരായി നിന്ന് പ്രതിരോധങ്ങളെ ഒറ്റുകൊടുക്കുന്നു. തൊണ്ണൂറുകളുടെ തുടക്കത്തിൽ ഭാരതം സ്വീകരിച്ച ഉദാരവത്കരണ സാമ്പത്തിക നയങ്ങളാണ് ആഗോളീകരണത്തിന്റെ ഗുണ/ദോഷങ്ങളെ നമ്മുടെ വ്യവസ്ഥയിലേക്ക് സന്നിവേശിപ്പിച്ചത്. ഇതിനെത്തുടർന്ന് ഇന്നത്തെ സാമൂഹിക/സാംസ്കാരിക പരിതോവസ്ഥയിലേക്കുള്ള അനിവാര്യമായ പരിണാമം ക്രമാനുഗതമായി സംഭവിക്കുകയായിരുന്നു. പുതിയ കാലത്തിന്റെ സ്പന്ദനങ്ങളെ സ്വാംശീകരിക്കുന്ന നൂതനമായ ഭാവരൂപങ്ങൾ ഇരുപതാം നൂറ്റാണ്ടിൽ നോവലിന് പൂർണമായും കൈവന്നില്ല. എന്നാൽ പരിണാമത്തിന്റെ സൂചനകൾ തൊണ്ണൂറുകളിൽത്തന്നെ കാണുന്നുണ്ട്.

ആധുനികതയുടെ വ്യതിരിക്ത തലങ്ങളിലൂടെ വികസിച്ചുവന്ന മലയാളനോവൽ ബോധത്തിന് പുതിയ കാലത്തോടുള്ള പാരസ്പര്യത്തിന്റെ ഫലമായി തൊണ്ണൂറുകളുടെ പകുതിയോടടുത്ത് പരിവർത്തനം സംഭവിക്കുന്നു. ആധുനികോത്തര നോവൽ രചനയിലേക്കുള്ള പരിണാമ ദശകൂടിയാണിത്. എം. മുകുന്ദന്റെ 'ആദിത്യനും രാധയും മറ്റുചിലരും', 'ഒരു ദലിത് യുവതിയുടെ കദനകഥ', 'കേശവന്റെ വിലാപങ്ങൾ', എൻ. പ്രഭാകരന്റെ 'ബഹുവചനം', 'ആദൃശ്യവനങ്ങൾ', 'തീയൂർ രേഖകൾ', ടി.വി. കൊച്ചുബാവയുടെ 'വൃദ്ധസദനം', 'പെരുങ്കളിയാട്ടം', സക്കറിയയുടെ 'എന്തുണ്ട് വിശേഷം പീലാത്തോസേ', 'പ്രെയ്സ് ദി ലോർഡ്,' 'ഇഷ്ടികയും ആശാരിയും', കെ.പി. രാമനുണ്ണിയുടെ 'സൂഫി പറഞ്ഞ കഥ', 'ചരമവാർഷികം', കെ. രഘുനാഥിന്റെ 'ഭൂമിയുടെ പൊക്കിൾ' തുടങ്ങിയ നോവലുകൾ പരിണാമത്തെ അടയാളപ്പെടുത്തുന്നു. സ്ത്രീ/ദളിത്പക്ഷ എഴുത്തിനെക്കുറിച്ചുള്ള ചർച്ചകൾ സജീവമാകുന്നതും ഈ കാലത്താണ്. എന്നാൽ ചെറുകഥയിൽ ഉണ്ടായതുപോലെ ശക്തമായ ദളിത്/സ്ത്രീപക്ഷ ആവിഷ്കാരങ്ങൾ തൊണ്ണൂറുകളിലെ മലയാളനോവലിൽ ഉണ്ടായില്ല.

വ്യക്തിഗതമായ സംഘർഷങ്ങളിൽ നിന്ന് സമൂഹത്തിന്റെ സംഘർഷങ്ങളിലേക്കും വർഗ്ഗപരവും ലിംഗപരവുമായ സ്വതാന്വേഷണങ്ങളിലേക്കും ഭൂമിക്കുമേൽ മനുഷ്യന്റെ അവകാശ ബോധ്യങ്ങളിലേക്കും പ്രാദേശികതയുടെ അർത്ഥാന്തരങ്ങളിലേക്കും കടന്നുചെല്ലുന്ന ഉത്തരാധുനിക

എഴുത്തിന്റെ സൂചകങ്ങൾ ആധുനികതയിൽ നിന്നുള്ള പരിണാമദശ യിൽ സ്ഥൂലമായി സന്നിവേശിച്ചിട്ടുണ്ട്.

നേരത്തേ സൂചിപ്പിച്ച ഒന്നും രണ്ടും അടരുകൾ, സവിശേഷ ആഖ്യാ നങ്ങൾ, പരിണാമദശ, ഇതെല്ലാം ചേർന്നതാണ് മലയാളനോവലിലെ ആധുനികതയുടെ സമഗ്രമുഖം. ഇതിന് ഓരോന്നിനും കൃത്യമായ കാലഗണന നൽകുക അസാധ്യമാണ്. ഒന്നാമത്തെ അടരിന്റെ കാലം 1965നും 1975നും ഇടയിലാണെന്ന് സാമാന്യമായി പറയാം. എന്നാൽ 1975ന് ശേഷം വികസിക്കുന്ന രണ്ടാമത്തെ അടരിന്റെ കാലത്തും ഒന്നാ മത്തെ അടരിലേക്ക് ചേർത്തുവെക്കാവുന്ന നോവലുകൾ ഉണ്ടാവുന്നുണ്ട്. അതുപോലെതന്നെ തൊണ്ണൂറുകളുടെ പകുതിയോടെ കാണാവുന്ന പരി ണാമത്തിന്റെ സൂചനകൾക്കുശേഷവും രണ്ടാമത്തെ അടരിന്റെ ഭാഗമാ ക്കാവുന്ന ധാരാളം നോവലുകൾ നോവൽ ചരിത്രത്തിൽ നിർണായക സ്ഥാനം നേടി. പരിണാമം തൊണ്ണൂറുകളിൽ പൂർണമാകുന്നുമില്ല. സവിശേഷ ആഖ്യാനങ്ങളെയും കാലത്തിന്റെ അതിരുകളിൽ നിജപ്പെ ടുത്താനാവില്ല. ചുരുക്കത്തിൽ, 1970 മുതൽ 1999 വരെയുള്ള കാലത്തെ മലയാളനോവലിന്റെ മുഖമുദ്രയായി ആധുനികത മുന്നോട്ടുവച്ച നോവൽ ബോധവും ദർശനബോധ്യങ്ങളും നിലകൊള്ളുന്നു.

ആധുനികത കൊടികുത്തി വാഴുമ്പോഴും അതിന്റെ തീക്ഷ്ണഭാവങ്ങ ളിൽ നിന്നകന്ന് വ്യക്തിയുടെ മാനസിക സംഘർഷത്തെയും കാല്പനിക വിഷാദത്തെയും സൗമ്യമായി അടയാളപ്പെടുത്തുന്ന രചനാരീതി മലയാ ളനോവലിൽ സജീവമായി തുടരുന്നുണ്ട്. മനസ്സും സമൂഹവും തമ്മിലുള്ള പാരസ്പര്യവും സ്വകാര്യദുഃഖങ്ങളുമൊക്കെയാണ് ഇവരുടെ വിഷയം. സമൂഹനിരാസത്തിന്റെ തലത്തിലേക്ക് പരിണമിക്കാതെ പ്രമേയത്തെ ആർദ്രവും മനോഹരവും നാടകീയവുമായി ആവിഷ്കരിക്കാനാണ് ഇവർ ശ്രമിച്ചത്. മലയാറ്റൂർ രാമകൃഷ്ണന്റെ 'യന്ത്രം', കെ. സുരേന്ദ്രന്റെ 'മരണം ദുർബലം', ജോർജ് ഓണക്കൂറിന്റെ 'ഇല്ലം', 'ഉൾക്കടൽ', 'കൽത്താമര,, 'കാമന', പത്മരാജന്റെ 'ഉദകപ്പോള', 'നക്ഷത്രങ്ങളെ കാവൽ', 'ഇതാ ഇവിടെവരെ', 'പ്രതിമയും രാജകുമാരിയും', സി. രാധാകൃഷ്ണന്റെ 'പുള്ളി പ്പുലികളും വെള്ളിനക്ഷത്രങ്ങളും', 'മുൻപേ പറക്കുന്ന പക്ഷികൾ,' 'സ്പന്ദമാപിനികളേ നന്ദി', 'കരൾ പിളരും കാലം', പെരുമ്പടവം ശ്രീ ധരന്റെ 'അഭയം', 'ഒരു സങ്കീർത്തനം പോലെ', കെ. രാധാകൃഷ്ണന്റെ 'ശമനതാളം', 'നഹുഷപുരാണം' തുടങ്ങിയ നോവലുകൾ ഇക്കൂട്ടത്തിൽ എടുത്തു പറയേണ്ടവയാണ്.

പ്രത്യാശ, മോഹഭംഗം, നൈരാശ്യം, പ്രണയം, വിരഹം, രാഷ്ട്രീയം ശൃഹാതുരത്വം തുടങ്ങിയ വ്യതിരിക്ത പ്രമേയഘടകങ്ങളെ ഈ നോവലുകൾ സ്വാംശീകരിക്കുന്നു. ആഖ്യാനത്തിൽ കാൽപ്പനികമായ വിഷാദാത്മകതയും പ്രസാദാത്മകത്വവും ഇടകലരുന്നു. നാടകീയത യെയും വൈകാരികതയെയും ഇവർ സമർത്ഥമായി ഉപയോഗിക്കുന്നു. ഊഷരമായ അനുഭവങ്ങളുടെ ഏകതാന ഭൂമികയല്ല, ഋതുക്കൾ മാറി മാറി അവതരിക്കുന്ന ജൈവപ്രകൃതിയുടെ സജീവതയാണ് ഇവയുടെ ആഖ്യാനതലത്തെ ശ്രദ്ധേയമാക്കുന്നത്. പ്രമേയത്തിൽ ഇതിഹാസത്തി ന്റെ ഗാംഭീര്യം നിലനിർത്തുമ്പോഴും പരിചരണത്തിലും ആഖ്യാനത്തിലും ഈ ധാരയ്ക്ക് വഴികാട്ടിയായി നിൽക്കുന്ന നോവലുകളാണ് എം.ടി.യുടെ 'രണ്ടാമൂഴ'വും പി.കെ. ബാലകൃഷ്ണന്റെ 'ഇനി ഞാൻ ഉറങ്ങട്ടെ'യും.

തികച്ചും സാമൂഹികമെന്നും സോദ്ദേശ്യമെന്നുമൊക്കെ വിളിക്കാ വുന്ന നോവലുകളും ഈ ദശകങ്ങളിലുണ്ടായി, തകഴിയുടെ 'കയർ', 'ബലൂണുകൾ', ലളിതാംബിക അന്തർജനത്തിന്റെ 'അഗ്നിസാക്ഷി', എൻ.പി. മുഹമ്മദിന്റെ 'എണ്ണപ്പാടം'', കെ.സുരേന്ദ്രന്റെ 'പതാക', 'ഗുരു', പാറപ്പുറത്തിന്റെ 'ആകാശത്തിലെ പറവകൾ', കേവിലന്റെ 'തോറ്റ ങ്ങൾ', 'തട്ടകം', വത്സലയുടെ 'നെല്ല്', 'കൂമൻ കൊല്ലി', 'ആഗ്നേയം', മാടമ്പ് കുഞ്ഞുക്കുട്ടന്റെ 'ഭ്രഷ്ട്', ഉണ്ണിക്കൃഷ്ണൻ പുതൂരിന്റെ 'അമൃതമഥനം', സാറാ തോമസിന്റെ 'നാർമിടിപ്പുടവ', മലയാറ്റൂരിന്റെ 'നെട്ടൂർ മഠം', വിലാസിനിയുടെ 'അവകാശികൾ', ടി.വി. വർക്കിയുടെ 'മാഞ്ഞുപോ കുന്ന തലമുറകൾ', യു.എ. ഖാദറിന്റെ 'ശത്രു', 'വള്ളൂരമ്മ', പുഴങ്കര ബാലകൃഷ്ണന്റെ 'അർദ്ധനഗ്നർ' തുടങ്ങിയ നോവലുകൾ സാമൂഹിക/ സോദ്ദേശ്യ നോവലിന്റെ ധാരയെ ശക്തമായി നിലനിർത്തി. കേരളീയ സമൂഹത്തിന്റെ വികാസപരിണാമങ്ങൾ, കഴിഞ്ഞകാല രാഷ്ട്രീയചലന ങ്ങൾ, ദേശചരിത്രങ്ങൾ, മിത്തുകൾ, സാമുദായികചിത്രങ്ങൾ ഇതെല്ലാം ഇഴചേരുന്ന ബൃഹത്തായ പ്രമേയഘടനയാണ് ഈ നോവലുകളു ടേത്. വിവരണാത്മകമായ ആഖ്യാനം തലമുറകളുടെ നൈരന്തര്യത്തെ സമർത്ഥമായി ആവിഷ്കരിക്കാനുതകുന്നതാണ്. സമൂഹമാണ് ഈ നോവലുകളുടെ കേന്ദ്രം. വ്യക്തി സമൂഹത്തോടൊപ്പമാണ് വികാസം നേടുന്നത്. കാലഘട്ടവും ദേശവും സമൂഹവും ശക്തമായ കഥാപാത്ര ങ്ങൾക്കു സമാനായി നിലകൊള്ളുന്നു.

1928 മുതൽ 1969 വരെയുള്ള കാലഘട്ടത്തിൽ നിന്നു വ്യത്യസ്തമായി 1970 മുതൽ 1999 വരെയുള്ള കാലത്തെ മലയാളനോവലിന്റെ വികാ സക്രമവും പൊതുസ്വഭാവവും അത്യന്തം സങ്കീർണ്ണമാണ്. എങ്കിലും നോവലിൽ വ്യതിരിക്തധാരകൾക്ക് അതീതമായി ആധുനിക

ദർശനപരിസരത്തിന്റെയും ആഖ്യാനരീതികളുടെയും പൊതുബോധം കാണാനാവും. രാഷ്ട്രീയനോവലുകളിൽ അധികപങ്കം ആധുനികസമീപനത്തിന്റെ വികാസഗതിയിലെ വ്യത്യസ്ത അടരുകളുമായി ബന്ധപ്പെട്ട് രൂപമെടുത്തവയാണ്. ആധുനികതയുടെ ദർശനപരിസരവും ആഖ്യാനരീതികളും തീർത്ത രാഷ്ട്രീയമായ ആവിഷ്കാരങ്ങളുടെ ഭാവരൂപങ്ങൾ മലയാള രാഷ്ട്രീയനോവലിന് വേറിട്ട മുഖം നൽകി.

രാഷ്ട്രീയനോവലുകൾ

ആധുനിക സമീപനത്തിലെ വികാസപരിണാമങ്ങളുടെ ഭാഗമായി രചിക്കപ്പെട്ട രാഷ്ട്രീയനോവലുകൾ മലയാളത്തിലെ രാഷ്ട്രീയനോവൽ രചനയെ പ്രമേയ/ ആഖ്യാനതലങ്ങളിൽ വൈവിധ്യപൂർണ്ണമാക്കി. 'രാവും പകലും' (1982), 'അഭയാർത്ഥികൾ' (1984), 'ധർമ്മപുരാണം' (1985) 'മരുഭൂമികൾ ഉണ്ടാകുന്നത്' (1989), 'പ്രവാചകന്റെ വഴി' (1992), 'ഗോവർദ്ധന്റെ യാത്രകൾ' (1995), 'വ്യാസനും വിഘ്നേശ്വരനും' (1996), 'സിൻഡിക്കേറ്റ്' (1970), 'ജനറൽ ചാത്തൻസ്' (1972), 'അധികാരം' (1987), 'ശേഷക്രിയ' (1979), 'പ്രകൃതിനിയമം' (1986), 'പിതൃതർപ്പണം' (1994), 'ജനിതകം' (1994), 'കേശവന്റെ വിലാപങ്ങൾ'(1999), 'തീയൂർ രേഖകൾ' (1999) തുടങ്ങിയ നോവലുകൾ മലയാളത്തിലെ ആധുനിക രാഷ്ട്രീയനോവൽ സ്വരൂപത്തെ അടയാളപ്പെടുത്തുന്നു.

ആധുനിക സമീപനത്തിലെ ഒന്നാമത്തെ അടരിന്റെ ഭാഗമായി രാഷ്ട്രീയനോവലുകൾ ഒന്നുംതന്നെ ഉണ്ടായില്ല. അരാജകമായ ദർശനബോധ്യങ്ങളി ലധിഷ്ഠിതമായ അരഷ്ട്രീയ രചനകൾ സോദ്ദേശ്യ രാഷ്ട്രീയ ബോധ്യങ്ങളെ ചോദ്യം ചെയ്തു. പ്രത്യയശാസ്ത്ര വിശ്വാസമല്ല, വിശ്വാസരാഹിത്യമാണ് ഈ അടരിലെ നോവലുകളിൽ മുഴങ്ങിനിൽക്കുന്നത്. ജീവിതത്തിന്റെ അർത്ഥവും ലക്ഷ്യവും എന്താണെന്നു തിരിച്ചറിയാനാവാതെ കഴങ്ങുന്ന വ്യക്തികളെയാണ് ഇവ അവതരിപ്പിക്കുന്നത്. ആസുരമായ സമൂഹത്തിൽ/കാലത്തിൽ ഇടപെടാൻ അയാൾ ആഗ്രഹിക്കുന്നില്ല. തനിക്കുചുറ്റും പെരുകുന്ന അനീതികളോട്/ അസമത്വത്തോട്/ക്രൗര്യത്തോട് അയാൾ നിസ്സംഗത പുലർത്തുന്നു. അസ്തിത്വദർശനത്തിന്റെ നിരാസപരമായ അരാഷ്ട്രീയതയ്ക്ക് രാഷ്ട്രീയമാനം നൽകുന്ന വ്യാഖ്യാനങ്ങൾക്ക് കേരളീയ സാഹചര്യത്തിൽ വലിയ പ്രസക്തിയൊന്നുമില്ല. എഴുത്തിന്റെ കടുത്ത നിസ്സംഗത കാലഘട്ടത്തിന്റെ സൃഷ്ടിയായിരിക്കുമ്പോൾത്തന്നെ ജീവിതോന്മുഖമല്ലാത്ത ദർശനപരിസരം (മൃത്യുബോധം, പാപബധം, അപമാനവീകരണം, അസ്തിത്വദുഃഖം) നമ്മുടെ നോവലിനെ അരാഷ്ട്രീയവത്കരിച്ചു.

ആധുനികതയുടെ രണ്ടാമത്തെ അടരിൽ തികഞ്ഞ രാഷ്ട്രീയബോധ്യം പുലർത്തുന്ന നിരവധി നോവലുകൾ ഉണ്ട്. ആനന്ദിന്റെ 'മരുഭൂമികൾ ഉണ്ടാകുന്നത്'*[1], 'വ്യാസനും വിഘ്നേശ്വരനും' 'ഗോവർദ്ധന്റെ യാത്രകൾ', 'അഭയാർത്ഥികൾ', ഒ.വി.വിജയന്റെ 'ധർമ്മപുരാണം', 'പ്രവാചകന്റെ വഴി', എം. സുകുമാരന്റെ 'ശേഷക്രിയ', 'പിതൃതർപ്പണം', 'ജനിതകം', എം. മുകുന്ദന്റെ 'രാവും പകലും', സി.ആർ. പരമേശ്വരന്റെ 'പ്രകൃതിനിയമം' തുടങ്ങിയവ ഇതിൽ പ്രധാനപ്പെട്ടതാണ്. ഈ നോവലുകളിൽ പലതിന്റെയും പ്രമേയതലത്തിൽ സമാനമായ രാഷ്ട്രീയഘടകങ്ങളുണ്ട്. ആഖ്യാനതലമാകട്ടെ തികഞ്ഞ വ്യതിരിക്തത നിലനിർത്തുന്നു. അതിനാൽ പ്രമേയ/ആഖ്യാനതലങ്ങളെ വേർതിരിച്ച് വിശകലന വിധേയമാക്കുന്നു.

പ്രമേയതലത്തിലെ സമാനമായ രാഷ്ട്രീയഘടകങ്ങൾ ഇവയാണ്.

I. വ്യവസ്ഥയുടെ ജീർണ്ണതയും സ്ഥാപനവത്കരിക്കപ്പെട്ട അധികാര പ്രയോഗത്തിന്റെ ക്രൗര്യവും.

II. അന്വേഷണത്തിലെ വ്യർത്ഥതയുടെ രാഷ്ട്രീയമാനം

III. വിപ്ലവ ബോധ്യങ്ങളിലുണ്ടായ വിശ്വാസത്തകർച്ച

I. കുന്ദനും (മരുഭൂമികൾ ഉണ്ടാകുന്നത്), വർദ്ധമാനനും അംബപാലിയും (വ്യാസനും വിഘ്നേശ്വരനും - കാലം) ഗോവർദ്ധനും (ഗോവർദ്ധന്റെ യാത്രകൾ), കുഞ്ഞയ്യപ്പനും (ശേഷക്രിയ), 'ധർമ്മപുരാണ'ത്തിലെ ജനത ഒന്നടങ്കവും സ്ഥാപനവത്ക്കരിക്കപ്പെട്ട അധികാര പ്രയോഗത്തിന്റെ ഇരകളാണ്.

അംബപാലിയെയും വർദ്ധമാനനെയും വേട്ടയാടിയത് ജനായത്ത ഭരണകൂടങ്ങൾ തന്നെയാണ്. അംബപാലി പൗരബോധമുള്ളവളായിരുന്നു. ജനാധിപത്യത്തിന്റെ സത്ത ശരിക്കും ഉൾക്കൊണ്ടവളായിരുന്നു. ജനാധിപത്യ ത്തിന്റെ ജീർണ്ണതക്കെതിരെ പോരാടുന്ന അംബപാലിയെ അധികാരപ്രയോഗത്തിന്റെ സ്വാർത്ഥവും ക്രൗര്യവും കീഴ്പ്പെടുത്തുന്നു. അവൾ അതിന്റെ ഇരയായിത്തീരുന്നു. ജനായത്ത അധികാരം സ്വയം ജീർണ്ണിക്കുന്നതിന്റെ രൂപരേഖ അംബപാലിയുടെ ജീവിതപരിണാമത്തിലുണ്ട്. ഏതു വ്യവസ്ഥയിലെയും അധികാരസ്ഥലികൾ സ്വയം സംരക്ഷിച്ചെടുക്കുന്നതെങ്ങനെയെന്നും അതിന്റെ അസംബന്ധത എത്രത്തോളം ഭയാനകമാണെന്നും ബൗദ്ധകഥയുടെ പാഠാന്തരം

---

*1 ഭാഗം രണ്ടിൽ അധ്യായം 2 കാണുക

അടയാളപ്പെടുത്തുന്നു. 'ഒരു വ്യക്തിയുടെ സ്വകാര്യസ്വത്ത് രാജ്യത്തിന്റെ വിഘടനത്തിന് കാരണമായിത്തീരുകയാണെങ്കിൽ അതിനെ പൊതുസ്വത്താക്കുകയാണ് ജനാധിപത്യത്തിന്റെ രീതി' [12] എന്ന വികടന്യായത്തിൻ കീഴിൽ അംബപാലി നഗരവധുവാകാൻ വിധിക്കപ്പെടുന്നു. ക്രൂരമായ ഈ അസംബന്ധം ജനാധിപത്യത്തിന്റെ മഹത്വം എന്ന നിലയിലാണ് ഘോഷിക്കപ്പെടുന്നത്. അധികാര പ്രയോഗത്തെ ഉദാത്തീകരിക്കാനുതകുംവിധം വ്യാഖ്യാനിക്കാവുന്ന ന്യായാന്യായ സംഹിതകൾ ഏതു വ്യവസ്ഥയിലുമുണ്ട്. ഇവയുടെ വ്യാഖ്യാനങ്ങളിലൂടെയാണ് അധികാര പ്രയോഗത്തിന്റെ രൂപഭേദങ്ങൾ സംഭവിക്കുന്നത്; ക്രൗര്യം ന്യായീകരിക്കപ്പെടുന്നത്.

വർദ്ധമാനന്റെ ജീവിതത്തിൽ ഇതിന്റെ തുടർച്ച കാണാനാവുന്നു. ഇന്ത്യൻ ജനാധിപത്യത്തിനു സംഭവിച്ചുകൊണ്ടിരിക്കുന്ന ജീർണ്ണത തിരിച്ചറിയുകയും അതിന്റെ ഭയാനകമായ ഭാവിയിൽ ആശങ്കപ്പെടുകയും ചെയ്യുന്ന അയാൾ ഭരണകൂടത്താൽ വേട്ടയാടപ്പെടുന്നു. നിലനിൽക്കുന്ന വ്യവസ്ഥ അയാളെ രാജ്യദ്രോഹിയെന്ന് മുദ്രകുത്തുന്നു. അയാളുടെ വെളിപാടുകളെ ഭ്രാന്തന്റെ ജല്പനങ്ങളായി തള്ളിക്കളയുന്നു. വർദ്ധമാനൻ പറയുന്നു. 'ഭൂതത്തെ നമ്മളെല്ലാവരും എതാണ്ട് ഒന്നുപോലെയാണ് സമീപിക്കുന്നത്. പക്ഷെ, ഭാവിക്ക് പല മാനങ്ങളുമുണ്ട്. ഉദാഹരണമായി, ആശങ്കകൾ അഥവാ വരാൻ പോകുന്ന സംഭവങ്ങളെപ്പറ്റി നമ്മുടെ അനുമാനങ്ങൾ, വേറൊന്ന് സ്വപ്നങ്ങൾ, അഥവാ എന്താണ് വരേണ്ടതെന്ന് നമ്മൾ ആഗ്രഹിക്കുന്നത്. രണ്ടാമത്തേതിൽ കണ്ണു വെയ്ക്കുമ്പോൾ ആദ്യത്തേതിനെ നമ്മൾ പലപ്പോഴും കാണാതെ പോകുന്നു. ആദ്യത്തേതിൽ കുടുങ്ങിപ്പോയാൽ രണ്ടാമത്തേതിനുള്ള ധൈര്യം നഷ്ടപ്പെടുന്നു.'[13] വർദ്ധമാനൻ ഇതിനു രണ്ടിനുമിടയിൽപ്പെട്ടുഴലുകയാണ്. ഭാവിയുടെ രണ്ടു മാനങ്ങളിലൂടെ സഞ്ചരിച്ചപ്പോഴും അയാൾക്ക് പീഡനമേൽക്കേണ്ടിവന്നു. സ്വപ്നങ്ങൾക്കു പിറകെ പോയപ്പോൾ ഭരണകൂടം അയാളെ ജയിലിലിലടച്ചു. ഭ്രമാത്മകവും പ്രവചനസ്വഭാവമാർന്നതുമായ വെളിപാടുകൾ അയാളെ വിപ്ലവകാരികളായ സഹപ്രവർത്തകരിൽ നിന്നുപോലും അകറ്റി 'എന്റെ സഹപ്രവർത്തകർ ആദ്യം എന്നെ ഒരു പ്രതി വിപ്ലവകാരിയായി മുദ്രകുത്തി. പിന്നീട് മാനസികരോഗിയായി വിധിച്ചു. മരുന്നും ഷോക്കും മർദ്ദനവും മധുരവചനങ്ങളുമായി മാസങ്ങളും വർഷങ്ങളും പോയി. [14]

അധികാരത്തിന്റെയും വ്യവസ്ഥയുടെയും ജീർണ്ണത തിരിച്ചറിയുന്ന വ്യക്തികൾ ഒറ്റപ്പെടുന്നു. നിരന്തര പീഡനങ്ങൾക്കു വിധേയരാവുന്നു. വ്യക്തിക്കു ചുറ്റുമുള്ള സമൂഹം ഇതിൽ നിശബ്ദസഹകാരിയായി വർത്തിക്കുന്നു.

ഇരകളാണെന്ന തിരിച്ചറിയാനാവാത്ത മൗഢ്യത്തിൽ അവർ സ്വസ്ഥ രാവുന്നു. ഈ മൗഢ്യമാണ് ജനാധിപത്യം നേരിടുന്ന ആഭ്യന്തര ഭീഷണി. അത് തിരിച്ചറിഞ്ഞ് ജനതയെ ഉണർത്തിച്ചതിനാണ് അംബപാലി ക്രൂശിക്കപ്പെട്ടത്. ശതാബ്ദങ്ങൾക്കിപ്പുറത്ത് വർദ്ധമാനനും നേരിടുന്നത് ഇതേ ജീർണ്ണതയെയും ക്രൗര്യത്തെയും മൗഢ്യത്തെയുമാണ്.

'ധർമ്മപുരാണ'ത്തിലെ ധർമ്മപുരി വ്യവസ്ഥയുടെ ജീർണ്ണതയുടെ യും അധികാരപ്രയോഗത്തിലെ അസംബന്ധതയുടെയും ജനതയുടെ മൗഢ്യത്തിന്റെയും പ്രതിനിധാനമായി നിലകൊള്ളുന്നു. എഴുപതു കളിലെ ഇന്ത്യൻ ജനാധിപത്യത്തിലെ ഫാസിസ്റ്റ് പ്രവണതകളുമായി 'ധർമ്മപുരാണ'ത്തിന് നിഷേധിക്കാനാവാത്ത ബന്ധം ഉണ്ട്. എന്നാൽ അതിനുമപ്പുറം മാനവരാശിയുടെ രാഷ്ട്രീയചരിത്രത്തിലേക്കും വരാനി രിക്കുന്ന രാഷ്ട്രീയകാലത്തിലേക്കും നീളുന്ന ജീർണ്ണതയുടെ നഗ്നമായ രൂപകങ്ങളാണ് 'ധർമ്മപുരാണ'ത്തിലുള്ളത്. സാർവകാലികമായ അധികാര ക്രൗര്യത്തിന്റെയും വ്യവസ്ഥാജീർണ്ണതയുടെയും തീക്ഷ്ണബിം ബങ്ങളാണ് നോവലിലുടനീളം നിറിക്കിടക്കുന്നത്. 'പരപീഢനത്തിന്റെ നിന്ദ്യമായ നിർവൃതി ഭരണത്തിന്റെ കൂടെയുള്ളതാണ്. ലൈംഗികത യുമായി ബന്ധപ്പെട്ട പരപീഢന സുഖത്തിന്റെ അവതരണത്തിലൂടെ അധികാരം ജീർണ്ണിച്ച വിഷയസുഖാനുഭവമാണെന്നാണ് വിജയൻ സൂചിപ്പിക്കുന്നത്.'[15]

വ്യവസ്ഥയുടെ ജീർണ്ണത നിലനിർത്തുന്നതും അധികാരത്തിന്റെ പരപീഡനത്വരയെ ന്യായീകരിക്കുന്നതും ജനതയുടെ മൗഢ്യമാണ്. ചരിത്രത്തിലെ ഈ നാണംകെട്ട മൗഢ്യത്തെ 'ധർമ്മപുരാണം' വിസർ ജ്യത്തിന്റെ ഗന്ധമുള്ള അറപ്പിക്കുന്ന പ്രയോഗങ്ങൾകൊണ്ട് നേരിടുന്നു. പ്രജാപതിയുടെ തൂറലിനെ ജനതയുമായി ബന്ധിപ്പിക്കുന്നത് നോക്കൂ 'കണ്ണു തുടച്ചുകൊണ്ട് അമ്മമാർ വിസർജന മൂർത്തിയെ ധ്യാനിച്ച് ഇങ്ങനെ പറയും: അതെ, തൂറ്റുന്നു. കല്യാണസൗഗന്ധികത്തിന്റെ മണമുള്ള ആ കണ്ടികളെ ധ്യാനിക്കൂ മക്കളെ. അവയുടെ സാമീപ്യം തങ്ങളുടെ മക്കൾക്കുണ്ടാവട്ടെ എന്ന് അമ്മമാർ നേർന്നു. കാരണം ധർമ്മപുരിയിൽ എന്തെങ്കിലുമായി തീർന്നിട്ടുള്ളവരൊക്കെ വ്യവസായ ങ്ങളിലാകട്ടെ, രാഷ്ട്രീയത്തിലാകട്ടെ അവരെല്ലാവരും തന്നെ ആ തീട്ടം തിന്നാണ് അവിടങ്ങളിലൊക്കെ പിടിച്ചു കയറിയത്. അപാരശ്രമങ്ങളി ലൂടെയും ദാസ്യകൗശലങ്ങളിലൂടെയും അവർ വിസർജിത ദ്രവ്യത്തിന്റെ തരിമ്പുകൾ നേടിയെടുത്ത്, അതിൽ സത്തുക്കളുടെയും പഴങ്ങളുടെയും പരിപ്പുകളുടെയും അമൂല്യഗന്ധങ്ങളും മാധുരികളും കലർത്തി അതിനെ ഒട്ടധികം പ്രദർശന കുതുഹലത്തോടെ സേവിച്ചു.'[16] വിസർജ്യത്തിന്റെ

ആരാധകരും സേവകരും ആസ്വാദകരുമായ ജനത തങ്ങൾക്കുമേൽ വന്നു പതിച്ചിരിക്കുന്ന ദുരന്തം തിരിച്ചറിയുന്നില്ല. ഈ സാമൂഹിക സാഹചര്യത്തിലാണ് 'ധർമ്മപുരാണ'ത്തിലെ അധികാരം കരളുരുപമാർന്നു നിൽക്കുന്നത്.

ധർമ്മപുരിയിലെ ഭരണകൂടം മനുഷ്യരെ ശവമാക്കി മാറ്റുന്ന തൊഴിൽ ശാലകൾ നടത്തുന്നു. ശവശരീരങ്ങൾ പുറം നാട്ടുകളിലേക്ക് കയറ്റി അയയ്ക്കുന്നു. ജനസംഖ്യ നിയന്ത്രണത്തിനെന്ന പേരിൽ വൃദ്ധരെയും കുട്ടികളെയും കൊലപ്പെടുത്തുന്നു. ഭരണാധികാരികൾ സേവകരുടെ ഭാര്യമാരെ ക്രൂരമായ ആനന്ദത്തോടെ ഭോഗിക്കുന്നു. അയൽനാട്ടുകളുമായി യുദ്ധമെന്ന കപടനാടകം കളിക്കുന്നു. വിദേശശക്തികൾക്കു മുന്നിൽ ഓച്ഛാനിച്ചുനിന്ന് ജനതയെ വഞ്ചിക്കുന്നു. സ്വാതന്ത്ര്യങ്ങൾക്കുമേൽ അകാരണമായ 'പ്രതിസന്ധി' പ്രഖ്യാപിക്കുന്നു. ജനാധിപത്യത്തിന്റെ സംഹിതകൾ ഉരുവിട്ടുകൊണ്ട് സ്വേച്ഛാധിപത്യത്തിന്റെ പ്രമത്തതയിൽ വിരാജിക്കുന്നു. ഇങ്ങനെ അധികാര പ്രയോഗത്തിന്റെ കാലാതീതമായ ക്രൗര്യം ധർമ്മപുരിയെ ചൂഴ്ന്നു നിൽക്കുന്നു.

സിദ്ധാർത്ഥനും പരാശരനും ജീർണ്ണമായ വ്യവസ്ഥിതിക്കെതിരെ നിലകൊള്ളുന്ന ഒറ്റപ്പെട്ട ശബ്ദങ്ങളാണ്. അത് ഏറ്റുപിടിക്കാൻ അധികം ആളുകളില്ല. 'ധർമ്മപുരാണ'ത്തിന് ആമുഖം എന്ന നിലയിൽ ഓ.വി. വിജയൻ പറയുന്നു: 'സമൂഹത്തിന്റെ ചരിത്രപരമായ അധാർമ്മികതകൾ നിയമവും ഭരണവുമായി പ്രതിഷ്ഠിക്കവെ, അതേ സമൂഹത്തിലെ ഒറ്റപ്പെട്ട വ്യക്തികൾക്ക് അവയുടെ അധാർമ്മികത പകൽവെളിച്ചം പോലെ തെളിഞ്ഞു കാണുകയും ചെയ്യുന്നു. ഈ വെളിച്ചത്തെ ഇരുട്ടാക്കുക എന്നതാണ് നാമറിഞ്ഞടത്തോളമുള്ള രാഷ്ട്രങ്ങളുടെ ചുമതല.'[17] ഭരണകൂടം വെളിച്ചത്തിനു കടന്നുവരാനാവാത്ത വിധം ഇരുട്ടിന്റെ കോട്ട കാത്തുകിടക്കുന്നു; സർവ്വവിധ അനീതികളുടെയും അഹന്തകളുടെയും സംവിധാനങ്ങളോടെ.

സിദ്ധാർത്ഥന്റെ ആത്മീയ വിപ്ലവവും പരാശരന്റെ സായുധവിപ്ലവവും ജനതയുടെ മൗഢ്യത്തിൽ തട്ടിയാണ് തകരുന്നത്. ചരിത്രപരമായ മൗഢ്യത്തിന്റെ തുടർച്ചയിൽ നിന്നാണ് ഭരണകൂടം ഊർജ്ജമാവാഹിക്കുന്നത്. 'സ്വാതന്ത്ര്യം ജനങ്ങളെ ഭയവിഹ്വലരാക്കി. അവർ ഭരണത്തിന്റെയും അടിമത്തത്തിന്റെയും സാന്ത്വനത്തിലേക്ക് തീട്ടത്തിന്റെ ഇതിഹാസ വിഭ്രാന്തിയിലേക്ക് പിൻമടങ്ങാൻ വെമ്പൽ കൊണ്ടു. ആകാശം മുകളിൽ തെളിഞ്ഞു കണ്ട തൊഴിലാളികളും സത്യത്തിന്റെ സ്പർശമേറ്റ പുരവാസിയും പരിഭ്രാന്തരായി. പരിചിതങ്ങളായ അധമതകളിലേക്ക്

തിരിച്ചുനടന്നു. പ്രജാപതിയുടെ പടക്കളത്തിലേക്ക് തിരിച്ചു നടക്കുന്ന പടയാളികളുടെ കൂടെ പ്രാചീന തമസ്സുകൾ ചുവടൊത്തു നടന്നു.'[18] ഭരണകൂടത്തിന്റെ ക്രൗര്യം ജനതയുടെ പരിചിതബോധ്യത്തിന്റെ ഭാഗമായിരിക്കുന്നു. ജീർണ്ണം അവന്റെ സ്വത്വബോധത്തിന്റെ അംശങ്ങളിലേക്ക് വ്യാപിച്ചിരിക്കുന്നു. ഇത് മനുഷ്യവർഗത്തിന്റെ വിധിയാണെന്ന തിരിച്ചറിവിലാണ് സിദ്ധാർത്ഥനും പരാശരനും എത്തിച്ചേരുന്നത്.

സംഭോഗം, സ്വയംഭോഗം, സ്വവർഗ്ഗരതി, ബലാൽസംഗം, ശവഭോഗം തുടങ്ങി ലൈംഗികതയുടെ വിഭിന്ന രൂപമാതൃകകളിലൂടെയാണ് ധർമ്മപുരാണം അധികാരഗർവ്വിന്റെ പ്രത്യക്ഷണം സാധ്യമാക്കുന്നത്. തീട്ടത്തിന്റെ സാന്നിധ്യവും ഗന്ധവും മലീമസമായ വ്യവസ്ഥിതിയുടെ അടയാളംപോലെ എപ്പോഴും പശ്ചാത്തലത്തിലുണ്ട്. ശ്ലീലമെന്ന് ഘോഷിക്കപ്പെടുന്ന വ്യവസ്ഥിതിയുടെയും അധികാരക്രൗര്യത്തിന്റെയും പിന്നാമ്പുറത്തെ അശ്ലീലങ്ങളെയാണ് 'ധർമ്മപുരാണ'ത്തിന്റെ 'നഗ്നമായ ഭാഷ' കടന്നാക്രമിക്കുന്നത്.

'ഗോവർദ്ധന്റെ യാത്രകളി'ലുടനീളം അധികാരത്തിന്റെ കാലാതീതമായ വിനിമയക്രമങ്ങളും ക്രൗര്യത്തിന്റെ വിഭിന്ന രൂപങ്ങളും ചിതറിക്കിടക്കുന്നു. അധികാരത്തിന്റെ നിർലജ്ജമായ അസംബന്ധതയുടെ ഇരയാണ് ഭാരതേന്ദു ഹരിശ്ചന്ദ്രയുടെ പ്രഹസനത്തിലെ ഗോവർദ്ധൻ. തൂക്കുകയറിനു യോജിച്ച കഴുത്തുണ്ടായിരുന്നു എന്നതാണ് അയാൾ ശിക്ഷിക്കപ്പെടാൻ കാരണം. കുറ്റത്തിന്റെയും ശിക്ഷയുടെയും വ്യാകരണബന്ധങ്ങൾ മാറി മറിയുന്നിടത്ത് ഗോവർദ്ധൻ തടവിലാക്കപ്പെടുന്നു. ശിക്ഷിക്കുന്നവർക്ക് വിശദീകരിക്കാനാവാത്ത വിധം, ശിക്ഷയേറ്റു വാങ്ങുന്നവന് ഉൾക്കൊള്ളാനാവാത്തവിധം സങ്കീർണ്ണമാണ് അധികാരത്തിന്റെ ന്യായാന്യായങ്ങൾ. ഇത്തരം സങ്കീർണ്ണതകളുടെ തടവറയിൽ നിന്ന് ആനന്ദ് ഗോവർദ്ധനെ സ്വതന്ത്രനാക്കുന്നു; മനുഷ്യ സംസ്കൃതിയുടെ അനന്തവിഹായസ്സിലേക്ക്. ചരിത്രം, പുരാണം, ഇതിഹാസം, മതം, സാഹിത്യം എന്നുതുടങ്ങി മനുഷ്യ സംസ്കാരത്തിന്റെ സകലമാന മുഖങ്ങളിലൂടെയും കടന്നുപോകുന്ന ഗോവർദ്ധൻ ഇരയുടെ ദൈന്യവും വേട്ടക്കാരന്റെ കണ്ണുകളിലെ ക്രൗര്യത്തിന്റെ തിളക്കവും തിരിച്ചറിയുന്നുണ്ട്. ഒരേസമയം ഇരയും വേട്ടക്കാരനുമാകേണ്ടിവരുന്ന അലിദോസ്തിനെപ്പോലുള്ളവരെയും അയാൾ കണ്ടുമുട്ടുന്നു.

പടയോട്ടങ്ങൾ, അടിച്ചമർത്തലുകൾ, അധിനിവേശങ്ങൾ, സ്വാതന്ത്ര്യപോരാട്ടങ്ങൾ, നോവിന്റേയും വഞ്ചനയുടെയും നേർക്കാഴ്ചകൾ എന്നിങ്ങനെ മാനവരാശിയുടെ സാംസ്കാരിക/രാഷ്ട്രീയ വികാസഗതിയിൽ

നിർണ്ണായകമായ ചലനങ്ങളെ ഗോവർദ്ധൻ അറിയുന്നു. അവയിൽ ഭാഗഭാക്കായവരെ കണ്ടുമുട്ടുന്നു. അയാളെ അനുഗമിക്കാൻ പലരും തയ്യാറാകുന്നില്ല. പുതിയ കാലത്തിന്റെ ശൂന്യതയിൽ അവർ സ്വയം നഷ്ടപ്പെട്ടിരിക്കുന്നു. സ്ഥലത്തിന്റേയോ കാലത്തിന്റേയോ അതിരുകളിൽ ഒതുക്കി നിർത്താനാവാത്ത വ്യവസ്ഥാപിതത്വങ്ങളുടെ, അധികാര ധാർഷ്ട്യത്തിന്റെ ചോര മണക്കുന്ന പാതകളിലൂടെയാണ് ഗോവർദ്ധന്റെ യാത്ര... കൊലവിളികളും നിലവിളിയൊച്ചകളും ഇടകലരുന്ന വഴികളിലൂടെ ഇരയുടെ സ്വാഭാവികമായ മാനസികാവസ്ഥയോടെ ഗോവർദ്ധൻ സഞ്ചരിക്കുന്നു. ന്യായാന്യായ വ്യവസ്ഥയെയും അധികാരത്തെയും പ്രതി സ്ഥാനത്തു നിർത്തുന്ന ഇരയുടെ രാഷ്ട്രീയമാണ് ഗോവർദ്ധന്റെ യാത്രയിൽ വെളിപ്പെടുന്നത്.

വ്യവസ്ഥയുടെ ജീർണ്ണത വിപ്ലവപ്രസ്ഥാനത്തിന്റെ അധികാരകേന്ദ്രങ്ങളിലേക്ക് കടന്നുകയറുന്നതെങ്ങനെയെന്ന് എം. സുകുമാരന്റെ 'ശേഷക്രിയ' സാക്ഷ്യപ്പെടുത്തുന്നു. ഭരണകൂടത്തിന്റെ അധികാരകേന്ദ്രങ്ങളെയല്ല സ്ഥാപനവത്കരിക്കപ്പെട്ട വിപ്ലവപ്രസ്ഥാനത്തിന്റെ അധികാരസ്ഥലികളെയാണ് 'ശേഷക്രിയ' പ്രതിസ്ഥാനത്തു നിർത്തുന്നത്. 'കുഞ്ഞയ്യപ്പൻ' വിപ്ലവ പാർട്ടിയുടെ അധികാര കേന്ദ്രങ്ങളിൽ രൂപപ്പെട്ടുവരുന്ന നൂതന ക്രൗര്യത്തിന്റെ ഇരയാണ്. പാർട്ടി പ്രസിദ്ധീകരണത്തിന്റെ പത്രാധിപരുടെ ബൂർഷ്വാപ്രവണതകൾക്കെതിരെ യുദ്ധം പ്രഖ്യാപിക്കുന്ന കുഞ്ഞയ്യപ്പൻ പ്രസിദ്ധീകരണത്തിൽ നിന്ന് നിർദ്ദയം പുറത്താക്കപ്പെട്ടു. തന്റെ നിലപാടിലെ 'ശരി' ബോധ്യപ്പെടുത്താൻ അയാൾ സംഘടനാപരമായ മാർഗ്ഗങ്ങളാണ് സ്വീകരിക്കുന്നത്. സംഘടനയുടെ അടിസ്ഥാന ഘടകമായ ബ്രാഞ്ച് അയാൾക്കൊപ്പമുണ്ട്. എന്നാൽ ജില്ലാ കമ്മിറ്റി, സംസ്ഥാന കമ്മിറ്റി, കേന്ദ്ര കമ്മിറ്റി തുടങ്ങി പാർട്ടി ഭരണഘടനയിലെ അധികാരത്തിന്റെ ഉന്നത ശൃംഖങ്ങൾ പത്രാധിപർക്കൊപ്പം നിൽക്കുന്നു. കുഞ്ഞയ്യപ്പന്റെ നിലപാടുകൾ പാർട്ടിവിരുദ്ധം എന്ന് വ്യാഖ്യാനിക്കപ്പെടുന്നു.

പണത്തിന്റെ സ്വാധീനം പാർട്ടി നേതൃത്വത്തിൽ വരുത്തിയിരിക്കുന്ന മൂല്യവ്യതിയാനം കൂടെ നിന്നവർ (അനന്തൻ, രാമനാഥൻ,രഘു, മധു) ചൂണ്ടിക്കാട്ടിയപ്പോഴും കുഞ്ഞയ്യപ്പൻ അതിനെ ശരിവെച്ചില്ല. പരസ്യമായ വിമർശനങ്ങൾ പാർട്ടിയെ ക്ഷീണിപ്പിക്കുമെന്ന് അയാൾ മുന്നറിയിപ്പു നല്കി. കുഞ്ഞോമനയുടെ തുളഞ്ഞു കയറുന്ന ചോദ്യങ്ങളെയും അയാൾ വകവെച്ചില്ല. ജീവിതത്തിലെ നീറുന്ന ദൈന്യങ്ങൾക്കിടയിലും പ്രസ്ഥാനത്തെ അച്ചടക്കത്തോടെ സേവിച്ച കുഞ്ഞയ്യപ്പന് ക്രമേണ സത്യത്തെ അഭിമുഖീകരിക്കേണ്ടി വരുന്നു. 'ഇടതു കൈകൊണ്ട് ഇടത്തെ കവിളിൽ

ശക്തിയായി ഉഴിഞ്ഞ് പി.യെൻ പറഞ്ഞു: ഉത്തരവാദപ്പെട്ട പാർട്ടി പ്രവർത്തകനെന്ന നിലയിൽ എനിക്കിവിടെ ചിലതു പറയാതിരിക്കാൻ പറ്റില്ല. കുഞ്ഞയ്യപ്പൻ ഇനിയും ഒരുപാടു തിരുത്താനുണ്ട്. അരാജകത്വത്തിന്റെ പാതയിലാണ് സഖാവ് എത്തിനിൽക്കുന്നത് എന്നു പറഞ്ഞാലും അധികമാവില്ല.'[19] സാമ്പത്തിക അസമത്വത്തിനെതിരെ പടനയിക്കുന്ന പാർട്ടിയിൽ ഉരുവംകൊള്ളുന്ന സാമ്പത്തികാസമത്വങ്ങളെ ചൂണ്ടിക്കാണിച്ച കുഞ്ഞയ്യപ്പൻ ഒരു 'റൊമാന്റിക് റവല്യൂഷനിസ്റ്റായി അധഃപതിച്ചിരിക്കുന്നു' എന്ന വിലയിരുത്തലിലാണ് പാർട്ടി എത്തിച്ചേർന്നത്. മാനസികമായി തകർന്നുപോയ കുഞ്ഞയ്യപ്പൻ ആത്മഹത്യ ചെയ്യുന്നു. അച്ചടക്കമുള്ള പാർട്ടി പ്രവർത്തകൻ പ്രസ്ഥാനത്തിനുവേണ്ടി നടത്തുന്ന അനിവാര്യമായ അനുഷ്ഠാനംപോലെയാണ് ആത്മഹത്യാകുറിപ്പിൽ കുഞ്ഞയ്യപ്പൻ തന്റെ തീരുമാനത്തെ വിശദീകരിക്കുന്നത്. 'പാർട്ടി വിരുദ്ധ രോഗാണുക്കൾ സംഘടിതമായി ഒരു ആക്രമണം നടത്തിയാൽ ഞാൻ ഒരു രോഗിയായിത്തീരും. ഒരു കാര്യം ഞാൻ കേന്ദ്ര കമ്മിറ്റിക്ക് ഉറപ്പു തരുന്നു. ഒരു മഹാരോഗിയായി, പൊട്ടിയൊലിക്കുന്ന വ്രണങ്ങൾ മനഃപൂർവ്വം പൊതിഞ്ഞു കെട്ടാതെ, ചലവും ചോരയുമൊലിപ്പിച്ച വിധി വൈപരീത്യത്തിന്റെ മരണഭീതിയുളവാക്കുന്ന കീർത്തനങ്ങൾ പാടി, പാർട്ടി പ്രവർത്തകരും അനുഭാവികളും അടങ്ങുന്ന അതിവിശാലവും ബൃഹത്തുമായ ഈ പുണ്യഭൂമിയിൽ അലഞ്ഞു തിരിഞ്ഞു മറ്റാർക്കും ഞാൻ എന്റെ രോഗം പരത്തില്ല. എന്റെ കുടിലിനു പുറകിലുള്ള മാവും ആ ഊഞ്ഞാൽക്കയറും ഇക്കാര്യത്തിൽ ഇന്നു പുലരുംമുമ്പേ എന്നെ സഹായിക്കും.'[20]

വിപ്ലവ പ്രസ്ഥാനങ്ങളുടെ നേതൃത്വം സമ്പത്തിന്റെ വ്യത്യസ്ത സ്രോതസ്സുകളുമായി ബന്ധപ്പെട്ട് ദുഷിക്കുന്നു എന്ന ധാരണ എഴുപതുകളോടെ നമ്മുടെ പൊതുബോധത്തിൽ സജീവമായിരുന്നു. വിശ്വസിക്കാതിരിക്കാൻ പരമാവധി ശ്രമിച്ചിട്ടും കുഞ്ഞയ്യപ്പനു മുന്നിൽ യാഥാർത്ഥ്യം വെളിപ്പെടുന്നു; എല്ലാവിധ ക്രൗര്യത്തോടെയും. അച്ചടക്കലംഘനം നടത്താതെ പാർട്ടിയുടെ ഉള്ളിൽത്തന്നെ വിമർശനം അവതരിപ്പിച്ചിട്ടും പ്രത്യയശാസ്ത്രപരമായ വികടന്യായങ്ങൾ കുഞ്ഞയ്യപ്പനെ മുറിവേൽപ്പിക്കുന്നു. സമ്പത്തിനെ മുൻനിർത്തുന്ന പാർട്ടിഅധികാരകേന്ദ്രങ്ങൾ പ്രത്യയശാസ്ത്ര വിരുദ്ധതയെ പ്രത്യയശാസ്ത്രത്തിന്റെ മറവിൽ നിന്നുകൊണ്ട് ന്യായീകരിക്കുന്നു. പാർട്ടി 'സ്ഥാപനം' എന്ന നിലയിലേക്ക് പരിണമിക്കുമ്പോൾ സ്ഥാപനവത്കരിക്കപ്പെട്ട അധികാരത്തിന്റെ ജീർണ്ണത കുഞ്ഞയ്യപ്പനെപ്പോലെ, പ്രത്യയശാസ്ത്ര പ്രയോഗത്തിന്റെ നിസ്വാർത്ഥ ഇരകളെ സൃഷ്ടിക്കുന്നു.

സ്ഥാപനവത്കരിക്കപ്പെട്ട അധികാരവും, ജീർണ്ണമായ വ്യവസ്ഥയും വ്യക്തിയും തമ്മിലുള്ള പാരസ്പര്യവും, പ്രതിരോധവും പീഡനവും, ഇടപെടലിന്റെയും സന്ധിയുടെയും രാഷ്ട്രീയവും ആധുനിക രാഷ്ട്രീയനോവലുകളുടെ പ്രമേയതലത്തിൽ ദാർശനികമായ ഇടം നേടി.

II. നിതാന്തമായ അന്വേഷണം/അലച്ചിൽ മലയാളനോവലിലെ ആധുനികതയുടെ ഒന്നാമത്തെ അടരിന്റെ മുഖമുദ്രയാണ്. സ്വത്വാന്വേഷണത്തിന്റെ തീക്ഷ്ണപാതയിലൂടെയാണ് കഥാപാത്രങ്ങളധികവും കടന്നുപോകുന്നത്. മൃത്യുബോധവും പാപബോധവും അസ്തിത്വദുഃഖവും നിരാസവുമൊക്കെ ഇഴചേരുന്ന അന്വേഷണം ജീവിതത്തിന്റെ അന്തസാരശൂന്യതയെയും വ്യർത്ഥതയെയും ലക്ഷ്യരാഹിത്യത്തെയുമൊക്കെയാണ് അടയാളപ്പെടുത്തുന്നത്. എന്നാൽ അരാഷ്ട്രീയ മാനമുള്ള ഈ അലച്ചിലിന്/ അന്വേഷണത്തിന്/വ്യർത്ഥതാബോധത്തിന് ആധുനികതയുടെ രണ്ടാമത്തെ അടരിലെ രാഷ്ട്രീയനോവലുകളി ലെത്തുമ്പോൾ പ്രമേയതലത്തിലെ സവിശേഷമായ പരിചരണത്തിലൂടെ ഉന്നതമായ രാഷ്ട്രീയ മാനം കൈവരുന്നത് കാണാം. അധികാരത്തിന്റെ ഇരകളെയും വിപ്ലവകാരികളെയുമൊക്കെയാണ് ഈ നോവലുകളിൽ അലയാൻ വിധിക്കപ്പെട്ടവരായി നാം കണ്ടെത്തുന്നത്. അധികാരത്തിന്റെ ക്രൗര്യം വേട്ടയാടുന്ന ഇരയും ജീർണ്ണമായ വ്യവസ്ഥയുടെ പൊരുളന്വേഷിക്കുന്ന വിപ്ലവകാരിയും അന്വേഷണത്തിന് സവിശേഷമായ രാഷ്ട്രീയമാനം നൽകുന്നു.

'ധർമ്മപുരാണ'ത്തിൽ സിദ്ധാർത്ഥനാണ് അന്വേഷകരിലൊരാൾ. പ്രജാപതിയുടെ വിസർജ്ജന പ്രക്രിയയെ ആഘോഷിക്കുന്ന, വിസർജ്യത്തെ ധ്യാനിക്കുന്ന/സേവിക്കുന്ന ജനതയുടെ ചരിത്രപരമായ മൗഢ്യത്തിനിടയിലൂടെ അയാൾ അലഞ്ഞുനടക്കുന്നു. ധർമ്മപുരിയുടെ മലീമസമായ വഴികളിൽ അയാൾ സത്യത്തെ അന്വേഷിക്കുന്നു. രാഷ്ട്രീയ നേതൃത്വത്തിന്റെ വന്ധ്യതയുടെയും ജനതയുടെ ചരിത്രപരമായ വിധേയത്വത്തിന്റെയും കപടരൂപമാർന്ന യുദ്ധങ്ങളുടെയും പൊരുൾ തേടുന്നു. അയാളുടെ ആത്മീയ സാന്നിധ്യം ജനതയിൽ ചലനങ്ങൾ സൃഷ്ടിക്കുന്നുണ്ടെങ്കിലും അത് വിപ്ലവത്തിന്റെ രൂപത്തിലേക്ക് പരിണമിക്കുന്നില്ല. സിദ്ധാർത്ഥന്റെ അന്വേഷണം മൊച്ചക്കുരങ്ങനിലാണ് അവസാനിക്കുന്നത്. 'കുരങ്ങൻ ചരിത്രത്തിന്റെ വൃദ്ധമായ താളുകൾ പിച്ചിച്ചീന്തി സിദ്ധാർത്ഥനുനേർക്കെറിഞ്ഞു.'[21] ഭയചകിതനായി മാളികയുടെ പടവുകൾ ഓടിയിറങ്ങി തീരമണഞ്ഞ സിദ്ധാർത്ഥനോട് ജാഹ്നവി പറഞ്ഞു: 'ശന്തനുവിന്റെ ചോദ്യം ചെറുതായിരുന്നു. അതിന്റെ ഉത്തരമാകട്ടെ ഉൽപ്പത്തികഥകളുടെ ഇതിഹാസവും. പ്രിയതമാ അങ്ങു

തേടുന്ന ഉത്തരവും അതുപോലെയാണ്. ആ ഉത്തരം എല്ലാ വൈരുദ്ധ്യങ്ങളുടെയും ലയബിന്ദുവിലാണ്.'[22] ചരിത്ര മാലിന്യങ്ങൾക്കിടയിലൂടെ സിദ്ധാർത്ഥൻ നടത്തുന്ന ഏകാന്തമായ അന്വേഷണം വ്യക്തിജീവിതത്തിന്റെ അർത്ഥരാഹിത്യത്തെയല്ല വെളിപ്പെടുത്തുന്നത്; മാനവരാശിയുടെ രാഷ്ട്രീയജീവിതത്തിന്റെ വ്യർത്ഥതയെയാണ് 'ഇതിഹാസത്തിലെ' രവിക്കും ഒപ്പം ആധുനിക നോവലിലെ പല കഥാപാത്രങ്ങൾക്കും അനുഭവപ്പെടുന്ന തരത്തിൽ നിലനിൽപ്പിന്റെ ആകസ്മികതയിൽ നിന്നും അസ്ഥിരതയിൽ നിന്നും പുതിയൊരു സ്വാതന്ത്ര്യം സൃഷ്ടിച്ചെടുക്കുക എന്ന പ്രശ്നമല്ല സിദ്ധാർത്ഥന്റെ മുന്നിലുള്ളത്... അതീന്ദ്രിയജ്ഞാനത്തിന്റെ ഏതൊക്കെയോ തലങ്ങളിൽ വാഴ്‌വിന്റെ വേദനകളെയും പീഡാനുഭവങ്ങളെയും ഒപ്പിയെടുക്കുകയാണ് സിദ്ധാർത്ഥൻ ചെയ്യുന്നത്.'[23] അന്വേഷണത്തിലെ ആത്യന്തികമായ പരാജയം തിരിച്ചറിഞ്ഞ അയാൾ നദിക്കരയിലെ മഹാസസ്യമായി പുനർജനി തേടുന്നു.

ധർമ്മപുരിയിലെ മറ്റൊരന്വേഷകൻ പടനായകനായ പരാശരനാണ്. സിദ്ധാർത്ഥനിൽ നിന്ന് പ്രചോദനമുൾക്കൊണ്ട അയാൾ സായുധവിപ്ലവത്തിലൂടെ ധർമ്മപുരിയുടെ മോചനത്തെ അന്വേഷിച്ചു. ജനതയുടെ പരമ്പരാഗതമായ മൗഢ്യത്തിനു മുന്നിൽ അയാൾക്ക് പിന്തിരിയേണ്ടിവന്നു. 'കണ്ണാടിക്കൂട്ടിൽ കുളർത്തിക്കിടത്തിയ പട്ടാളക്കാരന്റെ ജഡം നോക്കി ആളുകൾ മുദ്രാവാക്യം വിളിച്ചു. ചുവന്ന കരിക്കിൻ പൊളിപോലെ തുറന്നു കിടന്ന അതിന്റെ തല കണ്ട്, തങ്ങളുടെ ഭർത്താക്കന്മാർ അങ്ങനെ തുറന്ന തലയുടെ കരിക്കുകൾ പൊളിച്ചിട്ട മലഞ്ചെരുവുകളിൽ കിടക്കുന്നതോർത്ത് ഭാര്യമാർ കാമാസക്തകളായി. ഭർത്താക്കന്മാർ തങ്ങളുടെ ഭാര്യമാരെ വിധവകളും വേശ്യകളുമായി സങ്കല്പിച്ചു കോരിത്തരിച്ചു, തങ്ങളെത്തന്നെ ഷണ്ഡന്മാരായി സങ്കല്പിച്ചു. പിന്നെ അവർ കൊട്ടിപ്പാടി നടന്നു, കൂത്താടി നടന്നു.'[24] സ്വന്തം ജീവനെ രക്ഷിക്കാനുള്ള സ്വാർത്ഥം പോലുമില്ലാത്ത ജനങ്ങൾക്കു മുന്നിൽ പരാശരന്റെ വിപ്ലവമോഹങ്ങൾ പൊലിഞ്ഞടങ്ങി. താൻ ആത്യന്തികമായി പരാജയപ്പെടാൻ വിധിക്കപ്പെട്ടവനാണെന്ന തിരിച്ചറിവ് അയാളെ അസ്വസ്ഥനാക്കി. മോചനത്തിനായുള്ള അന്വേഷണത്തിൽ അല്പദൂരം തന്നോടൊപ്പം നടന്നശേഷം അനിവാര്യമായ നിമിഷത്തിൽ ചരിത്രപരമായ അന്ധതയിലേക്ക് തിരിച്ചുനടന്ന ജനത അയാളുടെ ബോധമണ്ഡലത്തെ അലോസരപ്പെടുത്തി.

വ്യർത്ഥമായ ഈ രണ്ടന്വേഷണങ്ങളും രണ്ടു വഴികളിലൂടെ അനിവാര്യമായ പരാജയത്തിലെത്തുന്നു. സിദ്ധാർത്ഥൻ ചരിത്രവിധിയെ ദുരന്തമെന്ന് തിരിച്ചറിഞ്ഞുകൊണ്ടുതന്നെ ഉൾക്കൊള്ളുമ്പോൾ

പരാശരന് അത് സാധിക്കുന്നില്ല. രാഷ്ട്രീയമായ ആന്ധ്യം, പുരാതനമായ വിധേയത്വം, വ്യവസ്ഥയുടെ ചരിത്രപരമായ ജീർണ്ണത, നേതൃത്വത്തിന്റെ വന്ധ്യത, അധികാരത്തിന്റെ പരമ്പരാഗത ക്രൗര്യം ഇതിന്റെയെല്ലാം ഐതിഹാസികമായ ആവർത്തനത്തെക്കുറിച്ചുള്ള രാഷ്ട്രീയ ഉൾക്കാഴ്ചയാണ് സിദ്ധാർത്ഥന്റെയും പരാശരന്റെയും അന്വേഷണങ്ങൾ ബാക്കിയാക്കുന്നത്.

'ഗോവർദ്ധന്റെ യാത്രകളി'ൽ ഗോവർദ്ധന്റെ രക്ഷപ്പെടലും യാത്രയും കണ്ടുമുട്ടലുകളും സംവാദങ്ങളും തികഞ്ഞ രാഷ്ട്രീയബോധ്യങ്ങളെ ഉൽപ്പാദിപ്പിക്കുന്നുണ്ട്. ഗോവർദ്ധന്റേത് ഒരു വ്യക്തിയുടെ കേവലമായ യാത്രയല്ല. കൊലക്കയറിൽ നിന്ന് സഞ്ചരിച്ച് കൊലക്കയറിലേക്കു തന്നെ എത്തിച്ചേരുന്ന ഇരയുടെ അനിവാര്യമായ പ്രയാണമാണ്. 'വിധിയിൽനിന്നുള്ള മോചനമല്ല, വിധിയിലേക്കുള്ള ദൂരം കൂട്ടുവാനുള്ള അവസരം മാത്രമാണ് തനിക്ക് ലഭിച്ചിട്ടുള്ളത് എന്ന കാര്യം തനിക്ക് പണ്ടേ അറിയാമായിരുന്നുവെന്ന്' [25 എ] ഗോവർദ്ധന് തോന്നുന്നുണ്ട്. നീതിയുടെ/അടിമത്തത്തിന്റെ, അനീതിയുടെ/അധികാരത്തിന്റെ ഹൃദയത്തിലൂടെയും പ്രാന്തങ്ങളിലൂടെയും അയാൾ സഞ്ചരിക്കുന്നു. വ്യക്തി ജീവിതത്തിന്റെ വ്യർത്ഥതയെയല്ല മാനവരാശിയുടെ രാഷ്ട്രീയബോധ്യങ്ങളുടെ വ്യർത്ഥതയെയാണ് കാലത്തിന്റെ 'വരയും കുറിയും' മാഞ്ഞുപോയ യാത്ര പ്രതിനിധീകരിക്കുന്നത്. നീതിയെയും അനീതിയെയും ധാർമിക, അധാർമ്മികതകളെയും നിർണയിക്കുന്ന/നിർവചിക്കുന്ന വ്യാഖ്യാനങ്ങളുടെ വൈരുദ്ധ്യങ്ങളെ ഗോവർദ്ധന്റെ യാത്രാവഴികൾ നഗ്നമായി മുന്നിൽ നിർത്തുന്നു. ഇങ്ങനെ, ഗോവർദ്ധന്റെ വ്യർത്ഥമായിത്തീരുന്ന അന്വേഷണവും രാഷ്ട്രീയമായ സംവാദങ്ങളെ സജീവമാക്കുന്നുണ്ട്.

'വ്യാസനും വിഘ്നേശ്വരനും' (കാലം) വ്യർത്ഥമായ അന്വേഷണത്തിന്റെ മറ്റൊരു രൂപമാതൃക അവതരിപ്പിക്കുന്നു; വർദ്ധമാനനിലൂടെ. വർദ്ധമാനന്റെ അന്വേഷണം നോവലിന്റെ പ്രമേയതലത്തിൽ പ്രത്യക്ഷമായി നിലകൊള്ളുന്നില്ല. എന്നാൽ എഴുത്തുകാരനുമായുള്ള സംവാദത്തിന്റെ അടിപ്പടവായി അന്വേഷിയായ വർദ്ധമാനന്റെ ജീവിതവും അതിന്റെ രാഷ്ട്രീയവും നമുക്ക് തിരിച്ചറിയാനാവുന്നുണ്ട്. അയാളുടെ അന്വേഷണം ഒരേ സമയം ഭൂതത്തിലേക്കും ഭാവിയിലേക്കും നീണ്ടുകിടക്കുന്നു. വർത്തമാനത്തിൽ സ്വാസ്ഥ്യം കണ്ടെത്താൻ അയാളിലെ വിപ്ലവകാരിക്കാകുമായിരുന്നില്ല. വർദ്ധമാനൻ പറയുന്നുണ്ട്. 'ഭൂതത്തിലേക്കും ഭാവിയിലേക്കുമുള്ള നമ്മുടെ യാത്രകളിൽ ഒരുപാട് ആശങ്കകൾ അന്തർലീനമായിട്ടുണ്ട്. എന്നാൽ അതേസമയം ചിന്തിക്കുവാൻ ശീലിച്ചിട്ടുള്ള നമുക്കൊക്കെ നമ്മുടെ കാലത്തിൽമാത്രം ജീവിക്കാൻ ഇഷ്ടവുമല്ല. വർത്തമാനത്തിൽ

സ്വസ്ഥതയില്ലാത്തവരാണ് നമ്മൾ.' [25 ബി] ഭൂതത്തിലൂടെയും ഭാവിയിലൂടെയും വർദ്ധമാനൻ നടത്തുന്ന അന്വേഷണങ്ങൾ പീഡനത്തിന്റെ കറുത്ത അധ്യായങ്ങളെയാണ് വെളിപ്പെടുത്തുന്നത്. ഭൂതത്തിൽ നിന്ന് അയാൾ കണ്ടെടുത്തതാണ് അംബപാലിയുടെ ദുരന്തം. വജ്ജിയിലെ ജനാധിപത്യത്തിനു സംഭവിച്ചതിനു സമാനമായ ജീർണ്ണത വർത്തമാന ഇന്ത്യയിൽ ആവർത്തിക്കുമ്പോഴാണ് ഭാവിയുടെ ദുരന്തവും ദൈന്യവും ഭ്രമാത്മകതയുടെ പത്രത്താളുകളിൽ അയാൾ വായിക്കാൻ തുടങ്ങുന്നത്. അയാളുടെ സഹപ്രവർത്തകർക്കുപോലും ഇതുൾക്കൊള്ളാനായില്ല. എന്നാൽ വർത്തമാനനിൽനിന്ന് രണ്ടു ദിശയിലേക്കുമുള്ള അന്വേഷണങ്ങളിലും നിറഞ്ഞു നിൽക്കുന്ന കാലാതീതമായ പീഡനത്തിന്റെ സ്വഭാവം അയാൾ തിരിച്ചറിയുന്നുണ്ട്. 'പീഡനം അങ്ങനെയൊരു സെക്ടേറിയൻ സംഗതിയല്ല. പീഡനം സാർവത്രികമാണ്. ചിലപ്പോൾ വിശ്വാസികളുടെമേൽ ചിലപ്പോൾ വിശ്വാസത്തെ ചോദ്യം ചെയ്തവരുടെ മേൽ, ചിലപ്പോൾ ഒന്നും ചെയ്യാതെ, ഒന്നും അറിയാതെ, ദിനപ്പത്രങ്ങൾ വായിച്ചു മടക്കി വെയ്ക്കുക മാത്രം ചെയ്യുന്നവരുടെ മേൽ അത് പതിച്ചുകൊണ്ടിരിക്കുന്നു.'[26] ഈ അന്വേഷണങ്ങളും തിരിച്ചറിവുകളുമാണ് വർദ്ധമാനനെ വിപ്ലവകാരിയായി നിലനിർത്തുന്നത്. വർത്തമാനത്തിന്റെ ജീർണ്ണത കൂടുതൽ തെളിച്ചുകാട്ടാനും ശക്തമായി വിമർശിക്കാനും പ്രവചനാത്മകതയോടെ മുന്നറിയിപ്പു നൽകാനും വർദ്ധമാനന്റെ അന്വേഷണങ്ങൾ ഉപയുക്തമാവുന്നുണ്ട്. അതിനാലാണ് ഭരണകൂടം അയാളെ വേട്ടയാടുന്നത്. വർത്തമാനത്തിൽ സ്വസ്ഥനാകാത്ത വിപ്ലവകാരിയുടെ അന്വേഷണങ്ങളും ഭൂതത്തിലേക്കും ഭാവിയിലേക്കുമുള്ള അതിന്റെ ദിശാവ്യതിയാനങ്ങളും അധികാര ക്രൗര്യത്തിന്റെയും മൗഢ്യത്തിന്റെയും ആവർത്തനങ്ങൾക്കു കീഴിൽ ഇരയായി കഴിയേണ്ടിവരുന്ന നമ്മുടെ രാഷ്ട്രീയജീവിതത്തിന്റെ വ്യർത്ഥതയെയാണ് വെളിപ്പെടുത്തുന്നത്.

'ശേഷക്രിയ'യിലും കുഞ്ഞയ്യപ്പന്റെ അലച്ചിൽ രാഷ്ട്രീയ രൂപകമായി പരിണമിക്കുന്നുണ്ട്. പാർട്ടി പ്രസിദ്ധീകരണത്തിൽ നിന്നു പുറത്താക്കപ്പെട്ടശേഷം നീതിതേടി ഉൾപാർട്ടിജനാധിപത്യത്തിന്റെ അതിരിട്ട വഴികളിലൂടെ അയാൾ അലഞ്ഞു തിരിയുന്നു. ബ്രാഞ്ച് കമ്മിറ്റി, ജില്ലാ കമ്മിറ്റി, സംസ്ഥാന സമിതി, കേന്ദ്ര കമ്മിറ്റി എന്നിങ്ങനെ നീതി തേടിയുള്ള അന്വേഷണം പുരോഗമിക്കുന്നു. കാത്തിരിപ്പിന്റെ ഈ കാലമത്രയും അയാൾ പാർട്ടിയിൽ നിന്നു നീതി ലഭിക്കുമെന്ന് ഉറച്ചു വിശ്വസിക്കുന്നുണ്ട്. പ്രത്യയശാസ്ത്ര വിശ്വാസത്തിന്റെ ഉൾക്കരുത്തു കൊണ്ടാണ് ഇക്കാലത്തിനിടയിലുണ്ടാകുന്ന ജീവിതവേദനകളെ കുഞ്ഞയ്യപ്പൻ ലഘൂകരിച്ചത്. കുടുംബത്തെ ദാരിദ്ര്യവും രോഗവും പട്ടിണിയും വേട്ടയാടുമ്പോഴും

അയാൾ അച്ചടക്കബോധമുള്ള പ്രവർത്തകനായി പാർട്ടി ഓഫീസുകൾ കയറിയിറങ്ങി. തിരക്കുകൾക്ക് പുറത്ത് കാവൽ നിന്ന് നേതാക്കളെ കണ്ടു. പ്രതീക്ഷയോടെ കാത്തിരിപ്പ് തുടർന്നു. എന്നാൽ കുഞ്ഞയ്യപ്പന്റെ പ്രതീക്ഷകൾക്ക് വിരുദ്ധമായി പാർട്ടി അയാൾക്ക് നീതി നിഷേധിക്കുന്നു. അയാളെ താക്കീതു ചെയ്യുന്നു.

തന്റെ പ്രത്യയശാസ്ത്ര ബോധ്യങ്ങളെ ആരൊക്കെയോ പരാജയപ്പെടുത്തുന്നെന്ന തിരിച്ചറിവിലാണ് കുഞ്ഞയ്യപ്പൻ ആത്മഹത്യ ചെയ്യുന്നത്. ഇത് കുഞ്ഞയ്യപ്പനിലെ അന്വേഷിയായ വിപ്ലവകാരിയുടെ പരാജയം കൂടിയാണ്. കുഞ്ഞയ്യപ്പന്റെ ഭൂതകാലവും വലിയൊരു അലച്ചിലിന്റെ കഥയാണ്. അത് പ്രസ്ഥാനത്തിന്റെ വളർച്ചയ്ക്കു വേണ്ടിയായിരുന്നു. ദാരിദ്ര്യം നിറഞ്ഞ കുടുംബത്തിൽ ജനിച്ച കുഞ്ഞയ്യപ്പൻ എന്ന ഹരിജനബാലൻ തൊഴിലാളിവർഗ്ഗ പാർട്ടിയുടെ മുന്നണിപ്പോരാളിയായി മാറിയത് ത്യാഗനിർഭരമായ ജീവിത വഴികളിലൂടെയാണ്. ജോലിയും സൗഹൃദവുമൊക്കെ അയാൾ പ്രസ്ഥാനത്തിനു വേണ്ടി ഉപേക്ഷിച്ചു. സമത്വത്തിന്റെ ചുവന്ന പുലരികൾ സ്വപ്നം കണ്ടു. 'ഒരു രോമാഞ്ചത്തോടെ മാത്രമേ അക്കാലങ്ങളെക്കുറിച്ച് കുഞ്ഞയ്യപ്പന് ഓർക്കാൻ കഴിഞ്ഞിരുന്നുള്ളൂ. നഗര സായാഹ്നങ്ങൾ ജാഥകളുടെ മുന്നിൽ വേപഥുപൂണ്ടു. അവകാശസമരങ്ങളുടെ അടങ്ങാത്ത ഒഴുക്കിൽ കുഞ്ഞയ്യപ്പൻ നീന്തിത്തുടിച്ചു. ഉറങ്ങാൻപോലും അയാൾ മറന്നു. യൂണിയനാഫീസിലെ ബഞ്ചുകളിൽ അയാളുടെ വിയർപ്പൊട്ടി. ഓടിനടന്ന് അയാൾ പാർട്ടി തത്വശാസ്ത്രം പ്രചരിപ്പിച്ചു.'[27] വിപ്ലവത്തിന്റെ നാളെകൾ തേടിയുള്ള ഈ യാത്ര, ഉൾപാർട്ടി വഴികളിൽ നീതിതേടി കുഞ്ഞയ്യപ്പൻ നടത്തുന്ന അന്വേഷണങ്ങളുടെ വർത്തമാനത്തിനു പശ്ചാത്തലമായി അവതരിപ്പിക്കപ്പെടുന്നു. പാർട്ടിക്കുവേണ്ടിയുള്ള അലച്ചിലും പാർട്ടിയുടെ നീതി തേടിയുള്ള അലച്ചിലും സമാന്തരമായി നിൽക്കുമ്പോൾ പ്രസ്ഥാന വിമർശനത്തിന്റെ ശബ്ദത്തിന് കൂടുതൽ മുഴക്കം ലഭിക്കുന്നു. വ്യക്തിയുടെ അലച്ചിൽ, അനിവാര്യമായ പരാജയം, വ്യർത്ഥത ഇതിനെയെല്ലാം തന്നെ തികവൊത്ത രഷ്ട്രീയ പ്രയോഗമായി 'ശേഷക്രിയ'യിൽ വായിച്ചെടുക്കാനാവും.

ജീവിതനിരാസത്തിലധിഷ്ഠിതമായിരുന്ന അന്വേഷണങ്ങളെയും വ്യർത്ഥതാബോധത്തെയും രാഷ്ട്രീയമായ ദാർശനികതയിലേക്ക് പരിവർത്തിപ്പിക്കാനും അതുവഴി സങ്കീർണ്ണമായ രാഷ്ട്രീയചോദ്യങ്ങൾ വിമർശനാത്മകമായി ഉന്നയിക്കാനും ഈ നോവലുകൾക്ക് സാധിച്ചു.

III. വിപ്ലവബോധ്യങ്ങളിലുണ്ടായ വിശ്വാസത്തകർച്ച ആധുനിക രാഷ്ട്രീയനോവലുകളിൽ നല്ലൊരു പങ്കിന്റെയും പ്രമേയതലത്തെ സ്വാധീനിച്ചിട്ടുണ്ട്. പ്രമേയതലത്തിലെ ഈ രാഷ്ട്രീയഘടകത്തിന് പല മുഖങ്ങളുണ്ട്.

എ. വിപ്ലവ പ്രത്യയശാസ്ത്രത്തിന്റെ പ്രയോക്താക്കൾക്ക് (നേതൃത്വത്തിന്) സംഭവിച്ച മൂല്യത്തകർച്ചയിലുള്ള രോഷവും സങ്കടവും നിരാശയും

ബി. സായുധവിപ്ലവശ്രമങ്ങളുടെ പരാജയത്തെ തുടർന്നുണ്ടായ വ്യർത്ഥതാബോധവും പുനർവിചിന്തനവും

സി. തൊഴിലാളിവർഗ്ഗ സർവ്വാധിപത്യമെന്ന ആശയത്തെക്കുറിച്ചുടലെടുത്ത സന്ദേഹങ്ങൾ.

'ശേഷക്രിയ', 'പ്രകൃതിനിയമം', 'പിതൃതർപ്പണം' തുടങ്ങിയ നോവലുകളിൽ ഇത്തരം ഘടകങ്ങൾ ഗൃഹാതുരവും ദാർശനികവുമായ വിശകലനത്തിനു വിധേയമാകുന്നത് കാണാം.

വിപ്ലവ നേതൃത്വത്തിൽ കടന്നു കയറുന്ന ധനാധിപത്യം വർഗതാത്പര്യങ്ങളെ ബലി കൊടുക്കുന്നതെങ്ങനെയെന്ന് 'ശേഷക്രിയ' അടയാളപ്പെടുത്തുന്നു. പാർട്ടി പ്രസിദ്ധീകരണത്തിന്റെ ധനാഢ്യനായ പത്രാധിപരും അയാൾക്കൊപ്പം നിൽക്കുന്ന പാർട്ടി നേതൃത്വവും പ്രത്യയശാസ്ത്രപരമായ വ്യതിയാനത്തെ പ്രതിനിധാനം ചെയ്യുന്നു. കുഞ്ഞയ്യപ്പനെപ്പോലുള്ള നിസ്വരായ തൊഴിലാളി സഖാക്കളുടെ പ്രസ്ഥാനം ബൂർഷ്വാ താത്പര്യങ്ങളിലേക്ക് വഴുതുന്നതിന്റെ നിരവധി ചിത്രങ്ങൾ 'ശേഷക്രിയ'യിലുണ്ട്. ട്രേഡ് യൂണിയൻ നോതാവിനെ 'ശേഷക്രിയ' അവതരിപ്പിക്കുന്നത് ഇങ്ങനെയാണ് 'ഹലോ എന്ന വിളി കുഞ്ഞയ്യപ്പനെ ഉണർത്തി. ട്രേഡ് യൂണിയൻ ജില്ലാ പ്രസിഡന്റിന്റെ ശബ്ദമായിരുന്നു അത്. പരന്ന മുഖവും നടുവെ പകുത്തുവെച്ച ചുരുണ്ട മുടിയുമുള്ള ഒരജാനുബാഹു ഒരു പഴയ അംബാസഡർ കാറിന്റെ സ്റ്റിയറിംഗ് വീലുമായി ഇരിക്കുന്ന നിശ്ചല ചിത്രം. കാലത്ത് പിൻസീറ്റിൽ കോൺവെന്റിലേക്ക് പോകുന്ന കുട്ടികൾ. തൊട്ടരുകിൽ ഉദ്യോഗസ്ഥയായ ഭാര്യ. വളരെ പതുക്കെ കാറോടിച്ച് വഴിവക്കിൽ കാണുന്ന സുഹൃത്തുക്കളോട് പ്രത്യഭിവാദനം നൽകി മുന്നോട്ടൊഴുകുന്നു. സ്നേഹവും ആത്മാർത്ഥതയുമുള്ള ശാന്തനായ ട്രേഡ് യൂണിയൻ നേതാവ്.'[28] പത്രാധിപരെക്കുറിച്ച് കുഞ്ഞയ്യപ്പൻ ഉന്നയിക്കുന്ന പരാതികളും ഈ ചിത്രത്തിനു സമാനമാണ്. 'ഇവിടം കൊണ്ടവസാനിച്ചിട്ടില്ല. ഇനിയുമുണ്ട് ധാരാളം പരാതികൾ. പാർട്ടി മെമ്പറായ പത്രാധിപരുടെ കനത്ത സാമ്പത്തികശേഷി, ഭാര്യാപിതാവിന്റെ

സ്വത്ത്, വലിയ ഇരുനിലക്കെട്ടിടത്തിനകത്തെ ജീവിതം, വീട്ടുകാവലി നായി വിദേശ സങ്കരത്തിൽപ്പെട്ട രണ്ടു പട്ടികൾ, അടുക്കള ജോലിക്കും കുട്ടികളെ കോൺവെന്റിലെത്തിക്കാനും പ്രത്യേകം പ്രത്യേകം വേലക്കാ രികൾ, ഫോൺ ഇടയ്ക്കിടെ ശബ്ദിക്കുന്നു, ഫ്രിഡ്ജിൽ കിടന്നു പാനീയ ങ്ങൾ കുളിർന്നു വിറച്ചു. പാവപ്പെട്ടവരെ വിപ്ലവത്തിലേക്ക് നയിക്കേണ്ട ഒരു പാർട്ടി പ്രവർത്തകന്റെ ജീവിതമാണിത്.' [29]

കുഞ്ഞയ്യപ്പനെയും ശിപായി രാമനാഥനെയും പോലുള്ള സഖാക്ക ളുടെ ജീവിത സാഹചര്യങ്ങൾ ഇതിനു സമാന്തരമായി കടന്നു വരുന്നുണ്ട്. 'ഓഫീസിലെ ശിപായി രാമനാഥന്റെ ചെറ്റപ്പുരയിലേക്ക് ഒന്നു നോക്കൂ. വയലേലകളുടെ കരയിൽ അപസ്മാര രോഗിയെപ്പോലെ അത് നിലകൊ ള്ളുന്നു.' [30] അച്ചടക്കമുള്ള പാർട്ടി പ്രവർത്തകനായി നിന്നുകൊണ്ടുതന്നെ കുഞ്ഞയ്യപ്പൻ ചൂണ്ടിക്കാണിച്ചത് ഈ വൈരുദ്ധ്യങ്ങളെയാണ്. 'പാർട്ടി പ്രവർത്തനങ്ങളിൽ, പ്രത്യേകിച്ചും പാർട്ടി സ്ഥാപനങ്ങളിൽ എല്ലാവരും ബാധ്യതയുള്ള അംഗങ്ങളായിരിക്കെ സാമ്പത്തിക അസമത്വം അവർ ക്കിടയിൽ സ്വാഭാവികമായും അതൃപ്തിയുളവാക്കും. ഉദാഹരണമായി പത്രാധിപരുടെ മകൾ കോൺവെന്റിലേക്ക് കാറിൽ പോകുമ്പോൾ എതിരെ ശിപായി രാമനാഥന്റെ മകൻ ഉച്ചക്കഞ്ഞിക്കുള്ള അലുമിനിയം പാത്രവുമായി ബട്ടണിളകിപ്പോയ ട്രൗസർ ഇടയ്ക്കിടെ മുറുക്കി എതിരെ നടന്നു പോകുന്നു. ഒരു ഭാഗത്ത് പാതി വേവിച്ച കോഴിമുട്ടകൾ, മറുവ ശത്ത് വേകാത്ത മരിച്ചീനിക്കിഴങ്ങുകൾ. ഡൺലപ്പിന്റെ പതുപതുപ്പിൽ കൊതുകുവലയ്ക്കുള്ളിലെ സുഖനിദ്ര, ഇഴകളറ്റ പായിൽ തണുപ്പിൽ നിന്നു രക്ഷപ്പെടാൻ ചുരുണ്ടുകൂടി മലമ്പനിയും മന്തും പരത്തുന്ന കൊതുകുകളുടെ ആക്രമണമേറ്റ് തിരിഞ്ഞും മറിഞ്ഞുമുള്ള ഉറക്കം.' [31]

ഈ വൈരുദ്ധ്യത്തെയാണ് 'ശേഷക്രിയ' വിമർശിക്കുന്നത്; കുഞ്ഞയ്യ പ്പൻ നേരിടുന്ന പ്രതിസന്ധികളിലൂടെ. പാർട്ടിക്കകത്ത് ഈ വിമർശനം ഉന്നയിച്ച കുഞ്ഞയ്യപ്പന് ആദ്യം ജോലി നഷ്ടപ്പെട്ടു. പിന്നീട് പാർട്ടി അയാളെ 'റൊമാന്റിക് റവല്യൂഷനറിയെന്ന്' മുദ്രകുത്തി. എന്നുമാത്രമ ല്ല പത്രാധിപരും ഡോക്ടറും ബുദ്ധിജീവി പ്രൊഫസറും ശാസ്ത്രജ്ഞനും ഉൾപ്പെടുന്ന പാർട്ടിക്കുള്ളിലെ സമ്പന്നരുടെ ത്യാഗത്തെക്കുറിച്ച് കുഞ്ഞയ്യപ്പനെ ഓർമ്മിപ്പിച്ചു. കുഞ്ഞയ്യപ്പനെയും അവരെയും മെമ്പർമാർ എന്ന നിലയിൽ ഒരുപോലെ കാണാൻ പാർട്ടി തയ്യാറല്ലെന്നു തീർത്തു പറഞ്ഞു. പ്രത്യയശാസ്ത്ര സങ്കല്പനങ്ങളിലെ വ്യതിയാനമെന്ന് കുഞ്ഞയ്യ പ്പനെപ്പോലെയുള്ളവർ കരുതുന്ന സംഗതികൾ പ്രത്യയശാസ്ത്രത്തിന്റെ തുണയോടെതന്നെ ന്യായീകരിക്കപ്പെടുന്നിടത്താണ് 'ശേഷക്രിയ'യിലെ പ്രസ്ഥാന വിമർശനം ശക്തിനേടുന്നത്.

തൊഴിലാളിവർഗപ്രസ്ഥാനം അടിസ്ഥാന മൂല്യങ്ങളിൽ നിന്നു വ്യതിചലിക്കുന്നതിലെ അമർഷവും ദു:ഖവും മാത്രമല്ല 'ശേഷക്രിയ' മുന്നോട്ടു വെയ്ക്കുന്നത്. മറിച്ച്, സോഷ്യലിസ്റ്റ് വ്യവസ്ഥയെക്കുറിച്ചും തൊഴിലാളിവർഗ സർവാധിപത്യത്തെക്കുറിച്ചുമൊക്കെയുള്ള സന്ദേഹങ്ങൾ ശേഷക്രിയയിൽ ഇടനീളമുണ്ട്. 'ഒരു വശത്ത് കാൽപ്പനിക ചിന്തയുടെ അഭിനിവേശവും മറുപുറത്ത് സോഷ്യലിസത്തെയും വർഗസമര സിദ്ധാന്തത്തെയും അത് നടപ്പിലാക്കുന്ന സംഘടനയുടെ ഭരണഘടനയെയും സംബന്ധിക്കുന്ന സന്ദേഹവും കഥാകാരനെ പിന്തുടരുന്നു.'[32]

അച്ചടക്കമുള്ള പാർട്ടി പ്രവർത്തകനായ കുഞ്ഞയ്യപ്പന് ഭാര്യ, തൊഴിലാളി സഖാക്കളായ സുഹൃത്തുക്കൾ തുടങ്ങിയവരിൽ നിന്ന് നേരിടേണ്ടിവരുന്ന ചോദ്യങ്ങളിലും അയാളുടെതന്നെ മനോധാരയിലും ഈ സന്ദേഹങ്ങൾ പ്രകടമാണ്. കുഞ്ഞോമന ഭർത്താവിനെ ഉപദേശിക്കുന്നു. 'കുന്നും കുഴിയുമുള്ള ഈ ഭൂമിയിലെന്നപോലെ മനുഷ്യർക്കിടയിലും ഉയർന്ന താഴ്ചകളുണ്ട്. നിങ്ങളല്ല, ദൈവം വിചാരിച്ചാൽപ്പോലും അത് നികത്താനാവില്ല. സമത്വമെന്ന മിഥ്യയിൽ നിങ്ങൾ ഒരുനാൾ സ്വയം ഹോമിക്കപ്പെടും തീർച്ച.'[33] മറ്റൊരിടത്ത് പാർട്ടി അച്ചടക്കത്തെക്കുറിച്ച് നിരന്തരം ഓർമ്മിപ്പിക്കുന്ന കുഞ്ഞയ്യപ്പനോട്, പുച്ഛത്തോടെ ചുണ്ടുകോട്ടിക്കൊണ്ട് സഖാവ് രാമനാഥൻ പറയുന്നു: 'സഖാവെ, അടിയും ഇടിയും കൊള്ളാൻ പാവങ്ങൾ വേണം. കുറെ രക്തസാക്ഷികളെ മാത്രമേ നമ്മുടെ ഇന്നത്തെ പാർട്ടി നേതൃത്വത്തിനാവശ്യമുള്ളൂ. നേതാക്കന്മാരുടെ കൊള്ളരുതായ്മകൾ പുറത്തു വരാതിരിക്കാനാണ് അവരൊക്കെ അച്ചടക്കത്തെയും ഉൾപ്പാർട്ടി സമരത്തെയും പൊക്കിപ്പറയുന്നത്.'[34] പാർട്ടിക്കമ്മിറ്റിയിൽ ഗോവിന്ദൻ പറയുന്നു 'നമ്മുടെ പ്രസ്ഥാനം ഒരു സ്ഥാപനമായി തരം താണിരിക്കുന്നു. ആത്മാർത്ഥതയും അച്ചടക്കവും അവിടെ കള്ളനാണയങ്ങളാണ്.'[35]

സമത്വ സുന്ദരലോകമെന്ന സ്വപ്നം, രക്തസാക്ഷിത്വം, കേഡർ സ്വഭാവം തുടങ്ങി വിപ്ലവ പ്രസ്ഥാനത്തിന്റെ ലക്ഷ്യത്തെയും മാർഗത്തെയുമൊക്കെ 'ശേഷക്രിയ' സന്ദേഹത്തിന്റെ മുനയിൽ നിർത്തിയിരിക്കുന്നു. കുഞ്ഞയ്യപ്പന്റെ ഉറച്ച വിശ്വാസവും, പാർട്ടിയോടുള്ള കൂറും അച്ചടക്കനിഷ്ഠയും പശ്ചാത്തലത്തിലെ യാഥാർത്ഥ്യങ്ങളാൽ പരിഹാസമുണർത്തും വിധമാണ് നിബന്ധിച്ചിരിക്കുന്നത്. കുഞ്ഞയ്യപ്പന്റെ ആത്മഹത്യാക്കുറിപ്പും ആത്മഹത്യയും, സന്ദേഹങ്ങളെയും നൈരാശ്യത്തെയും ബലപ്പെടുത്തുന്നു.

സി.ആർ. പരമേശ്വരന്റെ 'പ്രകൃതിനിയമം' വിപ്ലവത്തെയും രക്തസാക്ഷിത്വത്തെയും വിപ്ലവ സംഘടനയെയും സംബന്ധിക്കുന്ന

സന്ദേഹങ്ങളെ പ്രകൃതിനിയമമെന്ന ധൈഷണിക സമസ്യകൊണ്ട് മറികടക്കാനുള്ള ശ്രമമാണ്. അറുപത്തഞ്ചുകാരനായ നായകൻ നാല്പതുകളിൽ തിരുവിതാംകൂറിലെ ഇടതുപക്ഷ രാഷ്ട്രീയത്തിൽ സജീവമായിരുന്നു. മാടമ്പി കുടുംബമെങ്കിലും സി.പി.യുടെ ഭീകരമായ പട്ടാളവാഴ്ചയോടുള്ള പ്രതിഷേധത്താൽ അതിന് ഒത്താശ ചെയ്യുന്ന തറവാട്ടു വിട്ടിറങ്ങിയ അയാൾ കമ്മ്യൂണിസ്റ്റ് പാർട്ടിയുടെ സജീവ പ്രവർത്തകനായി. എഴുപതുകളിൽ ഉത്തരേന്ത്യൻ വനങ്ങളിൽ ഒളിജീവിതം നയിച്ചുകൊണ്ട് അയാൾ വിപ്ലവകാരികൾക്ക് നേതൃത്വം നൽകി. കേരളത്തിലും പുറത്തുമുള്ള പ്രവർത്തനങ്ങൾക്കിടെ ക്രൂരമായ പോലീസ് മർദ്ദനത്തനിരയായി. ലോകമെങ്ങും കമ്മ്യൂണിസവും സോഷ്യലിസവും പുലരുമെന്ന വിശ്വാസമായിരുന്നു. ഇക്കാലത്തൊക്കെ അയാളെ നയിച്ചത്. എന്നാൽ വിപ്ലവപ്രസ്ഥാനത്തെ വിപ്ലവകാരികൾതന്നെ പരാജയപ്പെടുത്തുന്നതിന് അയാൾ സാക്ഷിയായി. ജോണിനെപ്പോലുള്ള അവസരവാദികളുടെ കയ്യിലേക്ക് പാർട്ടിയുടെ നേതൃത്വം വഴുതുന്നത് നിസ്സഹായതയോടെ നോക്കി നിൽക്കേണ്ടി വന്നു. വിപ്ലവകാരികളായ യുവാക്കൾ പലരും മനംനൊന്ത് ആത്മഹത്യ ചെയ്തു. ഇന്ന് ജീവിത സായാഹ്നത്തിൽ അയാളുടെ മനസ്സ് അസ്വസ്ഥമാണ്. ഏതു വ്യവസ്ഥിതിയെ ഇല്ലാതാക്കാനാണോ വിപ്ലവം പ്രഖ്യാപിച്ചത് ആ വ്യവസ്ഥിതി അതേപടി തുടരുന്നു. വാഗദത്തഭൂമി ഇനിയും അകലെയാണ്. വിപ്ലവം പരാജയപ്പെട്ടു. വിപ്ലവകാരികൾ വഴിപിരിഞ്ഞു. ജീർണ്ണിച്ച ഈ വ്യവസ്ഥിതിയുടെ ഭാഗമായി ജീവിച്ചിരിക്കേണ്ടി വരുന്നു. നിരാശതയുടെ ആഴക്കയങ്ങളിൽ അകപ്പെട്ട അയാളുടെ മനസ്സിന് സമനില തെറ്റി.

ഭൂതകാലം ഓർമ്മകളുടെ രൂപത്തിൽ അയാളിൽ സജീവമാകുമ്പോഴും അതിന്റെ പ്രസക്തി എന്തെന്ന ചോദ്യം ഉയർന്നുവരുന്നു. വർത്തമാനത്തിന്റെ ക്രൗര്യം സ്വാസ്ഥ്യം കെടുത്തുന്നു. സ്വപ്നങ്ങളും അഭയമാകുന്നില്ല. ഇത്തരം ഒരവസ്ഥയിൽ നിന്നുടലെടുത്ത ആത്മപരിശോധനയിലാണ് ഭൂതത്തെയും വർത്തമാനത്തെയും സ്വപ്നങ്ങളെയും അപ്രസക്തമാക്കുന്ന പ്രകൃതിനിയമമെന്ന ദാർശനികമായ ഉത്തരം ഉയർന്നുവരുന്നത്. കൗമാരം-യൗവ്വനം-ജര വ്യർത്ഥമായ ഈ തനിയാവർത്തനത്തിൽ നിന്ന് ഒരു പ്രസ്ഥാനത്തിനും ഒരു സംസ്കാരത്തിനും മോചനമില്ല. ഏതു പുത്തൻ സമൂഹവും ജീർണ്ണതയിലേക്ക് സഞ്ചരിക്കുന്നു. ഇത് പ്രകൃതിനിയമമാണ്. 'സമയം പിന്തിരിഞ്ഞാണ് പായുന്നത്. കാടത്തത്തിന്റെയും കാമാർത്തിയുടെയും അതിക്രമങ്ങളുടെയും അരാജകത്വം കലർന്ന പഴയ സംസ്കൃതിയിലേക്ക് കൊടുങ്കാറ്റുപോലെ അത് തിരിച്ച് പോവുകയാണ്. ചേർത്തല, അമ്പലപ്പുഴ താലൂക്കുകളിലെ പരിചിത

മുഖങ്ങളും സ്ഥലങ്ങളുമൊക്കെ മാഞ്ഞുപോവുകയാണ്. ഞങ്ങളുടെ ജീവിതത്തിന്റെ ഭാഗമായ കായൽ നിലങ്ങൾ, ചുവപ്പ് കൊടിയുടെ സമുദ്രമായി മാറിയ മൈതാനങ്ങൾ, എല്ലാം തിരിച്ചു പായുന്നു. തിരുവിതാംകൂറിന്റെ ഏറ്റവും ആത്മാർത്ഥമായ ശ്രമങ്ങളാണ് നഷ്ടപ്പെടാൻ പോകുന്നത്. ഞാൻ കൈയുയർത്തി അവയെ സംരക്ഷിച്ചു നിർത്താൻ പാടുപെട്ടു. എനിക്ക് ഒന്നുമായില്ല. ഇതാ, സർ സി.പി.യുടെ സ്വേച്ഛാഭരണം തിരിച്ചു വരുന്നു. നിഷ്ഠുരരായ ആയ് രാജാക്കന്മാരുടെ തിരുവിതാംകൂർ തിരിച്ചു വരുന്നു. എന്റെ വിലാപം വകവെക്കാതെ കാലം അതിദ്രുതം പിറകോട്ട് പായുന്നു. പരിഷ്കാരവും സംസ്കാരവും നഷ്ടപ്പെട്ട കമ്മ്യൂണിലൂടെ ദിനോസറുകൾ ഒറ്റയൊറ്റയായും പറ്റമായും അലഞ്ഞു നടക്കുന്നു.'[36]

ഈ പശ്ചാത്ഗതിയാണ് പ്രകൃതിനിയമമെന്ന ധാരണ നായകന്റെ മനോഘടനയിൽ ശക്തി പ്രാപിക്കുന്നു. അതോടെ ഒരുപാടു ചോദ്യങ്ങൾ ഉയർന്നു വരുന്നു. വിപ്ലവങ്ങളുടെ പ്രസക്തി എന്താണ്? രക്തസാക്ഷിത്വത്തിന്റെ അർത്ഥം എന്താണ്? ത്യാഗങ്ങളുടെ അടിസ്ഥാനം എന്താണ്? ഇതിനൊന്നും ഉത്തരം കണ്ടെത്താൻ അയാൾക്ക് സാധിക്കുന്നില്ല. ശുഭാപ്തി വിശ്വസമോ ദുരന്തബോധമോ വ്യർത്ഥമാണെന്ന് വിധിക്കുന്ന സ്വരമാണ് തുടർന്ന് കേൾക്കുന്നത് 'പരിഭ്രമിച്ചതു വെറുതെയായി. വിജയാഹ്ലാദങ്ങൾ വെറുതെയായി, പരാജയഭീതി വെറുതെയായി, ഇതെല്ലാം വെറുതെയായി.[37] ഈ വ്യർത്ഥതാബോധം പ്രകൃതിനിയമമെന്ന ദാർശനിക സമസ്യയുടെ സൃഷ്ടിയല്ല വിപ്ലവ ബോധ്യങ്ങളിലുണ്ടായ വിശ്വാസത്തകർച്ചയുടെ പരിണിത ഫലമാണ്. കുഞ്ഞയ്യപ്പനെപ്പോലെ 'പ്രകൃതിനിയമ'ത്തിലെ നായകൻ ആത്മഹത്യ ചെയ്യുന്നില്ല. പ്രത്യയശാസ്ത്ര വിശ്വാസത്തിനേറ്റ തിരിച്ചടിയുടെ മാനസികാഘാതങ്ങളിൽ നിന്ന് സ്വാസ്ഥ്യം നേടാൻ അയാൾ കണ്ടെത്തുന്ന ധൈഷണിക രക്ഷാകവചമാണ് 'പ്രകൃതിനിയമം'.

ഇങ്ങനെയൊരു രക്ഷാകവചം കണ്ടെത്താൻ സാധിക്കാത്തതിനാലാണ് 'പിതൃതർപ്പണ'ത്തിലെ വേണുകമാരമേനോൻ ആത്മഹത്യ ചെയ്യുന്നത്. അതിവിപ്ലവത്തിന് ബൗദ്ധികമായി നേതൃത്വം കൊടുത്ത അയാൾക്കും വിപ്ലവമോഹങ്ങൾ പൊലിഞ്ഞടങ്ങുന്നതിന് സാക്ഷ്യം വഹിക്കേണ്ടിവന്നു. താൻ വിശ്വസിച്ചിരുന്ന പ്രത്യയശാസ്ത്ര ദർശനങ്ങളെ സംബന്ധിക്കുന്ന സന്ദേഹങ്ങൾ സ്വാഭാവികമായും മനസ്സിലുയരുന്നു. എന്നാൽ അയാളെ കൂടുതൽ അസ്വസ്ഥനാക്കുന്നത് വർത്തമാനത്തിന്റെ ക്രൗര്യമാണ്. ഭാര്യയും മകനും തീർത്തും ഉപരിപ്ലവമായ ലോകത്താണ് ജീവിക്കുന്നത്. മകൾ മാത്രമാണ് ആശ്വാസം. പത്രം, റേഡിയോ തുടങ്ങിയ വിവരസംവേദനോപാധികളെല്ലാം അയാളിലെ

അസ്വാസ്ഥ്യത്തെ വർദ്ധിപ്പിക്കുന്നു. ക്രമേണ മാനസികരോഗിയായി ത്തീർന്ന അയാളെ കടുത്ത നിസ്സംഗത കീഴ്പ്പെടുത്തുന്നു.

വേണുകുമാരമേനോനിൽ വിപ്ലവബോധ്യങ്ങൾ പൂർണ്ണമായും തകർന്നിട്ടില്ല. എന്നാൽ വിപ്ലവത്തിന്റെ പരാജയവും പുതിയ കാലത്തിൽ അതിന്റെ വ്യർത്ഥതയും നിരാകരിക്കാനാവാത്ത വിധം അയാളിൽ ശക്തമാവുന്നുണ്ട്. ഈ ധൈഷണിക പ്രതിസന്ധിക്ക് ബദലായി ദാർശനികമായ ഒരുത്തരം കണ്ടെത്താൻ അയാൾക്ക് കഴിഞ്ഞില്ല. പിന്നെ അയാളുടെ മുന്നിലുണ്ടായിരുന്നത് രണ്ടു വഴികളാണ്. ഒന്നുകിൽ പ്രാണവായുപോലെ കൂടെ കൊണ്ടുനടന്ന വിശ്വാസങ്ങളെ പരിത്യജിച്ച് ഈ വ്യവസ്ഥിതിയുടെ ഭാഗമാവുക, അല്ലെങ്കിൽ ജീവിതം സ്വയം അവസാനിപ്പിക്കുക. ആദ്യത്തെ വഴി സ്വീകരിക്കാൻ അയാൾ ശ്രമിച്ചു നോക്കുന്നുണ്ട്. ഒരുദിവസം പൊടുന്നനെ ഉന്മേഷവാനാകുന്ന അയാൾ മാതാപിതാക്കൾക്ക് തർപ്പണം ചെയ്യുന്നു. ക്ഷേത്രത്തിൽ പോയി തൊഴുന്നു. പ്രത്യയശാസ്ത്രഗ്രന്ഥങ്ങൾക്കു മുകളിൽ ഭഗവത്ഗീതയും രാമായണവും മഹാഭാരതവും വയ്ക്കുന്നു. എന്നാൽ പ്രത്യയശാസ്ത്ര മൂല്യങ്ങളെ അവഗണിച്ചുകൊണ്ട്, ആശയപരമായ മരണത്തിനു ശേഷമുള്ള ജീവിതം അയാൾക്ക് ഏറെ മുന്നോട്ടു കൊണ്ടുപോകാനാവുന്നില്ല. ഏറെ വൈകാതെ അയാൾ ആത്മഹത്യയെന്ന രണ്ടാമത്തെ വഴിയിലെത്തുന്നു.

വിപ്ലവകാരികൾക്ക് വന്നുചേർന്ന ഗുണപരമല്ലാത്ത പരിണാമത്തെ എം.സുകുമാരന്റെ 'ജനിതകം' നിശിതമായ വിമർശനത്തിന് വിധേയമാക്കുന്നുണ്ട്. മുതലാളിത്തത്തിന്റെ സഹകാരിയായ വിപ്ലവകാരിയെയാണ് ഭാസ്കരൻ നായർ പ്രതിനിധാനം ചെയ്യുന്നത്. കവിത എഴുതിയും മനുഷ്യാവകാശ പ്രവർത്തനങ്ങളിൽ ഇടപെട്ടും ഇപ്പോൾ മധ്യവർഗ്ഗജീവിതം നയിക്കുന്ന 'പഴയ വിപ്ലവകാരികളിൽ' പലരുടെയും ഛായയാണ് രാഹുലന് നൽകിയിരിക്കുന്നത്. മധ്യവർഗ വിപ്ലവജീവിതവും വ്യവസ്ഥാപിതത്വവും സുചിത്രയുടെ ഇടപെടലുകളിലൂടെ വിമർശനത്തിന് വിധേയമാകുന്നു. വിപ്ലവപ്രസ്ഥാനത്തിലും നൂതന വിപ്ലവകാരികളിലും വിശ്വാസം നഷ്ടപ്പെട്ട എഴുത്തുകാരന്റെ സ്വരം 'ജനിതക'ത്തിലും കേൾക്കാം.

'ധർമ്മപുരാണം' ഇന്ത്യൻ കമ്മ്യൂണിസ്റ്റ് പാർട്ടിയുടെ ചില നയങ്ങളെ ക്രൂരമായി പരിഹസിക്കുന്നുണ്ട്. ഇത് കമ്മ്യൂണിസ്റ്റ് വിരോധത്താലായിരുന്നില്ല എന്ന് ഒ.വി.വിജയൻ ആമുഖമായി പറയുന്നുണ്ട്. 'അടിയന്തിരാവസ്ഥയിലേക്കു നീങ്ങുന്ന ഇന്ത്യൻ ഫാസിസത്തോട് സഹകരിക്കാൻ തുനിഞ്ഞ ഒരു വിഭാഗം കമ്മ്യൂണിസ്റ്റുകാരെ മാത്രമാണ് ഞാൻ ഈ

കൃതിയിൽ വിഹസനം ചെയ്തിട്ടുള്ളത്. വിപ്ലവവിശുദ്ധിയില്ലുള്ള കടുത്ത മോഹഭംഗമായിരുന്നു, അതു മാത്രമായിരുന്നു ധർമ്മപുരാണത്തിലെ കലിക്കും കയ്പിനും കാരണം- അല്ലാതെ കമ്മ്യൂണിസ്റ്റ് വിരോധമായിരുന്നില്ല.' [38]

'ധർമ്മപുരാണ'ത്തിൽ ചുവന്ന താർത്താരി കടിയരശ് 'റഷ്യ'യെയും സമഷ്ടിവാദികക്ഷി 'കമ്മ്യൂണിസ്റ്റ്പാർട്ടി'യെയും പ്രതിനിധീകരിക്കുന്നു. കടുത്ത മോഹഭംഗത്തിൽ നിന്നുയർന്ന വിമർശനം അങ്ങേയറ്റം കടുത്തതുതന്നെയായിരുന്നു. ഒരു ഭാഗം ഇങ്ങനെ: 'നിറവേറുന്ന പ്രവചനങ്ങളുടെ ആവേശത്തിൽ മുഴുകിയ അവർ നിയമസഭയിൽ തങ്ങൾക്കനുവദിച്ച കസേരകളിൽപ്പോലും ഇരുന്നില്ല. പകരം ഭരണകക്ഷി അംഗങ്ങളുടെ കാലിൻ ചോട്ടിലിരുന്നു. ഭരണകക്ഷിയുടെ സാമ്രാജ്യ വിരോധത്തിന് കാവൽ കാക്കുകയും, കാവൽ കാത്ത് ക്ഷീണിച്ച് കാലിൻ ചോട്ടിലിരുന്ന് ഉറക്കം തൂങ്ങുകയും, കാലിൻ ചോട്ടിൽ ചുരുണ്ടുകിടന്ന് ഉറങ്ങുകയും, ഉറക്കം ഞെട്ടി കാലുകൊണ്ട് ചെവിചൊറിഞ്ഞ് മുദ്രാവാക്യങ്ങൾ വിളിക്കുകയും ചെയ്തു.'[39] പാർലമെന്ററി വ്യാമോഹങ്ങളാൽ അധികാരവുമായി സന്ധിചെയ്യുന്ന സമഷ്ടിവാദികൾക്കുനേരെയുള്ള ക്രൂരമായ പരിഹാസം 'ധർമ്മപുരാണ' ത്തിലുടനീളം കാണാം.

ഒരു കാലഘട്ടത്തിന്റെ സ്വപ്നങ്ങളെത്തന്നെ ജ്വലിപ്പിച്ചു നിർത്തിയ വിപ്ലവ സങ്കല്പങ്ങൾക്കേറ്റ തിരിച്ചടിയും പ്രത്യയശാസ്ത്ര പ്രയോഗത്തിന് സംഭവിച്ച മൂല്യത്തകർച്ചയും അറുപതുകളുടെ പകുതിക്കു ശേഷമുള്ള നമ്മുടെ രാഷ്ട്രീയകാലത്തിന്റെ നൊമ്പരമായി നിലകൊള്ളുന്നു. അതുകൊണ്ടുതന്നെ ഗൃഹാതുരമായ വിപ്ലവാവേശത്തോടെ ഈ വിഷയത്തെ സമീപിച്ച എഴുത്തുകാർ മുന്നോട്ടുവയ്ക്കുന്ന പ്രസ്ഥാനവിമർശവും ആത്മപരിശോധനയും സ്വാസ്ഥ്യത്തിനായുള്ള ധൈഷണികാന്വേഷണങ്ങളും വ്യർത്ഥതാബോധവും ഒപ്പംതന്നെ 'ധർമ്മപുരാണ'ത്തിലെ കടുത്ത ആക്ഷേപവും രാഷ്ട്രീയമായി ഏറെ പ്രാധാന്യമർഹിക്കുന്നു.

സോദ്ദേശ്യ നോവലുകളിൽ നിന്ന് വ്യത്യസ്തമായ രാഷ്ട്രീയവിനിമയമാണ് ആധുനിക നോവലുകളിലേത്. ജീർണ്ണമായ വ്യവസ്ഥയോടുള്ള കലഹവും അടിസ്ഥാന വർഗത്തോടുള്ള പ്രകടമായ ആഭിമുഖ്യവും വിപ്ലവാഭിനിവേശവും പ്രത്യക്ഷമായി കണ്ടെടുക്കാവുന്ന പ്രമേയതലമാണ് സോദ്ദേശ്യ രാഷ്ട്രീയനോവലുകളുടേത്. എന്നാൽ വർഗപരമായ വിഭജനങ്ങൾക്കതീതമായി വ്യക്തിയെയും മാനവരാശിയെത്തന്നെയും മുൻനിർത്തുന്ന കലാതീതവും ദേശാതീതവുമായ രാഷ്ട്രീയ സമസ്യകളെയാണ് ആധുനികർ ചർച്ച ചെയ്യുന്നത്. അധികാരവും ജനതയും തമ്മിലുള്ള

പാരസ്പര്യം, വ്യവസ്ഥയും വ്യക്തിയും തമ്മിലുടലെടുക്കുന്ന സംഘർഷ ങ്ങൾ, അധികാരത്തിന്റെ പീഡനത്വര, പ്രതിരോധം, ചരിത്രത്തിന്റേയും സംസ്കാരത്തിന്റെയും ഗതിവിഗതികൾ, വൈരുദ്ധ്യങ്ങൾ ഇതെല്ലാം തന്നെ ദാർശനികമായ പരിചരണവും ആവിഷ്കാരവും നേടുന്നു. വിപ്ലവാഭിനിവേശമല്ല വിപ്ലവത്തെക്കുറിച്ചുള്ള സന്ദേഹങ്ങളാണ് ആധു നികരിൽ മുന്നിട്ടു നിൽക്കുന്നത്. ആധുനിക രാഷ്ട്രീയനോവലുകളിലെ വ്യക്തി വർഗ്ഗപ്രതിനിധിയോ ഏതെങ്കിലും സംഘടനയുടെ പിൻബല മുള്ളവനോ അല്ല. സ്ഥാപനവത്കരിക്കപ്പെട്ട സമൂഹത്താലും ഭരണകൂ ടത്താലും പ്രസ്ഥാനങ്ങളാലും വേട്ടയാടപ്പെടുന്നവനാണ്. ജനതയുടെ ചരിത്രദുരന്തത്തിന്റെ ഭാഗവും മൗഢ്യത്തിന്റെ ഇരയുമാണ്. നിരന്തരം പരാജയപ്പെടുന്നവനുമാണ്.

ആഖ്യാനത്തിൽ സമാനസ്വഭാവം പുലർത്തുന്നവയാണ് സോദ്ദേശ്യ രാഷ്ട്രീയനോവലുകൾ. എന്നാൽ ആഖ്യാനത്തിലെ വ്യതിരിക്തതയാണ് ആധുനികതയുടെ രണ്ടാമത്തെ അടരിലെ രാഷ്ട്രീയനോവലുകളുടെ സവിശേഷത. അനുഭവത്തിലെ ഏകതാനതയിൽ നിന്ന് നമ്മുടെ ആധുനിക നോവൽ ബോധത്തെ രക്ഷിച്ചെടുത്തത് ഈ രാഷ്ട്രീയനോ വലുകളാണ്. ആഖ്യാനതന്ത്രങ്ങളിൽ, ഭാഷയിൽ, ഇമേജറികളുടെ ഉപയോഗത്തിൽ, പ്രമേയഘടനയിൽ ഒക്കെത്തന്നെ ഈ നോവലുകൾ തനതായ വ്യക്തിത്വം നിലനിർത്തുന്നു.

'അഭയാർത്ഥികൾ', 'മരുഭൂമികൾ ഉണ്ടാകുന്നത്', 'ഗോവർദ്ധന്റെ യാത്രകൾ', 'വ്യാസനും വിഘ്നേശ്വരനും' എന്നീ നോവലുകളുടെ ആഖ്യാനഭൂമിക ചർച്ചകളും സംവാദങ്ങളും നിറഞ്ഞതാണ്. ഉപന്യാസ സമാനമായ ഭാഷ, എഴുത്തുകാരൻ ബോധപൂർവ്വമായ ഇടപെടലിലൂടെ ഉന്നയിക്കുന്ന ചോദ്യങ്ങൾ, നൽകുന്ന വിശദീകരണങ്ങൾ, ദാർശനി കമായ മാനസികതലമുള്ള കഥാപാത്രങ്ങൾ, ഇതെല്ലാം ചേർന്ന് ധിഷണാപരമായ സംവേദനം സാധ്യമാക്കുന്നു. വൈകാരികതയെ ബോധപൂർവ്വം തമസ്കരിക്കുന്നു. കഥ എന്നതിലുപരി ദർശനത്തിന്റെ ആവിഷ്കാരം എന്ന നിലയിൽ വികസിക്കുന്ന നോവലിന് നിയതമായ ഘടനയില്ല. ഘടനയുടെ ക്രമികതയെ തകർത്തുകൊണ്ട് ചർച്ചകളും സംവാദങ്ങളും നിലകൊള്ളുന്നു.

'ധർമ്മപുരാണ'ത്തിലെ ആക്ഷേപഹാസ്യസ്വഭാവമുള്ള അലിഗറി ക്കും നഗ്നമായ ഭാഷാപ്രയോഗത്തിനും മലയാളനോവൽ ചരിത്രത്തിൽ സമാനതകളില്ല. ധർമ്മപുരി, പ്രജാപതി, മന്ത്രിമാർ, ആധ്യാത്മിക കക്ഷി, സമഷ്ടിവാദികക്ഷി, താർത്താരിക്കുടിയരശ്, കർക്കിടക വിപ്ലവം,

വെള്ളസംയുക്ത നാട്ടുകൾ, സമർഖണ്ഡ്, പ്രതിസന്ധി, സാമ്യവാദം, ശാകുന്തളം എന്നുതുടങ്ങി എഴുപതുകളിലെ കാലികമായ ഇന്ത്യൻ/ലോക സാഹചര്യങ്ങളിലേക്ക് നേരിട്ടു കടന്നുചെല്ലുന്ന രാഷ്ട്രീയ സൂചകങ്ങൾ നോവലിന്റെ ആഖ്യാനഗതിയിൽ നിർണ്ണായക പ്രാതിനിധ്യം വഹിക്കുന്നു. ഉുറൽ, സംഭോഗം, ബലാൽസംഗം, സ്വയംഭോഗം, സ്വവർഗ്ഗരതി, ശവഭോഗം, കൊലപാതകം തുടങ്ങിയവ രാഷ്ട്രീയ നിർണ്ണയത്തിലെ അസംബന്ധങ്ങൾക്ക് പകരം നിൽക്കുന്നു. പ്രതിരോധത്തിന്റെ അടയാള വാക്യങ്ങളിൽ നാമങ്ങൾക്കും ക്രിയകൾക്കും രൂപമാറ്റം സംഭവിക്കുന്നു. സിദ്ധാർത്ഥൻ, പരാശരൻ, സുനന്ദൻ, ജാഹ്നവി, മഹാസസ്യം, മഴ, പ്രകാശം, ധ്യാനം, കരച്ചിൽ, ഉറക്കം എന്നിങ്ങനെ.

ഭാഷയുടെ 'രണ്ടുതരം' ഉപയോഗം ധർമ്മപുരാണത്തിന്റെ ആഖ്യാന തലത്തിന് പ്രമേയത്തെ ആഴത്തിൽ തിരിച്ചറിയാവുന്ന രൂപം പ്രദാനം ചെയ്തു. ഫാസിസത്തിലേക്കു വഴുതുന്ന ഇന്ത്യൻ ജനാധിപത്യത്തെയും അധികാരത്തിന്റെ കാലാതീതമായ ക്രൗര്യത്തെയും ജനതയുടെ ചരിത്രപരമായ അടിമത്തത്തെയും തീക്ഷ്ണമായി ആക്രമിക്കുന്നിടത്ത് നോവലിന്റെ 'ഭാഷ' മാന്യതയുടെയും ആലങ്കാരികതയുടെയും ആടയാഭരണങ്ങൾ അഴിച്ചുവച്ച് നഗ്നമാവുന്നു. സ്വദേശികളായ പത്രക്കാർ പ്രജാപതിയുടെ തീട്ടം രുചിക്കുന്നതിന്റെ വർണ്ണന ഇങ്ങനെ. 'വിദേശ ലേഖകന്മാർ തീട്ടം കണ്ടു മടങ്ങിയതിനുശേഷം സ്വദേശികൾ പാത്രത്തിന്റെ ചുറ്റും തിരക്കിക്കൂടി, തീട്ടത്തിന്റെ കൊച്ചു തരിമ്പുകൾ മാന്തിയെടുത്തു രുചിക്കാൻ തുടങ്ങി. ഗാംഭീര്യമുള്ളത് ഒരുത്തൻ പറഞ്ഞു. ഭരണത്തിന്റെ സുസ്ഥിരത എന്ന് രണ്ടാമൻ. അങ്ങനെ അവരെല്ലാവരും തലയാട്ടി സമ്മതമറിയിച്ചു. മൂന്നാമതൊരു സ്വദേശി ഒരു ഗുളികയോളം പോന്ന തീട്ടപ്പറ്റ് കയ്യിലെടുത്ത് അതിന്റെ സൗഷ്ഠവവും ദാർഢ്യവും ആസ്വദിച്ചുകൊണ്ട് കുറേനേരം നിന്നു. പ്രജാപതിയുടെ കണ്ടികൾ എന്നും ദൃഢങ്ങളായിരുന്നു. വാർദ്ധക്യസഹജമായ ജഠരാലസ്യങ്ങൾ വരുത്തിവെച്ച മലബന്ധത്തിൽ അവ കല്ലാടിന്റെ കാട്ടത്തെപ്പോലെ വരണ്ടു വടികളായാണു പുറത്തു വന്നത്.' [40] രാഷ്ട്രീയ സമസ്യകൾക്ക് അടുക്കളക്കാരിയുടെ മുലകളിലും പൃഷ്ഠത്തിലും ഉത്തരം കണ്ടെത്തുന്ന ദു:ഖമന്ത്രിയും ലാവണ്യയും തമ്മിൽ നടക്കുന്ന സംഭാഷണം ഇങ്ങനെ:

'രുമണ്വാൻ പറഞ്ഞു:,

'ലാവണ്യേ' -

ലാവണ്യ പറഞ്ഞു:

'എറാൻ'

രുമണ്വാൻ പറഞ്ഞു:

'നിന്റെ പൃഷ്ഠ സമ്പത്തിൽ മുഴുകുകയാണ് ഞാൻ'

ലാവണ്യ പറഞ്ഞു:

'ഈയുള്ളവൾ ഈ പ്രശംസയ്ക്കു പകരം എന്താണ് അവിടുത്തേയ്ക്ക് തരേണ്ടത്?'

രുമണ്വാൻ പറഞ്ഞു :'

'ഇത്തിരി വിസർജ്ജനം. അത്രമാത്രം. ഞാൻ അത് ഭക്ഷിക്കട്ടെ'

'ലാവണ്യ ഉപദേശിച്ചു':

മഹാശയാ അരുത്. പ്രജാപതിക്കാട്ടത്തിനു മാത്രം കൊടുത്തുപോരുന്ന ബഹുമതിയാണത്. അങ്ങയുടെ ഈ ആഗ്രഹം നിറവേറ്റിയാൽ അത് രാജ്യദ്രോഹമാകും.'[41]

ശ്ലീലതയുടെ നിഘണ്ടുക്കൾ വെച്ചു പരിശോധിക്കുമ്പോൾ അശ്ലീലമെന്നോ അധമമെന്നോ വിളിക്കാവുന്ന ഈ രീതിക്ക് നേർ വിപരീതമായ ഭാഷാപ്രയോഗമാണ് സിദ്ധാർത്ഥന്റെയും പരാശരന്റെയും അന്വേഷണത്തെയും പരാജയത്തെയും തിരിച്ചറിവുകളെയും ഏകാന്ത ദു:ഖത്തെയും ആവിഷ്കരിക്കാൻ സ്വീകരിച്ചിരിക്കുന്നത്. ഈ ഭാഗങ്ങളിൽ, അഗാധമായ നിശബ്ദതയിലേക്ക് വന്നുവീഴുന്ന സാന്ദ്രമായ മന്ത്രധ്വനികൾപോലെ ഭാഷ ആത്മീയ സാന്നിധ്യമായി പരിവർത്തിക്കുന്നു. മനസ്സിന്റെ ആഴങ്ങളിൽ മുഴങ്ങുന്നു. വ്യഥയുടെ നിതാന്തമായ യോഗാത്മകതയെ അനുഭവപ്പെടുത്തുന്നു. അവസാനത്തോടടുക്കുമ്പോൾ സുനന്ദൻ തന്റെ ആവർത്തനം കാണുന്നത് ഇങ്ങനെ: 'തന്റെ ശരീരം പരിണമിക്കുന്നു അതിപ്പോൾ ഭക്ഷണമാണ്. തീൻമേശക്കരികെ ഇരിക്കുന്ന ചെറിയ പെൺകുട്ടിയോട് സുനന്ദൻ പറഞ്ഞു. സുന്ദരിയായ പെൺകുട്ടീ... എന്റെ ധാതുക്കൾ നിന്നിൽ വീണ്ടും പിറവി കൊള്ളുന്നു, നീ ഉറങ്ങുമ്പോൾ, നീ വളരുമ്പോൾ, നീ പകൽക്കിനാവു കാണുമ്പോൾ, എന്റെ വർഗത്തിന്റെ പ്രാചീനദു:ഖം ഞാൻ നിനക്ക് പറഞ്ഞുതരാം. ശിവശീർഷത്തിൽ നിന്നും പൊട്ടിച്ചിതറി താഴോട്ടൊഴുകിയ ഒരേ പുഴയുടെ ചാലുകൾ മാത്രമാണ് നാം. കറുത്തും വെളുത്തും ചെമ്മണ്ണു കലങ്ങിയും നാം ഒഴുകി. ചാലുകളായി പിരിഞ്ഞൊഴുകിയ നമ്മൾ ഇതാ പിന്നെയും ഒന്നിക്കുന്നു.' [47] ഭാഷയുടെ അരാജകമായ രൂപങ്ങൾ കൊണ്ടു നിറഞ്ഞ നോവലിന്റെ അവസാനഭാഗം ഇങ്ങനെ. 'ഓരോ ഇലയും കൊമ്പും വേരും പരാശരനോട് സംസാരിച്ചു. അതൊരു സ്വരപ്രളയമായി. അതിന്റെ അർത്ഥം മനസ്സിലാക്കാനാവാതെ പടനായകൻ അതിന്റെ

തിരകളിൽ മുങ്ങിപ്പൊങ്ങി.

പരാശരൻ പ്രലപിച്ചു :

'പറഞ്ഞു തിരികെ! എനിക്കു പറഞ്ഞു തരിക!

വടവൃക്ഷം നിശബ്ദമായി. അരികിലൂടെ സനാതനായ ജാഹ്നവി ഒഴുകിക്കിടന്നു.'

ഒറ്റയ്ക്ക് പടനായകൻ ആ മഹാസസ്യത്തിന്റെ ചുവട്ടിൽ ഇരുന്നു. മൃഗ സൃഷ്ടിയുടെ തീരാദുഃഖത്തിൽ പരാശരൻ പിന്നെയും പിന്നെയും കരഞ്ഞു. അയാളുടെ ചുമലിൽ ഞാണുകിടന്ന ആയുധം ഒരു കുഞ്ഞിനെപ്പോലെ ഉറങ്ങി.'[43]

ഇത്തരത്തിൽ, ഭാഷയുടെ 'ദ്വിവിധമായ ഉപയോഗം' ഭാവത്തിലെ രാഷ്ട്രീയാംശത്തെയും രൂപത്തിലെ വേറിട്ട സൗന്ദര്യാത്മകതയെയും സമന്വയിപ്പിക്കുന്നു. ഇത് നോവലിനെ കൂടുതൽ തീക്ഷ്ണമാക്കുന്നു. അനു വർത്തനങ്ങളെ അസാധ്യമാക്കുന്നതാണ് ഈ ആഖ്യാനരീതി. 'ധർമ്മ പുരാണ'ത്തിന്റെ 'ഒറ്റപ്പെടലിന്' കാരണവും ഇതാണ്.

മുകൾ സൂചിപ്പിച്ച നോവലുകളിൽ നിന്നൊക്കെ തികച്ചും വ്യതിരിക്ത മായ ആഖ്യാനരീതിയാണ് 'ശേഷക്രിയ'യുടേത്. അങ്ങേയറ്റം ആലങ്കാ രികമാണ് 'ശേഷക്രിയ'യിലെ ഭാഷ. ഈ ആലങ്കാരികത പലപ്പോഴും രാഷ്ട്രീയ പ്രയോഗമായി മാറുന്നുണ്ട്. കഴിഞ്ഞ കാലത്തെക്കുറിച്ചുള്ള വൈകാരികമായ ഓർമ്മ, പ്രത്യയശാസ്ത്ര സന്ദേഹങ്ങളിൽ നിന്നുടലെ ടുക്കുന്ന നിരർത്ഥകത/പരിഹാസം, പ്രസ്ഥാനവിമർശം ഇതെല്ലാം ഭാഷയുടെ ആലങ്കാരികതയിലൂടെ ഭദ്രമായി സാധിച്ചെടുക്കുന്നു.

വൈകാരികത: 'തമിഴ് കൈക്കോളരുടെ കൈത്തറികൾ രാപ കലില്ലാതെ ശബ്ദിച്ചു കൊണ്ടിരുന്ന പശ്ചാത്തലത്തിൽ കുഞ്ഞയ്യപ്പൻ ഒരു അവിട്ടം നാൾ നട്ടുച്ചയ്ക്ക് കരച്ചിലോടെ പിറന്നുവീണത് ഈ ലോകം ശ്രദ്ധിച്ചുവോ എന്തോ? കോവിലിലെ ഉടുക്കുപാട്ട് എന്നും സന്ധ്യയ്ക്ക് ഒരു താരാട്ടായി മാറി. നെയ്ത്തുകാരുടെ അസ്ഥിപഞ്ജരങ്ങൾ ഒരുചാൺ വയറെന്ന ക്രൂരനായ മുതലാളിയെ ഭയന്ന് രാപകലില്ലാതെ അധ്വാനിച്ചു. നൂലിനു പാവിട്ടു വിയർത്തു തളരുമ്പോൾ അവർ തണൽ തേടിയില്ല. വെയിലായിരുന്നു അവരുടെ പന്തൽ. ചിലർ ബീഡികത്തിച്ച് പുക അകത്തേക്കിറക്കി പ്രാരാബ്ധങ്ങളെ ശ്വാസം മുട്ടിച്ചുകൊന്നു.'[44]

പരിഹാസം: 'ഉറങ്ങിയും ഉണർന്നും യാമങ്ങൾ നീങ്ങവെ എന്നെ ങ്കിലും വന്നേക്കാൻ ഇടയുള്ള സമൃദ്ധിയുടെ പാൽപ്പുഴയിലേക്ക് കുഞ്ഞ യ്യപ്പൻ മുതലക്കുപ്പുകുത്തി. കുഞ്ഞയ്യപ്പന്റെ ആമാശയശൂന്യതയിൽ

രക്തനക്ഷത്രങ്ങൾ വിടർന്നു.' [45]

കുഞ്ഞയ്യപ്പന്റെ ആത്മഹത്യാക്കുറിപ്പിലുടനീളം പരിഹാസം നിറഞ്ഞു നിൽക്കുന്നു. തികഞ്ഞ ആലങ്കാരികമായ ഭാഷയിൽ.

വിമർശനം: 'ഇടയ്ക്കിടെ പിയെന്നിന്റെ വാക്കുകൾ അജീർണ്ണതയിൽ തികട്ടി. പാവപ്പെട്ടവന്റെ പാർട്ടിയെന്ന വാക്കിന്റെ അർത്ഥം തേടി അയാൾ ഭാഷയുടെ ഭ്രൂഗർഭങ്ങൾ തുരന്നിറങ്ങി. എങ്ങും പാറക്കെട്ടുകൾ മാത്രം.' [46]

സവിശേഷമായ പദപ്രയോഗങ്ങളിലൂടെ, സമാസങ്ങളിലൂടെ, വാക്യ ഘടനയിലൂടെ, ഉപമകളിലൂടെ, വിശേഷണങ്ങളിലൂടെ, 'ശേഷക്രിയ' യിലുടനീളം നിറയുന്ന ആലങ്കാരികഭാഷ നോവലിന്റെ രാഷ്ട്രീയത്തിന്റെ പ്രതിനിധാനമായി മാറുന്നു.

ദൃശ്യബിംബങ്ങളുടെ സമൃദ്ധിയാണ് 'ശേഷക്രിയ'യുടെ ആഖ്യാനതല ത്തിലെ മറ്റൊരു സവിശേഷത. 'ജലാശയത്തിനു മുകളിൽ ഏകാഗ്രത യോടെ ചിറകടിച്ചു നിൽക്കുന്ന മീൻകൊത്തിപ്പക്ഷി' (പു. 16), 'അനന്ത വിസ്തൃതിയിലേക്ക് നീണ്ടുപോകുന്ന നാഷണൽ ഹൈവേയുടെ കറുത്ത പുറന്തോട്ടുകൾ' (പു. 12) 'നീരുവറ്റിയ വള്ളിപോലെ തൂങ്ങിക്കിടക്കുന്ന കറുത്ത താലിച്ചരട്' (പു.32) 'പാർട്ടിയുടെ കാറിന്റെ മുൻചക്രത്തിനുതാഴെ സുരക്ഷിത ബോധത്തോടെ ഉറങ്ങുന്ന നായ'(പു. 48) 'കയ്യിൽ നിന്നും അബദ്ധത്തിൽ വീണുപൊട്ടിയ പാൽക്കുപ്പിയെ നോക്കിക്കരയുന്ന പെൺകുട്ടി' (പു. 57) ഇങ്ങനെ ഭൗതികവും മാനസികവും രാഷ്ട്രീയവുമായ അവസ്ഥാഭേദങ്ങളെ പ്രതിനിധീകരിക്കുന്ന നിരവധി ദൃശ്യബിംബങ്ങൾ 'ശേഷക്രിയ'യിലുടനീളമുണ്ട്.

ആഖ്യാനപരമായി 'പിതൃതർപ്പണം' 'ശേഷക്രിയ'യിൽനിന്ന് വ്യത്യ സ്തമാകുന്നത് ഭാഷയിലെ അലങ്കാരരാഹിത്യത്താലും ഇമേജറികളുടെ ഏകതാന സ്വഭാവത്താലുമാണ്. ലളിതവും സുതാര്യവുമായ ഭാഷയാണ് 'പിതൃതർപ്പണ'ത്തിലേത്. ഇമേജറികളധികവും വിഷാദത്തിന്റെ ഭാവരൂപങ്ങളാണ്. വേണുകുമാരമേനോന്റെ കലങ്ങി മറിഞ്ഞ മനസ്സും നിസ്സംഗതയും മകളുമായുള്ള അയാളുടെ ആത്മബന്ധവും ഇതരബന്ധ ങ്ങളിലെ നിർവികാരതയും കുറഞ്ഞ വാക്കുകളിലൂടെ സൗന്ദര്യാത്മകവും ഏകാഗ്രവുമായി ആവിഷ്കരിക്കാൻ 'പിതൃതർപ്പണ'ത്തിന്റെ ആഖ്യാന തലത്തിനു സാധിച്ചിട്ടുണ്ട്.

'പ്രകൃതിനിയമ'മാകട്ടെ ബോധധാരാ നോവലിന്റെ രൂപമാർ ന്നു നിൽക്കുന്നു. ഓർമ്മകളും സ്വപ്നങ്ങളും ചിന്തകളും ഇടകലരുന്ന 'പ്രകൃതിനിയമ'ത്തിലെ ഭാഷക്ക് ധൈഷണികമായ ദാർഢ്യം ഉണ്ട്.

ആഖ്യാനത്തിൽ, ഘടനാപരമായ ഏകാഗ്രത പ്രകൃതിനിയമത്തിനില്ല. വിഹ്വലമായ മനസ്സിന്റെ ദാർശനിക സമസ്യകൾ, സന്ദേഹങ്ങൾ, പ്രത്യാശകൾ ഇതെല്ലാംതന്നെ ക്രമരഹിതമായി ചിതറി വീഴുന്നു. ആഖ്യാനം പലപ്പോഴും വാചാലതയിലേക്ക് വഴുതുന്നുണ്ട്. പ്രസംഗ/ പ്രബന്ധ സ്വഭാവവും ചിലയിടത്ത് കാണാം. പ്രമേയപരമായി 'ശേഷക്രിയ'യ്ക്കും 'പിതൃതർപ്പണ'ത്തിനും 'പ്രകൃതിനിയമ'ത്തിനും തമ്മിലുള്ള സദൃശ്യത ആഖ്യാനത്തിൽ അത്രത്തോളമില്ല എന്നതു ശ്രദ്ധേയമാണ്.

ചുരുക്കത്തിൽ, ആധുനികതയുടെ രണ്ടാമത്തെ അടരിൽ ഉൾപ്പെട്ട ന്ന നോവലുകളുടെ ആഖ്യാന വൈചിത്ര്യം നമ്മുടെ രാഷ്ട്രീയനോവൽ സ്വരൂപത്തെ ബഹുസ്വരമാക്കി. രണ്ടാമത്തെ അടരാണ് ആധുനിക മലയാളനോവലിൽ അനുഭവപരമായ വൈവിധ്യം സൃഷ്ടിച്ചത്. രാഷ്ട്രീയനോവലുകൾക്ക് ഇതിൽ നിർണ്ണായകമായ പങ്കുണ്ടെന്ന് അവയുടെ പ്രമേയ /ആഖ്യാനതലങ്ങളുടെ വിശകലനം വെളിപ്പെടുത്തുന്നു.

രാഷ്ട്രീയദർശനത്തിലും ഭാഷയുടെ നൂതനതയിലും ആവിഷ്കാര വൈചിത്ര്യത്തിലും ആധുനികതയുടെ പൊതുബോധത്തോട് ദർശനപരമായി ഇണങ്ങുമെങ്കിലും ചേർത്തു നിർത്തുന്തോറും ഇടർച്ചകൾ രൂപപ്പെടുമെന്നതിനാൽ വി.കെ.എൻ. ന്റെ രാഷ്ട്രീയനോവലുകളെ വേർതിരിച്ച് വിലയിരുത്തേണ്ടതുണ്ട്. വി.കെ. എൻ. ന്റെ ഹാസ്യദർശനം കാലികമായ രാഷ്ട്രീയസാഹചര്യങ്ങളുടെ സൂചകങ്ങളിലൂടെ സവിശേഷമായ ചിരിയുണർത്തുന്ന രാഷ്ട്രീയാഖ്യാനങ്ങൾക്ക് രൂപം നൽകി. 1970 മുതൽ 1999 വരെയുള്ള കാലത്തിനിടയിൽ രചിച്ച 'സിൻഡിക്കേറ്റ്,' 'അധികാരം'*2, 'ജനറൽ ചാത്തൻസ്' 'എന്നീ നോവലുകൾ 'വി.കെ.എൻ. ശൈലി'യുടെ രാഷ്ട്രീയമായ ഉപയോഗത്തെ സാക്ഷ്യപ്പെടുത്തുന്നു. ഈ മൂന്നു നോവലുകളും അവ എഴുതപ്പെട്ട രാഷ്ട്രീയസാഹചര്യത്തെ ഉപജീവിക്കുന്നുണ്ട്. നമ്മുടെ വ്യവസ്ഥിതിയെയും വ്യവസ്ഥാപിതമായ അധികാരത്തെയും കീഴ്പ്പെടുത്തിയിരിക്കുന്ന അപചയത്തിന്റെ ഇരുട്ടിലേക്ക് ചിരിയുടെ വെട്ടം വീഴ്ത്താനും കാലത്തിനു വന്നുചേർന്നിരിക്കുന്ന രാഷ്ട്രീയ ദുരന്തത്തെ വെളിപ്പെടുത്താനും ഈ നോവലുകൾക്ക് സാധിക്കുന്നു.

മലയാളത്തിലെ ആധുനിക രാഷ്ട്രീയനോവലിന് വി.കെ.എൻ ന്റെ രാഷ്ട്രീയാഖ്യാനങ്ങളിലൂടെ കൈവന്ന വ്യതിരിക്തത എന്താണ് എന്ന് വിശകലനം ചെയ്യുമ്പോൾ ഇതര ആധുനിക രാഷ്ട്രീയാഖ്യാനങ്ങളോട് അവയ്ക്കുള്ള അടുപ്പവും അകലവും അന്വേഷിക്കേണ്ടതുണ്ട്. വ്യവസ്ഥയോടും അധികാരത്തോടുമുള്ള കലഹമാണ് ഇവയെത്തമ്മിൽ

*2 ഭാഗം രണ്ടിൽ അധ്യായം 3 കാണുക

അടുപ്പിച്ചു നിർത്തുന്നത്. ജീർണമായ വ്യവസ്ഥയും ദുഷിച്ച അധികാരവും വി.കെ.എൻ. ന്റെ രാഷ്ട്രീയനോവലുകളിലുടനീളം കൂർത്ത പരിഹാസത്തിന് വിധേയമാകുന്നു. ഈ നോവലുകളിലെ വിമർശനാത്മകമായ ഫലിതത്തെ രൂപപ്പെടുത്തിയതും ഈ കലഹദർശനമാണ്. കാലിക സാഹചര്യങ്ങൾ അതിന് പ്രചോദനമാവുകയും ചെയ്തു.

1969 ൽ ഇന്ത്യൻ നാഷണൽ കോൺഗ്രസിലുണ്ടായ പിളർപ്പിനെത്തുടർന്ന് ദേശീയ രാഷ്ട്രീയത്തിലുടലെടുത്ത സവിശേഷമായ രാഷ്ട്രീയാന്തരീക്ഷമാണ് 'സിൻഡിക്കേറ്റി'ലെ രാഷ്ട്രീയവിമർശനത്തെ രൂപപ്പെടുത്തിയത്. സോഷ്യലിസം യാഥാർത്ഥ്യമാക്കാനെന്ന ഭാവേന മത്സരിക്കുന്ന ഇരുവിഭാഗങ്ങളുടെയും സുഹൃത്തും സഹയാത്രികനുമായി നടിച്ച് പയ്യൻ സ്വന്തം പ്രയാണത്തിന്റെ മാർഗ്ഗം സുഗമമാക്കുന്നു. ഇന്ത്യയെ സ്വാതന്ത്ര്യത്തിലേക്ക് നയിച്ച ദേശീയപാർട്ടിക്കു വന്നുചേർന്ന മൂല്യപരമായ അപചയം, അതിന്റെ നേതൃത്വത്തിലെ സ്വേച്ഛാധികാര പ്രവണതകൾ, വൃദ്ധനേതൃത്വത്തിന്റെ വിലാസങ്ങൾ, ആടിക്കളിക്കുന്ന അവസരവാദികൾ, പുതുതായി ഉടലെടുത്ത രാഷ്ട്രീയ സഹവർത്തിത്വങ്ങൾ ഇതെല്ലാം ചേർന്ന് മലീമസമാക്കിയ ഒരു രാഷ്ട്രീയസംസ്കാരത്തിന്റെ ചിത്രം പൊട്ടിച്ചിരിയുണർത്തുന്ന വിധത്തിൽ കോമാളിരൂപമണിഞ്ഞ് നിലകൊള്ളുന്നു.

നമ്മുടെ കലാ-സാംസ്കാരിക-രാഷ്ട്രീയരംഗങ്ങളിലെ അസംബന്ധങ്ങളെ തൊലിയുരിച്ചു കാണിക്കുന്ന നോവലാണ് 'ജനറൽ ചാത്തൻസ്'. പടിഞ്ഞാറ്റു മുറിയിലെ അക്ഷരാഭ്യാസമില്ലാത്ത സഖാവ് ചാത്തൻസ് തന്ത്രപരമായ കരുനീക്കങ്ങളിലൂടെ കേരളസാഹിത്യഅക്കാദമി അവാർഡ് നേടുന്നു. തന്റെ കാവ്യം പാഠപുസ്തകമാക്കുന്നു. പിന്നീട് അവാർഡുകൾക്കായുള്ള നെറികെട്ട അന്വേഷണങ്ങൾക്കിടയിൽ 'ചെക്കനെ' പരിചയപ്പെടുന്ന ചാത്തൻസ് ദൽഹിയിലെത്തുന്നു. പ്രതിരോധമന്ത്രി സൂപ്പർ ചാത്തൻസുമായി ധാരണയിലെത്തുന്നു. അപ്രതീക്ഷിതമായൊരു സാഹചര്യത്തിൽ അയാൾ കരസേനാ ഉപമേധാവിയാകുന്നു. തുടർന്ന് ജനറൽ ചാത്തൻസ് സമർത്ഥമായ യുദ്ധതന്ത്രങ്ങളിലൂടെ വ്യാപകമായ പിന്തുണ നേടിയെടുക്കുകയും സർവാധികാരിയായിത്തീരുകയും ചെയ്യുന്നു. രാജ്യത്തെ തന്റെ പട്ടാളത്തിന്റെ നിയന്ത്രണത്തിലാക്കിയ ശേഷം റേഡിയോയിലൂടെ ജനതയെ അഭിസംബോധന ചെയ്യുന്നതിനിടയിൽ അയാൾക്ക് നൊബേൽ സമ്മാനം കിട്ടിയതായി അറിയിപ്പുണ്ടാകുന്നു. ഈ സാഹചര്യത്താൽ താൻ നേടിയതെല്ലാം തിരസ്കരിച്ചുകൊണ്ട് ചാത്തൻസ് ജനതയോട് സത്യം വിളിച്ചു പറയുന്നു. 'ഇതാണ് ഇവിടത്തെ കലാസാഹിത്യരംഗം. ആർക്കും എന്തും നേടിയെടുക്കാവുന്ന

ച്ചറ്റപാടാണിവിടെ. സ്റ്റേറ്റ് അക്കാദമി മുതൽ നൊബേൽ സമ്മാനങ്ങൾ വരെ ഞാൻ നേടി. എങ്ങനെ? ചരടുവലിച്ച്. നമ്മുടെ കലാസാഹിത്യരംഗത്തെ പൊള്ളത്തരങ്ങൾ വെളിച്ചത്തു കൊണ്ടുവരാനാണ് ഞാനിതു ചെയ്തത്. അതുകൊണ്ട്, നേടിയ എല്ലാ അവാർഡുകളും ഇതിനാൽ ഞാൻ തിരസ്കരിച്ചിരിക്കുന്നു. നൊബേലടക്കം.' [47]

മന്ത്രി, ചെക്കൻ, സൂപ്പർ ചാത്തൻസ്, അന്തേവാസി പത്രാധിപർ, ചീഫ് കരസേനാ മേധാവി, ഇട്ടൂപ്പ് ഇങ്ങനെ നിരവധി കഥാപാത്രങ്ങളിലൂടെ വ്യവസ്ഥയുടെ വ്യത്യസ്തതലങ്ങളിലെ ജീർണ്ണതയെ നോവലിൽ അടയാളപ്പെടുത്തുന്നു. കലയും സാഹിത്യവും രാഷ്ട്രീയാധികാരവും തമ്മിലുടലെടുക്കുന്ന അവിശുദ്ധ ബന്ധങ്ങളെയും നീതിയുക്തമെന്ന് ഘോഷിക്കുന്ന പത്രപ്രവർത്തനത്തിന്റെ ഇരുണ്ട ഇടങ്ങളെയും ഹാസ്യത്തിന്റെ മുനകൊണ്ട് മുറിവേൽപ്പിക്കുന്നു. ചരടുവലികളും ഉപജാപങ്ങളും അരങ്ങുവാഴുന്ന രാഷ്ട്രീയകാലത്തെക്കുറിച്ചുള്ള മുന്നറിയിപ്പാണ് 'ജനറൽ ചാത്തൻസി'ലെ ചിരി.

ഇന്ദിരാഗാന്ധിയുടെ മരണത്തെത്തുടർന്ന് രാജീവ് ഗാന്ധി ഇന്ത്യയുടെ പ്രധാനമന്ത്രിപദം ഏറ്റെടുത്ത രാഷ്ട്രീയസാഹചര്യമാണ് 'അധികാരം' എന്ന നോവലിന്റെ രചനക്ക് പ്രേരകമായത്. രാഷ്ട്രീയ/ഭരണ പരിചയമില്ലാത്ത രാജീവ് ഗാന്ധി ചില ഉപജാപകരുടെ നിയന്ത്രണത്തിലാണെന്ന് ആദ്യകാലത്ത് പരക്കെ സംസാരമുണ്ടായിരുന്നു. രാഷ്ട്രപതി ഗ്യാനി സെയിൽസിംഗുമായുണ്ടായ അഭിപ്രായ വ്യത്യാസങ്ങളും വ്യാപകമായ ശ്രദ്ധ നേടി. 'അധികാരം' ഈ കാലിക സംഭവങ്ങളെയൊക്കെ സൂചിപ്പിക്കുന്നുണ്ട്. രാജാവ്, നാടകനടൻ, പ്രസിഡന്റ്, സെക്യൂരിറ്റി ഇൻ ചീഫ് രാമൻ നമ്പൂതിരി, ഇന്റലിജൻസ് നാണ്വാര്, വിദേശകാര്യമന്ത്രി മണിസ്വാമി, ആഭ്യന്തരമന്ത്രി ഭൂതത്താൻ, ധനകാര്യമന്ത്രി പ്രതാപ് തുടങ്ങിയ കഥാപാത്രങ്ങൾക്കെല്ലാം നേർ സൂചിതങ്ങൾ അന്നത്തെ ദേശീയ രാഷ്ട്രീയത്തിലുണ്ട്. എന്നാൽ കേവലമായ കാലിക സാഹചര്യത്തിന്റെ വിമർശനം മാത്രമായിരുന്നില്ല 'അധികാരം' എന്ന നോവൽ. അധികാരത്തിന്റെ ഇടനാഴികളിലെ കള്ളക്കളികളോട്, അധികാരം പങ്കിടുന്നവർ നടത്തുന്ന മൂല്യ ലംഘനങ്ങളോട് കലഹിക്കുന്ന തീക്ഷ്ണമായൊരു ആക്ഷേപഹാസ്യരൂപം ചമയ്ക്കാനാണ് വി.കെ.എൻ. ശ്രമിച്ചത്. അതുകൊണ്ടുതന്നെ നോവലിലെ കഥാപാത്രങ്ങളെല്ലാം ദുഷിച്ച അധികാരത്തിന്റെ പ്രയോഗരൂപങ്ങൾ കൂടിയാണ്. ദർശനപരമായി ഇതര ആധുനിക രാഷ്ട്രീയനോവലുകളോടുള്ള അടുപ്പമാണ് ഇതിലൊക്കെത്തന്നെ വ്യക്തമാവുന്നത്.

'പ്രമേയപരിചരണ'ത്തിലേക്ക് കടക്കുമ്പോഴാണ് വി.കെ.എൻ ന്റെ നോവലുകൾ 'വഴിമാറി' നടക്കുന്നത്; 'അകൽച്ച' രൂപമെടുക്കുന്നത്. ആധുനികതയുടെ രണ്ടാമത്തെ അടരിലെ രാഷ്ട്രീയനോവലുകൾ അധികാരത്തിന്റെ ക്രൗര്യത്തെയും വ്യവസ്ഥയുടെ ജീർണ്ണതയെയും രോഷവും വിഷാദവും ഇടകലരുന്ന ദാർശനികതയോടെ സമീപിക്കുന്നു. ഇരയായിത്തീരുന്ന വ്യക്തിയും, പരാജയപ്പെടുന്ന പ്രതിരോധവും/അന്വേഷണങ്ങളും പ്രമേയതലത്തിൽ ഇടപെടുന്നു. എന്നാൽ വി.കെ.എൻ ന്റെ നോവലുകൾ ജീർണനത്തിനെതിരായ പ്രതിരോധത്തിന്റെ കഥയല്ല. അത്തരം അന്വേഷണങ്ങൾ ഈ നോവലുകളിലില്ല. വി.കെ.എൻ ന്റെ നോവൽപ്രപഞ്ചത്തിലെ കഥാപാത്രങ്ങൾ സാമൂഹിക തിന്മയുടെ ഇരകളല്ല; ഉപഭോക്താക്കളാണ്. സ്വയം ജീർണിച്ചുകൊണ്ട് വിജയത്തെ അന്വേഷിക്കുന്നവരാണ്. നിസ്സംഗമായ ഫലിതബോധത്തോടെ അവർ അധികാരത്തിന്റെയും വ്യവസ്ഥയുടെയും ജീർണ്ണതയെ ഉപയോഗിക്കുന്നു. പയ്യനും, ജനറൽ ചാത്തൻസും, രാജാവും, രാമൻ നമ്പൂതിരിയും, നാണ്വാരും ഒക്കെ ഈ ജനുസ്സിൽപ്പെടുന്ന കഥാപാത്രങ്ങളാണ്. മൂല്യരാഹിത്യത്തിന്റെയും, തിന്മയുടെയും വഞ്ചനയുടെയും അസംബന്ധതയുടെയും നെറികേടിന്റെയും 'സാധ്യതകൾ' പൊട്ടിച്ചിരിപ്പിക്കുന്ന വിസ്മയങ്ങൾക്കിടയിലൂടെ അനാവൃതമാവുന്നു. രാഷ്ട്രീയകാലത്തോടുള്ള വിയോജിപ്പിനെ, ദുഷിച്ച അധികാരത്തോടുള്ള വെറുപ്പിനെ വി.കെ.എൻ പരിചരിക്കുന്നത് ഇപ്രകാരമാണ്. ഭാഷാപ്രയോഗത്തിലെ നവീനതയെ ക്കാളുപരിയായി വി.കെ.എൻ ന്റെ രാഷ്ട്രീയാഖ്യാനങ്ങളെ വേർതിരിച്ചു നിർത്തുന്നത് ഈ പ്രമേയപരിചരണ സ്വഭാവമാണ്. ക്രോധവും ദുഃഖവുമാണ് വി.കെ.എൻ ന്റെ നോവലുകളിൽ ചിരിയായി രൂപം മാറുന്നതെന്ന് കെ.പി.അപ്പൻ നിരീക്ഷിക്കുന്നുണ്ട്. (മാറുന്ന മലയാളനോവൽ - 'കോമാളിയുഗത്തിലെ പുരുഷ ഗോപുരങ്ങൾ' എന്ന അധ്യായം) ഈ പരിണാമത്തിന്റെ അടിസ്ഥാനം പ്രമേയപരിചരണത്തിലെ വിരുദ്ധഗതിയാണ്. തിന്മയുടെ ആയിരം തലകൾ പൊട്ടിച്ചിരിയോടെ വി.കെ.എൻ കൃതികളുടെ പ്രമേയതലത്തിൽ അണിനിരക്കുന്നു. പെരുകുന്ന ചിരിയുടെ മുഴക്കത്തിൽ/വെളിച്ചത്തിൽ അപകടപ്പെട്ടുകൊണ്ടിരിക്കുന്ന കാലത്തിന്റെ ശബ്ദവും മുഖവും നാം തിരിച്ചറിയുന്നു. തിന്മയുടെ നിസ്സംഗവും ആവേശപൂർണ്ണവുമായ ആവിഷ്കാരത്തിലൂടെ ചിരിയുണർത്തുന്ന മാസ്മരവിദ്യ 'അധികാര'ത്തെ മുൻനിർത്തി പരിശോധിക്കുന്നു.

'അധികാര'ത്തിൽ ഇരയും വേട്ടക്കാരനുമില്ല. കുത്തഴിഞ്ഞു കിടക്കുന്ന ഒരു രാഷ്ട്രീയ വ്യവസ്ഥയിൽ ഉപജാപങ്ങളിലൂടെ അതിജീവിക്കുന്നവരാണ് ഇതിലെ പ്രധാന കഥാപാത്രങ്ങൾ. രഹസ്യനീക്കങ്ങളും

ഉപജാപങ്ങളും നോവലിലുടനീളം നിറഞ്ഞു നിൽക്കുന്നു. രാജാവിനെ നിയന്ത്രിക്കാൻ സെക്യൂരിറ്റി ഇൻ ചീഫ് രാമൻ നമ്പൂതിരി ശ്രമിക്കുന്നു. നാടകനടൻ രാജാവിൽ സ്വാധീനം ചെലുത്തുന്നു. രാമൻ നമ്പൂതിരിയും ഇന്റലിജൻസ് നാണ്വാരും ചേർന്ന് അയാളെ ഒതുക്കുന്നു. നാണ്വാര് സാവിത്രിയിലൂടെ പ്രതിപക്ഷ കരട് ചോർത്താൻ ശ്രമിക്കുന്നു. സാവിത്രി നാണ്വാരെ വിദഗ്ധമായി കബളിപ്പിക്കുന്നു. രാമൻ നമ്പൂതിരിയും കൂട്ടരും യുദ്ധം ഉണ്ടാക്കുന്നു. രാമൻ നമ്പൂതിരിയും പ്രസിഡന്റും രാജാവിനെതിരായ ഉപജാപങ്ങൾ ആസൂത്രണം ചെയ്യുന്നു. പ്രസിഡന്റ് പ്ലഷർ പിൻവലിക്കുന്നു. രാമൻ നമ്പൂതിരി തന്ത്രപൂർവ്വം രാജാവിനെയും കുടുംബത്തെയും ഹേഗിലേക്കയക്കുന്നു. ഈ തക്കം നോക്കി പ്രസിഡന്റ് മന്ത്രിസഭ പിരിച്ചുവിടുന്നു. പ്രസിഡന്റ് ഭരണം പ്രഖ്യാപിക്കുന്നു. ജനത അത് സ്വാഗതം ചെയ്യുന്നു.

പ്രതിരോധത്തിനായുള്ള അന്വേഷണങ്ങളോ, ശ്രമങ്ങളോ നോവലിലെ സംഭവഗതികളിൽ എവിടെയുമില്ല. വ്യവസ്ഥയുടെ ജീർണ്ണതയെ എല്ലാവരും ആവോളം ആസ്വദിച്ച് ആനന്ദിക്കുന്നു. നിസ്സംഗതയോടെ/ആവേശത്തോടെ ഉപജാപങ്ങൾ ആവിഷ്കൃതമാവുന്നു. ഇതുവഴി രഷ്ട്രീയവർത്തമാനത്തിന്റെ 'ഉപഹാസഗോപുരം' എന്നു വിളിക്കാവുന്ന പ്രമേയശരീരം വാർത്തെടുക്കുന്നു. ഈ സമീപനമാണ് 'അധികാര'ത്തെ 'ധർമ്മപുരാണ'മാക്കിത്തീർക്കാത്തത്. 'ധർമ്മപുരാണ'ത്തിലെ ആക്ഷേപത്തിൽ ഇരയുടെ നിലവിളിയുണ്ട്, പ്രതിരോധത്തിന്റെ പടനയിച്ച് പരാജയപ്പെട്ടവന്റെ കണ്ണീരുണ്ട്, അന്വേഷണത്തിന്റെ വ്യർത്ഥത തിരിച്ചറിഞ്ഞവന്റെ മനസ്സിൽ നിറയുന്ന ശാന്തതയുണ്ട്. ഇതൊക്കെ ചേർന്നാണ് ചരിത്രമാലിന്യത്തിന്റെ ദുർഗന്ധത്തിൽ നിന്നുറവെടുത്ത നഗ്നമായ രോഷത്തെ വിഷാദാത്മകതയിലേക്ക് പരിവർത്തിപ്പിക്കുന്നത്. എന്നാൽ 'അധികാര'മാകട്ടെ തിന്മയുടെ ആഘോഷമെന്ന മഹാഫലിതത്തിലൂടെ അതിന്റെ രാഷ്ട്രീയം പ്രഖ്യാപിക്കുന്നു. തിന്മയിൽ നിന്നുറവെടുക്കുന്ന കറുത്ത ചിരിയുടെ പ്രസാദാത്മകത്വമാണ് വി.കെ.എൻ ന്റെ നോവലുകളിലെ രാഷ്ട്രീയാനുഭവം. ആധുനികതയുടെ വികാസഗതിയിലെ ഇതര രാഷ്ട്രീയനോവലുകളുടെ ദാർശനികാനുഭവത്തിൽ നിന്നു വേർതിരിഞ്ഞു നിൽക്കുന്ന ഈ രാഷ്ട്രീയാനുഭവം നമ്മുടെ രാഷ്ട്രീയനോവൽ ചരിത്രത്തിൽ വ്യതിരിക്തമായിത്തന്നെ അടയാളപ്പെടുത്തേണ്ടതുണ്ട്.

ആധുനികതയുടെ വികാസഗതിയിൽ തൊണ്ണൂറുകളുടെ പകുതിയോടടുത്ത് സംഭവിക്കുന്ന പരിണാമത്തിന്റെ ഭാവരൂപങ്ങളെ നിർണ്ണയിക്കുന്ന നോവലുകളാണ് എം. മുകുന്ദന്റെ 'കേശവന്റെ വിലാപങ്ങൾ',

എൻ. പ്രഭാകരന്റെ 'തീയൂർ രേഖകൾ' എന്നിവ. രാഷ്ട്രീയമായി ഏറെ പ്രസക്തമായ ഈ നോവലുകൾ രാഷ്ട്രീയമെന്ന പ്രമേയഘടകത്തിന്റെ നവീനമായ പരിചരണത്തെയും ആഖ്യാനത്തെയും സാക്ഷ്യപ്പെടുത്തുന്നു. നോവലിന്റെ ഘടനയെയും അതിന്റെ രാഷ്ട്രീയ ഉപയോഗത്തെയും കുറിച്ചുള്ള നവബോധം സൃഷ്ടിക്കുകയും ചെയ്യുന്നു. രാഷ്ട്രീയപ്രമേയത്തിന്റെ പരിചരണത്തിലെ നൂതനത്വം, ആഖ്യാനഘടനയുടെ രാഷ്ട്രീയമായ ഉപയോഗം എന്നീ രണ്ടു ഘടകങ്ങളെ മുൻനിർത്തിയാണ് 'കേശവന്റെ വിലാപങ്ങളെ'യും 'തീയൂർ രേഖകളെ'യും വിശകലന വിധേയമാക്കുന്നത്.

നമ്മുടെ രാഷ്ട്രീയചരിത്രത്തെ വ്യവസ്ഥാപിതമായ ചരിത്രരചനയുടെ കോണിൽ നിന്ന് മാറി നോക്കുന്ന 'തീയൂർ രേഖകൾ' ചരിത്രത്തെ പ്രാദേശികമായി അടയാളപ്പെടുത്തുന്നു. നമ്മുടെ രാഷ്ട്രീയനോവൽ രചനയുടെ പാരമ്പര്യത്തിൽ നിന്നുതന്നെ മാറി നിൽക്കുന്ന വേറിട്ട സമീപനമാണിത്. 'തീയൂർ രേഖകൾ നടിക്കുന്നത് ഏകദേശം ഒരുനൂറ്റാണ്ടുകാലത്തെ- ഇരുപതാം നൂറ്റാണ്ട് - ഒരു ഗ്രാമത്തിന്റെ ചരിത്രം സ്വതന്ത്രമായ സമ്പ്രദായത്തിൽ എഴുതിയുണ്ടാക്കുകയാണ് എന്നാണ്. ഇതാണ് നോവലിന്റെ അടിസ്ഥാന സങ്കല്പം.'[48] ഇരുപതാം നൂറ്റാണ്ടിൽ കേരളത്തിലുണ്ടായ സാമൂഹിക-രാഷ്ട്രീയചലനങ്ങൾ തീയൂരിലെ പ്രാദേശിക ജീവിതത്തിൽ ഇടപെടുന്നുണ്ട്. മറ്റൊരു തരത്തിൽ പറഞ്ഞാൽ തീയൂർ ഗ്രാമം അവയ്ക്ക് സ്വന്തമായ പാഠം ചമയ്ക്കുന്നു. (തീയൂർ രേഖകളിലെ ആഖ്യാനരീതി പ്രാദേശിക പാഠത്തിന്റെ രേഖപ്പെടുത്തലിന് അനുയോജ്യമായി നിലകൊള്ളുന്നു.) വാർധ ഗോപാലൻ, ദ്രൗപദി, മോഹൻ, ചാത്തു, അരിവാൾ അച്ചുവേട്ടൻ, കണിശൻ നാരായണൻ, കുഞ്ഞിഗോവിന്ദൻ, ശ്രീനിവാസൻ, ശ്രീധരൻ മാഷ്, ആമു ജിന്ന്, രാമചന്ദ്രൻ തുടങ്ങിയവരിലൂടെയൊക്കെ തീയൂർ അതിന്റെ രാഷ്ട്രീയ ഭൂപടം വരച്ചിടുന്നു. സാമ്പ്രദായികമായി നാം നിർമ്മിച്ചെടുക്കുന്ന രാഷ്ട്രീയത്തിന്റെ കേവലമായ പ്രാദേശിക പ്രയോഗമല്ല ഇവരിലൂടെ അവതീർണ്ണമാവുന്നത്. മറിച്ച് ഈ കഥാപാത്രങ്ങളുടെ ജീവിതത്തിന്റെ സവിശേഷമായ ഭാവങ്ങളും വികാസപരിണാമങ്ങളും ഗ്രാമത്തിന്റെ തനതായ രാഷ്ട്രീയ സ്വത്വത്തെ നിർമ്മിച്ചെടുക്കുന്നു. 'വാർധ ഗോപാലനെ' മുൻനിർത്തി രാഷ്ട്രീയത്തിന്റെ 'പ്രാദേശികപാഠ നിർമ്മിതിയെ' മനസ്സിലാക്കുകയാണ് ഇനി:

ഇന്ത്യൻ നാഷണൽ കോൺഗ്രസുമായും ഗാന്ധിയൻ ആദർശങ്ങളുമായും തീയൂരിന്റെ ചരിത്രത്തെ ബന്ധിപ്പിച്ചു നിർത്തുന്ന കണ്ണിയാണ് വാർധ ഗോപാലൻ. പത്തൊൻപതാമത്തെ വയസ്സിൽ ചന്തുപോലീസിന്റെ മകൾ കുഞ്ഞിമാണിയെ പ്രേമിച്ചിരുന്ന അയാൾ, ചന്തുപോലീസിന്റെ

'എടാ ഗോപാലാ' എന്ന വിളിയുടെ ആന്തരാർത്ഥങ്ങളെ ഭയന്ന് നാടുവിട്ടു. ഗോപാലന്റെ ജീവിതത്തിലെ വഴിത്തിരിവ് അതായിരുന്നു. 1952-ൽ നാൽപ്പത്തിയാറാമത്തെ വയസ്സിൽ സമ്പൂർണ്ണ ഗാന്ധിയനായി അയാൾ നാട്ടിൽ തിരിച്ചെത്തി. വാർധയിൽ മഹാത്മജിയോടൊപ്പം ഏറെക്കാലമുണ്ടായിരുന്നു എന്നവകാശപ്പെട്ട അയാളുടെ സംഭാഷണ ത്തിൽ ഇടയ്ക്കിടെ വാർധയും ഗാന്ധിജിയും കടന്നുവന്നു. അങ്ങനെ പറഞ്ഞു പറഞ്ഞ് അയാൾ തീയൂരിന്റെ ചരിത്രത്തിൽ വാർധ ഗോപാലനായി. തീയൂരിലെ സാമൂഹിക സാഹചര്യങ്ങൾ ഗോപാലന്റെ കോൺഗ്രസ് പ്രവർത്തന മോഹങ്ങൾക്ക് തടയിട്ടു. 'നാട്ടിലെ രാഷ്ട്രീയസാഹചര്യ ങ്ങൾ ഗോപാലൻ പ്രതീക്ഷിച്ചിരുന്നതിനു നേർ വിപരീതമായിരുന്നു. പഴയ ഏറ്റുകാരും കൃഷിക്കാരുമൊക്കെ കമ്മ്യൂണിസ്റ്റു കാരായിരിക്കുന്നു. വായനശാലയിലും ചായപ്പീടികയിലുമെല്ലാം കൊണ്ടുപിടിച്ച രാഷ്ട്രീയം. കോൺഗ്രസുകാരായി ചുരുക്കം ചില നമ്പ്യാന്മാരും നായന്മാരും തീയൂര് തെക്കും ഭാഗത്തുള്ള ഒരുവിഭാഗം ഹരിജനങ്ങളും മാത്രമേയുള്ളൂ.'[49] തീയനായതിനാൽ ഗോപാലന് സവർണ്ണർക്കിടയിൽ സ്വാധീനം ലഭിച്ചില്ല. ഹരിജനങ്ങൾക്കാണെങ്കിൽ സ്വന്തമായി ഒരു നേതാവുണ്ടാ യിരുന്നു; സൂത്രശാലിയായ ചാത്തു. അവൻ നുണകൾ പറഞ്ഞു പരത്തി. ഗോപാലന്റെ വാർധ ചരിത്രത്തെ അവൻ ഇങ്ങനെ തിരുത്തി: 'വാർധാ, ബാപ്പൂജീന്നൊക്കെ പറയുന്നത് വെറും കള്ളസാ. മ്മളെ തീയൂരങ്ങാടീലെ മമ്മു ആപ്പളക്ക് ബോംബേലുള്ള ഓട്ടലില് ചായ അടിക്കലാര്ന്നില്ലേ ഈ ഗോപാലന് പണി.'[50]

ഈ സാഹചര്യത്തിൽ, കോൺഗ്രസ് നേതാവായല്ല ഗാന്ധിയൻ ആദർശങ്ങളുടെ ഒറ്റയാൻ പ്രചാരകനായാണ് ഗോപാലൻ തീയൂരിൽ തുടരുന്നത്. തീയൂരങ്ങാടിയിൽ അയാൾ ഖാദി വസ്ത്രാലയം തുടങ്ങുന്നു, ബാപ്പൂജിയുടെ പേരിൽ നിശാപാഠശാല(ബാപ്പൂജി വിദ്യാഭവൻ) സ്ഥാ പിക്കുന്നു, തീയൂരിന്റെ ചരിത്രമെഴുതി (തീയൂർ ചരിത്രം) പ്രകാശനം ചെയ്യുന്നു (1960-ഒക്ടോബർ-2ന്). പിന്നെപ്പോഴോ ഒരു സ്വാമിയോ ടൊപ്പം നാടുവിടുന്ന ഗോപാലൻ മുമ്പത്തേക്കാൾ വലിയൊരു ഗാന്ധി ഭക്തനായി നാട്ടിൽ തിരിച്ചെത്തുന്നു. ആദ്ധ്യാത്മിക പ്രഭാഷകനാവുന്നു. അപ്പോഴൊക്കെ ഗാന്ധിയൻ ആദർശങ്ങൾ ഗോപാലനിൽ നിറഞ്ഞ സാന്നിധ്യമായി നിലകൊണ്ടു. കഴിയാവുന്നിടത്തൊക്കെ അയാളത് പ്രകടിപ്പിച്ചു/പ്രസംഗിച്ചു.

ദ്രൗപദിയമ്മയുമായുള്ള ബന്ധം ഗോപാലനെ പൊതുജീവിത ത്തിൽ നിന്ന് താത്ക്കാലികമായി അകറ്റി. തീയൂരിന്റെ പൊതുമണ്ഡ ലത്തിലേക്കുള്ള ഗോപാലന്റെ തിരിച്ചുവരവിന് നിമിത്തമാകുന്നതും

ദ്രൗപദിയമ്മതന്നെയാണ്. 'ഏതായാലും കോംക്രസ് നമുക്കൊരു ബലാ', ദ്രൗപദിയുടെ ഈ ഉപദേശം ഗോപാലനെ കോൺഗ്രസ് പ്രവർത്തനത്തിലേക്ക് നയിക്കുന്ന കോൺഗ്രസ് തന്റെ ഭർത്താവിന് വളർന്ന് വലുതാകാനുള്ള വിശാലമായ ഒരിടമാണെന്ന ധരിച്ച ദ്രൗപദിയമ്മയുടെ ഉപദേശ നിർദ്ദേശങ്ങൾ ഗോപാലന്റെ കോൺഗ്രസ് പ്രവർത്തനത്തെ നിയന്ത്രിച്ചു. തീയൂർ മണ്ഡലം കോൺഗ്രസ് പ്രസിഡന്റ് സ്ഥാനത്തേക്ക് വാർധ ഗോപാലൻ പൊതുസമ്മതനായി തിരഞ്ഞെടുക്കപ്പെട്ടു. 1969-ൽ കോൺഗ്രസ് പിളർന്നപ്പോൾ ഗോപാലന്റെ മനസ്സ് ഇന്ദിരാവിരുദ്ധരോടൊപ്പമായിരുന്നു. 'ഒന്നും വിട്ടുപറയണ്ട. ഏതു ഭാഗത്താ ആള് കൂടുന്നേന്ന് നമുക്ക് നോക്കാം.' ദ്രൗപദിയമ്മയുടെ ഈ നിർദ്ദേശം അയാളെ കുഴക്കി. ഒടുവിൽ അയാൾ ഇന്ദിരാ കോൺഗ്രസിൽ ഉറച്ചുനിന്നു. മുൻ മണ്ഡലം പ്രസിഡന്റ് അപ്പു നമ്പ്യാരുടെ മകനും യുവ കോൺഗ്രസ് നേതാവുമായ വിജയൻ, ഗോപാലനും ദ്രൗപദിയമ്മയ്ക്കുമിടയിൽ പ്രശ്നങ്ങൾ സൃഷ്ടിച്ചു. വിജയനും ദ്രൗപദിയമ്മയും തമ്മിലുള്ള രഹസ്യബാന്ധവത്തിന്റെ വ്യക്തമായ തെളിവുകൾ ഗോപാലന് ലഭിക്കുന്നത് അടിയന്തരാവസ്ഥ പ്രഖ്യാപനത്തിന് തൊട്ടടുത്ത ദിവസങ്ങളിലൊന്നിലായിരുന്നു. '1975 ജൂൺ 20 ന് രാത്രിയിലായിരുന്നു അത്: എന്തുകൊണ്ടാണെന്നറിയില്ല ഗോപാലൻ പിന്നീട് മനസ്സിൽ കുറിച്ചിട്ടത് ജൂൺ 25 ന് രാത്രി എന്നായിരുന്നു. അന്നേദിവസം പ്രഖ്യാപിച്ച അടിയന്തരാവസ്ഥയും അയാൾക്കൊരു ഞെട്ടലുണ്ടാക്കി. എത്രയൊക്കെ ആലോചിച്ചിട്ടും ആ നടപടിയോട് മനസ്സുകൊണ്ട് രാജിയാവാൻ ഗോപാലന് കഴിഞ്ഞില്ല.'[51]

ദ്രൗപദിയോടാലോചിക്കാതെ അടിയന്തരാവസ്ഥക്കെതിരെ നിലപാടെടുത്ത ഗോപാലൻ അത് പന്തിയല്ലെന്ന കണ്ട് 1976 ജനുവരി വരെ മൗനം പാലിച്ചു. 1976-ൽ തെക്കും ഭാഗത്തെ ചാത്തുവിന്റെ അനന്തിരവൻ മോഹനന് 'യക്ഷിക്കളം' എന്ന നാടകം അവതരിപ്പിക്കാൻ വേണ്ട സഹായം ചെയ്തുകൊടുത്തത് ഗോപാലന് വിനയായി. ആ നാടകത്തിലെ യക്ഷിക്ക് ഇന്ദിരാഗാന്ധിയുടെ മുഖച്ഛായ ഉണ്ടായിരുന്നതിനാൽ നാടകം അലങ്കോലപ്പെട്ടു. ഗോപാലന്റെ രാജിക്കായി മുറവിളി ഉയർന്നു. ഗോപാലന് പ്രസിഡന്റ് സ്ഥാനം രാജിവക്കേണ്ടിവന്നു. തുടർന്നങ്ങോട്ട് ഗോപാലന്റെ ജീവിതത്തിന് പൊതുമണ്ഡലവുമായി വലിയ ബന്ധമൊന്നുമില്ല. 1997-ൽ കഥാകാരൻ തീയൂരിലെത്തി എന്നു പറയപ്പെടുന്ന ദിവസം (ഒക്ടോബർ-3ന്) വാർധ ഗോപാലൻ 37 വർഷങ്ങൾക്കു മുമ്പെഴുതിയ 'തീയൂർ ചരിത്ര'ത്തിന്റെ പുന:പ്രകാശനം നടക്കുകയായിരുന്നു. ചടങ്ങിൽ രോഗിയായ ഗോപാലനുണ്ട്. ഓർമ്മയുടെ ക്രമികതകൾ നഷ്ടപ്പെട്ട അയാളുടെ മനസ്സ് കഴിഞ്ഞ കാലത്തിലെവിടെയോ ആയിരുന്നു.

വാർധ ഗോപാലൻ നമ്മുടെ രാഷ്ട്രീയനോവൽ ബോധ്യങ്ങൾക്ക് അന്നുവരെ പരിചിതമല്ലാത്ത തരം രാഷ്ട്രീയ വ്യക്തിത്വമാണ്. പ്രാദേശിക ജീവിതത്തിന്റെ ലാളിത്യമാർന്ന സങ്കീർണ്ണതയാണ് അയാളുടെ രാഷ്ട്രീയ ത്തെയും ജീവിതത്തെയും ചേർത്തു നിർത്തുന്നത്. അപക്വമായ പ്രണയം, നാടുവിടൽ, മടങ്ങിവരവ്, നുണകൾ, സാമ്പ്രദായികമല്ലാത്ത ദാമ്പത്യം, ഭാര്യയുടെ നിയന്ത്രണം, രഹസ്യ ബാന്ധവം, ഭാര്യയോട് വാശിതീർക്കൽ എന്നിങ്ങനെ പ്രത്യക്ഷ രാഷ്ട്രീയ സ്വഭാവമില്ലാത്ത നിരവധി പ്രാദേശിക ഘടകങ്ങൾ ചേർന്നാണ് ഗോപാലന്റെ രാഷ്ട്രീയ ജീവിതത്തെ നിർ മ്മിച്ചെടുത്തിരിക്കുന്നത്. ഗാന്ധിയൻ ആദർശങ്ങൾ, കോൺഗ്രസ് പ്രവർത്തനം, കോൺഗ്രസ്സിലെ പിളർപ്പ്, അടിയന്തരാവസ്ഥ ഇത്തരം ദേശീയ രാഷ്ട്രീയ പ്രാധാന്യമുള്ള ഘടകങ്ങളെല്ലാം ഗോപാലന്റെ ജീവി തത്തിൽ ഇടപെടുന്നതായി കാണാം. എന്നാൽ അതെല്ലാം തന്നെ ഗോപാലന്റെ ജീവിതമെന്ന അച്ചിലേക്ക് വാർന്നുവീണ് മുകൾ പറഞ്ഞ പ്രാദേശിക ഘടകങ്ങളുടെ സമ്മർദ്ദത്താൽ പ്രാദേശിക പാഠങ്ങളായി പരിണമിക്കുന്നു. അതുകൊണ്ടുതന്നെ, ഗാന്ധിയൻ ആദർശങ്ങൾ ഗോപാലന് ജീവിതത്തിൽ പകർത്താനുള്ളതല്ല; പൊങ്ങച്ചത്തിനും പ്രസംഗത്തിനുമുള്ളതാണ്. കോൺഗ്രസ് പ്രവർത്തനം നാടിന്റെ നന്മ യ്ക്കല്ല; ഭാര്യയുടെ ആഗ്രഹപ്രകാരം ഒരു ബലത്തിനാണ്. കോൺഗ്രസ് പിളരുമ്പോൾ അയാളെടുക്കുന്ന നിലപാടുകൾ ദ്രൗപദിയമ്മുടേതാണ്. അടിയന്തരാവസ്ഥക്കെതിരായ അയാളുടെ നിലപാടിലാകട്ടെ ദേശ താത്പര്യങ്ങളല്ല, ദ്രൗപദിയോടുള്ള വിയോജിപ്പും അവരുടെ രഹസ്യ ബാന്ധവവുമായി ബന്ധപ്പെട്ടുടലെടുക്കുന്ന മാനസികാവസ്ഥയുമാണ് നിർണ്ണായക സ്വാധീനം ചെലുത്തുന്നത്. അത് പൊതുജീവിതത്തിൽ നിന്നുള്ള അയാളുടെ ഒളിച്ചോട്ടത്തിൽ കലാശിക്കുകയും ചെയ്യുന്നു. ചുരുക്കത്തിൽ, പ്രാദേശിക ജീവിതത്തിന്റെ സൂക്ഷ്മ വൈവിധ്യങ്ങളും വിചിത്ര ഗതിവിഗതികളും നിറഭേദങ്ങളും ഇടകലരുന്നതാണ് വാർധ ഗോപാലന്റെ രാഷ്ട്രീയ ജീവിതാഖ്യാനം.

1964-ൽ കമ്മ്യൂണിസ്റ്റ് പാർട്ടി പിളർന്നപ്പോൾ പൊടുന്നനെ രാഷ്ട്രീയ ജീവിതം അവസാനിപ്പിച്ച അരിവാൾ അച്ചുവേട്ടൻ, നക്സലിസത്തി ലേക്ക് ആകൃഷ്ടനായി, അതിന്റെ സിദ്ധാന്തങ്ങൾക്ക് വ്യാഖ്യാനം ചമച്ച്, 'സിദ്ധാന്തം' എന്ന പരിഹാസപ്പേരും പേറി ഇന്നും ജീവിച്ചിരിക്കുന്ന കുഞ്ഞിഗോയിന്ദൻ, തീയൂർ ടൈംസിന്റെ ഉടമ ശ്രീധരൻ മാഷ്, തലശ്ശേരി കലാപത്തിനിടയിൽ ജീവിതം വഴിമാറിപ്പോയ ആമുജിന്ന്, കമ്മ്യൂണി സ്റ്റുകാരുടെ പിണിയാളായി നിന്നശേഷം യൂത്ത് കോൺഗ്രസിലെത്തി, ഒടുവിൽ ആർ.എസ്.എസുകാരോടൊപ്പം അയോധ്യയിൽ ബാബ്റി

മസ്ജിദിന്റെ താഴികക്കുടങ്ങൾ പൊളിക്കുന്നതിനിടെ (1992 ഡിസംബർ 6 ന്) സാരമായി പരിക്കേറ്റ്, വർഷങ്ങൾക്കുശേഷം തീയൂരിൽ തിരിച്ചെത്തി തൂങ്ങിമരിച്ച രാമചന്ദ്രൻ തുടങ്ങിയവരുടെയെല്ലാം ജീവിതം സാമ്പ്രാദായിക രാഷ്ട്രീയചരിത്രത്തിന്റെ സ്പർശമുള്ളതും തീയൂരിന്റെ പ്രാദേശികതയാൽ നിർണ്ണയിക്കപ്പെട്ടതുമായ പാഠങ്ങളാണ്. ഇതെല്ലാം ചേർന്നതാണ് തീയൂരിന്റെ രാഷ്ട്രീയചരിത്രം. സാമ്പ്രദായിക രാഷ്ട്രീയചരിത്രബോധ്യങ്ങളെ പ്രാദേശികതയുടെ കോണിലൂടെ നോക്കിക്കാണുന്ന ഈ സമീപനമാണ് 'തീയൂർ രേഖകളി'ലെ രാഷ്ട്രീയപ്രമേയപരിചരണം.

പ്രമേയപരിചരണത്തിലെ രാഷ്ട്രീയത്തെ ബലപ്പെടുത്തുന്നതാണ് നോവലിന്റെ ആഖ്യാനഘടന. 'പ്രാദേശിക ചരിത്രരചനയെന്ന ആവശ്യത്തിനു മുന്നിൽ ഉണർന്നുകൊണ്ടുള്ള ഒരു കൃതിയാണ് 'തീയൂർ രേഖകൾ'. അത് തീർച്ചയായും അക്കാദമികമായ അർത്ഥത്തിൽ ചരിത്രമല്ല. നോവലിന് പ്രാദേശിക ചരിത്രത്തിന്റേതായ, അനൗപചാരികവും തുറന്നതും സംവാദാത്മകവുമായ ഒരു രൂപം നൽകുകയാണീ കൃതി.'[52] തീയൂരിന്റെ ചരിത്രത്തെ 'കഥ'യുടെ രൂപഭാവങ്ങളിൽ നിലനിർത്തുമ്പോൾത്തന്നെ, കഥാഖ്യാനത്തിന് പ്രാദേശിക ചരിത്രത്തിന്റെ ആവിഷ്കാരത്തിനുതകുന്ന വിധത്തിൽ വിചിത്രമായ ഗതിവിഗതികളും, ഇടർച്ചകളും, നൈരന്തര്യങ്ങളും നൽകിയിരിക്കുന്നു. വിശ്വാസങ്ങൾ, കേട്ടുകേൾവികൾ, സംഭാഷണങ്ങൾ, കത്തുകൾ, കുറിപ്പുകൾ എന്നിങ്ങനെ പ്രാദേശിക ചരിത്രരചനയുടെ അനൗപചാരികമായ ഉപാദാന സാമഗ്രികളുടെ രൂപവൈവിധ്യങ്ങൾ ആഖ്യാനഘടനക്ക് സ്വന്തമായിരിക്കുന്നു. തീയൂരിന്റെ ചരിത്രം എഴുതുന്ന ചരിത്രകാരൻ എന്ന നാട്യത്തിൽ നോവലിസ്റ്റ് കൃതിയിലുടനീളം ഒരു ചരിത്രകാരന്റെ സത്യസന്ധതയോടെ ഇടപെടുന്നു. വൈകാരികതയെ മാറ്റി നിർത്തുന്നു. ഇങ്ങനെ നോവൽ രചനയുടെ പാരമ്പരാഗത സൗന്ദര്യസങ്കല്പങ്ങളെ തകർക്കുകവഴി പ്രാദേശിക ചരിത്രപാഠമെന്ന രാഷ്ട്രീയ സമീപനത്തെ ബലപ്പെടുത്താൻ നോവലിന്റെ ഘടനയെ രാഷ്ട്രീയമായി ഉപയോഗിക്കുന്നു.

രാഷ്ട്രീയ ആക്ഷേപഹാസ്യത്തിന്റെ വേറിട്ട രൂപവും ഭാവവുമാണ് 'കേശവന്റെ വിലാപങ്ങളെ' വ്യത്യസ്തമാക്കുന്നത്. ആധുനികതയുടെ മുൻകാല രചനാ വഴികളിൽ നാം കണ്ടുശീലിച്ച ആക്ഷേപരീതിയല്ല ഈ നോവൽ പിൻതുടരുന്നത്, 'സ്തുതിയുടെ ഭാവത്തിലുള്ള നിന്ദ'യാണ് കേശവന്റെ വിലാപങ്ങളിലെ മാർക്സിസ്റ്റ് വിമർശനത്തിനുള്ളത്. നേതാക്കളെയും പ്രസ്ഥാനത്തെയും പ്രത്യശാസ്ത്രത്തെയും അന്ധമായ ആരാധനയുടെ തലത്തിൽ നിർത്തുന്ന കമ്മ്യൂണിസ്റ്റുകാരാണ് നോവലിനുള്ളിലെ നോവലിൽ ഇ.എം.എസ് ഭക്തനായ അപ്പുക്കുട്ടനിലൂടെ

പരിഹാസത്തിനു വിധേയമാകുന്നത്. ഇ.എം.എസ് എന്ന ചരിത്രപുരുഷൻ പുതിയ തലമുറയിൽ സൃഷ്ടിക്കുന്ന സ്വാധീനത്തെ ആവിഷ്കരിക്കുന്നു എന്ന ഭാവമാണ് അപ്പുക്കുട്ടന്റെ വിലാപങ്ങൾക്കുള്ളത്. തൊട്ടിലിൽ കിടന്ന്, ചുവരിലെ ഇ.എം.എസിന്റെ ഫോട്ടോ കണ്ടാണ് അപ്പുക്കുട്ടൻ വളരുന്നത്. ക്രമേണ അവനിൽ ഇ.എം.എസിനോടുള്ളആരാധന ശക്തമാവുന്നു. സ്കൂളിൽ ചേരുമ്പോൾ കമ്മ്യൂണിസ്റ്റുകാരനായ ആമൻ സാറിലൂടെ അപ്പുക്കുട്ടൻ മാർക്സിസത്തെക്കുറിച്ചും പ്രസ്ഥാന ചരിത്രത്തെക്കുറിച്ചും ഇ.എം.എസിനെക്കുറിച്ചും കൂടുതൽ അറിയുന്നു. ഇ.എം. എസ്സിനോടുള്ള ആരാധന അവനെ കമ്മ്യൂണിസ്റ്റ് പ്രസ്ഥാനത്തോടടുപ്പിക്കുന്നു. ഇ.എം.എസിനെപ്പോലെ നേതാവാകണമെന്നാണ് അവന്റെ ആഗ്രഹം. ഒടുവിൽ പ്രസ്ഥാനത്തെ അപഹസിച്ച ശരവണനെ കൊന്ന കുറ്റത്തിന് പതിനഞ്ചാമത്തെ വയസ്സിൽ അപ്പുക്കുട്ടൻ ജയിലിലാവുന്നു. ജയിലിൽ കിടക്കുന്ന അപ്പുക്കുട്ടന് തന്റെ അടുത്തേക്ക് ദിവ്യസാന്നിധ്യം പോലെ ഇ.എം.എസ് കടന്നു വരുന്നതായും തന്നെ ആശ്വസിപ്പിക്കുന്നതായും അനുഭവപ്പെടുന്നിടത്ത് കേശവന്റെ നോവൽ അവസാനിക്കുന്നു. 'ഈശ്വരഭക്തി'യോടും 'താരാരാധന'യോടും ചേർത്തുവയ്ക്കാവുന്ന തരത്തിലാണ് അപ്പുക്കുട്ടന്റെ ഇ.എം.എസ് അഭിനിവേശത്തെ രൂപപ്പെടുത്തിയിരിക്കുന്നത്. പരിഹാസത്തിന്റെ കൂർത്ത മുനകൾ ഒളിപ്പിച്ചുവച്ചിരിക്കുന്ന ചില സന്ദർഭങ്ങൾ: [53]

- വഴിയിൽ കളഞ്ഞുകിട്ടിയ പേഴ്സിൽ നിന്ന് പണം എടുത്തോ എന്ന് അച്ഛൻ ചോദിക്കുമ്പോൾ അപ്പുക്കുട്ടന്റെ മറുപടി 'എടുത്തിട്ടില്ല. ഇ.എം.എസ്സാണേ സത്യം' (പു. 83)
- അപ്പുക്കുട്ടൻ 'ഇടതുവശം പകുത്ത് വലത്തോട്ട് ചായ്ച്ച് മുടി ചീകിവെച്ചിരിക്കുന്നു. ഇ.എം.എസ്സിനെപ്പോലെ' (പു. 115)
- 'ചോദ്യക്കടലാസ് കൈയിൽ കിട്ടിയപ്പോൾ അതിൽ നോക്കുന്നതിനു മുമ്പ് അപ്പുക്കുട്ടൻ ഒരു നിമിഷം കണ്ണടച്ചിരുന്നു. ധ്യാനത്തിൽ ഇ.എം. എസ്സിന്റെ മുഖം തെളിഞ്ഞു വന്നു... ആ ധ്യാനം അവന് ആത്മവിശ്വാസം നല്കി.' (പു. 120)
- 'പരീക്ഷ കഴിഞ്ഞാൽ വള്ളുവനാട്ടിലേക്ക് ഒരു തീർത്ഥയാത്ര നടത്തണം. ഏലംകുളം മന കാണണം. മനയിലേക്ക് കാൽ വെക്കുന്നതിനു മുമ്പ് ഭൂമി തൊട്ട് നിറുകയിൽ വയ്ക്കണം. ...ഏലംകുളം മനയും പുളിങ്കാവുമെല്ലാം അപ്പുക്കുട്ടന് തീർത്ഥാടന കേന്ദ്രങ്ങളാണ്.' (പു.172)

- 'ഇ.എം.എസ് വായിക്കുകയും എഴുതുകയും ചെയ്ത കൊട്ടിലക ത്തേക്ക് കാൽ വെച്ചപ്പോൾ അപ്പക്കുട്ടന്റെ മേലാകെ കോരി ത്തരിച്ചു.' (പു. 172)

സത്യം ചെയ്യൽ, കണ്ണടച്ച് ധ്യാനിക്കൽ, തീർത്ഥാടനം, തൊട്ടു നിറുകയിൽവയ്ക്കൽ തുടങ്ങി ഭക്തിയുമായി ബന്ധപ്പെട്ട പ്രയോഗങ്ങളെ/ സംജ്ഞകളെ അപ്പക്കുട്ടനും ഇ.എം.എസ്സിനുമിടയിൽ സമർത്ഥമായി വിന്യസിച്ചിരിക്കുന്നു.

വസ്തുനിഷ്ഠമായ യുക്തികളിൽ അധിഷ്ഠിതമായ പ്രത്യയശാസ്ത്രത്തെ സങ്കുചിതമായ രീതിയിൽ പ്രയോഗവത്കരിക്കുകയും അന്ധമായ ആരാധനയുടെ തലത്തിൽ നിന്ന് ഈ പ്രയോഗവത്കരണത്തെ ന്യായീകരിക്കുകയും ചെയ്യുന്നതിനെതിരായ ക്രിയാത്മക വിമർശന മാണ് 'അപ്പക്കുട്ടന്റെ വിലാപങ്ങളി'ലൂടെ കേശവനും 'കേശവന്റെ വിലാപങ്ങളി'ലൂടെ മുകുന്ദനും സാധ്യമാക്കുന്നത്. അന്ധമായ പ്രത്യയ ശാസ്ത്രഭക്തിയുടെ മഹത്വവത്കരണം എത്രത്തോളം ശക്തമാണെന്നു കാണിക്കുന്നതാണ് 'അപ്പക്കുട്ടന്റെ വിലാപങ്ങളുടെ' രചനയ്ക്ക് ശേഷമു ണ്ടാകുന്ന സംഭവഗതികൾ. 'കാഴ്ചയുടെ നൈർമ്മല്യം' എന്ന പേരിൽ കമ്മ്യൂണിസ്റ്റ് സഹയാത്രികനായ രാവുണ്ണി നോവലിനെ പുകഴ്ത്തി നിരൂപണം എഴുതുന്നു. ഇ.എം.എസ് കേശവനെ അഭിനന്ദിക്കാനെ ത്തുന്നു. പാർട്ടിപ്രവർത്തകർ ആവേശപൂർവ്വം കേശവന് സിന്ദാബാദ് വിളിക്കുന്നു. തങ്ങൾക്കുനേരെ ഉയർന്ന രൂക്ഷമായ വിമർശനത്തിന്റെ മുള്ളും മുനയും കാണാനുള്ള യുക്തിപരമായ സൂക്ഷ്മത , യുക്തിരഹിതമായ ആരാധനയാൽ കമ്മ്യൂണിസ്റ്റുകാർക്ക് നഷ്ടമായിരിക്കുന്നു എന്ന ധ്വനി നോവലിന്റെ വിമർശനതലത്തെ കൂടുതൽ ശക്തമാക്കുന്നു.

കേശവന്റെ വിലാപങ്ങളുടെ ശിഥിലമായ ഘടന അതിന്റെ രാഷ്ട്രീയ ലക്ഷ്യങ്ങളെ പൂർണ്ണമായും നിറവേറ്റുന്ന വിധത്തിൽ അയവാർന്നതാണ് (flexible). നോവലിസ്റ്റായ കേശവന്റെ ജീവിതരീതി, അയാളുടെ നിലപാടുകൾ, ഇ.എം.എസ്സിനെക്കുറിച്ച് അയാളെഴുതുന്ന നോവൽ (അപ്പക്കുട്ടന്റെ വിലാപങ്ങൾ), അതിലെ കഥാപാത്രങ്ങളുടെ മാനസി കാവസ്ഥകൾ, വികാസഗതികൾ, നോവൽ രചനയിൽ കേശവൻ അനുഭവിക്കുന്ന മാനസികസംഘർഷങ്ങൾ ഇതെല്ലാം ഇഴചേർന്ന താണ് നോവലിന്റെ ആഖ്യാനഘടന. ഒന്നിൽ നിന്ന് മറ്റൊന്നിലേക്ക് ആഖ്യാനം വഴുതി മാറിക്കൊണ്ടിരിക്കുന്നു; കൃത്യമായ രാഷ്ട്രീയ ലക്ഷ്യ ങ്ങളോടെ. കേശവന്റെ ജീവിതവും നിലപാടുകളും എഴുത്തുകാരന്റെ സാമൂഹിക ഇടപെടലിനെക്കുറിച്ചുള്ള മാർക്സിസ്റ്റ് ധാരണകൾക്ക്

വിരുദ്ധമാണ്. കേശവന്റെ പ്രസംഗം (അധ്യായം. 27) ഇതിന്റെ തുറന്ന പ്രഖ്യാപനമാണ്. കേശവൻ അനുഭവിക്കുന്ന മാനസിക സംഘർഷങ്ങൾ എഴുത്തിനുമേൽ എഴുത്തുകാരനുള്ള നിർണ്ണായകാവകാശത്തെക്കുറിച്ച് സംശയങ്ങൾ ഉണർത്തുന്നുണ്ട്. വാസുദേവനും പത്മാവതിയും തമ്മിലുള്ള സംഭാഷണം (പു.100) എഴുതിയ ശേഷം കേശവനുണ്ടാകുന്ന ആശങ്ക, അപ്പുക്കുട്ടന്റെ രതിബാധ്യതകളിൽ നിന്ന് തനിക്ക് ഒരുവിധത്തിലും രകഷപ്പെടാൻ കഴിയില്ലെന്ന അറിവ് കേശവനിലുണ്ടാക്കുന്ന സംഘർഷം, മുണ്ടു മടക്കിക്കുത്തി ജനൽ ചാടിവരുന്ന കഥാപാത്രം, ഇങ്ങനെ നിരവധി സന്ദർഭങ്ങൾ എഴുത്തുകാരന്റെ സ്വയം നിർണ്ണയാവകാശത്തെ ചോദ്യം ചെയ്യുന്നു. 'അപ്പുക്കുട്ടന്റെ വിലാപങ്ങൾ'ക്ക് രാവുണ്ണി എഴുതിയ നിരൂപണം (കാഴ്ചയുടെ നൈർമ്മല്യം) കൃത്യമായ രാഷ്ട്രീയ ലക്ഷ്യങ്ങളോടെ ആഖ്യാനത്തിൽ ചേർത്തുവെച്ചിരിക്കുന്നു.

നോവലിനുള്ളിലെ നോവലിന്റെ രാഷ്ട്രീയത്തെ പിൻതാങ്ങുന്നതും സമർത്ഥിക്കുന്നതുമാണ് അതിനു ചുറ്റും നിബന്ധിച്ചിരിക്കുന്ന ആഖ്യാന വ്യതിയാനങ്ങൾ. നിന്ദാസ്തുതിയുടെ രൂപമാർന്ന ഒരുനോവലും അതിന്റെ രചനാകാലത്തെ ചുറ്റിപ്പറ്റി നിൽക്കുന്ന സന്ദർഭങ്ങളും രചനാനന്തര സംഭവഗതികളും തികഞ്ഞ ലാഘവത്തോടെ ഇടകലർത്തുന്നതുവഴി ലഭ്യമാകുന്ന ഘടനാപരമായ സങ്കീർണ്ണത രാഷ്ട്രീയ ആക്ഷേപത്തിന് പ്രച്ഛന്നത നല്കിയിരിക്കുന്നു. ഈ പ്രച്ഛന്നതയാണ് മുകുന്ദനെയും കേശവനെയും വേർതിരിച്ചു നിർത്തുന്നത്. പ്രച്ഛന്നത നീങ്ങുമ്പോൾ രണ്ടും ഒന്നാണെന്ന തിരിച്ചറിവിൽ നോവലിന്റെ രാഷ്ട്രീയം കൂടുതൽ വ്യക്തമാവുന്നു. ഘടനയുടെ സങ്കീർണ്ണതയാണ് ഈ നോവലിന്റെ വ്യാഖ്യാതാക്കളെ പലപ്പോഴും കബളിപ്പിക്കുന്നത്. പ്രാതിനിധ്യ സ്വഭാവമുള്ള കഥാപാത്രങ്ങളല്ല ആഖ്യാനഘടനയാണ് 'കേശവന്റെ വിലാപങ്ങളി'ലെ രാഷ്ട്രീയ ആക്ഷേപത്തിന് മറ നൽകുന്നത്. ഒപ്പംതന്നെ അത് ലക്ഷ്യത്തിലേക്ക് വ്യക്തമായ വഴികൾ തുറന്നിടുകയും ചെയ്യുന്നു.

ആധുനികതയുടെ വികാസഗതിയിൽ പുതിയ കാലത്തിന്റെ നോവൽ ബോധ്യങ്ങളിലേക്കുള്ള പരിണാമദശ പുത്തൻ രാഷ്ട്രീയ നോവൽ രൂപത്തെ സൃഷ്ടിക്കുന്നു. അവ രാഷ്ട്രീയാവിഷ്കാരത്തിന് നൂതനമായ പ്രമേയപരിചരണരീതിയും ഘടനാസങ്കല്പങ്ങളും നൽകുന്നു. 'തീയൂർ രേഖകളി'ലെ ചരിത്രബോധ്യങ്ങളുടെയും 'കേശവന്റെ വിലാപങ്ങളി'ലെ രാഷ്ട്രീയാക്ഷേപത്തിന്റെയും നവ രൂപഭാവങ്ങൾ ഇത് സാക്ഷ്യപ്പെടുത്തുന്നു. തൊണ്ണൂറുകളിലെ പരിണാമത്തിന്റെ ദർശനത്തെയും സൗന്ദര്യബോധ്യങ്ങളെയും ഉന്നതമായ തലത്തിൽ പ്രകാശിപ്പിച്ചത് ഈ രാഷ്ട്രീയനോവലുകളാണ്.

ആധുനികതയുടെ വികാസസഗതിക്കും പരിണാമങ്ങൾക്കും സമാന്ത രമായി നിന്ന സാമൂഹിക നോവലിലും കാല്പനികാവിഷ്കാരങ്ങളിലും ശ്രദ്ധേയമായ രാഷ്ട്രീയ രചനകൾ ഉണ്ടായി. ഇവയെക്കൂടി പരിഗണി ച്ചുകൊണ്ടു മാത്രമേ ഈ കാലഘട്ടത്തിലെ രാഷ്ട്രീയനോവലുകളുടെ പൊതുവായ വിശകലനം പൂർത്തിയാക്കാനാവൂ.

മലയാറ്റൂർ രാമകൃഷ്ണന്റെ 'യന്ത്രം', ജോർജ്ജ് ഓണക്കൂറിന്റെ 'ഇല്ലം', സി.രാധാകൃഷ്ണന്റെ 'മുൻപേ പറക്കുന്ന പക്ഷികൾ', 'കരൾ പിളരും കാലം', കെ. രാധാകൃഷ്ണന്റെ 'നഹുഷപുരാണം' എന്നീ നോവലുകൾ കാല്പനികമായ രചനാരീതിയെ രാഷ്ട്രീയമായി ഉപയോഗിക്കുന്നതെങ്ങ നെയെന്ന് കാണിച്ചു തന്നു. ഭാഷയിലും ഭാവത്തിലും നിറഞ്ഞുനിൽക്കുന്ന വൈകാരികതയും നാടകീയമായ ആഖ്യാനവും നമ്മുടെ രാഷ്ട്രീയനോ വലിന് വേറിട്ട മുഖം നല്കി. സാമൂഹിക-രാഷ്ട്രീയസാഹചര്യങ്ങളോടുള്ള വികാരപരമായ പ്രതികരണമാണ് ഈ നോവലുകളിലെ കാൽപ്പനിക ദർശനത്തിന്റെ അടിത്തറ. മനുഷ്യബന്ധങ്ങളുടെ വിചിത്രഗതികൾ, കടുത്ത മാനസിക സംഘർഷങ്ങൾ, നേർത്ത വിഷാദങ്ങൾ, നാടകീയ സംഘട്ടനങ്ങൾ, പ്രത്യാശയുടെ നുറുങ്ങുകൾ ഇതെല്ലാം ഇഴചേർന്ന് രാഷ്ട്രീയാഖ്യാനത്തെ കാൽപ്പനികവത്കരിച്ചു. 'ഇല്ല'ത്തെയും 'നഹുഷപു രാണ' ത്തെയും മുൻനിർത്തി രാഷ്ട്രീയാവിഷ്കാരത്തിന്റെ കാൽപ്പനിക രൂപഭാവങ്ങളെ വിശദമാക്കാവുന്നതാണ്.

ഭദ്രന്റെ മാനസിക തലങ്ങളിലൂടെ കേരളത്തിന്റെ രാഷ്ട്രീയവും സാമൂ ഹികവുമായ നവോത്ഥാനത്തിന്റെ ശേഷഭാഗത്തെ 'ഇല്ലം' സൂക്ഷ്മമായി വായിച്ചെടുക്കുന്നു. രക്തസാക്ഷികളുടെ ഗ്രാമമാണ് ഭദ്രന്റേത്. സാമ്രാജ്യ ത്വത്തിനും ജന്മിത്വത്തിനുമെതിരായി പോരാടി വീരമൃത്യു വരിച്ചവരുടെ നാട്. അയാളുടെ അച്ഛൻ കൃഷ്ണപിള്ളയും നാടിനു വേണ്ടി രക്തസാക്ഷി യായി. ഭദ്രന്റെ ബാല്യകൗമാരങ്ങളിലെ ജ്വലിക്കുന്ന ഓർമ്മകൾക്ക് രക്ത ത്തിന്റെ ഗന്ധവും മരണത്തിന്റെ തണുപ്പുമുണ്ട്. അയാളുടെ രാഷ്ട്രീയത്തെ നിർമ്മിച്ചെടുത്തത് ഈ ഓർമ്മകളാണ്.

ഇന്നലെയുടെ രക്തസാക്ഷികൾ നേടിത്തന്ന ഇന്നിന്റെ മുഖം ഭദ്രന്റെ മനസ്സിനെ അസ്വസ്ഥമാക്കി. ജന്മിത്വത്തിന്റെ അന്ത്യം നവമുതലാളിത്ത ത്തിന്റെ ഉദയം കുറിച്ചിരിക്കുന്നു. അതിനു കീഴിൽ മാനവികത വീണ്ടും പരീക്ഷണം നേരിടുന്നു. വിചിത്രമായ ഈ സാമൂഹിക പരിണാമത്തി ന്റെ ചിത്രം കുമാരന്റെ വാക്കുകളിൽ തെളിഞ്ഞു നിൽക്കുന്നു. 'കൃഷിഭൂമി കർഷകന് എന്ന മുദ്രാവാക്യം ഞങ്ങളെ ആവേശം കൊള്ളിച്ചിരുന്നു. കൃഷിചെയ്യുന്ന വയലുകൾ സ്വന്തമായിത്തീരുന്ന സുന്ദരഭാവിയുടെ

ഗീതംപോലെ അതു മനസ്സിൽ പുതിയ പ്രതീക്ഷകളുടെ പുളകങ്ങൾ സൃഷ്ടിച്ചു. ജന്മിത്വം അവസാനിച്ചു. പാട്ടക്കാർ ഭൂമിക്ക് അവകാശികളായി. ഏതാനും നാളുകൾ മാത്രം. കുത്തകമുതലാളിത്തത്തിന്റെ സൃഷ്ടിയായ പുത്തൻ സമ്പദ് വ്യവസ്ഥ കർഷകനെ രക്ഷപ്പെടാൻ അനുവദിച്ചില്ല. അവരുടെ പണസഞ്ചികളെ ആശ്രയിച്ച് കൃഷിനടത്തിയ കർഷകർ സ്വന്തം ഭൂമിയിൽ നിന്ന് നിഷ്കാസിതരായി. വഞ്ചിക്കപ്പെട്ട സ്വപ്നങ്ങളോടെ, അപമാനിതരായ അവർ ജനിച്ച നാട്ടിൽ അഭയം തിരക്കുകയാണ്. ഇപ്പോൾ കേവലം കൂലിക്കാരുടെ നിലപോലും അവർക്കില്ല'[54] ഈ സാമൂഹിക സാഹചര്യമാണ് ഒരു നവ വിപ്ലവത്തിന് തുടക്കം കുറിക്കാൻ ഭദ്രനെ പ്രേരിപ്പിച്ചത്. ഭദ്രനിലെ രാഷ്ട്രീയാഭിനിവേശത്തിന് തികഞ്ഞ കാൽപ്പനിക ഛായയുണ്ട്; ഭാഷയിലും ഭാവത്തിലും. നോവലിന്റെ അഖ്യാനത്തെ നിർണ്ണയിക്കുന്ന വിധത്തിൽ ആവേശത്തിന്റെ ധാര ഉറന്നൊഴുകുകയാണ്. ഇമേജറികൾ നിറഞ്ഞ ഭാവപ്രധാനമായ ഭാഷയിലൂടെ ഭദ്രന്റെ 'രാഷ്ട്രീയ മനസ്സ്' വൈകാരികമായ ആവിഷ്കാരം നേടുന്നു:

- 'വെയിലേറ്റ തളർന്ന ഗ്രാമഭൂമിയിൽ ഒരു മഴയായി വർഷിക്കാൻ മാത്രം കഴിഞ്ഞാൽ മതി. ഏതഗ്നിയിലും ഉരുകാം; ഏതു പർവ്വതശിഖരങ്ങൾവരെയും പറന്നുയരാം; നിലംപതിക്കാം. മണ്ണിൽ ലയിക്കുക, അതിന്റെ ഭാഗമായിത്തീരുക, അതിലുപരി ഒരു ജന്മം കൊണ്ട് എന്തു സാധിക്കാനാണ്.'(പു. 47)
- 'ഹൃദയ വാതിലുകൾ തുറന്നിടണം, വായുവും വെളിച്ചവും കടന്നു വരാൻ അനുവദിക്കണം. അപ്പോൾ മനുഷ്യന്റെ നിത്യദുഃഖങ്ങൾ ആത്മദുഃഖമായി അനുഭവപ്പെടും.' (പു. 53)
- 'ഈ ഊഷരതയ്ക്കുള്ളിൽ നിന്ന് ഒരു വർഷമേഘമായി ഉയരണം. മഴയായി വർഷിക്കണം. ഭദ്രന്റെ കൈകൾ ചിറകുകളായി. മെല്ലെ ഉയരാൻ തുടങ്ങി. മേഘപഥത്തിലെത്തിച്ചേരാൻ വേണ്ടി ഒരു യാത്ര.' (പു. 50)
- ചെഗുവേരയുടെ വാക്കുകളിലെ വിപ്ലവാഭിനിവേശത്തെ ഭദ്രന്റെ മാനസിക ഘടനയിലേക്ക് ചേർത്തുവെച്ചിരിക്കുന്നിടത്തും കാൽപ്പനികമായ അഭിനിവേശം കാണാം.

സമാനമായ വൈകാരികതയോടെയാണ് ഓർമ്മകളും വ്യക്തിബന്ധങ്ങളും ആവിഷ്കാരം നേടുന്നത്. ഭദ്രന്റെ രാഷ്ട്രീയ മനസ്സിന്റെ പ്രയാണങ്ങളെ നിർണ്ണയിക്കുന്നത് ഇത്തരം ഘടകങ്ങളാണ്. ബന്ധങ്ങളുടെ വീണ്ടെടുക്കലും പുനഃസ്ഥാപനവുമാണ് 'ഇല്ല'ത്തിലെ

സാമൂഹിക വിപ്ലവത്തിന്റെ അടിത്തറ. അതിലൂടെ മാത്രമേ പരിണാമം പൂർത്തിയാകുന്നുള്ളൂ എന്ന ദർശനമാണ് ഭദ്രനെ നയിക്കുന്നത്. 'ഗ്രാമഹൃദയത്തിനു നഷ്ടമായ വിശുദ്ധിയുടെ വീണ്ടെടുപ്പാണ് ആർദ്രയുടെ തിരിച്ചുവരവ്. ഭൗതിക പരിവർത്തനങ്ങൾക്ക് പശ്ചാത്തലമായിരിക്കേണ്ട ഹൃദ്യമായ സംസ്കാരത്തിന്റെ ചൈതന്യം. ഇവിടെ മനുഷ്യനെന്ന സങ്കല്പം മധുരതരമായ ഒരു യാഥാർത്ഥ്യമായി മാറുന്നു. വാസുവേട്ടനും ലളിതയും വൈകാതെ മടങ്ങിയെത്തും. അവരും ഈ പരിണാമത്തിന്റെ ഭാഗമാണ്. ലക്ഷ്മിച്ചേച്ചിയെക്കൂടി കണ്ടെത്തുന്നതിനിടയാകുമ്പോൾ അതു പരിപൂർണ മായിത്തീരും. ഇനി ആ വഴിക്കു ശ്രമിക്കണം'[55] മാനവികതയിലധിഷ്ഠിതമായ വിപ്ലവാദർശമാണിത്. ലക്ഷ്മിച്ചേച്ചി, വാസുവേട്ടൻ, ശാരദച്ചേച്ചി, ആർദ്ര, വലിയ തിരുമേനി, ശോഭ, അമ്മാവൻ, ബന്ധങ്ങളുടെ വ്യതിരിക്തമായ ഈ കണ്ണികളെയൊക്കെ ചേർത്തു നിർത്താനുള്ള ശ്രമം സാമൂഹിക വിപ്ലവത്തിനു സമാന്തരമായി ഭദ്രൻ നടത്തുന്നുണ്ട്. ഭദ്രന്റെ രാഷ്ട്രീയമനസ്സിന്റെ കാൽപ്പനികാവിഷ്കാരത്തിന് വശ്യതയും മനോഹാരിതയും നൽകുന്നത് ഈ ശ്രമങ്ങളാണ്.

ഭദ്രൻ തന്റെ ഗ്രാമത്തിൽ സാധിച്ചെടുക്കുന്ന 'നവവിപ്ലവം' കേരളത്തിന്റെ സാമൂഹിക ഭൂമികയിൽ പൂർണ്ണാർത്ഥത്തിൽ സംഭവിച്ചിട്ടില്ല. സംഭവിച്ചിരുന്നെങ്കിൽ നമ്മുടെ കാർഷികസംസ്കൃതി ഈ വിധത്തിൽ അപചയം നേരിടില്ലായിരുന്നു. നോവലിലെ വിപ്ലവം എഴുത്തുകാരന്റെ കാൽപ്പനിക ഭാവന കണ്ടെടുക്കുന്ന രാഷ്ട്രീയ പ്രതിരോധമാണ്. പ്രതിരോധത്തിന്റെ സ്വപ്നദർശനമാണ് 'ഇല്ല'ത്തിന്റെ രാഷ്ട്രീയത്തിന് കാൽപ്പനിക ചാതുരി നൽകുന്നത് 'ഗ്രാമീണജനതയെ ഒരേ ചരടിൽ അവർ കോർത്തിണക്കിയിരിക്കുന്നു. ഒരുമിച്ചു കൃഷിയിറക്കാനും കൊയ്തു വയ്ക്കാനും ജീവിതം പങ്കിടാനും ഇന്ന് അവർ സന്നദ്ധരാണ്. സഹകരണത്തിന്റെ അതിമനോഹര പാഠങ്ങൾ. ഒരു നിയമത്തിന്റെയും സമ്മർദ്ദമില്ലാതെ, സ്വാർത്ഥതയുടെ കറപുരളാതെ, സൗഹാർദ്ദ സുരഭിലമായ ഒരു നൂതനാന്തരീക്ഷം പിറക്കുന്നു. ഒരു സ്വപ്നം സഫലമാവുകയാണ്.'[56] ഓർമ്മകൾക്കും, ഗ്രാമീണ ജീവിതത്തിന്റെ സ്പന്ദനങ്ങൾക്കും ബന്ധങ്ങളുടെ ഭാവപ്പകർച്ചകൾക്കും ഇടയിലൂടെയാണ് ഭദ്രന്റെ രാഷ്ട്രീയമനസ്സ് ഈ സ്വപ്നത്തിലേക്കുള്ള ദൂരമത്രയും താണ്ടിയത്. രാഷ്ട്രീയബോധ്യങ്ങളും കാൽപ്പനികഭാവനയും സമന്വയത്തിന്റെ വഴികൾ കണ്ടെത്തുന്നതെങ്ങനെയെന്ന് 'ഇല്ലം' സാക്ഷ്യപ്പെടുത്തുന്നു.

കാൽപ്പനിക രാഷ്ട്രീയാവിഷ്കാരത്തിന്റെ വ്യതിരിക്ത മാതൃകയാണ് 'നഹുഷപുരാണം'. 'നഹുഷപുരാണ'ത്തെ കാൽപ്പനികമാക്കുന്നത് നോവലിലുടനീളം നിലനിൽക്കുന്ന 'നാടകീയത'യാണ്. എഴുതപ്പെട്ട

കാലത്തെ രാഷ്ട്രീയ കേരളത്തെ വിമർശനത്തിന്റെ മുനയിൽ നിർത്തുന്ന 'നഹുഷപുരാണം' കാലികമായ രാഷ്ട്രീയ സംഭവങ്ങളുടെ ക്രിയാത്മക മായ പുനരാവിഷ്കാരം സാധ്യമാക്കുന്നുണ്ട്. കേരളത്തിലെ മുന്നണി സംവിധാനങ്ങളിലുണ്ടായ മലക്കം മറിച്ചിലുകൾ 'നഹുഷപുരാണ'ത്തി ന്റെ രചനയ്ക്ക് പ്രചോദനമായിട്ടുണ്ട്. 'നഹുഷപുരാണ'ത്തിലെ വ്യക്തികൾ ക്കും പ്രസ്ഥാനങ്ങൾക്കും സമാനമായ രൂപങ്ങൾ അന്നത്തെ രാഷ്ട്രീയ കേരളത്തിൽ നിന്നു കണ്ടെടുക്കാനാവും.

'നഹുഷപുരാണം' 'ഹിരണ്യകശിപു'വിലേതുപോലെ പുരാണ കഥാ പാത്രങ്ങളെ വർത്തമാന പ്രതിനിധാനത്തിനായി ഉപയോഗിക്കുന്നില്ല. വി.കെ.എൻ ന്റെ നോവലുകളുടെ ഹാസ്യാത്മകത്വവും ഇതിനില്ല. 'ധർമ്മപുരാണ'ത്തിന്റെ രോഷവും ഭാഷയും നോവലിന്റെ ആഖ്യാനത്തെ സ്പർശിക്കുന്നതേയില്ല. ഇതിൽ നിന്നൊക്കെ വ്യത്യസ്തമായി കാലിക രാഷ്ട്രീയത്തിന്റെ നാടകീയരൂപം നിർമ്മിക്കുകയാണ് എഴുത്തുകാരൻ. അതിൽ വൈകാരികസംഘർഷങ്ങളുണ്ട്, ആകാംക്ഷ നിലനിർത്തുന്ന സംഭവഗതികളുടെ സ്വാഭാവികമായ നൈരന്തര്യമുണ്ട്, അപ്രതീക്ഷിത വ്യതിയാനങ്ങളുണ്ട്, ഇതെല്ലാം ചേർന്ന് സൃഷ്ടിക്കുന്ന കാൽപ്പനികമായ നാടകീയതയുണ്ട്.

വി.ഐ.പി (വി.ഐ. പ്രഭാകരൻ) അപ്രതീക്ഷിതമായാണ് കേര ളത്തിന്റെ മുഖ്യമന്ത്രി പദത്തിൽ എത്തുന്നത്. ഉപജാപങ്ങൾ കൊണ്ട് മുഖ്യമന്ത്രിപദത്തിലെത്തി അധികാരത്തിലിരിക്കെത്തന്നെ മരണമ ടഞ്ഞ കേശവപിള്ളയുടെ പിൻഗാമിയായാണ് അയാൾ അധികാര മേൽക്കുന്നത്. 'കരുണന്' മുഖ്യമന്ത്രിക്കസേരയിൽ കണ്ണുണ്ടായിരുന്നു. എന്നാൽ ഘടക കക്ഷികളിൽ പലർക്കും അതിൽ താല്പര്യമില്ലായിരുന്നു. അങ്ങനെ തർക്കങ്ങൾക്കു പരിഹാരം എന്ന നിലയിലാണ് സൗമ്യനും ആദർശവാനുമായ വി.ഐ. പ്രഭാകരന്റെ പേര് അംഗീകരിക്കപ്പെട്ടത്. ഒതുങ്ങിയ ജീവിതം നയിച്ചിരുന്ന അയാൾ അതാഗ്രഹിച്ചിരുന്നില്ല. പാർട്ടി നിർബന്ധിച്ചപ്പോൾ ഭരണമേറ്റെടുത്തു എന്നു മാത്രം.

എന്നാൽ അധികാരത്തിന്റെ ലഹരി ക്രമേണ അയാളെ കീഴ്പ്പെടു ത്തി ത്തുടങ്ങുന്നു. അധികാരം നിലനിർത്താനായി കരുണനുൾപ്പെടെയു ള്ള പ്രബലമായ എതിരാളികൾക്കെതിരെയെല്ലാം അയാൾ തന്ത്രങ്ങൾ മെനയുന്നു. അവരുടെ രഹസ്യങ്ങൾ സമർത്ഥമായി ചോർത്തുന്നു. അവസരാനുസാരം അവ ഉപയോഗിക്കുന്നു. തന്റേതായ ഒരു അനുചര വൃന്ദം വളർത്തിയെടുക്കുന്നു. പ്രഭാകരന്റെ സൗമ്യത കാർക്കശ്യത്തിനും ആദർശം അവസരവാദപരമായ തന്ത്രജ്ഞതയ്ക്കും വഴിമാറുന്നു. സൂക്ഷ്മത യോടെ നിബന്ധിച്ചിരിക്കുന്ന ഉദ്വേഗം നിറഞ്ഞ സന്ദർഭങ്ങളിലൂടെയാണ്

പ്രഭാകരന്റെ പരിണാമം ആവിഷ്കൃതമാവുന്നത്. തനിക്ക് നഷ്ടമാകുന്ന ആദർശശുദ്ധിയെക്കുറിച്ചുള്ള ചിന്തകൾ അയാളിൽ സൃഷ്ടിക്കുന്ന മാനസികസംഘർഷങ്ങൾ വികാരപരമായിത്തന്നെ നോവലിൽ ഇടപെടുന്നുണ്ട്. ആവേശം നിറഞ്ഞ ഒരു കൊമേഴ്സ്യൽ രാഷ്ട്രീയസിനിമയുടെ രൂപഭാവങ്ങളാണ് 'നഹുഷപുരാണ'ത്തിനുള്ളത്. വായനക്കാരിൽ ആകാംക്ഷയും ആവേശവും ജനിപ്പിക്കുന്ന ആഖ്യാനഘടനയും പ്രമേയപരിചരണവുമാണ് നോവലിന് വശ്യമായ കാൽപ്പനികകഥയുടെ നിറം നൽകുന്നത്. പ്രതികൂല സാഹചര്യങ്ങൾക്കിടയിലൂടെയുള്ള നായകന്റെ മുന്നേറ്റം, തന്ത്രങ്ങൾ, അതിന്റെ വിജയം, സംഘട്ടനങ്ങൾ, ഒടുവിൽ യുവനേതൃത്വത്തോടേറ്റുമുട്ടി സംഭവിക്കുന്ന പരാജയം ഇതെല്ലാം ചേർന്ന് കാലിക രാഷ്ട്രീയസാഹചര്യത്തെ പ്രത്യക്ഷവത്ക്കരിക്കുമ്പോൾ സിദ്ധമാകുന്ന 'രസാത്മകത്വം' നോവലിന്റെ കാൽപ്പനിക ചാതുരി വർദ്ധിപ്പിക്കുന്നു.

ഭാഷയിലെയും ഭാവത്തിലെയും വൈകാരികതയാണ് 'ഇല്ല'ത്തിലെ രാഷ്ട്രീയാവിഷ്കാരത്തെ കാൽപ്പനികമാക്കുന്നത്. ആഖ്യാനത്തിലെ നാടകീയതയും ഭാവതലത്തിലെ ഉദ്വേഗവുമാണ് 'നഹുഷപുരാണ'ത്തിന്റെ കാൽപ്പനികഛായയ്ക്കു നിദാനം. ഈ ഘടകങ്ങളെല്ലാം തന്നെ നമ്മുടെ കാൽപ്പനിക രാഷ്ട്രീയാവിഷ്കാരങ്ങളുടെ പൊതുസ്വഭാവത്തിന്റെ ഭാഗവുമാണ്.

ഇക്കാലത്തുണ്ടായ സാമൂഹിക നോവലുകളിൽ നല്ലൊരു പങ്കും കഴിഞ്ഞകാല രാഷ്ട്രീയചലനങ്ങളെയും സാമൂഹിക വികാസത്തെയും സൂക്ഷ്മമായി അടയാളപ്പെടുത്തുന്നു. തകഴിയുടെ 'കയർ' കുട്ടനാടിന്റെ കഴിഞ്ഞ രണ്ടു നൂറ്റാണ്ടിന്റെ കഥയാണ്. ആയിരത്തോളം കഥാപാത്രങ്ങൾ ഈ നോവലിലുണ്ട്. അവരിലൂടെ കാലം കടന്നുപോകുന്നു. തലമുറകളും ജീവിത സങ്കല്പങ്ങളും മാറുന്നു. ആധുനിക കേരളീയ സമൂഹത്തെ രൂപപ്പെടുത്തിയ നിർണ്ണായക ചലനങ്ങളെല്ലാം കയറിന്റെ പ്രമേയതലത്തിൽ ഇടപെടുന്നുണ്ട്. മണ്ണും മനുഷ്യനും കാലവും തമ്മിലുള്ള പാരസ്പര്യത്തിന്റെ രാഷ്ട്രീയ ഇതിഹാസമാണ് 'കയർ'. കെ. സുരേന്ദ്രന്റെ 'പതാക' തിരുവിതാംകൂറിന്റെ രാഷ്ട്രീയചരിത്രത്തിലെ നിർണ്ണായക ദശകങ്ങളെ ആവിഷ്കരിക്കുന്നു. ഉത്തരവാദഭരണ പ്രക്ഷോഭമുൾപ്പെടെയുള്ള സമരങ്ങൾ നോവലിന്റെ രാഷ്ട്രീയതലത്തിന് നിറം നൽകുന്നു. രാഷ്ട്രീയ സമരങ്ങൾക്ക് നേതൃത്വം നൽകിയ പലരോടും സാധർമ്മ്യം പുലർത്തുന്ന കഥാപാത്രങ്ങൾ നോവലിലുണ്ട്. ജനതയുടെ വികാസപരിണാമങ്ങളുണ്ട്. ഇതെല്ലാം ചേർന്ന് 'പതാക'യെ ഒരു ചരിത്രരേഖയാക്കി മാറ്റുന്നു.

ലളിതാംബിക അന്തർജ്ജനത്തിന്റെ 'അഗ്നിസാക്ഷി'യിൽ തേതിക്കുട്ടിയുടെ ജീവിതപരിണാമങ്ങൾ സംഭവിക്കുന്നത് തീക്ഷ്ണമായ രാഷ്ട്രീയകാലത്തിനിടയിലൂടെയാണ്. തേതിക്കുട്ടി-->ദേവകി മാനമ്പള്ളി--->ദേവകി ബഹൻ--->സുമിത്രാനന്ദ യോഗിനി, ഈ പരിണാമത്തെ നിർണ്ണയിക്കുന്നത് രാഷ്ട്രീയചലനങ്ങളാണ്. നമ്പൂതിരി സമുദായത്തിലെ അനാചാരങ്ങൾക്കെതിരായ ശബ്ദങ്ങൾ, സ്ത്രീ സ്വാതന്ത്ര്യത്തിനു വേണ്ടിയുള്ള പോരാട്ടങ്ങൾ, ജാതിവ്യവസ്ഥക്കെതിരായ മുന്നേറ്റം, സ്വാതന്ത്ര്യസമരം ഇതെല്ലാം തന്നെ നോവലിന്റെ ജീവനായി നിലകൊള്ളുന്നു. 'അഗ്നിസാക്ഷി'യിൽ സാമൂഹിക- രാഷ്ട്രീയചലനങ്ങൾ പശ്ചാത്തലം മാത്രമല്ല നോവലിന്റെ പ്രമേയഗതിയിൽ ഇടപട്ടുന്ന ചാലകശക്തിയാണ്.

ടി.വി. വർക്കിയുടെ 'മാഞ്ഞുപോകുന്ന തലമുറകൾ' പാലാട്ടു തറവാട്ടിലെ ഏഴുതലമുറകളുടെ ചരിത്രത്തിലൂടെ 1840 ലെ ഒരു ദിവസത്തിൽ നിന്ന് സമകാലിക കേരളത്തിലേക്ക് വികസിക്കുന്നു. വലിയ കോയിക്കൽ തറവാടിനെ കേന്ദ്രമാക്കി നമ്മുടെ സ്വാതന്ത്ര്യസമരചരിത്രത്തെയും ഗാന്ധിയൻ ആദർശങ്ങളുടെ മഹത്വത്തെയും ആവിഷ്കരിക്കുകയാണ് പുഴങ്കര ബാലകൃഷ്ണന്റെ 'അർദ്ധനഗ്നർ'. യു.എ. ഖാദറിന്റെ 'ശത്രുവിൽ' കമ്മ്യൂണിസ്റ്റ് പാർട്ടി അധികാരത്തിൽ വരുന്നതുവരെയുള്ള കേരളത്തിന്റെ രാഷ്ട്രീയചരിത്രം പശ്ചാത്തലമായി വർത്തിക്കുന്നു.

ഈ നോവലുകൾക്കെല്ലാം തന്നെ രാഷ്ട്രീയ സ്വഭാവം നൽകുന്നത് അവയുടെ കഥാഗതിയിൽ ഇടപെടുകയോ പശ്ചാത്തലമായി നിൽക്കുകയോ ചെയ്യുന്ന രാഷ്ട്രീയകാലഘട്ടമാണ്. ആധുനികതയുടെ മുമ്പുണ്ടായിരുന്ന നോവൽ ബോധ്യങ്ങളാണ് ഇവയുടെ ആഖ്യാനതലത്തെയും പ്രമേയപരിചരണത്തെയും രൂപപ്പെടുത്തിയിരിക്കുന്നത്. കേരളത്തിന്റെ സാമൂഹിക -രാഷ്ട്രീയ വികാസത്തിന്റെ സാഹിത്യ സാക്ഷ്യങ്ങളായി ഇവ നിലകൊള്ളുന്നു.

1970 മുതൽ 1999 വരെയുള്ള കാലത്തെ രാഷ്ട്രീയനോവലിന്റെ പൊതുവായ സവിശേഷതകൾ ഇങ്ങനെ ചുരുക്കാം.

1. ആധുനികതയുടെ വികാസപരിണാമങ്ങൾ നമ്മുടെ രാഷ്ട്രീയനോവലിന്റെ രൂപഭാവങ്ങൾക്ക് നവീനതയും വൈവിധ്യവും നൽകി.

2. ആധുനികതയുടെ രണ്ടാമത്തെ അടരിലുണ്ടായ രാഷ്ട്രീയനോവലുകൾ മലയാളനോവലിലെ ആധുനിക സമീപനത്തിന്റെ പൊതുബോധത്തെ നിർണ്ണയിക്കുന്നതിൽ പ്രധാന പങ്കു വഹിച്ചു. ഇവ രാഷ്ട്രീയകാലത്തിൽ നിന്നു പ്രചോദനം നേടുകയും കാലത്തിനും ദേശത്തിനും അതീതമായി രാഷ്ട്രീയഘടകങ്ങളെ ദാർശനികമായി വ്യാഖ്യാനിക്കുകയും ചെയ്തു.

3. കാൽപ്പനികഭാവനയുടെ രാഷ്ട്രീയമായ ഉപയോഗത്തെ സാക്ഷ്യപ്പെടുത്തുന്ന രാഷ്ട്രീയനോവലുകൾ ഉണ്ടായി.

4. സാമൂഹിക/രാഷ്ട്രീയ പരിണാമങ്ങളെ അടയാളപ്പെടുത്തുന്നതുവഴി രാഷ്ട്രീയ പ്രാധാന്യം നേടുന്ന സാമൂഹികനോവലുകൾ സജീവമായിരുന്നു.

5. പുതിയകാലത്തിന്റെ നോവൽബോധ്യങ്ങളിലേക്കുള്ള പരിണാമത്തെ ത്വരിപ്പിക്കുന്ന രാഷ്ട്രീയനോവലുകൾ ഉണ്ടായി.

രാഷ്ട്രീയസിനിമകൾ

ഈ കാലഘട്ടത്തിലെ സിനിമയുടെ പൊതുബോധത്തിന് ഏകതാനതയില്ല എന്ന് മുൻപ് സൂചിപ്പിച്ചതാണ്. എങ്കിലും 1970 മുതൽ 1999 വരെയുള്ള മൂന്നു ദശകങ്ങളിലെ സിനിമയെ പരിശോധിക്കുമ്പോൾ വ്യത്യസ്ത ധാരകളിൽ ഏതെങ്കിലുമൊന്നിനെ ഓരോ ദശകത്തിലും ഉയർത്തിക്കാണിക്കാവുന്നതാണ്. എഴുപതുകളെ 'നവസിനിമ' പ്രതിനിധാനം ചെയ്യുന്നു. എൺപതുകളെ 'മധ്യവർത്തിസിനിമ' അടയാളപ്പെടുത്തുന്നു. കച്ചവടസിനിമ എല്ലാ ദശകങ്ങളിലും ശക്തമാണെങ്കിലും തൊണ്ണൂറുകളിൽ 'കച്ചവടസിനിമ'യുടെ സർവ്വാധിപത്യം കാണാം. ഇത്തരത്തിൽ ദശകങ്ങൾക്ക് കൃത്യമായ അടയാളം നൽകാൻ കഴിയുമെന്നതിനാൽ രാഷ്ട്രീയനോവലുകളുടെ വിശകലനത്തിൽ നിന്നു വ്യത്യസ്തമായി ഓരോ ദശകങ്ങളിലെയും രാഷ്ട്രീയസിനിമകളെ വേർതിരിച്ച് പരിശോധിക്കുന്നു.

എഴുപതുകൾ

ചലച്ചിത്രത്തിന്റെ ആഖ്യാന/പ്രമേയ തലങ്ങളിലുണ്ടായ നിർണ്ണായക വ്യതിയാനങ്ങളുമായി ബന്ധം പുലർത്തുന്ന 'രാഷ്ട്രീയസിനിമകൾ' എഴുപതുകളിൽ നിർമ്മിക്കപ്പെട്ടിട്ടുണ്ട്. ചലച്ചിത്രസമീപനത്തിന്റെ പേരിൽ വ്യത്യസ്ത ധാരകളുടെ ഭാഗമായി നിൽക്കുന്ന എഴുപതുകളിലെ രാഷ്ട്രീയസിനിമകൾ പരിശോധനയ്ക്കു വിധേയമാക്കിയാൽ മാധ്യമത്തെ സംബന്ധിച്ച സങ്കല്പങ്ങളിൽ വരുന്ന വ്യതിയാനങ്ങൾ മലയാളസിനിമയിലെ രാഷ്ട്രീയാഖ്യാനങ്ങളെ എപ്രകാരമാണ് സ്വാധീനിച്ചതെന്ന് മനസ്സിലാക്കാനാവും. രാഷ്ട്രീയമായ ഉള്ളടക്കം ചലച്ചിത്രം എന്ന മാധ്യമത്തിലുണ്ടായ സമീപനവ്യതിയാനങ്ങളെ ഏതെങ്കിലും രീതിയിൽ ത്വരിതപ്പെടുത്തിയിട്ടുണ്ടോ എന്നും വ്യക്തമാവും.

1970 കളിലെ പ്രധാന രാഷ്ട്രീയസിനിമകൾ നവസിനിമയുടെ ദർശനപരവും കലാപരവുമായ അംശങ്ങളെയോ കച്ചവടസിനിമയുടെ വിപണന താത്പര്യങ്ങളെയോ പിൻപറ്റുന്നവയാണ്. മധ്യവർത്തി

സമീപനമോ കലാപരതയ്ക്ക് കൂടി പ്രാധാന്യം നൽകുന്ന കച്ചവട തന്ത്രങ്ങളോ എഴുപതുകളിലെ രാഷ്ട്രീയസിനിമകളിൽ കാണാനാവില്ല.

പി.എൻ. മേനോൻ സംവിധാനം ചെയ്ത 'പണിമുടക്ക്' മാധ്യമപരമായ മാറ്റത്തിന്റെ ഗതിയെ അടയാളപ്പെടുത്തുന്ന രാഷ്ട്രീയചിത്രമാണ്. 1972 ൽ പുറത്തിറങ്ങിയ ഈ ചിത്രത്തിന്റെ തിരക്കഥ തോപ്പിൽ ഭാസിയുടേതാണ്. 'സ്വയംവര'ത്തിനു മുൻപ് പുറത്തിറങ്ങിയ ഈ ചിത്രം അമ്പതുകളിലും അറുപതുകളിലുമായി നാം കണ്ട രാഷ്ട്രീയസിനിമകളിൽ നിന്ന് പ്രമേയപരിചരണത്തിലും ആഖ്യാനരീതികളിലും വേറിട്ട് നിൽക്കുന്നു. ഹൃദയശൂന്യനായ മുതലാളിയുടെ താന്തോന്നിത്തങ്ങൾക്കും അന്യായമായ പിരിച്ചുവിടലിനുമെതിരെ സമാധാനപരമായി പൊരുതി വിജയം വരിച്ച ഒരുപറ്റം തൊഴിലാളികളുടെ സമരപരിപാടികളാണ് ചിത്രത്തിന്റെ മുഖ്യധാര. പണിമുടക്ക്, ലോക്ക് ഔട്ട് (Lock out), സത്യാഗ്രഹം, ഘെരാവോ എന്നുതുടങ്ങി സമരത്തിന്റെ വിവിധ രൂപങ്ങൾ സിനിമയുടെ ദൃശ്യതലത്തെ സമ്പന്നമാക്കുന്നു. യൂണിയൻ നേതാവായ ജോർജ്ജിന്റെ സമരരീതികളെ പഴഞ്ചനെന്ന് പുച്ഛിച്ച തള്ളുന്ന തീവ്രചിന്താഗതിക്കാരായ ചെറുപ്പക്കാർ എന്തിനും പോന്ന കേശവന്റെ കരുത്തുറ്റ നേതൃത്വത്തിൻ കീഴിൽ അണിനിരക്കുന്നു. തീവ്രവാദികൾ വിജയത്തിലെത്തുന്നില്ല. അവരുടെ ആക്രമണോത്സുക രീതികളെ എതിർക്കുന്ന ജോർജ്ജിനും കൂട്ടർക്കും തങ്ങളുടെ ന്യായമായ സമരത്തെ അന്തിമ വിജയത്തിലെത്തിക്കാൻ സാധിക്കുന്നുണ്ട്. തീവ്രവാദ സമീപനം തൊഴിലാളികളുടെ അവശതകൾ പരിഹരിക്കാനും ആവശ്യങ്ങൾ നേടിയെടുക്കാനുമുള്ള ശരിയായ മാർഗമല്ലെന്ന് ചിത്രം ഉദ്ഘോഷിക്കുന്നു. 'ആരോഗ്യകരമായ ട്രേഡ് യൂണിയൻ മാർഗ്ഗങ്ങളുടെ സ്തുത്യർഹമായ ഫലദായകത്വത്തെ കാലാത്മകമായി ചൂണ്ടിക്കാട്ടുന്നു, ഈ സിനിമ.' [57]

ട്രേഡ് യൂണിയൻ രംഗത്തെ സമഗ്രമായ വിലയിരുത്തലിന് വിധേയമാക്കുന്ന 'പണിമുടക്ക്' അന്യായമായ സമരങ്ങൾക്ക് പിന്നിലെ രാഷ്ട്രീയക്കളികളെ തുറന്നുകാട്ടുന്നു. ന്യായമായ ആവശ്യങ്ങൾക്കുവേണ്ടിയുള്ള സമാധാനപരമായ സമരം/അന്യായമായ സമര നാടകങ്ങൾ/സദുദ്ദേശ്യപരമെങ്കിലും അക്രമാസക്തമായ തീവ്രവാദ നിലപാടുകൾ ഇതെല്ലാം ആവിഷ്ക്കരിക്കുന്ന ചിത്രം ന്യായയുക്തവും സമാധാനപരവുമായ സമരങ്ങളുടെ പക്ഷത്ത് നിലയുറപ്പിക്കുന്നു.

തൊഴിലാളിവർഗ്ഗത്തിന്റെ സംഘടിത ശക്തിയുടെ പ്രസക്തിയെ ചോദ്യം ചെയ്യാതെതന്നെ അതിന്റെ നിലനില്പിനു ഭീഷണിയാകുന്ന പ്രവണതകളെ ദൃശ്യവത്ക്കരിക്കുകയാണ് 'പണിമുടക്കിലൂടെ' പി.എൻ,

മേനോൻ ചെയ്യുന്നത്. ശരിയായ മാർഗ്ഗം ഏതെന്ന് കാണിക്കുകയും ചെയ്യുന്നു. സിനിമ രൂപപ്പെടുന്ന രാഷ്ട്രീയകാലഘട്ടത്തോട് സത്യസന്ധത പുലർത്താനും നിലനിൽക്കുന്നൊരു രാഷ്ട്രീയാവസ്ഥയെ ക്രിയാത്മകമായി വിമർശിക്കാനും 'പണിമുടക്ക്' എന്ന ചലച്ചിത്രത്തിന് സാധിക്കുന്നുണ്ട്.

സെൻസർ പ്രശ്നങ്ങളും വിലക്കും ഈ ചിത്രത്തിന്റെ പ്രദർശനം നീണ്ടുപോകാനിടയാക്കി. സർക്കാർ വിലക്ക് നേരിടേണ്ടവന്ന ആദ്യ രാഷ്ട്രീയസിനിമയാണ് 'പണിമുടക്ക്'. ഈ ചിത്രത്തിലെ രാഷ്ട്രീയാഖ്യാനത്തിന്റെ വിമർശന സ്വഭാവം അധികാരികളെ ചൊടിപ്പിക്കുക തന്നെ ചെയ്തു. ആക്ഷേപഹാസ്യ രീതിയിലുള്ള വിമർശനമല്ല 'പണിമുടക്ക്' നിർവഹിക്കുന്നത്. വർഗ്ഗ പ്രതിനിധാനങ്ങളായ കഥാപാത്രങ്ങളുടെ ആവിഷ്ക്കാരത്തിലൂടെ സാധ്യമാകുന്ന യഥാർത്ഥ വിമർശനമാണ് പണിമുടക്കിന്റെ ശക്തി.

പ്രമേയപരിചരണത്തിലും ആഖ്യാനത്തിലും ചലച്ചിത്രത്തെ സംബന്ധിക്കുന്ന നവീനമായ ബോധത്തിന്റെ അടയാളങ്ങൾ കണ്ടെത്താവുന്ന സിനിമയാണ്'പണിമുടക്ക്'. ഷോട്ടുകൾ രൂപപ്പെടുത്തുന്നതിലും സംഗീതത്തിന്റെ അവസരോചിതമായ വിന്യാസത്തിലും ക്യാമറാ ചലനങ്ങളിലും സംഭാഷണങ്ങളുടെ ഉപയോഗത്തിലും നവീനമായ ചലച്ചിത്ര സംസ്കാരത്തിന്റെ സാന്നിധ്യം തിരിച്ചറിയാനാവും. സമര ചിത്രീകരണത്തിലെ ഷോട്ടുകളുടെ നിർണ്ണയവും സംയോജനവും ക്യാമറചലനങ്ങളും പുത്തൻ ചലച്ചിത്രബോധത്തിന്റെ സ്പുരണങ്ങളാണ്.

എങ്കിലും 'പണിമുടക്കി'ലെ രാഷ്ട്രീയാഖ്യാനത്തിൽ കച്ചവടസിനിമിയുടെ ഗതാനുഗതികത്വങ്ങളെ നമുക്ക് കണ്ടെത്താനാവും. അതിവൈകാരികത, ഏകാഗ്രതയില്ലായ്മ, പരത്തിപ്പറയൽ, പ്രസംഗപരത എന്നിവ ഇതിൽ പ്രധാനമാണ്. മുതലാളിയുടെ അനിയത്തി ഗീതക്ക് തൊഴിലാളി നേതാവായ ഗോപിയോടുള്ള പ്രണയം, അവൾ തൊഴിലാളികളുടെ ജാഥയിൽ അണിചേരുന്ന തരത്തിലേക്കുള്ള അതിന്റെ വികാസം, തീവ്രവാദികളുടെ നേതാവായ കേശവന്റെ കുടുംബത്തിന്റെ ദൈന്യാവസ്ഥ, പട്ടിണി മാറ്റാൻ കേശവന്റെ ഭാര്യ വ്യഭിചാരിണിയാകുന്ന വിധത്തിലുള്ള പരിണാമം ഇതൊക്കെ അതിവൈകാരികമായ ബൃഹദാഖ്യാനങ്ങൾ എന്ന നിലയിലേക്ക് താണുപോയിരിക്കുന്നു. എന്നാൽ ഇതൊന്നും 'പണിമുടക്ക്' പ്രമേയപരിചരണത്തിൽ പുലർത്തിയ ഗൗരവസ്വഭാവത്തെയും ആഖ്യാനതലത്തിൽ പിൻപറ്റിയ നൂതനത്വത്തെയും ഇല്ലാതാക്കുന്നില്ല. വിവാദങ്ങൾക്ക് തിരികൊളുത്തിയിട്ടും ബോക്സോഫീസിൽ

വിജയമാകാതെപോയ 'പണിമുടക്ക്,' മാധ്യമപരമായ സമീപനവ്യതിയാനങ്ങളുടെ മുന്നോടിയായ പ്രവണതകളെ സ്വാംശീകരിച്ച രാഷ്ട്രീയചിത്രം എന്ന നിലയിലാണ് പ്രസക്തമാവുന്നത്.

നവസിനിമ അഥവാ കലാസിനിമ എന്നു വ്യവഹരിച്ചപോരുന്ന ധാരയുടെ ഭാഗമായി രൂപംകൊണ്ട ആദ്യ രാഷ്ട്രീയചിത്രമാണ് 'ഉത്തരായനം'. രവി എന്ന യുവാവിന്റെ സ്വത്വാന്വേഷണ യാത്രകളിലൂടെ ആധുനിക ഇന്ത്യൻ യുവത്വത്തെ ഗ്രസിച്ച നിഷ്ക്രിയതയുടെയും നിസഹായതയുടെയും ആവിഷ്കാരം സാധ്യമാക്കുകയാണ് അരവിന്ദൻ. തിക്കോടിയനും അരവിന്ദനും ചേർന്നാണ് രചന നിർവഹിച്ചിരിക്കുന്നത്. അറുപതുകളിൽ മലയാളസാഹിത്യത്തിലേക്ക് കടന്നുവന്ന ആധുനികതയുടെ ദർശനതലം ചലച്ചിത്രത്തിലേക്ക് സന്നിവേശിക്കുന്നത് 'ഉത്തരായന'ത്തിലൂടെയാണ്. അന്യവൽകരിക്കപ്പെട്ട സ്വത്വമാണ് 'ഉത്തരായന'ത്തിലെ രവിയുടേത്. 'സങ്കീർണ്ണമായ സമകാലിക സാമൂഹ്യ-രാഷ്ട്രീയ സംഭവങ്ങളെ നേരിടുന്ന വ്യക്തിയുടെ ആകുലതകൾ സഹാനുഭൂതിയോടെ ചലച്ചിത്രത്തിൽ ആവിഷ്ക്കരിക്കപ്പെടുന്നത് കേരളത്തിൽ ഇത് നടാടെയായിരുന്നു. മലയാളസിനിമയെ ആദ്യമായി സമകാലികതയുടെ പൊള്ളുന്ന മണ്ണിൽ പിടിച്ചു നിർത്തുക വഴി ചലച്ചിത്രമാധ്യമത്തെ അതിന്റെ അലസ സഞ്ചാരങ്ങളിൽ നിന്ന് പിൻതിരിപ്പിക്കുകയായിരുന്നു അരവിന്ദൻ. അരവിന്ദന്റെ ഈ പ്രഥമ രചനയാണ് മലയാളസിനിമയെ മലയാള കവിതയോടും കഥാസാഹിത്യത്തോടുമൊപ്പം സമകാലികമാക്കുകയോ ആധുനികവത്ക്കരിക്കുകയോ ചെയ്തത്.'[58]

ജോലിയന്വേഷിച്ച് അലയുകയാണ് രവി. സ്വാതന്ത്ര്യത്തിനുവേണ്ടി രക്തസാക്ഷിത്വം വരിച്ച ധീരസേനാനിയുടെ മകനാണ് അയാൾ. ഭർത്താവിനെക്കുറിച്ചുള്ള ഓർമ്മകളിൽ സ്വയം നഷ്ടപ്പെട്ട് കഴിയുന്ന അമ്മ അയാളുടെ ഏകാന്ത ദുഃഖമാണ്. അച്ഛന്റെ സുഹൃത്തായ കുമാരൻ മാസ്റ്ററോട് മാത്രമാണ് രവി ആത്മബന്ധം പുലർത്തുന്നത്. രവി തന്റെ ഗുരുസ്ഥാനത്ത് നിർത്തുന്ന കുമാരൻ മാസ്റ്റർ ഒരു കാലത്ത് വിപ്ലവകാരിയായിരുന്നു. ഇപ്പോൾ അയാൾ പൊയ്മുഖങ്ങൾ (Mask) വിറ്റ് ഉപജീവനം നടത്തുന്നു. ചിത്രത്തിന്റെ പൂർവ്വഭാഗം ഗതകാല സ്മൃതികളുടേതാണ്. കുമാരൻ മാസ്റ്ററുടെ വാക്കുകളിലൂടെ അനാവൃതമാകുന്ന ഭൂതകാല ദൃശ്യങ്ങളിൽ ലക്ഷ്യബോധമുള്ള മുൻ തലമുറയുടെ ആദർശ സമരത്തിന്റെ ചരിത്രം നാം വായിക്കുന്നു. മലബാറിലെ ഒരു ഗ്രാമത്തിൽ നടക്കുന്ന സ്വാതന്ത്ര്യസമരത്തിന്റെ ആവിഷ്കാരത്തിൽ ഗാന്ധിയൻ നേതാവായ മുത്തച്ഛനും വിപ്ലവകാരിയായ അച്ഛനും സഹപ്രവർത്തകരുമൊക്കെ കടന്നുവരുന്നു. ഇതിന് സമാന്തരമായി ഉത്തരഭാഗത്ത് രവിയുടെ

അസ്വസ്ഥ യാത്രകളുടെ ആഖ്യാനം നിർവ്വഹിക്കപ്പെടുന്നു. തലമുറകളുടെ സമീപനത്തിലെ വൈരുദ്ധ്യം ആഴത്തിൽ അനുഭവപ്പെടുംവിധമാണ് ഈ പൂർവ്വ/ഉത്തര പാദങ്ങൾ നിലകൊള്ളുന്നത്. ഭൂതകാലം ആദർശാത്മകവും മൂല്യബോധത്തിൽ അധിഷ്ഠിതവുമാണ്. പുതിയ കാലം ആസുരമാണ്. മൂല്യരാഹിത്യത്തിന്റെയും വിശ്വാസരാഹിത്യത്തിന്റെയും ആത്മവഞ്ചനയുടെയും കപടതയുടെയും മുഖങ്ങളാണ് രവിയുടെ സ്വത്വാന്വേഷണ യാത്രയുടെ ഇരുവശത്തുമായി നാം കാണുന്നത്. മുഖങ്ങളുടെ മാനുഷിക യാഥാർത്ഥ്യത്തിൽ നിന്ന് പൊയ്മുഖങ്ങളുടെ അയാഥാർത്ഥ്യ നാട്യങ്ങളിലേക്കുള്ള പരിണാമമാണ് അരവിന്ദൻ അവതരിപ്പിക്കുന്നത്. സ്വാതന്ത്ര്യാനന്തര ഇന്ത്യൻ യുവത്വം അഭിമുഖീകരിച്ച സ്വത്വപ്രതിസന്ധിയാണിത്. ആശ്രയമേതിമില്ലാതെ അലയാൻ വിധിക്കപ്പെട്ടവരാണ് അവർ. സജീവമായ ഇടപെടലിന് അവരെ പ്രാപ്തരാക്കത്തക്കവിധത്തിലുള്ള പ്രത്യാശയുടെ വെളിച്ചം എങ്ങുമില്ല. പ്രേരണയാകുന്ന ശക്തി ദുർഗ്ഗങ്ങളുമില്ല. നിഷ്ക്രിയതയും നിസ്സഹായതയും അവരുടെ മുഖമുദ്രയായി മാറി. എഴുപതുകളിലെ ഈ അസ്വസ്ഥയുവത്വത്തിന്റെ പ്രതിനിധാനമാണ് രവിയിലൂടെ സാധ്യമാകുന്നത്. ‘ചെറിയ മനുഷ്യരും വലിയ ലോകവും’ എന്ന കാർട്ടൂൺ പരമ്പരയുടെ സ്രഷ്ടാവിന്റെ ആത്മവത്തയും സമീപനരീതിയും ‘ഉത്തരായന’ത്തിലും ദർശിക്കാനാവും.

‘ഉത്തരായന’ത്തിന് മുമ്പ് നാം കണ്ടതെല്ലാം കഥാഖ്യാനപരമായ (Narrative) രാഷ്ട്രീയചിത്രങ്ങളായിരുന്നു. നിയതമായ ആദിമദ്ധ്യാന്തങ്ങളുള്ളതും ചരിത്രത്തിലോ വർത്തമാനത്തിലോ പ്രതിഷ്ഠിക്കപ്പെട്ടതുമായ രാഷ്ട്രീയകഥകളായിരുന്നു അവ. വിപണന സാധ്യതകൾക്കനുസൃതമായാണ് കഥയുടെ ചിട്ടവട്ടങ്ങളും തൊങ്ങലുകളും നിശ്ചയിക്കപ്പെട്ടത്. കലാസിനിമയുടെ നവീനതകളെ ഉൾക്കൊള്ളുകയും തന്റേതായ രീതിയിൽ വഴിമാറി നടക്കുകയും ചെയ്ത അരവിന്ദന്റെ ‘ഉത്തരായന’മാകട്ടെ ഒരു രാഷ്ട്രീയദർശനത്തിന്റെ ദൃശ്യസംവേദനം നിർവഹിക്കുകയാണ് ചെയ്തത്. ‘ഉത്തരായന’ത്തിലെ രവിയുടെ അലച്ചിലിന് കഥയുടെ രൂപഭാവങ്ങളില്ല. പ്രണയത്തിന് കാൽപ്പനികച്ഛായയില്ല. ദുർബലമായ പ്രണയം സ്വാഭാവിക പരിണിതിയെന്നവണ്ണം പാതിയിൽ ഉപേക്ഷിക്കപ്പെടുന്നു. വൈകാരികതയുടെ പിരിമുറുക്കങ്ങളിലേക്ക് സിനിമ വികസിക്കുന്നില്ല. കാഴ്ചയുടെ ഏതോ ഘട്ടത്തിൽ വച്ച് രവി പൊയ്മുഖം തീയിലെറിഞ്ഞ് കാട്ടിലേക്ക് മറയുന്നത് നാം കാണുന്നു. ആ ദൃശ്യത്തിൽ സിനിമ നിയതമായ രീതിയിൽ അവസാനിക്കുകയല്ല, വായനയുടെ അനന്തസാധ്യതകൾ തുറന്നിട്ടുകൊണ്ട് ഉപേക്ഷിക്കപ്പെടുകയാണ്. ഇത്തരമൊരു പ്രമേയപരിചരണവും ആഖ്യാനഘടനയും മലയാളത്തിലെ രാഷ്ട്രീയസിനിമക്ക് പുതിയ മുഖം നൽകി.

രൂപപരമായും ഭാവപരമായും ആധുനീകരിക്കപ്പെട്ട രാഷ്ട്രീയസിനിമയുടെ മറ്റൊരു മുഖമമാണ് പി.എ. ബക്കർ സംവിധാനം നിർവഹിച്ച് 1976ൽ പുറത്തിറങ്ങിയ 'കബനീനദി ചുവന്നപ്പോൾ'. ഗോപി എന്ന വിപ്ലവകാരിയെ മുൻനിർത്തി രാഷ്ട്രീയവും പ്രണയവും ഒന്നുചേർന്നൊഴുകുന്ന വ്യതിരിക്തമായ പ്രമേയ/ആഖ്യാനതലത്തെ നിർമ്മിച്ചെടുക്കുകയാണ് ചലച്ചിത്രകാരൻ ചെയ്യുന്നത്. 'ഉപരിതലത്തിൽ 'കബനി'യൊരു പ്രേമകഥയാണ്. രാഷ്ട്രീയ വിശ്വാസങ്ങളുടെ ഉഷ്ണജല പ്രവാഹമാണ് അതിന്റെ അടിത്തട്ടിൽ നാം കാണുക.'[59]

അടിയന്തരാവസ്ഥയുടെ സവിശേഷ രാഷ്ട്രീയസാഹചര്യത്തിലാണ് 'കബനീനദി ചുവന്നപ്പോൾ' എന്ന ചലച്ചിത്രത്തിന്റെ പിറവി. നക്സലേറ്റ് വേട്ടയുടെ കാലഘട്ടമായിരുന്നു അത്. എഴുപതുകളുടെ തുടക്കത്തിൽ ശക്തിയാർജ്ജിച്ച നക്സലേറ്റ് പ്രസ്ഥാനത്തെ എന്തു വിലകൊടുത്തും അടിച്ചമർത്താനായി കരാളമുറകൾ സ്വീകരിച്ച ഭരണകൂടം നക്സലേറ്റുകളെയും അവരോട് അനുഭാവം പുലർത്തുന്നവരെയും തിരഞ്ഞുപിടിച്ച് വേട്ടയാടി. സായുധവിപ്ലവത്തിന്റെയും ഉന്മൂലന സിദ്ധാന്തത്തിന്റെയും ശരിതെറ്റുകൾ കേരളീയ സമൂഹത്തിൽ തുറന്ന ചർച്ചകൾക്ക് വിധേയമായി. കബനിയുടെ ഭാവതലത്തെ രൂപപ്പെടുത്തിയത് കാലികമായ ഈ രാഷ്ട്രീയാവസ്ഥയാണ്. രൂപതലത്തെ നിർണ്ണയിച്ചത് മാധ്യമപരമായ കലാപങ്ങളെക്കുറിച്ചുള്ള നവസിനിമാ പ്രസ്ഥാനത്തിന്റെ സങ്കല്പനങ്ങളാണ്.

പോലീസ് വേട്ടയിൽ നിന്ന് രക്ഷപ്പെടാനായി ഒരു കാലത്ത് തന്റെ കാമുകിയായിരുന്നവളുടെ വീട്ടിൽ അഭയം തേടിയെത്തുകയാണ് ഗോപി. സർക്കാരുദ്യോഗസ്ഥയായി നഗരത്തിൽ ജീവിക്കുന്ന അവളും ഗോപിയും തമ്മിലുള്ള സംവാദത്തിന്റെ വിവിധ തലങ്ങളിലൂടെയാണ് ചിത്രത്തിന്റെ രാഷ്ട്രീയദർശനവും അതിന് നിദാനമായ രാഷ്ട്രീയകാലവും വെളിപ്പെടുന്നത്. കണ്ടെത്തപ്പെടുമ്പോൾ അവളുടെ വീട്ടിൽ നിന്ന് നിഷ്ക്രമിക്കുന്ന അയാൾ പോലീസിന്റെ വെടിയേറ്റ് മരിക്കുന്നിടത്ത് ചിത്രം അവസാനിക്കുന്നു. വ്യവസ്ഥയുടെ ജീർണ്ണത, ജാഡ്യം, അധികാരപ്രമത്തത, പ്രതിരോധം തുടങ്ങിയവയെക്കുറിച്ചുള്ള ഗൗരവതരമായ ചോദ്യങ്ങൾ ഉന്നയിക്കുന്നുണ്ട് ഈ ചിത്രം. മലയാളസിനിമ അന്നുവരെ പരിചയിച്ചിട്ടില്ലാത്ത തരം പ്രണയാവിഷ്കാരവും 'കബനി'യുടെ സവിശേഷതയാണ്. പ്രണയത്തെ സങ്കീർണ്ണമായ രാഷ്ട്രീയകാലത്തിനും തീക്ഷ്ണമായ രാഷ്ട്രീയ വിശ്വാസങ്ങൾക്കും സമാന്തരമായി നിർത്തിക്കൊണ്ട് ദാർശനികവത്ക്കരിക്കുന്നു ഈ ചിത്രം. പ്രമേയഘടന, രാഷ്ട്രീയദർശനം,

ഏകാഗ്രമായ ശില്പചാതുരി എന്നിവകൊണ്ടെല്ലാം വ്യതിരിക്തമാണ് ഈ രാഷ്ട്രീയചിത്രം.

പി.എ. ബക്കറിന്റെ തന്നെ സംവിധാനത്തിൽ 1979ൽ പുറത്തിറങ്ങിയ 'സംഘഗാനം' രാഷ്ട്രീയപരമായും മാധ്യമപരമായും കബനിയുടെ തുടർച്ചയായിരുന്നു. കബനിയിൽ വിമർശനവിധേയമായ വ്യവസ്ഥിതിയുടെ ജീർണ്ണതയ്ക്ക് ചലച്ചിത്രസാക്ഷ്യം ചമയ്ക്കുകയാണ് 'സംഘഗാനം'. എഴുപതുകളിലെ അസ്വസ്ഥയുവത്വത്തിന്റെ പ്രതിനിധിയാണ് 'സംഘഗാന'ത്തിലെയും നായകൻ. 'ഉത്തരായന'ത്തിലെ രവിയുടെ അലച്ചിലുമായി ദർശനപരമായ സാമ്യം പുലർത്തുന്നതാണ് 'സംഘഗാന'ത്തിലെ നായകന്റെ അന്വേഷണയാത്ര. 'ഉത്തരായനം' തിളക്കമാർന്ന ഭൂതകാലത്തിന്റെ വെളുപ്പിലാണ് വർത്തമാനത്തിന്റെ കറുപ്പിനെ അടയാളപ്പെടുത്തിയത്. എന്നാൽ സംഘഗാനം സമകാലികതയുടെ ഇരുട്ടിലൂടെ സഞ്ചരിച്ച് സംഘംചേരലിന്റെയും വിപ്ലവത്തിന്റെയും അനിവാര്യതയിൽ എത്തിച്ചേരുന്നു. 'ചിത്രം കറുപ്പിലും വെളുപ്പിലുമാണ്; ഉള്ളടക്കത്തിന്റെ നിറം ചുവപ്പും.' [60]

കാലികമായ സാമൂഹ്യരാഷ്ട്രീയാവസ്ഥകളുടെ പൊള്ളിക്കുന്ന ചൂടിൽ നിന്നാണ് 'സംഘഗാന'ത്തിന്റെ പ്രമേയതലം രൂപപ്പെടുന്നത്. നായകൻ ബിരുദധാരിയാണ്. ജോലി ചെയ്യാനുള്ള കരുത്തും സന്നദ്ധതയുമുണ്ട്. പക്ഷെ ദരിദ്രനായി, തൊഴിൽരഹിതനായി, നിരാശാഭരിതനായി അലയാനാണ് അയാളുടെ വിധി. ആദ്യമാദ്യം അവൻ പ്രതീക്ഷ കൈവിടുന്നില്ല. രക്ഷകനായ ഗൗതമനെ കണ്ടെത്തുന്നതോടെ പ്രശ്നങ്ങൾക്ക് പരിഹാരമാകും എന്നയാൾ ഉറച്ച് വിശ്വസിക്കുന്നു. അച്ഛന്റെ സ്യൂട്ടും ധരിച്ച് കേരള സർവ്വകലാശാലയിൽ നിന്ന് ലഭിച്ച ബിരുദവുമായി ഗൗതമനെ അന്വേഷിച്ചിറങ്ങുന്ന അയാൾ നഗരത്തിലെത്തുന്നു.

പ്രാതിനിധ്യ സ്വഭാവമുള്ള കഥാപാത്രമാണ് ഗൗതമൻ. കഥാനായകൻ മൂന്ന് ഗൗതന്മാരെ കണ്ടുമുട്ടുന്നുണ്ട്.

1. മുതലാളിയായ ഗൗതമൻ

2. ഇടത്തരക്കാരനായ ഗൗതമൻ

3. തൊഴിലാളിയായ ഗൗതമൻ

ഉപരിവർഗ്ഗം, മധ്യവർഗ്ഗം, അടിസ്ഥാനവർഗ്ഗം എന്നിങ്ങനെയുള്ള വർഗ്ഗപരമായ സമൂഹവിഭജനവും വിഭിന്ന വർഗ്ഗങ്ങളുടെ ജീവിതാവസ്ഥകളുടെ ആവിഷ്കാരവും ഇതുവഴി സാധ്യമാകുന്നു. വർഗ്ഗപരമായ താരതമ്യം സാധ്യമാകത്തക്ക വിധത്തിലാണ് ആഖ്യാനം നിർവഹിച്ചിരിക്കുന്നത്.

മുതലാളിയായ ഗൗതമൻ തന്റെ ബംഗ്ലാവിലെത്തിയ ഉദ്യോഗാന്വേഷിയായ ചെറുപ്പക്കാരനെ ആട്ടിപ്പുറത്താക്കുന്നു. ഇടത്തരക്കാരനായ ഗൗതമൻ തന്നെ അന്വേഷിച്ച് ഫ്ളാറ്റിലെത്തിയ കഥാനായകനെ തട്ടിപ്പുകാരനെന്ന് ആക്ഷേപിച്ച് പോലീസിനെക്കൊണ്ട് പിടിപ്പിക്കുന്നു. അനന്തരം ഗൗതമന്റെ നിസ്സഹായമായ അലച്ചിലിൽ വർത്തമാനസമൂഹത്തിന്റെ പരിച്ഛേദം നാം ദർശിക്കുന്നു. ദാരിദ്ര്യവും വേശ്യാവൃത്തിയും വൃത്തികേടുകളും ദൈന്യതയും തളംകെട്ടി നിൽക്കുന്ന തെരുവുകൾ, പോപ്പ് സംഗീതത്തിനൊപ്പം ആടിത്തിമർക്കുന്നവർ, നിരാശകൾ മറക്കാൻ കഞ്ചാവിലും മയക്കുമരുന്നിലും അഭയം കണ്ടെത്തുന്നവർ. കപടതയുടെയും മൂല്യരാഹിത്യത്തിന്റെയും ആത്മവഞ്ചനയുടെയും ക്രൗര്യത്തിന്റെയും അടയാളങ്ങളിലൂടെയുള്ള ഈ യാത്ര കഥാനായകനെ കടുത്ത നൈരാശ്യത്തിലേക്ക് വലിച്ചെറിയുന്നു. സ്വയം നഷ്ടപ്പെട്ട് വഴിവക്കിൽ അവശനായിരിക്കുന്ന ചെറുപ്പക്കാരനെ തൊഴിലാളിയായ ഗൗതമൻ തന്റെ വീട്ടിൽ എത്തിക്കുന്നു. ആ മനുഷ്യസ്നേഹി അയാളെ സത്ക്കരിക്കാൻ മുതിരുന്നു. പക്ഷേ തൊഴിലാളിയും ഗൗതമനാണ് എന്നറിയുമ്പോൾ 'മുതലാളിയേക്കാൾ ക്രൂരനും ഇടത്തരക്കാരനേക്കാൾ സമർത്ഥനുമാണ് നീ' എന്ന് ആക്ഷേപിച്ച് ക്രുദ്ധനായ കഥാനായകൻ അവിടം വിട്ട് പോകുന്നു. നിരാശാഗ്രസ്തനായിത്തീർന്ന അയാൾ ഒടുവിൽ ഒരു തൊഴിലാളി സമരം കാണുന്നു. വിപ്ലവവീര്യമാർജ്ജിച്ച തൊഴിലാളികൾ പ്ലക്കാർഡുകളുമേന്തി, മുഷ്ടിചുരുട്ടി, മൂന്നാം ഗൗതമന്റെ നേതൃത്വത്തിൽ സംഘഗാനമാലപിച്ച്, പതറാതെ, ഉറച്ച കാലടികളോടെ മുന്നേറുന്നു. സ്ഥാപിത താത്പര്യസംരക്ഷകരും ഭരണകൂടത്തിന്റെ മർദ്ദനോപകരണങ്ങളുമായ പോലീസുകാർ ലാത്തിയും തോക്കുമായി അവരെ നിർദ്ദയം നേരിടുന്നു. കഥാനായകൻ ഭയന്നുവിറച്ച് ഒരു മൂലയിൽ ഒളിക്കുന്നു. നാല് തൊഴിലാളികൾ കൊല്ലപ്പെടുന്നു. അതിലൊരാൾ തൊഴിലാളിയായ ഗൗതമനാണ്. തൊഴിലാളികളുടെ ജഡവുമായി വിലാപയാത്ര പുറപ്പെടുന്നു. രക്തസാക്ഷികളുടെ മൃതദേഹങ്ങൾ മറവുചെയ്യപ്പെടുന്നു. ഇതിനെല്ലാം സാക്ഷിയായ കഥാനായകനിൽ തിരിച്ചറിവു ജനിക്കുന്നു. തന്റെ രക്തത്തെ കണ്ടെത്തിയ അയാൾ സംഘം ചേരാൻ ദൃഢനിശ്ചയമെടുക്കുന്നു.

സാമൂഹികമായ ദാരുണാവസ്ഥയുടെ ആഖ്യാനം മാത്രമല്ല 'സംഘഗാനം' നിർവഹിക്കുന്നത്. നിലനില്ക്കുന്ന വ്യവസ്ഥയുടെ പൊളിച്ചെഴുത്തിന്റെ അനിവാര്യതയെ വെളിപ്പെടുത്തുകയും അതിനുള്ള മാർഗ്ഗം ചൂണ്ടിക്കാണിക്കുകയും ചെയ്യുന്നു. സംഘംചേരലിലൂടെ മാത്രം സാധ്യമാകുന്ന വിപ്ലവമാണ് വ്യവസ്ഥയുടെ പരിണാമത്തിനുള്ള ഏകമാർഗ്ഗം. അതിനുള്ള ആഹ്വാനമാണ് 'സംഘഗാനം' എന്ന ചലച്ചിത്രം.

ആഖ്യാനപരമായി നോക്കിയാൽ 'കബനി'യുടെ അത്ര ഏകാഗ്ര മല്ല 'സംഘഗാന'ത്തിന്റെ ശില്പഘടന. ഈ ഏകാഗ്രതയില്ലായ്മയെ പ്രമേയപരിചരണത്തിന്റെ ഭാഗമായി കാണാവുന്നതാണ്. നായകന്റെ അന്വേഷണം, കണ്ടുമുട്ടലുകളുടെ ആവർത്തനങ്ങൾ, അലച്ചിലിന്റെ തുടർച്ച, വ്യവസ്ഥിതിയുടെ ചിത്രണം ഇതിനൊക്കെക്കൂടി സുഘടിതമായ ശില്പഘടന നൽകാതിരിക്കുക വഴി ആഖ്യാനത്തിൽ വേറിട്ടപാത സ്വീ കരിക്കുകയാണ് ചലച്ചിത്രകാരൻ. ഇത് വ്യത്യസ്തമായൊരു അനുഭവം സാധ്യമാക്കുന്നുമുണ്ട്. ദർശനത്തിന്റെ വിക്ഷേപം എന്ന നിലയിലേക്ക് ദൃശ്യങ്ങളെ പരിവർത്തിപ്പിക്കാനുള്ള ശ്രമമാണ് 'സംഘഗാന'ത്തിലേത്. ചലച്ചിത്രം എന്ന നിലയിൽ 'സംഘഗാനം' കരുത്തുറ്റതായിത്തീരുന്നത് ഇതുകൊണ്ടാണ്.

'ഉത്തരായനം', 'കബനീനദി ചുവന്നപ്പോൾ', 'സംഘഗാനം', ഈ മൂന്ന് രാഷ്ട്രീയചിത്രങ്ങളും മാധ്യമപരമായി എഴുപതുകളിലുണ്ടായ നവബോധത്തിന്റെ രൂപാന്തരങ്ങളാണ്. ഈ ചിത്രങ്ങളുടെ രാഷ്ട്രീ യദർശനമാകട്ടെ എഴുപതുകളിലെ സാമൂഹിക-രാഷ്ട്രീയസാഹചര്യ ങ്ങളിൽനിന്ന് രൂപം കൊണ്ടതുമാണ്. കേരളീയമായ ഭൂമികക്കപ്പുറം ഇന്ത്യൻ സാമൂഹികാവസ്ഥയുടെ അടയാളങ്ങളായി ഇവ മാറുന്നുണ്ട്. കാലികമായ രാഷ്ട്രീയാവസ്ഥയുടെ ദാർശനികമായ ആവിഷ്കാരവും സാർത്ഥകമായ ഇടപെടലുമാണ് ഈ ചിത്രങ്ങൾ ലക്ഷ്യംവെക്കുന്നത്. സൗന്ദര്യശാസ്ത്രപരമായ ഘടകങ്ങളിൽ ഇവ പുലർത്തുന്ന നവീനബോ ധത്തിന് അടിത്തറയായി നിൽക്കുന്നത് ഇത്തരമൊരു ഭാവതലമാണ്. രൂപഭാവങ്ങളുടെ പാരസ്പര്യം പ്രസക്തമാവുന്നത് ഇവിടെയാണ്. നൂതനമായ ഭാവത്തിന്റെ ആവിഷ്കാരത്തിന് രൂപപരമായ പരിണാമം അനിവാര്യമായിത്തീരാം. അതുപോലെതന്നെ, രൂപത്തെ സംബന്ധി ക്കുന്ന നവീന സങ്കല്പങ്ങൾക്കനുസൃതമായി ഭാവതലം ആധുനീകരിക്ക പ്പെടുകയുമാവാം. എഴുപതുകളിലെ നവധാരാ രാഷ്ട്രീയസിനിമകളെ മുൻനിർത്തി ഇത്തരമൊരു ആലോചനയ്ക്ക് പ്രസക്തിയുണ്ട്.

അറുപതുകളുടെ പകുതിക്കുശേഷം മലയാളസാഹിത്യത്തിൽ സംഭവിച്ച ആധുനീകരണത്തിൽനിന്ന് ഭിന്നമാണ് എഴുപതുകളിൽ മലയാളസിനിമയിലുണ്ടായ നവീനബോധം. സാഹിത്യത്തിൽ നൂതനമായ ഭാവുകത്വത്തെ ഉൾക്കൊള്ളാനാവുംവിധം രൂപം പരിവർത്ത നത്തിന് വിധേയമായി. സോദ്ദേശ്യതയിൽ നിന്ന് ആത്മാവിഷ്ക്കാരത്തി ലേക്കും സ്വത്വാന്വേഷണം എന്ന പ്രഹേളികയിലേക്കും ദർശനത്തിന്റെ വിക്ഷേപത്തിലേക്കും സഞ്ചരിച്ച ഭാവതലത്തിനനുസൃതമായി രൂപം പരി വർത്തിപ്പിക്കപ്പെടുകയായിരുന്നു. സിനിമയിലാകട്ടെ രൂപപരമായ

പരിണാമമാണ് ആദ്യം സംഭവിച്ചത്. 'സ്വയംവര'ത്തിലെ ഭാവതലത്തിന് നൂതനത അവകാശപ്പെടാനാവില്ല. ഭാവത്തിന്റെ പരിചരണവും അതിന് നൽകിയ ദൃശ്യഭാഷയുമാണ് 'സ്വയംവര'ത്തെ വ്യതിരിക്തമാക്കിയത്. 'ഏതു പുതിയഭാഷയും ആ ഭാഷ ശീലിച്ചിട്ടില്ലാത്തവരിൽ സൃഷ്ടിക്കാവുന്ന അമ്പരപ്പാണ് 'സ്വയംവരം' സൃഷ്ടിച്ചത്.'[61] ദൃശ്യം, അതിനെ നിർണ്ണയിക്കുന്ന കോൺ, ദൃശ്യസംയോജനം, ദൃശ്യത്തോട് ഇടകലരുന്ന സംഭാഷണം, സംഗീതം, പശ്ചാത്തല ശബ്ദങ്ങൾ, നിശബ്ദത, ആഖ്യാനഘടന, ഇതിന്റെയെല്ലാം സാകല്യത്തിൽ നിന്നാണ് ചലച്ചിത്രത്തിന്റെ രൂപം നിർണ്ണയിക്കപ്പെടുന്നത്. ഈ രൂപതലം തന്നെയാണ് ചലച്ചിത്രത്തിന്റെ 'ഭാഷ'.

ചലച്ചിത്രഭാഷയുടെ നവീകരണമാണ് എഴുപതുകളിലെ മലയാള സിനിമയിൽ സംഭവിച്ചത്. ഇതിന്റെ സ്വാഭാവികവും അനിവാര്യവുമായ ഫലം എന്ന നിലയിലാണ് ഭാവതലം മാറ്റങ്ങൾക്ക് വിധേയമായത്. 'കമ്പോളവത്കരണത്തിന്റെ ചളിക്കുണ്ടിൽ ആണ്ടുമുങ്ങിയ മലയാളസിനിമയെ സിനിമയിലേക്കും ജീവിതത്തിലേക്കും വീണ്ടെടുത്തു എന്നതാണ് എഴുപതുകളിൽ പ്രത്യക്ഷപ്പെട്ട കലാസിനിമയുടെ ചരിത്രപരമായ സാംഗത്യം. തെറ്റായരീതിയിൽ, തെറ്റായ ലക്ഷ്യത്തിനുവേണ്ടി വിനിയോഗിക്കപ്പെട്ടുപോന്ന ഒരു മാധ്യമത്തെ നേരായമട്ടിൽ അവതരിപ്പിക്കാൻ കഴിഞ്ഞു എന്നതാണ് അതിന്റെ വിജയം.' [62] സിനിമയിലേക്കുള്ള വീണ്ടെടുപ്പ് സൗന്ദര്യപരമായ പരിണാമവും ജീവിതത്തിലേക്കുള്ള വീണ്ടെടുപ്പ് ഭാവതലത്തിലുണ്ടായ വ്യതിയാനവുമാണ് കുടുംബം, ബന്ധങ്ങൾ, സ്നേഹം, പ്രണയം, പക, രാഷ്ട്രീയം ഇതൊക്കെത്തന്നെ ഉള്ളടക്കമായി തുടർന്നു. പക്ഷെ നവീനമായ രൂപസങ്കല്പങ്ങൾക്കനുസൃതമായി അവ കൈകാര്യം ചെയ്യേണ്ടിവന്നപ്പോൾ വിഷയങ്ങളോടുള്ള സമീപനത്തിൽ മാറ്റം വന്നു. പഴഞ്ചൻ സമീപനങ്ങൾ അപ്രസക്തമായി. പ്രമേയപരിചരണത്തിൽ വന്ന ഈ വ്യതിയാനമാണ് ഭാവതലത്തിലെ പരിണാമം എന്നതുകൊണ്ട് അർത്ഥമാക്കുന്നത്.

രാഷ്ട്രീയസിനിമകൾ ചരിത്ര/വർത്തമാനങ്ങളുടെ ഭാഗമായ കഥാഖ്യാനം എന്ന നിലയിൽനിന്ന് സക്രിയമായ ഇടപെടൽ സാധ്യമാക്കുന്ന ദർശനത്തിന്റെ ആഖ്യാനം എന്ന നിലയിലേക്ക് പരിവർത്തിക്കപ്പെട്ടതിൽ നിർണ്ണായക സ്വാധീനം ചെലുത്തിയത് നൂതനമായ രൂപത്തിന് വേണ്ടിയുള്ള അന്വേഷണം തന്നെയാണ്. പ്രമേയഘടനയുടെ നവരൂപണവും ദാർശനികവത്ക്കരണവും രാഷ്ട്രീയസിനിമയെ സൗന്ദര്യപരമായി കൂടുതൽ കരുത്തുറ്റതാക്കുകയും ചെയ്തു. 'സംഘഗാനം', 'ഉത്തരായനം', 'കബനീനദി ചുവന്നപ്പോൾ' എന്നീ ചിത്രങ്ങളുടെ ദൃശ്യസംവേദന ശേഷി ഇതിന് തെളിവാണ്. രൂപഭാവങ്ങളുടെ

പാരസ്പര്യത്തിലൂടെ മലയാളസിനിമയെ പ്രമേയ/ആഖ്യാനതലങ്ങളിൽ കൂടുതൽ നവീനമാക്കി മാറ്റുവാൻ ഈ രാഷ്ട്രീയചിത്രങ്ങൾക്ക് കഴിഞ്ഞിട്ടുണ്ട്.

വിപണന സാധ്യതകൾക്കനുസൃതമായി രൂപമെടുത്ത രാഷ്ട്രീയചിത്രങ്ങളും ഇതിന് സമാന്തരമായി വിലയിരുത്തപ്പെടേണ്ടതുണ്ട്. 'നിങ്ങളെന്നെ കമ്മ്യൂണിസ്റ്റാക്കി' (1970), 'ഇൻക്വിലാബ് സിന്ദാബാദ്' (1971), 'രാജൻ പറഞ്ഞ കഥ' (1978) എന്നിവയാണ് എഴുപതുകളിൽ പുറത്തിറങ്ങിയതും പൂർണ്ണമായും രാഷ്ട്രീയാഖ്യാനങ്ങൾ എന്ന് വിളിക്കുന്നതുമായ കച്ചവടസിനിമകൾ.

11-9-1970ന് പ്രദർശനം ആരംഭിച്ച നിങ്ങളെന്നെ കമ്മ്യൂണിസ്റ്റാക്കി എന്ന രാഷ്ട്രീയചിത്രം അതേപേരിൽ തോപ്പിൽഭാസി രചിച്ച് കെ.പി.എ.സി. അവതരിപ്പിച്ച നാടകത്തിന്റെ ചലച്ചിത്രാവിഷ്കാരമായിരുന്നു. കേരളത്തിനകത്തും പുറത്തുമായി മൂവായിരത്തിലധികം വേദികളിൽ അവതരിപ്പിക്കപ്പെട്ട നാടകത്തിന്റെ ചലച്ചിത്രരൂപത്തിന് രചനയും സംവിധാനവും നിർവ്വഹിച്ചതും തോപ്പിൽഭാസിയാണ്. 1952ലാണ് നാടകം രചിക്കപ്പെടുന്നത്. അതിനും 18 വർഷങ്ങൾക്ക് ശേഷം അത് വെള്ളിത്തിരയിലേക്ക് പകർത്തപ്പെടുമ്പോൾ സമീപനത്തിലും ലക്ഷ്യത്തിലുമുണ്ടായ വ്യതിയാനങ്ങളെ രണ്ട് കാലഘട്ടങ്ങളിലെയും രാഷ്ട്രീയ സാഹചര്യത്തെ മുൻനിർത്തി പരിശോധിക്കേണ്ടതുണ്ട്.

കേരളത്തിലെ കമ്മ്യൂണിസ്റ്റ് പ്രസ്ഥാനത്തിന്റെ സാംസ്കാരിക പ്രവർത്തനപരിപാടിയുടെ ഭാഗമായാണ് കെ.പി.എ.സി. എന്ന നാടകസംഘം രൂപം കൊള്ളുന്നത്. ശക്തിമത്തായ ഒരു രാഷ്ട്രീയപ്രസ്ഥാനം എന്ന നിലയിലായിരുന്നു കെ.പി.എ.സിയുടെ പ്രവർത്തനങ്ങൾ. കമ്മ്യൂണിസ്റ്റ് പ്രസ്ഥാനത്തിന്റെ മുന്നേറ്റത്തെ ലക്ഷ്യംവെക്കുന്ന 'നിങ്ങളെന്നെ കമ്മ്യൂണിസ്റ്റാക്കി' എന്ന നാടകം ഒരു രാഷ്ട്രീയകാലഘട്ടത്തിന്റെ സൃഷ്ടിയായിരുന്നു. ആശയസംഹിതകൾ അതേപടി പകർന്നുകൊടുക്കാനല്ല, വൈകാരികമായ അനുഭവം എന്ന നിലയിൽ പ്രസ്ഥാനത്തെ ജനതയുടെ മനസ്സിൽ പ്രതിഷ്ഠിക്കാനാണ് നാടകം ഉപയോഗിക്കപ്പെട്ടത്. നാടകത്തെ സംബന്ധിച്ച് 'ജനപ്രിയത' ആശയപ്രചാരണത്തിനുള്ള ഉപാധി എന്ന നിലയിലാണ് പരിഗണിക്കപ്പെട്ടത്. എന്നാൽ ചലച്ചിത്രത്തെ സംബന്ധിച്ച് 'ജനപ്രിയതയുടെ ലക്ഷ്യം' വിപണിയായിരുന്നു. രൂപമെടുത്ത രാഷ്ട്രീയകാലഘട്ടത്തിന്റെ സവിശേഷത കൊണ്ടുതന്നെ 'നിങ്ങളെന്നെ കമ്മ്യൂണിസ്റ്റാക്കി' എന്ന ചലച്ചിത്രത്തിന് ആശയപ്രചാരണം എന്ന രാഷ്ട്രീയലക്ഷ്യം ഉണ്ടായിരുന്നില്ല.

ഉദയപോലൊരു വാണിജ്യ ബാനറിന്റെ കീഴിൽ രൂപപ്പെട്ട ചലച്ചിത്രം 'നിങ്ങളെന്നെ കമ്മ്യൂണിസ്റ്റാക്കി' എന്ന നാടകത്തിന്റെ ചരിത്രപരമായ പ്രസക്തിയെ കച്ചവടപരമായി ഉപയോഗിക്കാനുള്ള ശ്രമത്തിന്റെ ഭാഗമായിരുന്നു. അവിഭക്ത കമ്മ്യൂണിസ്റ്റ് പ്രസ്ഥാനത്തിന്റെ പോരാട്ടങ്ങളുടെ കഴിഞ്ഞകാലത്തെ ജനതയുടെ സ്മരണയിലേക്ക് പുനരാനയിക്കുന്ന ചലച്ചിത്രത്തിന് കാലികമായ രാഷ്ട്രീയലക്ഷ്യങ്ങളൊന്നും ഉണ്ടെന്ന് പറയാനാവില്ല. എഴുപതുകളാവുമ്പോഴേക്കും കമ്മ്യൂണിസ്റ്റ് പ്രസ്ഥാനങ്ങൾ കേരളത്തിന്റെ മണ്ണിൽ ശക്തമായ അടിത്തറ രൂപപ്പെടുത്തുകയും പലതവണ ഭരണത്തിലേറുകയും ചെയ്തു കഴിഞ്ഞിരുന്നു. 1970 ജനുവരി 1ന് കേരള ഭൂപരിഷ്കരണ ഭേദഗതി നിയമം പ്രാബല്യത്തിൽ വന്നു. എല്ലാത്തരം ജന്മി-കുടിയാൻ ബന്ധങ്ങൾക്കും അറുതി വരുത്തിയ ഈ നിയമത്തോടെ ജന്മിത്തം പൂർണ്ണമായും തുടച്ചുനീക്കപ്പെട്ടു. ഇത്തരമൊരു രാഷ്ട്രീയസാഹചര്യത്തിൽ 'നിങ്ങളെന്നെ കമ്മ്യൂണിസ്റ്റാക്കി'യുടെ പ്രമേയതലം മുന്നോട്ടുവെക്കുന്ന രാഷ്ട്രീയാഹ്വാനങ്ങൾക്കൊന്നും കാലികപ്രസക്തിയില്ല. പക്ഷേ അവ രാഷ്ട്രീയമായ ഗൃഹാതുരത്വത്തിലേക്ക് ജനതയെ കൂട്ടിക്കൊണ്ടു പോകുന്നുണ്ട്. സഹനത്തിന്റെയും സമരത്തിന്റെയും ആവേശം നിറയ്ക്കുന്ന ദീപ്തസ്മരണകളെ ജനമനസ്സുകളിലുണർത്തുക വഴി സ്വീകാര്യത നേടാൻ ഇത്തരം ചലച്ചിത്ര സൃഷ്ടികൾക്ക് സാധിക്കുന്നു.

വിപണിയുടെ താത്പര്യങ്ങൾക്കനുസൃതമായി അണിയിച്ചൊരുക്കുമ്പോൾ പ്രമേയതലത്തിൽ പല പരിണാമങ്ങളും സംഭവിക്കാനിടയുണ്ട്. 'നിങ്ങളെന്നെ കമ്മ്യൂണിസ്റ്റാക്കി' എന്ന ചലച്ചിത്രത്തിലെ അതികാല്പനിക സമീപനം ഇത്തരത്തിലുള്ളതാണ്. പ്രണയവും പ്രസ്ഥാനവും അങ്ങേയറ്റം കാല്പനികച്ഛായയിലാണ് ചലച്ചിത്രത്തിൽ അവതരിപ്പിക്കപ്പെടുന്നത്. ഇതിന് പലകാരണങ്ങൾ ഉണ്ട്.

1. നാടകത്തിലെ പ്രസ്ഥാനവും പോരാട്ടത്തിനുള്ള ആഹ്വാനവും വർത്തമാനകാല യാഥാർത്ഥ്യമാണ്. അതുകൊണ്ടുതന്നെ കാല്പനിക ഛായ കുറയുകയും രചനയിൽ യാഥാർത്ഥ്യബോധം ഏറുകയും ചെയ്യുന്നു. സിനിമ ഭൂതകാലത്തിൽ പ്രതിഷ്ഠിക്കപ്പെട്ടതും ഗതകാലസ്മൃതികളിലേക്ക് നയിക്കുന്നതുമാണ്. അതിനുതകും വിധം രചനയിൽ കാല്പനികാംശം ഏറി നിൽക്കുന്നു. വിപണി അതാവശ്യപ്പെടുന്നു. ഇതുവഴി ചലച്ചിത്രം അതിഭാവുകത്വത്തിലേക്ക് വഴുതുകയും ഔചിത്യരഹിതമാവുകയും ചെയ്യുന്നു.
2. ഗൗരവമായ രാഷ്ട്രീയപ്രശ്നത്തെ സാധാരണക്കാരിലെത്തിക്കാൻ ശ്രമിക്കുന്ന നാടകം അവരെ ആകർഷിക്കാനുള്ള

ഉപാധിയായാണ് പ്രണയത്തെ ഉപയോഗിച്ചത്. ചലച്ചിത്രം നിലവിലുള്ള കച്ചവടസിനിമാസങ്കല്പങ്ങൾക്കനുസൃതമായ പ്രണയാവിഷ്കാരം എന്ന നിലയിലേക്ക് അതിനെ പരിവർത്തിപ്പിക്കുകയും വിപണന സാധ്യതകൾ വർദ്ധിപ്പിക്കുകയും ചെയ്തു. പ്രഖ്യാത താരജോടികളുടെ സാന്നിധ്യവും ഉപയോഗപ്പെടുത്തി.

3. പ്രമേയഘടകങ്ങളെ വിജയം ഉറപ്പാക്കുന്ന ചേരുവകളാക്കി രൂപാന്തരപ്പെടുത്തുക വിപണിയുടെ ശീലമാണ്. 'നിങ്ങളെന്നെ കമ്മ്യൂണിസ്റ്റാക്കി'യിൽ രാഷ്ട്രീയവും പ്രണയവും അനുകൂല ചേരുവകളായി പരിണമിക്കുന്നു. നാടകത്തിന്റെയും ചലച്ചിത്രത്തിന്റെയും സ്രഷ്ടാവ് ഒരാളായിരുന്നിട്ടുകൂടി ഈ പരിണാമം സംഭവിക്കുന്നുണ്ട്. തോപ്പിൽഭാസി നാടകം എഴുതിയത് സോദ്ദേശ്യമായ സാമൂഹിക ഇടപെടലിന്റെ ഭാഗമായിട്ടാണ്. ചലച്ചിത്രം രൂപപ്പെടുത്തിയത് വിപണനതന്ത്രങ്ങളെ മുൻനിർത്തിയാണ്.

'രണ്ടിടങ്ങഴി'യിലും (1959) 'പുന്നപ്രവയലാറി'ലും (1967) നാം കണ്ട സമീപനം തന്നെയാണ് 'നിങ്ങളെന്നെ കമ്മ്യൂണിസ്റ്റാക്കി'യിലും തുടരുന്നത്. ചരിത്രത്തിന്റെ ഭാഗമായ രാഷ്ട്രീയസംഭവങ്ങൾ, രാഷ്ട്രീയ കൃതികൾ, രാഷ്ട്രീയ നാടകങ്ങൾ ഇവയൊക്കെ വിപണനസാധ്യതകൾക്കനുസൃതമായി ചലച്ചിത്രമാക്കുമ്പോൾ ചലച്ചിത്രകാരന്മാർ പുലർത്തുന്ന ഉപരിപ്ലവ സമീപനത്തിന് നിദർശനമാണ് ഈ ചിത്രങ്ങൾ.

വ്യക്തിയുടെ സ്വകാര്യജീവിതത്തെയും പ്രസ്ഥാനത്തിന്റെ വ്യവസ്ഥാപിത ചട്ടങ്ങളെയും മുഖാമുഖം നിർത്തുന്ന വിമർശനാത്മക രാഷ്ട്രീയചിത്രമാണ് 'ഇൻക്വിലാബ് സിന്ദാബാദ്' (1971). കെ.എസ്. സേതുമാധവൻ സംവിധാനം ചെയ്ത ഈ സിനിമയുടെ തിരക്കഥ എസ്.എൽ.പുരം സദാനന്ദന്റേതാണ്. പ്രസ്ഥാനത്തിനുവേണ്ടി കുടുംബത്തെപ്പോലും ഉപേക്ഷിച്ച ശ്രീധരൻ എന്ന നിസ്വാർത്ഥനായ രാഷ്ട്രീയപ്രവർത്തകന് നേരിടേണ്ടിവരുന്ന അവഗണനയുടെയും അവമതിയുടെയും കഥ പറയുന്ന ഈ ചിത്രം. തിരഞ്ഞെടുപ്പിന്റെ ഘട്ടത്തിൽ സ്ഥാനാർത്ഥിത്വത്തിൽനിന്ന് ശ്രീധരൻ തഴയപ്പെടുന്നു. പാർട്ടിക്കുവേണ്ടി ഒളിവിലും തടവിലും കഴിഞ്ഞതുൾപ്പടെ നിരവധി യാതനകൾ അനുഭവിച്ചിട്ടുള്ള ശ്രീധരന് പകരം അവസരവാദിയും അഴിമതിക്കാരനുമായ സക്കീർ ചെറിയാൻ സ്ഥാനാർത്ഥിയാക്കപ്പെടുന്നു. തികച്ചും വൈയക്തികമായ രണ്ട് സ്നേഹബന്ധങ്ങളെ മുൻനിർത്തി ഉണ്ടായ ആരോപണങ്ങളാലാണ് സഖാവ് ശ്രീധരൻ പാർട്ടിക്ക് അനഭിമതനാവുന്നത്.

1. വാസന്തിയോടുള്ള പ്രണയം

2. വേശ്യയായ രാജമ്മയുമായി അയാൾക്കുള്ള അടുപ്പം

ഈ രണ്ട് ബന്ധങ്ങൾക്കും ഉചിമായ ന്യായീകരണങ്ങൾ ശ്രീധരന് പറയാനുണ്ട്. ഒളിവിൽ കഴിയാൻ അനുയായികൾപോലും ഇടം നൽകാഞ്ഞപ്പോൾ ശ്രീധരന് അഭയം നൽകിയത് വേശ്യയായ രാജമ്മയാണ്. വാസന്തിയാകട്ടെ ജയിലിലായിരുന്ന അയാൾക്ക് വായിക്കാൻ പുസ്തകങ്ങൾ എത്തിച്ചുകൊടുത്തു. അയാളെ ജയിൽ ചാടാൻ സഹായിച്ചു. അവർ പ്രണയബദ്ധരായി. ശ്രീധരൻ രക്ഷപ്പെട്ടതിന്റെ പേരിൽ അവളുടെ അച്ഛന് ജോലി നഷ്ടപ്പെട്ടു. അയാൾ കുത്തേറ്റ മരിച്ചു. അനാഥയായ വാസന്തിയെ ശ്രീധരന് എങ്ങനെ ഉപേക്ഷിക്കാനാവും. പക്ഷേ ഈ ന്യായീകരണങ്ങളൊന്നും പാർട്ടിക്ക് സ്വീകാര്യമല്ല. പ്രസ്ഥാനത്തിന്റെ വ്യവസ്ഥകൾക്കുള്ളിൽ നിൽക്കേണ്ടിവരുമ്പോൾ വ്യക്തി അനുഭവിക്കുന്ന മാനസിക സംഘർഷങ്ങളിലൂടെ ചിത്രം വികസിക്കുന്നു.

കമ്മ്യൂണിസ്റ്റ് പ്രസ്ഥാനങ്ങളെ ഇതര രാഷ്ട്രീയ പ്രസ്ഥാനങ്ങളിൽ നിന്ന് വേറിട്ടതാക്കുന്നത് സംഘടനാതലത്തിൽ അവ പുലർത്തുന്ന 'കേഡർ' സ്വഭാവമാണ്. സംഘടന എന്ന നിലയിൽ ശക്തമായ പ്രവർത്തനത്തിന് കമ്മ്യൂണിസ്റ്റ് പാർട്ടികളെ പ്രാപ്തരാക്കുന്നതും അലംഘനീയമായ വ്യവസ്ഥകളോടുകൂടിയ ഈ ചട്ടക്കൂടാണ്. പ്രസ്ഥാനമാണ് പ്രധാനം, വ്യക്തിയല്ല. പ്രസ്ഥാനത്തിന്റെ ഭാഗമാകുന്ന വ്യക്തി പാർട്ടിക്ക് വിധേയനാണ്. ഈ വിധേയത്വം വ്യക്തിജീവിതത്തിലേക്കും നീണ്ടുകിടക്കുന്ന നിയന്ത്രണങ്ങളിലൂടെയാണ് പ്രവർത്തനക്ഷമമാകുന്നത്. പ്രസ്ഥാനത്തിൽ അംഗമായ വ്യക്തി സ്വകാര്യജീവിതത്തിലെ ബന്ധങ്ങളിലും ഇടപെടലുകളിലും ചില മര്യാദകൾ പുലർത്തേണ്ടതുണ്ട്. വൈയക്തികമായ ന്യായീകരണങ്ങളല്ല, പൊതുസമൂഹത്തിന്റെ സ്വീകാര്യതയാണ് പ്രധാനം. സഖാവ് ശ്രീധരന് നേരിടേണ്ടിവന്ന പ്രതിസന്ധി ഇതാണ്. വാസന്തിയുമായും രാജമ്മയുമായും അയാൾക്കുള്ള ബന്ധത്തിന് പൊതുസമൂഹത്തിന്റെ അംഗീകാരം ഇല്ല. അതുകൊണ്ടുതന്നെ ആ ബന്ധങ്ങൾ പാർട്ടിക്ക് സ്വീകാര്യവുമല്ല. ശ്രീധരന്റെ ജീവിതത്തിലെ ഈ പ്രതിസന്ധിഘട്ടം മുതലെടുക്കുന്നത് സക്കീർചെറിയാനെപ്പോലെ വ്യക്തിശുദ്ധിയും ആദർശവുമില്ലാത്ത അവസരവാദികളാണെന്ന് ചിത്രം പറയുന്നു.

നാല്പതുകളിലും അമ്പതുകളിലുമൊക്കെ കേരളത്തിൽ ആവേശം വിതച്ച കമ്മ്യൂണിസ്റ്റ് പ്രസ്ഥാനം എഴുപതുകളിൽ എത്തുമ്പോൾ നേരിടേണ്ടിവന്ന വിമർശനങ്ങളുമായി ക്കൂട്ടിവായിക്കാവുന്നതാണ് 'ഇൻക്വിലാബ്

സിന്ദാബാദി'ന്റെ പ്രമേയതലം. പ്രസ്ഥാനത്തിലെ പിളർപ്പും അവിഹിതമായ മുന്നണിബന്ധങ്ങളും അന്തഃച്ഛിദ്രങ്ങളും ചേർന്ന് കമ്മ്യൂണിസ്റ്റ് പ്രസ്ഥാനത്തെ പ്രതി കേരളീയർക്കുണ്ടായിരുന്ന മോഹനസങ്കല്പങ്ങളെ മുറിവേൽപ്പിച്ചു. ഭരണത്തിലെത്താനായി ചെയ്ത വിട്ടുവീഴ്ചകൾ ആശയപരമായി പ്രസ്ഥാനം പുലർത്തിയിരുന്ന സത്യസന്ധത ചോദ്യം ചെയ്യപ്പെടുന്നതിനിടയാക്കി. ഉപരിപ്ലവമായിട്ടാണെങ്കിൽക്കൂടി 'ഇൻക്വിലാബ് സിന്ദാബാദ്' കമ്മ്യൂണിസ്റ്റ് പാർട്ടിക്ക് നേരെ ഉയർത്തുന്ന വിമർശനങ്ങളുടെ രാഷ്ട്രീയ പശ്ചാത്തലം ഇതാണ്. സഖാവ് ശ്രീധരന്റെ വ്യക്തിപരമായ ഇഷ്ടങ്ങളെ കാല്പനികചരായ അണിയിച്ച് അവതരിപ്പിക്കുകയും അതിനെ മുൻനിർത്തി പാർട്ടിചിട്ടകൾ വിമർശനത്തിന് വിധേയമാക്കുകയും ചെയ്യുന്നു. പാർട്ടിക്ക് വേണ്ടി യാതനകൾ സഹിച്ച ശ്രീധരന് പകരം സ്ഥാനാർത്ഥിയാകുന്ന സക്കീർ ചെറിയാനെ ചുറ്റിപ്പറ്റി പ്രസ്ഥാനത്തിലേക്ക് കടന്നുകയറുന്ന മൂല്യരാഹിത്യത്തെ വിചാരണ ചെയ്യുന്നു.

തീർത്തും ദുർബലമായ സോദ്ദേശ്യരാഷ്ട്രീയചിത്രമാണ് 'ഇൻക്വിലാബ് സിന്ദാബാദ്'. വ്യക്തിയുടെ മനസ്സാക്ഷിയും പാർട്ടിവ്യവസ്ഥകളും തമ്മിലുടലെടുക്കാവുന്ന സംഘർഷത്തെ വസ്തുനിഷ്ഠവും ന്യായയുക്തവുമായി അവതരിപ്പിക്കാൻ ഈ ചിത്രത്തിന്റെ സ്രഷ്ടാക്കൾക്ക് സാധിച്ചിട്ടില്ല. ശ്രീധരൻ പാർട്ടിക്കുവേണ്ടി രക്ഷിതാക്കളെയും സഹോദരിമാരെയും വരെ കണ്ണീരു കുടിപ്പിച്ചവനാണ്. വ്യക്തിബന്ധങ്ങൾക്ക് അപ്പോഴൊന്നും കല്പിക്കാത്ത പ്രാധാന്യം രാജമ്മയുമായും വാസന്തിയുമായുള്ള ബന്ധത്തിന് അയാൾ നൽകുന്നത് എന്തുകൊണ്ട്? ഈ ചോദ്യത്തിന് തൃപ്തികരമായ ഉത്തരം നൽകാൻ ചിത്രത്തിലെ സംഭവഗതികൾക്ക് കഴിയുന്നില്ല. രാജമ്മയുമായുള്ള ബന്ധം സ്വാഭാവികമല്ല. 'പാർട്ടിക്കാർ പോലും ഒളിവ് ജീവിതത്തിന് ഇടം നൽകാതിരിക്കുക' എന്ന അസംഭവ്യതയിൽ ഊന്നിനിന്നാണ് ആ ബന്ധം രൂപപ്പെടുത്തിയിരിക്കുന്നത്. വാസന്തിയുമായുള്ള പ്രണയം എല്ലാവിധത്തിലും ന്യായീകരിക്കത്തക്കതാണെങ്കിലും അതിനെയും ബോധപൂർവ്വം മറ്റൊരു തലത്തിലേക്ക് മാറ്റിനിർത്തുന്നു. സക്കീർചെറിയാനെപ്പോലെ ഒരാൾ ശ്രീധരന് പകരം സ്ഥാനാർത്ഥിയാകുന്നു എന്നതും വിശ്വസനീയമായി കൈകാര്യം ചെയ്യാൻ ചലച്ചിത്രത്തിന്റെ സൃഷ്ടാക്കൾക്ക് സാധിച്ചിട്ടില്ല. ആഴത്തിലുള്ള രാഷ്ട്രീയദർശനമല്ല ഉപരിപ്ലവമായ വീക്ഷണമാണ് ചിത്രത്തെ നയിക്കുന്നത്. പ്രസ്ഥാനത്തെയും വ്യക്തിയെയും മുഖാമുഖം നിർത്തുമ്പോൾ രചനയിൽ പുലർത്തേണ്ട വസ്തുനിഷ്ഠതയും ചരിത്രബോധവും സത്യസന്ധതയും ഈ ചിത്രത്തിന് കൈമോശം വന്നിരിക്കുന്നു. തിരക്കഥാകൃത്ത്

രൂപപ്പെടുത്തിയ സംഭവഗതികൾ യാഥാർത്ഥ്യബോധം പുലർത്തുന്ന വയല്ല. രാഷ്ട്രീയവിമർശനം ലക്ഷ്യമാക്കി രൂപപ്പെടുത്തിയിരിക്കുന്ന കഥാപാത്രങ്ങളും ബന്ധങ്ങളും സംഭവഗതികളും ന്യായീകരണങ്ങളും യാഥാർത്ഥ്യത്തിന്റെ മണ്ണിൽ പിടിച്ചു നിർത്തുന്നതോടെ ദുർബലവും വിശ്വാസരഹിതവുമാകുന്നു. രാഷ്ട്രീയചിത്രം എന്ന നിലയിൽ 'ഇൻക്വി ലാബ് സിന്ദാബാദി'ന്റെ പ്രധാന പോരായ്മയും ഇതാണ്.

രാഷ്ട്രീയമായ ഇടപെടൽ എന്നതിനപ്പുറം വിപണനതന്ത്രങ്ങളെ മുൻനിർത്തിയുള്ള ആലോചനകളാണ് ചിത്രത്തിന്റെ പ്രമേയപരിചര ണത്തെ നിർണ്ണയിച്ചിരിക്കുന്നത്. വാസന്തിയും ശ്രീധരനും തമ്മിലുള്ള പ്രണയം കച്ചവടത്തിന് വേണ്ട ചേരുവകളെല്ലാം ചേർത്ത് പൊലിപ്പി ച്ചെടുത്തിട്ടുണ്ട്. ശ്രീധരനായി മധുവും വാസന്തിയായി ജയഭാരതിയും അഭിനയിക്കുന്നു. അക്കാലത്ത് ഏറെ ജനപ്രിയമായ പ്രണയ ജോഡി യോടൊപ്പം രാജമ്മയായി ഷീലയും വേണുവായി സത്യനും ചേരുന്ന തോടെ താരസമവാക്യങ്ങൾ പൂർത്തിയാകുന്നു. പാഞ്ചാലിരാമൻ നായരായി അടൂർഭാസിയും നീർക്കുന്നം നീലാംബരനായി ശങ്കരാടിയും വിപണനസാധ്യതകൾക്ക് മാറ്റുകൂട്ടുന്നു. പ്രണയത്തിനും ഹാസ്യത്തി നും ചിത്രത്തിൽ വിപുലമായ ഇടം ഉണ്ട്. കച്ചവടവിജയം ലക്ഷ്യമാക്കി ഒരുക്കപ്പെട്ട വ്യക്തിബന്ധചിത്രണത്തിന് സമാന്തരമായി നില്ക്കുന്ന രാഷ്ട്രീയവിമർശനവും വിപണി ആവശ്യപ്പെടുന്ന ചേരുവയായി രൂപാന്ത രപ്പെട്ടിരിക്കുന്നു. അതുകൊണ്ട്തന്നെ 'ഇൻക്വിലാബ് സിന്ദാബാദി'ന്റെ രാഷ്ട്രീയതലം ആഴമില്ലാത്ത കാഴ്ച എന്ന നിലയിൽ ഒതുങ്ങുന്നു.

1978ൽ പുറത്തിറങ്ങിയ 'രാജൻ പറഞ്ഞ കഥ' കാലികമായ രാഷ്ട്രീ യസാഹചര്യങ്ങളെ മുൻനിർത്തി നിർമ്മിക്കപ്പെട്ട ചിത്രമാണ്. അടിയ ന്തരാവസ്ഥക്കാലത്ത് ഭരണകൂടഭീകരതയുടെ ഇരയായ രാജനാണ് ചിത്രത്തിലെ കേന്ദ്രകഥാപാത്രം. യതീന്ദ്രദാസിന്റെ തിരക്കഥയെ ആസ്പദമാക്കി മണിസ്വാമിയാണ് ഈ ചിത്രം സംവിധാനം ചെയ്തത്. രാജന്റെ ബാല്യം മുതൽ മരണംവരെയുള്ള സംഭവപരമ്പരകളാണ് ചിത്രത്തിന്റെ ഉള്ളടക്കം. അടിയന്തരാവസ്ഥയുടെ രാഷ്ട്രീയാന്തരീ ക്ഷത്തിൽ പോലീസിന്റെ കിരാതവാഴ്ചയും മർദ്ദനമുറകളുമൊക്കെ ആവിഷ്ക്കരിക്കപ്പെടുന്നു. 'സിനിമയിലെ രാജൻ' ഏതുവെല്ലുവിളിയും നേരിടാൻ തയ്യാറായി തന്റെ രാഷ്ട്രീയ വിശ്വാസസംഹിതയിൽ അടിയുറ ച്ച നിൽക്കുന്നു. എസ്റ്റേറ്റ് ഉടമയോട് പകരം വീട്ടിയ ശേഷമാണ് അയാൾ കൊല്ലപ്പെടുന്നത്. രാജന്റെ മരണശേഷം ഏതാനും വാർത്താശകല ങ്ങൾകൂടി കാണിച്ചിട്ടാണ് ചിത്രം അവസാനിക്കുന്നത്.

രാജൻ കേസിന്റെ അലയൊലികൾ അടങ്ങിയിട്ടില്ലാത്ത കേരളീയ സമൂഹത്തിൽ ഇത്തരമൊരു ചലച്ചിത്രം സൃഷ്ടിക്കാവുന്ന ചലനങ്ങളെ വാണിജ്യപരമായി ഉപയോഗപ്പെടുത്താനുള്ള ശ്രമമായിരുന്നു 'രാജൻ പറഞ്ഞ കഥ'. യഥാർത്ഥരാജന്റെ വ്യക്തിത്വവും ചിത്രത്തിലെ രാജൻ എന്ന കഥാപാത്രവും തമ്മിൽ കാര്യമായ ബന്ധമൊന്നുമില്ല. കൂരാച്ചുണ്ട് പോലീസ് സ്റ്റേഷനിലുണ്ടായ നക്സലേറ്റ് ആക്രമണത്തിൽ പങ്കുണ്ടെന്നാരോപിച്ചാണ് ചാത്തമംഗലം റീജിയണൽ എൻജിനീയറിംഗ് കോളേജ് വിദ്യാർത്ഥിയായിരുന്ന പി. രാജനെ 1976 മാർച്ച് 1ന് വെളുപ്പിന് പോലീസ് കസ്റ്റഡിയിലെടുക്കുന്നത്. കക്കയം ക്യാമ്പിലേക്കാണ് രാജനെ കൊണ്ടുപോയത്. ഉരുട്ടൽ എന്ന അതിഭീകരമായ മർദ്ദനമുറക്കിടയിൽ രാജൻ മരണപ്പെട്ടു. ഗവൺമെന്റ് ഇത് പുറത്തറിയിച്ചില്ല. രാജന്റെ മൃതദേഹം എന്തു ചെയ്തു എന്നത് ഇന്നും അജ്ഞാതമാണ്. മകന്റെ അറസ്റ്റ് വിവരം അറിഞ്ഞ ഈച്ചരവാര്യർ പോലീസ് അധികാരികളെയും മുഖ്യമന്ത്രി അച്യുതമേനോൻ, ആഭ്യന്തര മന്ത്രി കെ. കരുണാകരൻ തുടങ്ങിയവരെ സമീപിച്ചെങ്കിലും വ്യക്തമായ വിവരം ലഭിച്ചില്ല. അടിയന്തരാവസ്ഥ പിൻവലിച്ചശേഷം 1977 ഏപ്രിൽ 13ന് രാജനെ കോടതിമുമ്പാകെ ഹാജരാക്കാനായി ഈച്ചരവാര്യർ ഹൈക്കോടതിയിൽ ഹേബിയസ് കോർപ്പസ് ഹർജി ഫയൽ ചെയ്തു. അതിനെ തുടർന്നുണ്ടായ സംഭവവികാസങ്ങളിൽ കെ. കരുണാകരന് മുഖ്യമന്ത്രി സ്ഥാനം രാജിവെക്കേണ്ടി വന്നു. രാജനെ ഹാജരാക്കാൻ കഴിയില്ലെന്നാണ് സർക്കാർ കോടതിയെ അറിയിച്ചത്. കക്കയം പോലീസ് ക്യാമ്പിൽ രാജനോടൊപ്പം ഉണ്ടായിരുന്ന ബെൻഹർ, ജോസഫ് ചാലി, കെ. രാജൻ തുടങ്ങിയവർ പുറത്തുവന്നപ്പോഴാണ് രാജൻ കക്കയം ക്യാമ്പിൽവെച്ച് കൊലചെയ്യപ്പെട്ട വിവരം സ്ഥിരീകരിച്ചത്.

'യഥാർത്ഥ രാജൻ' നക്സലേറ്റായിരുന്നില്ല. ചില സൗഹൃദങ്ങളുടെ പേരിൽ അയാൾ തെറ്റിദ്ധരിക്കപ്പെടുകയായിരുന്നു. എന്നാൽ, സിനിമയിലെ രാജന് വീരനായകന്റെ പരിവേഷമാണുള്ളത്. അയാൾ വിപ്ലവകാരിയാണ്. എസ്റ്റേറ്റ് ഉടമയോട് പകരംവീട്ടാൻ മാത്രം വീരനാണ്. അയാളുടെ ബാല്യം മുതൽ മരണംവരെയുള്ള സംഭവങ്ങൾ കച്ചവടസിനിമയ്ക്ക് വേണ്ട മസാലകളെല്ലാം ചേർത്ത് പൊലിപ്പിച്ചെടുത്തിരിക്കുന്നു.

കാലികമായ രാഷ്ട്രീയയാഥാർത്ഥ്യം ചലച്ചിത്രമാക്കുമ്പോൾ ശ്രദ്ധിക്കേണ്ട ചില സംഗതികളുണ്ട്. അതിൽ ഏറ്റവും പ്രധാനം വസ്തുനിഷ്ഠതയാണ്. വ്യക്തികൾ, സംഭവങ്ങൾ എന്നിവയുടെ രൂപപ്പെടുത്തലിൽ വസ്തുനിഷ്ഠ സമീപനം അത്യാവശ്യമാണ്. കഥാപാത്രസൃഷ്ടിയിലും

സംഭവരൂപകല്പനയിലും ചലച്ചിത്രകാരന് സ്വാതന്ത്ര്യമില്ല എന്നതിന് അർത്ഥമില്ല. ചരിത്രത്തിനോ വർത്തമാനത്തിനോ തന്റേതായ വ്യാഖ്യാനം ചമയ്ക്കാൻ കലാകാരൻ എന്ന നിലയിൽ ചലച്ചിത്രകാരന് സ്വാതന്ത്ര്യമുണ്ട്. വസ്തുതകളെ അടിസ്ഥാനപ്പെടുത്തിയാണ് നവവ്യാഖ്യാനങ്ങൾ സൃഷ്ടിക്കേണ്ടത്. യാഥാർത്ഥ്യത്തിന്റെ പൊതുസ്വഭാവത്തെ മാറ്റിമറിക്കാത്ത വിധത്തിലാവണം ചലച്ചിത്രകാരന്റെ ഇടപെടൽ. 'രാജൻ പറഞ്ഞ കഥ'യ്ക്ക് നഷ്ടപ്പെട്ടത് ഈ വസ്തുനിഷ്ഠ സമീപനമാണ്. 1978ൽ രാജൻ കേസിനെ മുൻനിർത്തി ഒരു സിനിമ ചെയ്യുമ്പോൾ, അതിലെ കേന്ദ്രകഥാപാത്രത്തെ രാജൻ എന്ന് വിളിക്കുമ്പോൾ, ആ ചലച്ചിത്രത്തിന് 'രാജൻ പറഞ്ഞ കഥ' എന്ന് പേരിടുമ്പോൾ യാഥാർത്ഥ്യത്തോട് നീതിപുലർത്താൻ ചലച്ചിത്രകാരൻ ബാധ്യസ്ഥനാവുന്നുണ്ട്. ഇതിന് കഴിയാത്തതുകൊണ്ടാണ് 'രാജൻ പറഞ്ഞ കഥ' ദുർബലമായ രാഷ്ട്രീയചിത്രമായി മാറുന്നത്.

രാജൻ കേസിനെ വിപണിക്കുതകുംവിധം പരുവപ്പെടുത്തി അവതരിപ്പിക്കുന്നു എന്നതിനപ്പുറം ശക്തമായ രാഷ്ട്രീയലക്ഷ്യങ്ങളൊന്നും ഈ ചിത്രം നിറവേറ്റുന്നില്ല. ഇടപെടലിന്റെ ഭാഷ ചിത്രത്തിനില്ല. ധീരനായ നായകൻ, അയാളുടെ ചെയ്തികൾ, അയാൾ നേരിടുന്ന പീഢനങ്ങൾ, മർദ്ദനമുറകൾ, അടിയന്തരാവസ്ഥയുടെ രാഷ്ട്രീയാന്തരീക്ഷം, ഇതെല്ലാം തന്നെ അതിഭാവുകത്വം നിറഞ്ഞ വിപണനനോപാധികളായി പരിവർത്തിപ്പിക്കപ്പെട്ടിരിക്കുന്നു. അടിയന്തിരാവസ്ഥ എന്ന രാഷ്ട്രീയാന്ധതക്കെതിരായി ശബ്ദമുയർത്താനോ ഭരണകൂടഭീകരതയുടെ ഇരയായിത്തീരുന്ന മനുഷ്യനെ രാജൻ എന്ന പ്രതിനിധാനത്തിലൂടെ അടയാളപ്പെടുത്താനോ സിനിമയ്ക്ക് സാധിക്കുന്നില്ല. കാലികമായ രാഷ്ട്രീയാവസ്ഥയുമായി ബന്ധപ്പെട്ട ക്രിയാത്മകമായ ഇടപെടൽ എന്ന നിലയിലേക്ക് ചലച്ചിത്രമെന്ന മാധ്യമത്തെ ഉയർത്താൻ ചിത്രത്തിന്റെ പ്രമേയതലത്തിന് കഴിയുന്നില്ല. വർത്തമാനകാലത്തിനൊപ്പം നിൽക്കുന്ന രാഷ്ട്രീയസിനിമ ആർജ്ജിക്കേണ്ട ദർശനപരമായ ഔന്നത്യം ചിത്രത്തിന് കൈമോശം വന്നിരിക്കുന്നു.

ആഖ്യാനപരമായി ദുർബലമാണ് ഈ മൂന്നു ചിത്രങ്ങളും. 'നിങ്ങളെന്നെ കമ്മ്യൂണിസ്റ്റാക്കി'യും 'ഇൻക്വിലാബ് സിന്ദാബാദും' അറുപതുകളിലെ കച്ചവടസിനിമയുടെ ആഖ്യാനരീതികളെത്തന്നെയാണ് പിൻപറ്റുന്നത്. ഇവയിലെ രാഷ്ട്രീയാഖ്യാനം അറുപതുകളിലെ രാഷ്ട്രീയസിനിമകളിൽ നിന്ന് ഭിന്നമല്ല. മുഖ്യധാരാസിനിമയുടെ ഭാഗമായ കഥാഖ്യാനചിത്രങ്ങളാണ് ഇവ. കഥ പറച്ചിലിനാണ് മുൻഗണന. രാഷ്ട്രീയമായ ഇതിവൃത്തം കഥയുടെ രൂപഭാവങ്ങളോടെ ആദിമധ്യാന്തങ്ങളുള്ള നിയതമായ

ആഖ്യാനഘടനയിലേക്ക് വാർന്നുവീഴുന്നു. യഥാതഥസ്വഭാവം പുലർത്തുന്നവയാണ് ദൃശ്യങ്ങൾ. 'നിങ്ങളെന്നെ കമ്മ്യൂണിസ്റ്റാക്കി'യിൽ നാടകസ്വഭാവം ഏറി നിൽക്കുന്നത് കാണാം. ചലച്ചിത്രത്തെ സംബന്ധിക്കുന്ന നവബോധം പ്രസരിക്കുന്നതിന് മുമ്പ് നിർമ്മിക്കപ്പെട്ട ഈ ചിത്രങ്ങളുടെ ആഖ്യാനതലം ദൃശ്യപരമായ സംവേദനം എന്ന നിലയിലേക്ക് വളരുന്നില്ല.

ചലച്ചിത്രത്തെ സംബന്ധിക്കുന്ന നവീനബോധം രൂപപ്പെട്ടതിന് ശേഷം പുറത്തിങ്ങിയ ചിത്രമാണ് 'രാജൻ പറഞ്ഞ കഥ'. 1978 ആകുമ്പോഴേക്കും മാധ്യമത്തിന്റെ ദൃശ്യസാധ്യതകളെ ദർശനപരമായ ഉപയോഗിക്കുന്ന രാഷ്ട്രീയസിനിമകൾ മലയാളത്തിൽ നിർമ്മിക്കപ്പെടുകയും ചെയ്തു. ഇത്തരമൊരു ഭാവുകത്വപരിസരം ഉണ്ടായിരുന്നിട്ടുകൂടി അതിന്റെ സ്വാധീനമൊന്നും 'രാജൻ പറഞ്ഞ കഥ'യുടെ ദൃശ്യതലത്തിൽ കാണാനാവുന്നില്ല. എഴുപതുകളുടെ അവസാനമായപ്പോഴേക്കും കലാപരമായി അധഃപതിച്ച കച്ചവടസിനിമാധാരയുടെ സ്വഭാവമാണ് 'രാജൻ പറഞ്ഞ കഥ'യുടെ ദൃശ്യതലത്തിനുള്ളത്. അന്നത്തെ തനി കച്ചവടസിനിമയുടെ ഗണത്തിലാണ് ഈ ചിത്രം ഉൾപ്പെടുന്നത്. പ്രമേയപരിചരണത്തിലോ ആഖ്യാനഘടനയിലോ ദൃശ്യതലത്തിലോ ഗൗരവമായ സിനിമാ സമീപനം ചിത്രത്തിന് അവകാശപ്പെടാനാവില്ല.

'അനുഭവങ്ങൾ പാളിച്ചകൾ' (1971), 'ഏണിപ്പടികൾ' (1973), 'ഭ്രഷ്ട്' (1978) എന്നീ ചിത്രങ്ങളും രാഷ്ട്രീയ സ്വഭാവം പുലർത്തുന്നവയാണ്. കെ.എസ്. സേതുമാധവൻ സംവിധാനം ചെയ്ത 'അനുഭവങ്ങൾ പാളിച്ചകള്'ും തോപ്പിൽ ഭാസി സംവിധാനം ചെയ്ത 'ഏണിപ്പടികളും' തകഴിയുടെ പ്രഖ്യാതനോവലുകളെ ആസ്പദമാക്കി നിർമ്മിക്കപ്പെട്ടവയാണ്. തൊഴിലാളിവർഗ്ഗത്തിന്റെ സമരപശ്ചാത്തലമാണ് 'അനുഭവങ്ങൾ പാളിച്ചകൾ'ക്കുള്ളത്. 1920 മുതൽ 1947 വരെയുള്ള തിരുവിതാംകൂറിന്റെ രാഷ്ട്രീയചരിത്രമാണ് 'ഏണിപ്പടി'കളുടെ പശ്ചാത്തലം. അന്നത്തെ അധികാരഘടന, ഉദ്യോഗസ്ഥശൃംഖല, ഭരണവിതാനങ്ങൾ, ഇതെല്ലാം സിനിമയിലുണ്ട്. ഉത്തരവാദ ഭരണപ്രക്ഷോഭവും, സർ സി.പിയുടെ മൂക്ക് വെട്ടുന്നതുമൊക്കെ പരാമർശവിധേയമാകുന്നുണ്ട്.

പശ്ചാത്തലമാണ് ഈ ചിത്രങ്ങൾക്ക് രാഷ്ട്രീയസ്വഭാവം നൽകുന്നത്. എന്നാൽ നോവലുമായി താരതമ്യപ്പെടുത്തുമ്പോൾ ഈ രണ്ട് ചിത്രങ്ങളിലും രാഷ്ട്രീയ പശ്ചാത്തലം വെറും നിഴലുമാത്രമായി അവശേഷിക്കുന്നു. കുടുംബത്തെയും വ്യക്തിയെയും പിൻപറ്റുന്ന കഥാഖ്യാനങ്ങളായി ഈ ചിത്രങ്ങൾ മാറുന്നു. രാഷ്ട്രീയകാലഘട്ടം പാർശ്വവത്കരിക്കപ്പെടുന്നു.

കച്ചവടസിനിമയുടെ സമവാക്യങ്ങളാണ് ഈ ചിത്രങ്ങളെ രൂപപ്പെടുത്തിയത്. അതുകൊണ്ടുതന്നെ ആഖ്യാനത്തിൽ വ്യക്തി/കുടുംബബന്ധങ്ങളിലെ വൈവിധ്യം മുന്നോട്ടുവരികയും രാഷ്ട്രീയകാലഘട്ടം നിറം മങ്ങിപ്പോവുകയും ചെയ്തിരിക്കുന്നു. പൂർണ്ണമായ രാഷ്ട്രീയാഖ്യാനങ്ങൾ എന്ന നിലയിൽ ഈ സിനിമകളെ പരിഗണിക്കാനാവാത്തത് ഇതുകൊണ്ടാണ്.

തൃപ്പയാർ സുകുമാരൻ സംവിധാനം ചെയ്ത 'ഭ്രഷ്ട്' മാടമ്പ് കുഞ്ഞിക്കുട്ടന്റെ നോവലിന്റെ ചലച്ചിത്രാവിഷ്കാരമാണ്. നവോത്ഥാനകാലത്ത് നമ്പൂതിരി സമുദായത്തിലുണ്ടായ പരിഷ്കാരങ്ങളുടെ പശ്ചാത്തലമാണ് ഈ ചിത്രത്തിനു രാഷ്ട്രീയസ്വഭാവം നൽകുന്നത്. കോവിലകത്തെ തമ്പുരാട്ടിമാരുടെ ഊറ്റവും സ്വൈരിണിത്വവും ആവിഷ്ക്കരിക്കുന്ന ചിത്രം സ്മാർത്ത വിചാരം ഉൾപ്പടെ നിരവധി സംഭവ പരമ്പരകളിലൂടെ കടന്നുപോകുന്നു. കഴിഞ്ഞകാലത്തെ അവതരിപ്പിക്കുന്നു എന്നതിൽ കവിഞ്ഞ രാഷ്ട്രീയ പ്രാധാന്യം 'ഭ്രഷ്ടി'നു കല്പിക്കാനാവില്ല.

എഴുപതുകളിലിറങ്ങിയ 'ഏഴ്' പ്രധാന രാഷ്ട്രീയചിത്രങ്ങളിൽ 'നിങ്ങളെന്നെ കമ്മ്യൂണിസ്റ്റാക്കി' ഒഴികെ എല്ലാ ചിത്രങ്ങളും കാലികമായ രാഷ്ട്രീയാവസ്ഥയുടെ പ്രചോദനം ഉൾക്കൊണ്ട് രൂപമെടുത്തവയാണ്. സംഭവബഹുലമായ സാമൂഹിക-സാംസ്കാരിക-രാഷ്ട്രീയാവസ്ഥയുടെ പ്രതിഫലനങ്ങൾ ഈ ദശകത്തിലെ സിനിമകളിൽ കാണാം. എഴുപതുകളിലെ സവിശേഷ രാഷ്ട്രീയസാഹചര്യമാണ് അക്കാലത്തെ ഗൗരവമേറിയ രാഷ്ട്രീയസിനിമകൾക്ക് കാലികമായ മുഖവും രാഷ്ട്രീയ ലക്ഷ്യവും നൽകിയത്. നവസിനിമയുടെ വികാസഗതിയെ നിർണായകമായി സ്വാധീനിക്കാൻ രാഷ്ട്രീയപ്രമേയങ്ങൾക്കായി. വിപണി സമർത്ഥമായി ഉപയോഗപ്പെടുത്തിയതും രാഷ്ട്രീയാവസ്ഥയുടെ ചൂടും ചൂരും തന്നെയാണ്. കച്ചവടസിനിമയുടെ ഭാഗമായ രാഷ്ട്രീയാവിഷ്കാരങ്ങളിൽ രാഷ്ട്രീയം പ്രമേയതലത്തിലെ ചേരുവകളിലൊന്നു മാത്രമായി തുടർന്നു.

എൺപതുകൾ

എൺപതുകളിലെ കച്ചവടസിനിമയുടെ രണ്ടു കൈവഴികളിലൂടെയും രാഷ്ട്രീയസിനിമകൾ പിറവിയെടുത്തു. രണ്ട് ധാരകളും രാഷ്ട്രീയ പ്രമേയങ്ങളെ എങ്ങനെയാണ് സമീപിച്ചത്/ഉപയോഗിച്ചത് എന്നു പരിശോധിക്കേണ്ടതുണ്ട്. അതുവഴി രാഷ്ട്രീയത്തിന്റെ ചലച്ചിത്രരൂപവും വിപണിയും പുലർത്തിപ്പോന്ന പാരസ്പര്യത്തിന്റെ വിഭിന്നതലങ്ങൾ

നിർണ്ണയിക്കാനാവും. 'അങ്ങാടി' (1980), 'സ്ഫോടനം' (1981), 'കൊട്ടു മുടികൾ' (1981), 'അഹിംസ' (1982), 'ഈനാട്' (1982), 'മുഖ്യമന്ത്രി' (1984), 'ഉയരും ഞാൻ നാടാകെ' (1985), 'വാർത്ത' (1986), 'അടിമകൾ ഉടമകൾ' (1987), 'ഇതാ സമയമായി' (1987), 'ഒരു വിവാദ വിഷയം' (1988), 'ഭൂമിയിലെ രാജാക്കന്മാർ' (1987), 'ന്യൂഡൽഹി' (1987), 'ദിന രാത്രങ്ങൾ' (1988), '1921' (1988), 'ചെപ്പ്' (1987), 'രാജാവിന്റെ മകൻ' (1986), 'ആവനാഴി' (1986), 'ഋതുഭേദം' (1987), 'മാന്യമഹാജനങ്ങളെ' (1985) തുടങ്ങിയ ചിത്രങ്ങൾ രാഷ്ട്രീയത്തെ പലതരത്തിൽ കൈകാര്യം ചെയ്യുന്നു. കച്ചവടസിനിമയിലുണ്ടായ ഗുണപരമായ മാറ്റം പ്രതിഫലിപ്പി ക്കുന്ന രാഷ്ട്രീയസിനിമകളുടെ പ്രതിനിധാനങ്ങളായി ഐ.വി. ശശിയുടെ 'വാർത്ത'യെയും ജോഷിയുടെ 'ന്യൂഡൽഹി'യെയും പരിഗണിക്കാവുന്ന താണ്.

1986ൽ പുറത്തിറങ്ങിയ 'വാർത്ത' മാധവൻകുട്ടി എന്ന ആദർശധീര നായ പത്രാധിപർ അനീതിക്കെതിരെ നടത്തുന്ന ഒറ്റയാൾ പോരാട്ടത്തി ന്റെ കഥ പറയുന്നു. ടി. ദാമോദരന്റേതാണ് തിരക്കഥ. രാഷ്ട്രീയരംഗത്തെ അഴിമതി, അധികാര ദുർവിനിയോഗം, ഉന്നതരുടെ ഒത്താശയോടെ തഴച്ചുവളരുന്ന ബ്ലേഡ്/കള്ളപ്പണം/വനംകയ്യേറ്റ മാഫിയകൾ എന്നി വക്കെല്ലാം എതിരായി മാധവൻകുട്ടി തന്റെ പത്രത്തിലൂടെ പ്രതികരി ക്കുന്നു. രാഷ്ട്രീയ-സാമൂഹിക രംഗത്തെ ജീർണ്ണതകൾ ഒന്നൊന്നായി അയാൾ പുറത്തുകൊണ്ടുവരുന്നു. അതോടെ മാധവൻകുട്ടിക്കെതിരായ ഭീഷണികളും പെരുകുന്നു. എതിർപ്പുകളെയും പ്രലോഭനങ്ങളെയും അതി ജീവിച്ചുകൊണ്ട് അയാൾ മുന്നോട്ടു നീങ്ങുന്നു. വാടക ഗുണ്ടയായ വാസുവും കളക്ടറായ രാധയും മാധവൻകുട്ടിക്കൊപ്പമുണ്ട്. എല്ലാവിധ ശക്തിയും സംഭരിച്ച് ഭരണവർഗം തിരിച്ചടിച്ചു. മാധവൻകുട്ടിയും വാസുവും കൊല്ല പ്പെട്ടു. പക്ഷെ രഹസ്യങ്ങളടങ്ങിയ ട്രങ്കുപെട്ടി അക്രമികൾക്കു കിട്ടിയില്ല. അത് ഉണ്ണികൃഷ്ണന്റെ പക്കൽ സുരക്ഷിതമായിരുന്നു. മരിക്കുന്നതിനുമുൻപ് മാധവൻകുട്ടി തന്റെ പേന രാധയുടെ അനിയത്തി വാസന്തിയെ ഏൽപ്പിക്കുന്നുണ്ട്. അനീതിക്കെതിരായ പോരാട്ടം തുടരുമെന്ന പ്രതീ ക്ഷയിൽ ചിത്രം അവസാനിക്കുന്നു. കാലികമായ സംഭവഗതികളെ സമർത്ഥമായി ഉപയോഗിക്കുന്ന തിരക്കഥയാണ് 'വാർത്ത'യുടേത്. കാലികമായ വിഷയങ്ങളോട് സാധർമ്മ്യം പുലർത്തുന്ന സംഭവഗ തികൾ ആവിഷ്ക്കരിക്കുന്ന ചലച്ചിത്രത്തോട് ജനത്തിനുള്ള കൗതുകം കലർന്ന താത്പര്യത്തെ മുതലെടുക്കാൻ ചലച്ചിത്രവിപണി എക്കാലവും ശ്രമിച്ചിട്ടുണ്ട്. അതിന്റെ തുടർച്ചയാണ് 'വാർത്ത'യും.

കെട്ടുറപ്പുള്ള തിരക്കഥയും ജീവത്തായ ആഖ്യാനശൈലിയുമാണ് 'വാർത്ത'യെ ശ്രദ്ധേയമാക്കുന്നത്. കച്ചവട താത്പര്യങ്ങൾക്കൊപ്പം നിൽക്കുമ്പോഴും ചലച്ചിത്രത്തിനാവശ്യമായ ഏകാഗ്രതയും അവധാനതയും 'വാർത്ത' കാത്തുസൂക്ഷിക്കുന്നു. കഥാപാത്രങ്ങൾക്ക് തികഞ്ഞ വ്യക്തിത്വമുണ്ട്. പ്രമേയഗതിക്ക് സ്വാഭാവികമായ വികാസമുണ്ട്. സംഭാഷണങ്ങളിലെ ചൈതന്യവും മനുഷ്യബന്ധങ്ങളുടെ ആവിഷ്കാരത്തിലെ ശ്രദ്ധയും സന്ദർഭങ്ങളെ ജീവനുള്ളതാക്കി തീർക്കുന്നു. ചടുലവും ഉദ്വേഗം നിലനിർത്തുന്നതുമായ ആഖ്യാനശൈലി ചിത്രത്തെ കൂടുതൽ ആസ്വാദ്യമാക്കുന്നു.

1987ൽ പുറത്തിറങ്ങിയ 'ന്യൂഡൽഹി'യും ഇതേ സമീപനരീതി പിന്തുടരുന്നു. ഡൽഹി രാഷ്ട്രീയത്തിന്റെ ജീർണ്ണമുഖമാണ് 'ന്യൂഡൽഹി'യുടെ പ്രമേയ പശ്ചാത്തലം. മലയാളികളായ ചില രാഷ്ട്രീയ നേതാക്കളാണ് ചിത്രത്തിൽ പ്രതിസ്ഥാനത്തുള്ളത്. അവരുടെ തനിനിറം പുറത്തുകൊണ്ടുവരാൻ ശ്രമിച്ച ജി.കൃഷ്ണമൂർത്തി (ജി.കെ) എന്ന ആദർശധീരനായ പത്രപ്രവർത്തകന് കനത്ത തിരിച്ചടി നേരിടേണ്ടിവരുന്നു. കള്ളക്കേസിൽപ്പെടുത്തി ജി.കെയെ ജയിലിലടച്ചു. അയാളുടെ വലതുകൈയും കാലും തല്ലിയൊടിച്ചു. നീണ്ടനാളത്തെ പീഡനങ്ങൾക്കുശേഷം അയാൾ ജയിൽമോചിതനാകുന്നിടത്താണ് ചിത്രം ആരംഭിക്കുന്നത്. ഫ്ളാഷ് ബാക്കിൽ കഴിഞ്ഞകാലം വെളിപ്പെടുന്നു. കഥ വർത്തമാനത്തിലേക്ക് മടങ്ങിയെത്തുമ്പോൾ ജയിൽ മോചിതനായ ജി.കെ കാമുകി മരിയാ ഫെർണാണ്ടസിന്റെ പത്രത്തിൽ ചീഫ് എഡിറ്ററാകുന്നു. ന്യൂഡൽഹി ഡയറി എന്ന പത്രം കപടരാഷ്ട്രീയക്കാർക്ക് തലവേദന സൃഷ്ടിക്കുന്നു. ജി.കെ. ഓരോരുത്തരോടായി പ്രതികാരം തീർക്കുന്നു. കൊലപാതകങ്ങളുടെ ചൂടുനിറഞ്ഞ വാർത്തകൾ പത്രത്തിലൂടെ പുറത്തുവരുന്നു. ജി.കെ ആയിരുന്നു എല്ലാ കൊലപാതകങ്ങളുടെയും സൂത്രധാരൻ. തെളിവുകൾ അവശേഷിപ്പിക്കാതെ അയാൾ ശത്രുക്കളെ നിഗ്രഹിക്കുന്നു. ഒടുവിൽ ഒരാൾ മാത്രം ബാക്കിയാവുന്നു. ജി.കെ. യ്ക്ക് ലക്ഷ്യം പൂർത്തിയാക്കാനാവില്ല എന്നു തോന്നിക്കുന്ന ഘട്ടത്തിൽ മരിയ ശത്രുവിനെ വധിക്കുന്നു. രണ്ടുപേരും ജയിലിലേക്ക് പോകുന്നിടത്ത് ചിത്രം അവസാനിക്കുന്നു.

'വാർത്ത'യും 'ന്യൂഡൽഹി'യും തമ്മിൽ ഒരുപാട് സമാനതകൾ ഉണ്ട്. രണ്ട് ചിത്രത്തിലും പത്രപ്രവർത്തകനാണ് നായകൻ (മമ്മൂട്ടിയാണ് ഈ നായകന്മാരെ അവതരിപ്പിച്ചത്). രാഷ്ട്രീയക്കാരാണ് പ്രതിസ്ഥാനത്തുള്ളത്. നിയമനീതിന്യായ വ്യവസ്ഥകൾക്ക് ഒന്നും ചെയ്യാനാവാത്ത അവസ്ഥ രണ്ട് ചിത്രത്തിലുമുണ്ട്. സംഘടിതരാഷ്ട്രീയ പോരാട്ടങ്ങൾക്കു പകരം ഒറ്റയാൻ പോരാട്ടങ്ങളെയാണ് ഇവ മുന്നിൽ നിർത്തുന്നത്.

കാലികമായ സംഭവങ്ങളെ ഓർമ്മപ്പെടുത്തുന്ന സന്ദർഭങ്ങൾ ഈ ചിത്രങ്ങൾ സമർത്ഥമായി ഉപയോഗിക്കുന്നു. ഉദ്വേഗം നിറഞ്ഞ ആഖ്യാനരീതിയും മിഴിവാർന്ന കഥാപാത്രങ്ങളും സംഭാഷണചാരുതയും താരമൂല്യവും വൻമുതൽമുടക്കും രണ്ടു ചിത്രങ്ങൾക്കും പൊതുവായി പറയാവുന്ന ഘടകങ്ങളാണ്. എഴുപതുകളിലെ ജനപ്രിയ രാഷ്ട്രീയസിനിമകളിൽനിന്ന് വിഭിന്നമായ രൂപവും ഭാവവുമാണ് ഇവക്കുള്ളത്. ആദർശധീരനായ നായകനെ മുൻനിർത്തി ആക്ഷനും സസ്പെൻസിനും പ്രാധാന്യം നൽകി രാഷ്ട്രീയവിമർശനം നടത്തുന്ന ചലച്ചിത്രങ്ങളുടെ തുടക്കം എൺപതുകളിലാണ്. പ്രണയവും പ്രതികാരവുമെല്ലാം ഇത്തരം ചലച്ചിത്രങ്ങളുടെ പ്രമേയതലത്തിൽ ഇഴചേരുന്നു. 1982ൽ പുറത്തിറങ്ങിയ 'ഈനാട്' നോട്ടുകൂടി ആരംഭിക്കുന്ന ഈ രാഷ്ട്രീയ ചലച്ചിത്രരൂപത്തെ കൂടുതൽ കരുത്തുറ്റതാക്കി മാറ്റിയ ചലച്ചിത്രങ്ങളാണ് 'വാർത്ത'യും 'ന്യൂഡൽഹി'യും.

എൺപതുകളിലെ രാഷ്ട്രീയരംഗത്തുണ്ടായ ജീർണ്ണതകളാണ് 'ഈനാടും' 'വാർത്ത'യും 'ന്യൂഡൽഹി'യും പോലുള്ള രാഷ്ട്രീയ ചലച്ചിത്രരൂപങ്ങൾക്ക് വലിയതോതിലുള്ള സ്വീകാര്യത നേടിക്കൊടുത്തത്. രാഷ്ട്രീയ വർത്തമാനത്തിനു സംഭവിച്ച അപചയത്തെ വേദനയോടും രോഷത്തോടും കണ്ടുനിൽക്കേണ്ടിവന്ന ജനമനസാക്ഷിക്കുമുന്നിൽ ആദർശവാന്മാരായ നായകന്മാർ വെള്ളിത്തിരയിൽ അവതരിച്ചു. അനീതിക്കെതിരെ അയാൾ നടത്തുന്ന ഒറ്റയാൻ പോരാട്ടങ്ങൾ ആവേശപൂർവ്വം സ്വീകരിക്കപ്പെട്ടു. ചലച്ചിത്രവിപണിയിലെ ആഘോഷമായി ഇത്തരം ചിത്രങ്ങൾ മാറി. ഇതിന്റെ കൂടുതൽ തീക്ഷ്ണമായ മുഖം തൊണ്ണൂറുകളിൽ കാണാനാവും.

കച്ചവടസിനിമയുടെ രണ്ടാം കൈവഴിയിൽ പിറന്ന രാഷ്ട്രീയസിനിമകളിൽ രാഷ്ട്രീയം വിപണന വിജയത്തിനുതകുന്ന മസാലക്കൂട്ടുകളിൽ ഒന്നു മാത്രമായിരുന്നു. 'ഈനാട്', 'വാർത്ത', 'ന്യൂഡൽഹി', 'അടിമകൾ ഉടമകൾ' തുടങ്ങിയ കച്ചവടസിനിമകളിൽ കാണുന്ന കെട്ടുറപ്പോ കഥാപാത്രങ്ങളുടെ ചൈതന്യമോ സന്ദർഭ സൃഷ്ടിയോ ചലച്ചിത്രബോധമോ സാമൂഹികബോധമോ ഇത്തരം ചിത്രങ്ങളിൽ കാണാനാവില്ല. 'കൊടുമുടികൾ', 'മുഖ്യമന്ത്രി', 'ഇതാസമയമായി', 'ഒരു വിവാദ വിഷയം' തുടങ്ങിയ ചിത്രങ്ങൾ ഈ ഗണത്തിൽപ്പെടുത്താവുന്നവയാണ്. കാലികരാഷ്ട്രീയം കൈകാര്യം ചെയ്യുന്ന സിനിമകൾക്ക് എൺപതുകളിലുണ്ടായ സ്വീകാര്യതയെ മുൻനിർത്തി രാഷ്ട്രീയ പശ്ചാത്തലത്തിൽ പ്രതിഷ്ഠിക്കപ്പെട്ട മസാല പ്രമേയങ്ങളാണ് ഇവയുടേത്.

തൊഴിലാളി-മുതലാളി സംഘർഷത്തിന്റെ ദുർബലമായ ആവി ഷ്ക്കാരമാണ് 'കൊട്ടുമുടികൾ'. 'അങ്ങാടി'യുടെ അപ്രതീക്ഷിത വിജ യത്തെത്തുടർന്ന് അതിന്റെ വികൃതാനുകരണങ്ങൾ ധാരാളമുണ്ടായി. അവയിലൊന്നാണ് കൊട്ടുമുടികൾ' [63]. കൂട്ടുമന്ത്രിസഭയുടെ തലവനായ ആദർശധീരനായ മുഖ്യമന്ത്രി നേരിടേണ്ടിവരുന്ന വിഷമതകളാണ് 'മുഖ്യ മന്ത്രി' എന്ന ചലച്ചിത്രത്തിന്റെ പ്രമേയം. മുഖ്യമന്ത്രി രാമചന്ദ്രമേനോനും വിദ്യാർത്ഥിനേതാവ് വേണുവും വിപ്ലവകാരിയായ സഖാവ് ശ്രീധരനു മൊക്കെയാണ് പ്രധാനകഥാപാത്രങ്ങൾ. സത്യപ്രതിജ്ഞ, പോലീസ് അതിക്രമം, മന്ത്രിസഭായോഗം, അവിശ്വാസപ്രമേയം, രാജി തുടങ്ങിയ ഘടകങ്ങൾ ചിത്രത്തിന് രാഷ്ട്രീയനിറം നൽകാൻ ഉപയോഗിക്കുന്നു. എന്നാൽ ഇതിന്റെയൊക്കെ മറവിൽ ഒരു മസാലചിത്രത്തിന് വേണ്ട ബലാൽസംഗം, കൊലപാതകം, അടിപിടി, മരംചുറ്റി പ്രേമം, പ്രതികാരം തുടങ്ങിയവ അരങ്ങുവാഴുന്നു. ചിത്രത്തിന്റെ ഭൂരിഭാഗവും അപഹരിക്കു ന്നത് ഇത്തരം സംഗതികളാണ്. രാഷ്ട്രീയവും ഇതുപോലൊരു ചേരുവ മാത്രമായി തീർന്നിരിക്കുന്നു. 'ഇതാ സമയമായി', 'ഒരു വിവാദ വിഷയം' തുടങ്ങിയ ചിത്രങ്ങൾ കുറ്റകൃത്യവുമായി ബന്ധപ്പെട്ട അന്വേഷണങ്ങളിൽ രാഷ്ട്രീയപശ്ചാത്തലം ഇഴചേർത്തിരിക്കുന്നത് കാണാം. ഈ ചിത്രങ്ങ ളിലെ രാഷ്ട്രീയക്കാരായ കഥാപാത്രങ്ങളിൽ ഭൂരിഭാഗവും പ്രതിസ്ഥാ നത്താണ്. 'രാഷ്ട്രീയം, പോലീസ്, പത്രം ഈ മൂന്ന് ഘടകങ്ങളും കൂടി ചേർന്നിടത്ത് ക്രൈം ആയിരിക്കും പ്രധാന ഉത്പന്നം എന്ന് ഇത്തരം ഫോർമുല ചിത്രങ്ങൾ നമ്മെ ബോധ്യപ്പെടുത്തുന്നു.'[64] കാലികമായ ചില സംഭവങ്ങളെ ഓർമ്മപ്പെടുത്തുന്ന കുറ്റാന്വേഷണ ചിത്രങ്ങളിൽ രാഷ്ട്രീയം ചേരുവയായിത്തീരുന്ന പ്രവണത പിൽക്കാലത്തും തുടരുന്നുണ്ട്.

പ്രമേയത്തിന്റെ വ്യത്യസ്തതകൊണ്ട് എടുത്തുപറയേണ്ട രണ്ട് രാഷ്ട്രീയ ചിത്രങ്ങൾ എൺപതുകളിലെ സിനിമാ വിപണിയിൽ ഉണ്ടായി. 1985ൽ പുറത്തിറങ്ങിയ 'ഉയരും ഞാൻ നാടാകെ'യും (സംവി. ചന്ദ്രകുമാർ), 1988ൽ പുറത്തിറങ്ങിയ 'ആയിരത്തിത്തൊള്ളായിരത്തി ഇരുപത്തി യൊന്നും' (സംവി. ഐ.വി.ശശി).

കെ.എം. പാന്നൂരിന്റെ 'കേരളത്തിലെ ആഫ്രിക്ക', 'മലകൾ താഴ്വരകൾ', 'മനുഷ്യർ' എന്നീ കൃതികളെ ആസ്പദമാക്കി പി.എം. താജ് തയ്യാറാക്കിയ തിരക്കഥയാണ് 'ഉയരും ഞാൻ നാടാകെ'യുടെ ശക്തി. ആദിവാസികളുടെ ജീവിത പ്രശ്നങ്ങളെയും അവർ നേരിടുന്ന ചൂഷണത്തെയും വിഷയമാക്കുന്ന ആദ്യ മലയാളചിത്രമാണ് ഇത്. വയനാട്ടിലെ ആദിവാസി ജീവിതത്തെക്കുറിച്ച് ഗവേഷണം നടത്താനെ ത്തിയ വിവേക് എന്ന ചെറുപ്പക്കാരൻ ആദിവാസികൾ അനുഭവിക്കുന്ന

ചൂഷണം തിരിച്ചറിയുകയും അതിനെതിരെ പ്രതികരിക്കുകയും ചെയ്യുന്നതാണ് ചിത്രത്തിന്റെ പ്രമേയം. പീഡനത്തിന്റെയും ചൂഷണത്തിന്റെയും കടുംനിറത്തിലുള്ള ദൃശ്യങ്ങൾ ചിത്രത്തിലുണ്ട്. കാട്ടിൽ മാറ്റത്തിന്റെ കാറ്റ് വീശുന്നതായി കാണിക്കുന്ന സിനിമ പാലൻ എന്ന ആദിവാസി യുവാവിനുണ്ടായ സ്വഭാവപരമായ പരിണാമത്തിലൂടെ ഈ മാറ്റത്തെ അടയാളപ്പെടുത്തുന്നു. ചിത്രത്തിന്റെ ആദ്യഭാഗത്ത് പാലൻ ആദിവാസികളിലെ സ്ഥായിയായ അടിമ മനോഭാവത്തിന്റെയും ഭീരുത്വത്തിന്റെയും പ്രതീകമാണ്. ചിത്രാന്ത്യത്തിൽ ആ കാലിച്ചെറുക്കൻ ആദിവാസികളുടെ ഉയിർത്തെഴുന്നേൽപ്പിന്റെ പ്രതിനിധാനമായി മാറുന്നു. ആദ്യഭാഗങ്ങളിൽ അവന്റെ കൈയിൽകണ്ട കമ്പിന്റെ സ്ഥാനത്ത് ഒടുവിൽ നാം കാണുന്നത് അമ്പും വില്ലുമാണ്. പാലൻ നാളെയെ ലക്ഷ്യമാക്കി കുതിക്കുന്ന ദൃശ്യത്തിലാണ് ചിത്രം അവസാനിക്കുന്നത്. ആദിവാസികളുടെ ദൈന്യം നിറഞ്ഞ ജീവിതത്തിൽ ഉണ്ടാകേണ്ട മാറ്റത്തെക്കുറിച്ചുള്ള സ്വപ്നമാണ് ഈ ചിത്രം.

കച്ചവടത്തിനുവേണ്ട ചായക്കൂട്ടുകളൊക്കെയുണ്ടെങ്കിലും വന/ആദിവാസി ചൂഷണത്തെ തീവ്രമായി അവതരിപ്പിക്കാൻ ഈ ചിത്രത്തിനായി. എൺപതുകളിൽ സജീവമായിരുന്ന ലൈംഗികാതിപ്രസരമുള്ള ചിത്രങ്ങൾ ആദിവാസി ജീവിതത്തെ ദുഷ്ടലാക്കോടെ പശ്ചാത്തലമായി സ്വീകരിച്ചിരുന്നു. 'സിനിമാക്കാർക്ക് ആദിവാസിജീവിതത്തോടുള്ള താത്പര്യത്തിന് പിന്നിൽ കച്ചവടക്കണ്ണാണുള്ളത്; നിസ്സഹായരായ മനുഷ്യരോടുള്ള സഹാനുഭൂതിയല്ല. നടികളുടെ വസ്ത്രക്ഷാമത്തിനും ബലാൽസംഗരംഗത്തിനും പാവം ആദിവാസികൾ നിമിത്തമായി മാറുന്നു. ഉള്ള വസ്ത്രവും ചീന്തിയെറിഞ്ഞ് അവരെ നഗ്നരാക്കി നിർത്തുമ്പോൾ സിനിമാക്കാരുടെ കീശ കൊഴുക്കുന്നു. ഈ ദുഷിച്ച പ്രവണതയിൽനിന്ന് ബോധപൂർവ്വം വിട്ടുനിൽക്കുന്നു എന്നതാണ് 'ഉയരും ഞാൻ നാടാകെ' എന്ന ചിത്രത്തിന്റെ ഗുണം.'[65]

ആദിവാസി പ്രശ്നത്തിന്റെ അടിസ്ഥാനതലങ്ങളിലേക്കൊന്നും ചിത്രം കടക്കുന്നില്ല. അത്തരം ചർച്ചകൾ 'ഉയരും ഞാൻ നാടാകെ'യിൽ ഇല്ല. എങ്കിലും വിപണിയുടെ ചിട്ടവട്ടങ്ങൾക്കൊപ്പം നിന്നുകൊണ്ട് ആദിവാസിയുടെ ജീവിതത്തിലേക്കും അവരനുഭവിക്കുന്ന പീഡനങ്ങളിലേക്കും ചൂഷണത്തിലേക്കും (ഉപരിതലസ്പർശിയായെങ്കിലും) കടന്നു ചെന്നു എന്നതാണ് ഈ ചിത്രത്തിന്റെ രാഷ്ട്രീയ പ്രസക്തി.

1921ലെ മലബാർ കലാപത്തിന്റെ ആവിഷ്കാരമാണ് '1921' എന്ന ബിഗ്ബഡ്ജറ്റ് ചിത്രം. ടി. ദാമോദരന്റേതാണ് തിരക്കഥ. മലബാർ

കലാപത്തെക്കുറിച്ചുള്ള വ്യത്യസ്ത വ്യാഖ്യാനങ്ങളെ മതസൗഹാർദത്തിനും ദേശസ്നേഹത്തിനും ഉതകുംവിധം സമന്വയിപ്പിച്ചുകൊണ്ടാണ് ചിത്രം ഒരുക്കിയിരിക്കുന്നത്. മലബാർ കലാപവുമായി ബന്ധപ്പെട്ടുണ്ടായ ഒട്ടനവധി സംഭവങ്ങൾ ചിത്രത്തിലുണ്ട്. ചരിത്രകഥാപാത്രങ്ങൾ താരരൂപമാർന്ന് വെള്ളിത്തിരയിൽ പുനർജനിച്ചു. ഇന്ത്യൻ സ്വാതന്ത്ര്യസമരത്തിന്റെ ചരിത്രത്തിലെ സുപ്രധാനമായ ഒരധ്യായത്തിന്റെ ചലച്ചിത്രരൂപം എന്നതിൽ കവിഞ്ഞ രാഷ്ട്രീയ പ്രസക്തി ചിത്രത്തിനില്ല. കാലികമായ ഇടപെടലോ, പുത്തൻ വ്യാഖ്യാനങ്ങളോ ചിത്രം നിർവഹിക്കുന്നില്ല.

മധ്യവർത്തി സമീപനത്തിന്റെ ഭാഗമായി എൺപതുകളിലുണ്ടായ രാഷ്ട്രീയസിനിമകൾ രാഷ്ട്രീയത്തിന്റെ സവിശേഷമായ ആഖ്യാന മാതൃകകളാണ്. ഭരതന്റെ 'ഇത്തിരിപ്പൂവേ ചുവന്നപൂവേ' (1984), കെ.ജി. ജോർജ്ജിന്റെ 'പഞ്ചവടിപ്പാലം'*3 (1984), ഹരിഹരന്റെ 'പഞ്ചാഗ്നി' (1986), 'ആരണ്യകം' (1988), ലെനിൻ രാജേന്ദ്രന്റെ 'മീനമാസത്തിലെ സൂര്യൻ' (1986) എന്നീ ചിത്രങ്ങൾ കലാസൃഷ്ടി എന്ന നിലയിൽ മികച്ചുനിൽക്കുന്ന രാഷ്ട്രീയാഖ്യാനങ്ങളാണ്.

തിക്കോടിയന്റെ 'മൃത്യുഞ്ജയം' എന്ന നാടകമാണ് 'ഇത്തിരിപ്പൂവേ ചുവന്നപൂവേ' എന്ന ചിത്രത്തിന് ആധാരം. ജോൺപോളിന്റെ തിരക്കഥക്ക് സംഭാഷണമെഴുതിയത് ടി. ദാമോദരനാണ്. അധികാരം തോക്കിൻകുഴലിലൂടെ നേടാനിറങ്ങിത്തിരിച്ചവരുടെ മാർഗ്ഗത്തെ ശക്തമായി വിമർശിക്കുന്ന ചിത്രം വ്യക്തിയെയും വ്യക്തിബന്ധങ്ങളെയും മുന്നിൽ നിർത്തുന്നു.

സായുധവിപ്ലവത്തിന്റെ രക്തരൂഷിതമായ വഴികളിലൂടെ സഞ്ചരിച്ച് ഉണ്ണി രക്തസാക്ഷിയായി. അയാളുടെ അമ്മ മീനാക്ഷിയമ്മ മനോരോഗിയായി. ഒരു രാത്രിയിൽ പോലീസ് വേട്ടയിൽ നിന്ന് രക്ഷപ്പെടാൻ രവി എന്ന വിപ്ലവകാരി ഉണ്ണിയുടെ വീട്ടിൽക്കയറി ഒളിക്കുന്നു. ഉണ്ണിയുടെ മരണത്തോടെ നിലതെറ്റിയ മീനാക്ഷിയമ്മയുടെ മനസ്സ് രവിയെ കാണുമ്പോൾ കൂടുതൽ സങ്കീർണ്ണമാകുന്നു. ഉണ്ണിയുടെ സുഹൃത്തായ രവിയിൽ അവർ ഉണ്ണിയെ കണ്ടെത്തുന്നു. ഉണ്ണി തിരിച്ചെത്തിയെന്ന ധാരണയിൽ ആ അമ്മ സന്തോഷവതിയാകുന്നു. യഥാർത്ഥത്തിൽ മീനാക്ഷിയമ്മയുടെ ഭ്രാന്ത് അധികരിച്ചിരിക്കുകയാണെന്ന് ഉണ്ണിയുടെ അച്ഛനും (കേശവമേനോൻ) അനുജത്തിക്കും (സുഭദ്ര) അറിയാം. ഭ്രാന്തിന്റെ തികച്ചും സാധാരണമെന്ന് തോന്നിപ്പിക്കുന്ന അസാധാരണ ഭാവം ആ കുടുംബത്തിൽ ഒരർത്ഥത്തിൽ പ്രകാശം പരത്തുന്നു. തിരിച്ച്

---

*3 ഭാഗം രണ്ടിൽ അധ്യായം 3 കാണുക.

പോകണമെന്ന് ആഗ്രഹിക്കുമ്പോഴും രവിക്ക് അതിന് സാധിക്കുന്നില്ല. ചുവന്ന പുലരികൾ നെഞ്ചിലേറ്റി ഇറങ്ങിപ്പുറപ്പെട്ടപ്പോൾ അയാൾ പുറകിലുപേക്ഷിച്ചുപോന്ന/അയാൾക്ക് നഷ്ടപ്പെട്ട വാത്സല്യവും സ്നേഹവും അയാളിലെ മനുഷ്യനെ ആർദ്രനാക്കുന്നു. മാത്രമല്ല ഉണ്ണിയെ വിപ്ലവത്തിന്റെ വഴിയേ നയിച്ചതിൽ രവിക്കും പങ്കുണ്ട്. കുറച്ചുനാളെങ്കിലും അവിടെ കഴിയാൻ അയാൾ നിർബന്ധിതനാകുന്നു. ഇതിനിടയിൽ തന്നെ അന്വേഷിക്കുന്ന പോലീസ് ഉദ്യോഗസ്ഥൻ ബാലഗോപാലന്റെ വീടാണത് എന്നയാൾ മനസ്സിലാക്കുന്നു. തുടർന്ന് നാടകീയമായ സംഘർഷങ്ങളിലൂടെ ചിത്രം വികസിക്കുന്നു. 'ഉണ്ണിയുടെ ദീർഘായുസ്സിനായി' മീനാക്ഷിയമ്മ ഏർപ്പെടുത്തിയ മൃത്യുഞ്ജയഹോമം കഴിഞ്ഞാലുടൻ അവിടം വിടാൻ രവി തീരുമാനിക്കുന്നു. അതുവരെ അവനെ അറസ്റ്റ ചെയ്യാൻ ബാലഗോപാലനും മാനസികമായി സന്നദ്ധനല്ല. ഹോമത്തിനുശേഷം ഒളിച്ച് പോകാൻ ശ്രമിക്കുന്ന രവിയും സംഘവും പോലീസും തമ്മിലുണ്ടായ ഏറ്റുമുട്ടലിനിടയിൽ മീനാക്ഷിയമ്മ വെടിയേറ്റ് വീഴുന്നിടത്ത് ചിത്രം അവസാനിക്കുന്നു.

സമൂഹത്തിനുവേണ്ടി വ്യക്തി ബലിയാവുമ്പോൾ ജീവിച്ചിരിക്കുന്ന രക്തസാക്ഷികൾകൂടി സൃഷ്ടിക്കപ്പെടുന്നുണ്ട്. മീനാക്ഷിയമ്മയും സുഭദ്രയും കേശവമേനോനും ആ ഗണത്തിൽപ്പെടുന്നവരാണ്. രവി ഉണ്ണിയുടെ മറ്റൊരു പതിപ്പാണ്. ഉണ്ണിയുടെ വീട്ടിൽ കഴിയുന്ന നിമിഷങ്ങളിൽ അയാൾ 'പച്ചമനുഷ്യനായി'ത്തീരുന്നു. വ്യക്തി എന്ന നിലയിൽ നഷ്ടപ്പെട്ടതിനെക്കുറിച്ചുള്ള ഓർമ്മകളാണ് അയാളെ അവിടെ തുടരാൻ പ്രേരിപ്പിക്കുന്നത്. വ്യക്തി-സമൂഹം-രക്ഷസാക്ഷിത്വം തുടങ്ങിയവയെ പരസ്പരം ബന്ധിപ്പിക്കുന്ന സങ്കീർണ്ണതകളാണ് ഈ ചിത്രത്തിന്റെ പ്രമേയതലത്തെ ശക്തിപ്പെടുത്തുന്നത്. എഴുപതുകളിൽ നക്സൽ പ്രവർത്തനങ്ങൾക്ക് നേതൃത്വം നൽകിയവരിൽ പലരും പിൽക്കാലത്ത് തികച്ചും വ്യതിരിക്തമായ ജീവിതത്തിലേക്ക് മടങ്ങിയത് കേരള സമൂഹം കണ്ടതാണ്. ചിത്രത്തിലെ രവിയുടെ മാനസികഘടനയിൽ അത്തരമൊരു പിൻമാറ്റത്തിന്റെ പ്രത്യക്ഷ സൂചനകളില്ല. എന്നാൽ നാളെ സംഭവിച്ചേക്കാവുന്ന പരിണാമത്തിന്റെ അടയാളങ്ങൾ അയാളിൽ കണ്ടെത്താനാവും. കുറച്ചുനാളാണെങ്കിലും ഉണ്ണിയുടെ വീട്ടിൽ തുടരാൻ അയാളെ നിർബന്ധിതനാക്കുന്നത് ഇത്തരം ഘടകങ്ങളാണ്.

സമൂഹത്തിനുവേണ്ടി വ്യക്തി അനുഭവിക്കുന്ന സഹനങ്ങളെ സഹാനുഭൂതിയോടെ ആവിഷ്ക്കരിക്കുന്ന ചിത്രമാണ് 'പഞ്ചാഗ്നി'. എം.ടി. വാസുദേവൻ നായരുടേതാണ് തിരക്കഥ. ഇന്ദിര എന്ന വിപ്ലവകാരിയായ സ്ത്രീയാണ് ചിത്രത്തിന്റെ കേന്ദ്രം. 'മനസ്സിൽ വിപ്ലവത്തിന്റെ

തീകെടാതെ സൂക്ഷിക്കുകയും ആവശ്യമായപ്പോൾ അത് ആളിക്കത്തിക്കുകയും ചെയ്തതിന് സമൂഹത്തിന്റെയും നിയമത്തിന്റെയും മുന്നിൽ അപരാധിയാവുകയും ജീവിതം ഇരുട്ടിലാവുകയും ചെയ്ത ഇന്ദിര മലയാളസിനിമക്ക് അത്രയൊന്നും പരിചയമില്ലാത്ത സ്ത്രീ കഥാപാത്രമാണ്. സമൂഹത്തിന് വേണ്ടി വ്യക്തി ബലിയാവേണ്ടിവരുന്നതിന്റെ വിവിധവശങ്ങൾ അടയാളപ്പെടുത്തുന്ന പഞ്ചാഗ്നി.'[66] ഇന്ദിര ജയിലിൽ കിടക്കുമ്പോൾ സഹപ്രവർത്തകരിൽ പലരും അധികാരത്തിന്റെയും ആത്മീയതയുടെയും സുഖലോലുപതയിലേക്ക് നീങ്ങിക്കഴിഞ്ഞിരുന്നു. പക്ഷെ, ഇന്ദിര താൻ വിശ്വസിച്ച ആദർശസംഹിതകളിൽ അടിയുറച്ചു നിന്നു. പരോൾ നേടി പുറത്തിറങ്ങുന്ന അവൾ കുടുംബത്തിലും ഒറ്റപ്പെടുന്നു. സ്വാതന്ത്ര്യസമര സേനാനിയായിരുന്ന അമ്മ മാത്രമേ അവളെ മനസ്സിലാക്കുന്നുള്ളൂ. ഇന്ദിരയുടെ വിപ്ലവപ്രവർത്തനങ്ങൾമൂലം സ്ഥാനക്കയറ്റം നഷ്ടപ്പെട്ട പട്ടാളക്കാരനായ ജേഷ്ഠന് അവൾ വെറുക്കപ്പെട്ടവളാണ്. തൊഴിൽരഹിതനായ അനുജനും അവളെ ഉള്ളുതുറന്ന് സ്നേഹിക്കാനാവുന്നില്ല. സഹോദരിയും അവളെ തെറ്റിദ്ധരിക്കുന്നു. റഷീദിന്റെയും കുമാരൻ മാസ്റ്ററുടേയും സാന്നിധ്യം മാത്രമാണ് അവൾക്ക് ആശ്വാസം നൽകുന്നത്. പത്രപ്രവർത്തകനായ റഷീദും കുമാരൻമാസ്റ്ററും ചേർന്ന് അവളുടെ ശിക്ഷാകാലാവധി ഇളവുചെയ്ത് വാങ്ങി. അമ്മയുടെ മരണത്തോടെ തീർത്തും ഒറ്റപ്പെട്ട അവൾ റഷീദുമൊത്ത് പുതിയൊരു ജീവിതം സ്വപ്നം കണ്ടുതുടങ്ങിയതാണ്. പക്ഷെ, ഉറ്റസ്നേഹിതയായ ശാരദയെ ഭർത്താവ് രാജനും കൂട്ടരും ചേർന്ന് ബലാൽക്കാരം ചെയ്യുന്നത് കണ്ടുനിൽക്കാൻ അവൾക്കായില്ല. അവളിലെ വിപ്ലവവീര്യം ഉണർന്നു. അവൾ രാജനെ വെടിവെച്ച് കൊന്നു. അടുത്തെത്തിയ പുതിയ ജീവിതത്തെ ദൂരെ മാറ്റിനിർത്തി ജയിലിലേക്ക് തന്നെ മടങ്ങി.

'പഞ്ചാഗ്നി' പ്രതിസ്ഥാനത്തു നിർത്തുന്നത് വിപ്ലവകാരിയുടെ മാർഗ്ഗത്തെയല്ല. ജീർണ്ണിച്ച സമൂഹത്തെയാണ്. മൃഗതുല്യരായ മനുഷ്യരെയാണ്. സമൂഹത്തിന്റെ ജീർണ്ണതക്കെതിരെ പ്രതികരിക്കുന്ന മനുഷ്യസ്നേഹിയായ വ്യക്തിയെ കുടുംബം, ഭരണകൂടം തുടങ്ങിയ സമൂഹസ്ഥാപനങ്ങൾ ക്രൂശിക്കുന്നത് എപ്രകാരമാണെന്ന് ചലച്ചിത്രം കാണിച്ചുതരുന്നു. ചരിത്രത്തിലെവിടെനിന്നും കണ്ടെടുക്കാവുന്ന ക്രൂരയാഥാർത്ഥ്യമാണിത്. ഇന്ദിരയുടെ ചെയ്തികൾ ചിത്രത്തിൽ വിമർശിക്കപ്പെടുന്നില്ല. അവളെ അതിന് നിർബന്ധിതമാക്കുന്ന സാഹചര്യം അവളുടെ പ്രവൃത്തിയെ ന്യായീകരിക്കുംവിധം ഒരുക്കിയിരിക്കുന്നു. വ്യഷ്ടിയിൽ നിന്ന് സമഷ്ടിയിലേക്കുള്ള വളർച്ചയെ ചിത്രം ഉദാത്തീകരിക്കുന്നു. സ്വാർത്ഥത്തെ ഉപേക്ഷിച്ചുകൊണ്ടാണ് ഇന്ദിര സമൂഹത്തിന്റെ വേദനകളിലേക്ക്

ഇറങ്ങുന്നത്. കൈയെത്തും ദൂരത്ത് നിൽക്കുന്ന സുന്ദരമായ ജീവിതത്തെ നിരാകരിച്ച് ജയിലിലേക്ക് മടങ്ങാൻ അവൾക്കാവുന്നത് അതുകൊണ്ടാണ്. ത്യാഗങ്ങൾക്ക് വിലനൽകാത്ത കാലത്തിനു മുന്നിലേക്കാണ് 'പഞ്ചാഗ്നി' ഇന്ദിരയെ നീക്കിനിർത്തുന്നത്. സായുധവിപ്ലവത്തോടുള്ള അനുഭാവവും ശബ്ദരഹിതമായ വിപ്ലവാഹ്വാനവും 'പഞ്ചാഗ്നി'യിൽ ജ്വലിച്ച നിൽക്കുന്നുണ്ട്.

സായുധവിപ്ലവപ്രവർത്തനത്തോടുള്ള അനുഭാവം 'ആരണ്യക'ത്തിലും പ്രകടമാണ്. അടിസ്ഥാനപരമായി പ്രണയചിത്രം എന്നു വിളിക്കാവുന്ന 'ആരണ്യക'ത്തിന് രാഷ്ട്രീയസ്വഭാവം നൽകുന്നത് മുരളി എന്ന കഥാപാത്രമാണ്. വിപ്ലവകാരിയായ അയാളും അമ്മിണിക്കുട്ടിയും തമ്മിലുള്ള സംവാദങ്ങളിൽ സായുധവിപ്ലവസംഹിതയെ ന്യായീകരിക്കുന്ന പലഘടകങ്ങളും ഇഴചേർന്നിരിക്കുന്നു. വിപ്ലവകാരിയെ ആദർശവത്ക്കരിക്കുന്ന സമീപനമാണ് മുരളി എന്ന കഥാപാത്രത്തെ രൂപപ്പെടുത്തിയിരിക്കുന്നത്. പോലീസിന്റെ വെടിയേറ്റ് അയാൾ രക്തസാക്ഷിയാവുന്നിടത്താണ് ചിത്രം അവസാനിക്കുന്നത്. എല്ലാത്തരത്തിലും സഹാനുഭൂതിയുണർത്തുംവിധമാണ് മുരളിയുടെ രൂപകല്പന. എഴുപതുകളിൽ നിന്നിറങ്ങിവന്ന വിപ്ലവകാരിയാണ് അയാൾ.

കേരളത്തിലെ നക്സൽ മുന്നേറ്റം എഴുപതുകളിൽത്തന്നെ അടിച്ചമർത്തപ്പെട്ടെങ്കിലും അതിന്റെ സ്വാധീനം സഹാനുഭൂതിയുടെയും സമഭാവനയുടെയും വിമർശനത്തിന്റെയും രൂപത്തിൽ നമ്മുടെ സിനിമയുടെ പിൽക്കാലങ്ങളിലും ചലനങ്ങൾ സൃഷ്ടിച്ചിട്ടുണ്ട്. 'ഇത്തിരിപ്പൂവേ ചുവന്ന പൂവേ', 'പഞ്ചാഗ്നി', 'ആരണ്യകം' എന്നീ ചിത്രങ്ങൾ നക്സൽ പ്രസ്ഥാനത്തിന്റെ ലക്ഷ്യത്തെയും മാർഗ്ഗത്തെയും നക്സലേറ്റുകൾ അനുഭവിക്കേണ്ടിവന്ന സഹനത്തെയും വിഭിന്നകോണുകളിലൂടെ നോക്കിക്കാണുന്നു. രക്തരൂഷിതമായ സായുധവിപ്ലവശ്രമങ്ങളെ മുൻനിർത്തിയുള്ള സ്വതന്ത്രവിചാരങ്ങളാണ് ഈ മൂന്ന് ചിത്രങ്ങളും.

ലെനിൻ രാജേന്ദ്രന്റെ 'മീനമാസത്തിലെ സൂര്യൻ' (1986) കയ്യൂർ സമരത്തിന്റെ ചലച്ചിത്രാഖ്യാനം എന്ന നിലയിലാണ് ശ്രദ്ധേയമാകുന്നത്. അപ്പു, ചിരുകണ്ടൻ, കുഞ്ഞമ്പുനായർ, അബൂബക്കർ എന്നീ ധീരവിപ്ലവകാരികളെ മുൻനിർത്തിയാണ് ചിത്രം വികസിക്കുന്നത്. ചരിത്രത്തോട് ആവുന്നത്ര സത്യസന്ധത പുലർത്താൻ ചലച്ചിത്രകാരൻ ശ്രമിക്കുന്നുണ്ട്. എന്നാൽ പരിചരണത്തിൽ സ്വീകരിച്ച ചില നിലപാടുകൾ വിഷയത്തിന്റെ തീവ്രതയെ ചോർത്തിക്കളഞ്ഞു എന്ന വിമർശനം 'മീനമാസത്തിലെ സൂര്യ'നു നേരെയുണ്ടായി. 'വിപ്ലവകാരികളുടെ

വ്യക്തിബന്ധങ്ങൾക്ക് നൽകിയ അമിതമായ ഊന്നലാണ് ഈ വിമർശനത്തിന് നിദാനമായത്. വിപ്ലവകാരികളായ മഠത്തിൽ അപ്പുവിനും ചിരുകണ്ടനും മറ്റും പാവപ്പെട്ടവരോടുണ്ടായിരുന്ന ആത്മബന്ധം താരതമ്യേന അപ്രസക്തമാണ് ചിത്രത്തിൽ. അതിലേറെ പ്രാധാന്യം അപ്പുവും ഭാര്യയും ചിരുകണ്ടനും കാമുകിയും തമ്മിലുള്ള ബന്ധത്തിന് നൽകിയിരിക്കുന്നു.[67] കാമുകിയുടെയും ഭാര്യയുടെയും പ്രേമവും ഉത്കണ്ഠയും കാത്തിരിപ്പും ദുഃഖവും വിപ്ലവപ്രവർത്തനങ്ങളുടെ നിശ്ചിത ഇടവേളകളിൽ ആവർത്തിക്കുന്നത് കാണാം. ചിത്രത്തിന്റെ ആഖ്യാനതലത്തിൽ രാഷ്ട്രീയമായ സംഭവഗതികൾക്കൊപ്പം പ്രാധാന്യം വ്യക്തിഗതമായ വശങ്ങൾക്കും നൽകിയിരിക്കുന്നു.

അഭിനന്ദനങ്ങൾക്കും വിമർശനങ്ങൾക്കും ഒരേപോലെ പാത്രമായ ചിത്രമാണിത്. ചിത്രം ചരിത്രത്തോട് നീതിപുലർത്തി എന്നു വിശ്വസിക്കുന്നവരും ചരിത്രത്തെ ലളിതവത്ക്കരിച്ചു എന്ന് വാദിക്കുന്നവരും ഉണ്ട്. മാതൃഭൂമി ആഴ്ചപ്പതിപ്പിന്റെ 1987ലെ 48-ാം ലക്കത്തിൽ (ഫെബ്രുവരി 8-14) അഞ്ചാം പേജിൽ 'വായനക്കാർ എഴുതുന്നു' എന്ന ഭാഗത്ത് വന്ന ഒരു പരാമർശം ഇങ്ങനെയാണ്. 'ഞങ്ങൾ സ്വന്തം നെഞ്ചിലെ ചോരകൊണ്ട് രചിച്ച കാവ്യം പച്ചവെള്ളം കൊണ്ട് പകർത്തിയെഴുതാനുള്ള താങ്കളുടെ ശ്രമം പരിഹാസ്യം തന്നെ. ഈ തെറ്റിന് കയ്യൂർ മാപ്പ് തരില്ല. ഒരിക്കലും.'[68] (ജി.ടി. മാടപ്പള്ളി, കണ്ണൂർ). ഒരു പോലീസുകാരന്റെ മരണത്തിലേക്കും അതിന്റെ ശരിതെറ്റുകളിലേക്കും കയ്യൂർ സമരത്തെ ചുരുക്കിക്കളഞ്ഞു എന്നതാണ് ഈ വിമർശനത്തിന്റെ അടിസ്ഥാനം. വർഗ്ഗബോധമാർജ്ജിച്ച കർഷകത്തൊഴിലാളികളുടെ ഇരമ്പം 'മീനമാസത്തിലെ സൂര്യ'നിൽ ഇല്ല. അത് നാല് വ്യക്തികളിലേക്കും ഒരു സംഭവത്തിലേക്കും ഫോക്കസ് ചെയ്തിരിക്കുന്നു. ഉണരുന്ന കർഷകചേതനയും ചലനങ്ങളും പശ്ചാത്തലം മാത്രമാണ്. വിശാലമായ സമരചരിത്രത്തിൽനിന്ന് ഏതാനും വ്യക്തികളിലേക്കും അവരുടെ വ്യക്തിജീവിതത്തിലേക്കും ഒരു സംഭവത്തിലേക്കും മാറിനോക്കുക വഴിയാണ് ഇത്തരമൊരു വിമർശനം നേരിടേണ്ടിവന്നത്.

വ്യക്തികളുടെ രക്തസാക്ഷിത്വം വിപ്ലവപ്രസ്ഥാനങ്ങൾക്ക് എക്കാലത്തും ആവേശം പകരുന്ന ഓർമ്മയാണ്. പോരാട്ടങ്ങളുടെ പ്രതീകങ്ങളായി രക്തസാക്ഷികളെ ഉയർത്തിനിർത്തുന്നത് വിപ്ലവപാർട്ടികളുടെ ശീലമാണ്. പല സമരങ്ങളെയും അതിന്റെ സമഗ്രതയിലല്ല പൊതുസമൂഹം ഓർക്കുന്നത്. കയ്യൂർ സമരവും ഓർമ്മയിൽ ബാക്കിയാകുന്നത് അപ്പുവിനെയും ചിരുകണ്ടനെയും അബൂബക്കറെയും കുഞ്ഞമ്പുനായരെയുമാണ്. ഓർമ്മയിലെ വൈകാരികത പ്രസ്ഥാനത്തിന്

ആവേശം പകരുന്നു. ആ വൈകാരികതയുടെ ചലച്ചിത്രഭാഷ്യമാണ് 'മീനമാസത്തിലെ സൂര്യൻ'. സമരത്തിന്റെ ഡോക്യുമെന്റേഷനുപരിയായി രക്തസാക്ഷിത്വത്തിന്റെ ആദർശവത്ക്കരണമാണ് ചിത്രം ലക്ഷ്യമിടുന്നത്. കയ്യൂർ സഖാക്കളെ ഏറ്റവും ഒടുവിൽ തടവറയിൽ ചെന്നു സന്ദർശിച്ച കർഷകസംഘം നേതാക്കളോട് അവർ ഓരോരുത്തരും പറഞ്ഞ ധീരവും ദൃഢവുമായ വാക്കുകൾ ചലച്ചിത്രം അതിവൈകാരികമായിത്തന്നെ പകർത്തിയെഴുതുയിരിക്കുന്നു. അബൂബക്കറിന്റെ വാക്കുകൾ ഇങ്ങനെ: 'സഖാക്കളോട് പറയുക അഭിമാനത്തോടെയാണ് ഞങ്ങൾ മരിക്കുന്നതെന്ന്. അമ്മയോട് പറയുക, എന്റെ അനിയന്മാരെയും പാർട്ടിക്കുവേണ്ടി വളർത്തണമെന്ന്.' കയ്യൂർ സമരത്തിന്റെ സമഗ്രതയിലല്ല വ്യക്തിനിഷ്ഠമായ/പ്രസ്ഥാനാധിഷ്ഠിതമായ വൈകാരികതയിലാണ് ചലച്ചിത്രകാരൻ ഊന്നൽ നൽകുന്നത്. അതിന് ആക്കം പകരാൻ വ്യക്തിബന്ധങ്ങളുടെ ആവിഷ്കാരത്തിന് സാധിക്കുന്നുമുണ്ട്. അതിനിടയിലാണ് ചരിത്രത്തിന്റെ സമഗ്രതയും സമീപനത്തിലെ സൂക്ഷ്മതയും കൈമോശം വന്നത്.

മദ്ധ്യവർത്തി സമീപനരീതി സ്വീകരിക്കുകയും ആഖ്യാനപരമായി ദുർബലമാവുകയും ചെയ്ത രാഷ്ട്രീയചിത്രങ്ങളാണ് 'പ്രകൃതീ മനോഹരി' (1980), 'പുരാവൃത്തം' (1988), 'മരിക്കുന്നില്ല ഞാൻ' (1988) എന്നിവ. സ്വാതന്ത്ര്യസമരത്തിന്റെ തീക്ഷ്ണാവസ്ഥയിലുണ്ടായ ചില ചരിത്രസംഭവങ്ങളോടുള്ള പ്രതികരണമാണ് ജി.എസ്. പണിക്കർ സംവിധാനം ചെയ്ത 'പ്രകൃതീ മനോഹരി' എന്ന ചിത്രം. നിരോധനാജ്ഞ ലംഘിച്ച സ്റ്റേറ്റ് കോൺഗ്രസ് പ്രവർത്തകർക്കു നേരെയുണ്ടായ വെടിവെയ്പുകൊണ്ടും സർ സിപിയുടെ ആജ്ഞാനുസാരം നടന്ന നരനായാട്ടുകൊണ്ടും ചരിത്രത്തിൽ ഇടം നേടിയ കടയ്ക്കൽ ഗ്രാമമാണ് ചിത്രത്തിന്റെ പശ്ചാത്തലം. രാജ്യത്തിന്റെ സ്വാതന്ത്ര്യം എന്ന സ്വപ്നത്തിലേക്ക് ജനത നടത്തിയ മുന്നേറ്റത്തിൽനിന്ന് ഒഴിഞ്ഞുനിന്ന് സ്വാർത്ഥവും അരാജകവുമായ ജീവിതം നയിച്ചിരുന്ന ഒരു സാധാരണക്കാരൻ (രാമൻനായർ) വ്യക്തിജീവിതത്തിലുണ്ടാകുന്ന തിരിച്ചടികളിലൂടെ സ്വാതന്ത്ര്യപ്രസ്ഥാനത്തിന്റെ മഹത്വം മനസ്സിലാക്കുന്നതും പോരാട്ടത്തിന്റെ ഭാഗമായി രക്തസാക്ഷിയാവുന്നതുമാണ് ചിത്രത്തിന്റെ പ്രമേയം. വിമോചനപോരാട്ടങ്ങളിൽനിന്ന് മാറിനിന്നവരും ഒറ്റുകൊടുക്കുന്നവരുമൊക്കെ ഭരണകൂടഭീകരതയുടെ ഇരയായി സ്വയം മാറേണ്ടിവരുമ്പോൾ തിരിച്ചറിവ് നേടി പോരാട്ടത്തിന്റെ കുന്തമുനയായി മാറിയിട്ടുണ്ട്. തിരുവിതാംകൂറിലെ സ്വാതന്ത്ര്യപോരാട്ടങ്ങളെ പശ്ചാത്തലത്തിൽ നിർത്തി 'പ്രകൃതീമനോഹരി' പറയാൻ ശ്രമിക്കുന്ന രാഷ്ട്രീയ യാഥാർത്ഥ്യം ഇതാണ്.

മുപ്പതുകളിലെ വടക്കേമലബാറാണ് 'പുരാവൃത്തം' എന്ന ചിത്രത്തിന്റെ പശ്ചാത്തലം. ഫ്യൂഡലിസത്തിനെതിരായ ചെറുത്തുനില്പിനെ തന്റേടിയായ ഒരു സാധാരണക്കാരന്റെ (രാമൻ) ജീവിതത്തിലൂടെ ആവിഷ്ക്കരിക്കുന്ന ചിത്രം കാലഘട്ടത്തിന്റെ അടയാളങ്ങൾ പകർത്തുന്നുണ്ട്. 'മീനമാസത്തിലെ സൂര്യ'നിൽ ലെനിൻ രാജേന്ദ്രൻ പ്രകടിപ്പിച്ച വിപ്ലവാഭിമുഖ്യം മറ്റൊരു രീതിയിൽ വെളിപ്പെടുന്ന ചിത്രമാണ് പുരാവൃത്തം. ജന്മിത്ത്വത്തിന്റെ ക്രൗര്യത്തെയും അടിസ്ഥാനവർഗ്ഗത്തിന്റെ നിസ്സഹായതയെയും മുഖാമുഖം നിർത്തുന്ന ചിത്രം വർഗത്തിനുവേണ്ടിയുള്ള രാമന്റെ ആത്മബലിയിൽ അവസാനിക്കുന്നു.

വ്യക്തിയുടെ രക്തസാക്ഷിത്വമാണ് പി.കെ. രാധാകൃഷ്ണൻ സംവിധാനം ചെയ്ത 'മരിക്കുന്നില്ല ഞാൻ' എന്ന ചിത്രത്തിന്റെയും ഉള്ളടക്കം. അടിയന്തരാവസ്ഥകാലത്ത് ഒരു ഗ്രാമത്തിലെ ഓട്ടുകമ്പനിയിലെ തൊഴിലാളികൾ അടിച്ചമർത്തലിനെതിരെ നടത്തുന്ന പോരാട്ടമാണ് ചിത്രത്തിലെ രാഷ്ട്രീയധാര. 1976 ഏപ്രിൽ 16ന് കുരാച്ചുണ്ട് ഗ്രാമത്തിൽ നിന്ന് ഒരു സഖാവ് മറ്റൊരു സഖാവിന് കത്തെഴുതുന്ന രീതിയിലാണ് ചിത്രത്തിന്റെ ആഖ്യാനം ചിട്ടപ്പെടുത്തിയിരിക്കുന്നത്. തൊഴിൽസമരവും കമ്പനി പൂട്ടിയിടലും ഗുണ്ടാവിളയാട്ടവും പോലീസിന്റെ പക്ഷപാതപരമായ സമീപനവും ക്രൗര്യവും എല്ലാം ചേർന്ന് സിനിമയുടെ രാഷ്ട്രീയപക്ഷം അവതരിപ്പിക്കുന്നു. നിരവധി സംഘർഷങ്ങൾക്കൊടുവിൽ ദാമു എന്ന തൊഴിലാളി നേതാവ് (ബാലചന്ദ്രൻ ചുള്ളിക്കാട്) തൂക്കിലേറ്റപ്പെടുന്നു. അടിയന്തരാവസ്ഥയുടെ വ്യക്തമായ അടയാളങ്ങൾ ചിത്രത്തിലില്ല. ദാമുവിന്റെ വ്യക്തിബന്ധങ്ങൾക്ക് നൽകിയ അമിത പ്രാധാന്യം ചിത്രത്തിന്റെ രാഷ്ട്രീയധാരയെ ദുർബലപ്പെടുത്തുന്നുണ്ട്.

മധ്യവർത്തിസിനിമയോട് ചേർന്നു നിൽക്കുന്നുവെങ്കിലും തിരക്കഥയിലെ പാളിച്ചകളും ആഖ്യാനത്തിലെ ഏകാഗ്രതയില്ലായ്മയും ഈ ചിത്രങ്ങളെ കലാപരമായി ദുർബലമാക്കി. ജനപ്രിയത നേടാനും ഇവക്കായില്ല. കച്ചവടസിനിമയ്ക്കും കലാസിനിമയ്ക്കും ഇടയിൽ ശരിയായ നില കൈവരിക്കാനാവാത്തതിനാലാണ് 'പ്രകൃതീ മനോഹരി'യും 'പുരാവൃത്ത'വും 'മരിക്കുന്നില്ല ഞാനും' എൺപതുകളിലെ ഇതര മധ്യവർത്തി രാഷ്ട്രീയാഖ്യാനങ്ങളോട് ചേർന്നു നിൽക്കാത്തത്.

മധ്യവർത്തിസിനിമയുടെ മുഖമുദ്ര കലാപരതയും ജനപ്രിയതയുമാണ്. സൗന്ദര്യാത്മകതയെ സംബന്ധിക്കുന്ന പിടിവാശികളോടും ജനപ്രിയമെന്ന് കരുതപ്പെടുന്ന കണിശ മാതൃകകളോടും അത് തുല്യ അകലം പാലിക്കാൻ ശ്രമിക്കുന്നു. ഇതിനിടയിലെവിടെയോ ഒളിഞ്ഞിരിക്കുന്ന

നല്ല സിനിമയുടെ വസന്തത്തെ അന്വേഷിക്കുന്നു. ഈ അന്വേഷണം രാഷ്ട്രീയാഖ്യാനങ്ങളിലും കാണാം. വാത്സല്യം, പ്രണയം, സാഹോദര്യം തുടങ്ങിയ ആർദ്രവികാരങ്ങൾക്കും ഒറ്റപ്പെടലിനും ഏകാന്തദുഃഖങ്ങൾക്കും സാഹസികതയ്ക്കും വൈകാരികതയ്ക്കും ഹാസ്യത്തിനും മധ്യവർത്തി രാഷ്ട്രീയസിനിമകളിൽ അർത്ഥവത്തായ ഇടമുണ്ട്. അറുപതുകളിലെയും എഴുപതുകളിലെയുമൊക്കെ മുഖ്യാധാരാ രാഷ്ട്രീയസിനിമകളിലേതു പോലെ രാഷ്ട്രീയത്തെ പ്രാന്തവത്ക്കരിക്കുന്ന സമീപനമല്ല ഇത്. രാഷ്ട്രീയദർശനത്തെ ബലപ്പെടുത്തുന്ന, ചലച്ചിത്രസമീപനത്തെ ശക്തിപ്പെടുത്തുന്ന, കാഴ്ചയെ സജീവമാക്കുന്ന ഘടകങ്ങളായി ഇവയൊക്കെ രാഷ്ട്രീയപ്രമേയ ശരീരത്തിൽ സന്നിവേശിക്കുന്ന വിസ്മയം മധ്യവർത്തി രാഷ്ട്രീയസിനിമകളിൽ കാണാം. 'ഇത്തിരിപൂവേ ചുവന്ന പൂവേ'യിലെ രവിയെയും 'പഞ്ചാഗ്നി'യിലെ ഇന്ദിരയെയും 'ആരണ്യക'ത്തിലെ മുരളിയെയും 'മീനമാസത്തിലെ സൂര്യ'നിലെ അപ്പുവിനെയും ചിരുകണ്ടനെയും അബൂബക്കറെയും കുഞ്ഞമ്പുവിനെയുമൊക്കെ രാഷ്ട്രീയ സംഹിതകളുടെ നിർജ്ജീവമായ പ്രതിനിധാനങ്ങൾക്കുപരി ജീവനുള്ള മനുഷ്യസാന്നിധ്യങ്ങളായി നാം തിരിച്ചറിയുന്നത് ഇതുകൊണ്ടാണ്. ദർശനത്തെ അടയാളപ്പെടുത്തുകയും അനുഭവം സമ്മാനിക്കുകയും ചെയ്യുന്ന ദൃശ്യങ്ങളുടെ സമ്പന്നത ഈ ചിത്രങ്ങളുടെ സവിശേഷതയാണ്. അവ സംവേദനത്തിന് തടസ്സം സൃഷ്ടിക്കുന്ന വിധത്തിൽ ദുരൂഹമാകുന്നില്ല. ലളിതവും സുതാര്യവുമായ ദൃശ്യങ്ങളിലൂടെയാണ് ആഖ്യാനം നിർവഹിക്കപ്പെടുന്നത്.

രാഷ്ട്രീയപ്രമേയത്തെ വിഭിന്ന ആഖ്യാനഘടനകളിലേക്ക് സന്നിവേശിപ്പിക്കാൻ എൺപതുകളിലെ മധ്യവർത്തിസിനിമാക്കാർക്കു സാധിച്ചു. കുടുംബകഥയുടെ ഘടനയാണ് 'ഇത്തിരിപ്പൂവേ ചുവന്ന പൂവേ' എന്ന ചിത്രത്തിന്റേത്. 'പഞ്ചാഗ്നി'ക്ക് സോദ്ദേശ്യചിത്രത്തിന്റെ രൂപഭാവങ്ങളുണ്ട്. 'ആരണ്യക'മാകട്ടെ പ്രണയകഥയുടെ രൂപമാർന്നു നിൽക്കുന്നു. 'പഞ്ചവടിപ്പാല'ത്തിന് കാർട്ടൂണിന്റെ സ്വഭാവവിശേഷമാണുള്ളത്. 'മീനമാസത്തിലെ സൂര്യൻ' ചരിത്രസംഭവത്തിന്റെ പുനരാവിഷ്കാരത്തിന് വൈയക്തിക ബന്ധങ്ങളുടെ നിറം നൽകുന്നു. ആഖ്യാനത്തിലെ ഈ വൈവിധ്യം രാഷ്ട്രീയസിനിമകൾക്ക് നവീനഭാവുകത്വം പ്രദാനം ചെയ്തു. പ്രമേയപരിചരണത്തിലും ദൃശ്യബോധത്തിലും ആഖ്യാനരീതികളിലും വേറിട്ട പാത സ്വീകരിച്ച മധ്യവർത്തി രാഷ്ട്രീയാഖ്യാനങ്ങൾക്ക് ശരിയായ ദിശയിലുള്ള തുടർച്ചയില്ലാതെ പോയി എന്നത് നമ്മുടെ രാഷ്ട്രീയസിനിമാചരിത്രത്തിലെ ഖേദകരമായ യാഥാർത്ഥ്യമാണ്.

സമാന്തരസിനിമയുടെ ഭാഗമായി എൺപതുകളിലുണ്ടായ രാഷ്ട്രീയ സിനിമകളുടെ പ്രതിനിധാനങ്ങൾ എന്ന നിലയിൽ എടുത്തുപറയേണ്ട ചിത്രങ്ങളാണ് 'ചെറിയാച്ചന്റെ ക്രൂരകൃത്യങ്ങൾ' (1980), 'മുഖാമുഖം' (1984), 'അമ്മ അറിയാൻ'*4 (1986), 'ഒരേ തൂവൽ പക്ഷികൾ' (1988), 'പിറവി' (1989) എന്നിവ.

ജോൺ എബ്രഹാം തിരക്കഥയെഴുതി സംവിധാനം ചെയ്ത 'ചെറിയാച്ചന്റെ ക്രൂരകൃത്യ'ങ്ങളുടെ പശ്ചാത്തലം കുട്ടനാട്ടിലെ തൊഴിലാളികൾ അവകാശങ്ങൾക്കുവേണ്ടി നടത്തുന്ന വർഗസമരമാണ്. കർഷകനായ ചെറിയാച്ചന്റെ (അടൂർ ഭാസി) അമ്മ മകന്റെ മരണശേഷം അവന്റെ ക്രൂരകൃത്യങ്ങൾ പറയുന്ന രീതിയിലുള്ള സവിശേഷമായ ആഖ്യാനമാണ് ചിത്രത്തിന്റേത്. തനി പാവവും പേടിത്തൊണ്ടനുമായിരുന്ന ചെറിയാച്ചൻ. എല്ലായ്പ്പോഴും എന്തോ ആപത്തു വരാനുണ്ടെന്ന ഭീതിയിൽ ജീവിക്കുന്ന മനുഷ്യൻ. സമീപസ്ഥമായ ദുരന്തങ്ങൾ പോലും അയാളെ നടുക്കി. അവകാശങ്ങൾക്കുവേണ്ടി പോരാടുന്ന കർഷകർ ക്രൂരമായി പീഡിപ്പിക്കപ്പെടുന്നതും രക്തസാക്ഷിയാവുന്നതും ചെറിയാച്ചൻ അകലെനിന്നു സശ്രദ്ധം നോക്കിക്കാണുന്നുണ്ടായിരുന്നു. സ്വതവേ ഭീരുവായ അയാളിൽ പോലീസിനെക്കുറിച്ചുള്ള ഭയം കടന്നുകയറുന്നു. അന്വേഷണത്തിനെത്തുന്ന പോലീസ് തന്നെത്തേടിയെത്തുമെന്ന് കരുതി അയാൾ ഒളിച്ചു മാറാൻ തുടങ്ങി. മാനസിക വിഭ്രാന്തിക്കടിപ്പെട്ട അയാൾ കട്ടിലിനടിയിലും മാടത്തും തട്ടിൻപുറത്തും അഭയം തേടി. ഏലിയാമ്മയ്ക്കോ, അപ്പനോ അയാളെ സാന്ത്വനപ്പെടുത്താനായില്ല. ദൈവസന്നിധിയും അയാൾക്ക് ആശ്വാസം നൽകിയില്ല. പിന്നീട് മനശാസ്ത്രജ്ഞന്റെ ചികിത്സയിൽ ചെറിയാച്ചൻ കുറച്ചുകാലം ശാന്തനായി. പക്ഷെ വർഗസമരം തീക്ഷ്ണാവസ്ഥയിലെത്തിയപ്പോൾ അയാൾ വീണ്ടും പരിഭ്രാന്തനായി. പോലീസിനോടുള്ള ഭയം മൂർദ്ധന്യാവസ്ഥയിലെത്തി. കൺമുന്നിൽ കാണുന്നവരെല്ലാം പോലീസാണെന്നു തോന്നിത്തുടങ്ങിയപ്പോൾ ഏതഭയസ്ഥാനവും സുരക്ഷിതമല്ലെന്നു കണ്ട അയാൾ ഒരു തെങ്ങിന്റെ മുകളിൽ കയറിക്കൂടി. വിവരമറിഞ്ഞു താഴെ തടിച്ചുകൂടിയവരിൽ ക്രൂരനായ ജന്മി അവറാച്ചനും പോലീസും അപ്പനും ഏലിയാമ്മയും ഒക്കെയുണ്ടായിരുന്നു. വിഭ്രാന്തിയുടെ പരകോടിയിൽ നിന്ന് താഴേക്ക് ചാടി അയാൾ ജീവനൊടുക്കി.

ജനതയുടെ മേൽ അധികാരിവർഗം നടത്തുന്ന അടിച്ചമർത്തലുകൾ സാധാരണക്കാരനായ വ്യക്തിയിൽ സൃഷ്ടിക്കുന്ന വിഹ്വലതകളുടെ ആവിഷ്കാരമാണ് ഈ ചിത്രം. നിസ്സംഗമായ പ്രമേയപരിചരണ

*4 ഭാഗം രണ്ടിൽ അധ്യായം 2 കാണുക.

ശൈലിയാണ് ജോൺ സ്വീകരിക്കുന്നത്. രോഷം നിസ്സംഗതയായി രൂപം മാറിയിരിക്കുന്നു. ചിത്രത്തിന്റെ പേരിൽ നിന്നാരംഭിക്കുന്ന കറുത്തഹാസ്യം അതിന്റെ രാഷ്ട്രീയ സമീപനം പ്രഖ്യാപിക്കുന്നു. ചരിത്രത്തെയും വ്യക്തിയെയും സമാന്തരമായി നിർത്തിക്കൊണ്ട് നിസ്സംഗമായി മുന്നേറുന്ന ചിത്രം ഏതു രാഷ്ട്രീയകാലത്തിലും പ്രസക്തമായ ചോദ്യങ്ങൾ ഉയർത്തുന്നു. ഏതു നാടിന്റെ ചരിത്രത്തിലും കണ്ടെത്താവുന്ന യാഥാർത്ഥ്യത്തെ ചെറിയാച്ചന്റെ വിഭ്രാന്തികളിലൂടെ ദൃശ്യവത്ക്കരിക്കുന്നു. ക്രമികമായി വികസിക്കുന്ന സംഭവങ്ങൾക്കോ/ക്രിയകൾക്കോ അല്ല ചിത്രത്തിന്റെ ആഖ്യാനതലം ഊന്നൽ നൽകുന്നത്. ദൃശ്യങ്ങളുടെ സ്വതന്ത്രമായ നിലനില്പ് അവകാശപ്പെടാവുന്ന ദൃശ്യഭാഷയാണ് ചിത്രത്തിന്റേത്. ചെറിയാച്ചന്റെ വിഭ്രാന്തിയുടെ ആവിഷ്കാരം കലാസൃഷ്ടി എന്ന നിലയിൽ ചിത്രത്തെ മികച്ചതാക്കുന്നു.

അടൂർ ഗോപാലകൃഷ്ണന്റെ 'മുഖാമുഖം' കമ്മ്യൂണിസ്റ്റ് വിമർശനത്തിന്റെ പേരിൽ ഏറെ ചർച്ച ചെയ്യപ്പെട്ട സിനിമയാണ്. ശ്രീധരൻ എന്ന കമ്മ്യൂണിസ്റ്റുകാരനാണ് ചിത്രത്തിലെ കേന്ദ്രകഥാപാത്രം. ചിത്രത്തിന്റെ ഒന്നാം പകുതി സഖാവ് ശ്രീധരനെക്കുറിച്ചുള്ള കേട്ടുകേൾവികളെ മുൻനിർത്തുന്ന അമൂർത്തമായ ദൃശ്യസംഘാതങ്ങളുടേതാണ്. രണ്ടാം പകുതിയിൽ പ്രത്യക്ഷപ്പെടുന്ന ശ്രീധരൻ ആദ്യപകുതിയിൽ നാം അറിഞ്ഞ ശ്രീധരന്റെ നേർവിരുദ്ധ സാന്നിധ്യമായാണ് നിലകൊള്ളുന്നത്. വ്യക്തിയുടെ അപചയത്തെ പ്രസ്ഥാനത്തിന്റെ അപചയമായി വായിച്ചെടുക്കാവുന്ന തരത്തിലാണ് 'മുഖാമുഖം' ആഖ്യാനത്തെ ഒരുക്കിയിരിക്കുന്നത്.

നാൽപ്പതുകളിലും അമ്പതുകളിലും കമ്മ്യൂണിസ്റ്റ് പോരാട്ടങ്ങളുടെ ഭാഗമായിരുന്ന ശ്രീധരന്റെ ഭൂതകാലത്തെക്കുറിച്ച് ഏകാഗ്രമായ സൂചനകൾ 'മുഖാമുഖ'ത്തിലില്ല. എന്നാൽ അടുത്തറിയാവുന്നവരുടെ മനസ്സിലെ ശ്രീധരൻ ക്രമികതയില്ലാത്ത പരിചരണത്തിലൂടെ പ്രേക്ഷകനുമുന്നിൽ തെളിഞ്ഞുവരുന്നു. സിനിമയുടെ രണ്ടു പകുതികളിലായി ഒരു കഥാപാത്രത്തിന്റെ/മനുഷ്യന്റെ രണ്ടവസ്ഥകളെ അടയാളപ്പെടുത്തുന്നതിലൂടെ അയാൾ പ്രതിനിധാനം ചെയ്യുന്ന പ്രത്യയശാസ്ത്രത്തിന്റെ പ്രതിലോമകരമായ പരിണാമംകൂടി സൂചിതമാവുന്നു. ചിത്രത്തിന്റെ രണ്ടുപകുതികളും ഇതിനനുസൃതമായി 'മുഖാമുഖം' നിൽക്കുന്നു.

1984ൽ തിരഞ്ഞെടുപ്പുകാലത്തു പുറത്തിറങ്ങിയ ഈ ചിത്രം കമ്മ്യൂണിസ്റ്റ് വിരുദ്ധമെന്ന് പഴികേട്ടതിൽ അസ്വാഭാവികമായി ഒന്നുമില്ല. ശ്രീധരൻ എന്ന കഥാപാത്രത്തിന്റെ രൂപണവും രാഷ്ട്രീയനിറമുള്ള ദൃശ്യങ്ങളും ദൃശ്യങ്ങളുടെ ക്രമപ്പെടുത്തലും സങ്കലനവും കമ്മ്യൂണിസ്റ്റ്

വിമർശനം നിർവഹിക്കുന്നുണ്ട്. 'ഓട്ടുകമ്പനിയിലെ ചൂളയിൽ നിന്ന് സമരത്തിലേക്കുള്ള കട്ട്/കൊടികളുടെയും പ്ലക്കാർഡുകളുടെയും എണ്ണത്തിനൊപ്പം പോലും ആളില്ലാത്ത സമരമുഖങ്ങൾ/മൂളിവരുന്ന വണ്ട് നിലവിളക്കിന്റെ നാളത്തിൽവീണ് എരിഞ്ഞടങ്ങുകയും വെളിച്ചം കെടുത്തുകയും ചെയ്യുന്ന ദൃശ്യം/വൈരുദ്ധ്യത്തെ പ്രത്യക്ഷവത്ക്കരിക്കുന്ന ഘടന/സംഭാഷണങ്ങളിലെ സൂചനകൾ/ഇതിനൊക്കെത്തന്നെ വ്യക്തമായ രാഷ്ട്രീയ വിവക്ഷകളുണ്ട്.'[69]

എഴുപതുകളിലെയും എൺപതുകളിലെയുമൊക്കെ കേരളത്തിൽ, കമ്മ്യൂണിസ്റ്റു പ്രസ്ഥാനം അടിസ്ഥാന മൂല്യങ്ങളിൽനിന്നു വ്യതിചലിക്കുന്നു എന്ന ആശങ്ക ശക്തമായിരുന്നു. കമ്മ്യൂണിസ്റ്റ് പ്രസ്ഥാനത്തെ വിമർശനാത്മകമായി സമീപിക്കുന്ന ചിത്രങ്ങൾ ഇക്കാലത്തെ കച്ചവടസിനിമയിലുണ്ടായി. വിപണി കച്ചവടപരമായി ഉപയോഗിക്കാൻ ശ്രമിച്ച രാഷ്ട്രീയവിമർശനത്തിന്റെ ഗൗരവപൂർണമായ ആഖ്യാനമാണ് 'മുഖാമുഖം'. ചലച്ചിത്രാഖ്യാനത്തിന്റെ വ്യത്യസ്ത ഘടകങ്ങളെ രാഷ്ട്രീയമായി ഉപയോഗിക്കാൻ 'മുഖാമുഖ'ത്തിനു കഴിഞ്ഞു. പക്ഷേ പ്രേക്ഷകനിലേക്ക് നേരിട്ടു കടന്നു ചെല്ലുന്ന സുതാര്യമായ ദൃശ്യഭാഷയല്ല 'മുഖാമുഖ'ത്തിന്റേത്. അത് ദുരൂഹതയുടെ പുറം മോടിയണിഞ്ഞ് നിൽക്കുന്നു. എഴുപതുകളിലെ നവസിനിമ രൂപപ്പെടുത്തിയ ആഖ്യാനപരിചരണ ധാരണകളെ അതിലംഘിക്കുന്നില്ലെന്നു മാത്രമല്ല കൂടുതൽ നിഗൂഢമായി പരിവർത്തിപ്പിക്കുകയും ചെയ്യുന്നു. തന്റെതന്നെ മുൻകാല ചിത്രങ്ങളുടെ ഒതുക്കശീലുകളെ മറികടക്കാനും അടൂർ ഗോപാലകൃഷ്ണൻ ശ്രമിക്കുന്നില്ല. ചിത്രത്തിന്റെ രാഷ്ട്രീയം ഏറെ ഒച്ചപ്പാടുകൾ സൃഷ്ടിച്ചെങ്കിലും 'അമ്മ അറിയാൻ'നെപ്പോലെ മാധ്യമത്തെ പ്രമേയ/ആഖ്യാനതലങ്ങളിൽ മുന്നോട്ടുനയിക്കാൻ 'മുഖാമുഖ'ത്തിനു കഴിഞ്ഞില്ല.

സ്വാതന്ത്ര്യത്തിനും മുമ്പുള്ള കാലത്ത് നിലമ്പൂരിലെ തോട്ടം തൊഴിലാളികൾ അനുഭവിക്കേണ്ടി വന്ന കൊടിയ യാതനകളിൽനിന്ന് അവർ വർഗബോധമാർജ്ജിച്ച് സംഘടിക്കുന്നതിന്റെ സമരാവേശത്തിലേക്ക് വികസിക്കുന്ന സിനിമയാണ് 'ഒരേ തൂവൽ പക്ഷികൾ'. തോട്ടം തൊഴിലാളികൾക്കിടയിൽ അവകാശബോധത്തിന്റെ അനുരണനങ്ങൾ സൃഷ്ടിക്കുന്നത് നമ്പൂതിരിയുടെ ഇടപെടലുകളാണ്. അയാളിലൂടെ തീക്ഷ്ണമായ കാലത്തിന്റെ വിപ്ലവവീര്യവുമായി കണ്ണിചേർക്കപ്പെടുന്ന തൊഴിലാളികൾ പ്രതിരോധത്തിനുള്ള ശക്തിയാർജ്ജിക്കുന്നു.

ചിത്രത്തിന്റെ ആദ്യഭാഗങ്ങളിൽ അസംഘടിതരായ തൊഴിലാളികളുടെ നരകപൂർണ്ണമായ ജീവിതം നിറഞ്ഞുനിൽക്കുന്നു. നമ്പൂതിരിയുടെ

പ്രവർത്തനങ്ങളോടെ അത് വർഗസംഘർഷത്തിന്റെ അടയാളങ്ങളിലേക്ക് വികസിക്കുന്നു. ഒടുവിൽ തൊഴിലാളികളുടെ സംഘടിത മുന്നേറ്റത്തിന്റെ ശക്തിവെളിവാകുന്ന ദൃശ്യത്തിൽ ചുവപ്പ് പടർത്തിക്കൊണ്ട് ചിത്രം അവസാനിക്കുന്നു. പാച്ചൻ എന്ന കഥാപാത്രത്തിലൂടെ വർഗമുന്നേറ്റത്തിന്റെ ശബ്ദവും വെളിച്ചവും തിരിച്ചറിയാൻ കഴിയാതെപോയ തൊഴിലാളികളുടെ പ്രതിനിധാനം സാധ്യമാകുന്നു. മുതലാളിത്തത്തിന്റെ വിധേയരായി നിന്ന് സമരങ്ങളെ ഒറ്റുകൊടുക്കുന്ന ഇക്കൂട്ടർ ഒടുവിൽ മുതലാളിത്തത്തിന്റെ തന്നെ ഇരയാവുന്നതെങ്ങനെയെന്ന് ചിത്രം കാണിച്ചുതരുന്നു. ചരിത്രത്തിന്റെ ആവിഷ്കാരമായിരിക്കുമ്പോഴും വർത്തമാനത്തോട് രാഷ്ട്രീയമായി സംവദിക്കാൻ ഈ ചിത്രത്തിനു സാധിക്കുന്നുണ്ട്.

മലയോരമേഖലയുടെ വശ്യസൗന്ദര്യവും റബ്ബർതോട്ടങ്ങളുടെ നിഗൂഢമായ തണുപ്പും അനുഭവിപ്പിക്കുന്ന ദൃശ്യതലമാണ് 'ഒരേതൂവൽ പക്ഷി'കളുടേത്. എല്ലാത്തിനും ഉപരിയായി ജീവിതദൈന്യങ്ങളുടെ ദൃശ്യരൂപകങ്ങൾ ചിതറിക്കിടക്കുന്നു. ഡോക്യുമെന്റേഷന്റെയും കഥപറച്ചിലിന്റെയും സങ്കേതങ്ങൾ ചിത്രത്തിൽ ഇടകലരുന്നു. ഇത് ആഖ്യാനത്തിന് വ്യതിരിക്തത നൽകുന്നുണ്ട്. ദൃശ്യങ്ങളെ രാഷ്ട്രീയമായി രൂപപ്പെടുത്തുന്നതിനുള്ള ശ്രമം സിനിമയിലുടനീളമുണ്ട്. പരിചരണത്തിലും ആഖ്യാനരീതികളിലും എഴുപതുകളിലെ നവസിനിമാ രാഷ്ട്രീയചിത്രങ്ങളോട് നല്ലൊരളവിൽ സാധർമ്മ്യം പുലർത്തുന്ന 'ഒരേതൂവൽ പക്ഷികൾ' ആ പാതയിൽനിന്ന് കുതറിമാറാനുള്ള ത്വരയും പ്രകടിപ്പിക്കുന്നുണ്ട്. ആഖ്യാന/പരിചരണതലങ്ങളിൽ പുലർത്തുന്ന വ്യതിരിക്തത ഈ മാറ്റത്തിന്റെ അടയാളമാണ്.

എസ്. ജയചന്ദ്രൻനായർ തിരക്കഥയെഴുതി ഷാജി.എൻ.കരുൺ സംവിധാനം ചെയ്ത 'പിറവി' രാജൻ സംഭവുമായി അടുത്ത ബന്ധം പുലർത്തുന്ന ചലച്ചിത്രമാണ്. 'പിറവി' രാഷ്ട്രീയചിത്രമാകുന്നത് ഏതർത്ഥത്തിലാണ് എന്ന് പരിശോധിക്കേണ്ടതുണ്ട്. ഭരണകൂട ഭീകരതയുടെ ഇരയാവേണ്ടിവരുന്ന മനുഷ്യന്റെ ദുരന്തപർവ്വങ്ങളുമായി ചേർത്ത് വായിക്കുമ്പോഴാണ് 'പിറവി'ക്ക് രാഷ്ട്രീയനിറവും സ്വരവും കൈവരുന്നത്. 'ഭരിക്കുന്നവരും അവരെ എതിർക്കുന്നവരും തമ്മിൽ നടക്കുന്ന നിരന്തര സംഘർഷങ്ങളിൽ ലോകത്തിൽ എല്ലാ രാജ്യ/വർണ്ണക്കാർക്കിടയിലും സംഭവിക്കാറുള്ള മാനുഷികദുരന്തത്തിന്റെ ചോരയും കണ്ണീരും പുരണ്ട സാക്ഷ്യമാണ് പിറവി. ഇന്ത്യയിൽ മാത്രമല്ല കോസ്റ്റോറിക്കയിലോ, അർജന്റീനയിലോ, ദക്ഷിണാഫ്രിക്കയിലോ, ലങ്കയിലോ, കമ്പൂച്ചിയിലോ നടക്കാവുന്നതാണീ കഥ."[70] 1989ൽ റിലീസായ 'പിറവി' എഴുപതുകളിലെ

രാഷ്ട്രീയസാഹചര്യം യഥാതഥമായി പുനസൃഷ്ടിക്കുന്നില്ല. പക്ഷെ, എഴു പതുകളിൽ നക്സൽവേട്ടയുടെ ഭാഗമായി അരങ്ങേറിയ പോലീസ് ഭീകരത സൃഷ്ടിച്ച നടുക്കത്തെ പ്രേക്ഷകമനസ്സിലേക്ക് പുനരാനയിക്കാൻ ചിത്രത്തിന് കഴിയുന്നുണ്ട്. നിരപരാധികളായ മനുഷ്യരുടെ ചോരയും കണ്ണീരും കൊണ്ടു നനഞ്ഞ ഇന്നലെകളിലേക്ക് നാമറിയാതെ മനസ്സ് കൊണ്ട് യാത്രപോകുന്നു. ചാക്യാരുടെ നൊമ്പരങ്ങളും മഴക്കാലത്തി ന്റെ നനഞ്ഞ പശ്ചാത്തലവും വേദനകളുടെ തുരുത്തിൽ പ്രേക്ഷകനെ ഒറ്റപ്പെടുത്തുന്നു.

ആഖ്യാനത്തിന്റെ ഭാഗമെന്നവണ്ണം മഴയുടെ വിഭിന്നഭാവങ്ങൾ ചിത്രത്തിലുടനീളമുണ്ട്. കാറ്റും കോളും നിറഞ്ഞ ആകാശവും മഴയുടെ പെയ്ത്തും തോർച്ചയും എല്ലാം ചേർന്ന് ചിത്രത്തിന്റെ ഭാവതലത്തെ അനന്യമാക്കുന്നു. കൊടികളും സമ്മേളനങ്ങളും പ്രക്ഷോഭങ്ങളും സിന്ദാ ബാദ്വിളികളുമൊന്നുമില്ലാതെ എങ്ങനെ ചലച്ചിത്രത്തെ രാഷ്ട്രീയമായി സമീപിക്കാം എന്ന് 'പിറവി' കാണിച്ചുതരുന്നു. മലയാളസിനിമയുടെ ചരിത്രത്തിൽത്തന്നെ വേറിട്ടു നിൽക്കുന്ന രാഷ്ട്രീയാഖ്യാനമാണ് 'പിറവി'.

എൺപതുകളിലെ കച്ചവടസിനിമയുടെ പ്രമേയതലത്തിൽ ജീർ ണ്ണമായ രാഷ്ട്രീയസാഹചര്യത്തിന്റെ ശക്തമായ സ്വാധീനം കാണാം. മധ്യവർത്തിസിനിമയിലെ രാഷ്ട്രീയാഖ്യാനങ്ങളിൽ 'പഞ്ചവടിപ്പാലം' ഒഴികെയുള്ള ചിത്രങ്ങൾ കാലിക രാഷ്ട്രീയാവസ്ഥയുടെ സൃഷ്ടിയല്ല. കഴിഞ്ഞകാല രാഷ്ട്രീയസാഹചര്യങ്ങളുടെ വിമർശനമോ വിശകലനമോ ലക്ഷ്യംവെക്കുന്ന ആവിഷ്കാരങ്ങളാണ്. അതുവഴി ശക്തമായ രാഷ്ട്രീയ നിലപാടുകൾ അവതരിപ്പിക്കാൻ അവർക്കു സാധിക്കുന്നുണ്ട്. കലാസിനി മയിൽ കാലിക പ്രസക്തിയുള്ള രാഷ്ട്രീയവിമർശനവും സാർവകാലിക/ സാർവദേശീയ പ്രസക്തിയുള്ള രാഷ്ട്രീയദർശനവും എഴുപതുകളിലെ സായുധവിപ്ലവാഹ്വാനങ്ങളോടുള്ള അനുകൂല/പ്രതികൂല പ്രതികരണ ങ്ങളും ഒരുപോലെ ഇടംനേടി. ഈ മൂന്നു ചലച്ചിത്രസമീപനങ്ങളുമായി ബന്ധപ്പെട്ട് വ്യതിരിക്തമായ രീതികളിൽ രാഷ്ട്രീയം ഉപയോഗിക്കപ്പെട്ടു. രാഷ്ട്രീയപ്രമേയം, അതിന്റെ പരിചരണം ആഖ്യാനരീതി, ചലച്ചിത്രത്തി ന്റെ രാഷ്ട്രീയം തുടങ്ങിയവ വിഭിന്ന മാനങ്ങളിൽ സാക്ഷാത്കാരം നേടി.

തൊണ്ണൂറുകൾ

രാഷ്ട്രീയസിനിമകളുടെ കുത്തൊഴുക്ക് തൊണ്ണൂറുകളിലെ സിനിമാ വിപണിയിലുണ്ടായി. ആക്ഷൻ ചിത്രങ്ങളിൽ ഭൂരിഭാഗവും രാഷ്ട്രീയ ത്തെ ചേരുവയായി ഉപയോഗിച്ചു. രാഷ്ട്രീയമായ പശ്ചാത്തലമുള്ള ചിത്രങ്ങൾക്ക് പ്രേക്ഷകരിൽ നിന്ന് വൻതോതിലുള്ള സ്വീകാര്യത ലഭിച്ചു.

രാഷ്ട്രീയചരിത്രവും വർത്തമാനവും വിപണി സമർത്ഥമായി ഉപയോഗിച്ചു. രാഷ്ട്രീയസിനിമകൾ എന്നു വിളിക്കാവുന്ന നാൽപ്പതോളം ചിത്രങ്ങൾ തൊണ്ണൂറുകളിൽ കച്ചവടസിനിമയുടെ ഭാഗമായി ഉണ്ടായി. ഇതിൽ 'ലാൽസലാം' (1990), 'ചീഫ് മിനിസ്റ്റർ കെ.ആർ. ഗൗതമി' (1994), 'കാലാപാനി' (1995), 'രക്തസാക്ഷികൾ സിന്ദാബാദ്' (1998) തുടങ്ങിയ ചിത്രങ്ങൾ രാഷ്ട്രീയചരിത്രവുമായി ബന്ധം പുലർത്തുന്നു.

കേരളത്തിലെ രാഷ്ട്രീയ/വ്യവസായ രംഗങ്ങളിൽ പ്രമുഖനായിരുന്ന വർഗീസ് വൈദ്യന്റെ ജീവിതമാണ് 'ലാൽസലാം' എന്ന ചിത്രത്തിന് ആധാരം. വർഗീസ് വൈദ്യന്റെ മകനായ ചെറിയാൻ കല്പകവാടി തിരക്കഥയെഴുതിയ ഈ ചിത്രം സംവിധാനം ചെയ്തത് വേണുനാഗവള്ളിയാണ്. നെട്ടൂരാൻ സ്റ്റീഫൻ, സേതുലക്ഷ്മി, ഡി.കെ. ആന്റണി എന്നീ കഥാപാത്രങ്ങൾ യഥാക്രമം വർഗീസ് വൈദ്യൻ, കെ.ആർ. ഗൗരിയമ്മ, ടി.വി. തോമസ് എന്നിവരെ അനുസ്മരിപ്പിക്കുന്നുണ്ട്. അവിഭക്ത കമ്മ്യൂണിസ്റ്റ് പ്രസ്ഥാനത്തിന്റെ ഗതിവിഗതികളുടെ പശ്ചാത്തലത്തിൽ ആവിഷ്ക്കാരം നേടുന്ന പ്രമേയം നെട്ടൂരാൻ സ്റ്റീഫനെ നായകസ്ഥാനത്തു നിർത്തുന്നു. അയാളുടെ വീക്ഷണകോണിലൂടെയാണ് ആഖ്യാനം നിർവഹിച്ചിരിക്കുന്നത്. കേരളത്തിലെ കമ്മ്യൂണിസ്റ്റ് പ്രസ്ഥാനത്തിന്റെ ചരിത്രത്തിൽ ശ്രദ്ധേയരായ ഏതാനും വ്യക്തികളുടെ സ്വകാര്യജീവിതത്തിലും പൊതുജീവിതത്തിലുമുണ്ടായ സംഘർഷങ്ങളെ ഒരാളുടെ മാത്രം വീക്ഷണകോണിൽ നിന്നുകൊണ്ട് ദൃശ്യവത്ക്കരിക്കുന്ന ചിത്രമാണ് 'ലാൽസലാം'.

യഥാർത്ഥ വ്യക്തികളുമായി ബന്ധമില്ലെന്ന സൂചന ചിത്രത്തിന്റെ തുടക്കത്തിലുണ്ടെങ്കിലും 'ലാൽസലാം'ന് അത്തരമൊരു ബന്ധം ഉണ്ട്. ടി.വി. തോമസും വർഗീസ് വൈദ്യനും തമ്മിലുണ്ടായിരുന്ന സൗഹൃദവും ടി.വിക്ക് മറ്റൊരു സ്ത്രീയുമുണ്ടായിരുന്ന ബന്ധവും കെ.ആർ. ഗൗരിയമ്മക്ക് അതിനോടുണ്ടായിരുന്ന എതിർപ്പും വർഗീസ് വൈദ്യന്റെ കമ്മ്യൂണിസ്റ്റ് പശ്ചാത്തലവും ഗൗരിയമ്മയുടെയും ടി.വി.യുടെയും ദാമ്പത്യത്തിലെ അസ്വാരസ്യങ്ങളും നിഷേധിക്കാനാവാത്ത സത്യങ്ങളാണ്. അന്നമ്മയുൾപ്പടെ ചിത്രത്തിലെ മറ്റ് പല കഥാപാത്രങ്ങൾക്കും ജീവിച്ചിരിക്കുന്നവരോ മരിച്ചുപോയവരോ ആയി ബന്ധമുണ്ട്. വർഗീസ് വൈദ്യന്റെ മകനായ ചെറിയാൻ കല്പകവാടി തിരക്കഥാകൃത്തെന്ന നിലയിൽ നടത്തിയ നിരീക്ഷണങ്ങളിലെ ശരിതെറ്റുകൾ വേർതിരിക്കുക പ്രയാസകരമാണ്. കാരണം ചരിത്രസംഭവങ്ങളല്ല ചരിത്രത്തിലിടം നേടിയ വ്യക്തികളുടെ മാനസികബന്ധങ്ങളാണ് വിശകലനം ചെയ്യുന്നത്. സ്വകാര്യജീവിതമാണ് പൊതുജീവിതത്തിനുമപ്പുറത്തേക്ക് കടന്നു

നിൽക്കുന്നത്. അതിനാൽ വിശ്വാസ്യതയുടെ അളവുകോലുകൾ പരിമിതമാണ്. ഇതു നൽകുന്ന സ്വാതന്ത്ര്യം ചിത്രത്തെ ജനപ്രിയമായി അണിയിച്ചൊരുക്കുന്നതിന് സഹായകമായിട്ടുണ്ട്. ചലച്ചിത്രം എന്ന നിലയിൽ മികവു പുലർത്താൻ 'ലാൽസലാം'ന് കഴിയുന്നുണ്ട്. പ്രണയം, വിപ്ലവം, ബന്ധങ്ങൾ, മാനസിക സംഘർഷങ്ങൾ, നായകസങ്കല്പം ഇതെല്ലാം തന്നെ ജനപ്രിയ ചട്ടക്കൂടുകൾക്കകത്ത് നിന്നുകൊണ്ടാണ് രൂപപ്പെടുത്തിയിരിക്കുന്നത്.

രാഷ്ട്രീയചരിത്രത്തെയും വർത്തമാനത്തെയും ബന്ധിപ്പിച്ച് രൂപപ്പെടുത്തിയ ചിത്രമാണ് 'ചീഫ് മിനിസ്റ്റർ കെ.ആർ. ഗൗതമി' (സംവി: ബാബുരാജ്). കെ.ആർ ഗൗരിയമ്മയെ സി.പി.ഐ (എം)ൽ നിന്ന് പുറത്താക്കിയ രാഷ്ട്രീയസാഹചര്യത്തിൽ പുറത്തിറങ്ങിയ ചിത്രം ഗൗരിയമ്മയുടെ ജീവിതവുമായി ബനധപ്പെട്ടുണ്ടായ ദുർബലമായ ആവിഷ്കാരമാണ്. 'കെ.ആർ. ഗൗതമി'യാണ് ചിത്രത്തിന്റെ കേന്ദ്രം. ഗൗതമിയുടെ ഭൂതകാലത്തിനോടൊപ്പം തന്നെ പ്രാധാന്യം പാർട്ടിയിൽ നിന്ന് അവർ പുറത്താക്കപ്പെടുന്നതുമായി ബന്ധപ്പെട്ട സംഭവങ്ങൾക്കും അനന്തര ചലനങ്ങൾ ക്കുമുണ്ട്. പാർട്ടിയും പാർട്ടിയിലെ ഇതര നേതാക്കളുമാണ് പ്രതിസ്ഥാനത്തുള്ളത്. ഗൗതമി മുഖ്യമന്ത്രിയാകുന്ന നിലയിലേക്ക് സംഭവഗതികൾ വികസിക്കുകയും ചെയ്യുന്നു. ഗൗതമിയെന്ന കഥാപാത്രത്തിന്റെ വളർച്ചയും വികാസവും കെ.ആർ ഗൗരിയമ്മയെ മുൻനിർത്തിയാണ് രൂപപ്പെടുത്തിയിരിക്കുന്നത്. ടി.വി. തോമസ്, ഇ.എം. എസ്, വി.എസ്. അച്ചുതാനന്ദൻ, നായനാർ തുടങ്ങിയവരെയൊക്കെ അനുസ്മരിപ്പിക്കുന്ന കഥാപാത്രങ്ങൾ ചിത്രത്തിലുണ്ട്. വസ്തുനിഷ്ഠമായ ആവിഷ്കാരമാണ് ചിത്രം നിർവഹിക്കുന്നത് എന്നു പറയാനാവില്ല. കെ.ആർ. ഗൗരിയമ്മയുടെ ജീവിതവുമായി ബന്ധപ്പെട്ട ചില യാഥാർത്ഥ്യങ്ങൾ ചിത്രത്തിലുണ്ട്. എന്നാൽ ഒരു കോണിലൂടെ മാത്രം കാണുന്ന ഏകപക്ഷീയ വിമർശനം ചിത്രത്തെ രാഷ്ട്രീയമായി ദുർബലമാക്കുന്നു. അജയ്യയായ 'നായികയായി' ഗൗതമിയെ ഉയർത്തിക്കാണിക്കുന്ന ചിത്രം ഭാവനയിലൂടെ കാടുകയറി അവരെ മുഖ്യമന്ത്രിയായി അവരോധിക്കുന്നു. ചരിത്രത്തിലും വർത്തമാനത്തിലും ശക്തമായ ഇടപെടലുകൾ നടത്തിയ ഒരു വ്യക്തിയുടെ ജീവിതത്തെ അതിരുകടന്ന ആരാധനാമനോഭാവത്തോടെ, ഉപരിപ്ലവമായി സമീപിച്ചതിന്റെ ഫലമാണ് ചീഫ് മിനിസ്റ്റർ കെ.ആർ. ഗൗതമിയെന്ന പൊള്ളയായ രാഷ്ട്രീയചിത്രം. അന്നത്തെ സവിശേഷ രാഷ്ട്രീയസാഹചര്യത്തിൽ പൊതുസമൂഹത്തിന് ഗൗരിയമ്മയോടുണ്ടായിരുന്ന സഹാനുഭൂതിയെ മുതലെടുക്കുക എന്ന ലക്ഷ്യത്തോടെ നിർമ്മിക്കപ്പെട്ട ചിത്രം, ചലച്ചിത്രം എന്ന നിലയിൽ തികഞ്ഞ പരാജയമാണ്.

ബ്രിട്ടീഷ് കോളനി വാഴ്ചക്കാലത്ത് ആൻഡമാനിലെ തടവറകളിൽ സ്വാതന്ത്ര്യസമരപോരാളികൾ അനുഭവിച്ച കടുത്ത യാതനകളുടെയും പീഡനങ്ങളുടെയും അവരുയർത്തിയ ധീരമായ ചെറുത്തു നിൽപ്പിന്റെയും ആവിഷ്ക്കാരമാണ് 'കാലാപാനി' (സംവി: പ്രിയദർശൻ). ഗോവർ ദ്ധൻ എന്ന കഥാപാത്രത്തെ മുൻനിർത്തി നിർവഹിക്കുന്ന ആഖ്യാനം കാലഘട്ടത്തിന്റെ പുനഃസൃഷ്ടിയിലും ദൃശ്യഭാഷയിലും മികച്ചു നിൽക്കുന്നു. ഗോവർദ്ധന്റെ കുടുംബ പശ്ചാത്തലത്തിനും പ്രണയത്തിനും നൽകിയ അമിത പ്രാധാന്യം ചിത്രത്തിന്റെ ഗൗരവസ്വഭാവത്തെ പലപ്പോഴും ചോർത്തിക്കളയുന്നുണ്ട്. എന്നാൽ ജയിലിലെ പീഢനങ്ങളും ചെറു ത്തുനിൽപ്പും തികഞ്ഞ ചാരുതയോടെ പകർത്താൻ ചലച്ചിത്രകാരന് കഴിയുന്നുണ്ട്. ജനപ്രിയ ഫോർമുലയിലെ പ്രണയ/നായക/വൈകാരിക സങ്കല്പങ്ങളെ പിൻതുടരുന്നുണ്ടെങ്കിലും വേറിട്ട ചലച്ചിത്ര ശ്രമമെന്ന നിലയിൽ ഈ ചരിത്രപുനരാഖ്യാനം ശ്രദ്ധേയമാകുന്നു.

സ്വാതന്ത്ര്യപൂർവ്വകാലഘട്ടമാണ് വേണു നാഗവള്ളി സംവിധാനം ചെയ്ത 'രക്തസാക്ഷികൾ സിന്ദാബാദി'ന്റെയും പശ്ചാത്തലം. സർ സി.പി.യുടെ മൂക്കുവെട്ടിയ കെ.സി.എസ് മണിയെന്ന വിപ്ലവകാരി യുടെ ജീവിതത്തെ അടിസ്ഥാനമാക്കി രൂപപ്പെടുത്തിയ ചിത്രമാണിത്. കർഷക മുന്നേറ്റവും പുന്നപ്ര വയലാർ സമരവുമൊക്കെ പുനഃസൃഷ്ടിക്കുന്ന ചിത്രം ആഖ്യാനപരമായി ദുർബലമാണ്. മണിയെ പ്രതിനിധീകരിക്കുന്ന കഥാപാത്രത്തിന്റെ വ്യത്യസ്ത പ്രണയങ്ങളുടെ ആവിഷ്ക്കാരത്തിൽ ചെലുത്തിയ അമിത ശ്രദ്ധ, ഏകാഗ്രതയില്ലാത്ത ആഖ്യാനശൈലി, രാഷ്ട്രീയ സമീപനത്തിലെ സമഗ്രതയില്ലായ്മ, അതിവൈകാരികത എന്നിവകൊണ്ട് നിറം കെട്ടുപോയ സിനിമയാണിത്. പ്രണയം/വിപ്ല വസമരങ്ങൾ/പ്രണയ-വിപ്ലവ ഗാനങ്ങൾ ഇതൊക്കെ ഇടകലർത്തു ന്ന ഫോർമുല വിപ്ലവചിത്രങ്ങളുടെ ധാരയിലാണ് 'രക്തസാക്ഷികൾ സിന്ദാബാദി'ന്റെയും സ്ഥാനം.

ചരിത്രത്തെയും ചരിത്രവ്യക്തിത്വങ്ങളെയും മുന്നണിയിൽ നിർത്തി ജനപ്രിയ ഫോർമുലകൾ മെനഞ്ഞെടുക്കുന്ന വിപണനരാഷ്ട്രീയത്തിന്റെ ചലച്ചിത്ര രൂപങ്ങളാണ് ഈ നാലു ചിത്രങ്ങളും.

രാഷ്ട്രീയരംഗത്തെ ജീർണ്ണതകളെക്കുറിച്ചുള്ള പൊതുധാരണകളുടെ നിറം പിടിപ്പിച്ച ആവിഷ്ക്കാരങ്ങൾക്ക് തൊണ്ണൂറുകളിലെ ചലച്ചിത്ര വിപണിയിൽ വലിയ ഇടം ലഭിച്ചു. ഇത്തരം രാഷ്ട്രീയാഖ്യാനങ്ങളൊ ക്കെ ജനപക്ഷത്തുനിന്ന് സംസാരിക്കുന്ന, ഒറ്റയാനായി യുദ്ധം നയി ക്കുന്ന നായകനെ കേന്ദ്രീകരിച്ചുള്ള വീരേതിഹാസങ്ങളായിരുന്നു.

എൺപതുകളിൽ 'വാർത്ത'യിലും 'ന്യൂഡൽഹി'യിലു മൊക്കെ പരീക്ഷിച്ച വിജയിച്ച നായകസങ്കല്പം വർദ്ധിത വീര്യത്തോടെ തൊണ്ണൂറുകളിലും നിറഞ്ഞുനിന്നു. 'തലസ്ഥാനം' (1992), 'സ്ഥലത്തെ പ്രധാന പയ്യൻസ്' (1993), 'ഏകലവ്യൻ' (1993), 'മാഫിയ' (1993), 'ജനം' (1993), 'ഭരണകൂടം' (1994), 'കമ്മീഷണർ'(1994), 'ദി കിംഗ്' (1995), 'യുവതുർക്കി'(1996), 'ജനാധിപത്യം' (1997), 'ഗോഡ്മാൻ'(1999), 'സ്റ്റാലിൻ ശിവദാസ്' (1999) എന്നു തുടങ്ങി ഇത്തരം ചിത്രങ്ങളുടെ ഒരു ശ്രേണിതന്നെയുണ്ട്.

അങ്ങേയറ്റം മലീമസമായ ഒരു രാഷ്ട്രീയരംഗത്തിന്റെ ചിത്രമാണ് ഈ സിനിമകളെല്ലാം ചേർന്ന് മുന്നോട്ടുവെക്കുന്നത്. അവിടെ പരിശുദ്ധിയുടെ വെണ്മ കുറവാണ്. ആട്ടിൻ തോലിട്ട ചെന്നായ്ക്കളാണ് അധികം പേരും. അവർ വ്യവസായ കുത്തകകളോടും മാഫിയകളോടും മതതീവ്രവാദികളോടും ഭീകരവാദികളോടും സന്ധിചെയ്തുകൊണ്ട് രാജ്യതാല്പര്യങ്ങളെ ഒറ്റുകൊടുക്കുന്നു. വാഗ്ദാനങ്ങൾ നല്കി ജനങ്ങളെ സമർത്ഥമായി കബളിപ്പിക്കുന്നു. നന്മയുടെ കൈകൾ വെട്ടിമാറ്റപ്പെടുന്നു. സാധാരണക്കാരായ ജനങ്ങളുടെ പേരിൽ ഭരണത്തിലേറുന്നവർ കിടപ്പാടമില്ലാത്തവന്റെ വേദനകൾക്കുമേൽ സുഖശീതളിമയുടെ മഹാസൗധങ്ങൾ പണിതുയർത്തുന്നു.ജനാധിപത്യം എന്ന മഹത്തായ സംവിധാനത്തിന്റെ മറവിൽ ജനത്തെ കൂട്ടത്തോടെ വഞ്ചിക്കപ്പെടുന്നു. വെളിച്ചങ്ങളെല്ലാം അസ്തമിച്ച ഈ ഇരുട്ടറയിലേക്കാണ് ആയിരം സൂര്യന്മാരുടെ തീക്ഷ്ണ തേജസ്സോടെ ആദർശവാനായ നായകൻ അവതരിക്കുന്നത്! അയാൾ കളക്ടറോ, പോലീസ് ഉദ്യോഗസ്ഥനോ, മാധ്യമ പ്രവർത്തകനോ, യുവതുർക്കിയോ, ഡിറ്റക്ടീവോ, ആദർശധീരനായ രാഷ്ട്രീയക്കാരനോ ഒക്കെ ആകാം. ആരായാലും പരീക്ഷണഘട്ടങ്ങൾ താണ്ടി അയാൾ വിജയത്തിലെത്തുകതന്നെ ചെയ്യും. അയാളുടെ സ്വരം അഴിമതിക്കാരെ അരിശം കൊള്ളിക്കും, സാന്നിധ്യം രാജ്യദ്രോഹികളെ വിളറിപിടിപ്പിക്കും.

ഈ നായകന്മാരധികവും നീതിന്യായ വ്യവസ്ഥയിൽ വിശ്വാസം നഷ്ടപ്പെട്ടവരാണ്. അവർ ജനങ്ങൾക്കുവേണ്ടി അന്തിമവിധി നടപ്പാക്കുന്നു. സത്യത്തിനുവേണ്ടിയുള്ള ഹിംസയെ ഇത്തരം ചിത്രങ്ങൾ ന്യായീകരിക്കുന്നു. കൊടിയുടെ നിറത്തിലുള്ള സാമ്യതയാലും നേതാക്കളുടെ രൂപസാമ്യത്താലും കാലിക സംഭവങ്ങളാലും സംഘടിത രാഷ്ട്രീയ പ്രസ്ഥാനങ്ങളെ പ്രതിക്കൂട്ടിൽ നിർത്തുന്നതിനോടൊപ്പം ഒറ്റയാൻ പോരാട്ടങ്ങളെയും തിന്മയുടെ ഉന്മൂലനത്തെയും മുന്നിൽ നിർത്തുകയും ചെയ്യുന്നു. ഇതുവഴി ജനാധിപത്യ സംവിധാനത്തിന്റെ അപചയം സ്ഥാപിച്ചെടുക്കുന്നു. ജനാധിപത്യത്തിന്റെ ജീർണ്ണതകളിൽ സഹതപിക്കുന്നെന്ന/ദു:ഖിക്കുന്നുവെന്ന/രോഷം കൊള്ളുന്നെന്ന തോന്നലുള

വാക്കുന്ന ഇത്തരം ചിത്രങ്ങൾ ആത്യന്തികമായി ജനതയെ അരാഷ്ട്രീയ വാദത്തിലേക്കാണ് നയിക്കുന്നത്. ജനാധിപത്യ സംവിധാനത്തിന്റെ നിലനിൽപ്പിനുതന്നെ ദോഷകരമായ രാഷ്ട്രീയമാണ് ഈ ചിത്രങ്ങൾ മുന്നോട്ടു വെക്കുന്നത്.

എൺപതുകളിലെയും തൊണ്ണൂറുകളിലെയും ഇന്ത്യൻ/കേരളീയ രാഷ്ട്രീയരംഗത്തിന് ജീർണ്ണമായ ഒരു വശമുണ്ടെന്നത് നേരാണ്. അതു കൊണ്ടുതന്നെ ജനപക്ഷത്തുനിന്ന് സംസാരിക്കുന്ന നായകന്മാരുടെ വീരഭാഷണങ്ങൾ വലിയതോതിൽ സ്വീകരിക്കപ്പെട്ടു. തീയേറ്ററുകൾ ഇളകി മറിഞ്ഞു. ധീരനായകന്റെ വാർപ്പുമാതൃകയിൽ മമ്മൂട്ടിയും സുരേഷ് ഗോപിയുമൊക്കെ പലകുറി വാർന്നുവീണു. താരമൂല്യം ഉയരങ്ങളിലെത്തി. താരാധന ഇന്നു കാണുന്ന രൂപഭാവങ്ങളിലേക്ക് പരിണമിച്ചതും (കേരളത്തിൽ) ഇത്തരം ചിത്രങ്ങൾനേടിയ വൻ സാമ്പത്തിക വിജയത്തെത്തുടർന്നാണ്. ആക്ഷൻചിത്രങ്ങളുടെ പ്രമേയ/ആഖ്യാനഘടനയെത്തന്നെ മാറ്റിപ്പണിതത് ഈ രാഷ്ട്രീയചിത്രങ്ങളാണ്. ഷോട്ടുകളുടെ നിർണ്ണയത്തിലും വിന്യാസത്തിലും സംയോജനത്തിലും അതുവരെ തുടർന്നുവന്നതിനേക്കാൾ ചടുലമായ സമീപനം ഇത്തരം ചിത്രങ്ങൾ മുന്നോട്ടുവെച്ചു. സംഭാഷണങ്ങൾ ആലങ്കാരികമായ ആശയ പ്രസംഗങ്ങൾ എന്ന നിലയിലേക്ക് പരിണമിച്ചു. ഷാജി കൈലാസ് സംവിധാനം ചെയ്ത 'തലസ്ഥാനം' എന്ന ചിത്രത്തോടെയാണ് ഈ മാറ്റം പ്രകടമാവുന്നത്. ഐ.വി.ശശിയും ജോഷിയും പിൻതുടർന്ന ശൈലിയിൽ നിന്ന് വ്യത്യസ്തമായൊരു ആഖ്യാന/സംഭാഷണ ശൈലി ആക്ഷൻ ചിത്രങ്ങൾക്ക് കൈവന്നു. ഇത്തരം ചിത്രങ്ങളുടെ സവിശേഷതകളെ പൂർണ്ണമായി അടയാളപ്പെടുത്തുന്ന ചിത്രമാണ് 1995-ൽ പുറത്തിറങ്ങിയ 'ദി കിംഗ്' (സംവിധാനം: ഷാജി കൈലാസ്, തിരക്കഥ: രൺജി പണിക്കർ).

കോഴിക്കോട് കടപ്പുറത്തുണ്ടായ കലാപത്തിന്റെ പിന്നിൽ പ്രവർത്തിച്ച രാഷ്ട്രീയ-അധോലോക മാഫിയയെ പുറത്തു കൊണ്ടുവരാൻ ജീവൻപോലും പണയംവെച്ച് യുദ്ധം നയിക്കുന്ന ജില്ലാകളക്ടർ തേവള്ളിപ്പറമ്പിൽ ജോസഫ് അലക്സാണ് ചിത്രത്തിന്റെ കേന്ദ്രബിന്ദു. നായകനു ചുറ്റും കെട്ടിപ്പടുത്ത സന്ദർഭങ്ങൾ അയാളുടെ ധീരത, ആദർശം, മൂല്യബോധം, രാജ്യസ്നേഹം തുടങ്ങിയവയെ ഉച്ചത്തിൽ വിളംബരം ചെയ്യുന്നു. ഒരെല്ല് കൂടുതലുള്ള (yes I have an extra bone) ജോസഫ് അലക്സിനു മുന്നിൽ പ്രതിലോമശക്തികൾ ഒന്നൊന്നായി അടിയറവു പറയുന്നു. അന്തിമവിധി നടപ്പാക്കി അയാൾ സ്ലോ മോഷനിൽ നടന്നു വരുമ്പോൾ ജനക്കൂട്ടം ആർത്തുവിളിക്കുന്നു. ജനമാണ് യഥാർത്ഥ രാജാവെന്ന് പ്രഖ്യാപിക്കപ്പെടുന്നു.

വലിയ തോതിലുള്ള സാമ്പത്തിക വിജയം നേടിയ ചിത്രമാണ് 'ദി കിംഗ്' പ്രേക്ഷകർ ആവേശത്തോടെ ഈ ചിത്രം സ്വീകരിച്ച എന്നതിനർത്ഥം ചിത്രം മുന്നോട്ടുവെയ്ക്കുന്ന കാഴ്ചപ്പാടുകൾ ജനത്തെ ആകർഷിച്ച എന്നാണ്. യാഥാർത്ഥ്യത്തോട് സാധർമ്മ്യം പുലർത്തുകയും അതിനെ പെരുപ്പിച്ചെടുക്കുകയും ചെയ്യുകവഴി നമ്മുടെ രാഷ്ട്രീയ സംവിധാനത്തെയും സംഘടിത പ്രസ്ഥാനങ്ങളെയും പ്രതിസ്ഥാനത്തു നിർത്തിക്കൊണ്ടാണ് ഈ സ്വീകാര്യത രൂപപ്പെടുത്തുന്നത്. ഇതിനുള്ള പ്രമേയ/ആഖ്യാന തന്ത്രങ്ങൾ നിരവധിയാണ്.

1.വിവാദമുയർത്തിയ കാലികസംഭവങ്ങളുടെ സൂചനകൾ

2.രൂപത്തിലും പശ്ചാത്തലത്തിലും യഥാർത്ഥ വ്യക്തികളുമായി സാധർമ്മ്യം പുലർത്തുന്ന കഥാപാത്രങ്ങൾ

3. സംഭാഷണത്തിലെ സൂചനകൾ.

ഈ മൂന്ന് ഘടകങ്ങളെയും സമർത്ഥമായി വികസിപ്പിച്ചെടുക്കുന്നു. ഇവിടെ എഴുത്തുകാരനും ചലച്ചിത്രകാരനും ഉപയോഗിക്കുന്ന സ്വാതന്ത്ര്യം ഏതു ദിശയിലാണെന്ന് പരിശോധിക്കേണ്ടതുണ്ട്.

വിവാദമുയർത്തിയ ഏതുതരം കാലിക രാഷ്ട്രീയസംഭവവുമായി ബന്ധപ്പെട്ടും ആരോപണ പ്രത്യാരോപണങ്ങൾ ഉണ്ടാവാം. ഊഹങ്ങളും കണ്ടെത്തപ്പെട്ട യഥാർത്ഥ വസ്തുതകളും ഉണ്ടാവാം. ഈ കാലികാവസ്ഥയെ മുൻനിർത്തി ചലച്ചിത്രകാരൻ നടത്തുന്ന അന്വേഷണം 'കഥ'യായി വികസിക്കുന്നു. ഈ കഥയ്ക്ക് യാഥാർത്ഥ്യവുമായി ബന്ധമുണ്ടാവണമെന്ന് നിർബന്ധമില്ല. അധിക പങ്കിലും 'കഥ' കഥയായിത്തന്നെ വികസിക്കുകയാണ്. എന്നാൽ കഥ യാഥാർത്ഥ്യം എന്ന നിലയിൽ ആഖ്യാനം ചെയ്യപ്പെടുന്നു. പുതിയ കണ്ടെത്തലുകളുടെ ആഹ്ലാദം പ്രേക്ഷകർക്ക് സമ്മാനിച്ചുകൊണ്ട് സിനിമ മുന്നേറുമ്പോൾ യാഥാർത്ഥ്യവുമായി പുലബന്ധം പോലുമില്ലാത്ത വായനകൾ രൂപമെടുക്കുന്നു.

ഇതിന് സമാന്തരമായും സഹായകമായും നിലകൊള്ളുന്ന ഘടകമാണ് യഥാർത്ഥ വ്യക്തികളുമായി കഥാപാത്രങ്ങൾക്കുള്ള സാമ്യം. രൂപവും പശ്ചാത്തലവുമൊക്കെച്ചേർന്ന് രാഷ്ട്രീയ നേതാക്കളെയോ മറ്റു ചിലരെയോ അനുസ്മരിപ്പിക്കുന്നു. ശേഷം ആ കഥാപാത്രത്തിന്റെ വികാസദശ യഥാർത്ഥ വ്യക്തിയുമായി ഒരർത്ഥത്തിലും ചേർന്നു നിൽക്കാത്ത രീതിയിലാവാം. എന്നാൽ കഥാപാത്രം വ്യക്തി എന്ന നിലയിൽ സിനിമയിൽ നിലകൊള്ളുന്നു. പൊതു സമൂഹത്തിനിടയിലുള്ള ഊഹാപോഹങ്ങളിലൂടെയാവാം മിക്കവാറും ഇത്തരം കഥാപാത്രങ്ങൾ

വികാസം പ്രാപിക്കുന്നത്. അതുവഴി വ്യക്തിയെക്കുറിച്ചുള്ള വികലമായ ധാരണകൾ ആഘോഷിക്കപ്പെടുന്നു.

സംഭാഷണങ്ങളിലെ സൂചനകൾ ചലച്ചിത്രത്തിൽ കഥാപാത്രമായി വരാത്തവരിലേക്കും കഴിഞ്ഞകാല സംഭവങ്ങളിലേക്കുമൊക്കെ നീണ്ടു നിൽക്കുന്നു. ഈ സൂചനകളാണ് കഥയെ യഥാർത്ഥ സംഭവവുമായും 'കഥാപാത്രത്തെ' യഥാർത്ഥ വ്യക്തിയുമായും കൂട്ടിയിണക്കുന്നത്. സിനിമയുടെ അരാഷ്ട്രീയ 'രാഷ്ട്രീയത്തെ' ശക്തിപ്പെടുത്തുന്നത്. 'ദി കിംഗി'നെ അടിസ്ഥാനമാക്കി ഈ മൂന്നു ഘടകങ്ങളെയും പരിശോധിക്കാവുന്നതാണ്.

'ദി കിംഗ്' എന്ന സിനിമയിലെ കഥ പുരോഗമിക്കുന്നത് കോഴിക്കോട് ജില്ലയിലെ ഒരു കടപ്പുറത്തുണ്ടായ വർഗീയ കലാപത്തെ മുൻനിർത്തിയാണ്. കേരളത്തിന്റെ തീരപ്രദേശങ്ങളിൽ ചിലയിടങ്ങളിൽ തൊണ്ണൂറുകളിലുണ്ടായ വർഗീയ സംഘർഷങ്ങൾ കേരളീയ സമൂഹത്തിൽ നടുക്കം സൃഷ്ടിച്ചിരുന്നു. തീവ്രവാദബന്ധവും രാഷ്ട്രീയ ഒത്താശകളും റിയൽഎസ്റ്റേറ്റ് മാഫിയയുടെ ഇടപെടലുമൊക്കെ ഈ കലാപങ്ങൾക്കു പിന്നിലുണ്ടെന്ന് വ്യാപകമായ ഊഹങ്ങൾ പ്രചരിച്ചിരുന്നു. ഇതിൽ സത്യവും അർദ്ധസത്യവും അസത്യവുമുണ്ടായിരുന്നു. 'ദി കിംഗ്' ഇതിനെയെല്ലാം ജോസഫ് അലക്സിന്റെ അന്വേഷണമെന്ന ഒറ്റച്ചരടിൽ കോർത്തുകൊണ്ട് കഥയായി രൂപാന്തരപ്പെടുത്തുന്നു. 'കഥയിലാകട്ടെ' കേരളത്തിൽ ഭരണത്തിലിരിക്കുന്ന ദേശീയ പാർട്ടിയുടെ എം.പിക്കും പാർട്ടി നേതൃത്വം കൊടുക്കുന്ന മുന്നണിയിലെ ഘടകകക്ഷി നേതാക്കളിൽ ചിലർക്കും കലാപത്തിന്റെ ആസൂത്രണത്തിൽ പങ്കുണ്ട് എന്നു വരുന്നു. അവർക്ക് തീവ്രവാദബന്ധമുള്ള ആയുധകച്ചവടക്കാരുമായും അധോലോകമാഫിയയുമായൊക്കെ ബന്ധമുണ്ട് എന്നു തെളിയുന്നു. എം.പി. ജയകൃഷ്ണനൾപ്പടെ പലരുടെയും മുഖംമൂടികൾ അഴിഞ്ഞുവീഴുന്നു. ഇനി കഥയിൽ വിന്യസിച്ചിട്ടുള്ളതും കാലികരാഷ്ട്രീയവുമായി ബന്ധപ്പെട്ടതുമായ അടയാളങ്ങൾ എന്തൊക്കെയാണ് എന്നു പരിശോധിക്കേണ്ടതുണ്ട്. സിനിമയിലെ ഗ്രൂപ്പ് വൈര്യം മൂത്ത ഖദർധാരികളുടെ പ്രസ്ഥാനത്തിന് ഇന്ത്യൻ നാഷണൽ കോൺഗ്രസിന്റെ ഛായയാണുള്ളത്. 1991-1996 കാലഘട്ടത്തിൽ കേരളം കോൺഗ്രസ് നേതൃത്വം കൊടുക്കുന്ന ഐക്യജനാധിപത്യമുന്നണി (യു.ഡി.എഫ്) യുടെ ഭരണത്തിലായിരുന്നു. 1991ൽ മുന്നണി അധികാരമേൽക്കുമ്പോൾ കെ. കരുണാകരനായിരുന്നു മുഖ്യമന്ത്രി. എ, ഐ ഗ്രൂപ്പുകൾ തമ്മിലുള്ള കിടമത്സരം ശക്തമായിരുന്നു. ഈ ഘട്ടത്തിലാണ് ഐ.എസ്.ആർ.ഒ ചാരവൃത്തിക്കേസുമായി ബന്ധപ്പെട്ട സംഭവങ്ങൾ കരുണാകരന്റെ

രാജിയിൽ കലാശിക്കുന്നത് (1995, മാർച്ച് 22). കോൺഗ്രസിലെ തന്നെ എ ഗ്രൂപ്പുകാരാണ് കരുണാകരന്റെ രാജിയിലേക്ക് കാര്യങ്ങൾ കൊണ്ടെത്തിച്ചത്. തുടർന്ന് എ.കെ. ആന്റണി മുഖ്യമന്ത്രിയായി. ഗ്രൂപ്പ് വൈരം പൂർവ്വാധികം ശക്തിപ്രാപിച്ചു. ഘടകകക്ഷികളും ഇതിൽ കക്ഷി ചേർന്നു. ഈ സംഭവഗതികളെയൊക്കെ സൂചിപ്പിക്കുന്നതാണ് 'ദി കിംഗി'ലെ രാഷ്ട്രീയകാലാവസ്ഥ. കെ. കരുണാകരനെയും എ.കെ. ആന്റണിയെയും കെ. മുരളീധരനെയും പ്രതിനിധാനം ചെയ്യുന്ന കഥാപാത്രങ്ങൾ ചിത്രത്തിലുണ്ട്. കരുണാകരന്റെ ആശ്രിതവാത്സല്യവും (ശരിക്കു പിഴിഞ്ഞോടാ, ഇതുപോലെന്റെ കോണകോം പിഴിഞ്ഞ് പുറകെ നടന്നവന്മാര് പലരും ഇന്ന് കേന്ദ്രമന്ത്രിമാരാ), ആന്റണിയുടെ ആദർശവും മൗനവും അനുനയസ്വഭാവവും (കണ്ടോ, കണ്ടോ ആ മൂക്കിനു താഴെ മൗനം കിടന്നു തിളയ്ക്കുന്നതു കണ്ടോ) സംഭാഷണത്തിലെ സൂചനകളിലൂടെ സൗകര്യപൂർവ്വം വ്യാഖ്യാനിക്കപ്പെടുന്നു. എം.പി. ജയകൃഷ്ണന് കെ. മുരളീധരന്റെ ഛായയാണ് ഉള്ളത്. അച്ഛൻ-മകൻ ബന്ധത്തിന് പകരം അമ്മാവൻ-അനന്തരവൻ ബന്ധം എന്ന് പറഞ്ഞിരിക്കുന്നു. എം.പി. ജയകൃഷ്ണന്റെ കൂട്ടാളികളിൽ കേരള കോൺഗ്രസ് നേതാക്കളെ അനുസ്മരിപ്പിക്കുന്ന ചിലരുണ്ട് (വളരും തോറും പിളരുകയും പിളരുംതോറും വളരുകയും ചെയ്യുന്ന മലയോര കർഷക കോൺഗ്രസ് എന്ന ബ്രാക്കറ്റ് പാർട്ടിയെ അനുദിനം പിളർപ്പിൽ നിന്നും പിളർപ്പിലേക്ക് നയിക്കുന്ന അനിഷേധ്യ നേതാവ്). മുസ്ലീം ലീഗ് നേതാക്കളുടെ ഛായയുള്ളവരും ഉണ്ട്. ഇങ്ങനെ പ്രേക്ഷകർക്ക് പരിചയമുള്ള രാഷ്ട്രീയരംഗവും മുഖങ്ങളും സംഭവങ്ങളും ചേർന്ന് പ്രേക്ഷകനിൽ കൗതുകമുണർത്തുന്നു. രാഷ്ട്രീയ വിമർശനം അവർ ആസ്വദിക്കുന്നു. ഇതാണ് വിപണന വിജയത്തിന്റെ അടിത്തറ. എന്നാൽ യാഥാർത്ഥ്യത്തെ സൂചിപ്പിച്ചുകൊണ്ടുതന്നെ കഥ 'കഥയായി' വികസിക്കുമ്പോൾ, ആ പരിണാമദശയിൽ കഥാംശങ്ങൾ യഥാർത്ഥ വ്യക്തികളുടെ ജീവിതത്തിലേക്കും പ്രസ്ഥാനത്തിന്റെ സ്വഭാവവിശേഷങ്ങളിലേക്കും കൂട്ടിയിണക്കപ്പെടുക എന്ന 'പ്രതിലോമവിനിമയം' സംഭവിക്കുന്നുണ്ട്. തീരദേശങ്ങളിലെ വർഗീയസംഘർഷങ്ങൾക്ക് പിന്നിൽ പ്രവർത്തിച്ചവരെ അന്വേഷിച്ചു കണ്ടെത്തുന്നതിനിടയിൽ 'ദി കിംഗ്' എന്ന സിനിമാക്കഥ ഒരു ദേശീയ പ്രസ്ഥാനത്തെയും ഭരണമുന്നണിയെയും അതിന്റെ നേതാക്കളിൽ പലരെയും പ്രതിക്കൂട്ടിലാക്കുന്നുണ്ട്. വസ്തുനിഷ്ഠമായ രാഷ്ട്രീയ വ്യാഖ്യാനങ്ങൾക്കു മുതിരുന്നതിന് പകരം രാഷ്ട്രീയ യാഥാർത്ഥ്യങ്ങളുടെ പൊട്ടും പൊടിയും ചേരുവയായി ഉപയോഗിച്ചുകൊണ്ട് രാഷ്ട്രീയത്തെ കഥയായി രൂപണം ചെയ്യുന്നതിലൂടെയാണ് ഇത് സംഭവിക്കുന്നത്. ഈ പ്രവണത ജനാധിപത്യ രാഷ്ട്രീയ

സംവിധാനത്തെ സംബന്ധിക്കുന്ന തെറ്റായ ധാരണകൾ സൃഷ്ടിക്കുന്നു. ഇത്തരം രാഷ്ട്രീയ ചിത്രങ്ങളുടെ പൊതുസ്വഭാവങ്ങളെ ഇങ്ങനെ സംഗ്രഹിക്കാം :

1. ആക്ഷനും സസ്പെൻസിനും പ്രാധാന്യമുള്ളവയാണ്.
2. ചടുലവും നായകകേന്ദ്രീകൃതവുമായ ആഖ്യാനരീതി.
3. സംഭാഷണ പ്രധാനമാണ്.
4. നായകന്റെ അപ്രമാദിത്വവും അന്തിമവിജയവും.
5. താരമൂല്യം ഉപയോഗിക്കുന്നു.
6. രാഷ്ട്രീയപശ്ചാത്തലത്തിന് കാലിക രാഷ്ട്രീയാവസ്ഥയുമായി ബന്ധമുണ്ടാകും.
7. യഥാർത്ഥ വ്യക്തിത്വങ്ങളുമായി സാധർമ്മ്യം പുലർത്തുന്ന കഥാപാത്രങ്ങളുണ്ടാവും.
8. ജനാധിപത്യ രാഷ്ട്രീയത്തിന്റെ ന്യൂനതകളെ പെരുപ്പിച്ച് കാണിക്കുന്നു.
9. അരാഷ്ട്രീയ/ഏകാധിപത്യ/ഉന്മൂലന പ്രവണതകളെ പ്രത്യക്ഷമായോ പരോക്ഷമായോ പിൻതുണയ്ക്കുന്നു.
10. പ്രേക്ഷകസ്വീകാര്യത.

വിപണിയുടെ ചട്ടക്കൂടുകൾക്കകത്തു നിന്നുകൊണ്ടുതന്നെ തികച്ചും വ്യത്യസ്തമായ മൂന്ന് രാഷ്ട്രീയചിത്രങ്ങൾ തൊണ്ണൂറുകളിലുണ്ടായി. ബാലചന്ദ്രമേനോൻ സംവിധായനം ചെയ്ത 'നയം വ്യക്തമാക്കുന്നു' (1991), സത്യൻ അന്തിക്കാടിന്റെ 'സന്ദേശം' (1991), 'സമൂഹം' (1993) എന്നിവ. ജീവിതത്തിന്റെ ലളിതമായ ആവിഷ്ക്കാരത്തിലൂടെ ശ്രദ്ധേയരായ ഈ ചലച്ചിത്രകാരന്മാർ എൺപതുകളിൽ ജനപ്രിയസിനിമയിൽ അവതരിപ്പിച്ച ചലച്ചിത്രസമീപനമാണ് ഈ രാഷ്ട്രീയചിത്രങ്ങളുടെ പ്രമേയ/ആഖ്യാനഘടനകളെ നിർണ്ണയിച്ചത്. ഗ്രാമീണ ജീവിതത്തിന്റെയും വ്യക്തിബന്ധങ്ങളുടെയുമൊക്കെ സരസമായ പശ്ചാത്തലത്തിൽ കാമ്പുള്ള രാഷ്ട്രീയചിന്തകൾ ഇഴചേർക്കാനായി എന്നതാണ് ഈ ചിത്രങ്ങളുടെ സവിശേഷത.

ശുദ്ധനും ആദർശവാനുമായ ഒരു പൊതുപ്രവർത്തകന് നേരിടേണ്ടിവരുന്ന പ്രതിസന്ധികളാണ് 'നയം വ്യക്തമാക്കുന്നു' എന്ന ചിത്രത്തിന്റെ കഥാഗതിയെ രൂപപ്പെടുത്തുന്നത്. രാഷ്ട്രീയപ്രവർത്തനം

ധനസമ്പാദനത്തിനുള്ള ഉപാധിയായി കാണാൻ സുകുമാരൻ (മമ്മൂട്ടി) തയ്യാറായിരുന്നില്ല. സർക്കാരുദ്യോഗസ്ഥയായ ഭാര്യയെ ആശ്രയിച്ചാണ് വീട്ടുചിലവുകൾ നടന്നുപോയിരുന്നത്. ജനങ്ങൾക്കിടയിൽ സ്വീകാര്യനാവുമ്പോഴും കുടുംബത്തിൽ അലോസരങ്ങൾ തുടർകഥയാവുന്നു. ഭാര്യയുടെയും കുടുംബത്തിന്റെയും പ്രതീക്ഷകൾക്കൊത്ത ഗൃഹനാഥനാവാൻ അയാൾക്ക് സാധിക്കുന്നില്ല. മന്ത്രിയാകുന്നതോടെ സ്വന്തം പാളയത്തിൽ, തന്നെ മുതലെടുക്കുന്നവരുണ്ട് എന്ന് സുകുമാരൻ തിരിച്ചറിയുന്നു. സത്യസന്ധതയുടെയും ആത്മാർത്ഥതയുടെയും മൂല്യബോധത്തിന്റെയും ആൾരൂപമാർന്നു നിൽക്കുന്ന സുകുമാരനു ചുറ്റും ശത്രുക്കൾ വർദ്ധിക്കുന്നു. അവരുടെ കുത്സിത ബുദ്ധികളാൽ ഭാര്യയുമായി കൂടുതൽ അകലേണ്ടിവരുമ്പോൾ അയാൾ മാനസികമായി തകർന്നുപോകുന്നു. ഒടുവിൽ പൊതുജീവിതത്തിന്റെ ഭാരങ്ങൾ ഇറക്കിവച്ച് കുടുംബത്തിന്റെ സ്വകാര്യതകളിലേക്ക് അയാൾ തിരിച്ചെത്തുന്നു. കപടതകൾ നിറഞ്ഞ രാഷ്ട്രീയ വർത്തമാനത്തിൽ നിഷ്കാമകർമ്മിയായ ഒരാൾക്ക് പ്രവർത്തന വിജയം നേടുക പ്രയാസമാണ് എന്ന് ചിത്രം സൂചിപ്പിക്കുന്നു. ത്യാഗങ്ങൾക്ക് വിലകൽപ്പിക്കാത്ത സമൂഹത്തിൽ സുതാര്യമായ പൊതുജീവിതത്തിന് പ്രസക്തിയില്ലാതായിരിക്കുന്നു എന്നാണ് 'നയം വ്യക്തമാക്കുന്നു' പറയാൻ ശ്രമിക്കുന്നത്. സമൂഹത്തിലേക്ക് സേവനസന്നദ്ധനായി ഇറങ്ങിയ ഒരു വ്യക്തി പൊതുമണ്ഡലങ്ങളിൽ നിന്ന് കുടുംബം എന്ന സ്വകാര്യതയുടെ നാലതിരുകളിലേക്ക് പലായനം ചെയ്യേണ്ടിവരുന്നു. ഈ കാലം സത്യസന്ധമായ രാഷ്ട്രീയപ്രവർത്തകർക്ക് പറ്റിയതല്ല എന്ന പൊതുധാരണയുടെ സരസമായ ആവിഷ്കാരമാണ് 'നയം വ്യക്തമാക്കുന്നു' എന്ന ചിത്രം. സമൂഹത്തിലിടപെടുന്ന സത്യസന്ധമായ നേതൃരൂപത്തിന്റെ സാധ്യതകളെയും പരിമിതികളെയും ചിത്രം വിശകലനം ചെയ്യുന്നു. ഭാര്യ-ഭർത്താവ്-കുടുംബം തുടങ്ങിയ വിപണന ചട്ടക്കൂടുകൾക്കകത്ത് നിൽക്കുമ്പോഴും ലളിതമായ ആഖ്യാനരീതിയിൽ സരളമായ രാഷ്ട്രീയ വിവക്ഷകൾ നിർമ്മിക്കാൻ ചിത്രത്തിന് സാധിച്ചിട്ടുണ്ട്.

സ്ത്രീയെ കേന്ദ്രകഥാപാത്രമാക്കുന്ന രാഷ്ട്രീയചിത്രങ്ങൾ അധികമൊന്നും മലയാളത്തിൽ ഉണ്ടായിട്ടില്ല. 'സ്ഥാനാർത്ഥി സാറാമ്മ'യിൽ സാറാമ്മ കഥയുടെ കേന്ദ്രത്തിലുണ്ട്. എന്നാൽ ആഖ്യാനം പ്രേംനസീർ അവതരിപ്പിക്കുന്ന ജോണിക്കുട്ടിയെയാണ് മുന്നിൽ നിർത്തുന്നത്. 'പഞ്ചാഗ്നി'യാണ് മലയാളത്തിൽ സ്ത്രീയെ കേന്ദ്രമാക്കി ആഖ്യാനം നിർവഹിക്കുന്ന ആദ്യ രാഷ്ട്രീയചിത്രം 'ചീഫ് മിനിസ്റ്റർ കെ.ആർ. ഗൗതമി'യും സ്ത്രീയെ കേന്ദ്രസ്ഥാനത്ത് നിർത്തുന്നു. 1993-ൽ പുറത്തിറങ്ങിയ 'സമൂഹം' ഈ

ഗണത്തിൽപ്പെടുത്താവുന്ന ചിത്രമാണ്. അപ്രതീക്ഷിതമായി രാഷ്ട്രീയ നേതൃത്വത്തിലെത്തുന്ന നല്ലവളായ സ്ത്രീ നേരിടേണ്ടിവരുന്ന വിഷമതകളിലൂടെയാണ് ചിത്രം വികസിക്കുന്നത്. ആദർശശാലിയായ അച്ഛന്റെ മരണത്തെത്തുടർന്ന് മകൾക്ക് സ്ഥാനാർത്ഥിയാവേണ്ടി വരുന്നു. ജയിച്ച് എം.എൽ.എ ആകുമ്പോൾ പെണ്ണായതുകൊണ്ടുതന്നെ അവളെ വരുതിക്ക് നിർത്താമെന്ന് പലരും വ്യാമോഹിക്കുന്നു. എന്നാൽ അച്ഛന്റെ ആദർശങ്ങളെ ഹൃദയത്തിൽ സൂക്ഷിക്കുന്ന അവൾക്ക് ഒത്തുതീർപ്പുകൾക്ക് വഴങ്ങാനാവുന്നില്ല. ഇതിനെത്തുടർന്ന് ഉടലെടുക്കുന്ന പ്രശ്നങ്ങൾ കുടുംബബന്ധങ്ങളെയും പ്രണയത്തെയുമൊക്കെ സാരമായി ബാധിക്കുന്നു. നന്മയുടെ പക്ഷത്ത് നിലയുറപ്പിച്ചുകൊണ്ടുള്ള രാഷ്ട്രീയപ്രവർത്തനം ദുഷ്ക്കരമാണെന്ന ധാരണയെ 'സമൂഹം' പിന്തുണക്കുന്നുണ്ട്. സ്ത്രീയുടെ നിർണ്ണായവകാശങ്ങളിൽ ഇടപെടുന്ന പുരുഷ കേന്ദ്രീകൃത വ്യവസ്ഥയെയും 'സമൂഹം' ചോദ്യം ചെയ്യുന്നു. 'നയം വ്യക്തമാക്കുന്നു' 'സമൂഹം' എന്നീ സിനിമകൾക്ക് പൊതുവായ ഒരു രാഷ്ട്രീയദർശനം ഉണ്ട്. ആദർശപൂർണ്ണമായ രാഷ്ട്രീയപ്രവർത്തനത്തിന്റെ പേരിൽ കുടുംബം അന്യമാകുന്ന പുരുഷനാണ് 'നയം വ്യക്തമാക്കുന്നു'വിലെ നായകൻ. 'സമൂഹ'ത്തിൽ അത് സ്ത്രീയാണെന്ന വ്യത്യാസമേയുള്ളൂ. 'നയം വ്യക്തമാക്കുന്നു'വിൽ നായകൻ രാഷ്ട്രീയപ്രവർത്തനം സ്വമേധയാ തിരഞ്ഞെടുത്തതാണ്. സമൂഹത്തിലെ നായിക ആഗ്രഹിക്കാതെ എത്തിപ്പെട്ട മണ്ഡലമാണ് രാഷ്ട്രീയം. രണ്ടു സിനിമകളിലും അച്ഛന്റെ ആദർശാത്മകമായ പാരമ്പര്യം ഊർജ്ജസ്രോതസ്സായി നിലകൊള്ളുന്നുണ്ട്. മലീമസമായ രാഷ്ട്രീയസാഹചര്യത്തിൽ സ്വാർത്ഥത്യാഗിയായ പൊതുപ്രവർത്തകന്/ പ്രവർത്തകയ്ക്ക് നേരിടേണ്ടിവരുന്ന വെല്ലുവിളികൾ രണ്ടു ചിത്രങ്ങളും മുന്നോട്ടുവയ്ക്കുന്നു.

1991-ൽ പുറത്തിറങ്ങിയ 'സന്ദേശം' മലയാളത്തിലെ ആക്ഷേപഹാസ്യ രാഷ്ട്രീയ ചിത്രങ്ങളുടെ കൂട്ടത്തിലെ വ്യതിരിക്തമായ ആഖ്യാനമാണ്. പ്രദേശത്തിന്റെയും കുടുംബത്തിന്റെയും ലാളിത്യമാർന്ന ഭൂമികയിൽ നിന്നുകൊണ്ട് 'സന്ദേശം' രാഷ്ട്രീയം സംസാരിക്കുന്നു. രാഷ്ട്രീയപ്രവർത്തനത്തിന്റെ ശരിയായ അർത്ഥം ഉൾക്കൊള്ളാതെ അതിനെ പ്രകടനപരതയുടെ ആഘോഷമാക്കി മാറ്റുന്ന രാഷ്ട്രീയപ്രവർത്തകരെയാണ് 'സന്ദേശം' പരിഹാസത്തിനു വിധേയമാക്കുന്നത്.

'സന്ദേശ'ത്തിലെ കഥാഗതിയെ മുന്നോട്ടു നയിക്കുന്നത് ഗ്രാമത്തിന്റെ രാഷ്ട്രീയരംഗത്തെ നിർണ്ണായക ശക്തിയായ രണ്ടു പ്രസ്ഥാനങ്ങളാണ് (RDPഉം INSPഉം). അച്യുതൻ നായരുടെ മക്കളായ പ്രഭാകരനെയും പ്രകാശനെയും കേന്ദ്രീകരിച്ചാണ് പ്രസ്ഥാനങ്ങളുടെ പ്രവർത്തനങ്ങൾ

ആവിഷ്കൃതമാക്കുന്നത്. RDPക്ക് 'കമ്മ്യൂണിസ്റ്റ്പാർട്ടി'യുടെയും INSP ക്ക് 'ഇന്ത്യൻ നാഷണൽ കോൺഗ്രസ്സി'ന്റെയും വ്യക്തമായ ഛായയുണ്ട്. പരോക്ഷമെങ്കിലും പ്രത്യക്ഷ സ്വഭാവമുള്ളവയാണ് 'സന്ദേശ'ത്തിലെ പ്രസ്ഥാന സൂചകങ്ങൾ. പ്രഭാകരൻ RDPയുടെയും പ്രകാശൻ INSP യുടെയും സജീവ പ്രവർത്തനത്തിലും പ്രാദേശിക നേതൃത്വത്തിലുമുണ്ട്. ഇവർക്കു പുറമെ നിരവധി പ്രാദേശിക നേതാക്കളും പ്രവർത്തകരും കഥാപാത്രങ്ങളായി വരുന്നു.

പ്രത്യയശാസ്ത്രത്തെ ആഴത്തിൽ തിരിച്ചറിയാതെ ഉപരിപ്ലവമായ ധാരണകളുടെ പേരിൽ അതിനെ ഭക്തിയുടെ തലത്തിൽ നിർത്തുന്ന അല്പജ്ഞാനികളായ കമ്മ്യൂണിസ്റ്റ്പാർട്ടി പ്രവർത്തകരെയാണ് പ്രഭാകരൻ പ്രതിനിധാനം ചെയ്യുന്നത്. സ്വാതന്ത്ര്യ പോരാട്ടത്തിന്റെ പാരമ്പര്യമുള്ള മഹത്തായ പ്രസ്ഥാനത്തിന്റെ അന്തസത്ത ഉൾക്കൊള്ളാതെ, ക്രിയാശേഷി നഷ്ടപ്പെട്ട്, നേതൃത്വത്തിന്റെ വിധേയനായി നിന്ന് ഉയരാനാഗ്രഹിക്കുന്ന കോൺഗ്രസ് പ്രവർത്തകരെയാണ് പ്രകാശൻ അടയാളപ്പെടുത്തുന്നത്. കേരളത്തിലെ കമ്മ്യൂണിസ്റ്റ്/ കോൺഗ്രസ് പ്രസ്ഥാനങ്ങളിൽ ഈ പ്രവണതകൾ കണ്ടെടുക്കാനാവും.

കുടുംബത്തെ മറന്ന് അന്തസാര ശൂന്യമായ രാഷ്ട്രീയപ്രവർത്തനം നടത്തിയ പ്രഭാകരനും പ്രകാശനും ക്രമേണ തെറ്റ് തിരിച്ചറിഞ്ഞ് കുടുംബത്തിന്റെ വ്യവസ്ഥാപിതത്വത്തിലേക്ക് മടങ്ങിയെത്തുന്നതാണ് 'സന്ദേശ'ത്തിന്റെ കഥാസാരം. പ്രഭാകരന്റെയും പ്രകാശന്റെയും രാഷ്ട്രീയപ്രവർത്തനങ്ങൾ നർമ്മരസപ്രധാനമായി ആവിഷ്ക്കരിക്കുന്നതിലൂടെ കാമ്പുള്ള രാഷ്ട്രീയാക്ഷേപം സാധ്യമാകുന്നുണ്ട്. എന്നാൽ അതിന്റെ വികാസവും പര്യവസാനവും അരാഷ്ട്രീയ മൂല്യങ്ങളുടെ പ്രതിഷ്ഠയിലേക്കാണ് ചെന്നെത്തുന്നത്. പ്രഭാകരനും പ്രകാശനും ശരിയായ രാഷ്ട്രീയബോധ്യത്തിലേക്കല്ല പരിവർത്തിക്കുന്നത്; രാഷ്ട്രീയനിരാസത്തിലേക്കാണ്. ചിത്രത്തിന്റെ അവസാനത്തിൽ പല നിറങ്ങൾ ചേർത്ത് അനുജൻ കെട്ടുന്ന കൊടി അവർ തല്ലിയൊടിച്ച് വലിച്ചെറിയുന്നു. കോട്ടും ബാഗുമെടുത്ത് അവരവരുടെ ജോലിക്ക് പോകുന്നു. സ്വസ്ഥരാവുന്നു.

പ്രസ്ഥാനങ്ങളെ വിമർശിക്കുന്നതിലെ ഉദ്ദേശ്യശുദ്ധിയെ അംഗീകരിക്കുമ്പോൾതന്നെ അതിന്റെ പര്യവസാനത്തിലെ 'അരാഷ്ട്രീയ സന്ദേശത്തെ' കാണാതിരിക്കാനുമാവില്ല. തൊണ്ണൂറുകളുടെ ആദ്യത്തിലാണ് ചിത്രം റിലീസാവുന്നത്. കാലികമായ രാഷ്ട്രീയസാഹചര്യങ്ങൾ സന്ദേശത്തിലെ രാഷ്ട്രീയവിമർശനത്തിനു പ്രേരകമായിട്ടുണ്ട്. ചിത്രം മുന്നോട്ടുവെക്കുന്നതിന് സമാനമായ ചിന്താധാര ജനതയുടെ മനസ്സിൽ

സജീവമായിരുന്നതിനാലാണ് 'സന്ദേശം' വലിയ തോതിൽ സ്വീകരിക്കപ്പെട്ടത്. 'പഞ്ചവടിപ്പാല'ത്തിനുശേഷം മലയാളത്തിലുണ്ടായ തികവൊത്ത രാഷ്ട്രീയ ആക്ഷേപഹാസ്യചിത്രമാണ് 'സന്ദേശം'. ആഖ്യാനത്തിലെ ലാളിത്യവും വിമർശനത്തെ ശ്രദ്ധേയമാക്കുന്ന സൂക്ഷ്മചാതുരിയാർന്ന നർമ്മവും 'സന്ദേശ'ത്തെ മികച്ച കലാസൃഷ്ടിയാക്കി മാറ്റുന്നു.

ഗ്രാമം, കുടുംബം, വ്യക്തിബന്ധങ്ങൾ, പ്രണയം, സ്വഭാവ വൈവിധ്യങ്ങൾ, വ്യത്യസ്ത മാനസിക ഭാവങ്ങൾ ഇവയുടെയൊക്കെ ലളിതവും കൗതുകകരവുമായ ആഖ്യാനം എൺപതുകളിൽ ഉടലെടുത്തെങ്കിലും തൊണ്ണൂറുകളിലാണ് ആ ധാരയിൽ രാഷ്ട്രീയചിത്രങ്ങൾ രൂപമെടുക്കുന്നത്. വിശാലമായ രാഷ്ട്രീയരംഗത്തിന്റെ നിറംപിടിപ്പിച്ച ചിത്രങ്ങളില്ലാതെതന്നെ ഗ്രാമത്തിന്റെയും കുടുംബത്തിന്റെയുമൊക്കെ ചെറിയ ഇടങ്ങളിൽ നിന്നുകൊണ്ട് സാർത്ഥകമായ രാഷ്ട്രീയവിനിമയം സാധ്യമാണെന്ന് ഈ ചിത്രങ്ങൾ സാക്ഷ്യപ്പെടുത്തുന്നു. സാധാരണക്കാരനായ പ്രേക്ഷകനോടും സംവദിക്കാൻ കഴിയുന്ന ഈ ചിത്രങ്ങളിലെ തെളിമയാർന്ന രാഷ്ട്രീയാഖ്യാനത്തിന് ശരിയായ തുടർച്ചയും വളർച്ചയും പിൽക്കാലങ്ങളിൽ ഉണ്ടായിട്ടില്ല. ജീവിതത്തോടും മണ്ണിനോടും മനുഷ്യനോടും ബന്ധം പുലർത്തുന്ന രാഷ്ട്രീയാഖ്യാനത്തിന്റെ ലളിത/സരസ മാതൃകകളാണ് ഈ ചിത്രങ്ങൾ. 'കാഴ്ചക്കപ്പുറം' (1990), 'ആയിരപ്പറ' (1993) തുടങ്ങിയവയും ഈ ധാരയോട് ഇണങ്ങിനിൽക്കുന്ന രാഷ്ട്രീയ ചിത്രങ്ങളാണ്.

കച്ചവടസിനിമയെന്നോ കലാസിനിമയെന്നോ കൃത്യമായി വ്യവച്ഛേദിക്കാവുന്നവയായിരുന്നു തൊണ്ണൂറുകളിലെ രാഷ്ട്രീയസിനിമകൾ. സമാന്തര സമീപനത്തിന്റെ ഭാഗമായി ഗൗരവപൂർണ്ണമായ രാഷ്ട്രീയചിത്രങ്ങൾ രൂപമെടുത്തു. എഴുപതുകളുടെ ആഖ്യാന/ദർശന സമ്പ്രദായങ്ങളിൽ നിന്ന് മാറിനിൽക്കാനും കാലത്തിനും മാധ്യമത്തിനും സംഭവിച്ച വ്യതിയാനങ്ങളെ ഉൾക്കൊള്ളാനും ഈ ചിത്രങ്ങൾക്ക് ഒരു പരിധിവരെ സാധിച്ചു. അരവിന്ദന്റെ 'വാസ്തുഹാര' (1991), അടൂർ ഗോപാലകൃഷ്ണന്റെ 'കഥാപുരുഷൻ' (1995), ടി.വി.ചന്ദ്രന്റെ 'ഓർമ്മകൾ ഉണ്ടായിരിക്കണം' (1995), 'പൊന്തൻമാട' (1993), ശ്യാമപ്രസാദിന്റെ 'അഗ്നിസാക്ഷി' (1999) എന്നിവ വ്യതിരിക്ത സ്വത്വം നിലനിർത്തുന്ന രാഷ്ട്രീയചിത്രങ്ങളാണ്.

അരവിന്ദന്റെ ചലച്ചിത്രസമീപനത്തിലുണ്ടായ സാരമായ വ്യതിയാനം അടയാളപ്പെടുത്തുന്ന ചിത്രമാണ് 'വാസ്തുഹാര'. നാടും വീടും പുറകിലുപേക്ഷിച്ച് പലായനം ചെയ്യേണ്ടിവരുന്ന അഭയാർത്ഥികളുടെ സംഘർഷഭരിതമായ ജീവിതമാണ് 'വാസ്തുഹാര'യുടെ പ്രമേയതലം.

ഏതു ദേശത്തിന്റെ ചിത്രത്തിലും ഏതു കാലത്തിന്റെ ദിനസരികളിലും ഉണങ്ങാത്ത മുറിവുപോലെ അവശേഷിക്കുന്ന/ആവർത്തിക്കുന്ന രാഷ്ട്രീയ യാഥാർത്ഥ്യത്തെ ഈ ചിത്രം പ്രതിനിധാനം ചെയ്യുന്നു. 1947-ൽ പാക്കിസ്ഥാനിൽ നിന്നും 1971-ൽ ബംഗ്ലാദേശിൽനിന്നും ഇന്ത്യയിലേക്കുണ്ടായ അഭയാർത്ഥി പ്രവാഹങ്ങളാണ് ചിത്രത്തിന്റെ രാഷ്ട്രീയ പശ്ചാത്തലം. 1971-ലെ കൽക്കട്ടയാണ് ചിത്രത്തിന്റെ ഭൂമിക. ബംഗ്ലാദേശിൽ നിന്ന് അഭയാർത്ഥികളായെത്തുന്ന മനുഷ്യരുടെ ജീവിത ദുരന്തങ്ങളിലൂടെ ചിത്രം വികസിക്കുന്നു. റാണിഘട്ടിലെ അഭയാർത്ഥി പുനരധിവാസ കേന്ദ്രത്തിൽ ഓഫീസറായ വേണുവും വിഭജനത്തിന്റെ ഇരയായ ആരതിപ്പണിക്കരെന്ന ബംഗാളി വിധവയും തമ്മിലുടലെടുക്കുന്ന ആത്മബന്ധത്തിന്റെ ആവിഷ്കാരം പ്രമേയഗതിയുടെ വിഭിന്നതലങ്ങളെ കൂട്ടിയിണക്കുന്നു. ബംഗാളി യുവതിയെ വിവാഹം ചെയ്തു എന്നതിന്റെ പേരിൽ വീടും നാടും അന്യമായ തന്റെ അമ്മാവൻ കുഞ്ഞുണ്ണിപ്പണിക്കരായിരുന്നു ആരതിയുടെ ഭർത്താവ് എന്ന് വേണു തിരിച്ചറിയുന്നു. ആരതിയും വിപ്ലവകാരികളായ മക്കളും നേരിടുന്ന യാതനകൾ വേണുവിന്റെ വൈയക്തിക ജീവിതവുമായി ഗാഢമായ ബന്ധം നേടുന്നു. സാമൂഹിക ദുരന്തങ്ങളുടെ യഥാതഥ ഭൂമികയിലാണ് വൈയക്തിക ദുരന്തങ്ങളെ അരവിന്ദൻ പ്രതിഷ്ഠിക്കുന്നത്. ഇതുവഴി ചലച്ചിത്രം വ്യക്തിയുടെ ദൈന്യത്തിൽ നിന്ന് സമൂഹത്തിന്റെ വേദനകളിലേക്ക് വളരുന്നു.

'ഇന്ത്യൻ പ്രോഗ്രസ്' എന്ന കപ്പലിൽ ആൻഡമാനിലേക്ക് അയക്കപ്പെടുന്ന അഭയാർത്ഥികളുടെ നിസ്സഹായത അവസാന സീനിൽ നാം കാണുന്നു. കപ്പൽ അകലുമ്പോൾ വേണുവിനെ യാത്രയാക്കാൻ വന്ന ആരതിയും മകളും കരയിൽ തനിച്ചാവുന്നു. അനാഥത്വത്തിന്റെ, നിരാശ്രയത്വത്തിന്റെ നീറുന്ന ദൃശ്യങ്ങൾ മനസ്സിലവശേഷിപ്പിച്ചുകൊണ്ട് ചിത്രം അവസാനിക്കുന്നു. യുദ്ധങ്ങൾ, ആഭ്യന്തര കലാപങ്ങൾ, വിഭജനങ്ങൾ ഇങ്ങനെ ദുന്തങ്ങളുടെ നിലയ്ക്കാത്ത തുടർച്ചകൾ സംഭവിക്കുമ്പോൾ 'വാസ്തുഹാര' മുൻനിർത്തുന്ന രാഷ്ട്രീയദർശനം വർത്തമാനത്തിലേക്കും ചേർന്നു നിൽക്കുന്നു. 'വാസ്തുഹാര സമകാലികമാവുന്നത് നാം ജീവിക്കുന്ന ചരിത്രസന്ദർഭത്തിന്റെ ഉൽക്കട സംഘർഷങ്ങൾ ഏറ്റുവാങ്ങാൻ സന്നദ്ധമാവുന്നതുകൊണ്ടാണ്. വ്യക്തിയും സമൂഹവും രാഷ്ട്രതന്ത്രവും തമ്മിലുള്ള സങ്കീർണ്ണ ബന്ധങ്ങളുടെയും പൊരുത്തക്കേടുകളുടെയും പശ്ചാത്തലത്തിൽ മനുഷ്യബന്ധങ്ങൾക്ക് സംഭവിക്കുന്ന ശൈഥില്യവും ജീവിതത്തെ ജീവിതമല്ലാതാക്കുന്ന ഭൗതികലോകത്തിന്റെ പാരുഷ്യവും സന്നിഹിതമാക്കാൻ കഴിയുന്നതുകൊണ്ടാണ്.'[71]

ഡോക്യുമെന്ററിയുടെയും ഫിക്ഷന്റെയും സാധ്യതകളെ സമന്വയിപ്പിച്ച് ഉപയോഗിക്കുന്ന ചിത്രമാണ് 'വാസ്തുഹാര'. 1947 ലെയും 1971 ലെയും അഭയാർത്ഥി പ്രവാഹത്തിന്റെ സ്റ്റോക്ക് ഷോട്ടുകൾ (stock shots) 'വാസ്തുഹാര'യിലുണ്ട്. ഈ ദൃശ്യങ്ങൾക്കുമേൽ വേണുവിന്റെ ശബ്ദം നാം കേൾക്കുന്നു. അതിൽ വിഭജനത്തിന്റെയും അഭയാർത്ഥിത്വത്തിന്റെയും നേർക്ക് അയാൾ പുലർത്തുന്ന വീക്ഷണത്തിന്റെ അടയാളങ്ങളുണ്ട്. ചിത്രത്തിന്റെ രാഷ്ട്രീയദർശനം അതിലടങ്ങിയിട്ടുണ്ട്. 'വാസ്തുഹാര'ക്കു മുമ്പുള്ള അരവിന്ദൻ ചിത്രങ്ങളുടെ മുഖമുദ്രയായിരുന്ന നിഗൂഢതയും ഭ്രമാത്മകതയും ദുരൂഹതയും 'വാസ്തുഹാര' യിൽ കാണാനാവില്ല. യഥാതഥമായ ചലച്ചിത്രാഖ്യാനത്തിന്റെ വ്യതിരിക്ത രൂപമായി അരവിന്ദൻ 'വാസ്തുഹാര'യെ രൂപപ്പെടുത്തിയിരിക്കുന്നു. 'ഉള്ളടക്കത്തിന്റെയും രൂപത്തിന്റെയും പ്രമേയത്തിന്റെയും തലങ്ങളിൽ നിലനിന്ന നിഗൂഢവത്ക്കരണങ്ങളെ ഒഴിച്ചുമാറ്റാനും നമ്മുടെ കാലത്തും മലയാളസിനിമയുടെ ചരിത്രസന്ദർഭത്തിലും പ്രസക്തമായൊരു ചലച്ചിത്ര രചനാശൈലിയിലേക്ക് നടന്നെത്താനും അരവിന്ദൻ നടത്തിയ ആത്മാർത്ഥശ്രമം 'വാസ്തുഹാര'യിൽ വലിയൊരളവിൽ സാർത്ഥക മാവുന്നു. ഈ അർത്ഥത്തിൽ ഈ ചിത്രം, ഒരു കലാകാരനെന്ന നിലയിൽ അരവിന്ദൻ നടത്തിയ സ്വയം പുതുക്കിപ്പണിയലാണ്.'[72]

വേണുവും ആരതിപ്പണിക്കരുടെ കുടംബവും തമ്മിലുള്ള ബന്ധത്തിലെ വൈകാരികത, അഭയാർത്ഥികളുടെ ദൈന്യം, വേർപാടിന്റെ തീക്ഷ്ണത ഇതെല്ലാം തന്നെ അരവിന്ദൻ യഥാതഥമായി ആവിഷ്ക്കരിക്കുന്നുണ്ട്. 'പോക്കുവെയിലി'ലും മറ്റും അദ്ദേഹം സ്വീകരിച്ച വ്യക്തിഗതം മാത്രമായ സംവേദന ശീലങ്ങളിൽ നിന്ന് മാറിനിൽക്കുകയും പ്രേക്ഷക സാകല്യത്തെ മുൻനിർത്തുകയും ചെയ്യുന്ന ആഖ്യാനരീതിയാണ് 'വാസ്തുഹാര'യിലേത്.

സി.വി.ശ്രീരാമന്റെ രണ്ടുചെറുകഥകളെ (ശീമത്തമ്പുരാൻ, പൊന്തൻമാട) ആസ്പദമാക്കുന്ന ചിത്രമാണ് 'പൊന്തൻമാട'. കേരളത്തിന്റെ സാമൂഹിക/രാഷ്ട്രീയ ജീവിതത്തിന്റെ കഴിഞ്ഞ കാലങ്ങൾ നേടിയെടുത്തതായി പറയപ്പെടുന്ന മാറ്റങ്ങളെ 'പൊന്തൻമാട'യെന്ന കീഴാളന്റെ ജീവിതത്തിലൂടെ ചലച്ചിത്രകാരൻ വിചാരണ ചെയ്യുന്നു. പ്രത്യക്ഷതലത്തിൽ ശീമത്തമ്പുരാനും മാടയും തമ്മിലുള്ള അപൂർവ്വ ബന്ധത്തിന്റെ കഥയാണ് 'പൊന്തൻമാട'. ശൈലീകൃതമായ ജന്മി കുടിയാൻ ബന്ധങ്ങൾക്കപ്പുറത്ത് മാനവികതയുടെ വെളിച്ചം പ്രസരിക്കുന്നതാണ് മാടയും തമ്പുരാനും തമ്മിലുള്ള ആത്മബന്ധം 'പൊന്തൻമാട'യുടെ ദൃശ്യതലത്തിൽ തെളിയുന്ന വർത്തമാന കാലവും ഭൂതകാലവും രാഷ്ട്രീയമായി

ഏറെ പ്രസക്തമാണ്. മാടയുടെ ഓർമ്മകളിൽ കേരളത്തിന്റെ ഇന്നലെകളിലെ രാഷ്ട്രീയ മുന്നേറ്റത്തിന്റെ അടയാളങ്ങളുണ്ട്. കമ്മ്യൂണിസ്റ്റ് പാർട്ടിയുടെ നേതൃത്വത്തിൽ ജന്മിത്വത്തിനെതിരെ നടന്ന സമരത്തിന്റെ സൂചകങ്ങളാണ് അധികവും. വർത്തമാനത്തിൽ അനാഥപ്രേതം പോലെ അലഞ്ഞു നടക്കുന്ന മാട, സമരങ്ങളുടെ ലക്ഷ്യത്തിലേക്ക് നാം എത്തിച്ചേർന്നിട്ടില്ല എന്ന ധ്വനിയുണർത്തുന്നു. കോൾ നിലങ്ങളിലും പറമ്പുകളിലും എല്ലുമുറിയെ പണിയെടുത്ത മാടയെപ്പോലുള്ള കീഴാളരുടെ ജീവിതത്തിന് ഉണ്ടായതായി നാം അവകാശപ്പെടുന്ന മാറ്റത്തിന്റെ അപൂർണ്ണതയെ ചലച്ചിത്രം സാക്ഷ്യപ്പെടുത്തുന്നു. 'വീട്ടിൽ കിടന്നുറങ്ങിയവനിൽ നിന്ന് ഭൂമിയെടുത്ത് വരമ്പത്ത് നിന്നവന് കൊടുത്തപ്പോൾ വയലിൽ പണിയെടുത്ത പൊന്തൻമാടമാർക്കെന്തു കിട്ടി' എന്ന ചോദ്യം ചിത്രത്തിന്റെ രാഷ്ട്രീയത്തെ വ്യക്തമാക്കുന്നു.

മലയാളസിനിമയിലെ രാഷ്ട്രീയാഖ്യാനങ്ങളെയും കലാസിനിമയെന്ന സങ്കല്പത്തെയും ഏറെ മുന്നോട്ടു നയിക്കാൻ കഴിഞ്ഞ ചിത്രമാണ് 'പൊന്തൻമാട'. 'വളരെ ലളിതമായ ആഖ്യാനസ്വഭാവമുള്ള ഈ ചിത്രം നവീന സിനിമയുടെ ചില ശാഠ്യങ്ങളോടും മന്ദതാളത്തോടും വിടപറയുന്നു. പ്രേക്ഷകർക്കുമേൽ അടിച്ചേൽപ്പിക്കപ്പെട്ടിരുന്ന ബുദ്ധിജീവിനാട്യങ്ങളെ നിരാകരിക്കുകയും അവരോട് സംവദിക്കാനുള്ള സന്നദ്ധത കാണിക്കുകയും ചെയ്യുന്നു.' [73]

പ്രമേയഘടനയോ, ദൃശ്യതലമോ അനാവശ്യ സങ്കീർണ്ണതയിലേക്കോ ദുരൂഹതയിലേക്കോ വീണുപോകുന്നില്ല. ശീമത്തമ്പുരാൻ, മാട, രശ്മി തുടങ്ങിയ കഥാപാത്രങ്ങളുടെ മാനസികാവസ്ഥകൾ, ബന്ധത്തിന്റെ തീക്ഷ്ണത, വൈകാരികത തുടങ്ങിയവയുടെയൊക്കെ സൗന്ദര്യപരമായ ദൃശ്യവ്യാഖ്യാനങ്ങൾക്കൊപ്പം ചിത്രം രാഷ്ട്രീയം സംസാരിക്കുന്നു. മനുഷ്യമനസ്സിന്റെയും ജീവിതത്തിന്റെയും ലളിതവും സൂക്ഷ്മവുമായ ആവിഷ്കാരങ്ങൾക്കുതകുന്ന വിധത്തിൽ ദൃശ്യങ്ങൾ രൂപപ്പെടുത്തിയിരിക്കുന്നു. സമർത്ഥമായ സംയോജനത്തിലൂടെ, തുടർച്ചയിലൂടെ, ആ ദൃശ്യങ്ങൾ രാഷ്ട്രീയഭൂതകാലത്തിലേക്ക് സംക്രമിക്കുന്നു; വർത്തമാനത്തിലേക്ക് തിരികെയെത്തുന്നു.

തൊണ്ണൂറുകളിൽ കലാസിനിമയിലുണ്ടായ ഗുണപരമായ മാറ്റത്തിന്റെ നിദർശനമാണ് 'പൊന്തൻമാട'. നമ്മുടെ രാഷ്ട്രീയസിനിമാ പ്രസ്ഥാനത്തിന് വേറിട്ട മുഖം നൽകാനും ഈ സിനിമയ്ക്ക് സാധിച്ചു. വിപണിയോട് യാതൊരുവിധത്തിലും സന്ധിചെയ്യാതെതന്നെ സുതാര്യമായി രാഷ്ട്രീയം ആവിഷ്കരിക്കാനും രാഷ്ട്രീയ ചലച്ചിത്രത്തെ അനുഭവമാക്കി മാറ്റാനും കഴിയുമെന്ന് 'പൊന്തൻമാട' തെളിയിച്ചു.

ചരിത്രത്തിന്റെ അടയാളങ്ങളുള്ള ചിത്രങ്ങളാണ് 'കഥാപുരുഷൻ' 'ഓർമ്മകൾ ഉണ്ടായിരിക്കണം' എന്നിവ. സ്വാതന്ത്ര്യപൂർവ്വ കാലഘട്ടവും സ്വാതന്ത്ര്യാനന്തര കാലഘട്ടവും 'കഥാപുരുഷ'നിൽ പശ്ചാത്തലമായി വരുന്നു. കുഞ്ഞുണ്ണിയുടെ ജീവിതത്തിലുണ്ടാകുന്ന പരിണാമങ്ങൾക്കൊപ്പം സമൂഹത്തിന്റെ പരിണാമവും സംഭവിക്കുന്നു. ചരിത്രപുനരാഖ്യാനത്തിന്റെ സവിശേഷ മാതൃകയാണ് 'കഥാപുരുഷൻ'. അടിയന്തരാവസ്ഥയുടെ തീക്ഷ്ണഗന്ധം അനുഭവപ്പെടുത്തുന്ന 'ഓർമ്മകൾ ഉണ്ടായിരിക്കണം'. രൂപഭാവങ്ങളിൽ കലാസിനിമയെ മുന്നോട്ട് നയിക്കാൻ പര്യാപ്തമായ പ്രമേയപരിചരണവും ആഖ്യാനവും കൊണ്ട് ശ്രദ്ധേയമാണ്. തൊണ്ണൂറുകളിൽ നിന്നുകൊണ്ട് ചരിത്രത്തിലേക്ക് മാറി നോക്കുന്ന ഈ രണ്ടു ചിത്രങ്ങളും ദർശനപരമായും സൗന്ദര്യപരമായും ഉയർന്നു നിൽക്കുന്നു.

'അഗ്നിസാക്ഷി' സമാന്തരസിനിമയുടെ നവ്യമായ രൂപണത്തെക്കുറിച്ചുള്ള ചിന്തകളെ പിൻതുടരുന്ന ചിത്രമാണ്. ലളിതാംബികാ അന്തർജനത്തിന്റെ 'അഗ്നിസാക്ഷി' എന്ന നോവലിന്റെ ദൃശ്യാവിഷ്ക്കാരമാണ് അതേ പേരിലുള്ള ചലച്ചിത്രം. നോവലിലെ ബൃഹത്തായ ഭൂമികയും സമൂഹത്തിന്റെയും മനുഷ്യരുടെയും പരിണാമങ്ങളും ചലച്ചിത്രാഖ്യാനത്തിന്റെ പരിമിതികളിൽ നിന്നുകൊണ്ടും സാധ്യതകളെ പ്രയോജനപ്പെടുത്തിയും ആവിഷ്ക്കരിക്കാൻ ശ്യാമപ്രസാദിന് കഴിഞ്ഞിട്ടുണ്ട്. കേരളത്തിലെ സാംസ്കാരിക നവോത്ഥാനത്തിന്റെയും ഇന്ത്യൻ ദേശീയ പ്രസ്ഥാനത്തിന്റെയും സാംസ്കാരിക/രാഷ്ട്രീയ പശ്ചാത്തലമാണ് ചലച്ചിത്രത്തിന് രാഷ്ട്രീയ സ്വഭാവം നൽകുന്നത്. മാനമ്പള്ളി മനക്കലെ തേതിക്കുട്ടിയിൽ നിന്ന് ദേവകി മാനമ്പള്ളിയായി, ദേവകിബഹനായി, ഒടുവിൽ സുമിത്രാനന്ദയോഗിനിയായി പരിണമിച്ച ധീരയായ സ്ത്രീയുടെ അവസ്ഥാന്തരങ്ങൾക്കൊപ്പം ചലച്ചിത്രം സഞ്ചരിക്കുന്നു; സ്വാതന്ത്ര്യപൂർവ്വ ഇന്ത്യയിൽ നിന്ന് സ്വാതന്ത്ര്യാനന്തര ഇന്ത്യയിലേക്ക്. രാഷ്ട്രീയ പശ്ചാത്തലത്തിൽ മലയാളിയെ മനുഷ്യനാക്കിയ ദശകങ്ങളുടെ മിടിപ്പ് അനുഭവിച്ചറിയാനാവുന്നുണ്ട്. നോവലിന് രണ്ട് തലമുണ്ട്.

1. രാഷ്ട്രീയകാലഘട്ടം

2. തേതിക്കുട്ടിയുടെ മാനസികതലം

ഈ രണ്ട് ധാരകളും നോവലിൽ പരസ്പരം ഇഴചേർന്ന് ഒന്നെന്നപോലെ സഞ്ചരിക്കുന്നു. എന്നാൽ ചലച്ചിത്രം തേതിക്കുട്ടിയുടെ മാനസികതലത്തെ മുന്നിൽ നിർത്തുന്നു. രാഷ്ട്രീയകാലത്തെ പശ്ചാത്തലമായി പുറകിൽ നിർത്തിയിരിക്കുന്നു. സ്ത്രീയെ അന്തർജനമാക്കി മറക്കുടചൂടിച്ച് വൈധവ്യത്തിന്റെയും സപത്നിത്വത്തിന്റെയും പീഡകളേല്പിച്ച്

രസിച്ചിരുന്ന സാമുദായിക പരിതസ്ഥിതിയിൽ നിന്ന് കുതറിമാറി സമര തീക്ഷ്ണമായ കാലത്തിന്റെ നടുവിലേക്ക് ധീരമായി ഓടിയെത്തിയ ഒരു സ്ത്രീയുടെ സ്വത്വബോധത്തിന്റെയും രാഷ്ട്രീയബോധ്യത്തിന്റെയും ആവി ഷ്ക്കാരമാണ് നോവൽ. ഏകദേശം കാൽ നൂറ്റാണ്ടിനിപ്പുറമാണ് അത് ചലച്ചിത്രമാകുന്നത്. സ്ത്രീയുടെ സ്വയം നിർണ്ണയാവകാശത്തെക്കുറിച്ചുള്ള ചർച്ചകളും അതിനുവേണ്ടിയുള്ള ശ്രമങ്ങളും ഊർജ്ജസ്വലമാകുന്നത് തൊണ്ണൂറുകളോടെയാണ്. പുരുഷകേന്ദ്രിതമായ സമൂഹവും എഴുത്തും കലയുമൊക്കെ സ്ത്രീയുടെ കണ്ണിലൂടെ മാറി നോക്കണമെന്ന വാദം ശക്തിപ്പെടുന്ന ഈ കാലത്താണ് 'അഗ്നിസാക്ഷി'യെന്ന ചലച്ചിത്രം രൂപമെടുക്കുന്നത്. 'അഗ്നിസാക്ഷി'യുടെ പുതിയ മാധ്യമരൂപം മാറിയ സാമൂഹിക പരിതസ്ഥിതിയിൽ ഇടപെടുന്നത് സ്ത്രീശാക്തീകരണ രാഷ്ട്രീയത്തെ ഉയർത്തിപ്പിടിച്ചു കൊണ്ടാണ്. 'അഗ്നിസാക്ഷി'യെന്ന നോവലിന്റെ ചലച്ചിത്രാവിഷ്ക്കാരത്തിന് ചരിത്രത്തെയും വർത്തമാ നത്തെയും ചേർത്തു നിർത്താനാവുന്നത് ഇതുകൊണ്ടാണ്.

തീവ്ര രാഷ്ട്രീയ വിശ്വാസത്തിന്റെ ഇരയായിത്തീർന്ന ചെറുപ്പക്കാരനെ കേന്ദ്രമാക്കുന്ന രാഷ്ട്രീയചിത്രമാണ് 'അപരാഹ്നം'. പ്രമേയ/ആഖ്യാന തലങ്ങളിൽ സമാന്തരസിനിമയിലുണ്ടായ വ്യത്യസ്ത പ്രവണതകളിൽ നിന്ന് 'അപരാഹ്നം' മാറി നിൽക്കുന്നു. രൂപത്തിലും ഭാവത്തിലും എഴുപതുകളിലെ കലാസിനിമയുടെ നിർബന്ധങ്ങൾ പലതും കാലോചിതമല്ലാതെ പിന്തുടരുന്നതിനാൽ 'അപരാഹ്നം' ആഖ്യാനപ രമായി ദുർബലമായിത്തീരുന്നു. പവിത്രന്റെ 'ബലി'യും മാധ്യമപരമായി കലാസിനിമ കൈവരിച്ച വളർച്ചയെ ഉൾക്കൊള്ളാത്ത ചിത്രമാണ്. പ്ര മേയതലത്തിൽ കൈകാര്യം ചെയ്യാൻ ശ്രമിച്ച രാഷ്ട്രീയദർശനത്തിന്റെ ശക്തി ആവിഷ്ക്കാരത്തിൽ ചോർന്നു പോകുന്നതിന് ഈ സമീപനം കാരണമായി. തൊണ്ണൂറുകളിലെ കലാസിനിമയിലുണ്ടായ ദുർബലമായ രാഷ്ട്രീയാഖ്യാനങ്ങളാണ് 'അപരാഹ്ന'വും 'ബലി'യും.

ഇനി, സവർണ്ണ ഹൈന്ദവതയുടെ പുനരുത്ഥാന ശ്രമങ്ങൾ എന്ന നിലയിൽ ഏറെ വിമർശിക്കപ്പെട്ട ചില സിനിമകളെ തൊണ്ണൂറുകളിലെ രാഷ്ട്രീയസിനിമകളുടെ പൊതുവായ വിശകലനത്തിന് അനുബന്ധം എന്ന രീതിയിൽ പരാമർശിക്കേണ്ടതുണ്ട്. 'ധ്രുവം' (1993), 'ദേവാസുരം' (1993), 'പൈതൃകം'(1993), 'ആറാം തമ്പുരാൻ' (1997) എന്നിവ. 'ആധുനിക കേരളം ജീവിതത്തിൽ നിന്നെന്നോ കുടിയൊഴിപ്പിച്ചുവിട്ട ഫ്യൂഡൽ പാരമ്പര്യങ്ങളെയും വരേണ്യ ബ്രാഹ്മണ്യത്തെയും വർത്ത മാനത്തിന്റെ പ്രതിസന്ധികളുടെ പരിഹാരമാർഗ്ഗങ്ങളായി കെട്ടിയെ ഴുന്നള്ളിക്കുന്ന നിരവധി സിനിമകൾ തൊണ്ണൂറുകളിൽ ഉണ്ടായിട്ടുണ്ട്.

ജനപ്രിയ ഫോർമുലകളിൽ പൊതിഞ്ഞ്, കേരളത്തനിമയുടെ പൊയ്ക്കാലുകളിൽ വരുന്ന അയുക്തികവും അയാഥാർത്ഥ്യവുമായ ഇത്തരം സിനിമകളുടെ പ്രമേയ പരിസരം എന്നോ അസ്തമിച്ച സുവർണ്ണകാല മഹിമയിൽ നിന്നാണ് രൂപം കൊള്ളുന്നത്.'[74] ഇത്തരം വിമർശനങ്ങളെ സാധൂകരിക്കുംവിധം ഈ ചിത്രങ്ങളിലെല്ലാംതന്നെ സവർണ്ണതയുടെ അടയാളങ്ങൾ ചിതറിക്കിടക്കുന്നുണ്ട്. നായകന്മാരുടെ മാടമ്പിത്തവും വരേണ്യതയും ആഘോഷമാക്കുന്ന സമീപനമാണ് ഇത്തരം ചിത്രങ്ങൾ കൈക്കൊണ്ടത്. മന, ക്ഷേത്രം, കുളം, കസവുമുണ്ട് തുടങ്ങി സവർണ്ണ ഹൈന്ദവ പാരമ്പര്യത്തിന്റെ അടയാളങ്ങൾ കേരളീയതയുടെ പര്യായങ്ങളായി പ്രത്യക്ഷപ്പെട്ടു. കേരളീയ ജീവിതത്തിന്റെ ബഹുസ്വരതയെ തമസ്കരിക്കുംവിധം ധീരോദാത്തനും അതിപ്രതാപഗുണവാനുമായ നായകസങ്കല്പം ജനപ്രിയതയുടെ മറവിൽ സ്വീകാര്യത നേടിയെടുത്തു. 'പൈതൃക'ത്തിൽ യുക്തിവാദിയായ യുവാവിന്റെ ദർശനങ്ങളെ നിസ്സാരമാക്കിക്കൊണ്ട് യാഗാവസാനത്തിൽ മഴപെയ്യുമ്പോൾ ബ്രാഹ്മണ്യ പ്രത്യയശാസ്ത്രമാണ് വിളംബരം ചെയ്യപ്പെടുന്നത്. നവോത്ഥാനകാലം കുടഞ്ഞെറിഞ്ഞ പഴഞ്ചൻ മൂല്യങ്ങളാണ് പുനരാനയിക്കപ്പെടുന്നത്. ഇക്കൂട്ടത്തിൽ 'പൈതൃക'മൊഴികെ മറ്റ് ചലച്ചിത്രങ്ങളെയൊന്നും തന്നെ രാഷ്ട്രീയസിനിമകൾ എന്നു വിളിക്കാനാവില്ല. അവയുടെ പ്രമേയതലത്തിൽ രാഷ്ട്രീയാംശങ്ങളൊന്നും തന്നെയില്ല. ആഖ്യാനത്തിൽ അവ സവർണ്ണ പാരമ്പര്യത്തിന്റെ കെട്ടുകാഴ്ചപോലെ അണിഞ്ഞൊരുങ്ങി നിൽക്കുന്നു. Location, Properties, Costumes, Dialouges തുടങ്ങിയ ആഖ്യാനഘടകങ്ങളെയും ഇതിനുതകുംവിധമാണ് നിബന്ധിച്ചിരിക്കുന്നത്. അതുകൊണ്ടുതന്നെ രാഷ്ട്രീയസിനിമകളല്ലെങ്കിലും രൂപമെടുത്ത സാഹചര്യവുമായി ബന്ധപ്പെടുത്തി അവ നിർമ്മിക്കുന്ന രാഷ്ട്രീയത്തെ പരാമർശിച്ചു എന്ന് മാത്രം. ജനത, അധികാരം, പാരസ്പര്യം, പ്രതിരോധം, വ്യവസ്ഥിതി, വ്യവസ്ഥാപരിണാമം, പ്രത്യയശാസ്ത്ര സംഹിതകൾ തുടങ്ങിയ നിരവധി രാഷ്ട്രീയഘടകങ്ങൾ ഇഴചേരുന്ന പ്രമേയതലമുള്ള രാഷ്ട്രീയസിനിമകളാണ് ഈ പഠനത്തിനാധാരം. അത്തരത്തിൽ യാതൊരു രാഷ്ട്രീയദർശനവും ഇത്തരം ചിത്രങ്ങൾ വിനിമയം ചെയ്യുന്നില്ല. അവ കേവലമായ പ്രണയ/പ്രതികാര കഥകളുടെ ആവിഷ്കാരങ്ങൾ മാത്രമാണ്. സവർണ്ണതയുടെ പുനരുത്ഥാനവാദത്തെ തുറന്നു പിന്തുണക്കുന്ന 'പൈതൃക'മാവട്ടെ തികച്ചും പ്രതിലോമകരമായ രാഷ്ട്രീയമാണ് വിനിമയം ചെയ്യുന്നത്. വേദങ്ങളിലും തന്ത്രവിധികളിലും വിശ്വസിക്കുന്ന അച്ഛൻ നമ്പൂതിരി, യുക്തിവാദിയായ മകൻ ഇവർ തമ്മിലുള്ള ആശയ പോരാട്ടമാണ് ചിത്രത്തിന്റെ പ്രമേയതലം. വരൾച്ച മാറ്റാൻ, മഴ പെയ്യിക്കാൻ യാഗം നടത്തിയിട്ട് കാര്യമില്ലെന്ന് പ്രഖ്യാപിച്ച

മകന്റെ മുഖത്താണ് ബ്രാഹ്മണ്യത്തിന്റെ അനുഗ്രഹവർഷമായ മഴയുടെ ആദ്യതുള്ളി പതിച്ചത്. യുക്തിയുടെ ദാർഢ്യം ആ മഴയിൽ അലിഞ്ഞലിഞ്ഞ് ഇല്ലാതാകുന്നു. ആഖ്യാനപരമായി മികച്ച കലാസൃഷ്ടിയാണ് പൈതൃകം. മദ്ധ്യവർത്തി സമീപനത്തിന്റെ കരുത്തും സൗന്ദര്യവും അനുഭവിപ്പിക്കുന്ന ദൃശ്യാനുഭവമായി 'പൈതൃക'ത്തെ രൂപണം ചെയ്യാൻ ജയരാജിന് കഴിഞ്ഞിട്ടുണ്ട്.

തൊണ്ണൂറുകളിലെ കച്ചവടസിനിമാരംഗത്ത് മുൻവർഷത്തേതിനെക്കാൾ രാഷ്ട്രീയചിത്രങ്ങൾ രൂപമെടുത്തു. ചരിത്രത്തെയും വർത്തമാനത്തെയും അവ സവിശേഷമായി ഉപയോഗിച്ചു. എൺപതുകളിലൂടെ ലെടുത്ത ആക്ഷനു പ്രാധാന്യം നൽകുന്ന രാഷ്ട്രീയസിനിമകൾ തൊണ്ണൂറുകളിലെ വർത്തമാന രാഷ്ട്രീയസാഹചര്യങ്ങളെയും സാങ്കേതികവിദ്യയിലുണ്ടായ പരിണാമത്തെയും സ്വാംശീകരിച്ചുകൊണ്ട് കൂടുതൽ ചടുലവും തീവ്രവും അരാഷ്ട്രീയവുമായി രൂപാന്തരം പ്രാപിച്ചു. ഗ്രാമം, കുടുംബം തുടങ്ങിയ ചെറിയ ഇടങ്ങളിൽ നിന്നുകൊണ്ട് രാഷ്ട്രീയം സംസാരിച്ച ചിത്രങ്ങൾ രാഷ്ട്രീയാഖ്യാനത്തിന്റെ നവമാതൃകയെ അവതരിപ്പിച്ചു. സമാന്തരധാരയിലെ രാഷ്ട്രീയചിത്രങ്ങളിൽ ഭൂരിഭാഗവും കാലത്തിനനുസൃതമായി സമാന്തര സമീപനത്തിലുണ്ടാകേണ്ട മാറ്റത്തെ അടയാളപ്പെടുത്തുന്നവ കൂടിയായിരുന്നു. രാഷ്ട്രീയസാഹചര്യം രാഷ്ട്രീയചലച്ചിത്രരൂപങ്ങളെ മാറ്റിത്തീർക്കുന്നതെങ്ങനെയെന്ന്, പ്രമേയപരിചരണത്തിലും ആഖ്യാനരീതിയിലുമുണ്ടാകുന്ന വ്യതിയാനങ്ങൾ രാഷ്ട്രീയചലച്ചിത്രത്തിന്റെ നവരൂപങ്ങളെ സൃഷ്ടിക്കുന്നതെങ്ങനെയെന്ന് തൊണ്ണൂറുകളും കാണിച്ചു തരുന്നു.

1970 മുതൽ 1999 വരെയുള്ള കാലത്തിനിടയിൽ മലയാളസിനിമയിലുണ്ടായ വ്യതിരിക്ത ധാരകളൊക്കെ രാഷ്ട്രീയത്തെ പ്രമേയതലത്തിൽ സ്വാംശീകരിച്ചു. ഇതുമൂലം പ്രമേയപരിചരണത്തിലും ആഖ്യാനത്തിലും രാഷ്ട്രീയബോധ്യത്തിലും ആത്യന്തം വ്യത്യസ്തങ്ങളായ രാഷ്ട്രീയ ചലച്ചിത്രങ്ങൾ രൂപംകൊണ്ടു. എല്ലാ ധാരയിലും ശക്തിമത്തായ രാഷ്ട്രീയാവിഷ്കാരങ്ങളും ദുർബലമായ ആഖ്യാനങ്ങളും ഉണ്ടായി. കാലിക രാഷ്ട്രീയത്തോടുള്ള സദ്യപ്രതികരണവും ചരിത്രത്തോടുള്ള ആഭിമുഖ്യവും വ്യത്യസ്ത ചലച്ചിത്രസമീപനങ്ങളുടെ ഭാഗമായി ആവിഷ്കാരം നേടിയപ്പോൾ നമ്മുടെ ചലച്ചിത്രവേദിക്ക് ഭാവപരവും രൂപപരവുമായ ബഹുസ്വരത കൈവന്നു. ഇക്കാര്യത്തിൽ ഈ കാലഘട്ടത്തിലെ രാഷ്ട്രീയനോവലിനും സിനിമയ്ക്കും സമാനതയുണ്ട്. ആധുനികതയുടെ വികാസപരിണാമങ്ങളുമായി ബന്ധപ്പെട്ടും സാമൂഹിക/കാല്പനിക ആവിഷ്ക്കാരങ്ങളുടെ ഭാഗമായും ഉണ്ടായ നോവലുകൾ രാഷ്ട്രീയനോവലിനും രൂപഭാവങ്ങളിൽ വൈവിധ്യം നൽകുന്നു.

എങ്കിലും, ഈ കാലത്തെ മലയാള രാഷ്ട്രീയനോവലിന്റെ പൊതു ബോധത്തെ പ്രതിനിധാനം ചെയ്യുന്നത് ആധുനികതയുടെ വികാസ പരിണാമങ്ങളുമായി ബന്ധപ്പെട്ടുണ്ടായ രാഷ്ട്രീയാവിഷ്കാരങ്ങളാണ്. സിനിമയിലാകട്ടെ ഏതെങ്കിലും ഒരു ധാരയിലെ സിനിമകളെ മാത്രം ഉയർത്തിക്കാട്ടി ഈ കാലയളവിലെ രാഷ്ട്രീയസിനിമയുടെ പൊതുബോധമിതാണ് എന്നു പറയാനാവില്ല. കാരണം, രാഷ്ട്രീയനോവലിൽ നിന്നു വ്യത്യസ്തമായി രാഷ്ട്രീയസിനിമയുടെ പ്രമേയ/ആഖ്യാനതലങ്ങളിൽ ബഹുസ്വരമായ ബോധ്യങ്ങളോരോന്നും ശക്തമായ സാന്നിധ്യം നിലനിർത്തുന്നു. ഇക്കാരണങ്ങളാലൊക്കെത്തന്നെ ഈ കാലയളവിലെ രാഷ്ട്രീയസിനിമയെയും നോവലിനെയും ചേർത്തു നിർത്തുമ്പോൾ അവയുടെ പരസ്പരബന്ധം ഏതെങ്കിലുമൊരു വിധത്തിലാണെന്നു പറയാനാവില്ല. അവ സമാനമായും വിരുദ്ധമായും സമാന്തരമായും നിലകൊള്ളുന്നു.

1970 മുതൽ 1999 വരെയുള്ള കാലത്ത് കലാസിനിമാ പ്രസ്ഥാനത്തിന്റെ ഭാഗമായ രാഷ്ട്രീയസിനിമകൾക്കും ഈ കാലയളവിൽ ആധുനികതയുടെ രണ്ടാമത്തെ അടരിലുണ്ടായ രാഷ്ട്രീയനോവലുകൾക്കും പരിചരണത്തിലും ആഖ്യാനസമീപനത്തിലും സമാനത കണ്ടെത്താനാവും. രാഷ്ട്രീയപ്രമേയത്തെ ദാർശനികമായി പരിചരിക്കുന്ന രീതി ഈ സിനിമകളിലും നോവലുകളിലും കാണാം. അതോടൊപ്പം തന്നെ അവ ആഖ്യാനത്തിൽ വൈചിത്ര്യം സൃഷ്ടിക്കുകയും മാധ്യമത്തിന്റെ പൊതുസ്വഭാവത്തെ സ്വാധീനിക്കുകയും ചെയ്തു. കലാസിനിമാ സങ്കല്പങ്ങൾക്ക് ശരിയായ ദിശാബോധം നൽകുന്നതിൽ ഈ ധാരയിലെ രാഷ്ട്രീയസിനിമകൾ നിർണായക പങ്ക് വഹിച്ചിട്ടുണ്ട്. ആധുനികതയുടെ പൊതുബോധത്തെ സ്വാധീനിക്കാൻ രണ്ടാമത്തെ അടരിലെ രാഷ്ട്രീയനോവലുകൾക്കായി. വ്യത്യസ്ത മാധ്യമങ്ങൾ സമീപനത്തിൽ പുലർത്തുന്ന സമാനതയുടെ അടയാളങ്ങളായി ഈ നോവലുകളും സിനിമകളും നിലകൊള്ളുന്നു.

ഇക്കാലത്തെ ആക്ഷേപഹാസ്യ സ്വഭാവമുള്ള രാഷ്ട്രീയനോവലുകളും രാഷ്ട്രീയസിനിമകളും പരിശോധിച്ചാൽ പ്രമേയപരിചരണത്തിലും ആഖ്യാനത്തിലും അവ സമാന്തരമായി നിലകൊള്ളുന്നതായി കാണാം. ആക്ഷേപഹാസ്യ സ്വഭാവം അവയ്ക്ക് ദർശനപരമായ സമാനത നൽകുന്നുമുണ്ട്. പലതരം പ്രവണതകൾ നോവലിലും സിനിമയിലും സജീവമായിരുന്ന ഈ കാലയളവിൽ 1928 മുതൽ 1969 വരെയുള്ള കാലഘട്ടത്തിനു സമാനമായ സമീപനവൈരുദ്ധ്യം രാഷ്ട്രീയനോവലിനും രാഷ്ട്രീയസിനിമയ്ക്കുമിടയിൽ വ്യക്തമായി തുടരുകയും ചെയ്യുന്നു.

കുറിപ്പുകൾ

1. വിജയകൃഷ്ണൻ - മലയാളസിനിമയുടെ കഥ, മാതൃഭൂമി ബുക്സ്, കോഴിക്കോട്, 2004, പു. 127, 128.
2. വിജയകൃഷ്ണൻ - മലയാളസിനിമയുടെ കഥ, പു. 140
3. ഓ.കെ. ജോണി - സിനിമയുടെ വർത്തമാനം, പാപ്പിയോൺ, കോഴിക്കോട്, 2001, പു. 39
4. വി.കെ. ജോസഫ് - സിനിമയും പ്രത്യയശാസ്ത്രവും, സാംസ്കാരിക പ്രസിദ്ധീകരണ വകുപ്പ്, കേരള സർക്കാർ, 1997, പു. 95, 96
5. കെ.എം. തരകൻ - മലയാളനോവൽ സാഹിത്യ ചരിത്രം, കേരള സാഹിത്യ അക്കാദമി, തൃശ്ശൂർ, 1990, പു. 190.
6. കെ.പി. അപ്പൻ - മാറുന്ന മലയാളനോവൽ, ഇംപ്രിന്റ് ബുക്സ്, കൊല്ലം, 1997, പു. 14,15
7. കെ.പി.അപ്പൻ - മാറുന്ന മലയാളനോവൽ, പു. 15
8. ആവിലായിലെ സൂര്യോദയം - കറന്റ് ബുക്സ്, തൃശ്ശൂർ, 1976, പു. 89.
9. കെ.എം. തരകൻ- മലയാളനോവൽ സാഹിത്യചരിത്രം, പു. 277
10. കെ.എം. തരകൻ - മലയാളനോവൽ സാഹിത്യ ചരിത്രം, പു. 266
11. കെ.പി.അപ്പൻ - മാറുന്ന മലയാളനോവൽ, പു. 148
12. വ്യാസനും വിഘ്നേശ്വരനും - ഡി.സി. ബുക്സ്, കോട്ടയം, 2006, ഒക്ടോബർ, പു. 75.
13.വ്യാസനും വിഘ്നേശ്വരനും - പു. 86
14. വ്യാസനും വിഘ്നേശ്വരനും - പു. 88
15. കെ.പി. അപ്പൻ മാറുന്ന മലയാളനോവൽ, പു. 54
16. ധർമ്മപുരാണം - ഡി.സി. ബുക്സ്, കോട്ടയം, 2007 ഫെബ്രുവരി, പു.182
17. ധർമ്മപുരാണം- പു. 11
18. ധർമ്മപുരാണം- പു. 182
19. ശേഷക്രിയ - ഡി.സി. ബുക്സ് കോട്ടയം, 2007 ഫെബ്രുവരി, പു. 52.
20. ശേഷക്രിയ -പു. 60
21. ധർമ്മപുരാണം - പു.190
22. ധർമ്മപുരാണം - പു.190
23. വി. രാജകൃഷ്ണൻ- അഴുക്കിൽ ചാലിച്ച ഗീതാദുഃഖം (പഠനം) (ധർമ്മ പുരാണം, ഡിസി ബുക്സ്, കോട്ടയം, 2007, ഫെബ്രുവരി, പു. 11)
24. ധർമ്മപുരാണം- പു. 125
25എ.ഗോവർദ്ധന്റെ യാത്രകൾ - ഡി.സി. ബുക്സ് കോട്ടയം, 2008 ജനുവരി, പു. 22.
25 ബി.വ്യാസനും വിഘ്നേശ്വരനും - പു. 84
26. വ്യാസനും വിഘ്നേശ്വരനും - പു. 89
27.ശേഷക്രിയ - പു. 25
28. ശേഷക്രിയ - പു. 41
29. ശേഷക്രിയ -പു. 15
30. ശേഷക്രിയ - പു. 15
31. ശേഷക്രിയ - പു. 32, 33
32. പി.കെ. പോക്കർ-കലാപത്തിന്റെ രാഷ്ട്രീയം (പഠനം)-(ശേഷക്രിയ- ഡി.സി.

ബുക്സ്, കോട്ടയം, 2007 ഫെബ്രുവരി, പു.10)
33. ശേഷക്രിയ -പു. 15, 16
34. ശേഷക്രിയ -പു. 44
35. ശേഷക്രിയ -പു. 55
36. പ്രകൃതിനിയമം- ഡി.സി.ബുക്സ്, കോട്ടയം, 1998, പു. 73
37. പ്രകൃതിനിയമം- പു. 88
38. ധർമ്മപുരാണം - പു. 32, 33
39. ധർമ്മപുരാണം - പു. 77
40. ധർമ്മപുരാണം - പു. 32, 33
41. ധർമ്മപുരാണം - പു. 57
42. ധർമ്മപുരാണം - പു. 193
43. ധർമ്മപുരാണം - പു. 194
44. ശേഷക്രിയ -പു. 17
45. ശേഷക്രിയ -പു. 42
46. ശേഷക്രിയ -പു. 54
47. ജനറൽ ചാത്തൻസ് - ഡി.സി. ബുക്സ്, കോട്ടയം, 2007 നവംബർ, പു. 149.
48. ഇ.വി. രാജഗോപാലൻ - തീയൂർ രേഖകളും നോവൽ വായനയും (പഠനം)-(തീയൂർ രേഖകൾ, ഡി.സി. ബുക്സ്, സ്പെഷ്യൽ എഡിഷൻ, കോട്ടയം, 2004 ഫെബ്രുവരി, പു. 9,10).
49. തീയൂർ രേഖകൾ, പു. 28
50. തീയൂർ രേഖകൾ, പു. 28
51.തീയൂർ രേഖകൾ - പു. 55
52. ഇ.പി. രാജഗോപാലൻ- തീയൂർ രേഖകളും നോവൽ വായനയും (പഠനം)-(തീയൂർ രേഖകൾ, പു. 10)
53. കേശവന്റെ വിലാപങ്ങൾ - ഡി.സി. ബുക്സ്, കോട്ടയം, 2007.
54.ഇല്ലം - ഡി.സി. ബുക്സ്, കോട്ടയം, 2007 ഒക്ടോബർ, പു. 61.
55. ഇല്ലം - പു. 124, 125
56. ഇല്ലം - പു. 132
57. സിനിക്ക് - മാതൃഭൂമി ആഴ്ചപ്പതിപ്പ്, 1972 മാർച്ച് 5, ലക്കം-51, പു. 39
58. ഓ.കെ. ജോണി - സിനിമയുടെ വർത്തമാനം, പു.64
59. വിജയകൃഷ്ണൻ - മലയാളസിനിമയുടെ കഥ, പു.178
60. സിനിക്ക് - മാതൃഭൂമി ആഴ്ചപ്പതിപ്പ്, 1979 മെയ് 27, ജൂൺ 3, ലക്കം-11, പു. 50
61. ഓ.കെ. ജോണി - സിനിമയുടെ വർത്തമാനം, പു. 60
62. ഓ.കെ. ജോണി - സിനിമയുടെ വർത്തമാനം, പു.60
63. ജനാർദ്ദനൻ- മാതൃഭൂമി ആഴ്ചപ്പതിപ്പ്, 1981, മെയ് 24-30, ലക്കം-10, പു. 43
64. ടി. സുരേഷ് ബാബു - മാതൃഭൂമി ആഴ്ചപ്പതിപ്പ്, 1988 ഒക്ടോബർ 16-22, ലക്കം 32, പു. 49
65. ടി. സുരേഷ് ബാബു - മാതൃഭൂമി ആഴ്ചപ്പതിപ്പ്, 1985 നവംബർ 24-30, ലക്കം 37, പു. 49
66. മാതൃഭൂമി ആഴ്ചപ്പതിപ്പ് - 1986, മാർച്ച് 2-8, ലക്കം 51, പു. 50
67. നിർമ്മല - മാതൃഭൂമി ആഴ്ചപ്പതിപ്പ്, 1987ജനവരി 18-24, ലക്കം 45, പു. 47
68. ജി.ടി മാടപ്പള്ളി (കണ്ണൂർ)-മാതൃഭൂമി ആഴ്ചപ്പതിപ്പ്, 1987,ഫെബ്രുവരി 8-14,

ലക്കം 48.
69. രവീന്ദ്രൻ, സിനിമയുടെ രാഷ്ട്രീയം, ബോധി ഫിലിം ലൈബ്രറി, കോഴിക്കോട്, 1990, (മുഖാമുഖം: സിനിമയും വ്യാഖ്യാനവും എന്ന അധ്യായത്തിലെ വാദഗതികളിൽ നിന്ന്), പു. 96-107
70. മാതൃഭൂമി ആഴ്ചപ്പതിപ്പ്- 1989 മാർച്ച് 5-11, ലക്കം 52, പു. 48
71. ഓ.കെ. ജോണി, സിനിമയുടെ വർത്തമാനം, പു. 157
72. ഓ.കെ. ജോണി, സിനിമയുടെ വർത്തമാനം, പു. 153
73. വി.കെ. ജോസഫ് - സിനിമയും പ്രത്യയശാസ്ത്രവും, പു. 135
74. വി.കെ. ജോസഫ്- സിനിമയും പ്രത്യയശാസ്ത്രവും, പു. 97.

ഭാഗം രണ്ട്
സവിശേഷ വിശകലനം

അധ്യായം നാല്

വിരുദ്ധജോഡി : തലയോട്/പുന്നപ്രവയലാർ

തലയോട് (നോവൽ)
രചയിതാവ് : തകഴി ശിവശങ്കരപ്പിള്ള
ആദ്യപ്രസാധനം : 1948

പുന്നപ്രവയലാർ (സിനിമ)
സംവിധായകൻ : എം.കുഞ്ചാക്കോ
കഥ, സംഭാഷണം: എസ്.എൽ.പുരം സദാനന്ദൻ
നിർമ്മാണം: എക്സൽ പ്രൊഡക്ഷൻസ്
റിലീസായ വർഷം : 1967

തിരുവിതാംകൂറിൽ ദിവാൻ ഭരണത്തിനെതിരായി നടന്ന പോരാട്ടങ്ങളിലും കമ്മ്യൂണിസ്റ്റ് പ്രസ്ഥാനത്തിന്റെ ചരിത്രത്തിലും ഏറെ പ്രാധാന്യത്തോടെ എടുത്തു പറയേണ്ട 1946 ലെ പുന്നപ്രവയലാർ സമരമാണ് 'തലയോടി'ന്റെയും 'പുന്നപ്രവയലാറി'ന്റെയും പ്രമേയതലത്തെ രൂപപ്പെടുത്തിയിരിക്കുന്നത്. സമരത്തോടുള്ള പെട്ടെന്നുള്ള പ്രതികരണം എന്ന നിലയിൽ രചിച്ച നോവലാണ് 'തലയോട്'. എന്നാൽ പുന്നപ്രവയലാർ സമരത്തിനും ഇരുപത്തിയൊന്ന് വർഷങ്ങൾക്കുശേഷം ചരിത്രത്തിന്റെ പുനരാഖ്യാനം എന്ന നിലയിൽ നിർമ്മിക്കപ്പെട്ട

സിനിമയാണ് 'പുന്നപ്രവയലാർ'. 1928 മുതൽ 1969 വരെയുള്ള കാലത്ത് മലയാളത്തിലെ രാഷ്ട്രീയനോവലും രാഷ്ട്രീയസിനിമയും പുലർത്തുന്ന വിരുദ്ധഗതിയുടെ വ്യത്യസ്തതലങ്ങളെ അടയാളപ്പെടുത്താൻ ഇവയുടെ താരതമ്യപഠനം സഹായകമാകുന്നു.

പ്രമേയപരിചരണം

കൃത്യമായ രാഷ്ട്രീയപക്ഷമുള്ള എഴുത്തുകാരനിൽ പുന്നപ്രവയലാർ സംഭവം സൃഷ്ടിച്ച തീക്ഷ്ണമായ രോഷത്തിന്റെ സർഗാത്മകസാക്ഷ്യമാണ് 'തലയോട്' എന്ന നോവൽ. അധികാരത്തിന്റെ ക്രൗര്യത്തോടുപൊരുതി നൂറുകണക്കിനാളുകൾ മരിച്ചു വീണ സമരഭൂമിയാണ് നോവലിലെ കണ്ടനാർ. പുന്നപ്രയുടെയും വയലാറിന്റെയുമൊക്കെ പ്രതിനിധാനമാണ് കണ്ടനാറിലൂടെ സാധ്യമാകുന്നത്. കണ്ടനാറിലെ നരനായാട്ടിന് നേതൃത്വം കൊടുത്തത് മേജർ രാജശേഖരനാണ്. കൊടിയ പീഢനങ്ങൾക്കിടയിൽ ചിതറി വീഴുന്ന ചോരത്തുള്ളികളിലും മുറിഞ്ഞുപോകുന്ന നിലവിളികളിലും അഭിരമിക്കുന്ന അയാൾ അക്രമാസക്തമായ അധികാരത്തിന്റെ കറുത്ത അടയാളമാണ്. ചോരക്കൊതിയാർന്ന അധികാര രൂപങ്ങൾക്കു ചുറ്റും പെരുകി വരുന്ന അമർഷത്തിന്റെ ഇരമ്പം 'തലയോടി'ലുണ്ട്. എത്ര അടിച്ചമർത്തിയാലും അടങ്ങാനാവാത്തവിധം തുടരുന്ന ചെറുത്തുനിൽപ്പിന്റെ രൂപമാതൃകകൾ കണ്ടനാറിലെ തൊഴിലാളി വിപ്ലവത്തിലെ നായകനായിരുന്ന സുബ്രഹ്മണ്യനിലൂടെ, പോരാട്ടത്തിന്റെ തുടർച്ചയിലെ ശക്തിദുർഗമായ ശ്രീകുമാറിലൂടെ, വിദ്യാർത്ഥി നേതാവായ ബാലചന്ദ്രനിലെത്തുന്നു. ഭരണകൂട ധാർഷ്ട്യത്തിന്റെ ഇരകളും ശേഷിപ്പുകളുമായവർ രുഗ്ണമായ വ്യവസ്ഥയ്ക്കു മുകളിലൂടെ സർവ്വതും തകർത്തെറിഞ്ഞ് കുതിച്ചുപായാൻ സംഘടിതശക്തിയാർജ്ജിക്കുന്നുണ്ടെന്ന് 'തലയോട്' മുന്നറിയിപ്പു നൽകുന്നു. വ്യവസ്ഥാപിതമായ അധികാരത്തിന്റെ അക്രമാസക്തി, ജനതയുടെ വർഗപരമായ പ്രതിരോധം, അടിച്ചമർത്തൽ, പ്രത്യാശ, ഇതെല്ലാം ഒന്നിക്കുന്ന രാഷ്ട്രീയദർശനമാണ് 'തലയോടി'ന്റെ പ്രമേയതലത്തിലുള്ളത്. ഇത്തരം ഗൗരവപൂർണമായ സോദ്ദേശ്യ പ്രമേയപരിചരണം നോവലിന്റെ രാഷ്ട്രീയം പ്രഖ്യാപിക്കുന്നു.

'തലയോടി'ന്റെ പ്രമേയതലത്തിന് നിരവധി അടരുകളുണ്ട്. കണ്ടനാറിലെ നരനായാട്ടിന്റെ ക്രൗര്യത്തെകുറിച്ചുള്ള ഓർമ്മപ്പെടുത്തലുകൾ, അടിസ്ഥാനവർഗത്തിന്റെ പോരാട്ടവീര്യം അധികാരസ്ഥലികളിൽ സൃഷ്ടിച്ച ഭീതി, കാലികമായ രാഷ്ട്രീയനാടകങ്ങളെ ലക്ഷ്യം വയ്ക്കുന്ന കൂർത്ത പരിഹാസം, യുവാക്കളുടെ നവവിപ്ലവം, മേജർ രാജശേഖരനിൽ

നിന്ന് ബാലചന്ദ്രനിലേക്ക് വികസിക്കുന്ന കഥയിലൂടെ ആവിഷ്കൃതമാകുന്ന വർഗപരമായ തിരിച്ചടി, ഇവയോരോന്നും കൃത്യമായ രാഷ്ട്രീയ ലക്ഷ്യങ്ങളോടെയാണ് നോവലിസ്റ്റ് നിർമ്മിച്ചെടുത്തിരിക്കുന്നത്.

പട്ടാള വാഴ്ചയുടെ ഓർമ്മകളെ പോരാട്ടവീര്യത്തെ ജ്വലിപ്പിച്ചുനിർത്തുന്ന ഊർജ്ജസ്രോതസ്സായാണ് നോവൽ സമീപിക്കുന്നത്. അതിനുതകും വിധം വൈകാരികമായിത്തന്നെ ഞെട്ടിപ്പിക്കുന്ന ചില സംഗതികളെ പരാമർശിക്കുന്നു. 'അടുത്ത ദിവസം മുതൽ ആ വൃദ്ധനെ ശവം ചുടാനും, ശവം കുഴിച്ചുമൂടാനും മറ്റുമുള്ള ജോലിക്കു പിടിച്ചു നിർത്തി, നിരന്നു നിരന്നു കിടക്കുന്ന ശവത്തിനെ ഓരോന്നിനെയും എടുത്തുമാറ്റിയ കൂട്ടത്തിൽ ആ പാവം, അയാളുടെ മകനെയും കണ്ടെത്തിയത്രേ. അപ്പോൾ മകനു ശ്വാസമുണ്ടായിരുന്നു എന്നും പറയപ്പെടുന്നു. ഏതായാലും വൃദ്ധൻ മകനെ കെട്ടിപ്പിടിച്ചു ചുംബിച്ചുപോയി. അതിന് വൃദ്ധന് ഒരു ശിക്ഷ അനുഭവിക്കേണ്ടിവന്നു. നെഞ്ചിനുള്ളിൽ നിന്നും പറിഞ്ഞു പുറത്തുവന്നു പറിഞ്ഞു പോകാതെ നിന്ന ഒരു മൃദുത്വമുള്ള മാംസക്കഷ്ണം, വളരെ കുറച്ചേയുള്ളൂ-ആ വൃദ്ധനെ കൊണ്ടു തീറ്റിച്ചുവെന്നു ജോസഫ് എന്ന പട്ടാളക്കാരൻ വീരവാദം പറയുന്നത് കേട്ടു.'[1] നോവലിന്റെ ആരംഭത്തിൽ കാണുന്ന പിച്ചക്കാരി ഗൃഹനാഥയോട് പറയുന്നു. 'ശവമങ്ങനെ മലപോലെ കൂട്ടിയിട്ടു മണ്ണെണ്ണ ഒഴിച്ച് ചുടുകയും മണ്ണുവെട്ടിമൂടുകയുമായിരുന്നു. പകുതി വെന്ത ശവശരീരങ്ങൾ എത്രദിവസം കിടന്ന് നാറിയെന്നോ! ആ കുനകളിലും വേണ്ടത്ര മണ്ണ് കൂട്ടിയിരുന്നില്ല. അതും നാറി.'[2]

ഇതിനോട് ചേർത്ത് നിർത്താവുന്ന വിധത്തിലാണ് അടിസ്ഥാന വർഗ്ഗത്തിന്റെ ചെറുത്തുനിൽപ് സൃഷ്ടിച്ച ഭീതിയെ ആവിഷ്കരിക്കുന്നത്. അതിക്രമങ്ങൾക്കു ശേഷവും കണ്ടനാറിൽ തമ്പടിക്കുന്ന പട്ടാളക്കാരെ ഈ ഭീതി വേട്ടയാടുന്നുണ്ട്. വെടിവച്ച് കോച്ചിപ്പോയതാണ് അവരുടെ വിരലുകൾ. എന്നിട്ടും അണമുറിയാതെ നിന്ന തൊഴിലാളികളുടെ ആത്മവീര്യത്തെ അവർ നേരിട്ട് കണ്ടറിഞ്ഞതാണ്. അതുകൊണ്ടു തന്നെ സമരവീര്യത്തിന്റെ ഉറവകൾ ഇല്ലാതായെന്ന് വിശ്വസിക്കാൻ അവർക്കാവുന്നില്ല. 'പട്ടാളക്കാർ രാത്രിയിൽ നിലത്ത് ഉറങ്ങാൻ കിടക്കുമ്പോൾ, ആ മുദ്രാവാക്യങ്ങൾ ഭൂഗർഭത്തിൽ ഇരമ്പുന്നതു കേൾക്കാം. അന്നു മരിച്ചവന്റെ - മണ്ണിനടിയിൽ പോയവന്റെ-അല്ല, ജീവിച്ചിരിക്കുന്നവന്റെ അലർച്ചയാണത്! ഇതൊരിക്കലും അവസാനിക്കുകയില്ല. ഭൂമിക്കടിയിൽ പലതും നടന്നു കൊണ്ടിരിക്കുകയാണ്.'[3]

അതിക്രമത്തിന്റെ ശേഷിപ്പുകളായ മനുഷ്യരിൽ അസാമാന്യമായ ഇച്ഛാശക്തി നിഴലിക്കുന്നുണ്ട്. ബലാൽസംഗത്തിന്റെ ബാക്കിപത്രങ്ങളായ കുട്ടികൾ, വികലാംഗർ, വൃദ്ധർ, അനാഥരായ സ്ത്രീകൾ

അവരുടെയൊക്കെ കണ്ണുകളിലെ നിഗൂഢത, അധികാരിവർഗത്തിന്റെ ഉറക്കം കെടുത്തുന്നുണ്ട്. 'കണ്ടനാരിൽ ജീവനുണ്ടെന്ന് പറഞ്ഞുനടക്കുന്ന പ്രേതങ്ങൾ, അവറ്റകൾക്ക് ഓരോന്നിനും ജീവിതത്തിൽ ഒരുദ്ദേശ്യമുണ്ടെന്ന് തോന്നി. അവറ്റകൾ മരിക്കാൻ നിശ്ചയിച്ചിട്ടില്ല.'[4] ഈ ഭീതി സത്യമായിത്തീരുന്നു. തൊഴിലാളികളും കർഷകരും നടത്തുന്ന മുന്നേറ്റം ഭരണവർഗ്ഗത്തെ പിടിച്ചുലയ്ക്കുന്ന വിധത്തിലാണ് നോവലിലെ കഥാഗതി വികസിക്കുന്നത്. ആ പ്രക്ഷോഭത്തിന്റെ മുന്നണിയിൽ കണ്ടനാറിന്റെ ശേഷിപ്പുകളും ഇരകളുമുണ്ട്.

ഇങ്ങനെ, മുറിപ്പെടുത്തുന്ന ഓർമ്മകളുടെയും ആവേശം കൊള്ളിക്കുന്ന സമരവീര്യത്തിന്റെയും ഭരണകൂടത്തെ ബാധിച്ച കൊടുംഭീതിയുടെയും പശ്ചാത്തലത്തിലാണ് മേജർ രാജശേഖരനെയും ബാലചന്ദ്രനെയും ശ്രീകുമാറിനെയും കേന്ദ്രമാക്കുന്ന കഥാംശം വികസിക്കുന്നത്. കണ്ടനാറിലെ തൊഴിലാളി വിപ്ലവത്തിന്റെ നായകനായിരുന്ന സുബ്രഹ്മണ്യന്റെ തലയോട്ടും കൈപ്പത്തികളും മേജർ രാജശേഖരൻ തന്റെ വീട്ടിലെ സ്വീകരണമുറിയിൽ ആണിയടിച്ച് തൂക്കിയിട്ടുണ്ട്. നരവേട്ടയെയും അടിച്ചമർത്തലിനെയും അയാൾ തന്റെ ഔദ്യോഗിക ജീവിതത്തിലെ അഭിമാനകരമായ നിമിഷങ്ങളായി കരുതി. കമ്മ്യൂണിസ്റ്റുകാരനായ ശ്രീകുമാർ യുവാക്കളുടെ നവവിപ്ലവത്തിന്റെ നായകനാണ്. കണ്ടനാറിന്റെ സ്മരണകൾ ജ്വലിച്ചുനിൽക്കുന്ന അയാളുടെ പ്രസംഗങ്ങൾ കർഷകരെയും തൊഴിലാളികളെയും ആവേശം കൊള്ളിക്കുന്നു. പ്രജാപരിഷത്തിന്റെ ഭാഗമായി നിന്നും അല്ലാതെയും അടിസ്ഥാനവർഗത്തിന്റെ അവകാശങ്ങൾക്കായി അയാൾ പൊരുതി. വീണ്ടും സമരത്തിന്റെയും പീഡനത്തിന്റെയും ദിനങ്ങൾ വന്നു. ശ്രീകുമാർ രക്തസാക്ഷിയായി. അയാളുടെ തലയോട്ടും മേജർ രാജശേഖരന്റെ ഭിത്തിയിൽ തൂങ്ങി. പക്ഷേ, സുബ്രഹ്മണ്യന്റെ തലയോട് കണ്ടുവളർന്ന, ശ്രീകുമാറിൽ നിന്നു പ്രചോദനം ഉൾക്കൊണ്ട ബാലചന്ദ്രൻ; മേജർ രാജശേഖരന്റെ മകൻ വിപ്ലവത്തിന്റെ മുന്നണിപോരാളിയായി മാറുന്നു. വിദ്യാർത്ഥികളുടെ നേതാവായി തിരഞ്ഞെടുക്കപ്പെടുന്നു. അവൻ അച്ഛനോടു പറയുന്നു. 'നാളെ അച്ഛന് മൂന്നാമതൊരു തലയോട്ടുകൂടി ഇവിടെ വയ്ക്കാം. അതിനുള്ള ആണി ഒരു വാരിയെല്ലായിരിക്കുന്നത് നന്നായിരിക്കും.'[5] അച്ഛന്റെ വിജയ ചിഹ്നങ്ങളിൽ നിന്ന് പ്രതിരോധത്തിന്റെ ഊർജ്ജമാവാഹിച്ചവരുടെ ഘോഷയാത്രയിൽ മുന്നണിയിൽ നിൽക്കുന്നവരെ മകൻ പരിചയപ്പെടുത്തുന്നുണ്ട്. 'ആ ഘോഷയാത്രയുടെ ഇടത്തേ അണിയിൽ മുമ്പേ നിൽക്കുന്നത് അച്ഛന്റെ ആദ്യത്തെ വിജയചിഹ്നമായ ഈ തലയോടിന്റെ ഉടമസ്ഥന്റെ മകനാണ്. അവൻ അച്ഛന്റെ തലയോട്ടു കാണാൻ വരികയാണ്. മറ്റേ

അണിയിൽ മുമ്പേ നിൽക്കുന്നത് കണ്ടനാറിൽ അച്ഛൻ ചെയ്യിച്ച ബലാൽ സംഗത്തിൽ ജനിച്ച ശിശുവാണ്. അവർക്കു പിന്നിൽ അങ്ങനെയുള്ളവർ ധാരാളമുണ്ട്.[76] കാലത്തിന്റെ പ്രവാഹത്തിനിടയിൽ ആവർത്തിക്കുന്ന വർഗപരമായ തിരിച്ചടിയുടെ സൂചകമാണ് മേജർ രാജശേഖരന്റെ പതനം. ഇരയുടെ തലയോട് സൂക്ഷിക്കുന്ന അച്ഛൻ, അതേ തലയോടിൽ നിന്ന് വിപ്ലവത്തിന്റെ ആവേശം ഉൾക്കൊണ്ട മകൻ, അവനു പിന്നിൽ ഇരമ്പിയാർക്കുന്ന ഇന്നലെയുടെ ശേഷിപ്പുകൾ, ഇരകൾ. കൃത്യമായ രാഷ്ട്രീയവിവക്ഷകളുള്ള ഈ പരിണാമമാണ് തലയോടിന്റെ പ്രമേയ പരിചരണത്തിന് സോദ്ദേശ്യത നൽകുന്ന പ്രധാനഘടകം.

പുന്നപ്രവയലാർ സമരത്തിൽ നിന്ന് പ്രചോദനമുൾക്കൊണ്ട തകഴി സമാനമായൊരു സമരഭൂമി സൃഷ്ടിച്ചെടുക്കുകയായിരുന്നു. സമരത്തിന്റെ ഓർമ്മകളെ കെടാതെ സൂക്ഷിച്ചുകൊണ്ട് സമരാനന്തര കാലത്തിന്റെ ദൈന്യത്തെയും അടിസ്ഥാനവർഗ്ഗത്തിന്റെ അടക്കാനാവാത്ത വീര്യ ത്തെയും ഇച്ഛാശക്തിയെയും അതിന്റെ ക്രമികമായ വികാസത്തെയും അടയാളപ്പെടുത്തുന്ന, വിപ്ലവകരമായ പര്യവസാനത്തെ പ്രവചിക്കുന്ന രാഷ്ട്രീയകഥ നിർമ്മിച്ചെടുക്കുന്നു; രാഷ്ട്രീയകാലത്തിൽ ഇടപെടുന്നു. 1928 മുതൽ 1969 വരെയുള്ള കാലത്ത് മലയാളനോവലിന്റെ പൊതുസ്വഭാ വത്തെ നിർണയിച്ച സോദ്ദേശ്യ രാഷ്ട്രീയനോവലുകളുടെ പ്രമേയപരി ചരണരീതിയെ തലയോട് പൂർണമായും ഉൾക്കൊള്ളുന്നു. കൃത്യമായ രാഷ്ട്രീയ ലക്ഷ്യത്തോടെ സന്ദർഭങ്ങളെ രൂപപ്പെടുത്തുക, വ്യവസ്ഥയെ വിമർശിക്കുക, വിപ്ലവാഭിമുഖ്യം പുലർത്തുക തുടങ്ങിയ രാഷ്ട്രീയ സ്വഭാ വങ്ങളെയെല്ലാം നിലനിർത്തിക്കൊണ്ടാണ് 'തലയോട്' പ്രമേയത്തെ പരിചരിക്കുന്നത്, അവതരിപ്പിക്കുന്നത്.

'പുന്നപ്രവയലാർ' എന്ന സിനിമയുടെ പ്രമേയപരിചരണം ഇതിൽ നിന്നു തികച്ചും വ്യത്യസ്തമാണ്. 1967-ൽ വെള്ളിത്തിരയിൽ പുനർജനിച്ച പുന്നപ്രവയലാർ സമരത്തെ രൂപപ്പെടുത്തിയത് രാഷ്ട്രീയവിവക്ഷകളല്ല; വാണിജ്യതാത്പര്യങ്ങളാണ്. കേരളത്തിലെ കമ്യൂണിസ്റ്റ് പ്രസ്ഥാനം വിമോചനസമരത്തിനുശേഷം ഊർജ്ജം വീണ്ടെടുത്ത 1967-ൽ, ഇ.എം. എസിന്റെ നേതൃത്വത്തിൽ കമ്മ്യൂണിസ്റ്റുകാർ (സപ്തകക്ഷിമുന്നണി) ഭരണത്തിൽ തിരിച്ചെത്തി നാലുമാസങ്ങൾക്കുശേഷം ജൂലൈ 12ന് 'പുന്നപ്രവയലാർ' റിലീസായി എന്നത് വെറും യാദൃച്ഛികതയാവാനി ടയില്ല. സിനിമാവിപണിയിൽ കുഞ്ചാക്കോ നടത്തിയ ആദ്യ രാഷ്ട്രീയ പരീക്ഷണമായിരുന്നു പുന്നപ്രവയലാർ. വിപണനതന്ത്രങ്ങൾ ചലച്ചിത്രത്തിന്റെ രാഷ്ട്രീയമായ ഏകാഗ്രതയെ നഷ്ടപ്പെടുത്തുന്നുണ്ട്. വയലാറിലെ തൊഴിലാളി വിപ്ലവത്തിന്റെ ആവിഷ്കാരത്തിന് ഗൗരവം

കുറഞ്ഞുപോയത് പ്രമേയപരിചരണത്തിൽ വന്ന പാളിച്ചകളാലാണ്.

ഒരു പ്രത്യേക രാഷ്ട്രീയസമരത്തെ അടിസ്ഥാനമാക്കി മലയാളത്തിലുണ്ടായ ആദ്യസിനിമയാണ് 'പുന്നപ്രവയലാർ'. എന്നിട്ടും നായകൻ, നായിക, വില്ലൻ, പ്രണയം, കുടുംബം തുടങ്ങിയവയുടെയൊക്കെ സമ്മിശ്രരൂപമായ കച്ചവടസിനിമയുടെ സ്വഭാവമാണ് ഈ ചലച്ചിത്രത്തിനുള്ളത്. ഉത്തരവാദ ഭരണത്തിനായി തിരുവിതാംകൂറിൽ നടന്ന മുന്നേറ്റങ്ങളുടെ സ്റ്റോക്ക് ഷോട്ടുകൾ (stock shots) കാണിച്ചുകൊണ്ട് വികാരപരമായ കമന്ററിയോടെ ആരംഭിക്കുന്ന സിനിമ പുന്നപ്രവയലാർ സമരത്തിന്റെ ആവിഷ്കാരം എന്ന ഭാവത്തിലാണ് മുന്നേറുന്നത്. പ്രഭാകരനെന്ന വിപ്ലവകാരിയാണ് ചലച്ചിത്രത്തിന്റെ കേന്ദ്രം. രാഷ്ട്രീയപ്രവർത്തനത്തിലേർപ്പെട്ടതിന്റെ പേരിൽ കോളേജിൽ നിന്നു പുറത്താക്കപ്പെട്ട പ്രഭാകരൻ നാട്ടിലെത്തി പല മേഖലകളിലേയും തൊഴിലാളികളെ സംഘടിപ്പിക്കുന്നു. തൊഴിലാളികളായ നീലാണ്ടനും ചെല്ലമ്മയും ബഷീറുമൊക്കെ അയാളുടെ സഹപ്രവർത്തകരാണ്. ഇവരെ കേന്ദ്രീകരിച്ചാണ് തൊഴിലാളിവർഗ്ഗത്തിന്റെ സംഘടിതശേഷിയുടെ വളർച്ചയും സമരങ്ങളും ആവിഷ്കൃതമായിരിക്കുന്നത്. ദിവാൻ ഭരണത്തിന് ഒത്താശപാടുന്ന ജന്മിത്ത്വത്തിന്റെയും മുതലാളിത്തത്തിന്റെയും ആവിഷ്കാരം യഥാക്രമം മാളികവീടിലൂടെയും കയർഫാക്ടറി ഉടമ അച്ചുതനിലൂടെയും സാധ്യമാകുന്നു. ആത്മബോധമാർജ്ജിക്കാത്ത ഇടത്തരക്കാരെയാണ് പ്രഭാകരന്റെ അച്ഛൻ കൊച്ചുനാണു പ്രതിനിധാനം ചെയ്യുന്നത്. യൂണിയൻ പ്രവർത്തനങ്ങളും ജന്മിത്ത്വത്തിന്റെ പ്രതികാരനടപടികളും തൊഴിലാളികളുടെ ചെറുത്തുനിൽപ്പും വയലാറിലെ വെടിവയ്പ്പും ചിത്രത്തിലുണ്ടെങ്കിലും കുടുംബബന്ധങ്ങളും പ്രണയവും തമാശകളും പരിചരണത്തിൽ അതിനെല്ലാം മുകളിൽ നിൽക്കുന്നു. തീക്ഷ്ണമായ സമരത്തിന്റെ ആവിഷ്കാരത്തിനുവേണ്ട സൂക്ഷ്മതയും ഏകാഗ്രതയും നഷ്ടപ്പെടുന്നു.

പ്രഭാകരനും (പ്രേംനസീർ) ചെല്ലമ്മയും (ഷീല)തമ്മിലുള്ള പ്രണയത്തിന് ചലച്ചിത്രകാരൻ അമിതമായ ശ്രദ്ധനൽകിയിരിക്കുന്നു. കൃത്യമായ ഇടവേളകളിൽ ചലചിത്രത്തിന്റെ പ്രമേയ തലത്തിൽ പ്രണയം ഇടപെടുന്നുണ്ട്. കച്ചവടസിനിമയ്ക്കു യോജിച്ച വിധത്തിൽ തന്നെ പ്രണയരംഗങ്ങൾ തയ്യാർ ചെയ്തിരിക്കുന്നു. പ്രഭാകരനും ചെല്ലമ്മയും തമ്മിലുള്ള മധുരതരമായ സംഭാഷണം, ചെല്ലമ്മയെ കളിയാക്കുന്ന കൂട്ടുകാരികൾ, ചെല്ലമ്മയെ സ്നേഹിക്കുന്ന മുറച്ചെറുക്കന്റെ തമാശകലർന്ന സങ്കടം, അവനുണ്ടാക്കുന്ന പ്രശ്നങ്ങൾ, പ്രഭാകരന്റെ അച്ഛന്റെ രൂക്ഷമായ എതിർപ്പ്, വീട്ടിൽ നിന്ന് ഇറക്കിവിടുമ്പോൾ പ്രഭാകരൻ ചെല്ലമ്മയുടെ

വീട്ടിൽ താമസിക്കാനെത്തുന്ന തരത്തിലുള്ള വികാസം, ചെല്ലമ്മയുടെ ആഹ്ലാദസൂചകമായ പ്രണയഗാനം (അങ്ങേക്കരയിങ്ങേക്കര, അത്തപ്പത്തോണി തുഴഞ്ഞുവന്നിന്നലെ വന്നു.., ഒരു പൂ തന്നു, അവനൊരു ചുവന്നപൂ തന്നു) ഇതെല്ലാം തന്നെ നസീർ-ഷീല ജോഡികൾ അനശ്വരമാക്കിയ നിരവധി പ്രണയ സിനിമകളുടെ ഭാവപരമായ ആവർത്തനമാണ് സൃഷ്ടിക്കുന്നത്.

കോമഡിക്ക് അന്നത്തെ ഏതു കച്ചവടസിനിമയിലും ലഭിക്കുന്ന പ്രാധാന്യം തന്നെ പുന്നപ്രവയലാറും നൽകിയിരിക്കുന്നു. ഗൗരവപൂർണ്ണമായ രാഷ്ട്രീയ പ്രാധാന്യമുള്ള വിഷയങ്ങൾപോലും പ്രേക്ഷകരെ ചിരിപ്പിക്കുന്ന അന്തസാരശൂന്യമായ തമാശയായാണ് കൈകാര്യം ചെയ്തിരിക്കുന്നത്. കർഷകത്തൊഴിലാളി സംഘടനകൾ ശക്തമാവുന്ന കാലത്ത് തൊഴിലാളികൾക്കിടയിൽ പ്രവർത്തനം നടത്തി ജന്മിത്ത്വത്തോടു വിധേയത്വമുള്ള ബദൽ സംഘടന രൂപീകരിക്കാൻ വ്യാപകമായ ശ്രമങ്ങൾ നടന്നിരുന്നു. വർഗ്ഗ ബോധമാർജ്ജിച്ച തൊഴിലാളികൾ ഈ ചതിയിൽ വീണതുമില്ല. തികഞ്ഞ ഗൗരവം അർഹിക്കുന്ന ഈ രാഷ്ട്രീയ സന്ദർഭത്തെ പി.കെ.വിലാസിനിയമ്മയും (അടൂർ പങ്കജം) ഗോപാൽജിയും (അടൂർഭാസി) ചേർന്നു സൃഷ്ടിക്കുന്ന കോമാളിത്തങ്ങളായാണ് ചലച്ചിത്രം അവതരിപ്പിക്കുന്നത്. മാളികവീടനാണ് ഗോപാൽജിയെ ക്ഷണിച്ചുവരുത്തുന്നത്. അച്ചുതൻ മുതലാളി പി.കെ.വിലാസിനിയമ്മയെ വയലാറിലെത്തിക്കുന്നു. സാമൂഹിക പ്രവർത്തകർ എന്നു സ്വയം അവകാശപ്പെടുന്ന ഇവർ നാടുനീളെ നടന്ന് രാജഭക്തിയും സ്വാമിഭക്തിയും പ്രചരിപ്പിക്കുന്നു. തിരുവിതാംകൂർനാഷണൽകോൺഗ്രസ് എന്ന സംഘടനയിൽ അംഗങ്ങളെ ചേർക്കാൻ ശ്രമിക്കുന്നു. കുട്ടികളെ സംഘടിപ്പിച്ച് പ്രകടനം നടത്തുന്നു. സ്വയം അപഹാസ്യരായിത്തീരുന്ന ഇവരുടെ പ്രവർത്തനങ്ങൾ അവതരിപ്പിക്കുന്ന പൊള്ളയായ ഹാസ്യസന്ദർഭങ്ങൾ ചലച്ചിത്രത്തിന്റെ നല്ലൊരു പങ്ക് അപഹരിക്കുന്നുണ്ട്. കയർ ഫാക്ടറി ഉടമ അച്ചുതൻ മുതലാളിയുടെ കാര്യസ്ഥനായ മൂപ്പനുമായി (ബഹദൂർ) ബന്ധപ്പെട്ടും തമാശയ്ക്കുമാത്രം ഉതകുന്ന സംഭവങ്ങൾ കാണാം.

ബന്ധങ്ങളുടെ വൈകാരികമായ പരിചരണം ചിത്രത്തിലെ രാഷ്ട്രീയാവിഷ്കാരത്തിനാവശ്യമായ വർഗപരമായ വിവക്ഷകളെ മറച്ചുകൊണ്ടു മുന്നിൽ നിൽക്കുന്നു. പുന്നപ്രയിലെയും വയലാറിലെയും സമരഭൂമിയിൽ വ്യക്തികൾക്ക് ഊഹാതീതമായ പീഡനവും സഹനങ്ങളും അനുഭവിക്കേണ്ടി വന്നിട്ടുണ്ട്. സ്വാതന്ത്ര്യത്തിനും അവകാശങ്ങൾക്കും വേണ്ടിയുള്ള പോരാട്ടത്തിന്റെ ഭാഗമെന്ന നിലയിലാണ് അവയെ

നോക്കികാണേണ്ടത്. 'പുന്നപ്രവയലാർ' എന്ന സിനിമയാകട്ടെ വിശാലമായ രാഷ്ട്രീയപശ്ചാത്തലത്തെയും അത് വയലാർ എന്ന ഗ്രാമത്തിൽ സൃഷ്ടിച്ച ചലനങ്ങളെയും പാർശ്വവത്കരിച്ചുകൊണ്ട് വ്യക്തികളുടെ സഹനത്തിന്റെ വൈകാരികതയെ മുൻനിർത്തി കഥ മെനയുന്നു. നായകനെയും നായികയെയും കേന്ദ്രമാക്കുന്ന സ്വന്തബന്ധങ്ങളുടെ ചുറ്റുവട്ടത്ത് രാഷ്ട്രീയചലനങ്ങളെ തളച്ചിട്ടിരിക്കുന്നു. വിപ്ലവകാരിയായ പ്രഭാകരൻ അനുഭവിക്കുന്ന സംഘർഷങ്ങളിൽ പ്രധാനം അയാളുടെ അച്ഛനിൽ നിന്നുള്ള എതിർപ്പും അനുജത്തിയുടെ ജോലി നഷ്ടപ്പെടുത്തുമെന്ന ഭീഷണിയുമാണ്. സുഹൃത്തിന്റെ ചതി എന്ന നിലയിലാണ് പ്രഭാകരന്റെ അറസ്റ്റ് ചിത്രീകരിക്കുന്നത്. പ്രഭാകരനെ അറസ്റ്റുചെയ്തതിനു ശേഷം ചെല്ലമ്മയുടെ ദുഃഖം മറ്റൊരു ഗാനത്തിനു വിഷയമാകുന്നു. നായികയായ ചെല്ലമ്മ ബലാൽസംഗം ചെയ്യപ്പെടുകയും അവളുടെ വീട് അഗ്നിക്കിരയാവുകയും ചെയ്യുന്നതോടെയാണ് വാരിക്കുന്തങ്ങൾ ആയുധമാക്കി പോരാട്ടം സജീവമാകുന്നത്. മാലതിയെ അച്ചുതൻ മുതലാളി മാനഭംഗപ്പെടുത്തിയതിനു ശേഷമാണ് കൊച്ചുനാണു കൊടിപിടിക്കുന്നത്. പ്രതികാരം ചെയ്യാനിറങ്ങിപുറപ്പെട്ട ചെല്ലമ്മയുടെ മുറച്ചെറുക്കന്റെ സാന്നിദ്ധ്യം മാളികവീടന്റെ നിർദ്ദേശപ്രകാരം നടക്കുന്ന ആക്രമണങ്ങളിൽ ഉടനീളമുണ്ട്. ഇങ്ങനെ 'പുന്നപ്രവയലാറി'ലെ സംഭവഗതികളോരോന്നിനെയും വ്യക്തിബന്ധങ്ങളാൽ പരസ്പരം ബന്ധിപ്പിച്ചു നിർത്തിയിരിക്കുന്നു. അറുപതുകളിലെ കച്ചവടസിനിമയുടെ വാർപ്പുമാതൃകയിലാണ് ഇത് നിർവ്വഹിക്കപ്പെടുന്നത്. അതുകൊണ്ടുതന്നെ ചലച്ചിത്രത്തിലെ സംഘർഷങ്ങൾക്ക് വർഗ്ഗസംഘട്ടനത്തിന്റെ സ്വഭാവം നഷ്ടപ്പെടുന്നു.

ഉപരിപ്ലവമായ വൈകാരികതയാണ് 'പുന്നപ്രവയലാറി'ന്റെ പ്രമേയപരിചരണത്തിലെ മറ്റൊരുവശം. വയലാറിലെ വിപ്ലവ പ്രവർത്തനങ്ങളും നിറതോക്കുകളുമായി വന്ന പട്ടാളത്തെ വാരിക്കുന്തങ്ങളുമായി നേരിട്ട് തൊഴിലാളികൾ വരിച്ച ധീരരക്തസാക്ഷിത്വവുമൊക്കെ ആവേശമുണർത്തുന്ന വിപ്ലവഗാനങ്ങളുടെ അകമ്പടിയോടെ ആവിഷ്കൃതമാവുന്നു. പകരം വീട്ടുമെന്ന നീലാണ്ടന്റെയും ചെല്ലമ്മയുടെയും പ്രതിജ്ഞ, അച്ചുതൻ മുതലാളിയെ കുത്തിക്കൊന്ന് ക്യാമ്പിലെത്തുന്ന മാലതി, ജാഥയിലെത്തി മകന്റെ കയ്യിൽ നിന്ന് കൊടിയേറ്റുവാങ്ങി ഉറക്കെ മുദ്രാവാക്യം മുഴക്കുന്ന കൊച്ചുനാണു, ഇതെല്ലാം തന്നെ ചിത്രത്തിന്റെ അതിവൈകാരിക സമീപനത്തിന്റെ നിദർശനമാണ് 'പുന്നപ്രവയലാർ' എന്ന പേരും ആവേശമുണർത്തുന്ന വിപ്ലവഗാനങ്ങളും സമീപനത്തിലെ അതിവൈകാരികതയും കമ്മ്യൂണിസ്റ്റ് പ്രസ്ഥാനത്തിനു ശക്തമായ വേരോട്ടമുള്ള കേരളത്തിലെ പ്രേക്ഷകരെ ലക്ഷ്യം വയ്ക്കുന്ന

വിപണനതന്ത്രങ്ങളുടെ ഭാഗമാണ്. ഇത്തരമൊരു സമീപനം ആഴത്തിലുള്ള രാഷ്ട്രീയദർശനങ്ങളെ അസാധ്യമാക്കുകയും ഉപരിതലസ്പർശിയായ കാഴ്ചകളെ മുന്നിൽ നിർത്തുകയും ചെയ്യുന്നു.

'തലയോട്ടും' 'പുന്നപ്രവയലാറും' പ്രമേയപരിചരണത്തിൽ പുലർത്തുന്ന 'വൈരുദ്ധ്യം' അവയുടെ ലക്ഷ്യവുമായും കാലവുമായും മാധ്യമ സ്വഭാവവുമായും ബന്ധപ്പെട്ടു നിൽക്കുന്നു. 'തലയോട്' പുന്നപ്രവയലാർ സമരത്തിന്റെ തൊട്ടടുത്തവർഷം എഴുതപ്പെട്ട നോവലാണ്. എഴുത്തുകാരൻ നടത്തുന്ന രാഷ്ട്രീയപ്രവർത്തനത്തിന്റെ ഭാഗമാണത്. രാഷ്ട്രീയ കാലത്തിൽ ഇടപെടാൻ അയാൾ ലക്ഷ്യമിടുന്നുണ്ട്. 'തലയോടി'ലെ വീര്യമുണർത്തുന്ന ഓർമ്മകളും പൊള്ളിക്കുന്ന വിമർശനവും വിപ്ലവാഭിമുഖ്യവും അതെഴുതപ്പെട്ട കാലത്തിന്റെ രാഷ്ട്രീയ ലക്ഷ്യത്തോട് കണ്ണിചേർന്നു നിൽക്കുന്നു.

സിനിമയാകട്ടെ പുന്നപ്രവയലാർസമരത്തിനും ഇരുപത്തിയൊന്നു വർഷങ്ങൾക്ക് ശേഷമാണ് പുറത്തിറങ്ങുന്നത്. 'തലയോടി'നെ സ്വാധീനിച്ച രാഷ്ട്രീയസാഹചര്യം അന്നു നിലവിലില്ല. 1957-ൽ തന്നെ കമ്മ്യൂണിസ്റ്റുകാർ കേരളത്തിൽ അധികാരത്തിലെത്തി. ചിത്രം പുറത്തിറങ്ങുമ്പോൾ ഇ.എം.എസ്സാണ് മുഖ്യമന്ത്രി എന്നും ഓർക്കുക. ഇത്തരമൊരു രാഷ്ട്രീയകാലത്തിൽ ചരിത്രത്തിന്റെ പുനരാഖ്യാനമാണ് സിനിമയ്ക്ക് നിർവഹിക്കാനുണ്ടായിരുന്നത്. ചരിത്ര പുനരാഖ്യാനത്തിനും രാഷ്ട്രീയ ഇടപെടൽ സാധ്യമാക്കാനാവും. പക്ഷേ 'പുന്നപ്രവയലാർ' എന്ന ചലച്ചിത്രം അതിന് ശ്രമിക്കുന്നില്ല. കാരണം സിനിമാ വിപണിയെത്തന്നെ നിയന്ത്രിച്ചിരുന്ന വൻബാനറാണ് സിനിമ ഒരുക്കിയത്. ചരിത്രത്തിലെ ധീരോജ്ജ്വലമായ സമരത്തെ വിപണിയുടെ തൊങ്ങലുകൾ അണിയിച്ച് പരുവപ്പെടുത്താൻ അവർ ശ്രമിക്കുക സ്വാഭാവികം. അതുകൊണ്ടുതന്നെ വിപണന വിജയത്തിനുതകുന്ന 'ചേരുവ'കളിലൊന്നായാണ് ചലച്ചിത്രകാരൻ പുന്നപ്രവയലാർ സമരത്തെ സമീപിച്ചത്.

ആഖ്യാനതലം

മലയാളനോവലിന്റെ പ്രമേയ/ആഖ്യാനതലങ്ങളെ സമൂലമായി മാറ്റിപ്പണിയുകയും നൂതനമായ നോവൽബോധത്തെ സൃഷ്ടിച്ചെടുക്കുകയും ചെയ്ത സോദ്ദേശ്യ നോവൽധാരയിലെ ശ്രദ്ധേയമായ രചനയാണ് 'തലയോട്'. 1928 മുതൽ 1969 വരെയുള്ള കാലത്തെ നോവലിന്റെ പൊതുസ്വഭാവത്തെത്തന്നെ നിർണ്ണയിക്കാനുതകുന്നവിധത്തിൽ ആവിഷ്കാരത്തിന്റെ വ്യത്യസ്തതലങ്ങളെ രാഷ്ട്രീയമായി പുനർനിർവചിക്കുന്നതാണ് 'തലയോടി'ന്റെയും ആഖ്യാനതലം. വിവരണങ്ങളിൽ

ബിംബങ്ങളുടെയും പ്രതീകങ്ങളുടെയും ഉപയോഗത്തിൽ, സംഭാഷണ രചനയിൽ, ഒക്കെത്തന്നെ ഇത് പ്രകടമാണ്.

രാഷ്ട്രീയ നിലപാടുകളുടെ ചൂടും ചൂരുമുള്ള വിവരണങ്ങളാണ് 'തലയോടി'ന്റെ ആഖ്യാന ഗതിയെ നിർണയിക്കുന്നത്. മർദ്ദിതരുടെ ദൈന്യവും വ്യവസ്ഥയെ പൊളിച്ചെഴുതാൻ വെമ്പുന്ന രോഷവും മോചനത്തിന്റെ സ്വപ്നവും അനുഭവിച്ചറിയാവുന്ന പൊള്ളിക്കുന്ന വാചകങ്ങൾ 'തലയോടി'ൽ ഉടനീളമുണ്ട്. ശ്രദ്ധേയമായ ചില ഭാഗങ്ങൾ :

- 'പട്ടണത്തിലെ അംബരചുംബികളായ എടുപ്പുകൾക്കപ്പുറത്തുള്ള നരകക്കുപങ്ങളിലേക്ക് ആരുടെ ശ്രദ്ധചെല്ലുന്നു. സഹിക്കാൻ അറിയാവുന്നവർക്ക്, സഹസ്രാബ്ദങ്ങളായി സഹിക്കാൻ പഠിച്ചവർക്ക്, കഷ്ടതകളെ കഷ്ടതകളായി തോന്നാതായവർക്ക് ക്ഷാമമുണ്ടോ? ഒരു കാലത്തും ഇല്ലാതിരുന്നിടത്ത് എന്തെങ്കിലും ക്ഷാമം ബാധിച്ചു എന്നു പറയാൻ സാധിക്കുമോ? അവിടെയൊക്കെ മരണങ്ങൾ നടക്കുന്നെങ്കിൽ അത് നടക്കേണ്ടതാണെന്നാണ് തലമുറകൾ പഠിച്ചുവച്ചിരിക്കുന്നത്... അരയ്ക്കു ചുറ്റുമേ നാണമുള്ളൂ എന്നിടത്ത് വസ്ത്രക്ഷാമമുണ്ടാകുമോ?'[7]
- 'ശരിയായിരിക്കാം. ആ കുന്നുകളിൽ നിന്നും അസ്ഥികൂടങ്ങൾ എഴുന്നേറ്റ് സഞ്ചരിക്കുന്നുണ്ടാവാം. ആ ചൂളംവിളി അവിടവിടെയായി വിതറികിടക്കുന്ന അസ്ഥിഖണ്ഡങ്ങളിൽ കൂടി വിജനപ്രദേശത്തെ കാറ്റുകയറിയിറങ്ങുമ്പോൾ ഉണ്ടാകുന്നതായിരിക്കാം. അവിടത്തെ ചൂടുചോര കുടിച്ച മണൽത്തരികൾ ആദർശങ്ങളുടെ ആകാരങ്ങളായി വളർന്ന് കൂടി ആലോചിക്കുകയായിരിക്കാം. അതൊന്നുമല്ലെങ്കിൽ, ആ തളന്തനും ഞൊണ്ടിയും വൃദ്ധനും വയറുളച്ച ചെക്കനും അവരുടെ മകന്റെയോ അച്ഛന്റെയോ സഹോദരന്റെയോ ചിതാഭസ്മത്തിനു മേൽ നിന്ന്, അവരുടെ അസ്ഥികളെടുത്ത് അലറുകയാണെന്നും വരുതോ?'[8]

പ്രതീകത്തിന്റെ കരുത്തുറ്റ-രാഷ്ട്രീയ ഉപയോഗമാണ് നോവലിൽ 'കമ്മ്യൂണിസ്റ്റുകാരന്റെ തലയോടി'ലൂടെ സാധ്യമാകുന്നത്. കണ്ടനാറിലെ നരനായാട്ടിന് നേതൃത്വം കൊടുത്ത മേജർ രാജശേഖരൻ തന്റെ വിജയപ്രതീകമായി ഭിത്തിയിൽ ആണിയടിച്ച് ചങ്ങലയിട്ട് തൂക്കിയിരിക്കുന്ന തലയോട് ആഖ്യാനഗതിയിലുടനീളം അടിച്ചമർത്തപ്പെട്ട വിപ്ലവമുന്നേറ്റത്തിന്റെയും കിരാത പീഡനങ്ങളുടെയും പ്രതീകമായി നിലകൊള്ളുന്നു. കണ്ടനാറിലെ തൊഴിലാളി വിപ്ലവത്തിലെ നായകനായിരുന്ന സുബ്രഹ്മണ്യന്റേതാണ് ആദ്യം ഭിത്തിയിൽ കാണുന്ന തലയോട്. പിന്നീട്

ആ തലയോടിനടുത്തു തന്നെ കമ്മ്യൂണിസ്റ്റ് നേതാവായ ശ്രീകുമാറിന്റെ തലയോടും പ്രത്യക്ഷപ്പെടുന്നു. നോവലിന്റെ അവസാനത്തിൽ യുവത ലമുറ ആവേശപൂർവം നെഞ്ചേറ്റുന്ന രക്തസാക്ഷിത്വത്തിന്റെ അടയാ ളങ്ങളായി ഈ തലയോടുകൾ പരിണമിക്കുന്നതിന് രാജശേഖരൻ സാക്ഷിയാവേണ്ടി വരുന്നു. വിദ്യാർത്ഥി നേതാവായി തിരഞ്ഞെടുക്ക പ്പെട്ട ശേഷം രാജശേഖരന്റെ മകൻ, വിപ്ലവകാരിയായ ബാലചന്ദ്രൻ പ്രഖ്യാപിക്കുന്നു. 'ബഹുജന വിപ്ലവത്തിന്റെ ആദ്യത്തെ നേതാവിന്റെ തലയോടു സൂക്ഷിച്ചിട്ടുള്ള വീട്ടിൽ ജനിച്ച് അതിന്റെ പല്ലിളിയിൽ നിന്ന് പ്രേരണ ലഭിച്ച ഞാൻ എന്റെ ജീവിതത്തെ ആ മഹാവിപ്ലവത്തിനു സമർപ്പിക്കുന്നു.'[9] കേശവദേവിന്റെ 'ഉലക്ക'യിൽ കൊച്ചയ്യപ്പനെ അടി ച്ചുകൊന്ന ഉലക്കയ്ക്ക് സമാനമായ രാഷ്ട്രീയ പ്രതീകമാണ് 'തലയോടി'ലെ കമ്മ്യൂണിസ്റ്റുകാരന്റെ തലയോട്. ഉലക്കസൂക്ഷിക്കുന്നത് ഇരയായ ഉണ്ണൂ ലിയാണെങ്കിൽ തലയോട് സൂക്ഷിക്കുന്നത് വേട്ടക്കാരനായ രാജശേഖ രനാണ്. ഇടം രണ്ടാണെങ്കിലും ഈ പ്രതീകങ്ങൾ നിർവഹിക്കുന്ന രാഷ്ട്രീയദൗത്യം ഒന്നാണ്. വർഗപരമായി വിഭിന്നതലത്തിൽ നിൽക്കുന്ന കുട്ടനോടും ഗോപാലനോടും (ഉലക്ക) ബാലചന്ദ്രനെ ചേർത്തു നിർത്തു ന്നത് അവരിലെ ആവേശത്തെ ത്വരിപ്പിക്കുന്ന രാഷ്ട്രീയ അടയാളത്തിന്റെ സമാനതയാണ്.

രാഷ്ട്രീയമാനമുള്ള സംഭാഷണങ്ങൾ 'തലയോടി'ന്റെ ആഖ്യാന തലത്തിലെ നിർണായക ഘടകമാണ്. പിച്ചക്കാരിയുടെ/സമരത്തി നുശേഷം കണ്ടനാറിൽ തുടരുന്ന പട്ടാളക്കാരുടെ/ഉദ്യോഗസ്ഥ ഭാര്യമാരുടെ/മേജർ രാജശേഖരന്റെ/നളിനിയുടെ/ബാലചന്ദ്രന്റെ/ യാചക മന്ദിരത്തിലെ തെണ്ടികളുടെ, ഇവരുടെയൊക്കെ സംഭാ ഷണങ്ങൾക്ക് നോവലിസ്റ്റ് വ്യക്തമായ രാഷ്ട്രീയ ലക്ഷ്യങ്ങൾ നൽകിയിട്ടുണ്ട്. ജന്മിയുടെ വകയായി മാളികയിൽ വെച്ച് നൽകുന്ന യാത്രയയപ്പിനിടയിൽ സദ്യകഴിഞ്ഞ് പല സെറ്റുകളായി വട്ടം കൂടിയി രിക്കുന്ന പട്ടാളക്കാരിലൊരുവന്റെ നീണ്ടസംഭാഷണത്തിലൂടെ തകഴി, പുന്നപ്രവയലാർ സമരത്തെക്കുറിച്ചുള്ള തന്റെ കാഴ്ചപ്പാട് വ്യക്തമായി അവതരിപ്പിക്കുന്നുണ്ട്. (തലയോട് പേ.22) പട്ടാള അതിക്രമത്തിന്റെ ക്രൗ ര്യത്തെ മറ്റൊരവസരത്തിൽ പട്ടാളക്കാരുടെ സംഭാഷണങ്ങളിലൂടെ തന്നെ വെളിപ്പെടുത്തുന്നുണ്ട്. (തലയോട് പേജ്. 15,16,17). സംഭാഷണ ങ്ങളുടെ 'പ്രസംഗരൂപത്തിലുള്ള' ഉപയോഗം ശ്രീകുമാറിലൂടെയാണ് സാധ്യമാകുന്നത്. ശ്രീകുമാറിന്റെ പ്രസംഗങ്ങൾ ഗൗരവതരമായ രാഷ്ട്രീയ വിവക്ഷകളെ അവതരിപ്പിക്കുന്നു. കണ്ടനാറിൽ നടന്ന നരവേട്ടയെക്കു റിച്ചുള്ള അയാളുടെ വികാരപരമായ പ്രസംഗം രാഷ്ട്രീയ മുന്നറിയിപ്പിന്റെ

തീക്ഷ്ണത നിറഞ്ഞതാണ്. 'അവിടെ നടന്ന ബലാൽസംഗങ്ങൾ ഈ സാമൂഹ്യവ്യവസ്ഥയുടെ അടിത്തറ മാന്താൻ കരുത്തുള്ള ശിശുക്കളെ ജനിപ്പിച്ചിരിക്കുന്നു എന്നു ധരിക്കട്ടെ. അവിടെ ചിന്നിച്ചിതറിക്കിടക്കുന്ന അസ്ഥികളും അവിടത്തെ ശ്മശാനധൂളിയും രാക്ഷസാകാരങ്ങളായി വളരുന്നു എന്നു ധരിച്ചുകൊള്ളുക. അവിടെ മരിച്ചവർ മരിച്ചിട്ടില്ല; മരിക്കുകയുമില്ല.'[10] വിദ്യാർത്ഥികളുടെ നേതാവായി തിരഞ്ഞെടുക്കപ്പെടുന്ന വിപ്ലവകാരിയായ ബാലചന്ദ്രൻ ശ്രീകുമാറിന്റെ പ്രസംഗം ഇതേപടി ആവർത്തിക്കുന്നുമുണ്ട്. (തലയോട്, പേജ് 71).

കഥാപാത്രസങ്കല്പനങ്ങളെ തലയോടും രാഷ്ട്രീയമായി പുനർനിർവചിക്കുന്നു. നോവലിലെ കഥാപാത്രങ്ങളെല്ലാം രാഷ്ട്രീയ പ്രതിനിധാനങ്ങളാണ്. സവിശേഷ വ്യക്തിത്വം എന്ന നിലയിലേക്ക് ഒരു കഥാപാത്രവും വികസിക്കുന്നില്ല. പാത്രസ്വഭാവത്തിനും വികാസത്തിനും സംഭാഷണത്തിനെന്നപോലെതന്നെ കൃത്യമായ രാഷ്ട്രീയ ഉദ്ദേശ്യങ്ങളുണ്ട്. രാജശേഖരന്റെ ക്രൗര്യം, നളിനിയുടെ നിസ്സഹായത, ബാലചന്ദ്രന്റെ ധിക്കാരം, ശ്രീകുമാറിന്റെ വീര്യം, ഈ കഥാപാത്രങ്ങളുടെ വികാസപരിണാമങ്ങൾ ഇതെല്ലാംതന്നെ വ്യക്തിയുടെ സവിശേഷതകളെയെന്നതില്ലപരി രാഷ്ട്രീയ വ്യാഖ്യാനങ്ങളെയാണ് ഉൽപ്പാദിപ്പിക്കുന്നത്.

തലയോടിന്റെ ആഖ്യാനഘടനയും രാഷ്ട്രീയമായ ഉപയോഗത്തിനനുഗുണമായാണ് തയ്യാർ ചെയ്തിരിക്കുന്നത്. കഥാഗതിക്ക് ക്രമികമായ വികാസമില്ല. കണ്ടനാറിലെ പട്ടാള വെടിവയ്പിൽ ഉറ്റവരെല്ലാം നഷ്ടപ്പെട്ട ഒരുവൾ ഭിക്ഷയാചിച്ച് തൊട്ടടുത്ത ഗ്രാമത്തിലെ വീടിന്റെ പടിപ്പുരയിലെത്തുന്നിടത്താണ് നോവൽ ആരംഭിക്കുന്നത്. അവളും ഗൃഹനാഥയും തമ്മിലുള്ള സംഭാഷണമാണ് ഒന്നാം അദ്ധ്യായം. തുടർന്നങ്ങോട്ട് തുടർച്ചയുള്ളതും ഇല്ലാത്തതുമായ നിരവധി സന്ദർഭങ്ങളിലൂടെ നോവൽ വികസിക്കുന്നു. പട്ടാളക്കാരുടെ സംഭാഷണം, ഉദ്യോഗസ്ഥ ഭാര്യമാരുടെ സംഭാഷണം, മേജർ രാജശേഖരന്റെ വീട്ടിലെ സംഭവങ്ങൾ, പ്രജാപരിഷത്തിന്റെ പ്രവർത്തനങ്ങൾ, തെണ്ടികളുടെയും തൊഴിലാളികളുടെയും കർഷകരുടെയും സംഭാഷണങ്ങൾ, ശ്രീകുമാറിന്റെ നേതൃത്വത്തിലുള്ള നവവിപ്ലവം, ബാലചന്ദ്രന്റെ നേതൃത്വം, അയാളും അച്ഛനുമായുള്ള വാക്കുതർക്കം, തൊഴിലാളികളുടെ ഘോഷയാത്ര, രാജശേഖരന്റെ ആത്മഹത്യ, ഇതെല്ലാം തന്നെ കഥപറച്ചിലിന്റെ ക്രമികതയില്ലാതെ നിലകൊള്ളുന്നു. ഈ ക്രമരാഹിത്യം രാഷ്ട്രീയാവിഷ്കാരത്തിന് കൂടുതൽ സ്വാതന്ത്ര്യം നൽകുന്നു. വ്യത്യസ്ത ഇടങ്ങളെയും കഥാപാത്രങ്ങളെയും ആവിഷ്കരിച്ചുകൊണ്ട് ഇഷ്ടാനുസാരമുള്ള രാഷ്ട്രീയവിമർശനം സാധ്യമാക്കുന്നു. കഥാഗതിയുടെ നൈരന്തര്യത്തിന്റെ ബാധ്യതകളിൽനിന്ന്

സ്വതന്ത്രനാകുന്ന നോവലിസ്റ്റ് എഴുത്തിന്റെ രാഷ്ട്രീയ ദൗത്യങ്ങളെ സ്വയം ഏറ്റെടുക്കുന്നു. ആഖ്യാനഘടനയുടെ രാഷ്ട്രീയ ഉപയോഗമാണിത്.

ആഖ്യാനഘടന, കഥാപാത്രം, സംഭാഷണം, വിവരണം, പ്രതീകങ്ങൾ എന്നിങ്ങനെ ആഖ്യാനത്തിന്റെ സമസ്തഘടകങ്ങളെയും രാഷ്ട്രീയമായി ഉപയോഗിച്ചുകൊണ്ട് മലയാളനോവലിൽ അതുവരെ നിലനിന്നിരുന്ന ആഖ്യാനബോധ്യങ്ങളെ പൊളിച്ചെഴുതുന്നതിൽ 'തലയോടി'ന്റെ ആഖ്യാനതലവും നിർണായക പങ്കുവഹിക്കുന്നു.

'പുന്നപ്രവയലാർ' എന്ന ചലച്ചിത്രത്തിന്റെ ആഖ്യാനതലത്തിൽ ഇതിനുവിരുദ്ധമായ പ്രവണതകളാണ് കാണുന്നത്. മാധ്യമത്തിൽ നിലനിന്നിരുന്ന ആഖ്യാനബോധ്യങ്ങളെ പൊളിച്ചെഴുതാൻ ഈ ചലച്ചിത്രം ശ്രമിക്കുന്നില്ല. ഇക്കാലത്ത് മലയാളസിനിമ കലാരൂപം എന്ന നിലയിൽ ഏറെ വളർന്നിരുന്നില്ല. വിപണി സജീവമാവുകയും ചെയ്തു. രാഷ്ട്രീയപ്രമേയങ്ങൾ നോവൽ സങ്കല്പങ്ങളെ മാറ്റിമറിച്ചെങ്കിലും ചലച്ചിത്രത്തെ സംബന്ധിക്കുന്ന ധാരണകളിൽ ഇളക്കം സൃഷ്ടിച്ചില്ല. കഥപറച്ചിലിന്റെ ഘടനയിലോ, ദൃശ്യങ്ങളുടെ രൂപണത്തിലോ, ദൃശ്യങ്ങളുടെ സങ്കലനത്തിലോ വേറിട്ടൊരു രീതി ആവശ്യമാണെന്ന തോന്നൽ രാഷ്ട്രീയ ചലച്ചിത്രങ്ങളുടെ സംവിധായകർക്കും ഉണ്ടായില്ല. അതുകൊണ്ടു തന്നെ വിപണി രൂപപ്പെടുത്തിയ ജനപ്രിയ ചട്ടക്കൂടിൽ നിന്നു കൊണ്ടാണ് ആഖ്യാനം നിർവഹിക്കപ്പെട്ടത്. രാഷ്ട്രീയനോവലിൽ ആഖ്യാനതലത്തിനു സംഭവിച്ച പരിണാമത്തിന്റെ വിരുദ്ധഗതിയിലുള്ള ആഖ്യാന സമീപനത്തിന്റെ നേർക്കാഴ്ചയാണ് 'പുന്നപ്രവയലാർ'. നൂതനമായ ആഖ്യാനത്തെ സൃഷ്ടിക്കാനല്ല, നിലനിൽക്കുന്നതിനെ ഒരു തരത്തിലും മറികടക്കാതിരിക്കാനാണ് ചലച്ചിത്രകാരൻ ശ്രമിക്കുന്നത്.

പല ഷോട്ടുകളായി തിരിച്ച് ക്യാമറയിലേക്ക് പകർത്തിയ നാടകം പോലെയായിരുന്നു ഇക്കാലത്തെ സിനിമ. ഭൂരിഭാഗം ഷോട്ടുകളും മിഡ്ഷോട്ടുകൾ (Mid shots) ആയിരുന്നു. ഒരു മിഡ്ഷോട്ടിൽ നടീനടന്മാർ നിരന്നു നിൽക്കുകയോ ഇരിക്കുകയോ ചെയ്യുന്നു. പ്രൊസീനിയം രംഗവേദിയിലെന്നപോലെ ഫ്രെയിമിൽ അവർ പെരുമാറുന്നു. സംഭാഷണത്തിൽ തികഞ്ഞ നാടകീയതയുണ്ടാകും. നീണ്ട സംഭാഷണങ്ങൾക്കൊപ്പം നാടകവേദിയെ അനുസ്മരിപ്പിക്കുന്ന ചലനങ്ങളും കാണാം. മിഡ്ഷോട്ടുകൾക്കിടക്ക് ക്ലോസ്ഷോട്ടുകൾ (close shots) ഇൻസേർട്ട് (insert) ചെയ്യുന്നു (ക്ലോസ്, മീഡിയം ക്ലോസ് ഷോട്ടുകളാണ് അധികമായി ഉപയോഗിക്കുന്നത്). അറുപതുകളോടെ ചലനങ്ങളെ (camera movements) ഇത്തരം ഷോട്ടുകളിൽ വ്യാപകമായി

ഉപയോഗിക്കുന്നതുകാണാം. പാനിങ്(Paning), ട്രാക്കിങ്(Tracking) സൂം (Zoom) തുടങ്ങിയവ പലരീതിയിൽ ഉപയോഗിക്കുന്നു. ഈ ചലന ങ്ങളാണ് സീനുകളുടെ നാടകസ്വഭാവത്തെ അല്പമെങ്കിലും അകറ്റുന്നത്. മിഡ്ഷോട്ടുകളെയും, ക്ലോസ് ഷോട്ടുകളെയും പലതരം ചലനങ്ങളെയും വ്യാപകമായി ഉപയോഗിച്ചുകൊണ്ട് സീനുകളെ രൂപപ്പെടുത്തുന്ന ഈ രീതിയെ 'പുന്നപ്രവയലാർ' അതേപടി പിൻതുടരുന്നുണ്ട്.

ഉദാഹരണത്തിന് ഒരു സീൻ ഷോട്ടുകളായി തിരിച്ച് വിശദമാക്കുന്നു.

സീനിന്റെ ഉള്ളടക്കം

പ്രഭാകരന്റെ വീടിന്റെ മുറ്റം, പകൽ

മുറ്റത്തുനിൽക്കുന്ന പ്രഭാകരന്റെ അമ്മയുടെയും സഹോദരി മാലതി യുടെയും അടുത്തേക്ക് പ്രഭാകരനെയും പിടിച്ചുവലിച്ചുകൊണ്ട് അച്ഛൻ കൊച്ചുനാണു വരുന്നു. പൊതുയോഗത്തിൽ പ്രസംഗിച്ചിരുന്ന പ്രഭാക രനെ അയാൾ ബലമായി പിടിച്ചുകൊണ്ടു വരികയാണ്. മാലതിയുടെ യും അമ്മയുടെയും മുന്നിൽ പ്രഭാകരനെ കൊണ്ടു നിർത്തിയശേഷം കൊച്ചുനാണു അയാളെ വഴക്കു പറയുന്നു. യൂണിയൻ പ്രവർത്തനം നിർത്താൻ ആവശ്യപ്പെടുന്നു. അമ്മയും മാലതിയും പ്രഭാകരനോട് അതുതന്നെ പറയുന്നു. അല്ലാത്തപക്ഷം മാലതിയെ അച്യുതൻ മുതലാളി ജോലിയിൽ നിന്നു പിരിച്ചുവിടുമെന്ന് അറിയിക്കുന്നു. പ്രഭാകരൻ തന്റെ ഉറച്ച നിലപാട് വ്യക്തമാക്കുന്നു. കൊച്ചുനാണു സങ്കടപ്പെടുന്നു. വിഷയം മാറ്റി പ്രഭാകരൻ വീടിനകത്തേക്ക് കയറുന്നു, പുറകേ അമ്മയും അനി യത്തിയും.

ഷോട്ട് വിഭജനം

Shot No	Type of Shot	Details
1	Mid shot	പടിക്കൽനിന്ന് കൊച്ചുനാണു പ്രഭാകരനെ പിടിച്ചുവലിച്ച് മാലതിക്കും അമ്മയ്ക്കും സമീപം വരുന്നു (ചെറിയ പാനിംഗ്) പിന്നീട് സംഭാഷണം തുടങ്ങുന്നതോടെ ഷോട്ട് സ്റ്റാറ്റിക് ആവുന്നു.
2	Mid shot	നാലുപേർ നിരന്നു നിന്ന് സംസാരിക്കുന്നു. അമ്മ നാണു പ്രഭാകരൻ മാലതി

3	Mid shot	ഇടത്തേക്ക് പാൻ ചെയ്യുന്നു. (അമ്മ ഒഴികെ മൂന്നു പേരും ദൃശ്യത്തിൽ). സംഭാഷണം തുടരുന്നു.
4	Mid shot	നാലുപേർ നിരന്നുനിന്നു സംസാരിക്കുന്നു. ഇടയ്ക്ക് കൊച്ചു നാണു left out ആവുന്നു.
5	Close shot	മാലതിയുടെ സംഭാഷണം. ട്രാക്കിംഗ് മുന്നിലേക്ക്
6	Medium close shot	മാലതി/പ്രഭാകരൻ സംഭാഷണം
7	Close shot	മാലതിയുടെ സംഭാഷണം
8	Medium close shot	മാലതി/പ്രഭാകരൻ സംഭാഷണം
9	Medium close shot	മാലതി : ട്രാക്കിംഗ് - മുന്നിലേക്ക്.
10	Medium close shot	മാലതി/പ്രഭാകരൻ സംഭാഷണം. ഷോട്ടിന്റെ അവസാനത്തിൽ ട്രാക്കിംഗ് - പ്രഭാകരന്റെ മുഖത്തേക്ക്.
11	Close shot	മാലതി 'ചേട്ടാ' എന്ന് ഉറക്കെ വിളിക്കുന്നു.
12	Medium close shot to Mid shot	മാലതി/പ്രഭാകരൻ മീഡിയം ക്ലോസിൽ ഷോട്ട് തുടങ്ങുന്നു. പിന്നീട് Left tracking ന് ഇടയിൽ ഷോട്ട് മിഡ് ആവുന്നു. കൊച്ചുനാണു left ൽ നിന്ന് enter ചെയ്യുന്നു. ഇപ്പോൾ ദൃശ്യത്തിൽ നാലുപേർ.
13	Medium close shot	കൊച്ചുനാണു/പ്രഭാകരൻ സംഭാഷണം
14	Mid shot	നാലുപേരും ദൃശ്യത്തിൽ. ഷോട്ടിന്റെ അവസാനത്തിൽ വീടിന്റെ വാതിൽക്കലേക്ക് ക്യാമറ പാൻ ചെയ്യുമ്പോൾ പ്രഭാകരനും മാലതിയും അമ്മയും നടന്ന് വീട്ടിലേക്ക് കയറുന്നു.

മിഡ് ഷോട്ട് - 5

ക്ലോസ് ഷോട്ട് - 3

മീഡിയം ക്ലോസ് ഷോട്ട് - 5

മീഡിയം ക്ലോസ് ടു മിഡ് - 1

- മൂന്നിടത്ത് പാനിങ്ങും നാലിടത്ത് ട്രാക്കിങ്ങും ഉപയോഗിക്കുന്നു.

'പുന്നപ്രവയലാറി'ലെ ഏതു സീനും തയ്യാർ ചെയ്തിരിക്കുന്നത് ഈ വിധത്തിലാണ്. കുടുംബം, പ്രണയം കോമഡി എന്നിവക്കു പുറമേ പോലീസ് മർദനം, പ്രകടനങ്ങൾ, ജന്മിയുടെ ഗൂഢാലോചന, പട്ടാളവുമായി തൊഴിലാളികൾ നടത്തുന്ന ഏറ്റുമുട്ടൽ തുടങ്ങിയ രാഷ്ട്രീയ സ്വഭാവമുള്ള സീനുകളെ കൈകാര്യം ചെയ്യുമ്പോഴും ദൃശ്യങ്ങളുടെ രൂപപ്പെടുത്തലിലും (making) സങ്കലനത്തിലും സാരമായ മാറ്റമൊന്നുമില്ല. ക്ലൈമാക്സിലെ ഏറ്റുമുട്ടലിൽ ലോംഗ് ഷോട്ടുകൾ ധാരാളമായി ഉപയോഗിക്കുന്നുണ്ട്. മറ്റു സീനുകളിൽ നിന്ന് വ്യത്യസ്തമായി ഹൈ (high) ലോ (low) ആംഗിളുകളുടെ ഉപയോഗവും ഈ സീനിൽ ധാരാളമായി കാണാം. രൂപപ്പെടുത്തലിൽ അല്പമെങ്കിലും വ്യത്യസ്തത ഈ സീനിനു മാത്രമാണുള്ളത്. വ്യത്യസ്ത ആംഗിളുകളെ പാനിങ്ങ്, ട്രാക്കിങ് പോലുള്ള ചലനങ്ങളുമായി സംയോജിപ്പിച്ച് ഉപയോഗിക്കുക വഴി സമരത്തിന് ചലനാത്മകത നൽകുന്നതിൽ ചലച്ചിത്രകാരൻ ഒരു പരിധിവരെ വിജയിച്ചിട്ടുണ്ട്. എങ്കിലും 95 ഷോട്ടുകൾ വരുന്ന ഏറ്റുമുട്ടൽ സീനിൽ അധികവും മിഡ്ഷോട്ടുകളും ക്ലോസ്ഷോട്ടുകളും തന്നെയാണ്.

ചലച്ചിത്രത്തെ സംബന്ധിച്ച് ആഖ്യാനത്തിലെ സുപ്രധാനഘടകം ദൃശ്യമാണ്. സംഭാഷണമുൾപ്പെടെയുള്ള ഇതരഘടകങ്ങൾ ദൃശ്യത്തിലൂടെയുള്ള സംവേദനത്തിന് പലതരത്തിലും സഹായകമായി വർത്തിക്കുകയാണ് വേണ്ടത്. 'പുന്നപ്രവയലാറി'ൽ സംഭാഷണം പലപ്പോഴും ദൃശ്യത്തെ പാർശ്വവത്കരിക്കുന്നു. 'പുന്നപ്രവയലാറി'ന്റെ രാഷ്ട്രീയസൂചകമെന്ന് വിളിക്കാവുന്ന അർത്ഥവത്തായ ഒരു ദൃശ്യംപോലും ചലച്ചിത്രത്തിലില്ല. കഥാപാത്രഭാഷണത്തെ/സംഭവങ്ങളെ അവതരിപ്പിക്കാനുള്ള കേവലമായ ഉപാധി എന്ന നിലയിലാണ് ദൃശ്യങ്ങളെ കൈകാര്യം ചെയ്തിരിക്കുന്നത്. ദൃശ്യങ്ങളുടെ രൂപണത്തിലും ക്രമപ്പെടുത്തലിലും സങ്കലനത്തിലും 'പുന്നപ്രവയലാർ' അതുണ്ടായ കാലത്തെ സിനിമയുടെ പൊതുസ്വഭാവത്തിൽ നിന്ന് വ്യതിചലിക്കുന്നതേയില്ല. പ്രമേയതലത്തിൽ അതിനുള്ള സാധ്യതകൾ ഉണ്ടായിരുന്നിട്ടുപോലും ഇതു സാധിക്കാതെ പോയതിന് പരിചരണത്തിലെ വൈവിധ്യമില്ലായ്മയും ഒരു കാരണമാണ്.

രാഷ്ട്രീയാവിഷ്കാരത്തിന്റെ ഗൗരവത്തിനു ചേരാത്തതായിട്ടുകൂടി കച്ചവടസിനിമ രൂപപ്പെടുത്തിയ ആഖ്യാനഘടനയിൽ മാറ്റം വരുത്താനും 'പുന്നപ്രവയലാറി'ന്റെ ശില്പികൾ തയ്യാറായില്ല. പ്രണയവും കോമഡിയും ഒഴിച്ചുകൂടാനാവാത്ത ഘടകങ്ങളായിരുന്ന ആ കാലഘട്ടത്തിൽ

'പുന്നപ്രവയലാർ' കോമഡിയെയും പ്രണയത്തെയും അമിതപ്രാധാന്യത്തോടെ തന്നെ പരിചരിക്കുന്നുവെന്ന് നേരത്തെ സൂചിപ്പിച്ചുവല്ലോ. അതുകൊണ്ടു തന്നെ കഥപറച്ചിലിന്റെ ഘടനയിൽ കോമഡി സീനുകളും പ്രണയസീനുകളും ദോഷകരമായ ഇടപെടലുകൾ നടത്തുന്നു. ചിത്രത്തിന്റെ രാഷ്ട്രീയമായ ഏകാഗ്രതയെ നഷ്ടപ്പെടുത്തുന്നു. വയലാറിലെ തൊഴിലാളി സമരാവിഷ്കാരത്തിന്റെ ക്രമികതയിൽ കോമഡി/പ്രണയരംഗങ്ങളും പ്രണയഗാനങ്ങളും ഇടർച്ചകൾ സൃഷ്ടിക്കുന്നു. ഔചിത്യമില്ലാത്ത സന്ദർഭവിന്യാസം 'പുന്നപ്രവയലാറി'ന് അന്നത്തെ ഒരു തനി കമേഴ്സ്യൽ ചിത്രത്തിന്റ രൂപം നൽകുന്നു.

1928 മുതൽ 1969 വരെയുള്ള കാലത്തെ രാഷ്ട്രീയനോവലും സിനിമയും പ്രമേയപരിചരണത്തിലും ആഖ്യാനതലത്തിലും രാഷ്ട്രീയ ലക്ഷ്യങ്ങളിലും വിരുദ്ധദിശയിലാണ് സഞ്ചരിച്ചത്. നോവലിൽ, രാഷ്ട്രീയപ്രമേയങ്ങൾ നിലനിൽക്കുന്ന മാധ്യമ സങ്കല്പത്തിൽ ഇടപെടുന്നു. സിനിമയിൽ രാഷ്ട്രീയം നിലനിൽക്കുന്ന മാധ്യമബോധ്യങ്ങളാൽ ആവിഷ്കൃതമാവുന്നു. അടിസ്ഥാനപരമായ ഈ വൈരുദ്ധ്യം എല്ലാതലത്തിലും പ്രകടമാണ്. ഈ കാലത്തെ ഏതൊരു രാഷ്ട്രീയസിനിമയെയും രാഷ്ട്രീയനോവലിനെയും ചേർത്തുവെച്ചാലും വിരുദ്ധജോഡിയെയാണ് ലഭിക്കുക.

കുറിപ്പുകൾ

1. തലയോട്, പൂർണ്ണ പബ്ലിക്കേഷൻസ്, കോഴിക്കോട്, 2004 ഡിസംബർ, പു.16
2. തലയോട് - പേജ് 11
3. തലയോട് - പേജ് 15
4. തലയോട് - പേജ് 15
5. തലയോട് - പേജ് 71
6. തലയോട് - പേജ് 71
7. തലയോട് - പേജ് 57,58
8. തലയോട് - പേജ് 14
9. തലയോട് - പേജ് 69, 70
10. തലയോട് - പേജ് 48

അധ്യായം അഞ്ച്

സമാനജോഡി : മരുഭൂമികൾ ഉണ്ടാകുന്നത്/അമ്മ അറിയാൻ

മരുഭൂമികൾ ഉണ്ടാകുന്നത് (നോവൽ)
രചയിതാവ് : ആനന്ദ്
ആദ്യ പ്രസാധനം : 1989

അമ്മ അറിയാൻ (സിനിമ)
രചന, സംവിധാനം : ജോൺ എബ്രഹാം
നിർമ്മാണം : ഒഡേസ മൂവീസ്
റിലീസായ വർഷം : 1986

വ്യക്തിയെയും ജനതയെയും അധികാരത്തെയും പ്രതിരോധത്തെയും മുൻനിർത്തി ചരിത്രത്തെയും സംസ്കാരത്തെയും വർത്തമാനത്തെയും വ്യാഖ്യാനിക്കുന്ന രാഷ്ട്രീയനോവലുകൾ ആധുനികതയുടെ രണ്ടാമത്തെ അടരിൽ ഉണ്ടായി. ഇവ രാഷ്ട്രീയത്തെ ദാർശനികവത്കരിക്കുകയും ആഖ്യാനത്തെ വൈവിധ്യപൂർണ്ണമാക്കുകയും ചെയ്തു. ഇക്കൂട്ടത്തിൽ ശ്രദ്ധേയമായ രചനയാണ് 'മരുഭൂമികൾ ഉണ്ടാകുന്നത്'. നവസിനിമ ചലച്ചിത്രത്തിന്റെ രൂപതലത്തിൽ വരുത്തിയ പരിണാമം ക്രമേണ പുതിയ ഭാവതലത്തെ സൃഷ്ടിച്ചെടുത്തു. ഈ ഭാവതലത്തിന്റെ പ്രത്യേകത

രാഷ്ട്രീയാഭിമുഖ്യമായിരുന്നു. പിന്നീടങ്ങോട്ട് കലാസിനിമയുടെ മുഖമുദ്ര യായി നിന്നത് രാഷ്ട്രീയദർശനമാണ്. ശക്തമായ/ദുർബലമായ ആഖ്യാ നങ്ങളിൽ രാഷ്ട്രീയം സുപ്രധാന ഘടകമായി മാറി. രാഷ്ട്രീയത്തിന്റെ ദർശനപരമായ ആവിഷ്കാരം സമാന്തരസിനിമയുടെ നവീനമായ രൂപസങ്കല്പങ്ങളെ നിർണായകമായി സ്വാധീനിച്ചിട്ടുണ്ട്. രാഷ്ട്രീയത്തിന്റെ ദാർശനികമായ ആഖ്യാനത്തിന് വ്യതിരിക്തമായ ദൃശ്യഭാഷ നൽകിയ ചിത്രമാണ് 'അമ്മ അറിയാൻ'. രാഷ്ട്രീയത്തെ ദർശനപരമായി സമീപിച്ച സമാന്തരസിനിമകളും ആധുനികതയുടെ രണ്ടാമടരിലെ രാഷ്ട്രീയനോ വലുകളും പ്രമേയപരിചരണത്തിലും ആഖ്യാനതലത്തിലും പുലർത്തുന്ന സമാനതയെ അടയാളപ്പെടുത്താൻ 'അമ്മ അറിയാനും' 'മരുഭൂമികൾ ഉണ്ടാകുന്നതും' തമ്മിലുള്ള താരതമ്യം സഹായകമാവും.

പ്രമേയപരിചരണം

അധികാരത്തിന്റെ അക്രമാസക്തിയെയും ഇരയുടെ ദൈന്യത്തെയും പ്രതിരോധത്തെയും അടിച്ചമർത്തലുകളെയും രാഷ്ട്രീയ വ്യർത്ഥതയെയും പ്രത്യാശയെയും ദാർശനികമായി ആവിഷ്കരിക്കുന്ന സൃഷ്ടികളാണ് 'മരുഭൂമികൾ ഉണ്ടാകുന്നതും', 'അമ്മ അറിയാനും'. ഇവ പ്രമേയതലത്തെ 'കഥ'യായല്ല 'ദർശന'മായാണ് പരിചരിക്കുന്നത്. ദർശനത്തിന്റെ ആവി ഷ്കാരത്തിനുവേണ്ടി നിർമ്മിച്ചെടുത്ത അന്തരീക്ഷത്തിന്റെ നിഗൂഢതയും ഗൗരവവും നോവലിന്റെയും സിനിമയുടെയും പ്രമേയതലത്തിൽ ഉടനീ ളമുണ്ട്. രംഭാഗഡ് സുരക്ഷാപദ്ധതിയിലെ ലേബർ ഓഫീസറായി മരുഭൂമിയുടെ നടുവിലെ അപരിചിതമായ പട്ടണത്തിലെത്തിയ കുന്ദൻ ആധുനിക ഭരണകൂടത്തിന്റെ ക്രൗര്യത്തിനു സാക്ഷിയും ഇരയുമാകേ ണ്ടിവരുന്നു. മാനവികതയെ സംബന്ധിക്കുന്ന ലളിതമായ ചോദ്യ ങ്ങൾക്കുപോലും ഉത്തരം നിഷേധിക്കുന്ന വിധത്തിൽ ക്രൂരമായ സംഭ വപരമ്പരകൾ അയാൾക്കു ചുറ്റും അരങ്ങേറുന്നു. ഡൽഹിയിലേക്കുള്ള യാത്രമാറ്റിവച്ച്, ആത്മഹത്യ ചെയ്തവന്റെ അമ്മയെ വിവരമറിയിക്കാൻ വയനാട്ടിൽ നിന്നു ഫോർട്ട് കൊച്ചിയിലേക്ക് സുഹൃത്തുക്കളോടൊപ്പം സഞ്ചരിക്കുന്ന പുരുഷൻ ചരിത്രത്തെയും സംസ്കാരത്തെയും സമര ങ്ങളെയും നിസ്വരായ ജനതയുടെ പക്ഷത്തുനിന്ന് തൊട്ടറിയുന്നുണ്ട്. കുന്ദന്റെയും പുരുഷന്റെയും യാത്രാവഴികൾ ഇരകളുടെ ദൈന്യത്തിലൂടെ വ്യവസ്ഥാപിതമായ അധികാരധാർഷ്ട്യങ്ങളെ വിമർശിക്കുന്നു.

അധികാരപ്രയോഗത്തിന്റെ ക്രൗര്യവും വ്യവസ്ഥയുടെ ജീർണതയും പ്രതിരോധങ്ങളും വിചിത്രമായ സംഭവഗതികളുടെ ഉചിതമായ പരി ചരണത്തിലൂടെ വെളിപ്പെടുന്നു. ന്യൂമോണിയയുടെ മറവിൽ ക്രൂരമായി

കൊലചെയ്യപ്പെടുന്ന ഡാനിയൽ, പശുപതിസിങ് എന്ന സർക്കാർ അനുകൂലിയ്ക്കു പകരം തടവുകാരനായി പദ്ധതിയിലെത്തുന്ന സുലൈമാൻ, പദ്ധതിയിൽ നിന്നു ഒളിച്ചോടുകയും, പിടിക്കപ്പെട്ടു തിരിച്ചെത്തുമ്പോൾ കലാപത്തിനു നേതൃത്വം നൽകിയതിന്റെ പേരിൽ ക്രൂരമായ പീഡനങ്ങൾക്കുശേഷം നാടുകടത്തപ്പെടുകയും ചെയ്യുന്ന ഭോല ഇരകളുടെ നിര അങ്ങനെ നീളുമ്പോൾ കുന്ദനുമുന്നിൽ അധികാര പ്രയോഗത്തിന്റെ നിഗൂഢരഹസ്യങ്ങൾ ഒന്നൊന്നായി തെളിഞ്ഞുവരുന്നു. താനും സ്റ്റേറ്റിന്റെ പക്ഷങ്ങൾ നടപ്പാക്കാനുള്ള ഉപകരണം മാത്രമാണെന്ന ചിന്ത കുന്ദനെ അസ്വസ്ഥനാക്കുന്നു. സുരക്ഷാപദ്ധതിയിലെ മനുഷ്യത്വ വിരുദ്ധമായ നടപടികൾക്കെതിരെ ചോദ്യമുന്നയിക്കുന്നതോടെ കുന്ദൻ വേട്ടയാടപ്പെടുന്നു. പീഡനങ്ങളിൽ നിന്നു കുതറിയോടാൻ ശ്രമിക്കുന്ന അയാൾക്കു ചുറ്റും ക്രൗര്യത്തിന്റെ നിഴലുകൾ പെരുകുന്നു, കുരുക്കുകൾ ഒന്നൊന്നായി മുറുകുന്നു. രക്ഷപ്പെട്ട് നഗരത്തിലെത്തുന്ന കുന്ദൻ സർക്കാർ സൃഷ്ടിക്കുന്ന ലഹളകൾ കാണുന്നു. അതിന്റെ തെളിവുകൾ പുറംലോകത്തെ അറിയിക്കാൻ ശ്രമിക്കുന്ന അയാൾ പരാജയപ്പെടുന്നു. വ്യക്തിയെ മാത്രമല്ല, ജനതയെ മുഴുവൻ ഭരണകൂടം അതിന്റെ സ്വാർത്ഥത്തിനായി ഉപയോഗിക്കുന്നതെങ്ങനെയെന്ന് കുന്ദൻ തിരിച്ചറിയുന്നു. കുന്ദന്റെ ചെറുത്തു നിൽപ്പിന്റെ പരാജയം സർക്കാരിന്റെ പീഡനത്തിന്റെ ഏജൻസികൾക്ക് സമൂഹത്തിലുള്ള വ്യാപ്തിയും ആഴവും അടയാളപ്പെടുത്തുന്നു. മരുഭൂമിയും നഗരവും നിഗൂഢമായ രംഭാഗഡ് പദ്ധതിയും മരുഭൂമിയിലെ മനുഷ്യരും തടവുകാരും തടവറകളിലെ പീഡനപർവ്വങ്ങളും അധികാരത്തിന്റെ പ്രയോഗരൂപങ്ങളായ ഉദ്യോഗസ്ഥന്മാരും ഇവക്കൊക്കെ ഇടയിലൂടെയുള്ള കുന്ദന്റെ യാത്രയും ദാർശനികമായ ചിന്തകളുമായി ചേർത്തുനിർത്തി അവതരിപ്പിക്കുന്നു. വിചാരധാരകളുടെയും ചർച്ചകളുടെയും ദാർശനികപരിസരവും വിചിത്രമായ സംഭവഗതികളുടെ നിഗൂഢസൗന്ദര്യവും നോവലിന്റെ പ്രമേയപരിചരണത്തെ വേറിട്ടതാക്കുന്നു.

'അമ്മ അറിയാനി'ലും സമാനമായ ദാർശനിക പരിചരണരീതി കാണാം. അമ്മയോട് യാത്രപറഞ്ഞ് വീട്ടിൽ നിന്ന് ഡൽഹിയിലേക്ക് പുറപ്പെട്ട പുരുഷന്റെ യാത്ര അപ്രതീക്ഷിതമായാണ് വഴിമാറുന്നത്. ചുരം കയറുമ്പോൾ വഴിയിൽ കാണാനിടയായ ജഡം പരിചയമുള്ള ആരുടേതോ ആണെന്ന് അയാൾക്കു തോന്നുന്നു. അതാരാണെന്നറിയാൻ സുഹൃത്തുക്കളിൽ പലരേയും കൂട്ടി അയാൾ മെഡിക്കൽ കോളേജിന്റെ മോർച്ചറിയിലെത്തുന്നു. ഇത് സത്യജിത്തിന്റെ നാടകത്തിൽ തബല വായിക്കുന്ന പയ്യനല്ലേ/ഇതു നമ്മുടെ ഹരിയല്ലേ/എന്റെ

നാടകത്തില് ഡ്രംസ് വായിക്കുന്ന ടോണിയല്ലേ ഇത്/അല്ല ഹരിയാ... സംശയങ്ങൾ പൂർണ്ണമായും ഒടുങ്ങുന്നില്ലെങ്കിലും ഹരിയാണെന്ന ഉറപ്പിൽ ഹരിയുടെ അമ്മയെ വിവരമറിയിക്കാൻ അവർ ഫോർട്ടുകൊച്ചിയിലേക്ക് തിരിക്കുന്നു. ബേപ്പൂർ, ഇരിങ്ങൽപ്പാറ, തൃശ്ശൂർ, കൊടുങ്ങല്ലൂർ, കോട്ടപ്പുറം, വൈപ്പിൻ ദ്വീപ് വഴി നീങ്ങുന്ന അവരുടെ യാത്ര ഫോർട്ടുകൊച്ചിയിലെത്തുന്നു. ഓരോ ഇടങ്ങളിലും വെച്ച് ഹരിയുടെ സുഹൃത്തുക്കളിൽ പലരെയും അവർ കാണുന്നു. ബാലേട്ടൻ, നാരായണൻകുട്ടി, സത്യൻ, അയ്യപ്പൻ, വാസു, ജോസ്, രാജപ്പൻ, ബഷീർ, നസീം അങ്ങനെ പലർ. നാരായണൻകുട്ടിയും വാസുവുമൊഴികെ എല്ലാവരും ഹരിയുടെ അമ്മയെ വിവരമറിയിക്കാനുള്ള യാത്രയിൽ ചേരുന്നു. അമ്മയെ കണ്ടെത്തുമ്പോഴേക്കും ആ സംഘം വലിയ ഒരു ആൾക്കൂട്ടമായി വളരുന്നുണ്ട്. യാത്രയുടെ ഓരോ ഇടങ്ങളിലും വെച്ച് വ്യത്യസ്ത തുറകളിലുള്ള ജനതയുടെ രാഷ്ട്രീയ സമരങ്ങൾ പ്രമേയ തലത്തോട് ഇഴചേരുന്നു.

മെഡിക്കൽ വിദ്യാർത്ഥികൾ ആരോഗ്യ വിദ്യാഭ്യാസ രംഗത്തെ സ്വകാര്യവത്കരണത്തിനെതിരായി നടത്തുന്ന സമരം, ബേപ്പൂർ തുറമുഖത്തുനടന്ന തൊഴിലാളി സമരം, കറുപ്പസ്വാമിക്കു നീതിലഭിക്കുന്നതിനായി ഇരിങ്ങൽപ്പാറയിലെ പാറമടത്തൊഴിലാളികൾ നടത്തിയ സമരം, കരിഞ്ചന്തയ്ക്കും പൂഴ്ത്തിവെപ്പിനുമെതിരെ കോട്ടപ്പുറത്തെ തൊഴിലാളികൾ നടത്തിയ സമരം, ഫോർട്ട് കൊച്ചിയിലെ ഗോഡൗൺ തൊഴിലാളികൾ അന്യായമായ പിരിച്ചുവിടലിനെതിരെ നടത്തിയ സമരം, ഹരിയെക്കുറിച്ചുള്ള ഓർമ്മകളിൽ നിറഞ്ഞു നിൽക്കുന്ന സായുധവിപ്ലവ ശ്രമങ്ങൾ, വിപ്ലവകാരികൾ നേരിട്ട കിരാത പീഡനങ്ങൾ, ഇതെല്ലാം ഹരിയുടെ അമ്മയെ തേടിയുള്ള യാത്രക്ക് സമാന്തരമായി രാഷ്ട്രീയ വ്യാഖ്യാനം നേടുന്നു. ഭരണകൂട താത്പര്യങ്ങൾക്കു കൂട്ടുനിൽക്കുന്നവരും ചെറുത്തുനിൽക്കുന്നവരും തമ്മിലുള്ള പോരാട്ടത്തിന്റെ അടയാളങ്ങളാണ് ഈ സമരങ്ങൾ ഓരോന്നും. വിജയിക്കുകയും പരാജയപ്പെടുകയും ചെയ്ത പ്രതിരോധശ്രമങ്ങൾക്കിടയിൽ അധികാരത്തിന്റെ ക്രൗര്യവും ജനതയുടെ ദൈന്യവും വെളിപ്പെടുന്നുണ്ട്. ചരിത്രത്തിന്റെയും സംസ്കാരത്തിന്റെയും ശേഷിപ്പുകൾ ഇവയ്ക്കു പശ്ചാത്തലമായി കടന്നു വരുന്നു. അമ്മയോട് ധരിപ്പിക്കുന്ന വിവരങ്ങളുടെയും വിചാരധാരകളുടെയും പ്രസംഗങ്ങളുടെയും ചർച്ചകളുടെയും കവിതവായനയുടെയുമൊക്കെ രൂപത്തിൽ രാഷ്ട്രീയചിന്തകൾ പ്രമേയതലത്തിൽ ഇടം നേടുന്നു.

നോവലിലും സിനിമയിലും ദാർശനികമായ പരിചരണം പ്രമേയത്തെ രാഷ്ട്രീയതത്വചിന്തനമായി പരിവർത്തിപ്പിക്കുന്നു. ഭരണകൂടം, ജനത, പ്രതിരോധം, പ്രത്യയശാസ്ത്രം തുടങ്ങി വിഭിന്ന

രാഷ്ട്രീയഘടകങ്ങളെക്കുറിച്ചുള്ള ദാർശനിക വിചാരങ്ങളാണ് പ്രമേയതലത്തെ നിർമ്മിക്കുന്നത്. അഥവാ പ്രമേയതലത്തിൽ നാം വായിക്കുന്ന/കാണുന്ന സന്ദർഭങ്ങൾ രാഷ്ട്രീയ വിചാരങ്ങളിലേക്ക് എത്തിച്ചേരാനുള്ള വഴികൾ മാത്രമാണ്. രാഷ്ട്രീയതത്വചിന്തയെ മുൻനിർത്തുന്ന ഈ പ്രമേയപരിചരണരീതി 'മരുഭൂമികൾ ഉണ്ടാകുന്നതിലും' 'അമ്മഅറിയാനി'ലും എല്ലാവിധ സൗന്ദര്യത്തോടെയും പ്രവർത്തന ക്ഷമമാകുന്നു. നോവലും സിനിമയും വ്യത്യസ്ത രാഷ്ട്രീയഘടകങ്ങളെക്കുറിച്ച് ഉന്നയിക്കുന്ന വിചാരങ്ങൾ ഇവയുടെ പ്രമേയതലത്തിലുടനീളമുണ്ട്.

'മരുഭൂമികൾ ഉണ്ടാകുന്നതിൽ' ഇരയെയും വേട്ടക്കാരനെയും സംബന്ധിക്കുന്ന സമസ്യകളെ വിശദമായി വിശകലനം ചെയ്യുന്ന ഒരു ഭാഗം ഇങ്ങനെ. "വേട്ടക്കാരനായിരിക്കെത്തന്നെ വേട്ടയാടപ്പെടുന്ന മൃഗത്തിന്റെ കണ്ണിലെ വിഹ്വലത അവരുടെയൊക്കെ കണ്ണിലില്ലേ? പോലീസിനെയും പട്ടാളത്തെയും നിയമിച്ച്, ചാരന്മാരെയും ഉദ്യോഗസ്ഥന്മാരെയും ഏർപ്പെടുത്തി. സ്വന്തം അധികാരം അരക്കിട്ടുറപ്പിച്ചിരിക്കുന്ന ആധുനിക സ്റ്റേറ്റുകൾ, വാസ്തവത്തിൽ അറിയാതെതന്നെ അഥവാ അവയുടെ അറിവോടുകൂടിത്തന്നെ ചുറ്റിലും അവയാൽ നിർവീര്യമാക്കപ്പെട്ട ബലാൽസംഗം ചെയ്യപ്പെട്ട പരിഹസിക്കപ്പെട്ട വിഡ്ഢികളാക്കപ്പെട്ട ജനങ്ങളാൽ വളയപ്പെട്ടിരിക്കുകയാണ്..."[1]

വ്യവസ്ഥയുമായും അധികാരവുമായും സന്ധിചെയ്യുന്ന അരാഷ്ട്രീയ സ്ഥലികൾ പാർശ്വവത്കരിക്കപ്പെട്ട ജനതയുടെ മുന്നേറ്റത്തിൽ ചോദ്യം ചെയ്യപ്പെടുമെന്ന മുന്നറിയിപ്പ് വിഖ്യാതമായ ലാറ്റിനമേരിക്കൻ കവിതയുടെ വായനയിലൂടെ അമ്മ അറിയാൻ മുന്നോട്ടു വക്കുന്നു. "ദരിദ്രരായ മനുഷ്യർ വരും. ഈ അരാഷ്ട്രീയ ബുദ്ധിജീവികളുടെ കഥകളിലും കവിതകളിലും ഒരിക്കലും ഇടം കിട്ടാത്തവർ. എന്നാൽ, ദിവസവും അവർക്ക് അപ്പവും പാലും കൊടുത്തവർ, ഇറച്ചിയും മുട്ടയും കൊടുത്തവർ, അവരുടെ വസ്ത്രങ്ങൾ അലക്കിക്കൊടുത്തവർ, അവരുടെ പട്ടികളെ വളർത്തിയവർ, അവരുടെ കാറോടിച്ചവർ, അവരുടെ ഉദ്യാനങ്ങൾ കാത്തുസൂക്ഷിച്ചവർ, അവർ വരും, വന്നു ചോദിക്കും. യാതനകളിൽ, ദരിദ്രന്റെ ജീവിതവും സ്വപ്നവും കത്തിയെരിയുകയായിരുന്നപ്പോൾ, എന്തുചെയ്യുകയായിരുന്നു നിങ്ങൾ?" (Otto Rene Castillo))

ജനതയെ ചൂഴ്ന്നുനിൽക്കുന്ന ഭരണകൂട ഭീകരതയും അതിന്റെ ഇരകളാകാൻ വിധിക്കപ്പെട്ടവരുടെ നിസ്സഹായതയും നോവലും സിനിമയും അനുഭവപ്പെടുത്തുന്നുണ്ട്. ഈ അനുഭവം തീക്ഷ്ണമായ ചിന്തകളായി പ്രമേയതലത്തിൽ അവതരിപ്പിക്കുന്നു. 'മരുഭൂമികൾ ഉണ്ടാകുന്നതി'ൽ നിന്ന്: "ഇന്നലെ കണ്ട സിനിമയെയോ നാടകത്തെയോ വായിച്ച

കവിതയെയോ കുറിച്ച ചർച്ച ചെയ്യുന്ന ആ ചെറുപ്പക്കാർ, വായിൽ ഒരു വിരൽവെച്ച് ആ വീടിന്റെ വരാന്തയിൽ നിന്നും ലോകത്തിന്റെ നേരെ അത്ഭുതത്തോടെ നോക്കുന്ന കുട്ടി, തോട്ടത്തിൽ കുനിഞ്ഞിരുന്നു പണിയുന്ന വൃദ്ധനായ മാലി, അവരുടെയൊക്കെ നെറ്റിയിൽ എഴുതിവെച്ചിരിക്കുന്ന ഒരു വാക്ക് കുന്ദൻ കണ്ടു: കൺവിക്റ്റ്. ഇക്കണ്ട മനുഷ്യരൊക്കെ മരണശിക്ഷയ്ക്ക് വിധിക്കപ്പെട്ടവരാണ്. കടമെടുത്ത സമയത്തിലാണ് അവർ ജീവിക്കുന്നത്."[2] 'അമ്മ അറിയാനി'ൽ നിന്ന്: "എത്രയെത്ര ദുർമരണങ്ങൾ. സ്വപ്നങ്ങൾ ഒടുങ്ങുന്നതിങ്ങനെയാണ്. തലച്ചോറുകൾ ചിതറിത്തെറിക്കുന്നതും ഇങ്ങനെയാണ്. തുളവീണ ഒരു നെഞ്ച്. തോക്കിൻ പാത്തികളാൽ തകർക്കപ്പെടുന്ന പോരാട്ടങ്ങൾ. കഴുമരങ്ങൾക്കു മുകളിൽ കൈയടിച്ചാർക്കുന്ന കഴുകന്മാർ. ദുർമരണങ്ങളുടെ ഈ ഘോഷയാത്രയിൽ നാം ആരെയാണ് കാത്തിരിക്കുന്നത്. കുട്ടികൾ കൂടുതൽ നിർഭയരും ദീർഘദർശികളുമാണ്. ദുരിതങ്ങളാൽ, പീഡനങ്ങളാൽ, ഒരു ജനതയാകെ വഞ്ചിക്കപ്പെട്ടേക്കാം."

ഇങ്ങനെ, രാഷ്ട്രീയതത്വവിചാരമായി പ്രമേയത്തെ മാറ്റിതീർക്കുന്ന പരിചരണരീതി 'മരുഭൂമികൾ ഉണ്ടാകുന്നതി'നും 'അമ്മ അറിയാനും' ഒരേപോലെ സിദ്ധമാകുന്നത് അവയുടെ രാഷ്ട്രീയദർശനത്തിന്റെ സമാനതയാലാണ്. ഭരണകൂടത്തിന്റെ മർദ്ദനോപകരണങ്ങൾ കരാളരൂപമാർന്ന് ജനതയെ ഹിംസിക്കുന്നു. യുവതയുടെ സ്വപ്നങ്ങൾ തകർക്കപ്പെടുന്നു. അന്വേഷണങ്ങൾ വ്യർത്ഥമാവുന്നു. പ്രതിരോധങ്ങൾ പരാജയപ്പെടുന്നു. പ്രസ്ഥാനങ്ങളും പ്രത്യയശാസ്ത്രങ്ങളും ജനതയെ ഒറ്റുകൊടുക്കുന്നു. ആശയക്കുഴപ്പങ്ങളിൽപ്പെട്ടുഴലുന്നവർ സ്വയം ആഹുതി ചെയ്യുന്നു. മരുഭൂമിയുടെ പൊള്ളിക്കുന്ന ഊഷരത പടർന്നു പിടിക്കുമ്പോൾ പ്രത്യാശകൾ അന്യമാവുന്നു. അമ്മമാരുടെ ഭയം നിഴലിക്കുന്ന വഴിക്കണ്ണുകൾ അനാഥമാകുന്നു. ജനത കൂട്ടത്തോടെ വഞ്ചിക്കപ്പെടുന്നു. എഴുപതുകളിലെയും എൺപതുകളിലെയും ഇന്ത്യൻ രാഷ്ട്രീയസാഹചര്യങ്ങളുടെ സൃഷ്ടിയായ ഇത്തരം ആശങ്കകളെ നോവലും സിനിമയും പ്രമേയതലത്തിൽ സ്വാംശീകരിക്കുന്നു. മുഖ്യധാരാ രാഷ്ട്രീയചിന്തകളിൽ നിന്ന് മാറിനിൽക്കുന്ന രാഷ്ട്രീയബോധ്യങ്ങളെ അടയാളപ്പെടുത്തുന്നു; ബൗദ്ധികമായി പരിചരിക്കുന്നു.

ആഖ്യാനതലം

ആധുനികതയുടെ രണ്ടാമത്തെ അടരിലെ രാഷ്ട്രീയനോവലുകൾ മലയാളനോവലിന് ആഖ്യാനപരമായി വൈവിധ്യം നൽകുന്നുണ്ട്. ആഖ്യാനഘടനയെയും ഭാഷയെയും കഥാപാത്രങ്ങളെയും

ബിംബങ്ങളെയുമൊക്കെ അവ വ്യതിരിക്തമായ രീതിയിൽ ഉപയോഗിച്ചു. കച്ചവടസിനിമയിൽ നിന്നും മധ്യവർത്തിസിനിമയിൽ നിന്നും വ്യത്യസ്തമായൊരു രൂപം സമാന്തരധാരയിലെ രാഷ്ട്രീയസിനിമകൾക്കുണ്ട്. സമാന്തരസിനിമയിലെ ശക്തമായ രാഷ്ട്രീയാവിഷ്കാരങ്ങളിൽ രൂപപരമായ പരീക്ഷണങ്ങൾ കൂടുതൽ അർത്ഥവത്താകുന്നത് കാണാം. 'കബനീനദി ചുവന്നപ്പോൾ', 'ഉത്തരായനം', 'സംഘഗാനം', 'മുഖാമുഖം', 'പിറവി', 'വാസ്തുഹാര' തുടങ്ങി നിരവധി രാഷ്ട്രീയചിത്രങ്ങൾ ഇതിന്റെ സാക്ഷ്യങ്ങളാണ്. ആഖ്യാനപരമായ പരീക്ഷണങ്ങളിൽ 'അമ്മ അറിയാൻ' സമാന്തരസിനിമയുടെ സൗന്ദര്യസങ്കല്പങ്ങളെ സ്വാംശീകരിച്ചുകൊണ്ട് തനതായ സ്വത്വം നിർമ്മിച്ചെടുക്കുന്നു. 'മരുഭൂമികൾ ഉണ്ടാകുന്നത്' ആധുനിക നോവലിന്റെ ആഖ്യാനബോധ്യങ്ങളെ വികസ്വരമാക്കുന്ന വിധത്തിൽ സ്വതന്ത്രമായ നോവൽ രൂപം പണിയുന്നു.

'ഭാഷ'യുടെ ഉപന്യാസസമാനവും ആലങ്കാരികവുമായ ദാർശനിക രൂപണം ആനന്ദിന്റെ നോവലുകളുടെ ആഖ്യാനതലത്തിലെ സവിശേഷഘടകമാണ്. ഇത്തരം ദാർശനിക ഭാഷാപ്രയോഗത്തിന്റെ രാഷ്ട്രീയ ഉപയോഗം 'മരുഭൂമികൾ ഉണ്ടാകുന്നത്' ന്റെ ബൗദ്ധികമായ പ്രമേയപരിചരണത്തെ ശക്തിപ്പെടുത്തുന്നുണ്ട്. കുന്ദന്റെ ചിന്താധാരകളെയും ചർച്ചകളെയും സംവാദങ്ങളെയും വേറിട്ട അനുഭവമാക്കി മാറ്റുന്നത് ഈ ഭാഷാവിശേഷമാണ്. ഒരേ സമയം ഇരയും വേട്ടക്കാരനുമാകേണ്ടിവരുന്ന മനുഷ്യസംഘർഷങ്ങളെ വിശദീകരിക്കുന്നിടത്തെ ഭാഷാരീതി നോക്കു. "മനുഷ്യന്റെ ലോകം വേട്ടക്കാരന്റെയും ഇരയുടെയും ലോകങ്ങളുടെ ഒരു സങ്കലനമായതുകൊണ്ട്, അവന്റെ വിധി, സ്വയം വിശാലമായ ഈ ഓരോ ലോകത്തിനുള്ളിലും നിതാന്തമായി മുറിവുകൾ പേറിക്കൊണ്ട് സവാരി ചെയ്യുക കൂടിയാണ്. അവൻ ഒരേ സമയത്ത് മറ്റുള്ളവരുടെ നഗ്നതകളിലേക്ക് ആഴ്ന്നിറങ്ങുന്നു. സ്വന്തം നഗ്നതയെ സംരക്ഷിക്കുന്നതിന് കിണഞ്ഞ് ശ്രമിച്ചുകൊണ്ടിരിക്കുകയും ചെയ്യുന്നു. മറ്റുള്ളവരുടെ കരളും വൃക്കയും കടിച്ചുകീറുന്നു. സ്വന്തം കരളിലും വൃക്കകളിലും ആഴുന്ന പല്ലുകളുടെ വേദന അറിയുന്നു. മറ്റുള്ളവരാൽ പോഷിക്കപ്പെടുമ്പോൾ സ്വയം മറ്റുള്ളവരെ പോഷിപ്പിക്കാതിരിക്കുവാൻ വാശി പിടിക്കുന്നു. മറ്റുള്ളവരെ സ്വന്തം മലമാക്കുമ്പോൾ സ്വയം മറ്റുള്ളവരുടെ മലമായിത്തീരുന്നതിനെയോർത്ത് ഭ്രാന്തുപിടിക്കുന്നു."[3]

ഭാഷയുടെ ദാർശനികമായ ആലങ്കാരികതയിൽ നിന്നു രൂപമെടുക്കുന്ന, സവിശേഷമായ നിരവധി രാഷ്ട്രീയ പ്രസ്താവങ്ങൾ നോവലിൽ വ്യാപകമായി കാണാം. - "ജനാധിപത്യം പഴകുന്നതോടെ എന്തിനെയും ഒപ്പിയെടുക്കാനുള്ള കഴിവ് അതു നേടുന്നു" (പു.199)

-- "വിപ്ലവത്തിന്റെ ആദ്യത്തെ നാമ്പുകൾ ഉയരുന്നത് മനുഷ്യർക്കു ള്ളിലെ നിഴലുകൾ സ്വാതന്ത്ര്യം പ്രഖ്യാപിക്കുമ്പോഴാണ്." (പു.108)

-- "ഏതാണ്ട് എല്ലാ വിലപേശലിലും മടക്കിക്കൊടുക്കുന്ന നാണയം ഒന്നുതന്നെയാണ്-സത്യം, നീതി, മനുഷ്യരെ ഘടിപ്പിച്ച് സമൂഹമാക്കുന്ന ഈർപ്പം." (പു.193)

-- "മനുഷ്യനെയും മനുഷ്യനെയും ബന്ധിപ്പിക്കുന്ന ഈർപ്പം ഇനിയും ഉറവകളിട്ടുവെന്നു വരാം. ഹൃദയങ്ങളിൽ അനുരണനങ്ങളുയർത്തുന്ന മൃദു ലശബ്ദങ്ങൾ ധിക്കാരത്തിന്റെ മണലിന്റെ കിരുകിരുപ്പിനു മീതെ വീണ്ടും കേൾക്കായി എന്നു വരാം." (പു.202)

-- "നിങ്ങൾക്കറിഞ്ഞുകൂടാ, നിങ്ങൾ ഏതെല്ലാം വിധത്തിൽ എണ്ണ പ്പെടുന്നുവെന്ന്. പുരുഷനായി, നാൽപ്പതുകളിൽ സഞ്ചരിക്കുന്നവനായി, ഉയരം കൂടിയവനായി, നിയമജ്ഞനായി, ചാരനായി, തടവുകാരനായി" (പു.188)

അധികാരത്തിന്റെ നിഗൂഢസ്ഥലികളിലൂടെയുള്ള കുന്ദന്റെ അന്വേ ഷണങ്ങളുടെ വൈചിത്ര്യത്തിന് പരഭാഗശോഭയേറ്റുന്ന വിധത്തിൽ കല്പനകളുടെ വിചിത്രമായ രൂപനിർമ്മിതിയും ഭാഷ സാധ്യമാക്കുന്നു ണ്ട്: "അപ്പോൾ അയാളുടെ മനസ്സിൽ തെളിഞ്ഞുവന്ന സ്ത്രീയുടെ ചിത്രം, സ്വന്തം കുടുംബത്തെ രക്ഷിക്കുവാൻ വേണ്ടി ആരുടെയോ വധശിക്ഷ സ്വന്തം ശിരസ്സിലേറ്റി നടന്ന ഒരു മനുഷ്യന്റെ, ഭാരിച്ച ഒരു ഇരുമ്പുഗാർ ഡറിനു താഴെ ചതഞ്ഞുപൾപ്പായി മാറിയ തലച്ചോറിൽ അവസാനം വരെ ഇരുന്നതും ആ പൾപ്പിലൂടെ മാഞ്ഞു ദ്രവിച്ച് കരിഞ്ഞു മണ്ണായി മാറിയതുമായ ഒരു സ്ത്രീയുടെ ചിത്രമായിരുന്നു."[4]

'മരുഭൂമികൾ ഉണ്ടാകുന്നത്' നോവലിന്റെ ആഖ്യാനത്തിലെ അടിസ്ഥാനഘടകമായ ഭാഷാപ്രയോഗത്തിന്റെ ദാർശനികമായ ഉപയോഗത്തിലൂടെ/ക്രമപ്പെടുത്തലിലൂടെ പ്രമേയപരിചരണത്തിലെ ബൗദ്ധികതയെ പിൻതാങ്ങുമ്പോൾ, 'അമ്മ അറിയാൻ' ചലച്ചിത്രാ ഖ്യാനത്തിന്റെ അടിസ്ഥാന ഘടകമായ 'ദൃശ്യ'ങ്ങളുടെ ദാർശനികമായ രൂപണത്തിലൂടെയും സങ്കലനത്തിലൂടെയും പരിചരണത്തിന്റെ ദർശന പരതയ്ക്ക് കരുത്തു നൽകുന്നു.

'അമ്മ അറിയാനി'ലെ ദൃശ്യങ്ങൾ പ്രേക്ഷകനോട് നേരിട്ട് സംവദി ക്കുന്നു. അവ കേവലമായ സെല്ലുലോയ്ഡ് പകർപ്പുകളല്ല. സിനിമയുടെ രാഷ്ട്രീയദർശനത്തെയും/അനുഭവത്തെയും അടയാളപ്പെടുത്തുന്ന ദൃശ്യ വ്യാഖ്യാനങ്ങളാണ്. പൂഴ്ത്തിവെപ്പിനും കരഞ്ചന്തക്കുമെതിരായി നടന്ന സമരത്തിനൊടുവിൽ പിടിച്ചെടുത്ത അരിയും പഞ്ചസാരയും വിതരണം

ചെയ്യുന്നത് ആവിഷ്കരിക്കുന്നിടത്തെ 'ക്യൂവിന്റെ നീളമേറിയ ഹാൻഡ് ഹെൽഡ് ഷോട്ടുകൾ' (മുന്നിലേക്കും പിന്നിലേക്കും ചലിക്കുന്നത്) ജനത അനുഭവിക്കുന്ന ദാരിദ്ര്യത്തിന്റെ ഭീകരതയെ വെളിപ്പെടുത്തുന്നു. പോലീസ് സ്റ്റേഷനിലെ ഉരുട്ടൽ ചിത്രീകരിക്കുന്നിടത്ത് 'ഉരുട്ടലിനു വിധേയമായവന്റെ വിയർത്തുകുളിച്ച ശരീരത്തിലൂടെയുള്ള ക്ലോസ്പാനിങ് ഷോട്ട്' മർദ്ദനമുറകളുടെ ക്രൗര്യത്തെ മുഴുവനായും അനുഭവപ്പെടുത്തുന്നു. ഫോർട്ട് കൊച്ചിയിൽ മത്സ്യത്തൊഴിലാളികൾ തമ്മിൽ നടന്ന സംഘർഷത്തിനു പിന്നിലെ രാഷ്ട്രീയ പാർട്ടികളുടെ ഇടപെടലുകളെ പരാമർശിക്കുമ്പോൾ 'ചുവരിൽപതിച്ച കോൺഗ്രസ് പാർട്ടിയുടെ തിരഞ്ഞെടുപ്പ ചിഹ്നവും അതിനരികെ അമർന്ന്, ക്രമേണ താഴേക്കു തളർന്നു വീഴുന്ന ചോരപുരണ്ട കൈയും, അത് അവശേഷിപ്പിക്കുന്ന ചോരയുടെ നിറമുള്ള കൈപ്പത്തി അടയാളവും ഒറ്റദൃശ്യത്തിൽ നാം കാണുന്നു'. ശക്തമായ രാഷ്ട്രീയ പ്രസ്താവമാണ് ഈ ദൃശ്യം സാധ്യമാക്കുന്നത്. 'താഴ്ന്നു പടർന്നു നിൽക്കുന്ന മരത്തിന്റെ വളഞ്ഞു പുളഞ്ഞു പോകുന്ന വലിയ ശിഖരങ്ങൾക്കും, കെട്ടുപിണഞ്ഞുകിടക്കുന്ന, കൊലക്കയറിനെ അനുസ്മരിപ്പിക്കുന്ന നിഴൽ രൂപങ്ങൾക്കും നടുവിൽ നിൽക്കുന്ന പുരുഷന്റെ ദൃശ്യം' സിനിമയുടെ അവസാനത്തോടടുത്തുണ്ട്. സുഹൃത്തുക്കളുടെ രാഷ്ട്രീയാലോചനകളിലും ആത്മാർത്ഥതയിലും പങ്കുചേരാനാവാത്ത വിധം, ഹരിയുടെ ആത്മഹത്യയെക്കുറിച്ചുള്ള ഓർമ്മകൾ വേട്ടയാടുന്ന പുരുഷന്റെ മാനസിക തലത്തിന്റെ സങ്കീർണ്ണതകൾക്കു പകരം നിൽക്കാൻ ഈ ദൃശ്യത്തിനു കഴിയുന്നു.

ടിൽറ്റ് അപ്പ് ചെയ്ത് ഹൈ ആംഗിളിൽ നിന്ന് ഹരിയുടെ ശവത്തിന്റെ കണ്ണുകളിലേക്ക് അടുക്കുന്ന 'ശവക്കാഴ്ചയുടെ' ആദ്യ ദൃശ്യം, പോലീസിന്റെ ബൂട്ടുകൾ ചവിട്ടിയരച്ച വിരലുകൾ മുഖത്തിനു നേരെ ഉയർത്തുന്ന (മൃദംഗത്തിന്റെ ദ്രുതതാളത്തോടൊപ്പം) ഹരിയുടെ ദൃശ്യം (close), കൈനോട്ടക്കാരിയുടെ ഭൂതം/ഭാവിപറച്ചിലുകൾക്കൊപ്പം ചേർത്തു വച്ചിരിക്കുന്ന (ചേരാതെ നിൽക്കുന്ന) യുദ്ധക്കെടുതിയുടെയും കലാപഭീകരതയുടെയും പട്ടിണി മരണങ്ങളുടെയും സ്വേച്ഛാധിപത്യക്രൗര്യത്തിന്റെയും വിമോചന പോരാട്ടങ്ങളുടെയും നിശ്ചലചിത്രങ്ങളുടെ ക്ലോസ്ഷോട്ടുകൾ, തിരശീലയിൽ തെളിയുന്ന 'അമ്മ അറിയാൻ'ന്റെ അവസാന ദൃശ്യത്തിൽ നിന്ന് അമ്മയുൾപ്പെടെയുള്ള പ്രേക്ഷകരുടെ ഇടയിലേക്ക് പാൻ ചെയ്യുന്ന അവസാന ഷോട്ട് എന്നു തുടങ്ങി ദർശനവും അനുഭവവും സമന്വയിക്കുന്ന ദൃശ്യങ്ങളുടെ സമൃദ്ധിയിലാണ് 'അമ്മ അറിയാനി'ന്റെ ആഖ്യാനതലം നിർമ്മിക്കപ്പെട്ടിരിക്കുന്നത്.

ഇത്തരം ദൃശ്യങ്ങൾ പരിചരണത്തിലെ ദാർശനികതയ്ക്ക് ഇണങ്ങും വിധം സങ്കലനം ചെയ്തിരിക്കുന്നു. നേരിട്ടു പകർത്തിയതുപോലെ തോന്നിപ്പിക്കുന്ന സമരങ്ങളുടെ ആവിഷ്കാരത്തിലെ യഥാതഥദൃശ്യങ്ങൾ ഡോക്യുമെന്ററിയുടെ ആഖ്യാനതലത്തിലെന്നവണ്ണമാണ് കൂട്ടിച്ചേർത്തിരിക്കുന്നത്. യാത്രയുടെ ആവിഷ്കാരത്തിൽ മടുപ്പ് അനുഭവിപ്പിക്കുന്ന വിധത്തിൽ ദൈർഘ്യമേറിയ ദൃശ്യങ്ങളെ ചേർത്തുപയോഗിക്കുന്നു. 'അമ്മ അറിയാനി'ൽ സ്റ്റാറ്റിക് ഷോട്ടുകൾ (static) വളരെ കുറവാണ്. ട്രാക്കിങ് ചലനങ്ങൾ തീരെ ഇല്ല. ക്യാമറ ഛായാഗ്രാഹകന്റെ കൈയിൽ വച്ചുപയോഗിക്കുന്ന തരം ഹാൻഡ്ഹെൽഡ് (hand held) ഷോട്ടുകളാണ് അധികവും. കാഴ്ചക്കാരനെക്കൂടി അനുയാത്രികനാക്കുന്ന ഇത്തരം ദൃശ്യങ്ങളുടെ തുടർച്ചയായ സങ്കലനത്തിലൂടെ 'അമ്മ അറിയാനി'ന്റെ ആഖ്യാനതലം സൗന്ദര്യപരമായ വ്യതിരിക്തത നേടുന്നു. ഇതൊക്കെ വെളിപ്പെടുത്തുന്നത് 'മരുഭൂമികൾ ഉണ്ടാകുന്നത്', ഭാഷയെയും 'അമ്മ അറിയാൻ' ദൃശ്യങ്ങളെയും കൈകാര്യം ചെയ്തിരിക്കുന്ന രീതികളിലെ സമാനതയെയാണ്.

ആഖ്യാനഘടനയിലും 'മരുഭൂമികൾ ഉണ്ടാകുന്നതും', 'അമ്മ അറിയാനും' സമാനമായ രീതികൾ അവലംബിക്കുന്നു. കുന്ദന്റെ യാതനാപൂർണ്ണമായ അഭിയാനത്തിനും പുരുഷന്റെയും സുഹൃത്തുക്കളുടെയും യാത്രയ്ക്കും ഒരേസമയം നൈരന്തര്യവും ക്രമരാഹിത്യവുമുണ്ട്. രംഭാഗഢ് സുരക്ഷാപദ്ധതിയിലെ ലേബർ ഓഫീസറായെത്തി, സ്റ്റേറ്റിന്റെ അധികാര ക്രൗര്യത്തിന്റെ ഇരകളെ തിരിച്ചറിഞ്ഞ്, പീഡനത്തിന്റെ ഇടനാഴികളിൽ ഒറ്റയ്ക്കു പൊരുതി, നഗരത്തിലേക്ക് ഒളിച്ചോടി, പിടിക്കപ്പെട്ട്, പീഡനങ്ങളേറ്റുവാങ്ങി, ജയിൽ മോചിതനായി, അലയുന്ന കുന്ദന്റെ ജീവിതത്തിലെ വികാസപരിണാമങ്ങൾക്ക് ഒരർത്ഥത്തിൽ ക്രമികതയുണ്ട്. എന്നാൽ സംഭവഗതികളുടെ വികാസത്തിന് നേർരേഖാരൂപമില്ല. മരുഭൂമിയിലെ വിചിത്രമായ അനുഭവങ്ങളിലേക്കും മനുഷ്യരിലേക്കും അവരുടെ ജീവിതമന്വേഷിച്ചുള്ള യാത്രകളിലേക്കും റൂത്തയുടെ സാന്ത്വനത്തിലേക്കും അപരിചിതമായ രൂപങ്ങളിലേക്കും മാനസിക സംഘർഷങ്ങളിലേക്കും ചിന്തയുടെ സവിശേഷ രൂപകങ്ങളിലേക്കും ചർച്ചകളിലേക്കും സംവാദങ്ങളിലേക്കും ചരിത്രത്തിന്റെ വ്യാഖ്യാനങ്ങളിലേക്കും ആഖ്യാനഗതി വഴിപിരിഞ്ഞൊഴുകുന്നു; വ്യക്തമായ രാഷ്ട്രീയ ലക്ഷ്യങ്ങളോടെ. 'അമ്മ അറിയാനി'ൽ ആത്മഹത്യ ചെയ്ത ഹരിയുടെ അമ്മയെ വിവരമറിയിക്കാൻ വയനാട്ടിൽ നിന്ന് ഫോർട്ടുകൊച്ചിയിലേക്ക് പുരുഷനും സുഹൃത്തുക്കളും നടത്തുന്ന യാത്രയും, ഓരോ ഇടങ്ങളിലെയും സുഹൃത്തുക്കളും അമ്മമാരും, ഹരിയുടെ അമ്മയെ കണ്ടെത്തലും

ആഖ്യാനഘടനയുടെ നൈരന്തര്യത്തെ സംരക്ഷിച്ചു നിർത്തുന്നു. എന്നാൽ ഓരോ ഇടങ്ങളിലെയും രാഷ്ട്രീയ സമരങ്ങളുടെ ആവിഷ്കാരത്തിലൂടെ/പരാമർശങ്ങളിലൂടെ, ഹരിയെക്കുറിച്ചുള്ള ഓർമ്മകളിലൂടെ, വിപ്ലവകാരികളായ ചെറുപ്പക്കാർ ഏൽക്കേണ്ടിവന്ന കൊടിയപീഡനങ്ങളിലൂടെ, ദേവീസ്തുതികളുടെ പ്രഭാമയമായ ആവർത്തനത്തിലൂടെ ചരിത്രത്തിന്റെയും സംസ്കാരത്തിന്റെയും അടയാളപ്പെടുത്തലിലൂടെ രാഷ്ട്രീയ വിചാരങ്ങളിലൂടെ, ആഖ്യാനഘടനയുടെ നൈരന്തര്യത്തെ ബോധപൂർവം തകർക്കുന്നു. ഇത് വ്യക്തമാക്കാൻ 'അമ്മ അറിയാനി'ലെ കുറച്ചു ഭാഗത്തെ സീൻ ഓർഡർ പരിശോധിക്കുന്നു:

ഹരിയുടെ സുഹൃത്തുക്കളിൽ ഒരുവനായ സത്യനെ വിവരം ധരിപ്പിക്കാൻ സുഹൃത്തുക്കളുടെ സംഘം അയാളുടെ വീട്ടിലെത്തുന്നു.

↓

സത്യൻ കടപ്പുറത്താണ് എന്നറിഞ്ഞ് അവർ കടപ്പുറത്തെത്തുന്നു. കടപ്പുറത്ത് കരാട്ടെ പരിശീലിപ്പിക്കുന്ന സത്യനെ കണ്ട് വിവരം ധരിപ്പിക്കുന്നു.

↓

ക്വാറിയിലെ അപകടത്തിൽ കാലുനഷ്ടപ്പെട്ട കറപ്പസ്വാമിയെ സുഹൃത്തുക്കളുടെ സംഘം കാണുന്നു. കറുപ്പസ്വാമിക്ക് നീതി ലഭിക്കാൻ വേണ്ടി നടന്ന സമരകഥയുടെ ശബ്ദപശ്ചാത്തലത്തിൽ സമരം ആവിഷ്കൃതമാവുന്നു.

↓

യാത്രയിൽ മൗനിയായിരിക്കുന്ന പുരുഷന്റെ മാനസികതലത്തിലെന്നവണ്ണം അമ്മയും പാറുവും ഉൾപ്പെടുന്ന പ്രഭാമയമായ ദൃശ്യത്തിൽ ദേവീസ്തുതികൾ നിറയുന്നു. (പോരിൽ വിജയം തരണമെന്ന പ്രാർത്ഥന)

↓

യാത്രയിൽ അയ്യപ്പനോടുള്ള ചോദ്യങ്ങളുടെയും ഉത്തരങ്ങളുടെയും ശബ്ദപശ്ചാത്തലത്തിൽ ഹോസ്റ്റൽ ദൃശ്യങ്ങൾ. ഹരിയുടെ മാനസികതലത്തിലെ ആശയക്കുഴപ്പവും വൈരുദ്ധ്യങ്ങളും വെളിപ്പെടുന്നു.

↓

അവൻ നക്സൽ മൂവ്മെന്റിൽ പങ്കെടുത്തിരുന്നു എന്ന സൂചന.

↓

ഉമ്മയോട് ഹരിയുടെ മരണവിവരമറിയിച്ച്, അമ്പതുരൂപ വാങ്ങി കൊച്ചിക്ക് പുറപ്പെടുന്ന സുഹൃത്ത്.

↓

യാത്രയിൽ, സായുധവിപ്ലവകാരികളുടെയ പോലീസ് സ്റ്റേഷൻ ആക്രമണത്തിന്റെ ഓർമ്മകളിലേക്ക്.

↓

ഓർമ്മ-ഹരിയെയും കൂട്ടിവന്ന് ഒരു സുഹൃത്തിനെ പോലീസ് അറസ്റ്റു ചെയ്യുന്നു.

↓

യാത്രയിൽ പുരുഷന്റെ മാനസിക തലത്തിലെന്നവണ്ണം അമ്മയും പാറുവുമുൾപ്പെടുന്ന കാവിലെ ദൃശ്യത്തിൽ ദേവീ സ്തുതികൾ. (യുദ്ധ തത്പരേ... സർവ്വ ദുഷ്ടസംഹത്രീ, ശിവേ... രക്തഭക്ഷണപ്രിയേ... മാംസഭക്ഷണലോലേ... തുടങ്ങിയ സ്തുതികൾ)

↓

പാലത്തിലൂടെ - കാറിനുള്ളിൽ നിന്നുള്ളതും നീണ്ടുനിൽക്കുന്നതുമായ ദൃശ്യം

↓

അവർ ഒരിടത്തിറങ്ങുന്നു. കുറച്ചുപേർ കുളിക്കാൻ പോകുന്നു. ബാലേട്ടനും ഡ്രൈവറും കള്ളുഷാപ്പ് അന്വേഷിക്കുന്നു.

↓

കള്ളുഷാപ്പ് - മാർക്സിസത്തെയും മദ്യപാനത്തെയും സംബന്ധിച്ച് ബാലേട്ടന്റെ അഭിപ്രായ പ്രകടനങ്ങൾ.

↓

തലമാത്രം വെള്ളത്തിനു പുറത്താക്കി പുഴയിൽ കുളിക്കുന്ന സുഹൃത്തുക്കൾ.

↓

മറ്റൊരു സുഹൃത്തിന്റെ വീട്. ഹരിയുടെ മരണവിവരം അറിയിക്കുന്നു.

തൃശ്ശൂർ ടൗണിലൂടെയുള്ള യാത്ര. പൂരക്കാഴ്ചയുമായി ബന്ധപ്പെട്ട ബാല്യകാലസ്മരണകൾ പരാമർശിക്കുന്നു.

↓

കൊടുങ്ങല്ലൂർ അഴിമുഖം. തോമാശ്ലീഹയെക്കുറിച്ച് പരാമർശം

↓

കൊടുങ്ങല്ലൂർ ഭരണിയുടെ ദൃശ്യത്തിൽ കണ്ണകിയുടെ ചരിതം പരാമർശിക്കുന്നു.

↓

കാറിലിരുന്ന് അയ്യപ്പന്റെ കവിത വായന/പുറത്തു നിൽക്കുന്ന ആൾ തുടർന്ന് വായിക്കുന്നു. (വിപ്ലവത്തിന്റെ മുന്നറിയിപ്പുള്ള പ്രഖ്യാതവരികൾ)

↓

സഖാവ് വാസുവിന്റെ വീടന്വേഷിക്കുന്നു. വഴിയിൽ അനിയനുള്ള ഭക്ഷണപ്പൊതി കട്ടുതിന്നുന്ന പയ്യന്റെ ദൃശ്യം.

↓

വാസുവിന്റെ വീട്ടിൽ അമ്മയും കൈനോട്ടക്കാരിയും. വാസു പുറത്തുപോയിരിക്കുകയാണെന്നറിഞ്ഞ് കാത്തിരിക്കുന്നവൻ. അവൻ തിണ്ണയിലിട്ടിരിക്കുന്ന പുസ്തകം മറിച്ചുനോക്കുന്നു. പുസ്തകത്തിലെ ചരിത്രപ്രധാനമായ നിശ്ചലദൃശ്യങ്ങളിലേക്ക് കൈനോട്ടക്കാരിയുടെ ശബ്ദം വന്നു വീഴുന്നു. വാസുവരുന്നു. വരാൻ താത്പര്യമില്ലെന്ന് അറിയിക്കുന്നു.

↓

കോട്ടപ്പുറം-കരിഞ്ചന്തയ്ക്കും പൂഴ്ത്തിവെപ്പിനുമെതിരായ സമരപരാമർശങ്ങ ളുടെ പശ്ചാത്തലത്തിൽ, സമരദൃശ്യങ്ങൾ

↓

രാത്രിയിലെ തൊഴിലാളി പ്രകടനം (ഇതന്ത്യസമരമാം.... ഉറച്ചുനിൽ ക്ക പോർക്കളത്തിലേവരും ... ഉണരുവിൻ ഉയരുവിൻ... പട്ടിണിയുടെ തടവുകാരെ ഉയരുവിൻ... തുടങ്ങിയ മുദ്രാവാക്യങ്ങൾ)

↓

ദേവീസ്തുതികൾ നിറയുന്ന ദൃശ്യങ്ങളിൽ അമ്മയും പാറുവും

(പോരിൽ ജയം തേടുന്ന പ്രാർത്ഥന)

ആഖ്യാനഘടനയിലെ 'ഇടർച്ചകൾ' ശക്തമായ രാഷ്ട്രീയവിവക്ഷ കളെ ഉത്പ്പാദിപ്പിക്കുന്നുണ്ട്. മുകൾ സൂചിപ്പിച്ച ഭാഗങ്ങളിൽ, ആഖ്യാനം ദേവീസ്തുതികളിലേക്ക് വഴിമാറുന്ന സന്ദർഭങ്ങൾ പ്രത്യേകം ശ്രദ്ധിക്കേ ണ്ടതുണ്ട്. പാറമടയിലെ തൊഴിലാളിസമരത്തിൽ നിന്നും സായുധവി പ്ലവകാരികളുടെ പോലീസ് സ്റ്റേഷൻ ആക്രമണത്തിൽ നിന്നും കരിഞ്ച ന്തക്കും പൂഴ്ത്തിവപ്പിനുമെതിരായ സമരാവേശത്തിൽ നിന്നും ആഖ്യാനം ദുഷ്ടനിഗ്രഹവുമായി/യുദ്ധവിജയവുമായി ബന്ധപ്പെട്ട ദേവീസ്തുതികൾ നിറയുന്ന ദൃശ്യങ്ങളിലേക്ക് ഗതിമാറിയൊഴുകുന്നു. അധികാരവർഗ്ഗത്തി ന്റെ ചൂഷണങ്ങൾക്കെതിരായ ചൂഷിതരുടെ സമരങ്ങളെയും തിന്മയെ നിഗ്രഹിക്കുന്ന പാരമ്പര്യനിഷ്ഠമായ ദേവീസങ്കല്പത്തെയും യാത്രയുടെ നൈരന്തര്യത്തിൽ നിന്നുള്ള ഇടർച്ചയിൽ ചേർത്തുവെക്കുമ്പോൾ ആഖ്യാ നഘടനയുടെ രാഷ്ട്രീയപ്രയോഗമായി അതിനെ തിരിച്ചറിയേണ്ടതുണ്ട്. കൊടുങ്ങല്ലൂരമ്മയുടെ ഉറയുന്ന സ്മരണയുടെ പരാമർശത്തിൽ നിന്ന് വിപ്ലവാഭിമുഖ്യം നിറഞ്ഞുനിൽക്കുന്ന കവിതവായനയിലേക്കുള്ള ആഖ്യാ നവ്യതിയാനവും ഘടനയുടെ രാഷ്ട്രീയപ്രയോഗത്തെ സാധ്യമാക്കുന്നു. ദ്രാവിഡപാരമ്പര്യത്തിലെ നന്മ/തിന്മ ദ്വന്ദ്വങ്ങളും തിന്മയുടെ നിഗ്രഹവും വർത്തമാന വ്യവസ്ഥയുടെ ക്രൗര്യത്തിനെതിരായ പ്രതിരോധങ്ങളോടും ഉന്മൂലന സങ്കല്പങ്ങളോടും ചേർന്നു നിൽക്കുന്നു. വിശ്വാസ പ്രമാണങ്ങളെ പാരമ്പര്യവുമായി കണ്ണിചേർക്കുന്നതിന് നിദാനമായി വർത്തിക്കുന്നത് ആഖ്യാനഘടനയാണ്. ഹരിയെക്കുറിച്ചുള്ള ഓർമ്മകളിലെ ആദ്യസീ നിൽ നിറയുന്ന സംഹാരരുദ്രനായ ശിവന്റെ സ്തുതികളും ഇതിനോട്

ചേർത്ത് വായിക്കേണ്ടതുണ്ട്. പ്രമേയപരിചരണത്തെ ദാർശനികമാക്കുന്നതിൽ ആഖ്യാനഘടനയുടെ രാഷ്ട്രീയ ഉപയോഗം നിർണായക പങ്കുവഹിക്കുന്നു; നോവലിലും സിനിമയിലും.

വ്യത്യസ്തമായ മാധ്യമങ്ങൾ എന്ന നിലയിൽ സിനിമയും നോവലും പുലർത്തുന്ന സമീപനങ്ങളിലെ സമാനതയ്ക്ക് വൈരുദ്ധ്യങ്ങളെക്കാൾ പ്രസക്തിയുണ്ട്. 1970 മുതൽ 1999 വരെയുള്ള കാലത്തിനിടയിൽ സിനിമയിലും നോവലിലുമുണ്ടായ മാധ്യമപരമായ സങ്കല്പവ്യതിയാനങ്ങൾക്കനുസൃതമായി രാഷ്ട്രീയാവിഷ്കാരങ്ങളുടെയും പ്രമേയ/ആഖ്യാനതലങ്ങളിൽ പരിണാമങ്ങൾ ഉണ്ടായിട്ടുണ്ട്. പലതരം രാഷ്ട്രീയാവിഷ്കാരങ്ങൾ രൂപമെടുക്കുകയും ചെയ്തു. ഇത്തരമൊരു സാഹചര്യത്തിൽ വൈരുദ്ധ്യങ്ങൾക്കു സാധ്യത ഏറെയാണ്. 'തലയോട്-പുന്നപ്രവയലാർ' ജോഡിക്കു സമാനമായ വിരുദ്ധജോഡികളെ ധാരാളമായി കണ്ടെത്താനാവും. സമാനജോഡികൾ അത്രയധികം ഉണ്ടെന്നു പറയാനാവില്ല. രാഷ്ട്രീയദർശനത്തിലും മാധ്യമസമീപനത്തിലും രണ്ടുമാധ്യമങ്ങൾ ഒരേ കാലത്തിൽ ഒരേ പാതയിലൂടെ ഒരേ ലക്ഷ്യത്തിലേക്ക് സഞ്ചരിച്ചു എന്നതിന്റെ ദൃഷ്ടാന്തമാണ് സമാനജോഡികൾ. മലയാളത്തിലെ രാഷ്ട്രീയനോവലിലും സിനിമയിലും അത് സംഭവിച്ചിട്ടുണ്ട്. ആധുനികതയുടെ രണ്ടാമത്തെ അടരിലെ രാഷ്ട്രീയനോവലുകളും സമാന്തരധാരയിലെ ശക്തമായ രാഷ്ട്രീയസിനിമകളും ഇതു സാക്ഷ്യപ്പെടുത്തുന്നു. കാരണം ഇവ മാധ്യമപരമായ ദർശനത്തെയും സൗന്ദര്യസങ്കല്പങ്ങളെയും ഒരേപോലെ മുന്നോട്ടു നയിച്ചിട്ടുണ്ട്. അതുകൊണ്ടുതന്നെ ആധുനികതയുടെ രണ്ടാമടരിലെ രാഷ്ട്രീയനോവലുകളെയും സമാന്തരസിനിമയിലെ ഗൗരവപൂർണമായ രാഷ്ട്രീയാഖ്യാനങ്ങളെയും ചേർത്തുവച്ച് ഇനിയും സമാനജോഡികളെ കണ്ടെത്താനാവും. പ്രമേയപരിചരണത്തിലും ആഖ്യാനതലത്തിലും അവ പുലർത്തുന്ന സമാനത 'മരുഭൂമികൾ ഉണ്ടാകുന്ന്-അമ്മ അറിയാൻ' ജോഡിക്കു സമാനമായ വിധത്തിലാവണം എന്നില്ല. പ്രമേയപരിചരണത്തിലെയും ആഖ്യാനതലത്തിലെയും ദർശനത്തിലെയും സമാനതയുടെ പ്രതിനിധാനത്തിനുതകുന്ന ഉന്നതമായ മാതൃക എന്ന നിലയിലാണ് ഈ ജോഡിയെ പ്രത്യേകപഠനത്തിനു വിധേയമാക്കിയത്.

കുറിപ്പുകൾ

1. മരുഭൂമികൾ ഉണ്ടാകുന്നത് - ഡി.സി. ബുക്സ്, കോട്ടയം, 2006 ഡിസംബർ, പു. 58-59
2. മരുഭൂമികൾ ഉണ്ടാകുന്നത് - പേജ്.200
3. മരുഭൂമികൾ ഉണ്ടാകുന്നത് - പേജ്. 140
4. മരുഭൂമികൾ ഉണ്ടാകുന്നത് - പേജ് 55

അധ്യായം ആറ്

സമാന്തരജോഡി: അധികാരം/പഞ്ചവടിപ്പാലം

അധികാരം (നോവൽ)
രചയിതാവ് : വി.കെ.എൻ
ആദ്യപ്രസാധനം:1991

പഞ്ചവടിപ്പാലം (സിനിമ)
തിരക്കഥ, സംവിധാനം : കെ.ജി.ജോർജ്ജ്
കഥ : വേളൂർ കൃഷ്ണൻകുട്ടി
സംഭാഷണം : യേശുദാസൻ
നിർമ്മാണം : ഗാന്ധിമതി ബാലൻ
റിലീസായ വർഷം : 1984

രാഷ്ട്രീയാവിഷ്കാരത്തിന് ആക്ഷേപഹാസ്യ സ്വഭാവം നൽകുന്ന സിനിമകളും നോവലുകളും മലയാളത്തിൽ അധികമില്ല. ആ ഗണത്തിൽ പ്പെട്ട സിനിമകളെയും നോവലുകളെയും ചേർത്തു നിർത്തുമ്പോൾ അവ പ്രമേയപരിചരണത്തിലും ആഖ്യാനതലത്തിലും സമാനതകൾക്കും വൈരുദ്ധ്യങ്ങൾക്കുമപരിയായ സമാന്തരനില കൈവരിക്കുന്നത് കാണാം. പ്രമേയപരിചരണത്തെ നിർണ്ണയിക്കുന്ന ആക്ഷേപഹാസ്യ സമീപനം ഇവയ്ക്ക് ദർശനപരമായ സമാനത നൽകുന്നുണ്ടെങ്കിലും

പരിചരണത്തിന്റെയും ആഖ്യാനത്തിന്റെയും രീതികളിൽ അവ വ്യത്യസ്തമായ മാർഗങ്ങൾ അവലംബിക്കുന്നു. ദർശനപരമായ സമാനത നില നിൽക്കുന്നതിനാൽ ഈ വ്യതിരിക്തത സിനിമയെയും നോവലിനെയും വിരുദ്ധദിശയിലേക്കല്ല നയിക്കുന്നത്, സമാന്തരമായ സാധ്യതകളിലേക്കാണ്. 'അധികാര'ത്തെയും 'പഞ്ചവടിപ്പാല'ത്തെയും മുൻനിർത്തി രാഷ്ട്രീയാവിഷ്കാരത്തിന്റെ സമാന്തരവഴികൾ കണ്ടെത്തുന്നു.

പ്രമേയപരിചരണം

വ്യവസ്ഥയുടെയും അധികാര പ്രയോഗത്തിന്റെയും അസംബന്ധത, പ്രസ്ഥാനങ്ങൾക്കു സംഭവിക്കുന്ന മൂല്യച്യുതി, വിഡ്ഢികളാക്കപ്പെടുന്ന ജനത എന്നു തുടങ്ങി രാഷ്ട്രീയരംഗത്തിന്റെ ന്യൂനതകളെ (negative factors) ഹാസ്യാത്മകമായി ആക്ഷേപിക്കുന്ന സമീപനരീതിയാണ് ഇത്തരം നോവലുകളും സിനിമകളും പിൻതുടരുന്നത്. 'ദർശനം' ഒന്നായിരിക്കെ തന്നെ വഴി രണ്ടാകുന്നു. 'സമാന്തരത' എന്നതുകൊണ്ട് അർത്ഥമാക്കുന്നതിതാണ്. പരിചരണത്തിലെ സമാന്തരതയ്ക്ക് നിദാനമായ ഘടകങ്ങൾ പലതാണ്. ആക്ഷേപഹാസ്യ രാഷ്ട്രീയനോവലുകൾ ദേശീയ രാഷ്ട്രീയത്തിന്റെയോ സംസ്ഥാന രാഷ്ട്രീയത്തിന്റെയോ വിശാലമായ പശ്ചാത്തലത്തിൽ പ്രമേയത്തെ വികസിപ്പിക്കുന്നു. 'ഹിരണ്യകശിപു'(കേരളം), 'ആരോഹണം'(ദൽഹി), 'സിൻഡിക്കേറ്റ്' (ഇന്ദ്രപ്രസ്ഥം, അതായത് ദൽഹി), 'ധർമ്മപുരാണം' (ധർമ്മപുരി ഭാരതത്തെ പ്രതിനിധീകരിക്കുന്നു), 'ശേഷക്രിയ', 'കേശവന്റെ വിലാപങ്ങൾ' (കേരളത്തിലെ കമ്മ്യൂണിസ്റ്റ് രാഷ്ട്രീയം) എന്നിങ്ങനെ 'അധികാര'വും അതിനുമുമ്പും പിമ്പുമുള്ള ആക്ഷേപഹാസ്യ രാഷ്ട്രീയനോവലുകളും ഇതു സാക്ഷ്യപ്പെടുത്തുന്നു. സിനിമയാകട്ടെ പ്രാദേശികമായ കാഴ്ചകളിലൂടെയാണ് ആക്ഷേപം സാധ്യമാക്കുന്നത്. 'സ്ഥാനാർത്ഥി സാറാമ്മ'യും 'പഞ്ചവടിപ്പാല'വും 'കാഴ്ചക്കപ്പുറ'വും 'സന്ദേശ'വുമൊക്കെ ഒരു പ്രദേശത്തിന്റെ അതിരുകളിലേക്ക് ഒതുങ്ങി നിൽക്കുന്നു. വിശാലമായ പശ്ചാത്തലത്തിൽ നിന്നുകൊണ്ട് പ്രമേയത്തെ പരിചരിക്കുമ്പോൾ കാലികമായ ദേശീയ/സംസ്ഥാന രാഷ്ട്രീയത്തിലെ സംഭവങ്ങൾ, രാഷ്ട്രീയ നേതൃത്വം, തുടങ്ങിയവയുടെ സൂചകങ്ങൾക്ക് പ്രമേയതലത്തിന്റെ രൂപപ്പെടുത്തലിൽ കൂടുതൽ പരിഗണന ലഭിക്കുന്നു. പ്രദേശത്തിന്റെ അതിരുകളിൽ നിൽക്കുന്ന സിനിമക്ക് കാലിക രാഷ്ട്രീയാവസ്ഥകൾ പ്രചോദനമാകുന്നുണ്ട്. പക്ഷേ ദേശീയ/സംസ്ഥാന രാഷ്ട്രീയരംഗത്തിന്റെ നേർസൂചകങ്ങൾ സിനിമ സൃഷ്ടിക്കുന്നില്ല.

'അധികാര'ത്തിന്റെ പശ്ചാത്തലം ദേശീയ രാഷ്ട്രീയമാണ്. 1984-ൽ ഇന്ദിരാഗാന്ധി കൊല്ലപ്പെട്ടപ്പോൾ രാഷ്ട്രീയത്തിൽ പ്രവർത്തന പരിചയമില്ലാതിരുന്ന മകൻ രാജീവ്ഗാന്ധിയെയാണ് പ്രധാനമന്ത്രി പദത്തിലേക്ക് കോൺഗ്രസ് നിശ്ചയിച്ചത്. രാജീവ് പ്രധാനമന്ത്രി യായ ശേഷമുള്ള രാഷ്ട്രീയസാഹചര്യങ്ങളാണ് 'അധികാര'ത്തിലെ നിശിതമായ പരിഹാസത്തിന് ഊർജ്ജം നൽകിയത്. ദാരിദ്ര്യരേഖ (ദാരിദ്ര്യരേഖയെ തിരുമേനി രേഖാമൂലം കണ്ടിട്ടുണ്ടോ), പഞ്ചവത്സര പദ്ധതി (പഞ്ചവത്സരസൂത്രം), മൂന്നാം ലോകം (എന്നാൽ ഒരു രണ്ടാം ലോകത്തിന്റെ പേരുപറ), ചേരിചേരാനയം (ചേരിചേരാ മഞ്ഞച്ചേ രകൾ), വിദേശ ബന്ധങ്ങൾ (സദാ ഒരു വിദേശ ഹസ്തം കാണുന്നതിന്റെ മറവിലാണല്ലോ എക്കാലവും നാം നിലനിൽക്കുനന്നത്/ഒരു ഫോറിൻ ചാത്തന്റെ കൈ കാണുന്നു എന്നാക്കണം). യുദ്ധം (അപ്പോൾ യുദ്ധം വേണം, സംഘർഷം കാറ്റടിച്ചുപോയി എന്ന പത്രക്കുറിപ്പ് പോരാ) എന്നു തുടങ്ങി ദേശീയവും അന്തർ ദേശീയവുമായ രാഷ്ട്രീയ വിഷയങ്ങളെ അധികാരം ഹാസ്യാത്മകമായി പരിചരിക്കുന്നു. കഥാപാത്രങ്ങളിൽ ഭൂരിഭാഗവും അന്നത്തെ സാമൂഹിക-സാംസ്കാരിക-രാഷ്ട്രീയരംഗങ്ങ ളിലെ പ്രമുഖരെ-അനുസ്മരിപ്പിക്കുന്നു. പ്രധാനമന്ത്രിയും പ്രസിഡന്റുമായു ണ്ടായിരുന്ന അഭിപ്രായ വ്യത്യാസങ്ങൾ, ഭരണപരിചയം കുറവായിരുന്ന പ്രധാനമന്ത്രിയെ നിയന്ത്രിക്കാൻ പലരും നടത്തിയ ശ്രമങ്ങൾ, മന്ത്രി മാർ തമ്മിലുടലെടുത്ത പടലപ്പിണക്കങ്ങൾ ഉദ്യോഗസ്ഥരുടെ മുതലെ ടുപ്പ് തന്ത്രങ്ങൾ തുടങ്ങിയ കാലിക സംഭവവികാസങ്ങളും പ്രച്ഛന്നമായ രീതിയിൽ പ്രമേയ തലത്തിൽ ഇടപെടുന്നു. ഇങ്ങനെ കാലികമായ ദേശീയ സാഹചര്യത്തിന്റെ നർമ്മപ്രധാനമായ വിമർശനത്തിലൂടെ യാണ് 'അധികാരം' രാഷ്ട്രീയാക്ഷേപമെന്ന ധർമ്മം നിർവഹിക്കുന്നത്.

'പഞ്ചവടിപ്പാല'ത്തിൽ ഐരാവതക്കുഴി പഞ്ചായത്ത് എന്ന തികച്ചും പ്രാദേശികമായ സാങ്കല്പിക ഇടത്തിലെ സംഭവഗതികളിലൂടെയാണ് പ്രമേയം വികസിക്കുന്നത്. അറുപതുകളുടെ പകുതി മുതൽ നീണ്ട പതിനാറു വർഷത്തോളം കേരളത്തിലെ പഞ്ചായത്തുകളിൽ തിരഞ്ഞെ ടുപ്പ് നടന്നിരുന്നില്ല. ഒരു പ്രസിഡന്റും ഒരു ഭരണസമിതിയും തന്നെ ഇക്കാലമത്രയും തുടരുന്ന സ്ഥിതിയുണ്ടായി. ഇത് പ്രാദേശികഭരണ സംവിധാനത്തിലെ അഴിമതിയും സ്വജനപക്ഷപാതവും പതിന്മടങ്ങ് വർദ്ധിപ്പിച്ചു. എൺപതുകളിലെ സംസ്ഥാന രാഷ്ട്രീയരംഗവും ആശാ സ്യകരമായ പ്രവണതകളിലൂടെയല്ല കടന്നുപോയത്. അവസരവാദപ രമായ രാഷ്ട്രീയ ബന്ധങ്ങൾ, രാഷ്ട്രീയനേതൃത്വത്തിൽ ജനതക്കുണ്ടായ വിശ്വാസത്തകർച്ച, അഴിമതിസംബന്ധമായ വിവാദങ്ങൾ, ജാതി/

മത ശക്തികൾ രാഷ്ട്രീയത്തിൽ ചെലുത്തിയ സ്വാധീനം, മാഫിയകളുടെ രാഷ്ട്രീയബന്ധങ്ങൾ, ഇതെല്ലാം ചേർന്ന് ജനാധിപത്യത്തെത്തന്നെ പരിഹാസ്യമാക്കി. ഇത്തരമൊരു കാലികാവസ്ഥ 'പഞ്ചവടിപ്പാലം' എന്ന ചലച്ചിത്രത്തിന്റെ ആക്ഷേപഹാസ്യ സമീപനത്തിനു പ്രേരകമായിട്ടുണ്ട്. എന്നാൽ ജനാധിപത്യവ്യവസ്ഥക്കു വന്നു ചേർന്ന അപചയത്തെ ഹാസ്യാത്മകവും നിശിതവുമായി വിമർശിക്കുമ്പോൾ തന്നെ സമകാലികമായ രാഷ്ട്രീയ സംഭവവികാസങ്ങളെയോ നേതൃരൂപങ്ങളെയോ കണ്ടെടുക്കാവുന്ന സൂചകങ്ങൾ 'പഞ്ചവടിപ്പാല'ത്തിലില്ല.

കാർട്ടൂണിനു സമാനമായ പ്രാദേശികാന്തരീക്ഷവും കഥാപാത്രങ്ങളും സംഭവഗതികളും 'പഞ്ചവടിപ്പാല'ത്തിന്റെ പ്രമേയപരിചരണത്തിന് വ്യതിരിക്തസ്വത്വം പ്രദാനം ചെയ്യുന്നു. ഐരാവതക്കുഴി പഞ്ചായത്തിൽ കഴിഞ്ഞ പന്ത്രണ്ടുവർഷമായി തിരഞ്ഞെടുപ്പു നടന്നിട്ടില്ല. ഇക്കാലമത്രയായി ദുശ്ശാസനക്കുറുപ്പാണ് പഞ്ചായത്തിന്റെ പ്രസിഡന്റ്. ഭാര്യ മണ്ഡോദരിയമ്മയുടെ നിയന്ത്രണത്തിലാണ് അയാൾ. മെമ്പർ ശിഖണ്ഡിപ്പിള്ളയുടെ നിർദ്ദേശപ്രകാരം ദുശ്ശാസ്സനക്കുറുപ്പിന്റെ പ്രസിഡന്റ് പദവിയുടെ പത്താം വാർഷികം (പന്ത്രണ്ടാം വർഷത്തിൽ) ആഘോഷിക്കാൻ തീരുമാനിക്കുന്നു. ഇതിന്റെ ഭാഗമെന്നവണ്ണം 'കേടില്ലാത്തതിനെ കേടുവരുത്തുന്നതാണു ജനാധിപത്യം' എന്ന ന്യായത്തിൻ കീഴിൽ, ഒരു തകരാറുമില്ലാത്ത പഞ്ചവടിപ്പാലം പൊളിച്ചു പുതുക്കിപ്പണിയാൻ ഭരണസമിതി തീരുമാനിക്കുന്നു. ഇസഹാക്ക് തരകൻ നേതൃത്വം കൊടുക്കുന്ന പ്രതിപക്ഷത്തിന്റെ (ജനഗുണപാർട്ടി) എതിർപ്പുകൾക്കും രാഷ്ട്രീയമായ ആത്മാർത്ഥതയില്ല. മദ്യസൽക്കാരങ്ങളിൽ എതിർപ്പുകൾ ഒലിച്ചുപോകുന്നു. പാലം പൊളിച്ചുകഴിയുമ്പോൾ കോൺട്രാക്ട് കിട്ടുന്നതിനായി ഇരുവിഭാഗവും തമ്മിൽ മത്സരം തുടങ്ങുന്നു. പാലം പണിയിൽ നിന്ന് എങ്ങനെ പരമാവധി പണം വസൂലാക്കാം എന്നതാണ് എല്ലാവരുടെയും ലക്ഷ്യം. മദ്യവും മദിരാക്ഷിയും കൊണ്ട് പ്രലോഭിപ്പിച്ച് മെമ്പർമാരെ വശത്താക്കി ഭരണസമിതിയെ അട്ടിമറിക്കാനുള്ള ശ്രമങ്ങൾ, അതേവഴിയിൽത്തന്നെ അതിനെതിരായ നീക്കങ്ങൾ, വർഗീയതയെയും ജാതീയതയെയും മുൻനിർത്തിയുള്ള കരുനീക്കങ്ങൾ, പ്രതിഷേധജാഥകൾ, അങ്ങനെ കിടമത്സരങ്ങളുടെ അരങ്ങ് കൊഴുക്കുന്നു. പാലം പണി ഒരു സംസ്ഥാന വിഷയമായി മാറുന്നു. മന്ത്രിസഭയുടെ നിലനിൽപ്പിനെ ബാധിക്കുന്ന വിധത്തിൽ പ്രശ്നം മതപരമായി വളരുന്നു. ഒടുവിൽ ജനത്തെ വിഡ്ഢികളാക്കികൊണ്ട് ഇരുപക്ഷവും ലാഭത്തിന്റെ വീതം വെക്കലിന് ഒത്തുതീർപ്പ് ധാരണയുണ്ടാക്കുന്നു. പണിതീർന്ന പാലം ഉദ്ഘാടന ദിവസംതന്നെ പൊളിഞ്ഞുവീഴുന്നു.

മന്ത്രിയും പ്രസിഡന്റും മെമ്പർമാരുമൊക്കെ നീന്തി കരപറ്റുമ്പോൾ കാലിനു സ്വാധീനമല്ലാത്ത സാധാരണക്കാരൻ (കാർത്തവരായൻ) മാത്രം രക്ഷപ്പെടുന്നില്ല. അവന്റെ ചക്രവണ്ടി ജലപ്പരപ്പിൽ അനാഥമായി ഒഴുകി നടക്കുന്നു. പൊളിഞ്ഞു കിടക്കുന്ന പാലത്തിന്റെ വിദൂരദൃശ്യത്തിൽ ചിത്രം അവസാനിക്കുന്നു.

അഴിമതി, സ്വജനപക്ഷപാതം, ജാതി-മത ശക്തികളുടെ സ്വാധീനം, ഭരണപ്രതിപക്ഷങ്ങൾ നടത്തുന്ന അനുരഞ്ജന നാടകങ്ങൾ, സാമൂഹിക പ്രതിബദ്ധതയില്ലായ്മ, വ്യക്തിജീവിതത്തിലെ ആദർശച്യുതി എന്നിങ്ങനെ ജനാധിപത്യ വ്യവസ്ഥ അഭിമുഖീകരിക്കുന്ന കാലിക ദുരന്തങ്ങളെയെല്ലാം 'പഞ്ചവടിപ്പാലം' പ്രാദേശികമായ കാഴ്ചകളിലൂടെ ലളിതവും സരസവുമായി ചർച്ച ചെയ്യുന്നു. നാടോടിക്കഥയുടെ ലാഘവത്വം സൂക്ഷിക്കുന്ന പരിചരണരീതി പ്രാദേശികമായ രാഷ്ട്രീയാവിഷ്കാരത്തിലെ ആക്ഷേപഹാസ്യത്തിനു ചാരുത നല്കുന്നു.

ദുശാസ്സനകുറുപ്പിന്റെ തിരുവനന്തപുരം യാത്രയും സംസ്ഥാന മന്ത്രിസഭയിലുടലെടുക്കുന്ന പ്രശ്നങ്ങളെ സംബന്ധിച്ച് ഐരാവതക്കുഴിയിൽ നടക്കുന്ന ചർച്ചകളും പത്രവായനയുമാണ് ഐരാവതക്കുഴിയെ സംസ്ഥാരാഷ്ട്രീയവുമായി ബന്ധിപ്പിച്ചുനിർത്തുന്നത്. മന്ത്രിസഭയുടെ പതനം, പൊതുമരാമത്തു മന്ത്രിയുടെ മൗനം, പഞ്ചവടിപ്പാലത്തിന്റെ പണിയുമായി ബന്ധപ്പെട്ടുണ്ടാകുന്ന പ്രശ്നങ്ങൾ പുതിയ മന്ത്രിസഭയിൽ സൃഷ്ടിക്കുന്ന പ്രതിസന്ധി, ഇതുമായൊക്കെ ബന്ധപ്പെട്ട പരാമർശങ്ങളിൽ ആക്ഷേപത്തിന്റെ കടുംചായം കലർന്നിരിക്കുന്നു. ഏതെങ്കിലും മന്ത്രിയെയോ പ്രത്യേകസംഭവങ്ങളെയോ ലക്ഷ്യംവക്കുന്ന സൂചകങ്ങളല്ല, നമ്മുടെ രാഷ്ട്രീയ സംവിധാനത്തെയാകെ മുന്നിൽ കണ്ടുകൊണ്ടുള്ള വിമർശനങ്ങളാണ് ഇത്തരം പരാമർശങ്ങൾ.

പഞ്ചായത്ത്, പഞ്ചായത്തു ഭരണസമിതി, പഞ്ചായത്തു പ്രസിഡന്റ്, മെമ്പർമാർ, പാലംപണി, റോഡുപണി, അമ്പലം, പള്ളി, നുണപറച്ചിൽ, ഒപ്പുശേഖരണം, പത്രവായന, കള്ളസ്വാമി, പ്രശ്നംവെപ്പ്, റോഡ് കോൺട്രാക്ടർമാർ, പ്രകടനത്തൊഴിലാളികൾ, സർക്കാർ ഓഫീസ്, യോഗങ്ങൾ, എന്നിങ്ങനെ തികച്ചും പ്രാദേശികമായ ക്രിയകളിലൂടെയും അടയാളങ്ങളിലൂടെയുമാണ് 'പഞ്ചവടിപ്പാലം' ഗൗരവമേറിയ രാഷ്ട്രീയ വിവക്ഷകളെ അവതരിപ്പിക്കുന്നത്. ദേശീയ രാഷ്ട്രീയസാഹചര്യത്തെ മുൻനിർത്തുന്ന ഹാസ്യത്തിലൂടെ 'അധികാരം' ഉന്നയിക്കുന്ന രാഷ്ട്രീയ പ്രശ്നങ്ങളെല്ലാം തന്നെ പ്രാദേശികമായ രാഷ്ട്രീയ കസർത്തുകൾ സൃഷ്ടിക്കുന്ന ചിരിയിലൂടെ 'പഞ്ചവടിപ്പാലം' അവതരിപ്പിക്കുന്നു.

വ്യതിരിക്തമായ പരിചരണരീതികളിലൂടെ ഹാസ്യത്തിന്റെ വ്യത്യസ്തമായ ഉപയോഗത്തെ മലയാളത്തിലെ രാഷ്ട്രീയ ആക്ഷേപഹാസ്യനോവലുകൾ സാധ്യമാക്കിയിട്ടുണ്ട്. 'ഹിരണ്യകശിപു'വിലെ പ്രവചനാത്മകതയുടെ രസികത്വം, 'അധികാരം' ഉൾപ്പെടെയുള്ള വി.കെ.എൻ കൃതികളിലെ ലൈംഗിക സൂചനകളുണ്ടാക്കുന്ന പൊട്ടിച്ചിരി, 'ധർമപുരാണ'ത്തിലെ അറപ്പിക്കുന്ന രതിവൈകൃതങ്ങൾ അവശേഷിപ്പിക്കുന്ന വിഷാദച്ഛവി കലർന്ന കറുത്തചിരി, 'ശേഷക്രിയ'യിലെ നിരാശതയുടെ ചിരി, 'കേശവന്റെ വിലാപങ്ങളി'ലെ നിന്ദാസ്തുതിയിൽ ഒളിച്ചിരിക്കുന്ന ചിരി, ഇതൊക്കെ നോവലിലെ ഹാസ്യാത്മകമായ രാഷ്ട്രീയാക്ഷേപത്തിന് വേറിട്ടഭാവം നൽകി. മലയാളത്തിലെ രാഷ്ട്രീയ ആക്ഷേപഹാസ്യ സിനിമകളിൽ ഇത്തരമൊരു പരിചരണ വ്യതിയാനം കാണാനാവില്ല. ഹാസ്യത്തിന്റെ ഏറ്റവും ജനപ്രിയമായ ഉപയോഗം മാത്രമേ അവയിൽ കണ്ടെടുക്കാനാവൂ. യാഥാർത്ഥ്യത്തെയും അസ്വാഭാവികതയെയും ഇടകലർത്തുന്നതിലൂടെ സിദ്ധമാകുന്ന പൊട്ടിച്ചിരിയുടെ രൂപമാണിത്. 'പഞ്ചവടിപ്പാല'ത്തിലുടനീളം യാഥാർത്ഥ്യം അസ്വാഭാവികതയോട് ഇഴചേർന്നു നിൽക്കുന്നു. തനി കേരളീയമായ ഗ്രാമത്തിലെ മനുഷ്യർക്കു നൽകിയിരിക്കുന്ന പേരുകൾ ഇതിന് ഒന്നാന്തരം നിദർശനമാണ്. ദുശ്ശാസനക്കുറുപ്പ്, മണ്ഡോദരിയമ്മ, മകൾ പാഞ്ചാലിക്കുട്ടി, ശിഖണ്ഡിപ്പിള്ള, വൈശ്രവണപ്പണിക്കര്, മകൻ ജീമൂതവാഹനൻ, ജഹാംഗീർ താത്ത, മകൾ അനാർക്കലി, പൂതന, ഇസ്ഹാക്ക് തരകൻ, യൂദാസ് കുഞ്ഞ്, പഞ്ചവടി റാഹേൽ, ധൂമകേതുപിഷാരടി, ബറാബാസ് എന്നിങ്ങനെ പേരിന്റെ ഒരു പകുതിക്ക് (കുറുപ്പ്, അമ്മ, കുട്ടി, പണിക്കർ, പിള്ള, തരകൻ, പിഷാരടി, കുഞ്ഞ്, താത്ത) യഥാതഥ ഗ്രാമീണ നാമങ്ങളോട് പൊരുത്തമുണ്ട്. മറ്റേ പകുതി ഹൈന്ദവ പുരാണേതിഹാസങ്ങളിൽ നിന്നും ബൈബിളിൽ നിന്നും ചരിത്രത്തിൽ നിന്നുമൊക്കെ അടർത്തിയെടുത്തവയാണ്. പ്രേക്ഷകന് അടുത്തു പരിചയമുള്ള സംഭവങ്ങളെയൊക്കെ അസ്വാഭാവികമായ ലാഘവത്വത്തോടെ അവതരിപ്പിക്കുന്നതും ഇതിനോട് ചേർത്തു വായിക്കാവുന്നതാണ്.

'അധികാര'വും യാഥാർത്ഥ്യത്തിന് അസ്വാഭാവിതകയുടെ കലർപ്പ് നൽകുന്നുണ്ട്. കിരീടധാരണചടങ്ങിന്റെ വർണ്ണനയിലും, യുദ്ധത്തെ ഗണപതിഹോമം, ഹനുമാൻപൂജ, പാറപൊട്ടിക്കൽ, വരുണ മന്ത്രം ചൊല്ലി വരുത്തുന്ന മഴ, കൃഷി തുടങ്ങിയവയിലൂടെ ആവിഷ്കരിക്കുമ്പോഴും, ദേശീയ/അന്തർദേശീയ പ്രശ്നങ്ങളെ അങ്ങേയറ്റത്തെ ലാഘവത്തോടെ അവതരിപ്പിക്കുമ്പോഴും, ഹൈജാക്കിങ്ങിനെ രാമൻ നമ്പൂതിരി നിസ്സാരമായി കൈകാര്യം ചെയ്യുമ്പോഴുമൊക്കെ

ഈ സമീപനരീതിയാണ് വെളിപ്പെടുന്നത്. എന്നാൽ 'അധികാരം' ഇതിനൊപ്പം ലൈംഗികസൂചനകളെയും പരിചരണത്തിന്റെ ഭാഗമാക്കുന്നു.

ദാരിദ്ര്യരേഖയെക്കുറിച്ച് ഹാസ്യാത്മകമായി പരാമർശിക്കുന്നിടത്ത്:[1] 'അവനെ മറച്ചുകിട്ടുന്ന സാധനമല്ലേ? ശ്രീമാൻ കുഞ്ഞിക്കൃഷ്ണന് സന്തോഷാവും.'

'ആരാണ് ശ്രീമാൻ കുഞ്ഞിക്കൃഷ്ണൻ.'

'നാം പുരുഷസൂക്തങ്ങളിൽ ദിവസത്തിൽ ഭൂരിഭാഗവും ഉറക്കംനടിച്ച് ചുരുണ്ടുകൂടി കിടക്കുന്നവൻ...'

'മനസ്സിലായില്ല'

'പ്രത്യുല്പാദനശേഷൻ. ഇനി വിസ്തരിക്കുന്നില്ല' എന്നിങ്ങനെ ചർച്ച ലൈംഗികമായ സൂചനകളിലേക്ക് നീളുന്നു.

മണിസ്വാമി രാമൻനമ്പൂതിരിയുടെ മുമ്പിൽ ആണയിടുമ്പോൾ രാമൻനമ്പൂതിരി പറയുന്നു: 'ദൈവനാമത്തിൽ സത്യപ്രതിജ്ഞവേണ്ട. മനസാക്ഷിയില്ലായ്മയെ പിടിച്ച് ആണയിട്ടാലും വലിയവിശേഷല്ല. സ്വതേ പട്ടന്മാർ വലിയ വെടിക്കാരല്ല. അമ്മ്യാന്മാരുടെ ഭംഗ്യന്തരേണയുള്ള വചനം കൊണ്ട് - അധരവ്യായാമം എന്നർത്ഥം - തൃപ്തരാണ്.'[2]

സാവിത്രിയിൽ നിന്ന് പ്രതിപക്ഷ കരടിന്റെ രഹസ്യം ചോർത്താൻ ശ്രമിച്ച് നാണ്വാര് പരാജയപ്പെട്ടത് വിവരിക്കുമ്പോൾ സംഭാഷണം ഇങ്ങനെ:[3]

'രഹസ്യം തരായില്ലേ'

'ഇവിടുന്നു ക്ഷമിക്കണം അതിനുമുമ്പ് നാണുവിന്റെ യന്ത്രം ബ്രേക്ക്ഡൌണായി.'

പ്രസിഡന്റിന്റെ മുൻഗാമിയെക്കുറിച്ച് പറയുന്നിടത്ത്: 'പണ്ടിവിടം വാണ വേദാന്തത്തിന്റെ ഒരു കടലാസുപുലി വിഭാര്യനായിരുന്നു. അതുകൊണ്ട് ആഴ്ചയിൽ മൂന്നുരാത്രിയെങ്കിലും നേരമ്പോക്ക് വേണ്ടിയിരുന്നു.'[4]

ഇങ്ങനെ ഹാസ്യത്തിനൊപ്പം ലൈംഗികസൂചനകളെക്കൂടി ഇഴചേർക്കുന്ന പരിചരണരീതി നോവലിലുടനീളമുണ്ട്. 'അധികാര'ത്തിന്റെയും 'പഞ്ചവടിപ്പാല'ത്തിന്റെയും പ്രമേയപരിചരണത്തിന്റെ മാർഗങ്ങളെ സമാന്തരമായി നിലനിർത്തുന്നതിൽ ഇത് നിർണായക പങ്കുവഹിക്കുന്നു. ആക്ഷേപഹാസ്യ രാഷ്ട്രീയനോവലും സിനിമയും

പ്രമേയപരിചരണത്തിൽ സ്വീകരിക്കുന്ന സമാന്തരമാർഗങ്ങളിൽ പലതും 'അധികാര'ത്തെയും 'പഞ്ചവടിപ്പാല'ത്തെയും ചേർത്തു നിർത്തുമ്പോൾ വെളിപ്പെടുന്നു.

ആഖ്യാനതലം

ഭാഷയുടെ കോമാളിരൂപണത്തെ വി.കെ.എൻന്റെ കൃതികളുടെ പ്രധാന സവിശേഷതയായി കെ.പി.അപ്പൻ നിരീക്ഷിക്കുന്നുണ്ട്. 'ഘടകങ്ങളുടെ പൊരുത്തക്കേടിലൂടെ വാക്യങ്ങളെയും കല്പനകളെയും തലകീഴായി നിർത്തുന്നു. ചേർച്ചക്കേടിന്റെ ഉരസുന്ന ഭംഗിയെ അസന്നിഗ്ധമായൊരു തെളിവായി വായനക്കാരുടെ മനസ്സിൽ ആഞ്ഞുപ്പതിപ്പിക്കുന്നു... സാഹിത്യഭാഷയുടെയും പത്രഭാഷയുടെയും പ്രസംഗശൈലിയുടെയും പഴഞ്ചൊല്ലുകളുടെയും കോമാളിരൂപങ്ങൾ ഭാഷയുടെ നിർദ്ദിഷ്ട ചിട്ടകൾ അനുസരിക്കാതെ വി.കെ.എൻ അവതരിപ്പിക്കുന്നതു കാണാം. അത് തികഞ്ഞ ഹാസ്യത്തെ സൃഷ്ടിക്കുകയും ചെയ്യുന്നു. അങ്ങനെ വെറും ഭാഷാസൃഷ്ടിതന്നെ ഇവിടെ ഹാസ്യമായിത്തീരുന്നു.'[5]

'അധികാര'ത്തിലെയും രാഷ്ട്രീയാവിഷ്കാരതന്ത്രങ്ങളിൽ പ്രധാനം 'ഭാഷ'യുടെ കോമാളിരൂപണമാണ്. രാഷ്ട്രീയാക്ഷേപത്തിന്റെ കുന്തമുനയായി നിൽക്കുന്നത് കോമാളി രൂപമണിഞ്ഞ ഭാഷാ പ്രയോഗങ്ങളാണ്. 'കിരീടത്തിന്റെ തെറ്റിദ്ധാരണ/ചേരിചോരായ്മയിൽ നിന്നു മതം മാറി ചേരൻമാർ പെരുമാളിനെപ്പോലും തള്ളിപ്പറഞ്ഞ് നാണ്യാര് പറയണ എട്ടടി മൂർഖനാവും അവൻ... അത്തതിമു/ അപ്പോഴേക്കും പട്ടാളത്തലവൻമാർ മുറ്റത്ത് ശയനപ്രദക്ഷിണം ചെയ്യുന്ന വിവരം കിട്ടി... നാവികസേനാധ്യക്ഷൻ കുമ്പാളത്തൊപ്പിയിട്ട് ഒരു മീൻപിടുത്തക്കാരനായി കൊതുമ്പുവള്ളം തുഴഞ്ഞ്/സാമ്പത്തികമായ ആശയ വൈരുദ്ധ്യവും നാണയവീർപ്പും കഴിച്ച്, ദശാംശം പൂജ്യം ശതമാനം/കൂട്ടുമുതലാളിത്ത പ്രമാണത്തിന്റെ പെരുങ്കായ സഞ്ചിയുമായി നടക്കുന്ന നമുക്ക് രണ്ടു പൂജ്യത്തിൽ നിരങ്ങാൻ കഴിഞ്ഞതു തന്നെ ഭാഗ്യം/നടപ്പു സാമ്പത്തികവർഷത്തിൽ വിദേശഹസ്തങ്ങൾ നമ്മുടെ അതിർത്തി എത്രതവണ ലംഘിച്ചു. എത്ര ബൗണ്ടറികളടിച്ചു. സിക്സറുകളെത്ര? കരവഴി, കടൽവഴി, കാവൽക്കാരില്ലാത്ത നീലാകാശം വഴി ഒരു മിക്സഡ് എക്കോണമിയിൽ ഇതെങ്ങനെ സംഭവിച്ചു/ലക്ഷ്മണ രേഖ (മക്മോഹൻ ലൈൻ)/ദി കൺട്രി ഈസ് ഇൻ പെറിൽ ഡിഫൻസ് ഇറ്റ് വിത്ത് ഓൾ യുവർമൈറ്റ് (രാജ്യത്തിന്റെ കാര്യം കഷ്ടാണ്. രാജാവിനെ ഒരുക്കാക്കണം)/രാജാവിന്റെ മുഖമൊന്നു കറുക്കുന്നതുകൂടി വെളുക്കെ ചിരിച്ചാണ്/ പിന്നെ, തന്നെ വരെ വന്നു കാണാതിരിക്കാൻ ഭരണഘടനയക്കു നാം

സ്വാതന്ത്ര്യം കൊട്ടുത്തിട്ടുണ്ട്/ചത്തവരുടെ അമാന്തം ഒഴിച്ച നിർത്തിയാൽ ജീവിച്ചിരിക്കുന്നവരുടെ ഉന്മേഷം കലശലാണ്/രേഖയുടെ പൊട്ടും പൊടിയും വീണതിനടിയിൽപെട്ട് എത്രലക്ഷം ജനം സിദ്ധികൂടാനിരിക്കുന്നോ എന്നു പോലും നമുക്കറിയില്ല/ജനത, ദരിദ്രജനത, സമ്പന്നജനത, ഭാരതജനത, ഭാരതവിരുദ്ധജനത, മുസ്ലീം ജനത, പട്ടികജാതി ജനത എന്നിവറ്റയുടെ ഓരോ ജനതവീതമുണ്ടായിരുന്നു/കടലാസു സഹിതം പ്രതിഷേധക്കുറിപ്പ് നിരസിച്ചിരിക്കുന്നു/മൂന്നുമുറിഞ്ഞ അരിയാക്കി, നാലുകറിയും കൂട്ടി ഭക്ഷിച്ചോ, ഉണ്ടവൻ ഊക്കനാവും അവനു പിന്നെ യുദ്ധം ചെയ്യുവാനും തോന്നില്ല/അവിടെ തരായില്ലെങ്കിൽ ഇവിടെ സുപ്രീം കോടതിയുടെ ഭരണഘടനാ ബെഞ്ചിനു മുന്നിൽ വാ. നിന്നെ അതിൽ കയറ്റി നിർത്താം...'

ഇങ്ങനെ നോവലിലെ ആഖ്യാനത്തിന്റെ അടിസ്ഥാനഘടകമായ 'ഭാഷ'ഹാസ്യാത്മകമായ രാഷ്ട്രീയാക്ഷേപത്തിനനുഗുണമായി രൂപാന്തരം നേടുന്നു. ചലച്ചിത്രാഖ്യാനത്തിലെ അടിസ്ഥാന ഘടകമായ ദൃശ്യങ്ങൾ 'പഞ്ചവടിപ്പാല'ത്തിൽ കോമാളീകരണത്തിന് വിധേയമാകുന്നുണ്ട്. എന്നാൽ രൂപാന്തരത്തിന്റെ വഴികൾ വ്യത്യസ്തമാണ്. ദൃശ്യത്തിന്റെ സമസ്ത ഘടകങ്ങളെയും ഹാസ്യാത്മകമായി പൊളിച്ചെഴുതാൻ ചലച്ചിത്രകാരൻ തയ്യാറാവുന്നില്ല. കോമാളിത്തത്തിന്റെ ആഘോഷമായി മാറുന്ന സന്ദർഭങ്ങൾ 'പഞ്ചവടിപ്പാല'ത്തിന്റെ പ്രമേയതലത്തിൽ ഉടനീളമുണ്ട് (അനുമോദന യോഗം, പാലത്തിന്റെ കൈവരി പൊളിച്ചതിന് അറസ്റ്റിലായ ജഹാംഗീർ താത്തയെ പോലീസ് സ്റ്റേഷനിൽ നിന്നു പുറത്തിറക്കുന്ന സന്ദർഭം, എക്സിക്യൂട്ടീവ് എഞ്ചിനീയർ പാലം പരിശോധിക്കുന്നത്, ഭരണസമിതിയുടെ മീറ്റിങ്ങുകൾ, ഭരണ പ്രതിപക്ഷങ്ങൾ ഒരുമിച്ചിരിക്കുന്ന മദ്യപാന സദസ്സുകൾ, ശീർഷാസനസ്വാമിയുടെ പ്രശ്നം വെപ്പ്, ദുശാസനക്കുറുപ്പിന് തിരുവനന്തപുരത്തേക്ക് നൽകുന്ന യാത്രയയപ്പുകൾ, മന്ത്രിയുടെ വരവും പോക്കും, കടത്തുവള്ളത്തിന്റെ ഉദ്ഘാടനം, ബറാബാസിനെ ചാക്കിടാനുള്ള ശ്രമങ്ങൾ, അവിശ്വാസ പ്രമേയചർച്ച, ഹൈന്ദവ/ക്രിസ്തീയ ജാഥകൾ). എന്നാൽ 'അധികാരം' വാക്കുകളുടെ സമർത്ഥമായ വിന്യാസത്തിലൂടെ ഭാഷയുടെ വ്യാകരണ/വിനിമയ സങ്കല്പങ്ങളെ മാറ്റിയെഴുതുന്നതുപോലെ ദൃശ്യങ്ങളുടെ രൂപണത്തെയും സംവിധാനത്തെയും 'പഞ്ചവടിപ്പാലം' ഹാസ്യാത്മകമായി പുനഃസംഘടിപ്പിക്കുന്നില്ല.

ദൃശ്യങ്ങളെ 'പഞ്ചവടിപ്പാലം' കോമാളീകരിക്കുന്നത് കഥാപാത്രങ്ങളുടെ ശരീരഭാഷയിലൂടെയും സംഭാഷണങ്ങളിലൂടെയുമാണ്. ഭരത്ഗോപി അവതരിപ്പിക്കുന്ന ദുശാസനകുറുപ്പ് മുഖഭാവത്തിലും ശരീരചലനങ്ങളിലും

ഒരു കാർട്ടൂൺ കഥാപാത്രത്തെ അനുസ്മരിപ്പിക്കുന്നു. പാലം പണിയുടെ ഉദ്ഘാടനത്തിനെത്തുന്ന മന്ത്രിയുടെ ചടുലമായ ചലനങ്ങളും ഭാവവും കോമാളിത്തം നിറഞ്ഞതാണ്. ശീർഷാസനസ്വാമിയും അയാളുടെ ആസനമുറകളും ചേഷ്ടകളും തികഞ്ഞ അസ്വാഭാവികത നിറഞ്ഞതാണ്. ആലുംമൂടന്റെ യൂദാസു കുഞ്ഞും ജഗതിയുടെ റാഹേൽ വക്കച്ചനും ലക്ഷണമൊത്ത കോമാളിരൂപങ്ങളാണ്. നിരന്തരം പദ്ധതികൾ ആസൂത്രണം ചെയ്യുകയും എല്ലാത്തിനും മുമ്പിൽ നിൽക്കുകയും സ്വകാര്യം പറച്ചിലിലൂടെയും ഒളിനോട്ടങ്ങളിലൂടെയും ദുശാസനക്കുറുപ്പിനെ നിയന്ത്രിക്കുകയും ചെയ്യുന്ന ശിഖണ്ഡിപ്പിള്ളയ്ക്കുമുണ്ട് രസമുണർത്തുന്ന ശരീരഭാഷ. മദ്യപിച്ചു നാലുകാലിൽ 'പാലത്തിന് ബലക്ഷയമുണ്ട്' എന്നുപറയുന്ന എക്സിക്യൂട്ടീവ് എഞ്ചിനീയറും ആരെ കണ്ടാലും എഴുന്നേറ്റു നിന്നു കൈനീട്ടുന്ന പ്യൂണും ആർക്കും വഴങ്ങാത്ത സൂത്രക്കാരനായ ബറാബാസും അവരുടെ ശരീരഭാഷയാലാണ് ചിരിയുണർത്തുന്നത്. തിലകന്റെ പരുക്കനായ ശരീരഭാഷയുടെ ചിരിപ്പിക്കുന്ന ഉപയോഗമാണ് ഇസ്ഹാക്ക് തരകനെന്ന കഥാപാത്രത്തിലൂടെ സാധ്യമാകുന്നത്. പഞ്ചവടി റാഹേലിന്റെ തന്റേടം നിറഞ്ഞ നോട്ടവും ചലനവും ഇടക്കിടെ പ്രത്യക്ഷപ്പെടുന്ന ശൃംഗാരഭാവങ്ങളും ദൃശ്യങ്ങളിൽ കോമാളിത്തം നിറക്കുന്നുണ്ട്.

സംഭാഷണങ്ങളുടെ അവതരണരീതിയും സ്ഥായീവ്യതിയാനങ്ങളും (tone variations) ഹാസ്യാത്മകമായ ഉള്ളടക്കവും കഥാപാത്രങ്ങളുടെ ശരീരഭാഷയോട് ചേരുമ്പോൾ സിനിമയിലെ ദൃശ്യങ്ങളുടെ കോമാളീകരണം പൂർത്തിയാവുന്നു.

ഉദാഹരണത്തിന്: അനുമോദന യോഗത്തിൽ ദുശ്ശാസനക്കുറുപ്പിന്റെ നന്ദിപ്രകടന പ്രസംഗം: പ്രിയമുള്ള നാട്ടുകാരേ, അമ്മമാരേ... സഹോദരിമാരേ... കൊച്ചനുജന്മാരേ... അനുജത്തിമാരേ. എനിക്കീ... അനുമോദനങ്ങളെന്നൊക്കെ കേട്ട് ശ്വാസംമുട്ടുന്നതുപോലെ തോന്നുന്നു (കാണികൾ കൂവുന്നു). ഒരു സന്തോഷവാർത്ത... (മൈക്ക് തിരിഞ്ഞ് എതിർവശത്തേക്ക് പോകുമ്പോൾ അതുപിടിച്ച് മുഖത്തിന് നേരെ നിർത്തിക്കൊണ്ട്) എനിക്കു നിങ്ങളെ അറിയിക്കാനുണ്ട്. ഈ നാടുനന്നാക്കാൻ തന്നെ... ഞാൻ തീരുമാനിച്ചിരിക്കുന്നു. (കാണികൾ കൂവുന്നു). നമ്മുടെ നാട്ടിൽ ഒരു പൊളിച്ചുപണി അത്യാവശ്യമായിരിക്കുകയാണ്... ഈ പൊളിച്ചു പണിയുമായി (ചുമയ്ക്കുന്നു) മുന്നോട്ടു പോകാൻ തന്നെ... ഞാനും എന്റെ പക്ഷക്കാരും തീരുമാനിച്ചിരിക്കുകയാണ്. നിങ്ങൾ എന്റെ കൂടെ ഉണ്ടായിരിക്കണം... ഞാൻ പഞ്ചായത്തിന്റെ പ്രസിഡന്റായിട്ട് പന്ത്രണ്ടു വർഷം കഴിഞ്ഞിട്ടും തിരഞ്ഞെടുപ്പ് നടക്കാത്തത്... എന്റെയും... നിങ്ങളുടെയും ഭാഗ്യം മാത്രമാണ് (കാണികൾ കൂവുന്നു). തിരഞ്ഞെടുപ്പിന്റെ

കാര്യം അധികൃതർ മറന്നുകഴിഞ്ഞിരിക്കുന്നതിനാൽ വീണ്ടും അതേപ്പറ്റി അവരെ ഓർമ്മപ്പെടുത്തരുതേ, എന്ന അഭ്യർത്ഥനയോടെ... അപേക്ഷ യോടെ ... ഞാനെന്റെ പ്രസംഗം ഉപസംഹരിക്കുന്നു... നിങ്ങൾക്കെന്റെ വിനീതമായ കൂപ്പുകൈ.

വാക്കുകളുടെ ഉച്ചാരണത്തിൽ നീട്ടലും കുറുക്കലും വരുത്തിയും പ്രത്യേകമായി ചിലയിടത്ത് ഉറപ്പിച്ചു പറഞ്ഞും പ്രസംഗത്തിന്റെ അവതരണത്തിന് സവിശേഷമായ ഹാസ്യാത്മകത നൽകിയിരിക്കുന്നു. ഉള്ളടക്കത്തിന്റെ രസികത്വവും നടന്റെ ശരീരഭാഷയും ചേരുമ്പോൾ രാഷ്ട്രീയാക്ഷേപം സാധ്യമാക്കുന്ന കോമാളിത്തത്തിന്റെ ദൃശ്യരൂപം ഉണ്ടാകുന്നു.

ഇനി ഈ ഭാഗത്തെ ദൃശ്യവിഭജനം (shot division) നോക്കുക :

Shot No.	Type of Shot	Details
1	മിഡ് ഷോട്ട്	വേദിയിലിരിക്കുന്ന എല്ലാവരും ഉൾപ്പെടുന്നു. (Low angle) ദുശ്ശാസനക്കുറുപ്പ് മൈക്കിനെ സമീപിച്ച് പ്രസംഗം തുടങ്ങുന്നു. (പ്രിയമുള്ള ... ശ്വാസം മുട്ടുന്നതുപോലെ തോന്നുന്നു)
2	മീഡിയം ക്ലോസ് ഷോട്ട്	യൂദാസുകുഞ്ഞും കൂട്ടരും കൂവുന്നു (High angle)
3	ക്ലോസ് ഷോട്ട്	കാർത്തവരായന്റെ മുഖഭാവം (High angle)
4	ക്ലോസ് ഷോട്ട്	ദുശ്ശാസനക്കുറുപ്പിന്റെ പ്രസംഗം (ഒരു സന്തോഷവാർത്ത... നാടുനന്നാക്കാൻ തന്നെ ഞാൻ തീരുമാനിച്ചിരിക്കുന്നു)
5	മിഡ് ഷോട്ട്	കാണികളുടെ കൂവൽ (High angle)
6	ക്ലോസ് ഷോട്ട്	കാർത്തവരായന്റെ കൂവൽ (High angle)
7	ക്ലോസ് ഷോട്ട്	ദുശ്ശാസനക്കുറുപ്പിന്റെ പ്രസംഗം (നമ്മുടെ നാട്ടിൽ ഒരു പൊളിച്ചുപണി... ഭാഗ്യം മാത്രമാണ്)
8	മിഡ് ഷോട്ട്	കാണികളുടെ കൂവൽ (High angle)

9	മിഡ് ഷോട്ട്	വേദിയിലെ എല്ലാവരും ഉൾപ്പെടുന്ന ആദ്യ ഷോട്ടിനു സമാനം. കുറുപ്പിന്റെ പ്രസംഗം തുടരുന്നു. (തിരഞ്ഞെടുപ്പിന്റെ കാര്യം... കൂപ്പുകൈ)

ഇവിടെ ദൃശ്യങ്ങളുടെ രൂപണത്തിലോ ക്രമപ്പെടുത്തലിലോ യോജിപ്പിക്കലിലോ അസ്വാഭാവികതയൊന്നുമില്ല. 'പഞ്ചവടിപ്പാല'ത്തിലെ സീനുകളുടെ പൊതുവായ സ്വഭാവം ഇതുതന്നെയാണ്. ദൃശ്യങ്ങളുടെ കോൺ, ക്രമം, സങ്കലനം എന്നിവയുടെ സവിശേഷ പ്രയോഗത്തിലൂടെയല്ല. 'പഞ്ചവടിപ്പാലം' ദൃശ്യങ്ങളെ രാഷ്ട്രീയാക്ഷേപത്തിനനുഗുണമാക്കി തീർക്കുന്നത്. മറിച്ച് കഥാപാത്രങ്ങളുടെ ശരീരഭാഷയെയും സംഭാഷണങ്ങളെയും സമർത്ഥമായി ഉപയോഗിച്ചുകൊണ്ടാണ്. നോവലിലെ 'ഭാഷാപ്രയോഗങ്ങളെയും' സിനിമയിലെ 'ദൃശ്യങ്ങളെയും' ആഖ്യാനത്തിന്റെ അടിസ്ഥാനഘടകമായി പരിഗണിക്കുമ്പോൾ 'അധികാര'വും 'പഞ്ചവടിപ്പാല'വും ആഖ്യാനതലത്തിൽ സമാന്തരമായ സമീപനമാണ് കൈക്കൊള്ളുന്നത് എന്നുകാണാം.

മലയാളത്തിലെ എക്കാലത്തെയും മികച്ച ആക്ഷേപഹാസ്യ രാഷ്ട്രീയസിനിമയാണ് 'പഞ്ചവടിപ്പാലം'. പിൽക്കാലത്തുണ്ടായ അപൂർവ്വം ആക്ഷേപഹാസ്യസിനിമകൾ 'പഞ്ചവടിപ്പാല'ത്തിന്റെ ആഖ്യാനരീതികളെത്തന്നെയാണ് പിൻപറ്റുന്നത്. ദൃശ്യങ്ങളുടെ രൂപണവും സംവിധാനവും ഹാസ്യാത്മക രാഷ്ട്രീയാക്ഷേപത്തിനുവേണ്ടി അടിസ്ഥാനപരമായി പുനഃസംഘടിപ്പിക്കുന്ന രീതി ഇന്നുവരെ മലയാളസിനിമയിലുണ്ടായിട്ടില്ല. നോവലിലാകട്ടെ 'അധികാര'ത്തിനു മുമ്പും പിമ്പുമുള്ള രാഷ്ട്രീയ ആക്ഷേപഹാസ്യ നോവലുകൾ പരിചരണ വ്യതിയാനത്തിനനുസൃതമായി ഭാഷയെ അടിസ്ഥാനതലത്തിൽ മാറ്റിതീർക്കുന്നതുകാണാം.

മാധ്യമത്തിന്റെ സ്വത്വപരമായ വ്യതിരിക്തതകളാവാം ആഖ്യാനത്തിലെ കോമാളീകരണത്തിന്റെ വഴികളെ വ്യത്യസ്തമാക്കിയത്. വിവരണവും സംഭാഷണവുമടങ്ങുന്ന നോവലിന്റെ ആഖ്യാനത്തിൽ 'ഭാഷ'യുടെ അടിസ്ഥാനപരമായ മാറ്റിത്തീർക്കലില്ലാതെ രാഷ്ട്രീയാക്ഷേപഹാസ്യം വിജയപ്രദമായി കൈകാര്യം ചെയ്യാനാവില്ല. എന്നാൽ ചലച്ചിത്രത്തിൽ ദൃശ്യരൂപണത്തിന്റെ അടിസ്ഥാന സങ്കല്പങ്ങളെ നിലനിർത്തിക്കൊണ്ടുതന്നെ ദൃശ്യഭാഷയുടെ സഹകാരികളായ കഥാപാത്രശരീരം/സംഭാഷണം എന്നിവയുടെ മാറ്റിപ്പണിയലിലൂടെ രാഷ്ട്രീയാക്ഷേപത്തെ ഹാസ്യാത്മകമായി നിർമ്മിച്ചെടുക്കാനാവും. വൈരുദ്ധ്യമായോ, ഏതെങ്കിലുമൊരു മാധ്യമത്തിന്റെ സാധ്യതയായോ, പരിമിതിയായോ

അല്ല ഇതിനെ കാണേണ്ടത്. വ്യത്യസ്ത മാധ്യമങ്ങൾ ആഖ്യാനതലത്തിൽ രൂപപ്പെടുത്തുന്ന സമാന്തര മാർഗ്ഗങ്ങളുടെ പ്രതിനിധാനമായണ്.

മലയാളസിനിമയിലെയും നോവലിലെയും ആക്ഷേപഹാസ്യരാഷ്ട്രീയാവിഷ്കാരങ്ങളിൽ സമാന്തരജോഡികളെ എളുപ്പത്തിൽ തിരിച്ചറിയാനാവും. ഈ ധാരയിൽ അധികം നോവലുകളില്ല. സിനിമകൾ വിരലിലെണ്ണാനേയുള്ളൂ. ഉള്ളവയിൽ പലതിനെയും പരസ്പരം ചേർത്തുവെച്ചാൽ പലതരം സമാന്തര ജോഡികളെ ലഭിക്കും. ഹാസ്യസ്വഭാവമില്ലാത്ത രാഷ്ട്രീയാവിഷ്കാരങ്ങളിൽ നിന്ന് സമാന/വിരുദ്ധ ജോഡികളെ നിർണയിക്കാൻ എളുപ്പമാണെങ്കിലും സമാന്തരസ്വഭാവം കണ്ടെത്തുക പ്രയാസകരമാണ്.

കുറിപ്പുകൾ

1. അധികാരം - ഡി.സി. ബുക്സ്, കോട്ടയം, 2006 ഡിസംബർ. പു. 21
2. അധികാരം - പേജ് 34
3. അധികാരം - പേജ് 109
4. അധികാരം - പേജ് 132
5. മാറുന്ന മലയാളനോവൽ - ഇംപ്രിന്റ് ബുക്സ്, കൊല്ലം, 1997, പു. 83, 98

ഉപസംഹാരം

രാഷ്ട്രീയകാലത്തോടും മാധ്യമത്തിന്റെ പൊതുസ്വഭാവത്തോടുമുള്ള പാരസ്പര്യത്തെ അടിസ്ഥാനമാക്കിയാണ് രാഷ്ട്രീയനോവലുക ളെയും സിനിമകളെയും വിശകലനത്തിനു വിധേയമാക്കിയത്. രാഷ്ട്രീ യപ്രമേയത്തിന്റെ പരിചരണ/ആഖ്യാനതലങ്ങളെ മുൻനിർത്തിയാണ് പാരസ്പര്യത്തെ അന്വേഷിച്ചത്. അതുവഴി വ്യത്യസ്തകാലങ്ങളിൽ രണ്ടു മാധ്യമങ്ങളിലുമുണ്ടായ രാഷ്ട്രീയാവിഷ്കാരങ്ങളുടെ സവിശേഷതകളും അവ പരസ്പരം പുലർത്തുന്ന സമാനതകളും വൈരുദ്ധ്യങ്ങളും സമാന്തര രീതികളും വെളിപ്പെടുന്നു. മലയാളസിനിമയിലെയും നോവലിലെയും രാഷ്ട്രീയാവിഷ്കാരങ്ങളുടെ വിശകലാത്മക പഠനത്തിൽ നിന്ന് ഉരുത്തി രിയുന്ന നിഗമനങ്ങൾ ഇനി പറയുന്നു.

- 1928 മുതൽ 1969 വരെയുള്ള കാലത്ത് രാഷ്ട്രീയനോവലും സിനിമയും വിരുദ്ധഗതിയാണ് പുലർത്തുന്നത്. ഈ കാല ഘട്ടത്തിലെ രാഷ്ട്രീയനോവലിനെ പ്രതിനിധീകരിക്കുന്നത് സോദ്ദേശ്യ രാഷ്ട്രീയാവിഷ്കാരങ്ങളാണ്. ഇവ മലയാളനോ വലിലെ പ്രമേയപരിചരണ രീതികളിലും ആഖ്യാനതലത്തി ലും നിർണ്ണായകമായ ഇടപെടലുകൾ നടത്തി. അതുവരെ നിലനിന്നിരുന്ന സങ്കല്പനങ്ങളെ തിരുത്തുകയും നൂതനമായ നോവൽബോധം സൃഷ്ടിച്ചെടുക്കുകയും ചെയ്തു. എന്നാൽ രാഷ്ട്രീയസിനിമകൾക്ക് മലയാളസിനിമയുടെ പ്രമേയ/ആഖ്യാ നതലങ്ങളിൽ സ്വാധീനം ചെലുത്താനായില്ല. ഈ കാലത്തെ സിനിമയുടെ പൊതുസ്വഭാവത്തെ നിർണയിച്ച കച്ചവടസിനി മയുടെ ഭാഗമായാണ് രാഷ്ട്രീയസിനിമകൾ രൂപമെടുത്തത്.

വിപണന വിജയത്തിനുതകുന്ന 'ചേരുവ'കളിലൊന്നായാണ് രാഷ്ട്രീയപ്രമേയം പരിചരിക്കപ്പെട്ടത്. ആഖ്യാനതലത്തിലും നൂതനമായ സങ്കലപ്നങ്ങൾ മുന്നോട്ടുവക്കാൻ രാഷ്ട്രീയസിനിമക്കായില്ല. നിലനിന്നിരുന്ന സിനിമാ സങ്കല്പങ്ങൾക്ക് അവ പൂർണ്ണമായും കീഴ്പ്പെട്ടു നിന്നു.

- ഈ കാലഘട്ടത്തിലെ (1928-1969) രാഷ്ട്രീയനോവൽ സാമൂഹിക-രാഷ്ട്രീയചലനങ്ങളെ സ്വാംശീകരിക്കുകയും രാഷ്ട്രീയ കാലത്തോട് ക്രിയാത്മകമായി പ്രതികരിക്കുകയും ചെയ്തു. കാലികമായ ഇടപെടൽ സാധ്യമാക്കാനും എഴുത്തിന്റെ രാഷ്ട്രീയപ്രയോഗപരുപമായി മാറാനും നോവലിനു കഴിഞ്ഞു. സാമൂഹിക-രാഷ്ട്രീയ വികാസപരിണാമങ്ങളെ സൂക്ഷ്മമായി അടയാളപ്പെടുത്തുന്നതിലൂടെയും നോവലിന് രാഷ്ട്രീയമാനം കൈവന്നു. ചലച്ചിത്രം രാഷ്ട്രീയകാലത്തെ ഉപജീവിക്കുന്നുണ്ട്. എന്നാൽ രാഷ്ട്രീയകാലത്തോട് കാലികമായോ ക്രിയാത്മകമായോ പ്രതികരിക്കാൻ ചലച്ചിത്രത്തിനായില്ല. വിപണന വിജയത്തെ ലക്ഷ്യം വക്കുന്ന പരിചരണരീതികളും ആഖ്യാനതലത്തിലെ ന്യൂനതകളും രാഷ്ട്രീയസിനിമകളെ ദുർബലമാക്കി. രാഷ്ട്രീയചരിത്രത്തെയോ വർത്തമാനത്തെയോ ഗൗരവമായ ചർച്ചക്കു വിധേയമാക്കാൻ അവയ്ക്കായില്ല.
- 1970 മുതൽ 1999 വരെയുള്ള കാലത്ത് രാഷ്ട്രീയനോവലിന് പ്രമേയപരിചരണത്തിലും ആഖ്യാനതലത്തിലും വൈവിധ്യം കൈവന്നു. ആധുനികതയുടെ വികാസപരിണാമങ്ങളുമായി ബന്ധപ്പെട്ടും കാൽപ്പനികഭാവനയുടെ ഭാഗമായും സാമൂഹികാവിഷ്കാരങ്ങൾ എന്ന നിലയിലും രാഷ്ട്രീയനോവലുകൾ രൂപമെടുത്തു. കച്ചവടസിനിമയുടെ ഏകതാനമായ സങ്കല്പങ്ങളിൽ നിന്ന് മുക്തമായ മലയാളസിനിമയുടെ എല്ലാ ധാരകളിലുമുണ്ടായ രാഷ്ട്രീയാവിഷ്കാരങ്ങൾ രാഷ്ട്രീയസിനിമയ്ക്കും പ്രമേയ/ആഖ്യാനതലങ്ങളിൽ വ്യത്യസ്തത നൽകി. ഈ കാലയളവിലെ രാഷ്ട്രീയനോവലിന്റെ പൊതുബോധത്തെ നിർണ്ണയിച്ചത് ആധുനിക സമീപനത്തിന്റെ വികാസപരിണാമങ്ങളുമായി ബന്ധപ്പെട്ടുണ്ടായ രാഷ്ട്രീയരചനകളാണ്. മലയാളനോവൽ ബോധത്തിലും ഇവ നിർണ്ണായകമായ വ്യതിയാനങ്ങൾ വരുത്തി. പരിചരണത്തിലും ആഖ്യാനത്തിലും നോവലിനെ നവീകരിച്ചു. എന്നാൽ, ഏതെങ്കിലും ഒരു ധാരയിലെ രാഷ്ട്രീയസിനിമകളെ ഈ കാലത്തെ രാഷ്ട്രീയാവിഷ്കാരങ്ങളുടെ

പ്രതിനിധാനമായി ഉയർത്തിക്കാണിക്കാനാവില്ല. ശക്തമായ ആവിഷ്കാരങ്ങളും ദുർബലമായ ആവിഷ്കാരങ്ങളും എല്ലാ ധാരയിലുമുണ്ടായി.

- 1970 മുതൽ 1999 വരെയുള്ള കാലയളവിൽ രണ്ടുമാധ്യമങ്ങളിലുണ്ടായ രാഷ്ട്രീയാവിഷ്കാരങ്ങളെ ചേർത്തുവക്കുമ്പോൾ അവ സമാനവും വിരുദ്ധവും സമാന്തരവുമായി നിലകൊള്ളുന്നതു കാണാം. ആധുനികതയുടെ രണ്ടാമത്തെ അടരിലെ രാഷ്ട്രീയനോവലുകൾ കലാസിനിമയിലെ ദാർശനിക രാഷ്ട്രീയാവിഷ്കാരങ്ങളോട് പലതലത്തിലും സാധർമ്മ്യം പുലർത്തുന്നു. രാഷ്ട്രീയചരിത്രത്തെയും വർത്തമാനത്തെയും ദാർശനികമായി ചർച്ചചെയ്യുക/ആവിഷ്കരിക്കുക, മാധ്യമത്തിന്റെ പൊതുസ്വഭാവത്തെ സ്വാധീനിക്കുക എന്നീ കാര്യങ്ങളിലാണ് സമാനതകൾ രൂപപ്പെട്ടത്. കാലിക രാഷ്ട്രീയസാഹചര്യത്തിൽ നിന്നു പ്രചോദനമുൾക്കൊണ്ട് ഇവ അധികാരം, ജനത, പ്രതിരോധം, പ്രത്യയശാസ്ത്രം തുടങ്ങിയവയെ മുൻനിർത്തി രാഷ്ട്രീയകാലത്തോട് ദാർശനികമായി സംവദിച്ചു. ആധുനികതയുടെ രണ്ടാമത്തെ അടരിലെ രാഷ്ട്രീയാവിഷ്കാരങ്ങൾ മലയാളനോവലിന്റെ പൊതുസ്വഭാവത്തെ നിർണായകമായി സ്വാധീനിച്ചതുപോലെ കലാസിനിമയെ നവീകരിക്കാൻ രാഷ്ട്രീയചിത്രങ്ങൾക്കായി. ഈ കാലയളവിലെ മലയാളസിനിമയുടെ പൊതുസ്വഭാവത്തിലെ ശക്തമായ ധാരകളിലൊന്നായ കലാസിനിമയുടെ പരിചരണപരവും ആഖ്യാനപരവുമായ ബോധ്യങ്ങളെ ഗുണപരമായി വികസിപ്പിച്ചത് ഈ ധാരയിലെ രാഷ്ട്രീയാവിഷ്കാരങ്ങളാണ്.
- ആക്ഷേപഹാസ്യ രാഷ്ട്രീയനോവലുകൾ സജീവമാകുന്നത് ഈ കാലത്താണ് (1970-1999). ആക്ഷേപഹാസ്യസിനിമകൾ അധികമൊന്നും ഉണ്ടായില്ലെങ്കിലും ഉള്ളവ സാന്നിദ്ധ്യമറിയിച്ചു. ഈ ഗണത്തിൽപ്പെടുന്ന രാഷ്ട്രീയനോവലും സിനിമയും പരിചരണത്തിലും ആഖ്യാനത്തിലും സമാന്തരമായ വഴികൾ കണ്ടെത്തുന്നതുകാണാം. ആക്ഷേപഹാസ്യ സമീപനം അവയ്ക്ക് ദർശനപരമായ സമാനത നൽകുന്നുണ്ടെങ്കിലും പ്രമേയാവിഷ്കാരത്തിന് തിരഞ്ഞെടുക്കുന്ന ഭൂമിക, രാഷ്ട്രീയാക്ഷേപത്തിനു കണ്ടെത്തുന്ന വഴികൾ, നർമ്മത്തിന്റെ രൂപാന്തരം, എന്നിവയിൽ അവ സമാന്തരമായി തുടരുന്നു.

- കച്ചവടസിനിമയിൽ രാഷ്ട്രീയം വിപണന വിജയത്തിനുതകുന്ന ചേരുവയായി തുടർന്നു. സാങ്കേതികവിദ്യയിലുണ്ടായ പരിണാമങ്ങൾ കച്ചവടസിനിമയിലെ രാഷ്ട്രീയാഖ്യാനങ്ങളെ ചട്ടുലമാക്കിത്തീർത്തു. ക്രമേണ പ്രമേയ/ആഖ്യാനതലങ്ങളിൽ അവ കരുത്താർജ്ജിച്ചു. രാഷ്ട്രീയ ചരിത്രത്തെയും വർത്തമാനത്തെയും വിപണി സമർത്ഥമായി ഉപയോഗിച്ചു. രാഷ്ട്രീയനോവലിന്റെയും സിനിമയുടെയും പ്രമേയ/ആഖ്യാനതലങ്ങൾ തമ്മിൽ എക്കാലത്തും സമീപനപരമായ വൈരുദ്ധ്യങ്ങൾ രൂപപ്പെടുത്തിയത് കച്ചവടസിനിമയാണ്.

- 1928 മുതൽ 1969 വരെയുള്ള കാലത്തുതന്നെ രാഷ്ട്രീയനോവൽ കരുത്തുറ്റ പ്രസ്ഥാനമാകുന്നുണ്ട്. എന്നാൽ രാഷ്ട്രീയസിനിമ പ്രസ്ഥാനമെന്ന നിലയിൽ കരുത്തു നേടുന്നത് 1970 മുതൽ 1999 വരെയുള്ള കാലത്താണ്. രാഷ്ട്രീയ ചരിത്രത്തെയും വർത്തമാനത്തെയും പ്രസക്തമായ ചർച്ചകൾക്കു വിധേയമാക്കാൻ ഈ കാലത്തെ രാഷ്ട്രീയനോവലിനും സിനിമയ്ക്കും സാധിച്ചു.

- മലയാളസിനിമയുടെ പിറവി മുതൽ 1999വരെയുള്ള കാലത്തെ രാഷ്ട്രീയനോവലിന്റെ വികാസപരിണാമങ്ങളെ പ്രതിനിധാനം ചെയ്യുന്ന ഒരു രൂപരേഖ നിർമ്മിച്ചെടുക്കാൻ കഴിയും. അത് സോദ്ദേശ്യരാഷ്ട്രീയനോവലിൽ നിന്ന് ആധുനികതയുടെ രണ്ടാമത്തെ അടരിലെ രാഷ്ട്രീയനോവലുകളിലൂടെയും സവിശേഷ രാഷ്ട്രീയാഖ്യാനങ്ങളിലൂടെയും കടന്ന് പുതിയ കാലത്തിന്റെ നോവൽ ബോധ്യങ്ങളിലേക്കുള്ള പരിണാമത്തിനു കരുത്തുപകരുന്ന രാഷ്ട്രീയാഖ്യാനങ്ങളിലെത്തി നിൽക്കുന്നു. ഈ രൂപരേഖയ്ക്ക് മലയാളനോവലിലെ പ്രധാനരാഷ്ട്രീയാവിഷ്കാരങ്ങളെയൊക്കെ ഉൾക്കൊള്ളാനാവും. ഈ പ്രധാനഗതിയുടെ പ്രാന്തങ്ങളിൽ മറ്റ് രാഷ്ട്രീയാവിഷ്കാരങ്ങൾ നിലയുറപ്പിക്കുന്നു. എന്നാൽ പ്രധാനപ്പെട്ട രാഷ്ട്രീയസിനിമകളെ മുഴുവൻ ഉൾക്കൊള്ളുന്ന രീതിയിൽ ഇത്തരമൊരു രൂപരേഖ നിർമ്മിച്ചെടുക്കാനാവില്ല. കാരണം സിനിമയിലെ മൂന്നു ധാരകളിലെയും (മുഖ്യധാര, സമാന്തരം,മധ്യവർത്തി) രാഷ്ട്രീയസിനിമകൾ സമാന്തരമായാണ് നിലകൊള്ളുന്നത്. ഓരോ ധാരയിലെയും രാഷ്ട്രീയാവിഷ്കാരത്തിന് പരിണാമം സംഭവിക്കുന്നുണ്ട് എന്നുപറഞ്ഞാൽ അതും പൂർണ്ണമായി ശരിയാവില്ല. എൺപതുകളിലാണ് മധ്യവർത്തി രാഷ്ട്രീയാഖ്യാനങ്ങൾ ഉണ്ടാകുന്നത്. അതിന് തെളിമയാർന്ന തുടർച്ചയോ വികാസമോ പിൽക്കാലങ്ങളിലുണ്ടായിട്ടില്ല.

കലാസിനിമയുടെ പ്രമേയപരിചരണ/ആഖ്യാനതലങ്ങളിൽ കാലാനുസൃതമായ ചില മാറ്റങ്ങൾ ചിലയിടത്ത് കാണാം. ഇതിനും നോവലിലേതുപോലൊരു ക്രമികതയില്ല. കച്ചവടസിനിമയിൽ മാത്രമാണ് ക്രമികമായ വികാസം കാണുന്നത്. കച്ചവടസിനിമയിലെ രാഷ്ട്രീയാഖ്യാനങ്ങൾ സാങ്കേതിക വിദ്യയിലെ മാറ്റങ്ങളെ ഉപയോഗപ്പെടുത്തി കൂടുതൽ ചടുലമാവുന്നുണ്ട്. കച്ചവടസിനിമയിലുടലെടുത്ത ഗുണപരമായ മാറ്റങ്ങൾക്കനുസൃതമായി പ്രമേയപരിചരണത്തിലും ആഖ്യാനസമീപനത്തിലും വ്യതിയാനം സംഭവിച്ചിട്ടുണ്ട്. ഇതിനൊരു ക്രമികതയുണ്ട്. 1928 മുതൽ 1969 വരെയുള്ള കാലത്തു നിന്ന് പിന്നീടുള്ള ഓരോ ദശകങ്ങളിലൂടെ അത് വികസിച്ചുവന്നു. രാഷ്ട്രീയനോവലിന്റെ പൊതുബോധത്തിന്റെ വികാസത്തിന് ഒരു നേർരേഖാ രൂപമുള്ളപ്പോൾ രാഷ്ട്രീയസിനിമയുടെ പൊതുബോധം ശിഖരങ്ങളായി പടർന്നു നിൽക്കുന്നു.

- രാഷ്ട്രീയനോവലിന്റെ വികാസഗതി മലയാളനോവലിന്റെ പൊതുസ്വഭാവത്തിന്റെ വികാസത്തെക്കൂടി നിർണ്ണയിച്ചു. പുത്തൻനോവൽ ബോധം ഉടലെടുക്കുന്ന ഓരോ ഘട്ടങ്ങളിലും നൂതനമായ പ്രമേയ/ആഖ്യാനതലങ്ങളുടെ രൂപപ്പെടുത്തലിൽ രാഷ്ട്രീയാവിഷ്കാരങ്ങൾ നിർണ്ണായക ഇടപെടലുകൾ നടത്തിയിട്ടുണ്ട് (ആധുനികതയുടെ ഒന്നാമത്തെ അടരിന്റെ കാര്യത്തിലൊഴിച്ച്). മലയാളസിനിമയുടെ വികാസഗതിയെ ഈ വിധത്തിൽ സ്വാധീനിക്കാൻ രാഷ്ട്രീയചിത്രങ്ങൾക്കായില്ല. കലാസിനിമയിൽ മാത്രമാണ് പൊതുസ്വഭാവത്തിൽ സ്വാധീനം ചെലുത്താൻ രാഷ്ട്രീയാവിഷ്കാരങ്ങൾക്കായത്. മറ്റ് ധാരകളിലൊക്കെ നിലനിൽക്കുന്ന പരിചരണ/ആഖ്യാനസമ്പ്രദായങ്ങളിലേക്ക് രാഷ്ട്രീയം ചേർത്തുവെക്കപ്പെടുകയായിരുന്നു. രാഷ്ട്രീയപ്രമേയത്തിന് കരുത്തുറ്റ രീതിയിൽ ആവിഷ്കാരം നൽകുമ്പോഴും ആ ആവിഷ്കാരരൂപത്തിന് മാധ്യമത്തിന്റെ പിൽക്കാലഗതിയെ നിർണ്ണയിക്കാനായില്ല.

അതായത് മാധ്യമങ്ങളുടെ തനതായ വ്യത്യസ്തതകൾക്കും അതിലൂടെ കൈവരുന്ന സാധ്യതകൾക്കും/പരിമിതകൾക്കപ്പുറത്ത് മാധ്യമത്തോടുള്ള സമീപനമാണ് അവയുടെ പരസ്പരബന്ധത്തെ നിർണ്ണയിക്കുന്നത്. 'രാഷ്ട്രീയം' എന്ന പ്രമേയഘടകത്തിന് മലയാളനോവലും സിനിമയും നൽകുന്ന ആവിഷ്കാരത്തിലെ സമാനവും വിരുദ്ധവും സമാന്തരവുമായ പ്രവണതകൾ ഇതു സാക്ഷ്യപ്പെടുത്തുന്നു.

ഗ്രന്ഥസൂചിക

1. അഗസ്റ്റിൻ ജോസഫ്. കെ., ആധുനികത മലയാളനോവലിൽ, കേരള ഭാഷാ ഇൻസ്റ്റിറ്റ്യൂട്ട്, തിരുവനന്തപുരം, 1997.

2.അച്യുതൻ .എം., പാശ്ചാത്യസാഹിത്യ ദർശനം, എസ്.പി.സി.എസ്, കോട്ടയം, 1983.

3. അടൂർ ഗോപാലകൃഷ്ണൻ, സിനിമയുടെ ലോകം, കേരള ഭാഷാ ഇൻസ്റ്റിറ്റ്യൂട്ട്, തിരുവനന്തപുരം, 1999 ജൂലൈ.

4. അപ്പൻ.കെ.പി., മാറുന്ന മലയാളനോവൽ, ഇംപ്രിന്റ് ബുക്സ്, കൊല്ലം, 1997.

5. ആനന്ദ്, അഭയാർത്ഥികൾ, ഡി.സി. ബുക്സ്, കോട്ടയം, 1995

6. ആനന്ദ്, ഗോവർദ്ധന്റെ യാത്രകൾ, ഡി.സി.ബുക്സ്, കോട്ടയം, 2008 ജനുവരി.

7. ആനന്ദ്, മരണ സർട്ടിഫിക്കറ്റ്, നവധാരാ പബ്ലിഷിംഗ് കോ-ഓപ്പറേറ്റീവ് സൊസൈറ്റി, 1974 ജനുവരി.

8. ആനന്ദ്, മരുഭൂമികൾ ഉണ്ടാകുന്നത്, ഡി.സി.ബുക്സ്, കോട്ടയം, 2006.

9.ആനന്ദ്, വ്യാസനും വിഘ്നേശ്വരനും, ഡി.സി.ബുക്സ്, കോട്ടയം, 2006 ഒക്ടോബർ.

10. ഉറൂബ്, സുന്ദരികളും സുന്ദരന്മാരും, എസ്.പി.സി. എസ്, കോട്ടയം, 1977.

11. കേശവദേവ്.പി. , അധികാരം, പൂർണ്ണ, കോഴിക്കോട്, 1996.

12. കേശവദേവ്.പി. , അയൽക്കാർ, എസ്.പി.സി.എസ്, കോട്ടയം, 1968.

13. കേശവദേവ്.പി, കണ്ണാടി, ഡി.സി.ബുക്സ്, കോട്ടയം, 2004.

14. കേശവദേവ്.പി, കേശവദേവിന്റെ രണ്ടു നോവലുകൾ, പൂർണ്ണ, കോഴിക്കോട്, 2005.

15. കേശവദേവ്.പി, ഭ്രാന്താലയം, എസ്.പി.സി.എസ്, കോട്ടയം, 1977.

16.കൃഷ്ണകുമാർ. കെ.കെ., (വിവ.), നക്സലേറ്റ് പ്രസ്ഥാനം ഇന്ന് (ദാസ് ഗുപ്ത), ചിന്ത, തിരുവനന്തപുരം, 1979.

17. ഗീത, സിനിമയുടെ കയ്യേറ്റങ്ങൾ,ചിന്ത പബ്ലിഷേഴ്സ്, തിരുവനന്തപുരം, 1999 ജനുവരി.

18. ഗോപാലകൃഷ്ണൻ നടുവട്ടം, ഗവേഷണ രീതിശാസ്ത്രം, കേരള ഭാഷാ ഇൻസ്റ്റിറ്റ്യൂട്ട്, തിരുവനന്തപുരം, 2002 ആഗസ്റ്റ്.

19.ഗോപിനാഥൻ. കെ., സിനിമയും സംസ്കാരവും, കറന്റ് ബുക്സ്, തൃശ്ശൂർ, 2005.

20. ഗോവിന്ദപ്പിള്ള.പി, സാഹിത്യവും രാഷ്ട്രീയവും, ചിന്ത പബ്ലിഷേഴ്സ്, തിരുവനന്തപുരം, 1982 മെയ്.

21.ചന്ദ്രശേഖരൻ എം.ആർ., കേരളത്തിലെ കമ്യൂണിസം : രാഷ്ട്രീയചിന്തനം, കലാവീക്ഷണം, കോഴിക്കോട്, 2000.

22. ചെറുകാട് ഗോവിന്ദപിഷാരടി , മണ്ണിന്റെ മാറിൽ, കറന്റ് ബുക്സ്, തൃശ്ശൂർ, 1970.

23. ചെറുകാട് ഗോവിന്ദപിഷാരടി, മുത്തശ്ശി (2ീഹ ശി 1), കറന്റ് ബുക്സ് തൃശ്ശൂർ, 1968.

24. ജോൺ.കെ.സി, കേരള രാഷ്ട്രീയം - ഒരു അസംബന്ധനാടകം (1953-95), പെൻബുക്സ്, ആലുവ, 1999 മാർച്ച്.

25. ജോണി. ഒ. കെ, സിനിമയുടെ വർത്തമാനം, പാപ്പിയോൺ, കോഴിക്കോട്, 2001.

26. ജോർജ്ജ് ഓണക്കൂർ, ഇല്ലം, ഡി.സി.ബുക്സ്, കോട്ടയം, 2007 ഒക്ടോബർ.

27. ജോർജ്ജ് ഓണക്കൂർ, നായകസങ്കല്പം : മലയാളനോവലിൽ, പ്രഭാത് ബുക്ക്ഹൗസ്, തിരുവനന്തപുരം, 1986.

28.ജോർജ്ജ് കെ.എം. (എഡി.), ആധുനിക മലയാളസാഹിത്യചരിത്രം പ്രസ്ഥാനങ്ങളിലൂടെ, ഡി.സി. ബുക്സ്, കോട്ടയം, 1998.

29. ജോസ്.കെ. മാനുവൽ, തിരക്കഥാരചന : കലയും സിദ്ധാന്തവും, കറന്റ് ബുക്സ്, കോട്ടയം, 2003 നവംബർ.

30. ജോസഫ് മുണ്ടശ്ശേരി, കൊന്തയിൽ നിന്ന് കുരിശ്ശിലേക്ക്, മംഗളോദയം, തൃശ്ശൂർ, 1953.

31. ജോസഫ്.വി.കെ, സിനിമയും പ്രത്യയശാസ്ത്രവും, സാംസ്കാരിക പ്രസിദ്ധീകരണ വകുപ്പ്, കേരളസർക്കാർ, 1997.

32. തകഴി ശിവശങ്കരപ്പിള്ള, അനുഭവങ്ങൾ പാളിച്ചകൾ, പൂർണ്ണ, കോഴിക്കോട്, 2003.

33. തകഴി ശിവശങ്കരപ്പിള്ള, ഏണിപ്പടികൾ, ഡി.സി. ബുക്സ്, കോട്ടയം, 1999.

34. തകഴി ശിവശങ്കരപ്പിള്ള , കയർ, സമസ്യ ബുക്സ്, തിരുവല്ല, 1978 മെയ്.

35. തകഴി ശിവശങ്കരപ്പിള്ള , തലയോട്, പൂർണ്ണ, കോഴിക്കോട്, 2004 ഡിസംബർ.

36. തകഴി ശിവശങ്കരപ്പിള്ള , തോട്ടിയുടെ മകൻ, ഡി.സി.ബുക്സ്, കോട്ടയം, 2007 ഫെബ്രുവരി.

37.തകഴി ശിവശങ്കരപ്പിള്ള, പുന്നപ്രവയലാറിനു ശേഷം, ഡി.സി. ബുക്സ്, കോട്ടയം, 1975.

38. തകഴി ശിവശങ്കരപ്പിള്ള , രണ്ടിടങ്ങഴി, ഡി.സി.ബുക്സ്, കോട്ടയം, 2007 ജനുവരി.

39.തരകൻ കെ.എം., ആധുനിക നോവൽ ദർശനം, എൻ.ബി.എസ്. കോട്ടയം

40. തരകൻ.കെ.എം, പാശ്ചാത്യ സാഹിത്യ തത്വശാസ്ത്രം, എസ്.പി. സി.എസ്, കോട്ടയം, 2000 നവംബർ.

41.തരകൻ.കെ.എം, മലയാളനോവൽ സാഹിത്യചരിത്രം, കേരള സാഹിത്യഅക്കാദമി, തൃശ്ശൂർ, 1990.

42.ദിലീപ് കുമാർ. കെ.വി, സാമൂഹികശാസ്ത്ര ദർശനം, കേരള ഭാഷാ ഇൻസ്റ്റിറ്റ്യൂട്ട്, തിരുവനന്തപുരം, 2000

43. ദിവാകരൻ ആർ.വി.എം, കഥയും തിരക്കഥയും, ഒലിവ്, കോഴിക്കോട്, 2005 മെയ്.

44.നമ്പൂതിരിപ്പാട് ഇ.എം.എസ്., കമ്യൂണിസ്റ്റ് പാർട്ടി കേരളത്തിൽ, ചിന്ത, തിരുവനന്തപുരം, 1984.

45.നമ്പൂതിരിപ്പാട് ഇ.എം.എസ്., സമൂഹം ഭാഷാ സാഹിത്യം, ചിന്ത, തിരുവനന്തപുരം, 1981.

46.നമ്പൂതിരി കെ.എൻ.കെ., പുന്നപ്രവയലാർ : നേരും നുണയും, പൂർണ്ണ, കോഴിക്കോട്, 2000.

47.നരേന്ദ്രപ്രസാദ്. ആർ., ആധുനികതയുടെ മദ്ധ്യാഹ്നം, പൂർണ്ണ, കോഴിക്കോട്, 1984.

48. പരമേശ്വരൻ നായർ, പി.കെ, മലയാളസാഹിത്യ ചരിത്രം, സാഹിത്യ അക്കാദമി, ന്യൂഡൽഹി, 1992

49. പരമേശ്വരൻ സി.ആർ, പ്രകൃതിനിയമം, ഡി.സി.ബുക്സ്, കോട്ടയം, 1998.

50.പൊതുവാൾ, എ.കെ., കേരളത്തിലെ കർഷകപ്രസ്ഥാനം, ചിന്ത, തിരുവനന്തപുരം, 1976.

51.പ്രഭാകരൻ. എൻ, തീയൂർ രേഖകൾ, ഡി.സി.ബുക്സ്, കോട്ടയം, 2004 ഫെബ്രുവരി.

52.പ്രശാന്ത് മിത്രൻ, സോഷ്യലിസ്റ്റ് പ്രസ്ഥാനം കേരളത്തിൽ, ജനതാഫോറം, തിരുവനന്തപുരം, 1999.

53.ഫെർണാണ്ടസ് അലോഷ്യസ്, പുന്നപ്രവയലാർ സമരം : അനുഭവങ്ങളിലൂടെ, ചിന്ത, തിരുവനന്തപുരം, 2006.

54.ബാലകൃഷ്ണൻ സി.വി., സിനിമയുടെ ഇടങ്ങൾ, പാപ്പിയോൺ, കോഴിക്കോട്, 2002.

55. ഭാസി തോപ്പിൽ, മൂലധനം, പ്രഭാത് ബുക്ക്ഹൗസ്, തിരുവനന്തപുരം, 1977

56. മധു ഇറവങ്കര, മലയാളസിനിമയും സാഹിത്യവും, ഡി.സി.ബുക്സ്, കോട്ടയം, 1999.

57.മധു വൈപ്പന, സിനിമയുടെ ടെക്നിക്, ഡി.സി.ബുക്സ്, കോട്ടയം, 1981.

58. മലയാറ്റൂർ രാമകൃഷ്ണൻ, യന്ത്രം, എസ്.പി.സി.എസ്, കോട്ടയം, 1976.

59. മുകുന്ദൻ.എം, ആവിലായിലെ സൂര്യോദയം, കറന്റ് ബുക്സ്, തൃശ്ശൂർ, 1976.

60.മുകുന്ദൻ. എം., എന്താണ് ആധുനികത? പൂർണ്ണ, കോഴിക്കോട്, 1976.

61. മുകുന്ദൻ.എം, കേശവന്റെ വിലാപങ്ങൾ, ഡി.സി.ബുക്സ്, കോട്ടയം, 2007.

62. മുകുന്ദൻ.എം, രാവും പകലും, കറന്റ് ബുക്സ്, കോട്ടയം, 2000.

63. മുരളീകൃഷ്ണ, സിനിമ- വീഡിയോ ടെക്നിക്, ഡി.സി.ബുക്സ്, കോട്ടയം, 2006 നവംബർ.

64.മുഹമ്മദ് എൻ.പി, ഹിരണ്യകശിപു, ഡി.സി. ബുക്സ്, കോട്ടയം, 2004 ഒക്ടോബർ.

65.രവി കാവിൽ, ജനപ്രിയസിനിമയുടെ രാജശില്പികൾ, എച്ച് & സി, തൃശ്ശൂർ, 2005.

66.രവിവർമ്മ മങ്കട, ചിത്രം ചലച്ചിത്രം, കേരള ഭാഷാ ഇൻസ്റ്റിറ്റ്യൂട്ട്, തിരുവനന്തപുരം, 2000.

67.രവീന്ദ്രൻ, സിനിമയുടെ രാഷ്ട്രീയം, ബോധി ഫിലിം ലൈബ്രറി, കോഴിക്കോട്, 1990.

68. രാജകൃഷ്ണൻ.വി, കാഴ്ചയുടെ അശാന്തി, കേരള ഭാഷാ ഇൻസ്റ്റിറ്റ്യൂട്ട്, തിരുവനന്തപുരം, 2001 ജൂലൈ.

69. രാജശേഖരൻ കെ.എസ്., ദൃശ്യഭാഷ, കേരള ഭാഷാ ഇൻസ്റ്റിറ്റ്യൂട്ട്, തിരുവനന്തപുരം, 2004 ജൂലൈ

70. രാജശേഖരൻ പി.കെ, അന്ധനായ ദൈവം : മലയാളനോവലിന്റെ നൂറ് വർഷങ്ങൾ, ഡി.സി.ബുക്സ്, കോട്ടയം, 2008 ഏപ്രിൽ.

71.രാജശേഖരൻ പി.കെ., ആസാദ്., നോവൽ : ബോധവും പ്രതിബോധവും, ഡി.സി.ബുക്സ്, കോട്ടയം, 1992.

72.രാജശേഖരൻ പി.കെ., പിതൃഘടികാരം, ഡി.സി.ബുക്സ്, കോട്ടയം, 1994.

73.രാജേശ്വരി കെ., കമ്യൂണിസ്റ്റ് ഭരണവും വിമോചന സമരവും, പെൻ ബുക്സ്, ആലുവ, 2005.

74. രാധാകൃഷ്ണൻ.കെ, നഹുഷപുരാണം, മാതൃഭൂമി ബുക്സ്, കോഴിക്കോട്, 1986.

75. രാധാകൃഷ്ണൻ. സി, കരൾ പിളരും കാലം, ഹൈടെക് ബുക്സ്, കൊച്ചി, 1994.

76. രാധാകൃഷ്ണൻ സി, മുൻപേ പറക്കുന്ന പക്ഷികൾ, എസ്.പി.സി.എസ്, കോട്ടയം, 1992.

77. രാധിക.സി.നായർ (എഡി.), കേരള ചരിത്രത്തിലെ അവിസ്മരണീയ സംഭവങ്ങൾ, ഡി.സി.ബുക്സ്, കോട്ടയം, 2006 ആഗസ്റ്റ്.

78.രാമകൃഷ്ണൻ ടി.കെ, നാരായണൻ നമ്പ്യാർ. എം.പി., കേരളത്തിലെ കർഷക പ്രസ്ഥാനം, ചിന്ത, തിരുവനന്തപുരം, 1990.

79.രാമൻകുട്ടി.കെ.പി, ആധുനിക മലയാളസിനിമ, കേരള ഭാഷാ ഇൻസ്റ്റിറ്റ്യൂട്ട്, തിരുവനന്തപുരം, 2006 മെയ്.

80.രാമൻപിള്ള കെ., അടിയന്തരാവസ്ഥയുടെ അന്തർധാരകൾ, പ്രണവം ബുക്സ്, കോഴിക്കോട്, 2000.

81. രാമൻപിള്ള.കെ, കേരള രാഷ്ട്രീയത്തിന്റെ അന്തർധാരകൾ, കേരള ഭാഷാഇൻസ്റ്റിറ്റ്യൂട്ട്, തിരുവനന്തപുരം, 2006 ജൂലൈ.

82. ലെനിൻ രാജേന്ദ്രൻ, മീനമാസത്തിലെ സൂര്യൻ (തിരക്കഥ), ചിന്ത പബ്ലിഷേഴ്സ്, തിരുവനന്തപുരം, 2005

83. ലളിതാംബിക അന്തർജനം, അഗ്നിസാക്ഷി, എസ്.പി.സി.എസ്, കോട്ടയം, 1985

84.വർഗ്ഗീസ് എം.എം., പുന്നപ്രവയലാർ സമരം : അറിയപ്പെടാത്ത ഏടുകൾ, ഡി.സി. ബുക്സ്, കോട്ടയം, 1986.

85. വാസുദേവൻ പിള്ള എ.എം, നോവലും രാഷ്ട്രീയവും, കേരള സാഹിത്യ അക്കാദമി, തൃശ്ശൂർ, 1991

86. വി.കെ.എൻ, അധികാരം, ഡി.സി.ബുക്സ്, കോട്ടയം, 2007 ഡിസംബർ.

87. വി.കെ.എൻ, ആരോഹണം, ഡി.സി.ബുക്സ്, കോട്ടയം, 1996.

88. വി.കെ.എൻ, കാവി, കറന്റ് ബുക്സ്, തൃശ്ശൂർ, 2004 ഫെബ്രുവരി.

89. വി.കെ.എൻ, ജനറൽ ചാത്തൻസ്, ഡി.സി.ബുക്സ്, കോട്ടയം, 2007 നവംബർ.

90. വി.കെ.എൻ, സിൻഡിക്കേറ്റ്, ഡി.സി.ബുക്സ്, കോട്ടയം, 2005.

91.വിജയകൃഷ്ണൻ, ചലച്ചിത്ര സമീക്ഷ, കേരള ഭാഷാ ഇൻസ്റ്റിറ്റ്യൂട്ട്, തിരുവനന്തപുരം, 1982.

92. വിജയകൃഷ്ണൻ, മലയാളസിനിമയുടെ കഥ, മാതൃഭൂമി ബുക്സ്, കോഴിക്കോട്, 2004.

93. വിജയകൃഷ്ണൻ, വാതിൽപ്പുറക്കാഴ്ചകൾ, ഉണ്മ ബുക്സ്, കൊല്ലം, 2007 ഡിസംബർ.

94. വിജയൻ.ഒ.വി, പ്രവാചകന്റെ വഴി, ഡി.സി.ബുക്സ്, കോട്ടയം, 1993.

95. വിജയൻ ഓ.വി , ധർമ്മപുരാണം, ഡി.സി.ബുക്സ്, കോട്ടയം, 2007 ഫെബ്രുവരി.

96. വേലപ്പൻ.കെ, സിനിമയും സമൂഹവും, കേരള ഭാഷാ ഇൻസ്റ്റിറ്റ്യൂട്ട്, തിരുവനന്തപുരം, 1999 മാർച്ച്

97.ശ്രീകുമാർ. പി.എൻ., ചലച്ചിത്ര സ്വരൂപം, പരിധി, തിരുവനന്തപുരം, 1998.

98.ശ്രീജൻ വി.സി, നോവൽ വായനകൾ, ഡി.സി.ബുക്സ്, കോട്ടയം, 2003.

99.ശ്രീധരമേനോൻ. എ., കേരളവും സ്വാതന്ത്ര്യസമരവും, ഡി.സി. ബുക്സ്, കോട്ടയം, 1997.

100.ശ്രീധരമേനോൻ. എ., പുന്നപ്രവയലാറും കേരള ചരിത്രവും, ഡി.സി. ബുക്സ്, കോട്ടയം, 1999.

101.ഷാജി ജേക്കബ്, നോവൽ : ചരിത്രത്തിന്റെ പാഠഭേദം, കറന്റ് ബുക്സ്, തൃശ്ശൂർ, 2003.

102. സദാനന്ദൻ.പി.സി, സിനിമയുടെ നീതിസാരം, കേരള ഭാഷാ ഇൻസ്റ്റിറ്റ്യൂട്ട്, തിരുവനന്തപുരം, 2006 ജനുവരി.

103. സന്തോഷ് സൗപർണിക, സിനിമ നൂറ്റാണ്ടുകളിലൂടെ, റിയൽ ഇമേജസ് പബ്ലിക്കേഷൻസ്, തിരുവനന്തപുരം, 2003 ജൂൺ.

104. സുകുമാരൻ.എം, ജനിതകം, കറന്റ്ബുക്സ്, തൃശ്ശൂർ, 1994.

105. സുകുമാരൻ. എം, പിതൃതർപ്പണം, ഇംപ്രിന്റ് ബുക്സ്, കൊല്ലം, 1994 ജൂൺ.

106.സുകുമാരൻ.എം, ശേഷക്രിയ, ഡി.സി.ബുക്സ്, കോട്ടയം, 2007 ഫെബ്രുവരി.

107.സുദർശൻ വി., സിനിമ : ഇന്നലെ ഇന്ന്, ഗീതാഞ്ജലി, തിരുവനന്തപുരം, 1986.

108. സുരേന്ദ്രൻ.കെ, ജ്വാല, എസ്.പി.സി.എസ്, കോട്ടയം, 1973.

109. സുരേന്ദ്രൻ.കെ, പതാക, എസ്.പി.സി.എസ്, കോട്ടയം, 1981.

English Books

1.Belton John (Ed.), Movies and Mass culture, Athlon Press, London, 1999.

2.Bertand Russel, Selected papers of Bertand Russel, Modern library, New York, 1955

3.Bolonner Stephen Eric, Twentieth Century Political Theory : A Reader, Routledge Publications, London, 2006.

4.Brown Richard Danson, Guptha Suman., Aestheticism and Modernism, Routledge, London, 2005.

5.Burlat Sky (Fyodor), Modern State and Politics, Progress Publishers, 1978.

6. Christofer Pearson, The modern state, Blackwell publishers, USA, 1996

7.Gopakumar. G, Congress Party in Kerala since 1967-1980, University of Kerala, Politics, Ph.D thesis.

8. Hayward Susan, Key concepts in cinema studies, Routledge Publication, London, 1996.

9.Janoski Thomas (Ed.), Hand Book of Political Sociology : States, Civil Societies and Globalization, Cambridge University Press, Cambridge, 2005.

10.Joshi Lalith Mohan, Venkiteswaran C.S., (Ed) A door to Adoor : Cinema of Adoor Gopalakrishnan, South Asian Cinema Foundation, London, 2006.

11. Karl.W Dentsh, Politics and Government: How people decide their fate, Houghton Miffin company, Boston, Second edition, 1974

12.Krishna Roy, Political philosophy East & West, Javapur University in collaboration with Alied publishers limited, New Delhi, 2003.

13.Laswell and Kaplan, Power and Society: A frame work for political inquiry, Yale press, 1950

14.Lehman Peter (Ed.), Defining Cinema, Athlon Press, 1997.

15.Lukacs Georgy, Studies in European Realism, Merlin Press, London, 1978.

16.Majumdar and Biman Bihori (Ed.), Gandhian concept of state, Geethanjali Publication House, New Delhi, 1995.

17.Mamer Bruce, Film production technique, Wardsworth Publications, 2000.

18.Michel Foucau, Power / knowledge : Selected interviews and other writings, 1972-77, Edited and translated by Colin Gordon, 1980

19.Nair K.S., Congress and Kerala Politics, College Book House, Tvpm, 1984.

20.Nossiter T.J., Communism in Kerala : A study in political adaptation, Oxford Uty. Press, Mumbai, 1982.

21.Robert.E. Goodin and Philip pettit - A companion to contemperory political philosophy, Blackwell publishers, USA, 2000.

22.Rose Nicholas, Power of Freedom, CUP, Cambridge, 1999.

23. State power and Social forces - Domination and Transformation in the Third world, Cambridge University Press, Cambridge, 1994.

24.Turner Graeme, Film as social practice, Routledge, London, 1958.

25. William conbloom, Sociology in a changing world, CUP, Cambridge, 1988

ചലച്ചിത്രസൂചിക

1. അഗ്നിസാക്ഷി , 1999, ശ്യാമപ്രസാദ്
2. അങ്ങാടി, 1980, ഐ.വി.ശശി
3. അടിമകൾ ഉടമകൾ, 1987, ഐ.വി.ശശി
4. അനുഭവങ്ങൾ പാളിച്ചകൾ, 1971, കെ.എസ്. സേതുമാധവൻ
5. അപരാഹ്നം, 1991, എം.പി. സുകുമാരൻ നായർ
6. അമ്മ അറിയാൻ, 1986, ജോൺ എബ്രഹാം
7. ആയിരത്തി തൊള്ളായിരത്തി ഇരുപത്തിയൊന്ന്, 1988, ഐ.വി.ശശി
8. ആയിരപ്പറ, 1993, വേണു നാഗവള്ളി
9.ആരണ്യകം, 1988, ഹരിഹരൻ
10.അസ്ഥികൾ പൂക്കുന്നു, 1989, പി. ശ്രീകുമാർ
11.ഇതാ സമയമായി, 1987, പി.ജി. വിശ്വംഭരൻ
12.ഇത്തിരിപ്പൂവേ ചുവന്ന പൂവേ, 1984, ഭരതൻ
13. ഈക്വിലാബ് സിന്ദാബാദ്, 1971, കെ.എസ്. സേതുമാധവൻ
14. ഈ നാട്, 1982, ഐ.വി.ശശി
15. ഉത്തരായനം, 1975, ജി. അരവിന്ദൻ
16. ഉയരും ഞാൻ നാടാകെ, 1985, പി. ചന്ദ്രകുമാർ
17. ഏകലവ്യൻ, 1993, ഷാജി കൈലാസ്
18. ഏണിപ്പടികൾ, 1973, തോപ്പിൽ ഭാസി
19. ഒരേ തൂവൽ പക്ഷികൾ, 1988, രവീന്ദ്രൻ
20. ഓർമ്മകൾ ഉണ്ടായിരിക്കണം, 1995, ടി.വി.ചന്ദ്രൻ
21. കഥാപുരുഷൻ, 1995, അടൂർ ഗോപാലകൃഷ്ണൻ
22. കബനീനദി ചുവന്നപ്പോൾ, 1976, പി.എ.ബക്കർ
23. കമ്മീഷണർ, 1994, ഷാജി കൈലാസ്
24. കാലാപാനി, 1995, പ്രിയദർശൻ
25. കാഴ്ചക്കപ്പുറം, 1992, വി.ആർ.ഗോപാലകൃഷ്ണൻ
26. ഗോഡ്ഫാദർ, 1999, കെ.മധു

27. ചെപ്പ്, 1987, പ്രിയദർശൻ

28. ചീഫ് മിനിസ്റ്റർ കെ.ആർ. ഗൗതമി, 1994, ബാബുരാജ് (രാജ്ബാബു)

29. ചെറിയാച്ചന്റെ ക്രൂരകൃത്യങ്ങൾ, 1980, ജോൺ എബ്രഹാം

30. ജനാധിപത്യം, 1997, കെ.മധു

31.ജനം, 1993, വിജി തമ്പി

32.തലസ്ഥാനം, 1992, ഷാജി കൈലാസ്

33. ദി കിംഗ്, 1995, ഷാജി കൈലാസ്

34. നയം വ്യക്തമാക്കുന്നു, 1991, ബാലചന്ദ്രമേനോൻ

35. നിങ്ങളെന്നെ കമ്മ്യൂണിസ്റ്റാക്കി, 1970, തോപ്പിൽ ഭാസി

36. ന്യൂഡൽഹി, 1987, ജോഷി

37. പഞ്ചാഗ്നി, 1986, ഹരിഹരൻ

38. പഞ്ചവടിപ്പാലം, 1984, കെ.ജി.ജോർജ്ജ്

39. പണിമുടക്ക്, 1972, പി.എൻ. മേനോൻ

40. പിറവി, 1989, ഷാജി എൻ. കരുൺ

41. പുന്നപ്രവയലാർ, 1967, എം. കുഞ്ചാക്കോ

42. പൊന്തൻമാട, 1993, ടി.വി.ചന്ദ്രൻ

43. പോക്കുവെയിൽ, 1982, ജി. അരവിന്ദൻ

44. പൈതൃകം, 1993, ജയരാജ്

45. ബലി, 1991, പവിത്രൻ

46. ഭരണകൂടം, 1994, സുനിൽ

47. ഭൂമിയിലെ രാജാക്കന്മാർ, 1987, തമ്പി കണ്ണന്താനം

48. മാഫിയ, 1993, ഷാജി കൈലാസ്

49. മീനമാസത്തിലെ സൂര്യൻ, 1986, ലെനിൻ രാജേന്ദ്രൻ

50. മുഖാമുഖം, 1984, അടൂർ ഗോപാലകൃഷ്ണൻ

51. മുഖ്യമന്ത്രി, 1985, ആലപ്പി അഷ്റഫ്

52. മൂലധനം, 1969, പി.ഭാസകരൻ

53. യാഗം, 1982, ശിവൻ

54. യുവതുർക്കി, 1996, ഭദ്രൻ

55. രക്തസാക്ഷികൾ സിന്ദാബാദ്, 1998, വേണുനാഗവള്ളി

56. രാജൻ പറഞ്ഞ കഥ, 1978, മണിസ്വാമി

57. രാജാവിന്റെ മകൻ, 1986, തമ്പി കണ്ണന്താനം

58. രണ്ടിടങ്ങഴി, 1958, പി. സുബ്രഹ്മണ്യം

59. ലാൽസലാം, 1990, വേണുനാഗവള്ളി

60. വാസ്തുഹാര, 1991, ജി. അരവിന്ദൻ

61. വാർത്ത, 1986, ഐ.വി.ശശി

62. സന്ദേശം, 1991, സത്യൻ അന്തിക്കാട്

63. സമൂഹം, 1993, സത്യൻ അന്തിക്കാട്

64. സംഘഗാനം, 1979, പി.എ. ബക്കർ

65. സ്ഥലത്തെ പ്രധാന പയ്യൻസ്, 1993, ഷാജി കൈലാസ്

66. സ്ഥാനാർത്ഥി സാറാമ്മ, 1966, കെ.എസ്. സേതുമാധവൻ

67. സ്ഫോടനം, 1981, പി.ജി. വിശ്വംഭരൻ

68. സ്റ്റാലിൻ ശിവദാസ്, 1999, ടി.എസ്. സുരേഷ് ബാബു

ആനുകാലികങ്ങൾ

1. മാതൃഭൂമി ആഴ്ചപ്പതിപ്പ്, 1972, മാർച്ച് 5, ലക്കം. 51

2. മാതൃഭൂമി ആഴ്ചപ്പതിപ്പ്, 1979, മെയ് 27-ജൂൺ 3, ലക്കം. 11

3. മാതൃഭൂമി ആഴ്ചപ്പതിപ്പ്, 1981, മെയ് 24-30, ലക്കം. 10

4. മാതൃഭൂമി ആഴ്ചപ്പതിപ്പ്, 1985, നവംബർ 24-30, ലക്കം. 37

5. മാതൃഭൂമി ആഴ്ചപ്പതിപ്പ്, 1986, മാർച്ച് 2-8, ലക്കം. 51

6. മാതൃഭൂമി ആഴ്ചപ്പതിപ്പ്, 1987, ജനുവരി 18-24, ലക്കം. 45

7. മാതൃഭൂമി ആഴ്ചപ്പതിപ്പ്, 1987, ഫെബ്രുവരി 58-14, ലക്കം. 48

8. മാതൃഭൂമി ആഴ്ചപ്പതിപ്പ്, 1988, ഒക്ടോബർ 16-22, ലക്കം. 32

9. മാതൃഭൂമി ആഴ്ചപ്പതിപ്പ്, 1989, മാർച്ച് 5-11, ലക്കം.52

ഡയറക്ടറി/ഇയർബുക്ക്/വെബ്സൈറ്റ്

1. മലയാളസിനിമാ ഡയറക്ടറി - കമേഴ്സ്യൽ ആർട്ട് സെന്റർ, കോട്ടയം -I, 1970

2. സിനി ഡയറക്ടറി (മലയാളം-തമിഴ്) - V Links Advertisers & publications, Thiruvananthapuram 1994

3. വെള്ളിനക്ഷത്രം ഫിലിം ഇയർബുക്ക്, കലാകൗമിദി പ്രസിദ്ധീകരണം, 2004

4. 50 years of Malayalam cinema- Filimotsav Publications-1988

5. മലയാളസിനിമ: അര നൂറ്റാണ്ട്, പേഴ്സ്പക്റ്റീവ് പബ്ലിക്കേഷൻസ്, 1988

6. www. malayalamcinema.com

7. www.cinemalayalam.com

8. www.wikipedia.org

9. J stor in Google

•

www.ingramcontent.com/pod-product-compliance
Lightning Source LLC
LaVergne TN
LVHW102036051026
849518LV00014B/1677
* 9 7 8 9 3 5 5 1 7 3 5 5 3 *